பண்டைக்கால இந்தியா

ராம் சரண் சர்மா
(ஆர்.எஸ். சர்மா)

தமிழில்: ரா. ரங்கசாமி (மாஜினி)

நியூ செஞ்சுரி புக் ஹவுஸ் (பி) லிட்.,
41-B, சிட்கோ இண்டஸ்டிரியல் எஸ்டேட்,
அம்பத்தூர், சென்னை- 600 050.
☎: 044 - 26251968, 26258410, 48601884

Language : Tamil
Pandaikkaala India
Author : **Ram Sharan Sharma**
Translated by : **R.Rangasamy (Mazzini)**
First Edition : August, 2001
Ninth Edition : September, 2019
Tenth Edition : November, 2022
Copyright : Author
No. of pages : x + 430 = 440
Publisher :
New Century Book House Pvt. Ltd.,
41-B, SIDCO Industrial Estate,
Ambattur, Chennai - 600 050.
Tamilnadu State, India.
email: info@ncbh.in
Online: www.ncbhpublisher.in
ISBN: 978 - 81 - 2340 - 726 - 5
Code No. A 1136
₹ 550/-

Branches

Ambattur (H.O.) 044 - 26359906 Spenzer Plaza (Chennai) 044-28490027
Trichy 0431-2700885 **Pudukkottai** 04322- 227773 **Thanjavur** 04362-231371
Tirunelveli 0462-4210990, 2323990 **Madurai** 0452 2344106, 4374106
Dindigul 0451-2432172 **Coimbatore** 0422-2380554 **Erode** 0424-2256667
Salem 0427-2450817 **Hosur** 04344-245726 **Krishnagiri** 04343-234387
Ooty 0423 2441743 **Vellore** 0416-2234495 **Villupuram** 04146-227800
Pondicherry 0413-2280101 **Nagercoil** 04652-234990

பண்டைக்கால இந்தியா
ஆசிரியர் : **ராம் சரண் சர்மா**
தமிழில் : **ரா.ரங்கசாமி (மாஜினி)**
முதல் பதிப்பு : ஆகஸ்ட், 2001
ஒன்பதாம் பதிப்பு : செப்டம்பர், 2019
பத்தாம் பதிப்பு : நவம்பர், 2022

அச்சிட்டோர்: **பாவை பிரிண்டர்ஸ் (பி) லிட்.,**
16 (142), ஜானி ஜான் கான் சாலை, இராயப்பேட்டை, சென்னை - 14
☎: 044-28482441

All rights reserved. No part of this book may be reprinted or reproduced or utilised in any form or by any electronic, mechanical, or other means, now known or hereafter invented, including photocopying and recording, or in any information storage or retrieval system, without permission in writing from the publishers.

பதிப்புரை

பண்டைக்கால இந்தியாவில் இந்து சமயம், ஜைனம், பௌத்தம் ஆகிய சமயங்கள் பிறந்தன. நமது முன்னோர்கள் ஒற்றுமையைக் கட்டிக்காக்க அரும்பாடு பட்டனர். நாட்டின் மொழி மற்றும் கலாச்சார ஒற்றுமையைக் கட்டி வளர்க்க பெருமுயற்சிகள் மேற்கொள்ளப்பட்டன. இந்திய வரலாறு குறித்த ஆங்கிலேயக் கண்ணோட்டங்கள் இழிவுபடுத்துவதாகவே இருந்தன. பண்டைக்கால இந்தியர்கள் ஏராளமான தடயங்களை விட்டுச் சென்றுள்ளனர். எழுதும் முறையைப் பண்டைக்கால இந்தியர்கள் கி.மு. 2500 ஆம் ஆண்டுவாக்கிலேயே தெரிந்திருந்தனர். நூல்கள், நாணயங்கள், கல்வெட்டுகள், தொல்பொருள் ஆய்வுகள் முதலியவற்றிலிருந்து மிகக் கவனமாகத் தகவல்களைச் சேகரிப்பது வரலாற்றைக் கட்டமைப்பதற்கு அத்தியாவசியமாகிறது.

ஆறுகள் வாணிகத்துக்கும் போக்குவரத்துக்கும் குருதிக் குழாய்கள்போல் செயல்பட்டன. இயற்கை வளங்களை நன்கு திறம்படப் பயன்படுத்திக் கொள்வது வரலாற்றின் முக்கிய தாக்கத்தை ஏற்படுத்துகிறது.

பூமியின் வயது ஏறத்தாழ 400 கோடி வருடங்கள். சுமார் 26 லட்சம் ஆண்டுகளுக்கு முன் மனிதன் மற்றும் யானை, குதிரை, காளை போன்ற மிருகங்கள் ஆப்பிரிக்காவில் தோன்றியதாகக் கருதப்படுகிறது. உலக அளவில் புதிய கற்காலம் கி.மு. 9000-ல் ஆரம்பமாயிற்று. புதிய கற்காலத்தின் இறுதியில் உலோகங்கள் பயன்படுத்தலாயின. தாமிர கற்கால சமூகத்தினர்தான் இந்திய தீப கற்பத்தில் பெரிய கிராமங்களை உருவாக்கினர்.

ஹரப்பா, மொகஞ்சோதாரோ நகரங்கள் பெரிய கட்டடங்களுக்குப் புகழ் பெற்றவை. சிந்துவெளி மக்கள் கோதுமை, பார்லி, ரை, பட்டாணி முதலியவற்றை உற்பத்தி செய்தனர். ஆரியர்கள் இந்தோ-ஐரோப்பிய மொழிகளைப் பேசி வந்தனர். ரிக் வேத காலத்தில் ஆரியர்களின் நிர்வாக எந்திரம் இன மரபுக் குழுத் தலைவனை மையமாகக் கொண்டு இயங்கி வந்தது. பிரார்த்தனைகள் செய்வதும் வேள்விகள் நடத்துவதும் தெய்வங்களை வழிபடுவதும் முக்கிய வழிமுறைகளாக இருந்தது. பிந்திய வேதகாலத்தில் பலதரப்பட்ட கலைகளும் கைவினைத் தொழில்களும் வேளாண்மையும் தோன்றி வளர்ந்தன.

தலைவன் அல்லது மன்னனைத் தேர்ந்தெடுக்கும் நடைமுறை பின்பற்றப்பட்டதற்கான அறிகுறிகள் பிற்கால வேத நூல்களில் காணப்படுகின்றன. பிந்திய வேதகால சமுதாயம் பிராமணர்கள், சத்திரியர்கள், வைசியர்கள், சூத்திரர்கள் என்று நான்கு வருணத்தினராகப் பிரிக்கப்பட்டிருந்தது. ஜைன, பௌத்த மதங்கள் தோன்றின.

கி. மு. ஆறாம் நூற்றாண்டிலிருந்து இந்தியாவின் அரசியல் வரலாறு மேலாதிக்கம் பெறுவதற்கு இராச்சியங்களிடையே நடைபெற்ற போராட்டங்களின் வரலாறே காரணம் ஆகும். கி.மு. நான்காம் நூற்றாண்டில் கிரேக்கர்களும் ஈரானியர்களும் உலக ஆதிக்கத்துக்காகப் போராடி வந்தனர்.

கிராம நிலங்கள் பயிரிடத்தக்கவையாகத் துண்டு துண்டாகப் பிரிக்கப்பட்டு குடும்பவாரியாக ஒதுக்கிக் கொடுக்கப்பட்டது. விவசாயிகள் தங்கள் உற்பத்தியில் ஆறில் ஒரு பங்கை வரியாகச் செலுத்த வேண்டியிருந்தது. மன்னர்கள் அதிகாரிகளின் உதவியோடு ஆட்சிபுரிந்தனர். நிர்வாகத்தில் அமைச்சர்கள் முக்கிய பங்காற்றினர். கிராமப்புற நிர்வாகம் கிராமத் தலைவன் கைகளிலே இருந்தது. பெரிய படை பராமரிக்கப்படுவதைப் பொறுத்தே ஒரு நாட்டின் உண்மையான வலிமை மதிப்பிடப்பட்டு வந்தது.

ஆரம்பத்தில் மகிழ்ச்சியாக வாழ்ந்த மக்கள் தனியாகச் சொத்து சேர்க்கத் தொடங்கினர். மனைவிகளுடன் குடும்பம் நடத்தத் தொடங்கினர். நாளடைவில் சொத்துக்களுக்காகவும் பெண்களுக்காகவும் சச்சரவுகளில் ஈடுபட்டனர். நியாயம் தீர்ப்பதற்கு நியமிக்கப்பட்டவன் மன்னன் என்று அழைக்கப்பட்டான். இந்திய சட்ட, நீதி அமைப்புமுறை மௌரியர் காலத்தில்தான் தோன்றியது. பேரரசு பல மாகாணங்களாகப் பிரிக்கப்பட்டிருந்தது. ஏறத்தாழ கி.மு. 200-ல் அநேக படையெடுப்புகள் தொடங்கின. இந்தியாவின் மீது முதல் படையெடுப்பை மேற்கொண்டவர்கள் கிரேக்கர்கள்.

அந்நியரின் வருகையால் மத்திய ஆசியாவுக்கும் இந்தியாவுக்குமிடையே நெருங்கிய தொடர்பு வளர்ந்தது. மௌரியர்களுக்குப் பிந்திய காலத்தில் இந்திய சமயங்கள் குறிப்பிடத்தக்க மாற்றங்களுக்கு உள்ளாயின. அயல் நாட்டு மன்னர்கள் இந்தியக் கலை மற்றும் இலக்கியத்தின் பற்றார்வமிக்க புரவலர்களாயினர். அயல்நாட்டு மன்னர்கள் சமஸ்கிருதத்தைப் போற்றிக் பேணி

வளர்த்தனர். இந்திய நாடகக் கலையின் வளர்ச்சிக்கு கிரேக்கர்கள் பெரும் பங்காற்றினர். மத்திய ஆசியத் தொடர்புகளால் தொழில் நுட்பத் துறையிலும் இந்தியர்கள் பயனடைந்ததாகத் தெரிகிறது.

கிருஷ்ணா நதிக்குத் தெற்கே அமைந்துள்ள பிரதேசம் சேர, சோழ, பாண்டிய நாடுகளாகப் பிரிந்திருந்தது. போர்கள் இந்த நாடுகளைப் பலவீனப்படுத்தியபோதிலும் இயற்கை வளங்களாலும் வாணிகத்தாலும் பயன் அடைந்தன. இந்தோ-ரோம வாணிகத்திலும் கப்பல் போக்குவரத்திலும் ரோமானியர்கள் பெரும் பங்காற்றினர். சிவன், பிரம்மா, விஷ்ணு வழிபாடுகள் தோன்றின. கோவில்களில் விக்கிரக வழிபாடு தோன்றியது. குப்தர்களின் காலம் பண்டைய இந்தியாவின் பொற்காலம். சமயம்தான் கலைக்கு முக்கிய உந்துவிசையாக இருந்தது. இராமாயணம், மகாபாரதம் ஆகிய இரண்டு நூல்களும் நான்காம் நூற்றாண்டுவாக்கில் எழுதி முடிக்கப்பெற்றன. வேதகாலத்துக்கு முந்திய சமுதாயத்தைப்பற்றி ஆராய்வதற்கு எழுத்து வடிவில் அமைந்த நூல்கள் எதுவும் இல்லை.

மேற்கண்ட முத்திரை வாக்கியங்கள் **பண்டைக்கால இந்தியா** என்ற இந்நூலில் பரவிக்கிடந்து பண்டைய இந்திய வரலாற்றை விளக்கிக்காட்டுகின்றன. வரலாற்றுத்துறையில் புகழ்பெற்று விளங்கும் வரலாற்று ஆய்வாளர் **ஆர். எஸ். சர்மா** அவர்கள் ஆங்கிலத்தில் "Ancient India" என்ற தலைப்பில் ஆக்கிய இந்நூலை எழுத்துலகில் தனக்கென்று ஒரு உத்தியைக் கையாண்டு தமிழக அறிஞர்கள் மற்றும் அரசியல் வல்லுனர்களிடம் பாராட்டுப் பெற்று விளங்கும் திரு. **ரா. ரங்கசாமி** (மாஜினி) அவர்கள் சிறந்த முறையில் தமிழாக்கம் செய்துள்ளார்கள்.

இந்நூல் தமிழுலகத்துக்கு மிகவும் தேவையானது என்பதை உணர்ந்து எமது **நியூ செஞ்சுரி புத்தக நிறுவனம்** இந்நூலை வெளியிட்டு வாசகர்களின் நல்லாதரவைப் பெரிதும் எதிர் நோக்குகிறது.

-பதிப்பகத்தார்

நன்றியுரை

இப்போதைய பதிப்பைத் திருத்திப் புனரமைத்து மேலும் செழுமைப்படுத்தி வெளியிடுவது சம்பந்தமாக பேராசிரியர்கள் பி.டி. சட்டோபாத்தியாயா, சுவிரா ஜைஸ்வால், எம்.ஜி.எஸ். நாராயணன், கே.கே. சின்ஹா ஆகியோர் பல அரிய கருத்துக்களைத் தெரிவித்து எனக்குத் துணைபுரிந்தனர். திருமதி இந்திராஅர்ஜுன்தேவும், பேராசிரியர் அர்ஜுன் தேவும் கையெழுத்துப்படி முழுவதையும் கவனமாகப் படித்து, பல மதிப்பு வாய்ந்த யோசனைகளைக் கூறி உதவினர். டாக்டர் சீதாராம் ராய் அச்சுப்பணியின் இறுதிக் கட்டத்தில் பிழைகளைத் கண்டறிந்து கூறினார். இந்த அறிஞர்கள் அனைவருக்கும் என் மனமார்ந்த நன்றியைத் தெரிவித்துக் கொள்கிறேன். சில இடங்களின் பெயர்களை எழுத்துக்கூட்டி உச்சரிக்கும் விஷயத்தில் நிலப்படங்களுக்கும் நூலின் பாடப்பகுதிக்கும் இடையே சில வேறுபாடுகள் காணப்படுவதற்காக வருந்துகிறேன்.

ஆர்.எஸ். சர்மா

காந்திஜியின் தாரக மந்திரம்

உங்களுக்கு ஒரு தாரக மந்திரத்தைக் கூறுகிறேன். உங்களுக்கு ஏதேனும் ஐயப்பாடுகள் எழும்போதோ அல்லது உங்களிடம் சுயநலம் தலைதூக்கும்போதோ பின்கண்ட சோதனையை மேற்கொள்ளுங்கள்:

நீங்கள் பார்த்த ஏழ்மையினும் ஏழ்மையான, வறுமையிலும் வறுமையான செய்வதறியாது திகைத்துத் திணறிப்போய் அதல பாதாளத்தில் தள்ளப்பட்டு மிகவும் பலவீனமடைந்து போன ஒரு மனிதனது முகத்தை நினைவு கூருங்கள். நீங்கள் உத்தேசித்திருக்கும், எண்ணியிருக்கும், திட்டமிட்டிருக்கும், நடவடிக்கைகள் அவனுக்கு எவ்வகையிலேனும் பயனுள்ளவையாக இருக்குமா, அவனைக் கைத்தூக்கி விடுமா? என்று உங்களை நீங்களே கேட்டுக் கொள்ளுங்கள். இவற்றால் அவன் ஏதேனும் ஆதாயம் அடைவானா, நலம் பெறுவானா? தனது சொந்த வாழ்க்கையை, தன் கதிப்போக்கை நிர்ணயித்துக் கொள்ளும் ஆற்றலை அவன் பெறுவானா? வேறு விதமாகச் சொன்னால் வயிற்றுப்பசியாலும் ஆன்மிகப் பசியாலும் வாடி வதங்கி அல்லலுற்றுவரும் லட்சோப லட்சம் மக்களுக்கு இது சுயராஜ்யத்தை, விடுதலையைக் கொண்டு வருமா?

இந்தக் கேள்விகளுக்கெல்லாம் நீங்கள் பதில் காணும்போது உங்களது ஐயங்களும் சுயநலமும் ஆதவனைக் கண்ட பனிபோல் உருகிக் கரைந்து மறைந்து போவதைப் பார்ப்பீர்கள்.

M K Gandhi

பொருளடக்கம்

1. பண்டைக்கால இந்திய வரலாற்றின் முக்கியத்துவம் — 1
2. பண்டைக்கால இந்தியாவை ஆராய்ந்த தற்கால வரலாற்றாசிரியர்கள் — 8
3. ஆதாரங்களின் வகைகளும் வரலாற்றுக் கட்டுமானமும் — 18
4. நிலவியல் பின்னணி — 39
5. கற்காலம் : ஆதி மனிதன் — 54
6. தாமிர - கற்கருவிகளை அடிப்படையாகக் கொண்ட வேளாண் கலாசாரங்கள் — 70
7. ஹரப்பா கலாசாரம் : வெண்கல யுக நாகரிகம் — 90
8. ஆரியர்களின் வருகையும் ரிக்வேதத்தின் காலமும் — 120
9. பிந்திய வேதகாலம் : அரசமைப்புக்கும் சமூக ஒழுங்கு முறைகளுக்கும் மாறுதல் — 134
10. ஜைனமும் பௌத்தமும் — 152
11. பிரதேச அரசுகளும் முதல் மகதப் பேரரசும் — 173
12. ஈரானிய மற்றும் மாசிடோனிய படையெடுப்புகள் — 183
13. புத்தர் காலத்தில் அரசும் வருண சமுதாயமும் — 189
14. மௌரியர்கள் காலம் — 205
15. மௌரிய ஆட்சியின் முக்கியத்துவம் — 219
16. மத்திய ஆசியத் தொடர்புகளும் அவற்றின் பயன்களும் — 236
17. சாதவாகனர் காலம் — 261

18.	தொலை தெற்கில் வரலாற்றின் விடியல்	274
19.	மௌரியர்களுக்குப் பிந்திய காலத்தில் கைவினைத் தொழில்களும், வாணிகமும், நகரங்களும்	290
20.	குப்தப் பேரரசின் தோற்றமும் வளர்ச்சியும்	305
21.	குப்தர் காலத்திய வாழ்க்கைப் பாணி	316
22.	கிழக்கு இந்தியாவில் நாகரிகம் பரவுகிறது	339
23.	ஹர்ஷரும் அவருடைய காலமும்	350
24.	தீபகற்பத்தில் புதிய அரசுகளின் உதயமும் கிராமப்புற விஸ்தரிப்பும்	358
25.	வேறுபட்ட சித்தாந்தப் போக்குகள்	375
26.	ஆசிய நாடுகளுடன் இந்தியாவின் கலாசாரத் தொடர்புகள்	382
27.	பண்டைய வளர்ச்சிக் கட்டத்தில் மாற்றம்	389
28.	சமூக மாற்றங்களின் நிகழ்வுப் போக்குகள்	402
29.	விஞ்ஞானத்திலும் நாகரிகத்திலும் மரபுவழி அம்சம்	414

இயல் 1
பண்டைக்கால இந்திய வரலாற்றின் முக்கியத்துவம்

பண்டைக்கால இந்திய வரலாற்றை ஆராய்வது பல காரணங்களுக்காக முக்கியத்துவம் வாய்ந்தது. நமது நாட்டில் மிகத் தொன்மையான கலாசாரங்களை மக்கள் எவ்வாறு, எப்பொழுது, எங்கு உருவாக்கி வளர்த்தனர் என்பதை அது கூறுகிறது. வாழ்க்கையைப் பாதுகாப்பானதாகவும், ஓரிடத்தில் குடியமரக் கூடியதாகவும் ஆக்கிய வேளாண்மைத் தொழிலை அவர்கள் எவ்விதம் தொடங்கினர் என்பதை அது எடுத்துரைக்கிறது. பண்டைக்கால இந்தியர்கள் இயற்கை வளங்களை எவ்வாறு கண்டுபிடித்து அவற்றைப் பயன்படுத்தினர் என்பதையும், தங்கள் பிழைப்புக்கான வழிவகைகளை எவ்விதம் உருவாக்கிக் கொண்டனர் என்பதையும் அது காட்டுகிறது. உழவு, நூற்பு, நெசவு, உலோகத் தொழில் போன்ற தொழில்களை அவர்கள் எவ்வாறு மேற்கொண்டனர் என்பதை அறிகிறோம்; அவர்கள் காடுகளை அழித்து எவ்விதம் கழனிகளாக்கினர் என்பதைத் தெரிந்து கொள்கிறோம்; அவர்கள் கிராமங்களையும், நகரங்களையும் முடிவில் மாபெரும் இராச்சியங்களையும் எங்ஙனம் தோற்றுவித்தனர் என்பதைப் புரிந்து கொள்கிறோம்.

எழுதத் தெரியாத மக்கள் நாகரிகமடைந்தவர்களாகக் கருதப்படுவதில்லை. இன்று இந்தியாவில் நிலவும் பல்வேறு வகையான எழுத்து வடிவங்கள் யாவும் பண்டைய வரிவடிவங் களிலிருந்து தோன்றியவையே. இன்று நாம் பேசும் மொழிகளுக்கும் இது பொருந்தும். நாம் பயன்படுத்தும் மொழிகள் பண்டைக் காலத்தில் வேர்கொண்டு, கருவாகி உருவாகி, காலம் காலமாக, வாழையடி வாழையாக வளர்ச்சி அடைந்து வந்திருப்பவையே ஆகும்.

வேற்றுமையில் ஒற்றுமை

பண்டைய இந்திய வரலாறு சுவை மிக்கது; மிகுந்த ஆர்வத்தைக் கிளர்த்திவிடக் கூடியது; பலதரப்பட்ட இன மரபுக் குழுக்களின் ஒரு புடக் குகையாக இந்தியா திகழ்ந்து வந்திருப்பதே இதற்குக் காரணம். ஆரியர்களுக்கும் முற்பட்ட இனத்தவர்கள், இந்தோ-ஆரியர்கள், கிரேக்கர்கள், சிதியர்கள், ஹூணர்கள் முதலான பலரும் இந்தியாவைத் தங்கள் தாயகமாக வரித்துக் கொண்டனர். இந்தியாவின் சமூக அமைப்பும், கலையும், இலக்கியமும், கட்டிடக் கலையும் பரிணாம வளர்ச்சியுறுவதற்கு ஒவ்வொரு இனமரபுக் குழுவும் தனக்குரிய பங்கை ஆற்றியிருக்கிறது. இந்த மக்களும் அவர்களது கலாச்சாரத் தனித்தன்மைகளும் பிரிக்க முடியாதபடி பரஸ்பரம் பின்னிப் பிணைந்துள்ளன; ஒன்றுடன் ஒன்று கலந்து போயுள்ளன. இதனால் தற்போது இவற்றில் எதையும் தங்களது ஆதி வடிவம் என எவரும் பிரித்து இனங்காண முடியாது.

பண்டைய இந்தியக் கலாசாரத்தின் ஒரு குறிப்பிடத்தக்க அம்சம் அல்லது கூறு வடக்கையும் தெற்கையும், கிழக்கையும் மேற்கையும் சேர்ந்த கலாசாரங்கள் ஒன்றுடன் ஒன்று இணைந்து பிணைந்து கலந்திருப்பதாகும். ஆரிய அம்சங்கள் வடபுலத்தின் வேதகால மற்றும் சமஸ்கிருதக் கலாசாரத்தையும், ஆரியரல்லாத அம்சங்கள் தென்புலத்தின் திராவிட மற்றும் தமிழ்க் கலாசாரத்தையும் குறிக்கின்றன. ஆனால் கி.மு. 1500 - 500 காலப் பகுதியைச் சேர்ந்தவை எனக் கருதப்படும் வேத நூல்களில் ஆங்காங்கு பல திராவிடச் சொற்களும், சமஸ்கிருதமல்லாத சொற்களும் இடம் பெற்றிருக்கின்றன. அவை வேதகாலத்தைச் சாராத இந்திய தீபகற்பத்துடன் சம்மந்தப்பட்ட பல்வேறு கருத்துகளையும் அமைப்புகளையும் விளைபொருள்களையும் குடியேற்றங்களையும் குறிப்பவை. இவ்வாறே, கங்கை சமவெளியில் உருவான அநேக கருத்துக்களையும், அமைப்புகளையும் குறிக்கும் பல பாலி மொழிச் சொற்களும், சமஸ்கிருதச் சொற்களும் ஏறத்தாழ கி.மு. 300 - கி.பி. 600 காலப்பகுதியைச் சேர்ந்த **சங்க கால இலக்கியம்** எனப்படும் தமிழ் நூல்களில் காணப்படுகின்றன. ஆரியர்கள் அல்லாத பழங்குடி மக்கள் வாழ்ந்து வந்த கிழக்குப் பிராந்தியமும் இதில் தனது பங்கை ஆற்றியுள்ளது. இந்தப் பகுதியைச் சேர்ந்த மக்கள் முண்டா அல்லது கோலர் மொழிகளைப் பேசிவந்தனர். பருத்தி, நீர்வழிப் போக்குவரத்து, தோண்டு கருவி போன்றவை சம்பந்தப்பட்ட பல சொற்கள் முண்டா மொழிகளிலிருந்தே இந்தோ - ஆரிய மொழிகளில் எடுத்தாளப்பட்டிருக் கின்றன என்று மொழியியல் வல்லுநர்கள் கருத்துத் தெரிவித்துள்ளனர்.

சோட்டா நாக்பூர் பிராந்தியத்தில் முண்டாக்கள் வாழும் பல பகுதிகள் இருந்து வந்த போதிலும் முண்டா கலாசாரத்தின் எச்சமிச்சங்கள் திராவிடக் கலாசாரத்தின் எச்சமிச்சங்களைப் போன்று அத்துணை வலுமிக்கவையாக இல்லை. பிராமணீயக் கலாசாரம் முண்டா கலாசாரத்துடன் இணைந்து கலந்து விட்டதே இதற்குக் காரணம். வேதகால மொழியில் ஒலியியல் மாற்றங்களையும் சொற்றொகுதி மாற்றங்களையும் ஏற்படுத்தியதில் திராவிடச் செல்வாக்கைவிட முண்டா செல்வாக்குதான் அதிகம் என்று கருதப்படுகிறது.

தொன்னெடும் காலமாகவே இந்தியா பற்பல சமயங்களைத் தன்னகத்தே கொண்ட நாடாக இருந்து வந்திருக்கிறது. பண்டைக்கால இந்தியாவில் இந்து சமயம், ஜைனம், பௌத்தம் ஆகிய சமயங்கள் பிறந்தன; எனினும் இந்தக் கலாசாரங்கள், சமயங்கள் யாவும் ஒன்றுடன் ஒன்று கலந்தன; ஒன்றன் மீது ஒன்று தாக்கத்தை ஏற்படுத்தின; இதனால், மக்கள் பல்வேறு மொழிகளைப் பேசிய போதிலும் வெவ்வேறு சமயங்களை ஆதரித்த போதிலும், பலதரப்பட்ட சமூக பழக்க வழக்கங்களைக் கடைப்பிடித்த போதிலும் அவர்கள் நாடெங்கிலும் ஒரு குறிப்பிட்ட பொது வாழ்க்கைப் பாணியைப் பின்பற்றி வருவதைக் காண்கிறோம். மிகுந்த வேற்றுமைக்கு இடையேயும் ஆழமான ஒற்றுமை நிலவுவதை நமது நாடு காட்டுகிறது.

நமது முன்னோர்கள் ஒற்றுமையைக் கட்டி வளர்க்க அரும்பாடுபட்டனர். இந்தப் பரந்து விரிந்த துணைக் கண்டத்தை ஒரே நாடாகக் கருதினர். **பாரதவர்ஷம்** அல்லது பாரததேசம் என்னும் பெயர் நாடு முழுவதற்கும் சூட்டப்பட்டது; பரதர்கள் என்ற தொன்மை மிக்க வம்சத்தினரின் நினைவாகவே இப்பெயர் வைக்கப்பட்டது. இந்நாட்டு மக்கள் **பாரதசந்ததி** அல்லது பரதனின் வழித் தோன்றல்கள் என்று வழங்கப்பட்டனர். நமது பண்டைய கவிஞர்களும், தத்துவ ஞானிகளும், எழுத்தாளர்களும் நம் நாட்டை ஓர் ஒருங்கிணைந்த, முழுமையான, அடிப்படைக் கூறாகப் பாவித்தனர். இமயம் முதல் மாகடல் வரை விரிந்து வியாபித்திருக்கும் இந்த நாட்டை ஒரே பேரரசரின் குடை நிழலின் கீழிருக்கும் ஒரு முறையான ஆட்சிப் பரப்பு என்பதாக அவர்கள் பேசி வந்தனர். இமயம் முதல் குமரி வரையிலும், கிழக்கே பிரம்மபுத்திராப் பள்ளத்தாக்கிலிருந்து மேற்கே சிந்து நதிக்கு அப்பாலும் தங்கள் ஆட்சி அதிகாரத்தை நிலைநாட்டப் பாடுபட்டு வந்த மன்னர்கள் எங்கெங்கும், எத்திக்கும் போற்றிப் புகழப்பட்டனர். அவர்கள் **சக்கரவர்த்திகள்** என அழைக்கப்பட்டனர். இவ்வகையான அரசியல் ஒற்றுமை குறைந்த பட்சம் இரு முறை எய்தப்பெற்றது எனலாம். கி.மு. மூன்றாம் நூற்றாண்டில்

அசோகர் தமது பேரரசை, சாம்ராஜ்யத்தை தென்கோடி நீங்கலாக நாடு முழுவதும் வியாபிக்கச் செய்தார். இதேபோன்று கி.பி. நான்காம் நூற்றாண்டில் சமுத்திர குப்தன் கங்கையிலிருந்து தமிழ்நாட்டின் எல்லைகள் வரை வெற்றிக்கொடி நாட்டினான். ஏழாம் நூற்றாண்டில் சாளுக்கிய மன்னன் புலிகேசி ஹர்ஷவர்த்தனரைத் தோற்கடித்தான். வட இந்தியா முழுவதையும் தன் ஆளுகையின் கீழ் கொண்டு வந்தவர் ஹர்ஷர். அரசியல் ஒற்றுமை இல்லாத போதிலும், அரசியல் அமைப்புகள் நாடு முழுவதிலும் ஏறத்தாழ ஒரே மாதிரியான வடிவத்தைப் பெற்றிருந்தன. இந்தியா நிலவியல் ரீதியில் ஒரே அமைப்பு என்ற கண்ணோட்டம் வெற்றியாளர்கள் மனத்திலும், கலாசாரத் தலைவர்கள் மனத்திலும் நிலைகொண்டு ஆழமாகப் பதிந்திருந்தது. இந்தியாவின் ஒற்றுமை அயல்நாட்டினராலும் ஏற்றுக் கொள்ளப்பட்டது. சிந்துநதி தீரத்தில் வாழ்ந்து வந்த மக்களுடன்தான் அவர்களுக்கு முதன் முதலில் தொடர்பு ஏற்பட்டது; எனவே அவர்கள் அந்த நதியின் பெயரையே நாடு முழுவதற்கும் சூட்டிவிட்டனர். **ஹிந்த்** என்னும் சொல் **சிந்து** என்ற சமஸ்கிருதச் சொல்லிலிருந்து பெறப்பட்டது. இதன் காரணமாக நாளடைவில் இந்நாடு "இந்தியா" என்னும் பெயரைப் பெற்றது; இதன் கிரேக்கச் சொல்லுக்கு மிக நெருக்கமானது இந்தப் பதம். இவ்வாறே இந்நாடு பாரசீக, அரபு மொழிகளிலும் "ஹிந்" என வழங்கப்படலாயிற்று.

நாட்டின் மொழி மற்றும் கலாசார ஒற்றுமையைக் கட்டி வளர்க்க தொடர்ந்து முயற்சிகள் மேற்கொள்ளப்பட்டு வந்திருப்பதைப் பார்க்கிறோம். கி.மு. மூன்றாம் நூற்றாண்டில் பிராகிருதமே பொதுத் தொடர்பு மொழியாக இருந்து வந்தது. இந்தியாவில் பெரும் பகுதிகளில் அசோகரின் கல்வெட்டுகள் பிராகிருத மொழியில் பிரம்மி எழுத்தில் செதுக்கப்பட்டன. பின்னர் சமஸ்கிருதம் இதே நிலைக்கு உயர்ந்தது; நாட்டின் தொலைதூரப் பகுதிகளில் அது ஆட்சி மொழியாகவும் பயன்படுத்தப்பட்டு வந்தது. அதிலும் கி.பி. நான்காம் நூற்றாண்டில் குப்தர்கள் ஆட்சி காலத்தில் சமஸ்கிருதம் மேலும் பிரதானம் பெற்றது. குப்தர்களின் ஆட்சிக் காலத்துக்குப் பிறகு நாட்டில் எண்ணற்ற சிறுசிறு அரசுகள் தோன்றிய போதிலும் அதிகாரப்பூர்வ ஆவணங்கள் யாவும் சமஸ்கிருதத்திலேயே எழுதப்பட்டன.

மற்றொரு முக்கிய அம்சத்தையும் இங்குக் குறிப்பிட வேண்டும் : இராமாயணம், மகாபாரதம் போன்ற தொன்மை வாய்ந்த பெருங் காப்பியங்கள் காசி, தட்சசீலம் முதலான அறிவுத்துறை வட்டாரங்கள் போன்றே தமிழ்நாட்டிலும் மிகுந்த ஆர்வத்துடனும், பக்தி

ஈடுபாட்டுடனும் கருத்தூன்றிப் படிக்கப்பட்டன. சமஸ்கிருத மூலத்தி லிருந்து இந்தக் காப்பியங்கள் பல்வேறு ஸ்தல மொழிகளில் அறிமுகப்படுத்தப்பட்டன. ஆனால் இந்தியக் கலாசார செல்வங்களும் கருத்தோட்டங்களும் எத்தகைய வடிவங்களில் முன்வைக்கப்பட்ட போதிலும், அவற்றின் சத்தும் சாரமும், உள்ளடக்கமும் நாடெங்கும் ஒருபடித்தானவையாகவே இருந்தன.

இந்திய வரலாறு நம் கவனத்தைக் கவர்ந்து ஈர்க்கிறதென்றால், இந்த நாட்டில் உருவாகியுள்ள அதன் தனித்தன்மை வாய்ந்த சமூக அமைப்பு முறையே அதற்குக் காரணம். வட இந்தியாவில்தான் வருண/சாதி அமைப்பு முறை முதலில் தோன்றிற்று. பிறகு அது ஏறத்தாழ நாடு முழுவதும் படர்ந்து பரவிற்று. சாதி அமைப்புமுறை கிறித்தவர்களையும் முஸ்லீம்களையும் கூட விட்டுவைக்கவில்லை; அவர்களிடமும் அது பாதிப்பை ஏற்படுத்திற்று. மதம் மாறியவர்கள் ஏதேனும் ஒரு சாதியைச் சேர்ந்தவர்களாக இருந்தனர். அவர்கள் இந்துமத அரவணைப்பிலிருந்து வெளியேறி வேறு ஒரு புதிய மதத்தைத் தழுவியபோதிலும் தங்களது பழைய சாதிப் பழக்க வழக்கங்கள் சிலவற்றைத் தொடர்ந்து பின்பற்றி வரவே செய்தனர்.

நிகழ்காலத்துக்கு கடந்த காலத்தின் முக்கியத்துவம்

தற்சமயம் நம்மை எத்தனை எத்தனையோ பிரச்சினைகள் எதிர்நோக்கும் பகைப்புலனில், இந்தியாவின் கடந்த காலம் குறித்த ஆய்வு தனி முக்கியத்துவம் பெறுகிறது. பண்டைய கலாசாரத்தையும் நாகரிகத்தையும் திரும்பக் கொண்டுவர வேண்டுமென்று சிலர் ஆர்ப்பரிக்கின்றனர். வேறுசிலர் இந்தியாவின் கடந்த கால அருமை பெருமைகளை நினைத்து, நினைத்து, உள்ளம் உருகி உணர்ச்சி மேலிட அவற்றின் பால் தங்கள் மனத்தைப் பறிகொடுக்கின்றனர். ஆனால் பண்டைய கலை மரபுகள், சிற்பக்கலைப் பாரம்பரியங்கள் பேணிக் காக்கப்பட வேண்டும் என்று ஆழ்ந்த அக்கறையும் ஆர்வமும் கொள்வதிலிருந்து இவர்களது நிலை வேறுபட்டதாகும். உண்மையில் பழைய சமுதாய பாணியும் கலாசாரமும் திரும்ப வேண்டும் என்பதே இவர்களது விருப்பம். இத்தகைய நிலைமையில் கடந்த காலத்தைப் பற்றிய ஒரு மேம்பட்ட புரியுணர்வு அவசியமாகிறது. நமது மூதாதையர்களான பண்டைய இந்தியர்கள் வாழ்க்கையின் பல்வேறு துறைகளில் குறிப்பிடத்தக்க முன்னேற்றம் கண்டிருக்கிறார்கள் என்பதில் ஐயமில்லை. ஆனால் இத்தகைய முன்னேற்றங்கள் இன்றைய விஞ்ஞான, தொழில் நுட்ப சாதனைகளோடு நாம் போட்டியிடுவதற்கு நமக்குத்

துணை புரிய முடியாது. பண்டைய இந்திய சமுதாயம் சமூக அநீதி என்னும் மிகக் கொடிய, படுமோசமான நோயால் பீடிக்கப்பட்டிருந்தது என்பதை நாம் உதாசீனம் செய்துவிட முடியாது. கீழ்த்தட்டு வர்க்கத்தினர் அதிலும் குறிப்பாக சூத்திரர்களும் தீண்டப்படாதவர்களும் எண்ணற்ற கோரக் கொடுமைகளுக்கு, அக்கிரமங்களுக்கு ஆளாகியிருந்தனர். அவற்றை நினைத்தால் இன்றைய உள்ளம் மிகுந்த அதிர்ச்சியுறும். பழைய வாழ்க்கை முறையை மீண்டும் கொண்டு வருவது இந்த அநீதிகளுக்கும் அட்டூழியங்களுக்கும் புத்துயிரூட்டி அவற்றை மேலும் வலுவடையவே செய்யும். நாகரிகத்தை நோக்கி பண்டைய இந்தியாவின் முன்னேற்றத்துடன் கூடவே சமூக ஏற்றத்தாழ்வுகளும் வளர்ந்து வந்தன. இயற்கையும் மனிதக் காரணக் கூறுகளும் தோற்றுவித்த இன்னல்கள் இடுக்கண்களை, இடர்ப்பாடுகளை எதிர்த்துச் சமாளிப்பதில் நமது முன்னோர்கள் கண்ட வெற்றி ஒளிமயமான எதிர்காலம் குறித்து நமக்கு நம்பிக்கையையும் உத்வேகத்தையும் அளிக்கும் என்பது திண்ணம். ஆனால் கடந்த காலத்தைத் திரும்பக் கொண்டு வருவதற்குச் செய்யும் முயற்சி நாட்டை நாசமாக்கிய, அதலகுதலப்படுத்திய சமூக அநீதியை நிலைபெறச் செய்யவே உதவும். இவை யாவும் கடந்த காலத்தைப் பற்றித் தெரிந்து கொள்வதை அவசியமாக்குகின்றன.

கடந்த கால, மத்திய கால, பிற்கால எச்சமிச்சங்கள் பலவற்றை நாம் பெற்றிருக்கின்றோம்; அவை நிகழ்காலத்தையும் விடாப்பிடியாகப் பிடித்துக் கொண்டிருக்கின்றன. பழைய விதிமுறைகள், மதிப்புகள், சமூகப் பழக்க வழக்கங்கள், சமய வினை முறைகள் போன்றவை மக்களின் மனத்தில் மிக ஆழமாக வேரோடிப் பதிந்து போயிருக்கின்றன; அவற்றை அவ்வளவு சுலபமாக ஒழித்துக் கட்டிவிட முடியாது.

துரதிர்ஷ்டவசமாக இந்த எச்சமிச்சங்கள் தனிநபரின் முன்னேற்றத்திற்கும் நாட்டின் முன்னேற்றத்திற்கும் முட்டுக்கட்டையாக இருந்து வருகின்றன. காலனியாதிக்க சூழ்நிலைமையில் அவை வேண்டுமென்றே திட்டமிட்டு ஊட்டி வளர்க்கப்பட்டன. கடந்த காலத்தின் இத்தகைய எச்சங்கள் சமுதாயத்திலிருந்து அகற்றப்பட்டாலொழிய இந்தியா துரித கதியில் முன்னேற முடியாது. சாதி அமைப்பு முறையும் குறுகிய மனோபாவமும் ஜனநாயக ரீதியில் நாடு முன்னேறுவதற்கும், தேச ஒருமைப்பாட்டுக்கும் முட்டுக்கட்டையாக இருந்து வருகின்றன. சாதித் தடையங்களும் தப்பெண்ணங்களும் படித்த வர்க்கத்தினர் கூட உடல் உழைப்பின். உண்மையான மதிப்பைப் பாராட்டாதபடி தடுக்கின்றன. பொது லட்சியத்துக்காக நம்மிடையே ஒற்றுமை ஏற்படுவதற்குக் குறுக்கே நிற்கின்றன. பெண்களுக்கு வாக்குரிமையும் தன்னுரிமையும்

அளிக்கப்பட்டிருந்த போதிலும் அவர்களது பன்னெடுங்காலக் கீழ்ப்பட்ட நிலைமை சமூக முன்னேற்றத்தில் தமக்குரிய பங்கை ஆற்ற முடியாதபடி அவர்களைத் தடுக்கிறது. பண்டைக்கால இந்தியா பற்றிய ஆய்வு இந்த சீர்கேடுகளின் மூலகாரணங்களை, ஆணிவேர்களைக் கண்டறிவதற்கு நமக்கு உதவுகிறது. சாதி அமைப்பு முறைக்கும், பெண்களின் கீழ்ப்பட்ட நிலைக்கும், குறுகிய சமய வெறிக்கும் ஆதார அடிப்படையாக உள்ள காரணங்களை நாம் உய்த்தறிய முடியும். எனவே, பண்டைக்கால இந்திய வரலாற்றை ஆய்ந்தறிவது கடந்த காலத்தின் உண்மை இயல்பைப் புரிந்து கொள்ள விரும்புகிறவர்களுக்கும் நாட்டின் வளர்ச்சிக்கு இடையூறாக இருக்கும் முட்டுக்கட்டைகளின் தன்மையைத் தெரிந்து கொள்வதில் ஆர்வம் கொண்டிருப்பவர்களுக்கும் பெரிதும் பயனுள்ளதாக இருக்கும் என்பதில் எள்ளளவும் ஐயமில்லை.

இயல் 2
பண்டைக்கால இந்தியாவை ஆராய்ந்த தற்கால வரலாற்றாசிரியர்கள்

காலனியாதிக்கவாதிகளின் கருத்துகளும் பங்கும்

கல்வி கற்ற இந்தியர்கள் தங்கள் நாட்டின் மரபுவழி வரலாற்றை கையால் எழுதப்பட்ட இதிகாசங்கள், புராணங்கள், வாழ்க்கை வரலாறுகள் என்னும் வடிவத்தில் பாதுகாத்து வந்தனர். இந்நிலையில், பண்டைக்கால இந்திய வரலாறு குறித்த தற்கால ஆராய்ச்சி பதினெட்டாம் நூற்றாண்டின் பிற்பகுதியில் ஆரம்பமாயிற்று. பிரிட்டிஷ் ஆட்சியாளர்கள் அமைத்த காலனியாதிக்க நிர்வாகத்தின் தேவைகளைப் பூர்த்தி செய்யும் பொருட்டே இந்த ஆய்வு தொடங்கியது. 1765-இல் வங்காளமும் பீகாரும் கிழக்கிந்தியக் கம்பெனியின் ஆளுகையின் கீழ் வந்தபோது, இந்து வாரிசு உரிமைச் சட்டத்தை நடைமுறைப்படுத்துவது கடினமாக இருப்பதைக் கண்டனர். எனவே, அந்நாட்களில் மிகவும் அதிகார உரிமை படைத்ததாகக் கருதப்பட்ட மனு தரும நூலை 1776ல் இந்து சட்டத் தொகுப்பாக ஆங்கிலத்தில் மொழி பெயர்த்தனர். இந்துக்களின் சிவில் சட்டங்களைச் செயல்படுத்துவதில் இந்து சமய சாத்திர வல்லுநர்களான பண்டிதர்களும் முஸ்லீம் சட்டங்களை நடைமுறைப்படுத்துவதில் மௌல்விகளும் பிரிட்டிஷ் நீதிபதிகளுக்குத் துணையாக இருந்தனர். பண்டையச் சட்டங்களையும் பழக்க வழக்கங்களையும் புரிந்து கொள்ளும் ஆரம்பக்கால முயற்சிகள் அநேகமாக பதினெட்டாம் நூற்றாண்டு வரை நீடித்தன; இதன் விளைவாக 1784ல் கல்கத்தாவில் வங்காள ஆசியக் கழகம் நிறுவப்பட்டது. கிழக்கிந்தியக் கம்பெனியைச் சேர்ந்த சர் வில்லியம் ஜோன்ஸ் (1746-1794) என்ற அதிகாரிதான் இந்தக் கழகத்தை நிறுவியவர். அவர் **அபிஞானசாகுந்தலம்** என்னும் நாடகத்தை 1789ல் ஆங்கிலத்தில் மொழி பெயர்த்தார்; இந்துக்களின் மிகவும் பிரசித்தி பெற்ற சமய நூலான **பகவத் கீதை** 1785ல் வில்கின்சால் ஆங்கிலத்தில் மொழி பெயர்க்கப் பட்டது. பம்பாய் ஆசியக் கழகம் 1804ல் நிறுவப்பட்டது. பிரிட்டிஷ்

ஆசியக் கழகம் 1823ல் லண்டனில் அமைக்கப்பட்டது. தொடக்கக் காலத்தில் ஐரோப்பிய மொழிகள் சமஸ்கிருதத்தையும் ஈரானிய மொழிகளையும் பெரிதும் ஒத்திருந்தன என்று வில்லியம் ஜோன்ஸ் வலியுறுத்திக் கூறினார். ஜெர்மனி, பிரான்ஸ், ரஷ்யா மற்றும் இதர ஐரோப்பிய நாடுகளை இந்தியவியல் ஆய்வில் ஈடுபடும்படி இது தூண்டி ஊக்குவித்தது. பத்தொன்பதாம் நூற்றாண்டின் முற்பகுதியில் இங்கிலாந்திலும் இதர பல ஐரோப்பிய நாடுகளிலும் சமஸ்கிருதப் பேராசிரியர் பதவி உருவாக்கப்பட்டது.

இந்தியவியல் ஆராய்ச்சிக்கு மிகப்பெரும் ஆக்கமும் ஊக்கமும் அளித்தவர் ஜெர்மன் அறிஞரான ஃஎப்.மாக்ஸ் முல்லரே ஆவார் (1823 - 1902); அவர் தமது வாழ்நாளில் பெரும் பகுதியை இங்கிலாந்தில் கழித்தார். 1857ஆம் வருட எழுச்சி பிரிட்டிஷாருக்குப் பல உண்மைகளை உணர்த்துவதாக இருந்தது. தாங்கள் ஆள வேண்டியுள்ள அன்னிய மக்களின் பழக்க வழக்கங்களையும் சமூக அமைப்புகளையும் பற்றி மிக ஆழமாகத் தெரிந்து கொள்வது மிகமிக அவசியம் என்பது பிரிட்டனில் பெரிதும் உணரப்பட்டது. இதே போன்று, கிறித்துவ மதத்திற்குப் பல இந்துக்களை ஈர்க்கும் பொருட்டும் பிரிட்டிஷ் சாம்ராஜ்யத்தை வலுப்படுத்தும் பொருட்டும் இந்து சமயத்திலுள்ள பலவீனமான அம்சங்களைக் கண்டறிய கிறித்துவ சமயப் பரப்பாளர்கள் விரும்பினர். இந்தத் தேவைகளைப் பூர்த்தி செய்வதற்காக மாக்ஸ் முல்லரைப் பதிப்பாசிரியராகக் கொண்டு பண்டைய இந்து சமய நூல்கள் பிரம்மாண்ட அளவில் மொழிபெயர்க்கப்பட்டு வெளியிடப்பட்டன. கீழைநாட்டுப் புனித நூல்கள் வரிசையில் மொத்தம் ஐம்பது தொகுதிகள் பிரசுரிக்கப்பட்டன; இவற்றில் சில தொகுதிகள் அநேக பாகங்களைக் கொண்டவை. இவற்றில் சில சீன, ஈரானிய நூல்களும் அடங்கியிருந்தாலும் உண்மையில் பண்டைய இந்திய நூல்கள்தான் இந்த வரிசையில் பிரதான இடத்தை வகித்தன.

இந்தத் தொகுதிகளுக்கும் அவற்றை அடிப்படையாகக் கொண்ட நூல்களுக்கும் மாக்ஸ் முல்லரும் ஏனைய மேலைநாட்டு அறிஞர்களும் முகவுரைகள் எழுதினர்; பண்டைய இந்திய வர்லாறு மற்றும் சமுதாயம் குறித்து இவர்கள் சில பொதுப்படையான கருத்துகளை அவற்றில் தெரிவித்திருந்தனர். பண்டைக்கால இந்தியர்களிடம் வரலாற்று உணர்வு அதிலும் குறிப்பாக காலக்கணிப்பு கற்றலும், நிகழ்ச்சிகளைத் தொகுத்துக் கூறும் திறமையும் இல்லை என்று இவர்கள் கூறினர். வல்லாட்சியை, கொடுங்கோலாட்சியைச் சகித்துக் கொள்வதற்கும் இந்தியர்கள்

பழக்கப்பட்டுப் போயிருந்தனர் என்றும் அவர்கள் குறிப்பிட்டனர். மேலும், இந்தியர்கள் ஆன்மிகம் அல்லது அடுத்த உலகம் சம்பந்தப்பட்ட பிரச்சினைகளில் ஆழ்ந்து மூழ்கிப்போயிருந்தனர். இதனால் இவ்வுலகம் குறித்த பிரச்சினைகள் பற்றி அவர்கள் கவலைப்படவில்லை. சாதி அமைப்பு முறை சமூக ஏற்றத்தாழ்வைத் தோற்றுவிக்கும் மிகக் கொடிய வடிவமாகக் கருதப்பட்டது. இந்தியர்கள் தேசிய உணர்வுகளையோ, எத்தகைய தன்னாட்சி உணர்வுகளையோ என்றும் கொண்டிருந்ததில்லை என்று மேலைய ஆராய்ச்சியாளர்கள் வலியுறுத்திக் கூறினர்.

இத்தகைய பொதுவான கருத்துகளில் பல வின்சென்ட் ஆர்தர் ஸ்மித் (1843 - 1920) எழுதிய **இந்தியாவின் ஆரம்பக்கால வரலாறு** என்ற நூலில் இடம் பெற்றன; இவர்தான் 1904ல் பண்டைக்கால இந்தியாவின் முறைப்படுத்தப்பட்ட வரலாற்றை முதன்முதலில் தயாரித்தவர். அவரது நூல் கிடைத்த ஆதாரங்களை ஆழமாக ஆராயும் அடிப்படையில் அமைந்திருந்தது. அது ஏறத்தாழ ஐம்பதாண்டுக்காலம் பாடநூலாகப் பயன்பட்டு வந்தது. ஆராய்ச்சியாளர்களால் இன்னமும் அது பயன்படுத்தப்பட்டு வருகிறது. ஸ்மித்தின் வரலாற்று அணுகுமுறை ஏகாதிபத்திய ஆதரவுத் தன்மை கொண்டதாக இருந்தது. இந்திய அரசுப் பணித்துறையைச் சேர்ந்த ஒரு விசுவாசமிக்க உறுப்பினர் என்ற முறையில் பண்டைக்கால இந்தியாவில் அயல்நாட்டினரின் பங்கை வலியுறுத்திக் கூறினார். அலெக்சாண்டரின் படையெடுப்பு குறித்த விவரங்கள் அவரது நூலில் ஏறத்தாழ மூன்றிலொரு பங்கு இடத்தைப் பெற்றன. கொடுங்கோலர்கள் ஆட்சி செய்யும் ஒரு நாடாக அதில் இந்தியா சித்திரிக்கப்பட்டிருந்தது; பிரிட்டிஷ் ஆட்சி நிறுவப்படும் வரை அரசியல் ஒற்றுமையை இந்தியா கண்டதில்லை என்றும் அதில் கூறப்பட்டிருந்தது. இது சம்பந்தமாக அவர் பின்வருமாறு கூறுகிறார்: "இந்திய வரலாற்றா சிரியன் ஆராய்ந்தவரை பண்டைய இந்தியாவில் பெரும்பாலும் எதேச்சாதிகார ஆட்சியே ஒரே அரசாங்க வடிவமாக இருந்து வந்தது எனலாம்".

இரத்தினச் சுருக்கமாகக் கூறினால், இந்திய வரலாறு குறித்த பிரிட்டிஷ் கண்ணோட்டங்கள் இந்தியனின் குணநலன்களை இழிவுப் படுத்துவதாகவும், இந்தியாவின் சாதனைகளைச் சிறுமைப்படுத்துவ தாகவும், காலனியாதிக்க ஆட்சியை நியாயப்படுத்துவதாகவுமே இருந்தன. எனினும் இவற்றில் ஒரு சில கருத்துகள் ஓரளவு ஏற்றுக் கொள்ளக் கூடியவையாகத் தோன்றுகின்றன. சீனர்களுடன் ஒப்பிடும்

போது, இந்தியர்கள் காலக்கணிப்பு உணர்வு எதையும் வலுமிக்க முறையில் வெளிப்படுத்தியதாகத் தோன்றவில்லை; ஆரம்பக் கட்டத்தில், கௌதம புத்தரின் மறைவை அடிப்படையாகக் கொண்டு, முக்கியமான நிகழ்ச்சிகள் காலக்கணிப்பு செய்யப்பட்டன. இது எப்படியிருந்த போதிலும், வரலாற்றாசிரியர்கள் தெரிவித்த பொதுக் கருத்துகள் தவறானவையாகவோ அல்லது பெரிதும் மிகைப்படுத்தப்பட்டவை யாகவோ இருந்தன. பிரிட்டிஷ் எதேச்சாதிகார ஆட்சியை சாசுவதமாக்க முயலும் பிரசாரத்திற்கு இவை நல்ல தீனி போட்டன. ஒரு மனித ஆட்சி என்ற இந்தியப் பாரம்பரிய முறைக்கு மிகவும் அழுத்தம் கொடுத்து, இவர்கள் எடுத்துரைத்ததன் நோக்கம் வைசிராயின் கைகளில் எல்லா அதிகாரங்களையும் குவிக்கும் முறைக்கு சப்பைக்கட்டுக் கட்டுவதே ஆகும். இதேபோன்று, மறு உலகம் குறித்த பிரச்சினைகளில் இந்தியர்கள் ஆழ்ந்து அமிழ்ந்து மூழ்கியிருக்கும்போது, இந்த உலகில் அவர்களது வாழ்க்கைப் பிரச்சினைகளில் கவனம் செலுத்துவதைத் தவிர பிரிட்டிஷ் காலனியாதிக்க எஜமானர்களுக்கு வேறு வழியில்லாது போயிற்று. கடந்த கால தன்னாட்சி அனுபவம் ஏதுமின்றி இந்தியர்கள் தற்போது தங்கள் விவகாரங்களை எவ்வாறு சமாளிக்க முடியும்? இத்தகைய பொதுமைக் கருத்துகள் யாவற்றுக்கும் பின்னால் ஒரு நயவஞ்சகமான நோக்கம் பதுங்கியிருந்தது: இந்தியர்கள் தங்களைத் தாங்களே ஆண்டு கொள்வதற்குத் தகுதியற்றவர்கள், திறமையற்றவர்கள் என்ற ஒரு பொய்யான சித்திரத்தை வெளி உலகுக்குப் படம் பிடித்துக் காட்டுவதே அவர்களது இழிந்த குறிக்கோள்.

தேசிய அணுகுமுறையும் பங்களிப்பும்

இவை யாவும் இந்திய அறிஞர்களுக்கு அதிலும் குறிப்பாக மேற்கத்திய கல்வி கற்றவர்களுக்கு ஒரு மாபெரும் அறைகூவலாக அமைந்தன. தங்கள் நாட்டின் கடந்தகால வரலாற்றைப் பற்றி காலனியாதிக்கவாதிகள் பொய்களையும் புனை சுருட்டுகளையும் பரப்பி வருவது கண்டு அவர்கள் மிகுந்த எரிச்சலடைந்தனர்; அதே சமயம் அழுகிச் சிதைந்து அழிந்து கொண்டிருக்கும் இந்தியாவின் நிலப்பிரபுத்துவ சமுதாயத்தை இங்கிலாந்தில் முன்னேறி வரும் முதலாளித்துவ சமுதாயத்துடன் ஒப்புநோக்கிப் பார்த்து அளவிலா வேதனை அடைந்தனர். இந்நிலைமையில் அறிஞர்கள் குழு ஒன்று இந்திய சமுதாயத்தைச் சீர்திருத்தும் பணியை மேற்கொண்டது: அதுமட்டுமின்றி இந்தியாவுக்குச் சமூக சீர்திருத்தங்களும், தன்னாட்சியும் அவசியம் தேவை என்பதைத் தக்க ஆதாரங்களுடன் நிலைநாட்டும்

விதத்தில் பண்டைய இந்திய வரலாற்றை புனரமைக்கும் பணியையும் அது கைக் கொண்டது. அவ்வாறு செய்வதில் மிகப் பெரும்பாலான வரலாற்றாசிரியர்கள் இந்துமதப் புனருத்தாரணக் கருத்துகளையே தங்களுக்கு ஆதாரமாகக் கொண்டனர். எனினும் பகுத்தறிவுபூர்வமான, எதார்த்த அணுகுமுறையைக் கைக்கொண்டவர்கள் எவரும் இல்லாமல் போகவில்லை. இரண்டாவது வகையைச் சேர்ந்தவர்தான் ராஜேந்திர லால் மித்ரா (1822-1891); அவர் சில வேத நூல்களை வெளியிட்டதோடு **இந்தோ-ஆரியர்கள்** என்ற நூலையும் எழுதினார். பண்டைப் பாரம்பரியத்தைப் பெரிதும் நேசித்த அவர் பண்டைக்கால சமுதாயம் குறித்து அறிவுக்குப் பொருத்தமான அணுகுமுறையைக் கைக் கொண்டார்; பண்டைக் காலத்தில் மக்கள் மாட்டிறைச்சி உண்டு வந்தனர் என்பதை அசைக்க முடியாத ஆதாரங்களுடன் மெய்ப்பிக்கும் ஆய்வுக் கட்டுரை ஒன்றை எழுதினார். ஏனைய வரலாற்றாசிரியர்கள் இந்தியாவின் சாதி அமைப்பு முறை சில தனித்தன்மைகளைக் கொண்டது என்பதை ஒப்புக் கொண்டனர்; ஆனால் அதே சமயம் தொழில் வளர்ச்சிக்கு முற்பட்ட பண்டைய ஐரோப்பிய சமுதாயங்களில் உழைப்புப் பிரிவினையை ஆதாரமாகக் கொண்டு அமைந்த வர்க்க முறை யிலிருந்து அடிப்படையில் அது மாறுபட்டதொன்றுமல்ல என்பதை நிலைநாட்டவும் முயன்றனர்.

மகாராஷ்டிரத்தில் ராமகிருஷ்ண கோபால் பண்டார்கரும் (1837 - 1925) விஸ்வநாத் காசிநாத் ராஜ்வாடேயும் (1869 - 1926) அரும்பெரும் ஆராய்ச்சிக்குத் தம்மை அர்ப்பணித்துக் கொண்ட மாபெரும் அறிஞர்களாகத் திகழ்ந்தனர்; பல்வேறு ஆதாரங்களை அரிய முறையில் ஒன்றிணைத்து, நாட்டின் சமூக, அரசியல் வரலாற்றை அவர்கள் திறம்படப் புனரமைத்தனர். சாதவாகனர்களின் தக்காண வரலாற்றையும், வைணவம் மற்றும் இதர சமய உட்பிரிவுகளின் வரலாற்றையும் ஆர்.ஜி. பண்டார்கர் புதிய கோணத்தில் எழுதினார். மாபெரும் சமூக சீர்திருத்தவாதியான அவர் தமது அரிய ஆராய்ச்சிகள் மூலம் விதவைத் திருமணங்களை ஆதரித்து வாதாடினார். சாதி அமைப்பு முறையின் பெருங்கேடுகளை வன்மையாகச் சாடினார்; குழந்தைத் திருமணங் களையும் கடுமையாகக் கண்டித்தார். வி.கே. ராஜ்வாடே ஆராய்ச்சியில் கலப்பற்ற பேரார்வம் கொண்டவர்; இதன் காரணமாக, சமஸ்கிருத கையெழுத்துப் படிகளையும் மராட்டிய வரலாற்று ஆதாரங்களையும் தேடி அவர் மகாராஷ்டிரத்தில் கிராமம் கிராமமாக அலைந்தார். இவ்வாறு அவர் திரட்டிய ஆதாரங்கள் இருபத்திரண்டு தொகுதிகளாகப் பிரசுரிக்கப்பட்டன. அவர் சொந்தமாக அதிகம் எழுதவில்லை. எனினும்

பண்டைக்கால இந்தியா 13

திருமணம், பழக்க வழக்க மரபுகள் பற்றி 1926ல் மராத்தி மொழியில் அவர் எழுதிய நூல் இவ்வகையில் ஒரு தனிச் சிறந்த இலக்கியமாகத் திகழ்கிறது எனலாம். இந்தியாவில் திருமணங்களின் பரிணாம வளர்ச்சியின் பல்வேறு கட்டங்கள் குறித்து அவருக்கு இருந்த ஆழ்ந்த நுண்ணறிவுத் திறமும், வேத நூல்களையும் இதர பல பண்டைய நூல்களையும் அவர் உறுதியான ஆதார அடிப்படையாகக் கொண்டிருந்ததுமே இதற்குக் காரணம். பாண்டுரங்க வாமன் கானே (1880 - 1972) மாபெரும் சமஸ்கிருத விற்பன்னர்; சமூக சீர்திருத்தங்களில் அளப்பரும் ஆர்வம் கொண்டவர்; பண்டைக்கால ஆராய்ச்சியில் தொடர்ந்து ஈடுபட்டவர். **தர்மசாஸ்திர வரலாறு** என்னும் தலைப்புக் கொண்ட அவரது தலைசிறந்த நூல் இந்த நூற்றாண்டில் ஐந்து தொகுதிகளாக வெளியிடப்பட்டது. பண்டைய சமூகச் சட்டங்கள் மற்றும் பழக்க வழக்கங்களின் ஒரு கலைக்களஞ்சியம் என இதனைக் கூறினால் அது மிகையாகாது. பண்டைக்கால இந்தியாவின் சமூக இயக்க நிகழ்வுகளைத் தெரிந்து கொள்ள இது பெரிதும் உதவுகிறது.

இந்தியாவுக்குத் திண்ணமாக, திட்டவட்டமாக அரசியல் வரலாறு உண்டு. ஆட்சி நிர்வாகத்தில் இந்தியர்கள் ஆழ்ந்த அனுபவமும் தேர்ந்த திறமையும் பெற்றிருந்தனர் என்பதை மெய்ப்பித்துக் காட்டுவதற்கு இந்திய அறிஞர்கள் ஆட்சி அமைப்பு முறையையும் அரசியல் வரலாற்றையும் அயராது சளையாது ஆராய்ந்தனர். இவ்வகையில் தேவதத்தா ராமகிருஷ்ண பண்டர்கருக்கு (1875 - 1950) உரிய பெருமை அளிக்கப்பட வேண்டும். இவர் புகழ்பெற்ற கல்வெட்டு ஆய்வு நிபுணர். அசோகரையும் பண்டைய இந்திய அரசியல் அமைப்புகளையும் பற்றிப் பல நூல்களை எழுதியுள்ளார். இதே போன்று ஹேம்சந்திர ரேசௌதுரி (1892 - 1957) பெருமதிப்பு வாய்ந்த பல ஆராய்ச்சிகளைச் செய்திருக்கிறார். பாரதப் போரிலிருந்து அதாவது கி.மு. பத்தாம் நூற்றாண்டிலிருந்து குப்தப் பேரரசின் வீழ்ச்சி வரையிலான பண்டைக்கால இந்திய வரலாற்றை அவர் புதிய ஆதாரச் சான்றுகளுடன் எழுதியிருக்கிறார். ஐரோப்பிய வரலாற்றைப் போதிக்கும் பேராசிரியராகப் பணியாற்றிய அவர் இந்த நூலை எழுதுவதில் சில ஒப்பீட்டு முறைகளையும் நுழைபுலங்களையும் பயன்படுத்தியிருக்கிறார். காலக்கணிப்புப் பிரச்சினையை அவர் விவாதிக்கவில்லை என்றாலும், பண்டைக்கால இந்தியாவின் வரலாறு குறித்த அவரது ஆய்வு கி.பி. ஆறாம் நூற்றாண்டுடன் நின்று விட்டது. ஆரம்பக்கால இந்திய வரலாற்றைப் புனரமைத்து எழுதுவதில் வி.ஏ. சுமித் ஆற்றியுள்ள பங்கை ரேசௌதுரி பாராட்டியுள்ள போதிலும் பல விஷயங்களில் பிரிட்டிஷ் அறிஞரைக்

கடுமையாக விமர்சித்திருக்கிறார். அவரது நூல்களில் ஆழ்ந்த புலமை அரசோச்சுகிறது. எனினும் அசோகரின் அமைதிக் கொள்கையைக் குறை கூறும் போது தீவிர பிராமணீயத்தின் சாயை ஓரளவு தலை காட்டுகிறது. ஆர்.சி. மஜூம்தாரின் நூல்களில் இந்து சமயத்துக்குப் புத்துயிரூட்டும் அம்சம் வலுவாகக் காணப்படுகிறது. அவர் ஆற்றல்மிக்க எழுத்தாளர்; **இந்திய மக்களின் வரலாறும் கலாசாரமும்** என்னும் பல்தொகுதி வெளியீட்டின் தலைமைப் பதிப்பாசிரியர்.

தொடக்க கால இந்திய வரலாற்றை எழுதிய பெரும்பாலான எழுத்தாளர்கள் தென்னிந்தியாவின் பால் போதிய கவனம் செலுத்த வில்லை. தென்னிந்தியாவைச் சேர்ந்த மாபெரும் வரலாற்றாசிரியரான கே.ஏ. நீலகண்ட சாஸ்திரி கூட (1892 - 1975) **பண்டைக்கால இந்தியாவின் வரலாறு** என்ற தமது நூலில் இதே அணுகுமுறையையே கையாண்டார். எனினும் அவர் எழுதிய **தென்னிந்திய வரலாறு** என்னும் நூலின் மூலம் இந்தத் தவறு சரிசெய்யப்பட்டது. அவரது பாணி சொற்செறிவுடையது; ஆனால் அவரது எழுத்து நடை ஆற்றொழுக்கே போல் சரளமானது. தெள்ளத் தெளிவானது. அவர் முன்வைக்கும் ஆதாரங்கள் ரேசௌதுரியினுடையவை போன்றே மிகவும் நம்பகமானவை. எனினும் தென்னிந்தியாவின் ஆட்சி அமைப்பு முறை குறித்தும், சமுதாயம் குறித்தும் அவர் தெரிவித்துள்ள பொதுவான கருத்துகளுக்கு பல அறிஞர்கள் மறுப்புத் தெரிவித்துள்ளனர். பிராமணர்களின் கலாசார மேலாண்மையை நீலகண்ட சாஸ்திரி வலியுறுத்தினார்; அதோடு ஆரம்பகால இந்திய சமுதாயத்தில் நிலவிய இணக்கத்தையும் அவர் கோடிட்டுக் காட்டினார். அவரது தலைமையில், வழிகாட்டுதலில் தென்னிந்திய அரச பரம்பரை வரலாறு பற்றி பல தனி நூல்கள் வெளியிடப்பட்டன.

1960 வரை அரசியல் வரலாறே மிகப்பல இந்திய ஆராய்ச்சி அறிஞர்களின் கவனத்தை ஈர்த்தது. அரச வமிச பரம்பரை அடிப்படையில் இவர்கள் தத்தமது பிராந்தியங்களின் வரலாறுகளை ஏற்றிப்போற்றினர். அகில இந்திய அடிப்படையில் வரலாற்றை எழுதியவர்கள் தேசியக் கருத்துகளால் உத்வேகம் பெற்றனர். வி.ஏ.ஸ்மித் தமது நூலில் ஏறத்தாழ மூன்றிலொரு பங்கு இடத்தை அலெக்சாண்டரின் படையெடுப்புக்கு ஒதுக்கியதற்கு மாறாக இந்திய அறிஞர்கள் இந்த நிகழ்ச்சிக்குக் குறைந்த இடமே ஒதுக்கினர்: ஆனால் அதே சமயம் புருஷோத்தமனுக்கும் அலெக்சாண்டருக்கும் இடையே நடைபெற்ற உரையாடலுக்கும், செலுயூக்கசிடமிருந்து வடமேற்கு இந்தியாவைச் சந்திர குப்த மௌரியன் மீட்ட நிகழ்ச்சிக்கும் அவர்கள் மிகுந்த

முக்கியத்துவம் அளித்தனர். கே.பி. ஜெயஸ்வால் (1881 - 1937) எ.எஸ். அல்டேகர் (1898 - 1959) போன்ற வரலாற்று ஆசிரியர்களோ சாகர்களிடமிருந்தும் குஷானர்களிடமிருந்தும் நாட்டை விடுவிப்பதில் ஸ்தல அரசர்கள் ஆற்றிய பங்கைப் பெரிதும் மிகைப்படுத்தி விட்டனர்: இந்த மத்திய ஆசிய மக்களும் சரி, வேறு சில மக்களும் சரி இந்திய வாழ்க்கையுடன் பிரிக்க முடியாதபடிப் பின்னிப் பிணைந்து விட்டதையும், அவர்கள் இந்த நாட்டின் செல்வ வளங்களை தமது ஆதாயத்துக்காக சுரண்டவில்லை என்பதையும் உணர்ந்து கொள்ள இந்த அறிஞர்கள் தவறிவிட்டனர்.

எனினும் இந்தியக் கொடுங்கோன்மை, யதேச்சாதிகாரம் என்னும் மாயையை, வெற்றுப் புனைந்துரையை உடைத்தெறிந்த பெருமை கே.பி. ஜெயஸ்வாலையே சேரும். 1910-12 ஆம் ஆண்டுகள் வாக்கில் அவர் பல முக்கிய கட்டுரைகளை எழுதினார்; பண்டைக்காலத்தில் குடியரசுகள் இருந்து வந்தன எனவும் ஓரளவு தன்னாட்சியை அவை செலுத்தி வந்தன எனவும் இக்கட்டுரைகளில் அவர் எடுத்துக் காட்டினார். அவரது இறுதியான ஆராய்ச்சி முடிவுகள் 1924ல் **இந்திய ஆட்சி அமைப்பு முறை** என்னும் நூலாக வெளியாயின. தற்கால தேசியக் கருத்துக்களை பண்டைக்கால கருத்துகளாக ஜெயஸ்வால் முன் வைக்கிறார் என்று அவர் மீது குற்றம் சாட்டப்பட்டது; மேலும் அவர் முன்வைத்த குடியரசு அரசாங்கத்தின் இயல்புகளும் யு.என். கோஷல் (1886 - 1969) போன்ற பல எழுத்தாளர்களின் கடும் கண்டனத்திற்கு உள்ளாயின. ஆயினும் குடியரசு ஆட்சியை நடைமுறைப்படுத்துவது சம்பந்தப்பட்ட அவரது அடிப்படைக் கோட்பாடு பெருமளவில் ஏற்றுக் கொள்ளப்பட்டது: தற்போது ஆறாவது பதிப்பாக வெளிவந்திருக்கும் அவரது முன்னோடி நூலான **இந்திய ஆட்சி அமைப்பு முறை** சிறந்த படைப்புகளில் ஒன்றாகக் கருதப்படுகிறது.

அரசியல் சார்பற்ற வரலாற்றுக்கு மாற்றம்

சமஸ்கிருத நிபுணரான ஏ.எல். பாஷாம் (1914 - 1986) பண்டைக்கால இந்தியாவை இன்றைய கண்ணோட்டத்திலிருந்து நோக்குவது விவேகமல்ல என்று கருதினார். சில புறக்கோட்பாட்டுப் பிரிவினரின் லோகாயதக் கோட்பாட்டில் அவர் ஆழ்ந்த அக்கறை காட்டிவந்ததை அவரது ஆரம்பகால எழுத்துகள் காட்டுகின்றன. பின்னர், ஆர்வத்தின் பொருட்டும் மனமகிழ்வுக்காகவும் கடந்த கால வரலாற்றைப் படிக்க வேண்டுமென்று அவர் கருத்துத் தெரிவித்தார். **இந்தியா என்ற அதிசயம்** என்னும் அவரது நூல் (1951) பண்டைய இந்தியக் கலாசாரம் மற்றும்

நாகரிகத்தின் பல்வேறு அம்சங்களைப் பரிவுணர்வோடு ஆராய்கிறது. வி.ஏ. ஸ்மித் போன்ற ஏனைய பிரிட்டிஷ் எழுத்தாளர்களின் நூல்களில் தொற்றிக் கொண்டிருக்கும் ஒருதலைப் பட்சமான கருத்துகளை இந்நூலில் காண முடியாது.

பாஷாமின் நூல் அரசியல் வரலாற்றிலிருந்து அரசியல் அல்லாத வரலாற்றுக்கு மேற்கொள்ளப்பட்ட ஒரு மாபெரும் மாற்றத்தைக் குறிக்கிறது. **இந்திய வரலாற்று ஆய்வுக்கு ஒரு முன்னுரை** (1957) என்ற டிடி. கோசாம்பியின் (1907 - 1966) நூலிலும் இந்த மாற்றத்தைக் காணலாம். **வரலாற்றுக் கண்ணோட்டத்தில் பண்டைக்கால இந்தியாவின் நாகரிகம்** (1965) என்ற நூலும் இதே மாற்றத்தைப் பிரதிபலித்தது. கோசாம்பி இந்திய வரலாற்றில் ஒரு புதிய தடத்தைப் பின்பற்றினார். வரலாற்றைப் பொருள் முதல் வாதக் கண்ணோட்டத்திலிருந்து அவர் ஆராய்ந்தார். காரல் மார்க்சின் நூல்களிலிருந்து இந்தக் கண்ணோட்டத்தை அவர் பெற்றார். உற்பத்தி சக்திகளின் வளர்ச்சி மற்றும் அவற்றிடையேயான உறவுகள் என்ற அடிப்படையில் பண்டைய இந்திய சமுதாயம், அதன் பொருளாதாரம், கலாசாரம் ஆகியவற்றின் வரலாற்றை அவர் முன் வைக்கிறார். குலமரபு மற்றும் வர்க்க இயக்க நிகழ்வுகளின் அடிப்படையில் சமூக, பொருளாதார வளர்ச்சிக் கட்டங்களைக் காட்டும் முதல் ஆய்வு நூலாகும் அவருடைய இந்த நூல், பாஷாம் உட்பட பல ஆராய்ச்சி அறிஞர்களின் கடும் விமர்சனத்துக்கு அவர் ஆளானார். எனினும் அவரது நூல் தொடர்ந்து ஏராளமானோரால் படிக்கப்பட்டு வருகிறது.

பண்டைக்கால இந்திய வரலாற்றை ஆய்வு செய்வோரின் பணியின் திசை வழியும் வழிமுறைகளும் கடந்த இருபத்தைந்து ஆண்டுகளில் மிகப்பெரும் மாற்றங்கள் அடைந்துள்ளன. சமூக, பொருளாதார, கலாசார இயக்க நிகழ்வுகளுக்கு இப்போது அவர்கள் மிகுந்த அழுத்தம் கொடுக்கின்றனர்; அரசியல் வளர்ச்சிப் போக்குகளுடன் அவற்றைச் சம்பந்தப்படுத்த முயல்கின்றனர். ஆய்வுகளின் வகைபாடுகளை அவர்கள் கணக்கிலெடுத்துக் கொள்கின்றனர்; வழக்கமான ஆய்வுகளை தொல்பொருள் ஆய்வுச் சான்றுகளுடனுமான சில ஆய்வுச் சான்றுகளுடனும் ஒப்பு நோக்கிப் பார்க்கின்றனர். இவை யாவும் வரலாற்று ஆய்வின் எதிர்காலத்திற்கு நன்மை பயக்கின்றன. துரதிர்ஷ்டவசமாக ஒரு சில எழுத்தாளர்கள் சமயத்தின் பங்கைப் பெரிதும் மிகைப்படுத்துகின்றனர்; நல்லவை, சிறப்பானவை, மதிப்பு மிக்கவை, மேம்பட்டவை யாவும் தங்கள் நாட்டிலிருந்துதான் தோன்றியதாக அவர்கள் திடமாக, உறுதியாக நம்புகின்றனர்.

இத்தகையவை எல்லாம் வெளியிலிருந்துதான் இந்தியாவுக்கு வந்ததாக இப்போதெல்லாம் மேலைய எழுத்தாளர்கள் வலியுறுத்திக் கூறுவதில்லை. எனினும் சமயக் கருத்துகள், சமய வினைமுறைகள், சாதி, இன உறவு, பாரம்பரியம் முதலியவைதான் இந்திய வரலாற்றில் பிரதான அம்சங்கள், சக்திகள் என்று அவர்களில் சிலர் கருத்துத் தெரிவிக்கின்றனர். தேக்கநிலை ஏற்படுவதற்குக் காரணமாக இருக்கும் பல்வேறு பிரிவினை சக்திகளையும் அவர்கள் இனம் காட்டுகின்றனர். ஸ்திர நிலைமை மற்றும் தொடர்ச்சி சம்பந்தப்பட்ட பிரச்சினையில் அவர்கள் ஆர்வமும் அக்கறையும் மிகுந்த ஈடுபாடும் காட்டுகின்றனர். அவர்கள் பழைய அம்சங்களால் ஈர்க்கப்பட்டு, அவற்றை என்றென்றைக்கும் பாதுகாக்க வேண்டும் என விரும்புவதாகத் தோன்றுகிறது. இத்தகைய அணுகுமுறை இந்திய சமுதாயம் மாறவில்லை, மாறவும் முடியாது என்பதையே குறிக்கிறது. வளர்ச்சி குன்றிய நிலை என்பது இந்தியப் பண்பின் ஓர் ஒருங்கிணைந்த பகுதி என்பதை இது காட்டுகிறது. இவ்வாறு, சுயநல நோக்கோடு குறுகிய மனோபாவம் கொண்டவர்களும், உருட்டுப்புரட்டுத் தெரிந்த காலனியாதிக்கவாதிகளும் இந்தியாவின் கடந்த காலம் பற்றிய ஆய்வை அதன் முன்னேற்றத்தைத் தடுப்பதற்கு, அதற்கு முட்டுக்கட்டைப் போடுவதற்குப் பயன்படுத்துகின்றனர். எனவே, பண்டைக்கால இந்தியா குறித்து நன்கு சீர்தூக்கிப் பார்த்து ஓர் யதார்த்த பூர்வமான கருத்தை மேற்கொள்வது இன்றியமையாததாகிறது.

இயல் 3
ஆதாரங்களின் வகைகளும் வரலாற்றுக் கட்டுமானமும்

தடயங்கள்

பண்டைக்கால இந்தியர்கள் எண்ணற்ற தடயங்களை விட்டுச் சென்றுள்ளனர். தென்னிந்தியாவில் காணப்படும் கற்கோவில்களும், கிழக்கு இந்தியாவில் அமைந்துள்ள செங்கல் துறவி மடங்களும் கடந்த கால மாபெரும் கட்டிடப் பணிகளை நமக்கு நினைவூட்டுகின்றன. ஆனால் இந்தத் தடயங்களின் பெரும்பகுதி நாடெங்கிலுமுள்ள மண் மேடுகளில் புதைந்து கிடக்கிறது. (மண்மேடு என்பது புதைந்துபோன பழைய உறைவிடங்களை மூடியிருக்கும் உயரமான நிலப்பகுதியாகும்) இது ஒரே கலாசாரம், பிரதான கலாசாரம், பல கலாசாரம் என வெவ்வேறு வகைகளைச் சேர்ந்ததாக இருக்கக் கூடும். ஒரே கலாசார மண்மேடுகள் முற்றிலும் ஒரே கலாசாரத்தையே குறிக்கின்றன. சில மண்மேடுகள் சாம்பல் வண்ணம் பூசப்பட்ட மட்கலக் கலாசாரத்தை மட்டுமே குறிக்கின்றன. வேறு சில மண்மேடுகள் சாதவாகன கலாசாரத்தையும், மற்றும் சில மண்மேடுகள் குஷானர் கலாசாரத்தையும் குறிக்கின்றன. பிரதான கலாசாரத்தைக் கொண்ட மண்மேடுகளில் ஒரு கலாசாரம் மேம்பட்டதாக உள்ளது; மற்ற கலாசாரங்கள் அத்தனை முக்கியத்துவம் வாய்ந்தவையாக இல்லை. பல கலாசார மண்மேடுகள் ஒன்றன்பின் ஒன்றாக வந்த அநேக முக்கிய கலாசாரங்களைக் குறிக்கின்றன; இந்தக் கலாசாரங்கள் சில சமயங்களில் ஒன்றன் மீதொன்று படிந்திருப்பதும் உண்டு. அகழ்வாய்வு செய்யப்பட்ட ஒரு மண்மேடு கலாசாரத்தின் பல்வேறு அம்சங்கள் பற்றியும் **இராமாயணம், மகாபாரதம்** போன்ற இதிகாசங்களில் கூறப்பட்டிருக்கும் விஷயங்கள் குறித்தும் தெரிந்து கொள்ள உதவ முடியும்.

ஒரு மண்மேட்டை செங்குத்து நிலையிலும், கிடை நிலையிலும் அகழ்வு செய்யலாம். செங்குத்து அகழ்வு என்பது நீளவாக்கில் தோண்டுவதாகும்; காலக்கணிப்பின் அடிப்படையில் கலாசாரங்களின் வரிசை முறையைத் தெரிந்து கொள்வதற்கு இது உதவும்;

ஆராய்ச்சிக்கான இடத்தின் ஒரு பகுதியோடு இது நின்றுவிடும். இடைநிலை அகழ்வு என்பது மண்மேடு முழுவதையும் அல்லது ஒரு பிரதான பகுதியை அகழ்வதைக் குறிக்கும். ஒரு குறிப்பிட்ட காலத்தில் அந்தப் பகுதியில் நிலவிய கலாசாரம் குறித்த முழு விவரங்களையும் அகழ்வாராய்ச்சியாளர் பெறுவதை இது சாத்தியமாக்கும்.

பெரும்பாலான இடங்கள் செங்குத்து நிலையில் தோண்டப் படுவதால் அவை காலக் கணிப்பின் அடிப்படையில் பொருளாதார கலாசாரத்தின் நிரலொழுங்கை சிறந்த முறையில் நமக்கு வழங்குகின்றன. இடைநிலை அகழ்வுகள் பெரிதும் செலவு பிடிக்கக் கூடியவை. இதனால் அவற்றின் எண்ணிக்கை மிகவும் குறைவு. இத்தகைய அகழ்வாய்வுகள் பண்டைய இந்திய வரலாற்றின் பல்வேறு கட்டங்களில் நிலவிய பொருளாயத வாழ்க்கையின் ஒரு முழுப்படப்பிடிப்பை இன்னும் சொல்லப்போனால் போதிய அளவிலான படப்பிடிப்பைக் கூட நமக்கு வழங்குவதில்லை.

இதுவரை அகழ்வு செய்யப்பட்டுள்ள மண்மேடுகளில்கூட பண்டைக்காலத் தடயங்கள் பல்வேறு விகிதங்களில் பாதுகாக்கப்பட்டு வருகின்றன. மேற்கு உத்திரப்பிரதேசம், ராஜஸ்தான், வடமேற்கு இந்தியா போன்ற ஈரப்பசையற்ற வறண்ட தட்பவெப்பநிலையில் பழமைச் சின்னங்கள் சிறந்த பாதுகாப்பான நிலையில் உள்ளன. ஆனால் ஈரநைப்பும், ஈரப்பதமும் கொண்ட தட்பவெப்ப நிலை நிலவும் மத்திய கங்கை பள்ளத்தாக்கிலும், கழிமுகப் பிராந்தியங்களிலும் பெரும்பாலான கருவிகள் கூடத் துருப்பிடித்து அரிக்கப்பட்டுக் காணப்படுகின்றன; மண் கட்டிடங்கள் இருக்குமிடத்தைக் கண்டுபிடிப்பதே கடினமாக இருக்கிறது. சுட்ட செங்கல் மற்றும் கல்கட்டிடக் காலகட்டத்தைக் குறிக்கும் இடங்களில்தான் ஈரநசிவுக்கும் வண்டல் செறிவுக்கும் இடையேயும் ஏராளமான பழஞ் சின்னங்கள் நல்ல நிலையில் உள்ளன. வடமேற்கு இந்தியாவில் கி.மு. 2500 ஆண்டு வாக்கில் பழங்கால மக்கள் நிறுவிய நகரங்களை அகழ்வாய்வுகள் வெளிப்படுத்தியுள்ளன. கங்கைப் பள்ளதாக்கில் தோன்றி வளர்ந்த பொருளாயதக் கலாசாரத்தைப் பற்றியும் அவை நமக்கு எடுத்துரைக்கின்றன. இதேபோன்று, அக்கால மக்கள் வாழ்ந்த குடியிருப்புகளின் மனைத்திட்ட அமைப்பு, அவர்கள் பயன்படுத்திய மட்பாண்ட வகைகள், அவர்கள் வசித்த இல்லங்களின் வடிவமைப்பு, உணவாக அவர்கள் உபயோகித்த தானிய வகைகள், அவர்கள் கையாண்ட கருவிகள், தட்டுமுட்டுப் பொருள்கள் முதலிய வற்றையும் அவை காட்டுகின்றன. தென்னிந்தியாவில் சிலர்

இறந்தவர்களுடன் அவர்களது கருவிகள், ஆயுதங்கள், மட்பாண்டங்கள் மற்றும் இதர உடைமைகளையும் சேர்த்து கல்லறையில் புதைத்தனர். அக்கல்லறைகளைச் சுற்றி பெரிய கற்களை நட்டனர். இவை **மேகலித்துகள்** (நினைவுச் சின்ன கற்கள்) என அழைக்கப்பட்டன. எனினும் சில மேகலித்துகள் இவ்வகையில் சேரமாட்டா. இக்கல்லறை களைத் தோண்டிப் பார்க்கும்போது, இரும்புக்காலம் முதல் தக்காணத்தில் வாழ்ந்து வந்த மக்களின் வாழ்க்கையைப் பற்றித் தெரிந்து கொள்கிறோம். பழைய மண்மேடுகளைத் திட்டமிட்ட முறையில் அடுக்கு அடுக்காகத் தோண்டிப்பார்த்து அக்காலத்தில் வாழ்ந்த மக்களின் வாழ்க்கையைப்பற்றி ஒரு கருத்தை நாம் உருவாக்கிக் கொள்வதற்கு நமக்குத் துணைபுரியும் விஞ்ஞானம் தொல்பொருள் ஆராய்ச்சி எனப்படுகிறது.

அகழ்வாய்வின் மூலமும் இதர ஆராய்ச்சிகளின் மூலமும் பெறப்படும் தடய புதைபொருள்கள் பல்வேறு வகையான விஞ்ஞான பரிசோதனைகளுக்கு உட்படுத்தப்படுகின்றன. அவற்றின் காலம் கதிரியக்க - கரியம் முறையின் மூலம் நிர்ணயிக்கப்படுகிறது. கரியம் என்பது எல்லா உயிர்ப் பொருள்களுடனும் தொடர்புடையது என்ற கோட்பாட்டின் அடிப்படையில் கால நிர்ணயம் செய்யப்படுகிறது. ஒரு பிராணி இறந்து விட்டால் கரியம் பதினான்கு என்னும் ஒரு குறிப்பிட்ட வகை கரியத்தை அது புதிதாகப் பெறுவது நின்று விடுகிறது. அப்பிராணியின் உடலில் ஏற்கெனவே உள்ள கரியம் பதினான்கு சிதைவுக்குள்ளாகிறது. இது கதிரியக்கம் எனப்படுகிறது. இப்போது கரியம் பதினான்கு கதிரியக்க ஓரகத்தனிமமாக அல்லது கரியம் பன்னிரண்டின் தனிமமாகிறது. இவை இரண்டுமே சமவிகிதத்தில் அடங்கியுள்ளன. கரியம் பன்னிரண்டுடன் ஒப்பிட்டு கரியம் பதினான்கின் சிதைவை நாம் அறிய முடியும்; இந்தச் சிதைவு ஆரம்பமாகி எத்தனை ஆண்டுகள் கழிந்துவிட்டன என்பதை இதன் மூலம் நாம் கண்டுபிடிக்க முடியும். கரியம் பதினான்கு குறைவாக உள்ள பிராணி வயதில் மூத்ததாகவும், கரியம் பதினான்கு அதிகம் பெற்றிருக்கும் பிராணி வயதில் இளமையான தாகவும் கருதப்படுகிறது. கரியம் பதினான்கின் பாதி வாழ்க்கை 5568 ஆண்டுகள் என்ற அடிப்படையில் இந்த அளவீடு அமைந்துள்ளது. ஒரு கதிரியக்கப் பிராணியின் பாதி வாழ்க்கை அப்பிராணியின் கரியம் பதினான்கு சிதைவுண்டதன் பாதி அளவைக் குறிக்கிறது. பெரும்பாலான உயிர்ப்பிராணிகள் நாளடைவில் அழிந்து விடுவதால், கரிக்கட்டை மிக அதிக அளவில் கரியத்தைக் கொண்டிருப்பதன் காரணமாக கதிரியக்கக் கரிம கால நிர்ணயிப்புக்கு சர்வ சாதாரணமாகப் பயன்படுத்தப்படக்கூடிய பொருளாக அமைந்து விடுகிறது.

பருவ நிலை மற்றும் தாவர இனத்தின் வரலாற்றை தாவரங்களின் எச்சமிச்சங்களிலிருந்தும் அதிலும் குறிப்பாக மகரந்தத் தூளின் பகுத்தாய்விலிருந்தும் தெரிந்து கொள்ளலாம். ராஜஸ்தானிலும் காஷ்மீரிலும் சுமார் கி.மு. 7000 - 6000 ஆண்டுகள் வாக்கில் வேளாண்மைத் தொழில் கைக்கொள்ளப்பட்டிருக்கலாம் என்று இந்த அடிப்படையில் கருத்துத் தெரிவிக்கப்படுகிறது. கலைவேலைப்பாடு மிக்க உலோகப் பொருள்களின் இயல்பும் அவற்றின் ஆக்கக் கூறுகளும் விஞ்ஞான ரீதியாக ஆராயப்பட்டிருக்கின்றன. இதன் விளைவாக உலோகங்கள் கிடைக்கக் கூடிய இடங்களும் உலோகத் தொழில் நுட்பத்தின் வளர்ச்சியும் இனம் காணப்பட்டுள்ளன. விலங்குகளின் எலும்புகள் குறித்த ஆய்வு அவை வீட்டு வளர்ப்புப் பிராணிகளா என்பதைக் காட்டுகிறது; அந்தப் பிராணிகள் எவ்வகையில் பயன்படுத்தப்பட்டன என்பதையும் சுட்டிக்காட்டுகிறது.

நாணயங்கள்

ஏராளமான நாணயங்களும் முத்திரைகளும் பூமியின் மேற்பரப்பிலேயே கண்டுபிடிக்கப்பட்டுள்ள போதிலும், அவற்றில் அநேக நாணயங்களும் முத்திரைகளும் பூமியிலிருந்து தோண்டியெடுக்கப்பட்டுள்ளன. நாணயங்களைப் பற்றிய ஆய்வு **காசியல்** என அழைக்கப்படுகிறது. பண்டைக்கால நாணய செலாவணி தற்போதுள்ளதுபோல் தாள் நாணயமாக வெளியிடப்படவில்லை; உலோக நாணயங்களாகவே வெளியிடப்பட்டன. பண்டைய நாணயங்கள் செம்பு, வெள்ளி, தங்கம் அல்லது ஈயம் போன்ற உலோகங்களிலிருந்து தயாரிக்கப்பட்டன. சுட்ட களிமண்ணில் உருவாக்கப்பட்ட நாணய அச்சுகள் பெரும் எண்ணிக்கையில் கண்டுபிடிக்கப்பட்டிருக்கின்றன. இவற்றில் பெரும்பாலானவை குஷாணர் காலத்தைச் சேர்ந்தவை: அதாவது கி.பி. மூன்றாம் நூற்றாண்டைச் சேர்ந்தவை. இத்தகைய அச்சுகளைப் பயன்படுத்துவது குப்தர் காலத்திற்குப் பிறகு பெரும்பாலும் மறைந்து விட்டது.

இன்றைய வங்கி முறை போன்ற எதுவும் பண்டைக் காலத்தில் இல்லாததால், மக்கள் தங்கள் பணத்தை மட்கலங்களிலும் பித்தளைக் கலங்களிலும் பத்திரப்படுத்தி வைத்து வந்தனர்; தேவைப்படும் காலத்தில் பயன்படுத்திக் கொள்வதற்காக அவற்றை மதிப்பு மிக்க சேமிப்புக் கையிருப்புகளாகப் பாதுகாத்து வந்தனர். இத்தகைய கையிருப்புகளில் இந்திய நாணயங்கள் மட்டுமின்றி, ரோமப் பேரரசு போன்ற வெளிநாடுகளில் தயாரிக்கப்பட்ட நாணயங்களும் இடம் பெற்றிருந்தன.

நாட்டின் பல்வேறு பகுதிகளில் இத்தகைய நாணயங்கள் கண்டுபிடிக்கப்பட்டுள்ளன. கல்கத்தா, பாட்னா, லக்னோ, டில்லி, ஜெய்ப்பூர், மும்பை, சென்னை முதலான நகரங்களிலுள்ள அருங்காட்சியகங்களில் அவை பெரும்பாலும் பாதுகாத்து வைக்கப்பட்டு வருகின்றன. நேப்பாளம், பங்களாதேஷ், பாகிஸ்தான், ஆப்கானிஸ்தான் போன்ற நாடுகளின் அருங்காட்சியகங்களிலும் இந்திய நாணயங்கள் இருப்பது தெரியவந்திருக்கிறது. பிரிட்டன் இந்தியாவை நீண்ட நெடுங்காலம் ஆட்சி புரிந்து வந்ததால், ஏராளமான இந்திய நாணயங்களை அந்நாட்டிலுள்ள தனியார் கைகளுக்கும் பொது அமைப்புகளுக்கும் மாற்றுவதில் பிரிட்டிஷ் அதிகாரிகள் வெற்றி கண்டுள்ளனர். பிரதான அரச குலத்தினரின் நாணயங்கள் பட்டியலிடப் பட்டு பிரசுரிக்கப்பட்டிருக்கின்றன. இத்தகைய நாணயங்களின் பட்டியல்கள் கல்கத்தாவிலுள்ள இந்திய அருங்காட்சியகத்திலும், லண்டனிலுள்ள பிரிட்டிஷ் அருங்காட்சியகத்திலும் உள்ளன. எனினும் பட்டியலிட்டுப் பிரசுரிக்கப்பட வேண்டிய நாணயங்கள் இன்னமும் பெரும் எண்ணிக்கையில் இருக்கின்றன.

நமது ஆரம்பகால நாணயங்கள் சில சின்னங்களைக் கொண்டவையாக உள்ளன. ஆனால் பிந்திய காலத்தைச் சேர்ந்த நாணயங்களில் மன்னர்கள் மற்றும் தெய்வங்களின் பெயர்களும் காலக் குறிப்புகளும் காணப்படுகின்றன. இந்த நாணயங்கள் கண்டெடுக்கப்பட்ட இடங்கள் அவை புழக்கத்திலிருந்த பிராந்தியத்தைக் குறிக்கின்றன. பல அரச குலத்தினரின் வரலாற்றைச் சீரமைத்து எழுதுவதற்கு இது துணை புரிந்துள்ளது. வடக்கு ஆப்கானிஸ்தானிலிருந்து இந்தியாவுக்கு வந்து இங்கு கி.மு. இரண்டாவது, முதலாவது நூற்றாண்டுகளில் ஆண்ட இந்தோ- கிரேக்கர்களை இவ்கையில் முக்கியமாகக் குறிப்பிட வேண்டும்.

நாணயங்கள் பொருளாதார வரலாறு குறித்தும் குறிப்பிடத்தக்க விவரங்களைத் தருகின்றன. சில நாணயங்கள் வணிகர்கள், பொற்கொல்லர்களின் அமைப்புகளால் ஆட்சியாளர்களின் ஒப்புதலோடு வெளியிடப்பட்டன. வ்ாணிகமும் கைவினைத் தொழிலும் பெற்றிருந்த முக்கியத்துவத்தையே இது காட்டுகிறது. தொழில், வாணிக நடவடிக்கைகள் பெருமளவில் நடைபெறுவதற்கு நாணயங்கள் துணைபுரிந்தன. மௌரியர் காலத்திற்குப் பிறகுதான் மிகப்பெரும் எண்ணிக்கையில் நாணயங்கள் வெளியிடப்பட்டதைப் பார்க்கிறோம். இந்த நாணயங்கள் ஈயம், செம்பு, வெண்கலம், வெள்ளி, தங்கம் முதலியவற்றிலிருந்து தயாரிக்கப்பட்டவை. மௌரியர் காலத்துக்குப் பிறகும், குப்தர் காலத்தின் பெரும்பகுதியிலும் தொழிலும் வணிகமும்

பண்டைக்கால இந்தியா

செழித்து வளர்ந்து தழைத்தோங்கியதையே இது காட்டுகிறது. ஆனால் குப்தர்களின் ஆட்சி காலத்துக்குப்பிறகு அவர்களுடைய நாணயங்கள் மிகக் குறைந்த அளவே காணப்பட்டதானது அந்நாட்களில் தொழிலும் வாணிகமும் சீணித்துப்போயிருந்ததையே காட்டுகிறது.

நாணயங்களில் அரசர்கள், தெய்வங்களின் உருவங்களும் பொறிக்கப்படுகின்றன; சில சமய சின்னங்களும் அவற்றில் இடம் பெறுகின்றன; புராண அடிப்படையில் அமைந்த சில குறிக்கோள்களும் அவற்றில் பொறிக்கப்படுகின்றன. இவை யாவும் அக்காலத்தின் கலைகளையும், சமயங்களையும் பற்றித் தெரிந்து கொள்ள உதவுகின்றன.

செதுக்குப் பொறிப்புகள்

நாணயங்களைவிட முக்கியமானவை செதுக்குப் பொறிப்புகளாகும். இவற்றைப் பற்றிய ஆய்வு **கல்வெட்டு ஆய்வு** எனப்படுகிறது. இவற்றிலும் ஏனைய ஆவணங்களிலும் பயன்படுத்தப்படும் எழுத்துக்களைப் பற்றிய ஆய்வை **தொல்லெழுத்துக்கலை** என்கிறோம். முத்திரைகள், கல்தூண்கள், பாறைகள், செப்புத் தகடுகள், கோவில் சுவர்கள், செங்கற்கள், படிமங்கள் போன்றவற்றில் பொறிப்புகள் செதுக்கப்படுகின்றன.

ஒட்டு மொத்தமாக நாடு முழுவதையும் எடுத்துக் கொண்டால் மிக ஆரம்பகாலப் பொறிப்புகள் கல்லில்தான் செதுக்கப்பட்டன. கிறித்தவ சகாப்தத்தின் ஆரம்ப நூற்றாண்டுகளில் இதன் பொருட்டு செப்புத் தகடுகள் பயன்படுத்தப்படலாயின. அச்சமயத்திலும் கூட கல்லில் பொறிப்புகளைச் செதுக்கும் நடைமுறை தென்னிந்தியாவில் பரந்த அளவில் கைக்கொள்ளப்பட்டு வந்தது. நிரந்தர ஆவணங்களாகப் பயன்பட வேண்டும் என்ற குறிக்கோளோடு அந்தப் பிராந்தியத்தின் கோவில் சுவர்களில் ஏராளமான பொறிப்புகள் இடம் பெற்றிருப்பதைப் பார்க்கிறோம்.

நாணயங்களைப் போன்றே, செதுக்குப் பொறிப்புகளும் நாட்டின் பல்வேறு அருங்காட்சியகங்களில் பாதுகாத்து வைக்கப்பட்டு வருகின்றன. ஆனால் இவற்றில் பெரும் எண்ணிக்கையிலானவற்றை மைசூரிலுள்ள தலைமைக் கல்வெட்டு நிபுணர் அலுவலகத்தில் காணலாம். மிக ஆரம்ப கால செதுக்குப் பொறிப்புகள் கி.மு. மூன்றாம் நூற்றாண்டில் பிராகிருத மொழியிலேயே எழுதப்பட்டன. கி.பி. இரண்டாம் நூற்றாண்டில்தான் செதுக்குப்பொறிப்பு சாதனமாக சமஸ்கிருதம் பயன்படுத்தப்படலாயிற்று: நான்காம் ஐந்தாம்

நூற்றாண்டுகளில் அதன் உபயோகம் பெரிதும் அதிகரித்தது. பின்னர் ஒன்பதாம் பத்தாம் நூற்றாண்டுகளில் செதுக்குப் பொறிப்புகள் பிராந்திய மொழிகளில் எழுதப்பட்டன. மௌரியர் வரலாறும், மௌரியருக்குப் பிந்திய கால வரலாறும், குப்தர் காலத்து வரலாறும் **கார்பஸ் இன்ஸ்கிரிப்சியோனம் இண்டிகரம்** என்னும் தலைப்பில் தொடர்ந்து பல தொகுதிகளாக வெளியிடப்பட்டன. ஆனால் குப்தர் காலத்துக்குப் பிந்திய செதுக்குப் பொறிப்புகள் இத்தகைய திட்டமிட்ட முறையில் பெரும் எண்ணிக்கையில் தொகுதிகளாக வெளியிடப்படவில்லை. தென்னிந்தியாவைப் பொறுத்தவரையில் செதுக்குப் பொறிப்புகளின் பட்டியல்கள் பிரதேசவாரியாக வெளியிடப்பட்டன. எனினும் பெரும்பாலும் தென்னிந்தியாவைச் சேர்ந்த 50,000க்கு மேற்பட்ட செதுக்குப் பொறிப்புகள் இன்னமும் பிரசுரிக்கப்படாமல் இருக்கின்றன.

இன்னமும் பொருள் விளக்கம் காணப்படாத ஹரப்பா செதுக்குப் பொறிப்புகள் சித்திர எழுத்துகளில் அமைந்துள்ளன; கருத்துகளும் நோக்கங்களும் இவற்றில் படங்களின் வடிவில் வெளியிடப் பட்டிருக்கின்றன. அசோகரின் பொறிப்புகள் பிரம்மி எழுத்தில் செதுக்கப் பட்டிருக்கின்றன; இவை இடமிருந்து வலமாக எழுதப்பட்டிருக்கின்றன. எனினும் சில பொறிப்புகள் கர்ரோஷ்தி எழுத்தில் செதுக்கப்பட்டிருப்ப தாகத் தெரிகிறது. இது வலமிருந்து இடமாக எழுதப்பட்டிருக்கிறது. ஆயினும் வடமேற்குப் பகுதியைத் தவிர நாடு முழுவதும் பிரம்மி எழுத்தே நடப்பில் இருந்து வந்தது. பாகிஸ்தானிலும் ஆப்கானிஸ் தானிலும் அசேர்கரது பொறிப்புகளை எழுதுவதில் கிரேக்க, அரபிய எழுத்துக்கள் பயன்படுத்தப்பட்டன. குப்தர்களின் ஆட்சிக்கால இறுதிவரை பிரம்மியே பிரதான எழுத்து மொழியாக நீடித்து வந்தது. ஒரு கல்வெட்டு நிபுணர் பிரம்மியையும் அதன் திரிபு மொழிகளையும் கவனமாகக் கற்றிருந்தால் ஏழாம் நூற்றாண்டு வரையிலான நாட்டின் பெரும்பாலான மறை குறியீடுகளுக்குப் பொருள் விளக்கம் காண முடியும் என்ற நிலை இருந்து வந்தது. ஆனால் இதன் பின்னர் இந்த மொழியில் வலுவான பிராந்திய திரிபுகள் இருப்பதையும் அவை வெவ்வேறு பெயர்களில் அழைக்கப்படுவதையும் காண்கிறோம்.

கி.மு. சுமார் 2,500 ஆண்டைச் சேர்ந்த ஹரப்பா முத்திரைகளில் மிகத் தொன்மையான பொறிப்புகள் காணப்படுகின்றன. அவற்றுக்கு இதுவரை பொருள் விளக்கம் காணமுடியவில்லை. இதுவரை பொருள் விளக்கம் காணப்பட்டுள்ள மிகப் பழமையான பொறிப்புகள் கி.மு. மூன்றாம் நூற்றாண்டில் அசோகரால் வெளியிடப்பட்டவையாகும். அசோகரின் கல்வெட்டுத் தூண் மீரத்திலும் ஹரியானாவில் தோப்ரா

என்னுமிடத்திலும் பிரோஸ் ஷா துக்ளக்கால் கண்டுபிடிக்கப்பட்டது. அதை அவர் டில்லிக்குக் கொண்டுவந்து அதற்குப் பொருள் விளக்கம் கண்டுபிடிக்கும்படி தமது பேரரசைச் சேர்ந்த பண்டிதர்களைப் பணித்தார். ஆனால் அவர்களால் இதற்குப் பொருள்விளக்கம் காண இயலவில்லை. பதினெட்டாம் நூற்றாண்டின் இறுதிவாக்கில் பிரிட்டிஷார் அசோகரின் கல்வெட்டுகளைக் கண்டுபிடித்த சமயத்திலும் இதேபோன்ற சிக்கல் ஏற்பட்டது. இந்தக் கல்வெட்டுகளின் மறைகுறியீட்டுப் பொருளை வங்காளத்தில் கிழக்கிந்தியக் கம்பெனியில் ஓர் அதிகாரியாக இருந்த ஜேம்ஸ் பிரின்ஸைப் முதலில் 1837ல் கண்டுபிடித்தார்.

பல்வேறு வகையான பொறிப்புகள் இருப்பதைக் காண்கிறோம். சமூக, சமய, நிர்வாக விஷயங்கள் சம்பந்தமான அரச ஆணைகளையும் முடிவுகளையும் அதிகாரிகளுக்கும் பொது மக்களுக்கும் சில பொறிப்புகள் தெரிவிக்கின்றன. அசோகரின் கல்வெட்டுகள் இவ்வகையைச் சேர்ந்தவைகளே ஆகும். மற்றவை பௌத்தம், ஜைனம், வைஷணவம், சைவம் போன்ற சமயப் பிரிவுகளைப் பின்பற்றுவோரின் தெய்வ நேர்ச்சி அல்லது தெய்வ சமர்ப்பண ஆவணங்களாக அமைந்திருக்கின்றன; இவர்கள் தங்கள் பக்தியின் அடையாளமாக தூண்களையும், பட்டயத் தகடுகளையும், கோவில்களையும், உருவச் சிலைகளையும் உருவாக்குகின்றனர். வேறு சில பொறிப்புகள் மன்னர் களதும், வெற்றியாளர்களதும் குணாதிசயங்களையும், சாதனைகளையும் போற்றிப் புகழ்ந்து பறைசாற்றுகின்றன; ஆனால் அவர்களது தோல்விகளையும் பலவீனங்களையும் பற்றி ஒருபோதும் எதுவும் கூறுவதில்லை. இவ்வகையைச் சேர்ந்ததுதான் சமுத்திர குப்தனது அலகாபாத் கல்வெட்டாகும். இறுதியாக, இன்னொரு வகையான கல்வெட்டுகளையும், செதுக்குப் பொறிப்புகளையும் இங்குக் குறிப்பிட வேண்டும்: பிரதானமாக சமயத் திருப்பணிகளுக்காக மன்னர்களும் இளவரசர்களும் மட்டுமின்றி, கைவினைஞர்களும் வணிகர்களும் பணம், கால்நடைகள், நிலம் முதலியவற்றை அறக்கொடையாக வழங்குவதை இவை எடுத்துரைக்கின்றன.

குறுநிலத் தலைவர்கள், மன்னர்கள் போன்றோர் அளிக்கும் நிலமான்யங்கள் பற்றிய செதுக்குப் பொறிப்புகள் பண்டைக்கால இந்தியாவின் நில உடைமை முறையையும் நிர்வாக முறையையும் ஆராய்வதோடு மிகுந்த முக்கியத்துவம் வாய்ந்தவை. இவை பெரும்பாலும் தாமிரத் தகடுகளில் செதுக்கப்படுகின்றன. மடத் துறவிகள். புரோகிதர்கள். கோவில்கள், மடாலயங்கள். பண்ணையாட்கள். அதிகாரிகள் போன்றோர்க்கு நிலங்களும், வருவாய்களும் கிராமங்களும்

மானியமாக அளிக்கப்படும் விவரங்கள் இவற்றில் பதிவு செய்யப்படுகின்றன. பிராகிருதம், சமஸ்கிருதம், தமிழ், தெலுங்கு, முதலிய எல்லா மொழிகளிலும் அவை எழுதப்பட்டன.

இலக்கியச் சான்றுகள்

எழுதும் முறையை பண்டைக்கால இந்தியர்கள் கி.மு. 2500 ஆம் ஆண்டு வாக்கிலேயே தெரிந்திருந்தனர். எனினும் நமது மிகத் தொன்மையான கையெழுத்துப் பிரதிகள் கி.பி. நான்காம் நூற்றாண்டுக்கு முற்பட்டவை அல்ல. இவை மத்திய ஆசியாவில் கண்டெடுக்கப் பட்டிருக்கின்றன. இந்தியாவில் அவை பூர்ச்சமரப் பட்டையிலும் பனை ஓலைகளிலும் எழுதப்பட்டன. ஆனால் இந்தியாவிலிருந்து பிராகிருத மொழி பரவியிருந்த மத்திய ஆசியாவில் கையெழுத்துப் படிகள் ஆட்டுத் தோலிலும் மரப் பலகைகளிலும் எழுதப்பட்டன. இவை செதுக்குப் பொறிப்புகள் எனக் கூறப்பட்டாலும் உண்மையில் கையெழுத்துப் பிரதிகளேயாகும். அச்சகத் தொழில் அறிமுகமாகாதிருந்த அந்நாட்களில் கையெழுத்துப் பிரதிகள் மிகப்பெரும் மதிப்பைப் பெற்றிருந்தன. பழைய சமஸ்கிருதக் கையெழுத்துப் பிரதிகள் இந்தியா முழுவதிலும் காணப்பட்ட போதிலும் அவை பெரும்பாலும் தென்னிந்தியா, காஷ்மீர், நேபாளம் ஆகியவற்றைச் சேர்ந்தவையாகவே இருந்தன. தற்போது செதுக்குப் பொறிப்புகள் பெரும்பாலும் அருங்காட்சியகங்களிலும் கையெழுத்துப் பிரதிகள் நூலகங்களிலும் பாதுகாத்து வைக்கப்பட்டுள்ளன.

பண்டைய நூல்களில் பெரும்பாலானவை சமயக் கருத்துகளைக் கொண்டவையாக இருக்கின்றன. இந்துக்களின் சமய இலக்கியத்தில் வேதங்கள், **இராமாயணம், மகாபாரதம்,** புராணங்கள் முதலியவை அடங்கும். பண்டைக் காலத்தில் நிலவிய சமூக, கலாசார நிலைமைகள் குறித்து அவை ஏற்புடைய பல விவரங்களை வழங்குகின்றபோதிலும் காலம், இடம் என்ற சூழ்நிலையில் அவற்றைப் பயன்படுத்திக் கொள்வது கடினமாக இருக்கிறது, **ரிக்வேதத்தின்** காலத்தை சுமார் கி.மு. 1500 - 1000 என நிர்ணயிக்கலாம். ஆனால் **அதர்வ வேதம், யஜுர் வேதம்,** பிராமணங்கள், உபநிடதங்கள் முதலியவை ஏறத்தாழ கி.மு. 1000 - 500 காலப் பகுதியைச் சேர்ந்தவை. கிட்டத்தட்ட ஒவ்வொரு வேதகால நூலும் இடைச்செருகல்களைக் கொண்டுள்ளது. இந்த இடைச் செருகல்கள் பொதுவாக ஆரம்பத்திலோ அல்லது இறுதியிலோ காணப்படுகின்றன. மத்தியில் இவற்றைக் காண்பது அரிது. **ரிக் வேதம்** பிரதானமாக வேண்டுகோள்களைக் கொண்டதாக இருக்கிறது. பிந்திய வேதகால

நூல்கள் வேண்டுகோள்களை மட்டுமின்றி, சமய வினை முறைகள், மந்திரம், மாயம், புராணக் கதைகள் முதலியவற்றைக் கொண்டவையாக இருக்கின்றன. ஆனால் உபநிடதங்கள் அப்படியல்ல; அவை தத்துவார்த்த யூகங்களைக் கொண்டவையாக அமைந்திருக்கின்றன.

வேத நூல்களைப் புரிந்து கொள்வதற்கு வேதங்களை அதாவது வேதப்பகுதிகளைக் கற்றுக்கொள்வது அவசியம். வேதத்தின் இந்த அங்கங்கள் அறுவகையானவை: வேதத்தை சுரத்தோடு கிரமமாக ஓதுதல் வேண்டும்; இது **சிக்ஷை** எனப்படும்; வேதங்களால் விதிக்கப்பட்ட கர்மங்களை அனுஷ்டிக்கும் கிரமத்தைத் தெரிவிப்பது **கற்ப**மெனப்படும்; வேதங்களின் எழுத்து, சொல், பொருள் ஆகிய இவற்றின் இலக்கணங் களைத் தெரிவிப்பது **வ்யாகரணம்** எனப்படும்; வேதார்த்தத்தை நிச்சயிப்பது **நிருத்தம்** எனப்படும்; வேதமந்திரங்களில் சந்தஸ்ஸுகளின் பெயரையும் அவற்றின் எழுத்து இத்தனை என்பதையும் அறிவிப்பது **சந்தோபிசிதம்** எனப்படும்; வேதத்தில் விதிக்கப்பட்டிருக்கிற கர்மங்களைச் செய்தற்குரிய காலத்தை நிச்சயிப்பது **சோதிடம்** எனப்படும். இந்தப் பொருள்கள் ஒவ்வொன்றும் குறித்து ஏராளமான நூல்கள் தோன்றியுள்ளன. ஒவ்வொரு நூலும் உரைநடையில் விதிமுறைகள், போதனைகள் வடிவத்தில் எழுதப்பட்டிருக்கிறது. இவை இரத்தினச் சுருக்கமாக எடுத்துரைக்கப்பட்டிருப்பதால் **சூத்திரம்** எனப்படுகிறது. இவ்வகையாக எழுதும் முறைக்கு மிகவும் புகழ்பெற்ற உதாரணமாக விளங்குவது சுமார் கி.மு. 400ல் எழுதப்பட்ட பாணினியின் இலக்கண மாகும். அவர் இலக்கண விதிகளை விவரித்து எழுதும்போது, தம் காலத்தின் சமுதாயம், பொருளாதாரம், கலாசாரம் குறித்த பல அரிய தகவல்களை வழங்குகிறார்.

இரண்டு இதிகாசங்களும் முக்கிய புராணங்களும் இறுதியாக ஏறத்தாழ கி.பி. 400ல் தொகுக்கப்பட்டதாகத் தோன்றுகிறது. இவ்விரு இதிகாசங்களில் வியாசரால் எழுதப்பட்டதாகக் கூறப்படும் **மகாபாரதம்** காலத்தில் முந்தியதாகக் கருதப்படுகிறது; கி.மு. பத்தாம் நூற்றாண்டி லிருந்து கி.பி. நான்காம் நூற்றாண்டு வரையிலான நிலவரங்களை இது பிரதிபலிப்பதாகத் தோன்றுகிறது. தொடக்கத்தில் இது 8800 செய்யுள்களைக் கொண்டதாக இருந்தது; அப்போது இது **ஜெயம்** அல்லது வெற்றியைப் பற்றிக் கூறும் தொகுப்பு என்று அழைக்கப்பட்டது. பின்னர் இந்தச் செய்யுள்களின் எண்ணிக்கை 24,000க்கு உயர்ந்தது. ஆரம்ப வேதகால வம்சத்தினரான **பரதர்களின்** பெயரால் பாரதம் எனப்பெயர் பெற்றது. இறுதித் தொகுப்பில் செய்யுள்களின் எண்ணிக்கை 1,00,000-ஐ எட்டி, **மகாபாரதம்** அல்லது **சதசஹஸ்ரி சங்கிதை** என

வழங்கப்பட்டது. **மகாபாரதம்** கதைப்பகுதி, வருணனைப் பகுதி, போதனைப் பகுதி என்று மூன்று பகுதிகளைக் கொண்டது. கௌரவர்கள்-பாண்டவர்களின் சச்சரவை எடுத்துரைக்கும் பிரதான கதைப்பகுதி பிந்தைய வேதகாலத்தைச் சேர்ந்ததாக இருக்கக் கூடும்; வருணனைப் பகுதியை வேதபிற்காலத்தைச் சேர்ந்ததாகவும், போதனைப் பகுதியை பொதுவாக மௌரிய, குப்த காலத்திற்குப் பிந்தியதாகவும் எடுத்துக் கொள்ளலாம். இதேபோன்று, வால்மீகியின் **இராமாயணம்** தொடக்கத்தில் 6,000 செய்யுள்கள் கொண்டதாக இருந்து, பிறகு 12,000 செய்யுள்களாக அதிகரித்து, இறுதியில் 24,000 செய்யுள்களைக் கொண்டதாயிற்று. இந்த இதிகாசம் மகாபாரதத்தைவிட நன்கு ஒருங்கிணைக்கப்பட்டதாக இருப்பினும் போதனைப் பகுதிகளையும் கொண்டிருக்கிறது: இப்பகுதிகள் பிற்காலத்தில் சேர்க்கப்பட்டிருக்கக்கூடும். இராமாயணத்தின் படைப்பாக்கம் கி.மு. ஐந்தாம் நூற்றாண்டில் ஆரம்பமாயிற்று. இதன் பின்னர் அது ஐந்து கட்டங்களைக் கடந்து வந்துள்ளது; அதன் ஐந்தாவது கட்டம் கி.பி. பன்னிரண்டாம் நூற்றாண்டைச் சேர்ந்ததாகத் தோன்றுகிறது. மொத்தத்தில் இந்த நூல் **மகாபாரதத்திற்குப்** பின்னர் இயற்றப் பட்டதாகவே தெரிகிறது.

வேத பிற்காலத்தில் ஏராளமான சமய வினைமுறை நூல்கள் தோன்றியதைப் பார்க்கிறோம். மன்னர்களுக்காகவும், மூன்று உயர் வருணங்களைச் சேர்ந்த மிகவும் வசதிப்படைத்தவர்களுக்காகவும் நடத்தப்படும் பிரம்மாண்டமான வேள்விகளைப் பற்றி சிரௌத்த சூத்திரங்கள் வருணிக்கின்றன: ஆடம்பர ஆர்ப்பாட்டமான அநேக முடிசூட்டு விழாக்களைப் பற்றிய விவரங்களையும் அவை தருகின்றன. இதேபோன்று, பிறப்பு, பெயர் சூட்டுதல், பூணூல் அணிதல், திருமணம், ஈமச்சடங்கு போன்றவற்றில் கடைப்பிடிக்க வேண்டிய விதிமுறைகள் கிரிஹிய சூத்திரங்களில் வகுத்துரைக்கப்பட்டிருக்கின்றன. சிரௌத்த சூத்திரங்களும் கிரிஹிய சூத்திரங்களும் சுமார் கி.மு. 600-300 ஆம் ஆண்டுகளைச் சேர்ந்தவை. சுல்வ சூத்திரங்களைப் பற்றியும் இங்கு குறிப்பிடுவது அவசியம். யாகசாலைகள் அமைப்பது குறித்த பல்வேறு அளவுகளை இந்த சூத்திரங்கள் வகுத்துத் தருகின்றன. வடிவியல், கணக்கியல் ஆகியவற்றின் ஆய்வு பற்றிய தொடக்கத்தை இவை குறிக்கின்றன.

ஜைனர்கள், பௌத்தர்களின் நூல்கள் வரலாற்றுப் புருஷர்களையும் நிகழ்ச்சிகளையும் விவரிக்கின்றன. ஆரம்பகாலப் பௌத்த நூல்கள் பாலி மொழியில் எழுதப்பட்டன. மகதம் அல்லது தெற்கு பீகாரில் இந்த மொழி பேசப்பட்டு வந்தது. இந்த நூல்கள் இறுதியாக கி.மு. இரண்டாம்

நூற்றாண்டில் ஸ்ரீலங்கையில் தொகுக்கப்பட்டன. ஆனால் இவற்றின் விதிமுறைப் பகுதிகள் இந்தியாவில் புத்தர் காலத்தில் நிலவிய நிலவரங்களை விவரிக்கின்றன. இவை புத்தரின் வாழ்க்கையைப் பற்றிக் கூறுவதோடு, மகதம், வடக்கு பீகார், கிழக்கு உத்திரப்பிரதேசத்தில் ஆட்சி புரிந்து வந்த மன்னர்களைப் பற்றியும் எடுத்துரைக்கின்றன. கௌதம புத்தரின் முந்தைய பிறப்புகளைப் பற்றிக் கூறும் கதைகள் பௌத்த இலக்கியத்தில் மிகவும் சுவையான, முக்கியமான பகுதிகளாகும். புத்தர் இறுதியில் கௌதமராகப் பிறப்பதற்கு முன்னர் 550க்கு மேற்பட்ட பிறவிகளை அவர் எடுத்திருக்கிறார் என்று கூறப்படுகிறது; பல சந்தர்ப்பங்களில் அவர் விலங்குகளாகவும் பிறந்திருக்கிறார். ஒவ்வொரு பிறவியையும் பற்றிக் கூறும் கதை **ஜாதகக்கதைகள்** எனப்படுகிறது. இக்கதைகள் மக்கள் மரபுவழிக் கதைகளாகும். கி.மு. ஐந்தாம் நூற்றாண்டு முதல் இரண்டாம் நூற்றாண்டு வரையிலான சமூக, பொருளாதார நிலைமைகள் குறித்து இந்த ஜாதகக் கதைகள் பல அரிய தகவல்களை வழங்குகின்றன. புத்தர் காலத்து அரசியல் நிகழ்ச்சிகளையும் அவை குறிப்பிட்டுக் கூறுகின்றன.

ஜைன நூல்கள் பிராகிருத மொழியில் ஆக்கப்பட்டிருக்கின்றன: குஜராத்தைச் சேர்ந்த வல்லபியில் கி.பி. ஆறாம் நூற்றாண்டில் அவை இறுதியாகத் தொகுக்கப்பட்டன. மகாவீரர் காலத்தில் கிழக்கு உத்திர பிரதேசம் மற்றும் பீகாரின் அரசியல் வரலாற்றை நாம் தெரிந்து கொள்வதற்கு உதவும் பல பகுதிகள் இந்நூல்களில் அடங்கியுள்ளன. ஜைன நூல்கள் வாணிகத்தையும் வணிகர்களையும் பற்றி அடிக்கடி குறிப்பிடுகின்றன.

சமய சார்பற்ற நூல்களும் ஏராளமாக இருப்பதைப் பார்க்கிறோம். இவ்வகையைச் சேர்ந்தவற்றில் சட்ட நூல்களை முக்கியமாகக் குறிப்பிட வேண்டும். இவை தர்ம சூத்திரங்கள், ஸ்மிருதிகள் எனப்படுகின்றன. இவற்றுக்கான விளக்க உரைகளையும் சேர்த்து இவை தர்மசாத்திரங்கள் என அழைக்கப்படுகின்றன. தர்ம சாத்திரங்கள் கி.மு. 500-200 ஆம் ஆண்டுகளில் தொகுக்கப்பட்டவை. முக்கிய ஸ்மிருதிகள் கிறித்தவ சகாப்தத்தின் முதல் ஆறு நூற்றாண்டுக் காலத்தில் முறைப்படுத்தப் பட்டன. பல்வேறு வருணத்தாருக்கும், அரசர்களுக்கும், அவர்களுடைய அதிகாரிகளுக்கும் உரிய கடமைகளை அவை நிர்ணயித்துக் கூறுகின்றன. சொத்துக்கள் வைத்துக் கொள்வதற்கும், விற்பதற்கும் வாரிசுரிமையாகப் பெறுவதற்குமான விதிகளை அவை வகுத்துத் தருகின்றன. திருட்டு, தாக்குதல், கொலை, பிறர் மனை நயத்தல் முதலான

குற்றங்களுக்கான தண்டனைகளையும் அவை வரையறுத்துக் கூறுகின்றன.

கௌடில்யரின் **அர்த்தசாஸ்திரத்தை** முக்கியமான சட்ட நூல் எனக் கூறலாம். இந்த நூல் பதினைந்து பகுதிகளைக் கொண்டது. முதல் பகுதியையும் மூன்றாவது பகுதியையும் முற்பட்ட காலத்தைச் சேர்ந்தவை எனக்கருதலாம். அவை பலரது கைவண்ணத்தில் உருவானவையாகத் தோன்றுகிறது. கிறித்துவ சகாப்தத்தின் தொடக்கத்தில் இந்த நூல் அதன் இறுதி வடிவத்தை எய்திற்று. எனினும் அதன் முற்பகுதிகள் மௌரியர் காலத்து சமுதாய, பொருளாதார நிலைமையைப் பிரதிபலிக்கின்றன. பண்டைக்கால ஆட்சி அமைப்பு முறையையும் பொருளாதாரத்தையும் ஆராய்வதற்கு இந்த நூல் நம்பத்தகுந்த பல ஆதாரங்களையும் சான்றுகளையும் வழங்குகிறது.

பாசன், சூத்திரகன், காளிதாசன், பாணபட்டன் போன்றோரின் நூல்களும் நமக்குக் கிடைத்துள்ளன. அவற்றின் இலக்கிய மதிப்பு ஒருபுறமிருக்க இந்த ஆசிரியர்கள் வாழ்ந்த காலத்தின் நிலைமை களையும் அவை பிரதிபலிக்கின்றன. காளிதாசனின் படைப்புகளில் **காவியங்களும்**, நாடகங்களும் அடங்கும். இவற்றில் மிகவும் புகழ் பெற்றது **அபிஞான சாகுந்தலம்** என்னும் நாடகமாகும். இவை மாபெரும் ஆக்கப்படைப்புகளாகத் திகழ்வதோடு, குப்தர்கள் காலத்தில் வட இந்தியாவிலும் மத்திய இந்தியாவிலும் நிலவிய சமூக, கலாசார வாழ்க்கை பற்றிய படப்பிடிப்புகளையும் நமக்கு வழங்குகின்றன.

சமஸ்கிருத நூல்களைத் தவிர **சங்ககால இலக்கியம்** என்ற தொகுப்பில் சில தொன்மை மிக்க தமிழ் நூல்களையும் நாம் பெற்றிருக்கிறோம். இந்த நூல்கள் முன்னூறு முதல் நானூறு ஆண்டுக் காலத்தில் புலவர்கள் பேரவைகளைக் கூட்டி இயற்றியவையாகும். மன்னர்கள், குலத்தலைவர்கள் போன்றோரின் ஆதரவையும் ஊக்குவிப்பையும் பெற்றிருந்த இந்தப் பேரவைகள் **சங்கம்** என அழைக்கப்பட்டன. இந்தப் பேரவைகளில் உருவான நூல்கள் சங்க இலக்கியம் எனப் பெயர் பெற்றன. இந்த நூல்கள் தொகுக்கப்பட்டது கிறித்துவ சகாப்தத்தின் முதல் நான்கு நூற்றாண்டுகள் என மதிப்பிடப்படுகிறது. எனினும் இறுதித் தொகுப்புப் பணி ஆறாம் நூற்றாண்டில் பூர்த்தியடைந்திருக்கக் கூடும். சங்க இலக்கியம் சுமார் 30,000 கவிதை வரிகளைக் கொண்டது; இவை எட்டுத் தொகை நூல்களாக முறைப்படுத்தப்பட்டிருக்கின்றன; இவை எட்டுத் தொகை எனப்படுகிறது. புறநானூறு போன்று கவிதைகளை நூறுநூறாகப் பிரித்து

வகைப்படுத்துவதும் உண்டு. இவ்வகையான நூல்களில் பிரதானமானவை **பதினென்கீழ்க்கணக்கும், பத்துப்பாட்டுமாகும்.** பொதுவாக முந்தியது பிந்தியதைவிடவும் தொன்மையானது என்று ஊகிக்கப்படுகிறது; எனவே அது மிகுந்த வரலாற்று முக்கியத்துவம் வாய்ந்ததாகக் கருதப்படுகிறது. சங்க நூல்கள் பல அடுக்குகளைக் கொண்டதாக அமைந்துள்ளன; ஆனால் நடைபாணி மற்றும் உள்ளடக்கத்தின் அடிப்படையில் அவற்றை தற்போது நிர்ணயிப்பது சாத்தியமல்ல. எனினும் சமூகப் பரிணாமக் கட்டங்களின் அடிப்படையில் இந்த அடுக்குகளை இனம் காண முடியும் என்பதைப் பின்னால் எடுத்துக் காட்டுவோம்.

சங்ககால நூல்கள் வேதகால நூல்களிலிருந்து அதிலும் குறிப்பாக ரிக் வேதகால நூல்களிலிருந்து வேறுபட்டவை. சங்ககால நூல்கள் சமய சார்புடைய நூல்களாக அமைந்திருக்கவில்லை. இந்த நூல்களில் இடம் பெற்றுள்ள குறுகிய செய்யுள்களும், நீண்ட செய்யுள்களும் எண்ணற்ற வீரர்களையும் வீராங்கனைகளையும் போற்றிப் புகழ்வதற்காக இயற்றப்பட்டவை. எனவே, அவை சமய சார்புடையவை அல்ல என்பது தெளிவு. அவை செம்மையற்ற பழம்பாணியான பாட்டுகள் அல்ல; மாறாக அவை உயர்ந்த இலக்கியத் தரத்தை, நயத்தைப் புலப்படுத்துகின்றன. பல செய்யுள்கள் ஒரு மாவீரனை, குலத் தலைவனை, அல்லது மன்னனைப் பெயர் குறிப்பிட்டு, அவனது வீரதீரச் செயல்களை, அருஞ்செயல்களைப் போற்றிப் புகழ்கின்றன. அவன் பாணர்களுக்கும் வீரர்களுக்கும் வாரி வாரி வழங்கிய பரிசுகள் பாராட்டப்படுகின்றன. இந்தக் கவிதைகள் அரசவைகளில் இசைக்கப் படுவதும் உண்டு. ஹோமர் காலத்து வீரகாவிய கவிதைகளுடன் இவை ஒப்பிடப்படக் கூடியவையாகும். ஏனென்றால் நிகரற்ற வீரர்களின், புகழ்பெற்ற போர்களின் யுகத்தை இவை பிரதிநிதித்துவப்படுத்துகின்றன. எனினும் இந்த நூல்களை வரலாற்று நோக்கங்களுக்குப் பயன்படுத்துவது கடினம். இந்தக் கவிதைகளில் குறிப்பிடப்படும் நபர்களின் பெயர்களும், சிறப்புப் பட்டங்களும், வமிசங்களும், பிரதேசங்களும், போர்களும், ஏனையவையும் ஓரளவே உண்மையானவை. சங்ககால நூல்களில் பிரஸ்தாபிக்கப்படும் சில சேர மன்னர்கள் கி.பி. முதலாம், இரண்டாம் நூற்றாண்டைச் சேர்ந்த செதுக்குப் பொறிப்புகளில் கொடையாளிகளாகக் குறிப்பிடப்பட்டிருக்கின்றனர்.

காவரிப்பூம்பட்டிணம் முதலான பல குடியேற்றங்களை சங்ககால நூல்கள் குறிப்பிடுகின்றன. வளங்கொழிக்கும் இத்தகைய குடியேற்றங்கள்

ஒரு காலத்தில் இருந்து வந்ததை தற்போது தொல்பொருள் ஆய்வுகள் உறுதிப்படுத்தியுள்ளன. தங்கம் கொடுத்து மிளகு வாங்குவதற்காக யவனர்கள் தங்கள் சொந்த கலங்களில் இங்கு வந்ததையும், இப்பகுதி மக்களுக்கு மதுவையும் அடிமைப் பெண்களையும் அவர்கள் வழங்கியதையும் பற்றியும் இந்த நூல்கள் கூறுகின்றன. லத்தீன், கிரேக்க நூல்களிலிருந்து மட்டுமின்றி, தொல் பொருள் ஆராய்ச்சி ஆவணங்களிலிருந்தும் இந்த வாணிகம் குறித்து நாம் தெரிந்து கொள்கிறோம். கிறித்தவ சகாப்தத்தின் ஆரம்ப ஆண்டுகளில் தமிழ்நாட்டில் வாழ்ந்து வந்த மக்களின் சமூக, பொருளாதார, அரசியல் வாழ்க்கை பற்றித் தெரிந்து கொள்வதற்கு சங்ககால இலக்கியம் பிரதான ஆதாரமாக அமைந்திருக்கிறது. அந்நாட்களில் நிலவிய வாணிக மற்றும் கொடுக்கல்வாங்கல் தொடர்புகள் குறித்து இந்நூல்கள் கூறுவதை அயல்நாட்டுத் தகவல்களும், தொல்பொருள் ஆய்வு முடிவுகளும் உறுதி செய்கின்றன.

அயல்நாட்டுத் தகவல்கள்

உள்நாட்டு இலக்கிய ஆதாரங்களை, அயல்நாட்டுத் தகவல்களைக் கொண்டு வளமூட்ட முடியும். இந்தியாவுக்கு கிரேக்க, ரோம, சீன நாட்டவர் யாத்திரிகர்களாகவோ, சமய ஆய்வாளர்களாகவோ வந்தனர். இந்த நாட்டில் தாங்கள் கண்டவற்றைப் பற்றிய தகவல்களை விட்டுச் சென்றனர். அலெக்சாண்டரின் படையெடுப்பு இந்திய ஆதாரங்களில் எங்கும் பிரஸ்தாபிக்கப்படவில்லை என்பது இங்கு குறிப்பிடத்தக்கது. முற்றிலும் கிரேக்க ஆதாரங்களை அடிப்படையாகக் கொண்டுதான் அவரது இந்தியப் படையெடுப்பு வரலாற்றை நாம் கட்டி உருவாக்கிக் கொள்ள வேண்டியதிருக்கிறது.

கி.மு. 326ல் இந்தியாவின் மீது படையெடுத்து வந்த மகா அலெக்சாண்டரின் சமகாலத்தவரான சந்தரக்கோட்டாஸ் என்ற இளவரசனை கிரேக்க வருகையாளர்கள் குறிப்பிடுகின்றனர். இந்த இளவரசன் சந்தரக்கோட்டாஸ் கி.மு. 322ல் ஆட்சிக் கட்டில் ஏறிய சந்திரகுப்த மௌரியருடன் சேர்த்து இனம் காணப்படுகிறான். இது இந்தியக் காலக்கணிப்பின் ஆதார அடிப்படையாக அமைந்துள்ளது. சந்திரகுப்த மௌரியரது அரசவைக்கு வந்த மெகஸ்தனீஸ் **இண்டிகா** எனும் நூலை எழுதினார். அந்த நூல் சிறுசிறு பகுதிகளாகத்தான் பாதுகாக்கப்பட்டு வருகிறது. அவருக்குப்பின்னர் வந்த எழுத்தாளர்கள் அந்தப் பகுதிகளையே ஆங்காங்கு மேற்கோள் காட்டி எழுதி வந்திருக்கின்றனர். அந்தப் பகுதிகளை ஒன்றிணைத்துப் படிக்கும்போது,

மௌரிய நிர்வாக அமைப்பைப் பற்றி மட்டுமின்றி, மௌரியர் காலத்துச் சமூகப் பிரிவுகளையும் பொருளாதார நடவடிக்கைகளையும் பற்றி பல அரிய தகவல்களைப் பெறுகிறோம். பண்டைக் காலத்தைச் சேர்ந்த பல நூல்களில் காணப்படுவதைப் போன்று போதிய சான்றுகள் இல்லாமை, மிகைப்படுத்தல் முதலான குறைபாடுகளுக்கு **இண்டிகாவும்** விதிவிலக்கல்ல.

கி.பி. முதலாம், இரண்டாம் நூற்றாண்டுகளைச் சேர்ந்த கிரேக்க, ரோம நூல்கள் பல இந்தியத் துறைமுகங்களைப் பற்றிக் குறிப்பிடுகின்றன; இந்தியாவுக்கும், ரோமப் பேரரசுக்கும் இடையே நடைபெற்ற வாணிகம் குறித்த விவரங்களைத் தருகின்றன. கிரேக்க மொழியில் எழுதப்பட்ட **எரித்ரிய தீவின் பெரிப்ளூஸ்,** தாலமியின் நிலவியல் ஆகிய இரு நூல்களும் பண்டைக்கால நிலவியலையும், வாணிகத் தொடர்பையும் ஆராய்வதற்கு பல அரிய தகவல்களை வழங்குகின்றன. முதலாவதாகக் குறிப்பிடப்பட்ட நூலின் காலம் கி.பி. 80க்கும் 115க்கும் இடைப்பட்டதாகும்; இரண்டாவதாகக் குறிப்பிடப்பட்ட நூலின் காலம் ஏறத்தாழ கி.பி. 150 எனலாம். பிளினியின் **இயற்கை வரலாறு** என்னும் நூல் கி.பி. முதலாம் நூற்றாண்டைச் சேர்ந்தது; லத்தீன் மொழியில் எழுதப்பட்ட அந்த நூல் இந்தியாவுக்கும் இத்தாலிக்கும் இடையே நடைபெற்ற வாணிகத்தைப் பற்றிக் கூறுகிறது.

இந்தியாவில் சுற்றுப்பயணம் செய்த சீன யாத்திரிகர்களில் பாஹியானையும், யுவான் சுவாங்கையும் முக்கியமாகக் குறிப்பிட வேண்டும். இருவருமே பௌத்தர்கள்; புனித பௌத்த தலங்களைத் தரிசிப்பதற்கும், புத்தமதத்தைப் பற்றி ஆராய்வதற்காகவும் அவர்கள் இந்தியாவுக்கு வந்திருந்தனர். முதலாமவர் கி.பி. ஐந்தாம் நூற்றாண்டின் ஆரம்பத்திலும், இரண்டாமவர் கி.பி. ஏழாம் நூற்றாண்டின் இரண்டாவது கால்பகுதியிலும் வந்தனர். குப்தர் காலத்தில் இந்தியாவில் நிலவிய சமூக, சமய, பொருளாதார நிலைமைகளை பாஹியான் விவரிக்கிறார்; யுவான் சுவாங்கோ ஹர்ஷர் காலத்தில் இந்தியாவில் நிலவிய இதே போன்றதொரு படப்பிடிப்பை வழங்குகிறார்.

வரலாற்று உணர்வு

பண்டைக்கால இந்தியர்கள் வரலாற்று உணர்வு இல்லாதவர்கள் என்று குற்றம்சாட்டப்படுகிறது. இப்போது போன்றோ, அல்லது கிரேக்கர்கள் செய்தது போன்றோ அக்காலத்தில் அவர்கள் வரலாற்றை எழுதவில்லை என்பது தெளிவு. புராணங்களில் ஓரளவுக்கு வரலாற்றுச்

செய்திகளைக் காண்கிறோம். புராணங்கள் பதினெட்டு வகைப்பட்டவை. பதினெட்டு என்பது வழக்காற்றுத் தொடர்புள்ள ஒரு பதம். உள்ளடக்கத்தில் கலைக் களஞ்சியம் போல் அமைந்துள்ள புராணங்கள் குப்தர்கள் ஆட்சியின் தொடக்கம் வரையிலான அரசகுல வரலாற்றைத் தருகின்றன. சில முக்கிய நிகழ்ச்சிகள் நடைபெற்ற இடங்களை அவை குறிப்பிடுவதோடு, அந்த நிகழ்ச்சிகளுக்கான காரணக் காரியங்களையும் விவாதிக்கின்றன. நிகழ்ச்சிகள் ஏற்கெனவே நடைபெற்று பதிவுசெய்யப்பட்டுவிட்ட போதிலும் அந்த நிகழ்ச்சிகள் இனிமேல்தான் நடைபெறவிருப்பதுபோல் எதிர்கால வினை வடிவத்தில் அவை கூறப்படுகின்றன. மாற்றம் என்பது வரலாற்றின் சாரம் என்பதை புராணங்களை எழுதியவர்கள் அறியாமல் இருக்க முடியாது. புராணங்கள் கிரேதாயுகம், திரேதாயுகம், துலாபரயுகம், கலியுகம் ஆகிய நான்கு யுகங்களைப் பற்றிக் கூறுகின்றன. ஒவ்வொரு யுகமும் வரப்போகும் யுகத்தைவிட மோசமானதாகச் சித்திரிக்கப்படுகிறது; யுகங்கள் கடந்து செல்லும்போது தார்மீக மதிப்புகளும் சமூக அமைப்புகளும் சீர்கேடடைகின்றன. வரலாற்றில் ஒரு ஜீவாதார அம்சமான காலத்தின் முக்கியத்துவம் சுட்டிக்காட்டப்படுகிறது. பண்டைக்கால இந்தியாவில் பல சகாப்தங்கள் தொடங்கின; இவற்றின் படியே நிகழ்ச்சிகள் பதிவு செய்யப்பட்டன. விக்ரமசம்வற்சரம் கி.மு. 57லும். சகசம்வற்சரம் கி.பி. 78லும், குப்த சகாப்தம் கி.பி. 319லும் தொடங்கின. கால, இட வர்த்தமானத்தைப் பொறுத்து செதுக்குப் பொறிப்புகள் நிகழ்ச்சிகளைப் பதிவு செய்கின்றன. கி.மு. மூன்றாம் நூற்றாண்டின் போது அசோகரது கல்வெட்டுகள் கணிசமான அளவுக்கு வரலாற்று உணர்வை வெளிப்படுத்துகின்றன. அசோகர் 37 ஆண்டுகள் ஆட்சி புரிந்தார். அவர் ஆட்சி புரிந்த ஆண்டுகளில் எட்டாவது ஆண்டு முதல் இருபத்தியேழாவது ஆண்டுகள் வரையிலான நிகழ்ச்சிகளை அவரது கல்வெட்டுகள் பதிவு செய்துள்ளன. எனினும் அவரது ஒன்பதாண்டு ஆட்சிக் கால நிகழ்ச்சிகளே இதுவரை கண்டுபிடிக்கப்பட்டுள்ள கல்வெட்டுகளிலிருந்து தெரிய வந்துள்ளன. அவரது எஞ்சிய ஆட்சிக்காலம் சம்பந்தப்பட்ட நிகழ்ச்சிகள் குறித்து எதிர்கால கண்டுபிடிப்புகள் தகவல்கள் வெளியிடக்கூடும். இதேபோன்று, கி.மு. முதலாம் நூற்றாண்டில் கலிங்கத்தை ஆண்ட காரவேலர் தமது வாழ்க்கையின் மிக முக்கியமான நிகழ்ச்சிகளை ஹாதிக்கும்பா கல்வெட்டுகளில் ஆண்டு வாரியாகப் பதிவு செய்யச் செய்திருக்கிறார்.

வாழ்க்கை வரலாற்று நூல்களில் இந்தியர்கள் பெருமளவுக்கு வரலாற்று உணர்வை வெளிப்படுத்தி இருக்கின்றனர். கி.பி. ஏழாம்

நூற்றாண்டில் பாணபட்டர் எழுதிய **ஹர்ஷசரித்திரத்தை** இதற்கு ஒரு சிறந்த உதாரணமாகக் கூறலாம். இது ஓரளவுக்கு வாழ்க்கை வரலாற்று நூலாக எழில் கொஞ்சும் விழுமிய நடையில் எழுதப்பட்டிருக்கிறது. பின்னாளைய போலி எழுத்தாளர்களுக்கு இது மனக்கசப்பையும் நம்பிக்கை இழப்பையும் ஏற்படுத்திற்று. இந்நூல் ஹர்ஷவர்த்தனனின் ஆரம்பக்கால வாழ்க்கையை விவரிக்கிறது. இதில் மிகைப்படுத்தல்கள் அதிகம் இருந்தாலும், ஹர்ஷரது ஆட்சியில் அரச வாழ்க்கையையும், அவர் காலத்து சமூக மற்றும் சமய வாழ்க்கையையும் பற்றிய ஒரு சிறந்த படப்பிடிப்பினை அது வழங்குகிறது. இதன் பின்னர் எத்தனை எத்தனையோ சரித்திரங்கள் அல்லது வாழ்க்கை வரலாறுகள் எழுதப்பட்டன. சந்தியகர நந்தியின் **ராமசரிதம்** (பன்னிரண்டாம் நூற்றாண்டு) கைவர்த்த விவசாயிகளுக்கும் பாலா மன்னன் ராமபாலனுக்கும் இடையே நடைபெற்ற மோதலை வருணிக்கிறது. இதில் ராமபாலனே வெற்றியடைந்தான். பில்ஹணரின் **விக்ரமனகதேவசரிதம்** அவரது புரவலரும் கல்யாண் சாளுக்கிய மன்னருமான ஆறாம் விக்கிரமாதித்தனின் அருஞ்சாதனைகளை எடுத்துரைக்கிறது. குஜராத்தைச் சேர்ந்த சில வணிகர்களின் வாழ்க்கை வரலாறுகள் கூட (சரிதம்) கி.பி. பன்னிரண்டு - பதிமூன்றாம் நூற்றாண்டுகளில் எழுதப் பட்டன. இதேபோன்ற வரலாறுகள் தென்னிந்தியாவிலும் எழுதப் பட்டிருப்பது சாத்தியமே. எனினும் இத்தகைய ஒரே ஒரு நூல்தான் இதுவரை கண்டுபிடிக்கப்பட்டிருக்கிறது. இது **முஷிக வம்சம்** எனப்படுகிறது. இந்நூல் பதினோராம் நூற்றாண்டில் அதுலரால் எழுதப்பட்டதாகும். வடக்குக் கேரளத்தை ஆண்டுவந்த முஷிகர்களின் அரச குலத்தைப் பற்றிய விவரங்களை இது தருகிறது. ஆயினும் ஆரம்பக்கால வரலாற்று நூலுக்கு மிகச் சிறந்த உதாரணமாக **ராஜதரங்கினி** அல்லது "மன்னர்களின் நீரோடை" திகழ்கிறது. இது பன்னிரண்டாம் நூற்றாண்டில் கல்ஹணரால் ஆக்கப்பட்டதாகும். காஷ்மீர் மன்னர்களின் வாழ்க்கை வரலாறுகளை இது வரிசையாக, கோவையாகத் தருகிறது. நம் காலத்தில் புரிந்து கொண்டிருக்கும் ரீதியில் வரலாற்றின் பல்வேறு அம்சங்களைத் தன்னகத்தே கொண்ட முதல் நூலாக இது கருதப்படுகிறது.

வரலாற்றைத் தொகுத்துரைத்தல்

வரலாற்றுக்கு முற்பட்ட காலத்தையும் வரலாற்றுக் காலத்தையும் சேர்ந்த எண்ணற்ற இடங்கள் அகழ்வாய்வு செய்யப்பட்டுள்ளன. ஆனால் இதிலிருந்து பெறப்பட்ட முடிவுகள் பண்டைக்கால இந்திய

வரலாற்றின் பிரதான நீரோட்டத்தில் இடம்பெறவில்லை. வரலாற்றுக்கு முற்பட்ட காலத் தொல்பொருள் ஆராய்ச்சியின் முடிவுகளைக் கணக்கிலெடுத்துக் கொள்ளாமல் இந்தியாவில் சமூகப் பரிணாமக் கட்டங்களைப் புரிந்து கொள்வது சாத்தியமல்ல. இதேபோன்று வரலாற்றுத் தொல்பொருள் ஆராய்ச்சியும் முக்கியத்துவம் வாய்ந்ததாகும். பண்டைய வரலாற்றுக் காலத்தைச் சேர்ந்த 150க்கும் மேற்பட்ட இடங்கள் அகழாய்வு செய்யப்பட்டுள்ள போதிலும் பண்டைக்கால சமூக, பொருளாதார, கலாசாரப் போக்குகளுக்கும் அவற்றுக்குள்ள தொடர்பு குறித்து பொது மதிப்பாய்வு நூல்களில் இன்னமும் விவாதிக்கப் படவில்லை. முக்கியமாக பண்டைக்கால இந்தியாவின் நகர்புற வரலாற்றுச் சூழ்நிலையில் இது செய்யப்படுவது அவசியம். பெரும்பாலும் பௌத்த சமயம் சம்பந்தப்பட்ட இடங்களுக்கும், பிராமணீயம் சம்பந்தப்பட்ட சில இடங்களுக்கும் மட்டுமே இதுவரை முக்கியத்துவம் அளிக்கப்பட்டு வந்திருக்கிறது. ஆனால் இதர வரலாற்று வளர்ச்சிப் போக்குகள் கண்ணோட்டத்திலிருந்தும் சமய வரலாற்றை நோக்குவது இன்றியமையாததாகிறது.

பிரதானமாக உள்நாட்டு, வெளிநாட்டு இலக்கியச் சான்றுகளை ஆதாரமாகக் கொண்டே இதுவரை பண்டைக்கால வரலாறு எழுதப்பட்டு வந்திருக்கிறது. நாணயங்களும் கல்வெட்டுகளும் இதில் ஓரளவு பங்காற்றுகின்றன என்பதில் ஐயமில்லை. எனினும் நூல்கள்தான் முக்கிய இடம் பெறுகின்றன. இப்போது புதிய முறைகள் நம் கவனத்தை ஈர்க்கின்றன. ஒருபுறம் வேதகாலத்துக்கும், மற்றொருபுறம் வண்ணம் பூசப்பட்ட சாம்பல்நிற மட்கலங்கள் மற்றும் இதே வகையான தொல்பொருள் ஆராய்ச்சிக் கண்டுபிடிப்புகள் முதலியவற்றுக்கும் இடையேயான பரஸ்பர தொடர்பை நாம் உறுதிப்படுத்த வேண்டியிருக்கிறது. இதேபோன்று, ஆரம்பக்கால பாலி நூல்களை வட பகுதியைச் சேர்ந்த மெருகேற்றப்பட்ட கரிய நிற மட்கலங்களுடன் தொடர்புப்படுத்தி ஆராய வேண்டியிருக்கிறது. மேலும் சங்ககால நூல்களிலிருந்து பெறப்பட்ட தகவல்களை தீபகற்ப இந்தியாவின் கல்வெட்டுகளுடனும், பாரக்கல் சார்ந்த ஆரம்பக்கால தொல்பொருள் ஆராய்ச்சிகளுடனும் இணைத்துப் பார்ப்பது அவசியமாகிறது.

புராணங்களில் தரப்பட்டிருக்கும் நீண்ட குடும்பக் கால்வழிப் பட்டியலை விடவும் தொல்பொருள் ஆராய்ச்சி சான்றுகளை மிகுந்த முக்கியத்துவம் வாய்ந்தவையாகக் கருத வேண்டும். புராணங்களை அடிப்படையாகக் கொண்டு அயோத்தியின் ராமரது காலத்தை சுமார் கி.மு. 2000 என்று நிர்ணயிக்கக்கூடும். ஆனால் அயோத்தியில்

மேற்கொள்ளப்பட்ட விரிவான அகழ்வாய்வுகள் அந்நாட்களில் அங்கு எத்தகைய குடியேற்றமும் இருந்ததாகக் காட்டவில்லை. இதேபோன்று, கி.மு. 200க்கும் கி.பி. 300க்கும் இடையேயான காலத்தைச் சேர்ந்தவை எனக்கருதப்பட்ட, மதுராவில் கண்டுபிடிக்கப்பட்ட கல்வெட்டுகளும் சிற்பங்களும் அப்பகுதியில் கிருஷ்ணர் வாழ்ந்ததற்கான தடயங்கள் எதையும் தரவில்லை. கிருஷ்ணர் மகாபாரதத்தில் ஒரு முக்கியமான பாத்திரம் வகித்தவர் என்பதை அந்த இதிகாசம் கூறுவதை நாம் அனைவரும் அறிவோம். எனவே, கடந்த காலத்தில் பெரும்பாலான பண்டைய இந்திய வரலாற்று நூல்களில் இராமாயணமும் மகாபாரதமும் ஓர் அத்தியாயமாக இணைக்கப்பட்டிருந்த போதிலும் அவற்றை அடிப்படையாகக் கொண்டு காவிய காலம் என்று ஒன்றிருந்ததாக முடிவுக்கு வருவது சாத்தியமில்லாமல் இருக்கிறது. இராமாயணத்திலும் சரி, மகாபாரதத்திலும் சரி பல சமூகப் பரிணாமக் கட்டங்களைக் காணமுடியும் என்பது உண்மையே. இந்த இதிகாசங்கள் ஒரே சமூகப் பரிணாமக் கட்டத்தைச் சேர்ந்ததாக இல்லாதிருப்பதே இதற்குக் காரணம்; இந்த இயலின் ஆரம்பத்தில் நாம் எடுத்துக் காட்டியிருப்பதுபோல் அவை பல மாற்றங்களுக்கு உள்ளாகி இருக்கின்றன.

பல கல்வெட்டுகள் அத்தனை வரலாற்று மதிப்புடையவை அல்ல என்று இதுகாறும் நிராகரிக்கப்பட்டிருக்கின்றன. "வரலாற்று மதிப்பு" என்பது அரசியல் வரலாற்றைக் கட்டி உருவாக்குவதற்குத் தேவையான தகவல்களையே குறிக்கும். புராண மரபுகளுடன் ஒப்பிடும்போது, கல்வெட்டுகள் அதிக நம்பகமானவை என்பதில் ஐயமில்லை. உதாரணமாக, கல்வெட்டுகளின் அடிப்படையில் சாதவாகனர்களின் காலம் கி.மு. முதலாம் நூற்றாண்டு என்று நிர்ணயிக்கப்படும்போது புராணங்கள் அக்காலத்தைப் பின்னுக்குத் தள்ளுவதைப் பார்க்கிறோம். கல்வெட்டுகள் ஒரு மன்னனது ஆட்சிக்காலம் அவனது வெற்றிகள் முதலியவற்றை எடுத்துரைப்பதோடு, அக்காலத்திய ஆட்சி அமைப்பு முறை, சமுதாயம், பொருளாதாரம், சமயம் முதலியவற்றின் வளர்ச்சிப் போக்குகளையும் காட்டுகின்றன. எனவே, இந்த நூல் அரசியல் அல்லது சமய வரலாற்றின் பொருட்டு மட்டுமே கல்வெட்டுகளைப் பயன்படுத்திக் கொள்ளவில்லை என்பது தெளிவு. கல்வெட்டு நிலமானியங்கள் மூலம் குடும்பக் கால்வழி மரபுகளையும், வெற்றிப் பட்டியல்களையும் மட்டுமின்றி முக்கியமாக புதிய அரசுகளின் தோற்றத்தையும், குறிப்பாக குப்தர் ஆட்சிக்குப் பிந்தைய காலத்தில் வேளாண்மைக் கட்டமைப்பில் ஏற்பட்ட மாற்றங்களையும் பற்றித் தெரிந்து கொள்ள முடிகிறது. இதேபோன்று, இந்தோ-கிரேக்கர்கள், சாகர்கள், சாதவாகனர்கள்,

குஷாணர்கள் முதலானோரின் வரலாற்றைத் தெரிந்து கொள்வதற்கு மட்டுமல்லாது, வாணிக மற்றும் நகரப்புற வாழ்க்கை வரலாற்றை அறிந்து கொள்வதற்கும் நாணயங்கள் உதவுகின்றன.

இரத்தினச் சுருக்கமாகக் கூறினால், நூல்கள், நாணயங்கள், கல்வெட்டுகள், தொல்பொருள் ஆய்வுகள் முதலியவற்றிலிருந்து மிகக் கவனமாகத் தகவல்களைச் சேகரிப்பது வரலாற்றைத் கட்டமைப்பதற்கு அத்தியாவசியமாகிறது. ஆதாரச் சான்றுகளின் முக்கியத்துவத்தை இது எவ்விதம் அதிகப்படுத்துகிறது என்பதை ஏற்கெனவே பார்த்தோம். எனவே, நாணயங்கள், கல்வெட்டுகள், தொல்பொருள் ஆராய்ச்சிகள் ஆகியவை இதிகாசங்களிலும் புராணங்களிலும் காணப்படும் கதைகளைவிட மிகுந்த முக்கியத்துவம் வாய்ந்தவையாகக் கருதப் படுகின்றன. புராண இலக்கியங்கள் சமுதாயத்தில் மேம்பட்டு நிற்கும் விதி முறைகளை ஆதரிக்கக்கூடும்; சமூக சம்பிரதாயங்களையும் பழக்க வழக்கங்களையும் உறுதிப்படுத்தக்கூடும்; சாதியமைப்புகளிலும் இதர சமூகக் குழுக்களிலும் நிலவும் சலுகைகளையும் இயலாமைகளையும் நியாயப்படுத்தவும் கூடும்; எனினும் அவற்றில் விவரிக்கப்பட்டிருக்கும் நிகழ்ச்சிகளை உண்மையானவை என்று ஏற்றுக்கொள்ள இயலாது. நம் காலத்தில் நிலவும் பண்டைய மரபெச்சங்கள் சிலவற்றின் உதவி கொண்டோ அல்லது பூர்வீக மக்களைப் பற்றிய ஆய்விலிருந்து பெறப்பட்ட விவரங்களைக் கொண்டோ கடந்தகாலப் பழக்க வழக்கங்களுக்கு விளக்கம் காண முடியும். ஒரு முழு நிறைவான வரலாற்றுச் சீரமைப்பு ஏனைய பண்டைய சமுதாயங்களின் நிகழ்வுப் போக்குகளை உதாசீனம் செய்ய முடியாது. ஓர் ஆழமான ஒப்பாய்வு நோக்கு பண்டைக் கால இந்தியாவில் நிலவியவை யாவும் “அபூர்வமானவை”, “தன்னிகரில்லாதவை” என்ற வெறித்தனமான, மனம்போனப் போக்கான கருத்தை அகற்றுவதற்கு உதவும்; மேலும் இதர பல நாடுகளைச் சேர்ந்த பண்டைய சமுதாயங்களில் நிலவியவை ஒத்த பண்டைய இந்தியப் போக்குகளை வெளிக் கொணரவும் துணை புரியும்.

இயல் 4

நிலவியல் பின்னணி

இந்தியாவின் நிலவியல் பற்றி ஓரளவேனும் தெரிந்து கொள்ளாமல் அதன் வரலாற்றைப் புரிந்து கொள்ள முடியாது. இந்தியத் துணைக் கண்டம் நிலப்பரப்பில் ரஷ்யா நீங்கலாக ஐரோப்பாவைப் போல் பெரியது. அதன் மொத்த நிலப்பரப்பு 42,02,500 சதுர கிலோ மீட்டர்கள். இந்தியத் துணைக்கண்டம் இந்தியா, வங்கதேசம், நேப்பாளம், பூட்டான், பாகிஸ்தான் என ஐந்து நாடுகளாகப் பிரிந்துள்ளது. இந்தியாவின் மக்கட்தொகை ஏறத்தாழ 86,00,00,000. அதில் இருபத்தைந்து மாநிலங்களும் ஏழு யூனியன் பிரதேசங்களும் அடங்கியுள்ளன. சில மாநிலங்கள் பல ஐரோப்பிய நாடுகளை விடவும் பெரியவை. உதாரணமாக, பீகார் பரப்பளவில் இங்கிலாந்தைப் போன்று பெரியது; அநேக ஐரோப்பிய நாடுகள் மத்தியப் பிரதேசத்தைவிடச் சிறியவை.

இந்தியத் துணைக்கண்டம் நன்கு ஒழுங்கமைக்கப்பட்ட ஒரு நிலவியல் அமைப்பாக பெரும்பாலும் வெப்ப மண்டலத்தில் அமைந்திருக்கிறது. இந்தியாவின் வரலாற்றில் பருவக்காற்று ஒரு முக்கிய பங்காற்றுகிறது. தென்மேற்குப் பருவக்காற்று ஜூன் முதல் அக்டோபர் வரை நீடிக்கிறது; நாட்டின் பெரும் பகுதிக்குப் பல்வேறு அளவில் அது மழையைக் கொண்டு வருகிறது. பண்டைக் காலத்தில் நீர்ப்பாசனம் ஒரு முக்கியமான அம்சமாக இருக்கவில்லை; மழைதான் வேளாண்மையில் உயிர்நாடியான பங்கை வகித்தது. வட இந்தியாவில் இன்று காரிஃப் பயிர் என அழைக்கப்படும் பயிர் பண்டைய நாட்களில் தென்மேற்குப் பருவக் காற்றையே பிரதானமாக சார்ந்திருந்தது. வடகிழக்குப் பருவ மழை நவம்பர் முதல் மே வரை பெய்கிறது. இது பெரும்பாலும் தீபகற்ப இந்தியாவுக்கு மழையைக் கொண்டு வருகிறது. இங்கு நெல்தான் பிரதான பயிர். அது வட இந்தியாவுக்கும் மழையைக் கொண்டு வருகிறது. அங்கு கோதுமை, பார்லி முதலியவை பிரதான பயிர்களாகும். ஏறத்தாழ கி.பி. முதலாம் நூற்றாண்டில் பருவக் காற்றின் திசைவழி கண்டுபிடிக்கப் பட்டதும் வாணிகர்கள் மேற்கு ஆசியாவிலிருந்தும் மத்தியதரைக்கடல்

பகுதியிலிருந்தும் கடற்பயணம் மேற்கொண்டு இந்தியாவுக்கும் தென்கிழக்கு ஆசியாவுக்கும் வந்தனர். பின்னர் வடகிழக்குப் பருவமழை தொடங்கியதும் மேற்கு திசையில் பயணம் செய்து சொந்த நாடுகளுக்குத் திரும்பினர். பருவ மழை கண்டுபிடிக்கப்பட்டதானது இந்தியா மேற்கு ஆசியாவுடனும் மத்தியதரைப் பிரதேசத்துடனும், தென்கிழக்கு ஆசியாவுடனும் வாணிகம் செய்வதையும், அப்பகுதிகளுடன் கலாசாரத் தொடர்புகளை ஏற்படுத்திக் கொள்வதையும் சாத்தியமாக்கிற்று.

இந்தியா வடக்கே இமயமலைகளையும் ஏனைய மூன்று பக்கங்களிலும் கடல்களையும் எல்லைகளாகக் கொண்டிருக்கிறது. சைபீரியாவிலிருந்து மத்திய ஆசியாவின் வழியாக வீசும் மிகக் குளிர்ந்த வடதுருவக்காற்றிலிருந்து இமாலய மலைகள் நாட்டைப் பாதுகாக்கின்றன. இதனால் வட இந்தியாவின் தட்ப வெப்ப நிலை ஆண்டு முழுவதும் ஓரளவுவெதுவெதுப்பானதாக இருப்பது சாத்தியமாகிறது. சமவெளிப் பகுதிகளில் குளிர் மிகக் கடுமையாக இல்லாததால், மக்களுக்கு கனமான உடைகள் தேவைப்படுவதில்லை; அவர்கள் திறந்த வெளியிடங்களில் நீண்டகாலம் வசிக்க முடிகிறது. இரண்டாவதாக, இமாலய மலைகள் மிக வானளாவ உயர்ந்து நிற்பதால், வடக்கிலிருந்து ஏற்படக்கூடிய படை யெடுப்புகளிலிருந்து நாட்டைப் பாதுகாக்கிறது. தொழில் வளர்ச்சிக்கு முந்தைய காலகட்டத்தில் தகவல் போக்குவரத்து மிகக் கடினமாக இருந்த சந்தர்ப்பத்தில் இது முக்கியமாகப் பொருந்தும். எனினும் வடமேற்கே இமாலய மலைகளின் தென்திசையில் அமைந்துள்ள சுலைமான் மலைத்தொடர்களை கைபர் கணவாய் மூலமும் கோமல் கணவாய் மூலமும் கடந்துவர முடியும். தெற்கே பலூச்சிஸ்தானில் சுலைமான் மலைத்தொடர்களுடன் கீர்த்தர் மலைத்தொடர்கள் இணைகின்றன; இம் மலைத் தொடர்களை போலன் கணவாய் மூலம் கடக்க முடியும். இந்தக் கணவாய்கள் மூலம் இந்தியாவுக்கும் மத்திய ஆசியாவுக்கும் இடையே வரலாற்றுக்கு முற்பட்ட காலத்திலிருந்து போக்குவரத்து நடைபெற்று வந்திருக்கிறது. ஈரான், ஆப்கானிஸ்தான், சோவியத் மத்திய ஆசியாவைச் சேர்ந்த மக்கள் படையெடுப்பாளர்களாகவும் குடியேற்றக்காரர்களாகவும் இந்தியாவுக்கு வந்தனர்; இதேபோன்று எதிர்திசையிலும் நடைபெற்றது. இமாலய மலைகளின் மேற்கத்திய தொடரான இந்துக்குஷ் மலைகள் கூட சிந்து வெளிக்கும் ஆக்சஸ் வெளிக்கும் இடையே ஒரு பிரிக்க முடியாத தடையரணாக இருக்கவில்லை. ஒருபுறம் இந்தியாவுக்கும் மற்றொருபுறம் மத்திய ஆசியா மற்றும் மேற்கு ஆசியாவுக்கும் இடையே வணிக, கலாசாரத் தொடர்புகள் வளர்வதற்கு இந்தக் கணவாய்கள் துணை புரிந்தன.

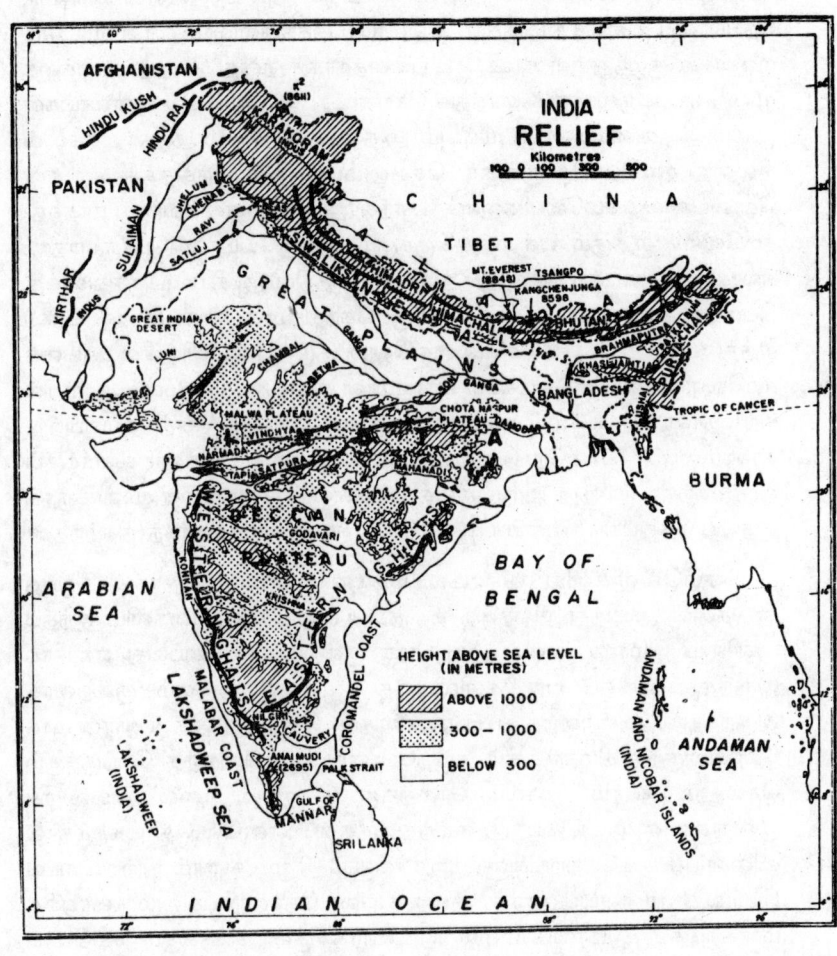

இந்தியாவின் இந்த இடக்கிடப்பியல் விவரங்கள் இந்தியத் தலைமை நில அளவாயர் அனுமதியுடன் வெளியிடப்பட்ட தேசப்படங்களை ஆதாரமாகக் கொண்டவை.

© இந்திய அரசின் பதிப்புரிமை, 1986.

இந்தியாவின் கரையோரக் கடல் பரப்பு எல்லைகள் அங்கீகரிக்கப்பட்ட இடத்திலிருந்து பன்னிரண்டு கடல் மைல் தொலைவுக்குக் கடலுக்குள் விரிந்து செல்லுகின்றன.

படம் - 1

இந்தியா - இயற்கை அமைப்புகள்

இமாலய மலைகளின் அரவணைப்பில் அமைந்துள்ளன காஷ்மீர், நேப்பாளப் பள்ளத்தாக்குகள். எல்லாப் பக்கங்களிலும் வான் முட்டும் மலைகள் சூழ்ந்துள்ள காஷ்மீரப் பள்ளத்தாக்கு தனது சொந்த வாழ்க்கை முறையை உருவாக்கி வளர்த்துக் கொண்டது. ஆனால் பல கணவாய்கள் மூலம் அதனை அடைய முடியும். அதன் குளிர்காலம் அதன் மக்களில் சிலரை சமவெளிகளுக்குச் செல்லும்படி நிர்ப்பந்தித்தது. அதன் கோடைகாலம் சமவெளிகளைச் சேர்ந்த ஆயர்களைக் கவர்ந்து ஈர்த்தது. சமவெளிகளுக்கும் பள்ளத்தாக்குக்கும் இடையேயான பொருளாதார, கலாசாரத் தொடர்பு நீடித்தது. அண்டை மத்திய ஆசியப் பகுதிகளுக்கு பௌத்த சமயத்தைப் பரப்பும் ஒரு கேந்திரமாக காஷ்மீர் ஆவதிலிருந்து பாமிர் பீடபூமி எவ்வகையிலும் தடுத்துவிடவில்லை. கங்கை சமவெளியைச் சேர்ந்த மக்கள் ஏராளமான கணவாய்கள் மூலம் அளவில் சிறியதான நேப்பாளப் பள்ளத்தாக்குக்கு வருவது சாத்தியமாயிற்று. காஷ்மீரைப் போன்றே இதுவும் சமஸ்கிருதத்தைப் பேணி வளர்க்கும் ஒரு கேந்திரமாயிற்று. இரு பள்ளத்தாக்குகளும் ஏராளமான சமஸ்கிருதக் கையெழுத்துப்படிகளைப் பாதுகாக்கும் களஞ்சியங்களாகத் திகழ்ந்தன.

சமவெளிகளில் வண்டல் மண்ணில் வளர்ந்தோங்கியிருந்த காடுகளை அழித்து, நிலத்தை திருத்திப் பண்படுத்துவதைவிட இந்தப் பணியை இமாலய மலை அடிவாரக் குன்றுகளில் செய்வது எளிதாக இருந்தது. இந்தப் பகுதிகளிலிருந்த ஆறுகள் அகலம் குறைவாக இருந்ததால் அவற்றைக் கடப்பது எளிதாக இருந்தது. இதன் காரணமாக மேற்கிலிருந்து கிழக்குக்கும் அதேபோன்று கிழக்கிலிருந்து மேற்குக்கும் செல்லும் ஆரம்பக்காலப் பாதைகள் இமாலய மலை அடிவாரக் குன்றுகளை ஒட்டியே அமைந்திருந்தன. எனவே,தொடக்கக்கால விவசாயக் குடியேற்றங்களும் அரசுகளும் கி.மு. ஆறாம் நூற்றாண்டில் இமாலய மலையடிவாரக் குன்றுகளில் தோன்றியதிலும், வாணிக மார்க்கங்கள் இமாலய மலை அடிவாரக் குன்றுகளுக்கும் சமவெளிகளுக்கும் இடையே இருந்த சதுப்புத் தாழ்நிலம் வழியாகச் செல்லும் மார்க்கங்களை அடியொட்டிச் சென்றதிலும் வியப்பேதும் இல்லை.

வானம் கிழிந்து விட்டதைப் போன்று கொட்டும் கோடை மழையால் நொங்கும் நுரையுமாக வெள்ளம் பெருக்கெடுத்தோடும் முக்கிய நதிகள் பாயும் பிரதேசத்தை வரலாற்றுச் சிறப்புமிக்க இந்தியாவின் இதயம் என்று கூறலாம். சிந்து சமவெளி, இந்தோ-கங்கை ஆற்றுப்படுகை, பிரமபுத்திரா நதிப்படுகை, கங்கை நதிப்படுகை ஆகியவை இவற்றில் அடங்கும். மேற்கிலிருந்து கிழக்கே

செல்லும்போது மழை அளவு 25 சென்டிமீட்டரிலிருந்து 250 சென்டிமீட்டருக்கு உயர்வதைப் பார்க்கிறோம். 25-37 செ.மீ. மழை அளவு கொண்ட சிந்து நதி தீரத்தையும், 37-60 செ.மீ. மழை அளவு கொண்ட மேற்கத்திய கங்கை நதி தீரத்தையும் கற்கருவிகளையும் செப்புக் கருவிகளையும் கொண்டே பண்படுத்தி பயிர் செய்யலாம். ஆனால் 60-125 செ.மீ. மழை அளவு கொண்ட மத்திய கங்கை நதி தீரத்தின் விஷயத்தில் இது சாத்தியமல்ல. அதிலும் கீழ்க்கங்கை நதிதீரம், பிரம்மபுத்திரா நதிதீரம் ஆகியவற்றில் இது நிச்சயமாக சாத்தியமில்லை. கெட்டியான மண்கொண்ட அடர்ந்தக் காட்டுப் பகுதிகளை பிற்காலக் கட்டத்தில் தோன்றிய இரும்புக் கருவிகளைக் கொண்டே பண்படுத்த முடிந்தது. எனவே, மேற்குப் பகுதியின் இயற்கை வளங்கள்தான் முதலில் பயன்படுத்திக் கொள்ளப்பட்டன; இதனால் பொதுவாக பெருமளவிலான மனிதக் குடியேற்றங்கள் மேற்கிலிருந்து கிழக்கே வியாபித்தன.

சிந்து - கங்கை சமவெளிகள் பண்படுத்தப்பட்டு சாகுபடிக்குக் கொண்டுவரப்பட்டதும், அமோக விளைச்சலைத் தந்தன; ஒன்றன்பின் ஒன்றாகத் தோன்றிய கலாசாரங்களை வளமும் செழுமையும் படுத்தின. சிந்து மற்றும் மேற்கத்திய கங்கை சமவெளிகள் பிரதானமாக கோதுமையையும் பார்லியையும் உற்பத்தி செய்தன. மத்திய மற்றும் கீழ்க் கங்கை சமவெளிகள் முக்கியமாக நெல் விளைவித்தன. குஜராத்திலும் விந்திய மலைகளுக்குத் தெற்கேயும் அரிசிதான் பிரதான உணவுப் பொருளாகத் திகழ்ந்து வந்தது. ஹரப்பா கலாசாரம் சிந்து வெளியில் தோன்றித் தழைத்தோங்கிற்று; வேதகால கலாசாரம் பஞ்சாபில் உதித்து மேற்கத்திய கங்கை வடிநிலத்தில் வளம் கொழித்தது; வேத பிற்கால கலாசாரம் பிரதானமாக இரும்பைப் பயன்படுத்துவதை ஆதார அடிப்படையாகக் கொண்டு மத்திய கங்கைப் படுகையில் ஆக்கவளமுற்றது. கீழ்க் கங்கை பள்ளத்தாக்கும் வடக்கு வங்காளமும் உண்மையில் குப்தர் காலத்தில்தான் முன்னணிக்கு வந்தன; இறுதியில் அசாம் உள்ளிட்ட பிரம்மபுத்திரா பள்ளத்தாக்கு மத்தியக்கால ஆரம்பத்தில் முக்கியத்துவம் பெற்றது. இந்த சமவெளிகளையும் பள்ளத்தாக்குகளையும் கைப்பற்றுவதற்கு முக்கியமான வல்லரசுகள் போட்டி போட்டன. அதிலும் குறிப்பாக கங்கைக்கும் யமுனைக்கும் இடைப்பட்ட நிலப்பகுதி பெரிதும் விரும்பி நாடக் கூடியதாகவும், கடுமையான போட்டிக்குரியதாகவும் இருந்து வந்தது.

ஆறுகள் வாணிகத்துக்கும் போக்குவரத்துக்கும் குருதிக் குழாய்கள் போல் செயல்பட்டன. பண்டைக் காலத்தில் சாலைகள் அமைப்பது கடினம். எனவே மனிதர்களும் பொருள்களும் படகுகள் மூலம் கொண்டு செல்லப்பட்டன. இதனால் நதிவழி மார்க்கங்கள் வாணிக, ராணுவப் போக்குவரத்துக்குப் பெரிதும் பயன்பட்டன. அசோகரது கல்வெட்டுத் தூண்கள் படகுகள் மூலமே நாட்டின் பல்வேறு பகுதிகளுக்குக் கொண்டு சென்றிருக்க வேண்டும் என்பது தெள்ளத் தெளிவு. போக்குவரத்துக்கு நதிகளின் முக்கியத்துவம் கிழக்கிந்தியக் கம்பெனி காலம்வரை கூட நீடித்தது. தவிரவும், நதிகள் வெள்ளப்பெருக்கெடுத்தோடி அண்டைப் பிரதேசங்களைச் செழிப்புறச் செய்தன; இவற்றிலிருந்து வெட்டப்பட்ட கால்வாய்களுக்கும் நீர் வழங்கின. எனினும் இந்த நதிகள் அவ்வப்போது வெள்ளப்பெருக்கெடுத்து வடக்கு சமவெளிகளில் உள்ள நகரங்களையும் கிராமங்களையும் அழித்தன; இதனால் அநேக பண்டைக்காலக் கட்டிடங்கள் மீட்க முடியாதபடி வெள்ளப்பெருக்கில் அடித்துச் செல்லப் பட்டன. எனினும் அஸ்தினாபுரம், பிரயாகை, வாரணாசி, பாடலிபுத்திரம் முதலான முக்கிய நகரங்களும் தலைநகரங்களும் நதிகளின் கரைகளிலேயே அமைந்திருந்தன என்பது இங்கு குறிப்பிடத்தக்கதாகும். தற்காலத்தில், ரயில் அல்லது சாலைச் சந்திப்புகளிலோ தொழில்களும் சுரங்கங்களும் நிறைந்த பகுதிகளிலோதான் நகர்புறக் குடியிருப்புகளுக்கு இடங்கள் தேர்ந்தெடுக்கப்படுகின்றன. ஆனால் தொழில் வளர்ச்சிக்கு முற்பட்ட காலத்தில் நகரங்கள் பெரும்பாலும் நதிக்கரைகளில்தான் அமைந்திருந்தன.

இவையெல்லாவற்றையும் விட நதிகள் அரசியல் மற்றும் கலாசார எல்லைகளாக விளங்கி வந்தன; மலைகளுக்கும் இது பொருந்தும். இந்தியத் தீபகற்பத்தின் கிழக்குப் பகுதியில் ஒரிசா கடற்கரை மண்டலத்தை உள்ளடக்கிய கலிங்கம் எனப்படும் பிரதேசம் வடக்கே மகாநதிக்கும் தெற்கே கோதாவரிக்கும் இடையே அமைந்திருப்பதை இவ்வகையில் குறிப்பிடலாம். இதேபோன்றுதான் வடக்கே கோதா வரிக்கும் தெற்கே கிருஷ்ணாவுக்கும் இடையே ஆந்திரப்பிரதேசம் அமைந்திருக்கிறது. இந்த இரு நதிகளும் அவற்றின் முகத்துவாரங்களில் உருவாக்கியிருக்கும் சமவெளிகள் கிறித்துவ சகாப்தத்தின் தொடக்கத்தில் மிகுந்த வரலாற்று முக்கியத்துவத்தைப் பெற்றன; சாதவாகனர்களது ஆட்சிக் காலத்தில் எங்கும் நகரங்களும் துறைமுகங்களும் உதித்தெழுந்தன. இறுதியாக, தமிழ்நாட்டின் பெரும்பகுதி வடக்கே கிருஷ்ணா நதிக்கும் தெற்கே காவேரி ஆற்றுக்கும் இடையே அமைந்திருந்தது. காவேரிப் பள்ளத்தாக்கு தெற்கே ஏறத்தாழ வைகை

நதிவரையிலும் வடக்கே தென் பெண்ணாறு வரையிலும் வியாபித் திருந்தது. இது தனிவகைப்பட்ட மண்டலமாக அமைந்திருந்தது: கிறித்துவ சகாப்தம் ஆரம்பமாவதற்கு சிறிது காலத்திற்கு முன்னர் இது சோழர்களின் ஆட்சி பீடமாயிற்று. இந்தப் பிரதேசம் வடக்கு தமிழ்நாட்டிலிருந்து வேறுபட்ட பிரதேசமாகும். வடக்கு தமிழ்நாடு கி.பி. நான்கு - ஆறாம் நூற்றாண்டுகளில் பல்லவர்கள் ஆட்சியில் முக்கியத் துவம் பெற்றது. தீபகற்பத்தின் கிழக்குப் பகுதிக்கு சோழமண்டல கடற்கரை எல்லையாக அமைந்திருக்கிறது. கரையோரமாக கிழக்குத் தொடர்ச்சி மலைகள் வியாபித்திருந்த போதிலும் அவை அதிக உயரமில்லை; மேலும், கிழக்கு நோக்கிப் பாய்ந்து வங்காள விரிகுடாவில் சங்கமிக்கும் நதிகளால் மலைத்தொடரில் ஆங்காங்கு பல பிளவுகள் ஏற்பட்டிருக்கின்றன. இதனால் பண்டைக் காலத்தில் ஒருபுறம் கிழக்குக் கடற்கரைக்கும் இன்னொருபுறம் ஆந்திரா, தமிழ்நாட்டின் ஏனைய பகுதிகளுக்கும் இடையே போக்குவரத்து நடைபெறுவதில் எத்தகைய சிரமமும் இருக்க வில்லை. அரிக்கமேடு, மகாபலிபுரம், காவேரிப் பட்டிணம் ஆகிய துறைமுக நகரங்கள் சோழமண்டலக் கடற்கரையில் அமைந்திருந்தன.

தீபகற்பத்தின் மேற்குப் பகுதியில் இத்தகைய தனித்தன்மை வாய்ந்த பிராந்திய அமைப்புகள் ஏதும் இல்லை. ஆனால் வடக்கே தாபி (அல்லது தாமன்கங்கை) நதிக்கும் தெற்கே பீம நதிக்கும் இடையே மகாராஷ்டிரம் இருப்பதைக் காண்கிறோம். கர்நாடகப் பிரதேசம் வடக்கே பீம நதிக்கும் கிருஷ்ணாவின் மேல் பிராந்தியங்களுக்கும் தெற்கே துங்கபத்திரைக்கும் இடையே அமைந்திருக்கிறது. நீண்ட காலம் வரை துங்கபத்திரை அதற்கு வடக்கேயும் தெற்கேயும் இருந்த எப்போதும் போட்டி பூசல்களில் ஈடுபட்டிருந்த அரசுகளுக்கு இடையே அமைந்த ஓர் இயற்கையான எல்லையாக இருந்து வந்தது. பாதாமியின் சாளுக்கியர்களும் இராஷ்டிரகூடர்களும் எவ்வாறு துங்கபத்திரைக்குத் தெற்கே தங்களது அதிகாரத்தைச் செலுத்த முடியவில்லையோ அவ்வாறே பல்லவர்களும் சோழர்களும் அந்நதிக்கு வடக்கே தங்களது ஆட்சியை விஸ்தரிக்க முடியவில்லை. தீபகற்பத்திற்குத் தென்மேற்குக் கோடியிலுள்ள பிரதேசம் இன்றைய கேரள மாநிலம் அமைந்துள்ள பிரதேசமாகும். தீபகற்பத்தின் மேற்குப் பகுதியை ஒட்டியுள்ள கடலோரப்பகுதி மலபார் கடற்கரை எனப்படுகிறது. இந்தக் கடற்கரையில் பல துறைமுகங்களும் சிறு இராச்சியங்களும் இருந்தபோதிலும் இக்கடற்கரைக்கும் அண்டையிலுள்ள மகாராஷ்டிரம், கர்நாடகம், கேரளா முதலிய பகுதிகளுக்கும் இடையே போக்குவரத்து மேற்

கொள்வது கடினமாக இருந்தது; உட்புகுந்து செல்லுவதற்குச் சிரமமான கணவாய்களைக் கொண்ட மேற்குத் தொடர்ச்சி மலைகள் இவற்றிடையே குறுக்கிட்டதே இதற்குக் காரணம்.

வடக்கே சிந்து, கங்கை சமவெளிகளுக்கும் தெற்கே விந்திய மலைகளுக்கும் இடையே ஒரு பரந்த பிரதேசம் அமைந்துள்ளது; ஆரவல்லி மலைகளால் இது சில பகுதிகளாகப் பிரிக்கப்பட்டிருக்கிறது. ஆரவல்லி மலைகளுக்கு மேற்கே உள்ள பிரதேசம் தார் பாலை வனத்தால் சூழப்பட்டிருக்கிறது. ராஜஸ்தானின் ஒரு பகுதியும் இதில் அடக்கம். எல்லையற்று விரிந்து பரந்திருக்கும் இந்தப் பாலைவனம் பண்டைக் காலத்தில் இங்கு குடியேற்றங்கள் ஏற்படுவதை அசாத்தியமாக்கிற்று. எனினும் பாலைவனத்தில் இங்குமங்குமாக சில பாலைவனச் சோலைகள் உருவாகி இருந்தன; அவற்றில் ஆங்காங்கு மக்களும் குடியேறியிருந்தனர். ஆதிகாலம் தொட்டே ஒட்டகங்களின் உதவியால் பாலைவனத்தைக் கடந்து செல்வது சாத்தியமாயிற்று. ராஜஸ்தானின் தென்கிழக்குப் பகுதி பண்டைக் காலத்திலிருந்தே ஓரளவு செழுமை மிக்கதாக இருந்து வந்திருக்கிறது. இந்தப் பிராந்தியத்தில் கேத்ரி செம்பு சுரங்கம் இருந்து வருவதன் காரணமாக பித்தளை காலத்தில் இங்கு மனிதக் குடியேற்றங்கள் தோன்றத் தொடங்கின.

செழுமை மிக்க குஜராத் சமவெளிகளின் முன்னால் ராஜஸ்தான் ஒளி மங்கி காணப்படுகிறது. நர்மதை, தாபி, மாஹி, சபர்மதி முதலான நதிகள் குஜராத்துக்கு நீர்வளத்தை வழங்குகின்றன. தக்காணப் பீடபூமியின் வடமேற்குப் பகுதியில் அமைந்துள்ள குஜராத்தில் மழை குறைந்த கத்தியவார் தீபகற்பமும் அடங்கும். இந்த மாநிலத்தின் கடற்கரைப் பகுதி ஆழ்ந்த உள்வளைவு நெளிவுகளை உடையதாக இருப்பதால் அநேக துறைமுகங்களைக் கொண்டிருக்கிறது. எனவே, குஜராத் பண்டைக்காலம் முதலே கடல் வணிகத்துக்கும் அயல்நாட்டு வணிகத்துக்கும் புகழ்பெற்று வந்திருக்கிறது; அதன் மக்கள் செயலூக்க மிக்க வணிகர்களாகச் சிறந்து விளங்கி வந்திருக்கின்றனர்.

கங்கை - யமுனை சமவெளிக்குத் தெற்கே மேற்கில் சம்பல் நதியையும், கிழக்கே சோன் நதியையும், தெற்கே விந்திய மலைகளையும் நர்மதை ஆற்றையும் எல்லைகளாகக் கொண்டு அமைந்திருக்கிறது மத்தியப்பிரதேசம். அதன் வடபகுதி செழுமைமிக்க சமவெளியைக் கொண்டிருக்கிறது. தற்போது மத்தியப் பிரதேசம் நாட்டின் **மிகப்** பெரிய மாநிலமாகும்; அதனைக் கிழக்குப் பகுதி, மேற்குப் பகுதி **என** இரு பகுதிகளாகப் பிரிக்கலாம். பெரும்பாலும் விந்திய மலைகளால்

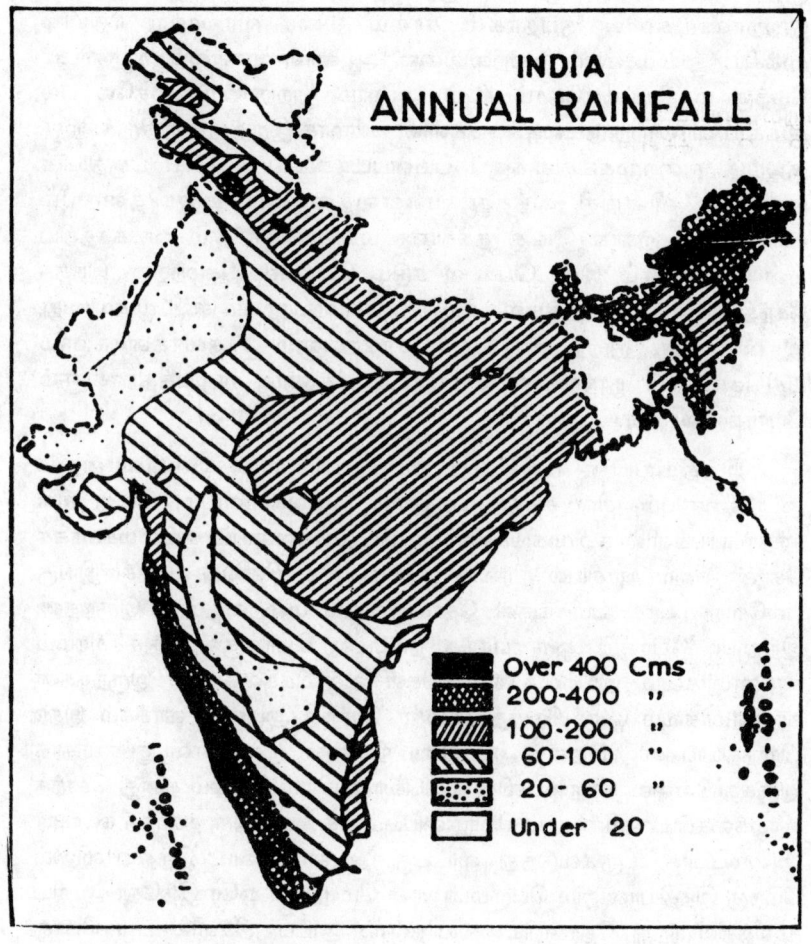

இந்தியாவின் இந்த இடக்கிடப்பியல் விவரங்கள் இந்தியத் தலைமை நில அளவாயர் அனுமதியுடன் வெளியிடப்பட்ட தேசப்படங்களை ஆதாரமாகக் கொண்டவை.

© இந்திய அரசின் பதிப்புரிமை, 1986.

இந்தியாவின் கரையோரக் கடல் பரப்பு எல்லைகள் அங்கீகரிக்கப்பட்ட இடத்திலிருந்து பன்னிரண்டு கடல் மைல் தொலைவுக்குக் கடலுக்குள் விரிந்து செல்லுகின்றன.

படம் - 2
இந்தியா - வருடாந்திர மழை பெய்யும் அளவு

சூழப்பட்டிருக்கும் கிழக்குப்பகுதி கி.பி. நான்கு மற்றும் ஐந்தாம் நூற்றாண்டுகளில் குப்தர்கள் காலம் வரை வரலாற்று ரீதியில் முக்கியத்துவம் ஏதும் பெறவில்லை. ஆனால் மாளவம் உள்ளிட்ட மேற்கு மத்தியப்பிரதேசம் கி.மு. ஆறாம் நூற்றாண்டு முதலே பல முக்கிய வரலாற்று நடவடிக்கைகளின் களமாக இருந்து வந்திருக்கிறது. குஜராத் துறைமுகங்களுக்குப் பயன்படக்கூடிய முக்கிய பகுதியாக மாளவம் விளங்கி வந்தது; மாளவத்தையும் குஜராத்தையும் கைப்பற்றுவதற்காக இங்கு தக்காண மன்னர்களுக்கும் வடக்கத்திய மன்னர்களுக்கும் இடையே பல கடும் போர்கள் நிகழ்ந்தன. இந்தக் கேந்திரமான இடத்தை தம்வசப்படுத்திக்கொள்வதற்காக கி.பி. முதலாவது, இரண்டாவது நூற்றாண்டுகளில் சாகர்களும் சாதவாகனர்களும் பதினெட்டாம் நூற்றாண்டில் மராட்டியர்களும் ராஜபுத்திரர்களும் போர்களில் ஈடுபட்டனர்.

இந்தியாவின் பல்வேறு பிரதேசங்களில் ஒவ்வொன்றும் ஆறுகளையும், சில சந்தர்ப்பங்களில் மலைகளையும், வேறு சில சந்தர்ப்பங்களில் கழிமுகங்களையும் பீடபூமிகளையும் எல்லைகளாகக் கொண்டு ஓர் அரசியல், நிர்வாக அமைப்பாக விளங்கி வந்தது; இங்கு பல்வேறு அரச வமிசங்கள் தோன்றுவதும் மறைவதுமாக இருந்தன. இந்தியா போன்ற ஒரு பரந்த நாட்டில் போக்குவரத்துச் சிரமம் காரணமாகவும், இயற்கை எல்லைகள் வலுமிக்கவையாக இருந்ததன் காரணமாகவும் ஒரு பிராந்தியத்தைச் சேர்ந்த ஆளும் வர்க்கம் இதர பிராந்தியங்களிலும் தனது ஆட்சியை நிலைநாட்டுவது என்பது எளிதாக இருக்கவில்லை. நாளடைவில் ஒவ்வொரு பிராந்தியமும் தனது சொந்த வாழ்க்கைப் பாணியையும் மொழியையும் கொண்ட ஒரு தனித்த கலாசார அமைப்பாக உருவெடுத்து விட்டது. ஆனால் வட இந்தியாவிலும் மேற்கு இந்தியாவிலும் பெரும்பாலான மொழிகள் ஒரே இந்தோ-ஆரிய மூலத்திலிருந்து தோன்றியவையாதலால் அப்பகுதிகளில் பல பொது அம்சங்கள் நிலவின. இதுவன்றி, ஏறத்தாழ நாடு முழுவதும் சமஸ்கிருதம் பேணி வளர்க்கப்பட்டுப் புரிந்து கொள்ளப்பட்டது.

விந்திய மலைகள் நாட்டின் குறுக்கே மேற்கிலிருந்து கிழக்காக வியாபித்து, வட இந்தியாவுக்கும் தென்னிந்தியாவுக்கும் எல்லையாக அமைந்துள்ளன. திராவிட மொழிகளைப் பேசுபவர்கள் விந்தியத்துக்குத் தெற்கேயும், ஆரிய மொழிகளைப் பேசுபவர்கள் அதற்கு வடக்கேயும் வாழ்ந்து வந்தனர். இவற்றிற்கிடையே பழங்குடி மக்கள் விந்தியப் பிராந்தியங்களில் வாழ்ந்து வந்தனர். இன்றளவும் அங்கு அவர்களைக் காண முடியும். கிழக்கு மலைத் தொடர்ச்சிகளையும் மேற்கு மலைத்

தொடர்ச்சிகளையும் ஒட்டிய கடற்கரைப் பகுதிகள் குடியேற்றக்காரர் களையும் வணிகர்களையும் கவர்ந்து ஈர்த்தன. தென்னிந்தியா வளங்கொழிக்கும் அயல் வர்த்தகத்தை சிறப்பாக நடத்தி வந்தது.

விந்திய மலைகள் கடந்து செல்ல முடியாத அல்லது சமாளிப்பதற்கரிய தடையரண்களாக எவ்விதத்திலும் இருக்கவில்லை. பண்டைக்காலத்தில் போக்குவரத்துச் சிரமங்கள் எவ்வளவோ இருந்தபோதிலும் மக்கள் வடக்கே இருந்து தெற்கேயும், தெற்கிலிருந்து வடக்கேயும் போய்வந்த வண்ணமாகவே இருந்தனர். இது கலாசாரத்திலும் மொழியிலும் பரஸ்பரம் கொடுத்து வாங்கும் இணக்க மான போக்கு உருவாவதற்கு வழிவகுத்தது. வடபுலத்து மன்னர்கள் மீண்டும் மீண்டும் தென்னாட்டு மீது படையெடுப்பதும் அதேபோன்று தென்னாட்டு மன்னர்கள் வடநாட்டின் மீது படையெடுப்பதும் நடை பெற்று வரவே செய்தன. இவ்வாறே வணிகர்களும், சமயப் பரப்பாளர் களும், கலாசாரத்தலைவர்களும் குறிப்பாக பிராமணர்களும் போய்வந்த வண்ணமிருந்தனர். இரு வழிப்போக்குவரத்து இடையறாது நடை பெற்றுவந்தது. ஓர் ஒன்றுபட்ட கலாசாரம் உருவாவதற்கு இது துணை புரிந்தது.

பெரும்பாலான பிராந்தியங்கள் நன்கு வரையறுக்கப்பட்ட எல்லைகளைக் கொண்டிருந்த போதிலும், ஒவ்வொரு பிராந்தியமும் வாழும் வாய்ப்புக்கான வசதிகளையும் வளங்களையும் பெற்றிருந்ததாகக் கூற முடியாது. எனவே, வரலாற்றுக்கு முற்பட்ட காலம் முதலே உலோகங்கள் சம்பந்தமாகவும், ஏனைய வள ஆதாரங்கள் சம்பந்த மாகவும் இருந்து வந்த பொதுத் தேவையானது நாட்டின் பல்வேறு பிராந்தியங்களுக்கிடையே ஒன்றுடன் ஒன்று இணைந்த ஒத்துழைப்பு வளர்வதற்கு வழிவகுத்தது.

நாட்டின் இயற்கை வளங்களை நன்கு திறம்படப் பயன்படுத்திக் கொள்வது அதன் வரலாற்றில் ஒரு முக்கியமான தாக்கத்தை ஏற்படுத்துகிறது. மனிதக் குடியேற்றங்கள் பெரிய அளவில் உருவாகாத காலத்தில், கன மழை காரணமாக இந்திய சமவெளிகளில் பெரும்பாலானவை அடர்ந்த காட்டுப் பகுதிகளைக் கொண்டவைகளாகி விட்டன; வனவிலங்குகளை வேட்டையாடுவதற்கு இவை வகை செய்தன; கால்நடை தீவனங்களையும் எரிபொருளையும், வெட்டு மரங்களையும் வழங்கின. பண்டைய நாட்களில் சுட்ட செங்கல்கள் அவ்வளவாக உபயோகத்தில் இல்லாததால் மர வீடுகள், குச்சி வீடுகள் போன்றவையே கட்டப்பட்டு வந்தன. இந்தியாவின் முதல் முக்கிய

தலைநகரமான பாடலிபுத்திரத்தில் இவற்றை காண முடிந்தது. கட்டிடங்கள் கட்டுவதற்கும் கருவிகள் தயாரிப்பதற்கும் மணற்கல் உட்பட எல்லா வகையான கற்களும் நாட்டில் கிடைக்கின்றன. ஆரம்பக்கால மனித குடியேற்றங்கள் குன்றுப் பிரதேசங்களிலும், குன்றுகளுக்கிடையே அமைந்துள்ள ஆற்றுப் பள்ளத்தாக்குகளிலும் தோன்றியிருப்பது முற்றிலும் இயல்பே. வரலாற்றுக் காலங்களில் வடஇந்தியாவின் சமவெளிகளில்விட தக்காணத்திலும் தென்னிந்தியாவி லும்தான் கோவில் களும் சிற்பங்களும் கற்களைக் கொண்டு அதிகம் உருவாக்கப்பட்டன.

நாட்டில் தாமிரம் பரவலாகக் கிடைக்கிறது. சோட்டாநாக்பூர் பீடபூமியில், குறிப்பாக சிங்பூம் மாவட்டத்தில் தாமிரச் சுரங்கங்கள் ஏராளமாக உள்ளன. தாமிர மண்டலம் 130 கிலோ மீட்டர் நீளமுள்ளது; பண்டைக்காலத்திலேயே இது பயன்படுத்தப்பட்டு வந்திருப்பதற்கான பல அறிகுறிகள் தென்படுகின்றன. பீகாரில் தாமிரக் கருவிகளை உபயோகித்து வந்த ஆதிகால மக்கள் சிங்பூம், ஹஜாரிபாக் தாமிரச் சுரங்கங்களைப் பயன்படுத்திக் கொண்டனர். தெற்குப் பீகாரிலும் மத்தியப் பிரதேசத்தின் சில பகுதிகளிலும் அநேக தாமிரக் கருவிகள் கண்டுபிடிக்கப்பட்டிருக்கின்றன. ராஜஸ்தானில் கேத்ரி சுரங்கங்களிலும் ஏராளமான தாமிரப் படிவங்கள் இருப்பது கண்டுபிடிக்கப்பட்டிருக்கிறது. வேத காலத்துக்கு முன்னரும், வேத காலத்துக்குப் பின்னரும் பாகிஸ்தான், ராஜஸ்தான், குஜராத், கங்கை-யமுனை சமவெளிகளில் வாழ்ந்துவந்த மக்கள் இவற்றைப் பயன்படுத்தி வந்தனர். கேத்ரி மண்டலத்தில் எண்ணற்ற தாமிர சுரங்கங்கள் கண்டுபிடிக்கப்பட்டிருக் கின்றன.இவை கி.மு. 1000க்கு முற்பட்ட காலத்தைச் சேர்ந்தவையாகத் தோன்றுகின்றன. தாமிரம்தான் முதலில் பயன்படுத்தப்பட்ட உலோகம் ஆதலால், இந்துக்கள் அதனை மிகவும் தூய்மையானதாகக் கருதுகின்றனர்; இதனால்தான் சமய வினைமுறைகளில் தாமிர தட்டுமுட்டுக் கலங்கள் பயன்படுத்தப்படுவதைப் பார்க்கிறோம்.

இன்று நாட்டில் வெள்ளீயம் உற்பத்தி செய்யப்படுவதில்லை. பண்டைக் காலத்தில்கூட இந்த உலோகம் கிடைப்பது அரிதாக இருந்தது. ராஜஸ்தானிலும் பீகாரிலும் இது கிடைத்து வந்தது. ஆனால் அதன் படிவங்கள் பயன்படுத்தித் தீர்ந்து விட்டன. தாமிரம் கலந்து வெண்கலம் தயாரிக்கப்படுவதால் வரலாற்றுக்கு முற்பட்ட காலத்தில் பல வெண்கலப் பொருள்கள் கண்டுபிடிக்கப்படவில்லை. ஹரப்பர்கள் ராஜஸ்தானிலி ருந்தே ஓரளவு வெள்ளீயம் பெற்றிருக்கக் கூடும். ஆனால் இந்த உலோகத்தில் அவர்களது தேவை ஆப்கானிஸ்தானிலிருந்தே பெரும்பாலும் பூர்த்தி செய்யப்பட்டு வந்தது; ஆனால் இந்த வழங்கீடும்

ஓர் வரையறைக்குட்பட்டதாகவே இருந்தது. எனவேதான் ஹரப்பா மக்கள் வெண்கலக் கருவிகளைப் பயன்படுத்தி வந்த போதிலும், மேற்கு ஆசியா, எகிப்து, கிரீட் போன்ற இடங்களில் கண்டுபிடிக்கப்பட்ட வெண்கலக் கருவிகளுடன் ஒப்பிடும்போது இவை எண்ணிக்கையில் மிகவும் குறைவாகவே இருந்தன; வெள்ளீயத்தால் செய்யப்பட்ட கருவிகளின் எண்ணிக்கையோ இன்றளவும் குறைவு. ஆதலால் இந்தியாவின் பெரும்பகுதி வெண்கலக் காலத்தைக் கொண்டிருக்க வில்லை; கருவிகளும் உபகரணங்களும் பெரும்பாலும் வெண்கலத்தில் தயாரிக்கப்பட்ட காலத்தைத்தான் வெண்கலக் காலம் என்று கூறுகிறோம். கிறித்தவ சகாப்தத்தின் ஆரம்ப நூற்றாண்டுகளிலிருந்து பர்மாவுடனும் மலாய் தீபகற்பத்துடனும் இந்தியா மிக நெருங்கிய தொடர்புகளை வளர்த்துக்கொண்டது. இவை இரண்டும் வெள்ளீயம் பெருமளவில் கிடைக்கும் இடங்களாகும். தென்னிந்தியாவில் குறிப்பாக தெய்வ சிலைகளை வடிப்பதற்கு வெண்கலத்தைப் பெருமளவில் பயன் படுத்துவதை இது சாத்தியமாக்கிற்று. பாலா காலத்தில் பீகாரின் வெண்கலத்துக்கு வேண்டிய வெள்ளீயம் கயா, ஹஜாரிபாக், ராஞ்சி ஆகிய இடங்களிலிருந்து அநேகமாகப் பெற்றிருக்கக் கூடும்; ஏனென்றால் கடந்த நூற்றாண்டின் மத்தியில் வரை கூட ஹஜாரிபாக்கில் வெள்ளீயத் தாதுக்களை உருக்கி உலோகம் பிரித்தெடுக்கப்பட்டு வந்தது.

இந்தியாவில் இரும்புத் தாதுவளங்கள் அதிகம். முக்கியமாக தெற்கு பீகார், கிழக்கு மத்தியப்பிரதேசம், கர்நாடகம் ஆகிய இடங்களில் அவை கிடைக்கின்றன. உலைத் துருத்திகளைக் கொண்டு இரும்புக் கனிவளங்களை உருக்கும் கலையைக் கற்றுக் கொண்டுவிட்டால் போதும், போரிலும் முக்கியமாக காடுகளை வெட்டித் திருத்துவதிலும், நிலத்தைப் பண்படுத்திப் பயிர் செய்வதிலும் அதனை நன்கு பயன்படுத்திக் கொள்ள முடியும். கி.மு. 6-4ஆம் நூற்றாண்டுகளில் முதல் மகதப்பேரரசு தோன்றியதற்கு இந்தப் பிராந்தியத்திற்குத் தெற்கே இரும்பு கிடைத்ததே முக்கிய காரணம். இரும்பு பெருமளவில் பயன் படுத்தப்பட்டதானது உஜ்ஜயினை தலைநகராகக் கொண்டு கி.மு. ஆறாம் நூற்றாண்டிலும் ஐந்தாம் நூற்றாண்டிலும் அவந்தி ஒரு முக்கியமான அரசாகப் பரிணமிப்பதைச் சாத்தியமாக்கிற்று. விந்திய மலைகளுக்குத் தெற்கே உதித்த சாதவாகன அரசுகளும் ஏனைய அரசுகளும் ஆந்திரம் மற்றும் கர்நாடகத்தின் இரும்புக் கனிவளங்களை நன்கு பயன்படுத்திக் கொண்டன என்பதில் ஐயமில்லை.

ஆந்திராவில் ஈய கனிவளங்கள் அதிகம். கிறித்தவ சகாப்தத்தின் முதல் இரண்டு நூற்றாண்டுகளில் ஆந்திரத்தையும் மகாராஷ்டிரத்தையும்

ஆண்ட சாதவாகனர்களின் ஆட்சியில் ஏராளமான ஈய நாணயங்கள் புழங்கியதற்கு இதுவே காரணம். ராஜஸ்தானைச் சேர்ந்த நகரங் களிலிருந்தும் ஈயம் பெற்றிருக்கக் கூடும்.

முத்திரை நாணயங்கள் எனப்படும் ஆரம்பக்கால நாணயங்கள் பெரும்பாலும் வெள்ளியிலிருந்தே தயாரிக்கப்பட்டு வந்தன; இத்தனைக்கும் இந்த உலோகம் நாட்டில் அரிதாகவே கிடைத்தது. எனினும் பண்டை நாட்களில் மாங்கிர் மாவட்டத்திலுள்ள காரக்பூர் குன்றுகளில் வெள்ளிச் சுரங்கங்கள் இருந்தன; அக்பர் காலத்தில் கூட இவை பிரஸ்தாபிக்கப்பட்டன. பீகாரில் கண்டெடுக்கப்பட்டுள்ள ஆரம்பக்கால முத்திரை நாணயங்கள் வெளளியைக் கொண்டு தயாரிக்கப்பட்டதற்கு இதுவே காரணம்.

கர்நாடகத்திலுள்ள கோலார் தங்க வயல்களில் தங்கம் வெட்டியெடுக்கப்படுகிறது. தங்கம் பற்றிய மிகத் தொன்மையான தடயம் கர்நாடகத்தில் சுமார் கி.மு. 1800ஆம் ஆண்டைச் சேர்ந்த புதிய கற்கால இடம் ஒன்றில் கிடைத்திருக்கிறது. கி.பி. இரண்டாம் நூற்றாண்டின் ஆரம்பம் வரை தங்கம் வெட்டியெடுக்கப்பட்டதற்கான அறிகுறி ஏதும் கிட்டவில்லை. கோலார் தென் கர்நாடகத்தைச் சேர்ந்த கங்கர்களின் ஆரம்பக்காலத் தலைநகரமாக இருந்திருக்கக் கூடும் என்று கருதப்படுகிறது. பண்டைக் காலத்தில் பயன்படுத்தப்பட்ட தங்கத்தில் பெரும் பகுதி மத்திய ஆசியாவிலிருந்தும் ரோமப் பேரரசிலுமிருந்துமே பெறப்பட்டது. எனவே, கிறித்தவ சகாப்தத்தின் முதல் ஐந்து நூற்றாண்டுகள் காலத்தில்தான் தங்க நாணயங்கள் நிலையான முறையில் புழக்கத்துக்கு வந்தன என்று கூறலாம். எனினும் தங்க நாணய செலாவணியை நீண்ட காலம் பராமரிப்பதற்கு ஸ்தல வாய்ப்பு வசதிகள் போதுமானவையாக இல்லாததாலும், வெளியிலிருந்து தங்கம் வருவது நின்று விட்டதாலும் தங்க நாணயங்களின் உபயோகம் அரிதாகி விட்டது.

பண்டைக் காலத்தில் இந்தியா குறிப்பாக மத்திய இந்தியாவிலும், ஒரிசாவிலும், தென்னிந்தியாவிலும் முத்துக்கள் உட்பட பல்வேறு அரிய மணிக்கற்களை உற்பத்தி செய்து வந்தது. இந்த அரிய கற்கள் கிறித்துவ சகாப்தத்தின் ஆரம்ப ஆண்டுகளில் ரோமானியர்கள் பெரிதும் விரும்பும் வணிகப் பொருள்களில் மிக முக்கியமானவையாக இருந்து வந்தன.

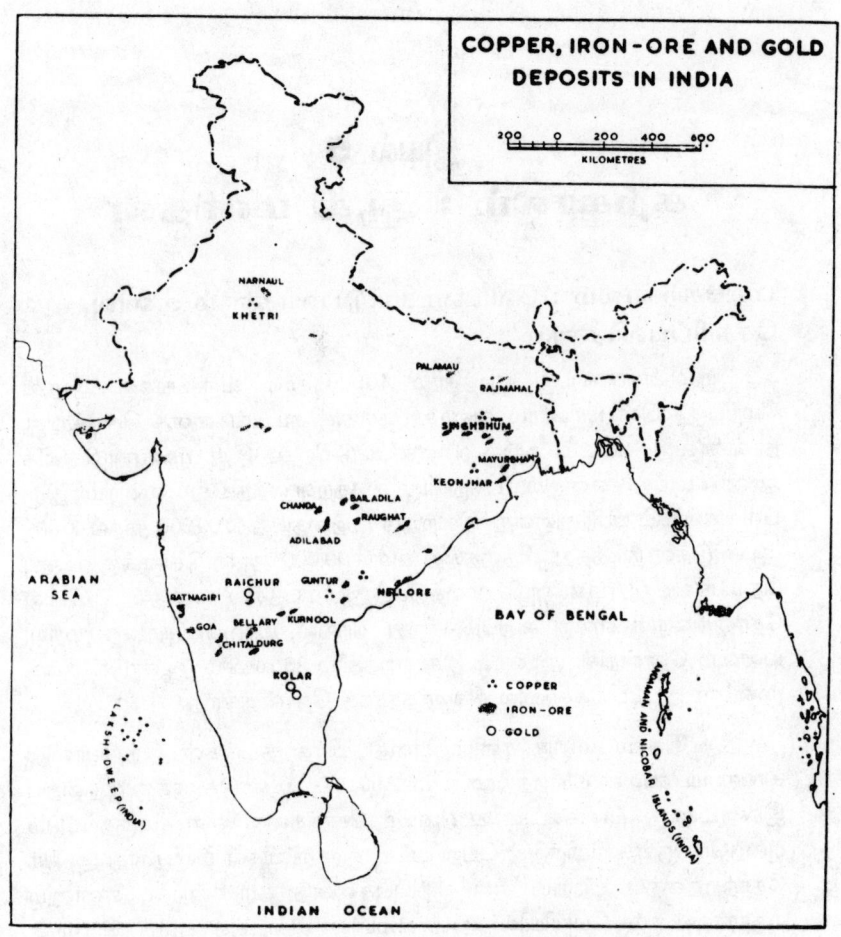

இந்தியாவின் இந்த இடக்கிடப்பியல் விவரங்கள் இந்தியத் தலைமை நில அளவாயர் அனுமதியுடன் வெளியிடப்பட்ட தேசப்படங்களை ஆதாரமாகக் கொண்டவை.

© இந்திய அரசின் பதிப்புரிமை, 1986.

இந்தியாவின் கரையோரக் கடல் பரப்பு எல்லைகள் அங்கீகரிக்கப்பட்ட இடத்திலிருந்து பன்னிரண்டு கடல் மைல் தொலைவுக்குக் கடலுக்குள் விரிந்து செல்லுகின்றன.

படம் - 3
இந்தியா - தாமிர, இரும்பு மற்றும் தங்கப் படிவங்கள்

இயல் 5

கற்காலம் : ஆதி மனிதன்

பழங்கற்காலம் : வேட்டையாடுபவர்களும் உணவு சேகரிப்பவர்களும்

பூமியின் வயது ஏறத்தாழ 400 கோடி வருடங்கள். அதன் மேற்பகுதியின் பரிணாம வளர்ச்சி நான்கு கட்டங்களைக் கொண்டது. நான்காவது கட்டம் நாளூழி எனப்படுகிறது. இது முன்னூழி (மிக அண்மையது) என்றும், புத்துயிழூழி (தற்காலத்தியது) என்றும் இரு பிரிவுகளாகப் பிரிந்துள்ளது. இவற்றுள் முந்தையது 10,00,000 முதல் 10,000 ஆண்டுகள் நீடித்தது; பிந்தையது சுமார் 10,000 ஆண்டுகளுக்கு முன்பு தொடங்கியது. முன்னூழி காலத்தின் ஆரம்பத்தில் மனிதன் பூமியில் தோன்றினான் என்று கூறப்படுகிறது. காளை, யானை, குதிரை முதலியனவும் தோன்றின. ஆனால் இது ஏறத்தாழ 26 லட்சம் ஆண்டுகளுக்கு முன்னர் ஆப்பிரிக்காவில் நிகழ்ந்ததாகத் தோன்றுகிறது.

ஆதிகால மனிதர்களின் புதையுயிர்த் தடங்கள் இந்தியாவில் காணப்படவில்லை. ஏறத்தாழ கி.மு. 2,50,000 ஆண்டுகளுக்கு முந்தைய இரண்டாவது பனிக்கட்டி ஊழியைச் சேர்ந்தவை எனக் கருதப்படும் புதைபொருள்களிலிருந்து பெறப்பட்ட கற்கருவிகள் மனிதனது ஆதித் தோற்றத்தைப் பற்றிய சில குறிப்புகளைத் தருகின்றன. எனினும் மகாராஷ்டிரம் போரியில் அண்மையில் கிடைத்த புதை பொருள் தடயங்கள் மனிதன் இந்த பூமியில் 14 லட்சம் ஆண்டுகளுக்கு முன்னர் தோன்றினான் என்று பகர்கின்றன. கற்களைப் பயன்படுத்தும் தொழில்நுட்பம் ஆப்பிரிக்காவில் உருவானதைப் போன்றே இந்தியத் துணைக் கண்டத்திலும் பெரும்பாலும் உருவான போதிலும் ஆப்பிரிக்காவுக்குப் பிறகே இந்தியாவில் மக்களின் குடியேற்றம் நடைபெற்றிருக்க வேண்டும் என்று இப்போது தோன்றுகிறது. இந்தியாவில் ஆதிகால மனிதன் கரடுமுரடாகக் கொத்திச் செதுக்கிய கல் ஆயுதங்களையே பயன்படுத்தி வந்தான். சிந்து, கங்கை, யமுனை நதி தீரங்கள் தவிர இந்தியா முழுவதிலும் இத்தகைய ஆயுதங்கள்

கண்டெடுக்கப்பட்டுள்ளன. இத்தகைய ஆயுதங்களும் கூரிய கூழாங்கற்களும் வேட்டையாடுவதற்கும், வெட்டுவதற்கும், இதர காரியங்களுக்கும் பயன்படுத்தப்பட்டன. இந்தக் காலத்தில் மனிதன் தனக்கு வேண்டிய உணவை சேகரிப்பதும், வேட்டையாடுவதும் பெரும்பாடாக இருந்தது. அவன் பயிர்த்தொழில் செய்யவும், வீடு கட்டவும் தெரியாதவனாக இருந்தான். இந்தக் காலகட்டம் பொதுவாக கி.மு. 9000 வரை நீடித்தது.

கி.மு. 1,00,000 ஆண்டுகளுக்கு முற்பட்ட பழங்கற்காலக் கருவிகள் சோட்டா நாக்பூர் பீடபூமியில் கண்டெடுக்கப்பட்டுள்ளன. கி.மு. 20,000 - கி.மு. 10,000 ஆண்டுகளைச் சேர்ந்த இத்தகைய கருவிகள் ஆந்திரப்பிரதேசம் கர்நூல் மாவட்டத்திலுள்ள கர்நூலிலிருந்து சுமார் 55 கிலோமீட்டர் தொலைவில் கிடைத்துள்ளன. இத்துடன் சேர்ந்து எலும்பில் தயாரிக்கப்பட்ட கருவிகளும், விலங்குகளின் எச்ச மிச்சங்களும் கண்டுபிடிக்கப்பட்டிருக்கின்றன. உத்தரப்பிரதேசம் மிர்ஸாபூர் மாவட்டம் பெலான் பள்ளத்தாக்கில் கிடைத்துள்ள விலங்குகளின் சிதைவுகள் வெள்ளாடுகள், ஆடுகள், கால்நடைகள் முதலியவற்றை மனிதன் பயன்படுத்தியிருப்பதைக் காட்டுகின்றன. எனினும் பழங்கற் காலத்தின் ஆரம்பக் கட்டத்தில் வேட்டையாடியும் உணவை சேகரித்தும்தான் மனிதன் உயிர் வாழ்ந்திருக்கிறான் என்பதில் ஐயமில்லை. கிழங்குகளையும் பழங்களையும் உண்டு மக்கள் வாழ்ந்ததைப் பற்றிப் புராணங்கள் எடுத்துரைக்கின்றன; இம் மக்களில் சிலர் அண்மைக் காலம் வரை பழைய முறையில் குன்றுகளிலும் குகைகளிலும் வாழ்ந்து வந்திருக்கின்றனர்.

இந்தியாவின் பழங்கற்கால நாகரிகம் முன்னூழி காலத்தில் அல்லது பனியூழி காலத்தில் தோன்றி வளர்ந்தது. ஆப்பிரிக்காவில் கண்டு பிடிக்கப்பட்டிருக்கும் கற்கருவிகளுடன் கூடிய மனித எச்சங்கள் 26 லட்சம் ஆண்டுகளுக்கு முற்பட்டவை என்ற போதிலும் இந்தியாவில் மனிதன் மேற்கொண்ட முதல் தொழில்கள் மத்திய பனியூழி காலத்துக்கு முந்தியவை அல்ல என்பது இங்கு கண்டு பிடிக்கப்பட்டிருக்கும் கற்கருவிகளிலிருந்து தெளிவாகத் தெரிகிறது. பனி ஊழிக் காலத்தில் பூமியின் மேற்பரப்பின் பெரும்பகுதியை பனிப்பாளங்கள் மூடியிருந்தன. ஆனால் மலைகளைத் தவிர வெப்ப மண்டலப் பிராந்தியங்கள் பனிக்கட்டிகளின் ஆதிக்கத்திலிருந்து விடுபட்டிருந்தன. அதே சமயம் அவை பெருமழை பொழியும் கட்டத்தைச் சமாளிக்க வேண்டியிருந்தது.

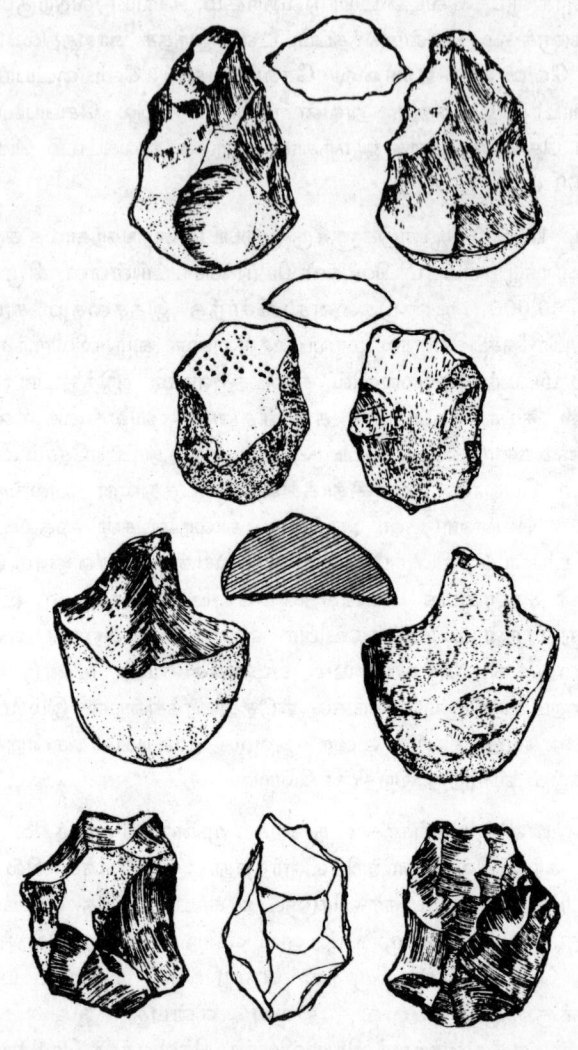

படம் - 4 பழங்கற்காலக் கருவிகள் - கைக் கோடரிகள், வெட்டுக்கத்திகள் முதலியவை

பழங்கற்காலக் கட்டங்கள்

மக்கள் பயன்படுத்திய கற்கருவிகளின் தன்மையைப் பொறுத்தும், தட்ப வெப்ப நிலையில் ஏற்பட்ட மாற்றங்களின் இயல்பைப் பொறுத்தும் இந்தியாவில் பழங்கற்காலம் மூன்று கட்டங்களாகப் பிரிக்கப்படுகிறது. முதல் கட்டம் ஆரம்ப அல்லது கீழ்ப் பழங்கற்காலம்; இரண்டாவது கட்டம் மத்தியப் பழங்கற்காலம்; மூன்றாவது கட்டம் மேல் பழங்கற்காலம். போரி புதைபொருள் தடயங்களிலிருந்து போதிய தகவல் கிடைத்தாலன்றி, இதுவரை பெறப்பட்டுள்ள விஞ்ஞானக் காலக்கணிப்பின்படி, முதல் கட்டத்தின் காலத்தை கி.மு. 2,50,000க்கும் கி.மு. 1,00,000க்கும் இடையே நிர்ணயிக்கலாம்; இரண்டாவது கட்டத்தின் காலத்தை கி.மு. 1,00,000க்கும் கி.மு. 40,000க்கும் இடையே நிர்ணயிக்கலாம்; மூன்றாவது கட்டத்தின் காலத்தை கி.மு. 40,000க்கும் கி.மு. 10,000க்கும் இடையே நிர்ணயிக்கலாம்.

கீழ் அல்லது ஆரம்ப பழங்கற்காலம் பனிஊழி காலத்தின் பெரும் பகுதியை உள்ளடக்கியதாக இருக்கிறது. கற்கோடரிகள், வெட்டுக் கருவிகள் முதலியவை பயன்படுத்தப்பட்டதை இதன் ஒரு சிறப்பு அம்சம் எனக் கூறலாம். இந்தியாவில் கண்டெடுக்கப்பட்ட கற்கோடரிகள் மேற்கு ஆசியா, ஐரோப்பா, ஆப்பிரிக்கா ஆகிய பிரதேசங்களின் கோடரிகளை ஏறத்தாழ ஒத்திருக்கின்றன. கற்கருவிகள் வெட்டுவதற்கும் தோண்டுவதற்கும் தோல் உரிப்பதற்கும் பிரதானமாகப் பயன்படுத்தப்பட்டன. ஆரம்ப பழங்கற்கால தடயங்கள் காணப்படும் இடங்கள் தற்போது பாகிஸ்தானிலுள்ள பஞ்சாப் பகுதியில் சோன் அல்லது சோஹன் ஆற்றுப் பள்ளத்தாக்கில் உள்ளன. இத்தகைய பல இடங்கள் காஷ்மீரிலும் தார் பள்ளத்தாக்கிலும் காணப்படுகின்றன. கீழ் பழங்கற்காலக் கருவிகள் உத்தரப்பிரதேசம் மிர்ஸாபூர் மாவட்டத்தில் பெலாம் பள்ளத்தாக்கிலும் கண்டுபிடிக்கப்பட்டிருக்கின்றன. ராஜஸ்தானின் திவானா பாலைவனப் பகுதியிலும், பெலாம், நர்மதை பள்ளத்தாக்குகளிலும், மத்தியப் பிரதேசம் போபாலுக்கு அருகிலுள்ள பாறை மறைவிடங்களிலும் குகைகளிலும் கண்டுபிடிக்கப்பட்டிருக்கும் கற்கருவிகள் சுமார் கி.மு. 1,00,000 ஆண்டைச் சேர்ந்தவைகளாகும். பாறை மறைவிடங்கள் மனிதர்களுக்குப் பருவகால முகாம்களாகச் செயல்பட்டிருக்கக் கூடும். இரண்டாவது இமாலயப் பனி ஊழி காலத்தைச் சேர்ந்த ஒரு புதையிடத்தில் கற்கோடரிகள் கண்டுபிடிக்கப் பட்டிருக்கின்றன. இந்த காலகட்டத்தில் தட்பவெப்ப நிலை ஈர நயப்பு கொண்டதாக இருந்தது.

மத்திய பழங்கற்காலக் கருவிகள் கடினமான கற்சில்லுகளிலிருந்து தயாரிக்கப்பட்டன. இந்தக் கற்சில்லுகள் இந்தியாவின் பல்வேறு பகுதிகளிலும் காணப்படுகின்றன; பிராந்திய வேறுபாடுகளைக் கொண்டவையாக இருக்கின்றன. இவற்றிலிருந்து தயாரிக்கப்படும் பிரதான கருவிகளில் வெட்டுக்கருவிகள், கூரிய நுனி கொண்ட கருவிகள், துளைக் கருவிகள், செதுக்குக் கருவிகள் முதலியவற்றை முக்கியமாகக் குறிப்பிட வேண்டும். மத்திய பழங்கற்காலத் தடயங்கள் காணப்படும் இடங்களின் நிலவியல் அமைப்பு கீழ் பழங்கற்காலத் தடயங்கள் காணப்படும் இடங்களை ஏறத்தாழ ஒத்திருக்கிறது. இங்கு மூன்றாவது இமாலயப் பனிக்கட்டி ஊழியின் சமகாலத்தைச் சேர்ந்த படுகையில் செப்பமற்ற கூழாங்கற்களைக் கொண்டு தயாரிக்கப்பட்ட பல்வேறு கருவிகளும் பொருள்களும் இருப்பதைக் காண்கிறோம். இந்தக் காலகட்டத்தைச் சேர்ந்த கருவிகளும் பொருள்களும் நர்மதை நதிக் கரையிலும், துங்கபத்திரை நதிக்குத் தெற்கே பல இடங்களிலும் காணப்படுகின்றன.

மேல் பழங்கற்காலக் கட்டத்தில் ஈரப்பதம் குறைவு. பனிக்கட்டி ஊழியின் கடைசிக் கட்டத்தில் தட்ப வெப்பநிலை ஓரளவு வெது வெதுப்பானதே இதற்குக் காரணம். உலக அரங்கில் இந்தக் காலகட்டத்தில் சக்கிமுக்கிக் கற்களைக் கொண்டு பல்வேறு கருவிகள் தயாரிக்கப்படலாயின; மனிதனும் இன்றைய தோற்றத்தை எய்தினான். இந்தியாவில் வெட்டுக்கருவிகள், செதுக்குக் கருவிகள் முதலியவைப் பயன்படுத்தப்படுவதைக் காண்கிறோம். ஆந்திரம், கர்நாடகம், மகாராஷ் டிரம், மத்தியப்பிரதேசத்தின் மத்தியப்பகுதி, தெற்கு உத்தரப்பிரதேசம், தெற்கு பீகார் பீடபூமி மற்றும் அதனை ஒட்டிய இடங்களில் இக்கருவிகள் கண்டெடுக்கப்பட்டிருக்கின்றன. மேல் பழங்கற்காலக் கட்டத்தில் மனிதர்கள் வாசம் செய்த குகைகளும், பாறைக் கவிகைகளும் போபாலுக்கு 45 கிலோ மீட்டர் தொலைவில் பிம்பெத்காவில் கண்டு பிடிக்கப்பட்டிருக்கின்றன. மேல் பழங்கற்காலத்தைச் சேர்ந்த பெரிய கற்சில்லுகளிலிருந்து தயாரிக்கப்பட்ட கருவிகள், வெட்டுக் கருவிகள், செதுக்குக் கற்கள் முதலியவை குஜராத் மணற்குன்றுகளின் மேல்படுகை களில் கண்டுபிடிக்கப்பட்டிருக்கின்றன.

இடைக்கற்காலம் : வேட்டையாடுபவர்களும் கால்நடை மந்தை வைத்திருப்பவர்களும்

சுமார் கி.மு. 9000ல் பனி ஊழி காலம் முடிவுக்கு வந்ததை ஒட்டி மேல் பழங்கற்காலமும் முடிவுக்கு வந்தது. தட்பவெப்ப நிலை

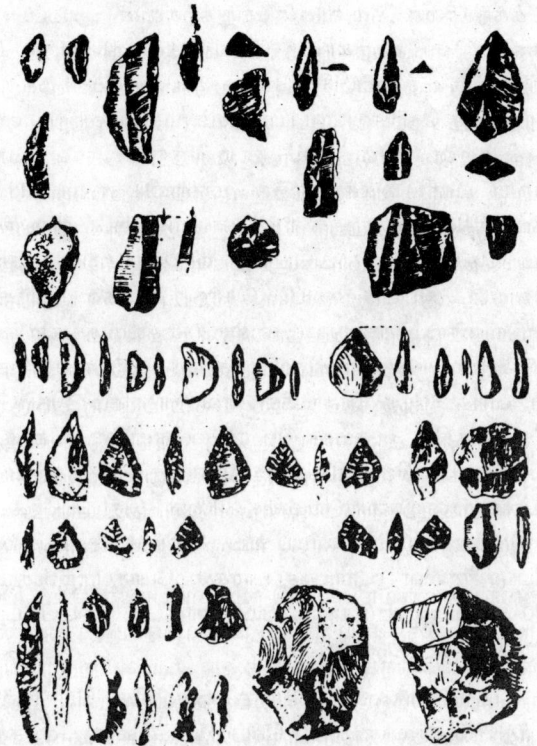

படம் - 5 பிர்பான்பூரிலும் (மேற்கு வங்காளம்) திருநெல்வேலியிலும் கிடைத்த இடைக்கற்காலம் சார்ந்த கருவிகள்

வெதுவெதுப்பானதாகவும் வறட்சியானதாகவும் மாறிற்று. தட்ப வெப்பநிலை மாற்றங்கள் விலங்குகள், தாவரங்கள் விஷயத்திலும் மாற்றங்களை ஏற்படுத்தின. இதனால் மனிதர்கள் புதிய இடங்களுக்குச் செல்லுவது சாத்தியமாயிற்று. இதற்குப் பிறகு தட்பவெப்ப நிலையில் பெரும் மாற்றங்கள் ஏதும் ஏற்படவில்லை. கி.மு. 9000ல் கற்காலக் கலாசாரத்தில் ஓர் இடைக்கால கட்டம் ஆரம்பமாயிற்று. இது இடைக் கற்காலம் எனப்படுகிறது. பழங்கற்காலத்திற்கும் புதிய கற்காலத்திற்கும் இடையே ஒரு புதிய காலகட்டமாக இது குறுக்கிட்டது. இடைக் கற்காலத்தைச் சேர்ந்த மக்கள் வேட்டையாடுதல், மீன்பிடித்தல், உணவு சேகரித்தல் போன்றவற்றைத் தங்கள் பிழைப்புக்கு ஆதாரமாகக் கொண்டனர். பிந்தைய கட்டத்தில் வீட்டு உபயோகப் பிராணிகளையும் வளர்க்க ஆரம்பித்தனர். முதல் மூன்று தொழில்களும் பழங்கற்கால நடைமுறையுடன் சம்பந்தப்பட்டவை; கடைசியாகக் குறிப்பிடப்பட்டது புதிய கற்காலத்துடன் தொடர்புடையது.

இடைக்கற்காலக் கருவிகள் சிறுகற்களை அடிப்படையாகக் கொண்டவை. இடைக்கற்காலத் தடயங்கள் நிறைந்த இடங்கள் ராஜஸ்தான், தெற்கு உத்தரப்பிரதேசம், மத்திய மற்றும் கிழக்கு இந்தியா, கிருஷ்ணா நதிக்குத் தெற்கிலுள்ள பிரதேசம் முதலியவற்றில் ஏராளமாகக் காணப்படுகின்றன. இவற்றில் ராஜஸ்தானிலுள்ள பாகோரில் அகழ்வாய்வுப் பணி மிகச் சிறந்த முறையில் நடைபெற்றுள்ளது. அக்காலக்கட்டத்தில் சிறு கற்களைக் கொண்டு பல்வேறு கருவிகளைத் தயாரிக்கும் தொழில் நடைபெற்று வந்ததற்கான அறிகுறிகள் தென்படுகின்றன. இப்பகுதியைச் சேர்ந்த மக்கள் அந்நாட்களில் வேட்டையாடுவதையும், கால்நாடை வளர்ப்பதையும் தங்கள் வாழ்க்கைத் தொழிலாக கொண்டிருந்தனர். கி.மு. ஐந்தாவது நூற்றாண்டு முதல் 5,000 ஆண்டுகள் வரை இந்த இடைக்கற்கால நாகரிகம் இங்கு நீடித்தது. மத்தியப் பிரதேசத்தில் ஆதம்கர்ும், ராஜஸ்தானில் பாகோரும் மக்கள் வீட்டு உபயோகப் பிராணிகளை வளர்த்து வந்ததற்கான மிகத் தொன்மையான சான்றுகளை வழங்குகின்றன; இது அநேகமாக கி.மு. 5000 ஆக இருக்கக்கூடும். பழைய உப்பு ஏரியான சாம்பரில் கிடைத்த சிதைவுப் பொருள்களை ஆராய்ந்து பார்க்கும்போது ராஜஸ்தானில் கி.மு. 7000 - 6000 ஆம் ஆண்டுகளில் பயிர்ச்சாகுபடி நடைப்பெற்றிருக்கக் கூடும் என்று தெரிய வருகிறது.

இடைக் கற்காலத்தைச் சேர்ந்த ஒரு சில பொருள்களுக்கே விஞ்ஞான ரீதியில் காலக்கணிப்பு செய்யப்பட்டுள்ளது. ஏறத்தாழ கி.மு. 9000 லிருந்து கி.மு. 4000 வரை இடைக்கற்கால நாகரிகம் முக்கியத்துவம் பெற்றிருந்தது. புதிய கற்காலக் கலாசாரம் தோன்றுவதற்கு இது பாதை செப்பனிட்டுக் கொடுத்தது என்பதில் ஐயமில்லை.

வரலாற்றுக் காலத்துக்கு முந்தைய கலை

பழங்கற்காலத்தையும் இடைக்கற்காலத்தையும் சேர்ந்த மக்கள் ஓவியக் கலையில் ஈடுபாடு கொண்டிருந்தனர். வரலாற்றுக் காலத்துக்கு முற்பட்ட கலை இருந்து வந்ததற்கான தடயங்கள் பல இடங்களில் காணப்படுகின்றன. எனினும் மத்தியப் பிரதேசத்திலுள்ள பிம்பெத்கா இவ்வகையில் மிகவும் குறிப்பிடத்தக்க இடமாகும். போபாலுக்கு 45 கிலோமீட்டர் தெற்கே விந்திய மலைத்தொடரில் அமைந்துள்ள இந்த இடத்தில் ஓவியம் தீட்டப்பட்ட 500க்கு மேற்பட்ட பாறைக் கவிகைகள் இருக்கின்றன. இவை 10 சதுர கிலோமீட்டர் பரப்பில் அமைந்துள்ளன. இந்தப் பாறை ஓவியங்கள் பழங்கற்காலம் முதல் இடைக்கற்காலம் வரையிலானவை; அண்மைக்காலம் வரையிலான ஓவியங்களும்

இவற்றில் அடங்கியுள்ளன. எனினும் பெரும்பாலானவை இடைக் கற்காலத்தைச் சேர்ந்தவை. பறவைகள், விலங்குகள், மனிதர்களின் உருவங்கள் இவற்றில் வரையப்பட்டிருக்கின்றன. இவ்விதம் ஓவியங்களில் காணப்படும் பெரும்பாலான பறவைகளும் விலங்குகளும் மனிதன் உயிர்வாழ்வதற்காக வேட்டையாடப் படுபவையாகும். தானியங்களைத் தின்று உயிர்வாழ்பவையும் குந்துவதற்கேற்ற கால்களோடு கூடியவையுமான பறவைகள் ஆரம்பக்கால ஓவியங்களில் காணப்படவில்லை. இவை வேட்டையாடுதல், உணவு சேகரித்தல் சம்பந்தப்பட்ட பொருளாதாரத்தைச் சேர்ந்தவை என்பது தெள்ளத் தெளிவு.

பெலான் பள்ளத்தாக்கில் விந்திய மலைகளின் வடபகுதியிலும் அதேபோன்று நர்மதா பள்ளத்தாக்கின் மத்தியப் பகுதியிலும் பழங் கற்காலத்தின் மூன்று கட்டங்களையும் அடுத்து இடைக்கற்காலமும் அதன் பின்னர் புதிய கற்காலமும் ஒன்றன் பின் ஒன்றாகத் தொடர்ந்தன என்பது இங்கு குறிப்பிடத்தக்கதாகும். ஆனால் பல இடங்களில் இடைக் கற்கால மரபைத் தொடர்ந்து புதிய கற்கால கலாசாரம் இரும்புக் காலத்தின் ஆரம்பம் வரையிலும் அதாவது கி.மு. 1000 வரையிலும் நீடித்தது.

புதிய கற்காலம் : உணவுப் பொருள் உற்பத்தியாளர்கள்

உலக அளவில் புதிய கற்காலம் கி.மு. 9000ல் ஆரம்பமாயிற்று. இந்தியத் துணைக் கண்டத்தின் ஒரே புதிய கற்காலக் குடியேற்றம் கி.மு. 7000ஐச் சேர்ந்தது எனக் கருதப்படுகிறது; பாகிஸ்தானின் ஒரு மாகாணமான பலுச்சிஸ்தானிலுள்ள மேஹர்கட் என்னும் இடத்தில் இது அமைந்திருக்கிறது. கி.மு. 5000க்கு முன்னர் ஆரம்பக் கட்டத்தில் இப்பகுதியைச் சேர்ந்த மக்கள் எத்தகைய மட்பாண்டங்களையும் பயன்படுத்தவில்லை. விந்தியமலையின் வடபகுதியில் அமைந்துள்ள புதிய கற்காலத்தைச் சேர்ந்த சில இடங்கள் கி.மு. 5000க்கு முற்பட்டவை யாகக் கருதப்படுகின்றன. ஆனால் பொதுவாக தென்னிந்தியாவில் காணப்படும் புதிய கற்காலக் குடியேற்றங்கள் கி.மு. 2500க்கு முந்தியவை அல்ல; தென்னிந்தியா மற்றும் கிழக்கு இந்தியாவின் சில பகுதிகளில் அவை கி.மு. 1000க்குப் பிந்தியவை எனக் கருதப்படுகிறது.

இந்தக் காலத்தைச் சேர்ந்த மக்கள் மெருகேற்றப்பட்ட கல்லிலிருந்து தயாரிக்கப்பட்ட கருவிகளைப் பயன்படுத்தி வந்தனர். முக்கியமாக அவர்கள் கற்கோடரிகளை உபயோகித்தனர். நாட்டின் குன்றுகள் நிறைந்த பகுதிகளில் இவை காணப்படுகின்றன. இந்த

வெட்டுக் கருவியை மக்கள் பல்வேறு பணிகளுக்குப் பயன்படுத்தினர். புராணக் கதைகளில் பரசுராமர் கோடரி வீரராகச் சித்திரிக்கப் பட்டிருப்பதைப் பலர் படித்திருக்கலாம்.

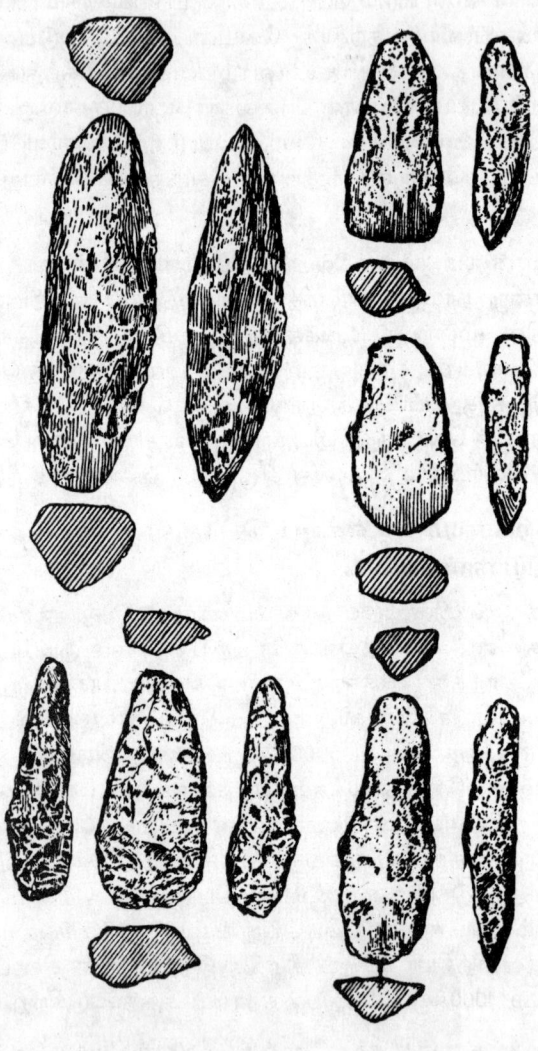

படம் - 6 புதிய கற்காலத்தைச் சார்ந்த கருவிகள்

புதிய கற்காலக் குடியேற்றக்காரர்கள் பயன்படுத்திய கோடரி வகைகளை அடிப்படையாகக் கொண்டு வடமேற்கு, வடகிழக்கு, தெற்கு என மூன்று முக்கியமான புதிய கற்காலக் குடியேற்றப் பகுதிகளைக் குறிப்பிடலாம். வடமேற்குப் பகுதியைச் சேர்ந்த புதிய கற்காலக் கருவிகள் வளைந்த வெட்டு முனையுடன் நீள் சதுர வடிவில் அமைந்த கற்கோடரிகளைச் குறிக்கின்றன. வடகிழக்குப் பகுதியைச் சேர்ந்த புதிய கற்காலக் கருவிகள் செங்கோண விளிம்பு கொண்ட மெருகேற்றப்பட்ட கற்கோடரிகளைக் குறிக்கின்றன. அதேபோன்று, தெற்குப் பகுதியைச் சேர்ந்த புதிய கற்காலக் கருவிகள் நீள் உருண்ட பக்கங்களையும் கூரிய முனையையும் கொண்ட கற்கோடரிகளைக் குறிக்கின்றன.

வடமேற்கில், காஷ்மீர் புதிய கற்காலக் கலாசாரம் குடியிருப்பு நிலவறைகளையும், பலதரப்பட்ட மட்பாண்டங்களையும், கற்களையும் எலும்புகளையும் கொண்டு உருவாக்கப்பட்ட வெவ்வேறு வகையான கருவிகளையும் கொண்டது. இக்கலாசாரத்தில் சிறு கற்கள் அறவே பயன்படுத்தப்படவில்லை. இந்தக் கலாசாரத்தின் தடயங்கள் கண்டுபிடிக்கப்பட்டுள்ள முக்கியமான இடம் புர்ஸாஹோம் என்பதாகும்; "பிறப்பிடம்"என்று இதற்குப் பொருள்; ஸ்ரீநகருக்கு வடமேற்கே 16 கிலோமீட்டர் தொலைவில் இது அமைந்துள்ளது. புதிய கற்காலத்தைச் சேர்ந்த இந்த மக்கள் ஏரி அருகில் அமைந்திருந்த நிலவறைகளில் வசித்து வந்தனர்; அநேகமாக இவர்கள் வேட்டையாடுவதையும் மீன்பிடித்தலையும் தொழிலாகக் கொண்டிருந்திருக்க வேண்டும் என்று தோன்றுகிறது. வேளாண்மையையும் இவர்கள் ஓரளவு தெரிந்திருக்கக் கூடும் என்று தெரிகிறது. ஸ்ரீநகருக்கு தென்மேற்கே 41 கிலோ மீட்டர் தொலைவில் புதிய கற்காலத் தடயங்கள் நிறைந்த குஃப்க்ரல் என்னும் இடம் கண்டுபிடிக்கப்பட்டிருக்கிறது; "குயவர் குகை" என்று இந்தச் சொல்லுக்குப் பொருளாகும். இங்கு வாழ்ந்த மக்கள் பயிரிடுவதற்கும் வீட்டுப் பிராணிகளைப் பழக்குவதற்கும் தெரிந்திருந்தனர். காஷ்மீரைச் சேர்ந்த புதிய கற்கால மக்கள் மெருகேற்றப்பட்ட கற்கருவிகளைப் பயன்படுத்தியதோடு, எலும்பில் தயாரிக்கப்பட்ட பல்வேறு கருவி களையும் ஆயுதங்களையும் உபயோகித்து வந்தனர் என்பதும் இங்கு குறிப்பிடத் தக்கது. எலும்புக் கருவிகள் கணிசமான எண்ணிக்கையில் இந்தியாவில் கண்டுபிடிக்கப்பட்ட மற்றோர் இடம் சிராண்ட் என்பதாகும். கங்கையின் வடக்குப் பகுதியில் பாட்னாவிலிருந்து 40 கிலோமீட்டர் தொலைவில் இது அமைந்திருக்கிறது. மான் கொம்பிலிருந்து தயாரிக்கப்பட்ட இந்தக் கருவிகள் சுமார் 100 சென்டிமீட்டர் மழை பெய்யக்கூடிய புதிய கற்காலத்தின் பிந்திய பகுதியைச் சேர்ந்த ஓர்

இடத்தில் கண்டெடுக்கப்பட்டிருக்கின்றன. இந்த இடத்தில் கங்கை, சோனை, கண்டகி, கக்ரம் ஆகிய நான்கு நதிகள் சேருவதனால் திறந்தவெளி ஏற்பட்டதன் காரணமாக இந்தக் குடியேற்றம் உருவாவது சாத்தியமாயிற்று.

புர்ஸாஹோம் மக்கள் சாம்பல் நிறமுள்ள சொரசொரப்பான மட்பாண்டங்களையே பயன்படுத்தி வந்தனர். புர்ஸாஹோமில் வீட்டு வளர்ப்பு நாய்கள் அவற்றின் எசமானர்களுடன் சேர்ந்து கல்லறைகளில் புதைக்கப்பட்டு வந்தது. இங்கு குறிப்பிடத்தக்கதாகும். நிலவறைகள் வாசமும், வளர்ப்பு நாய்களை அவற்றின் எசமானர்களுடன் சேர்த்துப் புதைப்பதும் இந்தியாவின் வேறு எந்தப் பகுதியிலும் புதிய கற்கால மக்கள் மேற்கொண்டுவந்த பழக்கமாகத் தோன்றவில்லை. புர்ஸாஹோமின் காலம் ஏறத்தாழ கி.மு. 2400ஆக இருக்கக் கூடும்; ஆனால் சிராண்டில் கண்டெடுக்கப்பட்ட எலும்புகள் கி.மு. 1600க்கு முந்தியவையாக இருக்க முடியாது; அநேகமாக அவை கல்-தாமிரக் காலகட்டத்தைச் சேர்ந்தவையாக இருக்கக் கூடும்.

படம் - 7 புர்ஸாஹோம் நிலவரை குடியிருப்பு

புதிய கற்காலத்தைச் சேர்ந்த மற்றொரு பிரிவினர் கோதாவரி நதிக்குத் தெற்கே தென்னிந்தியாவில் வாழ்ந்து வந்தனர். பொதுவாக அவர்கள் கருங்கல் குன்றுகளின் உச்சியிலோ அல்லது ஆற்றங் கரைகளை அடுத்துள்ள மேட்டு நிலங்களிலோ வசிப்பது வழக்கம். அவர்கள் கற்கோடரிகளையும் அத்துடன் கல்லாலான சிலவகையான வெட்டுக் கருவிகளையும் பயன்படுத்தி வந்தனர். நெருப்பில் சுட்ட களிமண் உருவச்சிலைகள் இங்கு கண்டுபிடிக்கப்பட்டிருக்கின்றன; இம்மக்கள் ஏராளமான கால்நடைகளை வளர்த்து வந்திருப்பது இதிலிருந்து தெளிவாகத் தெரிகிறது. வெள்ளாடுகள், செம்மறியாடுகள் மற்றும் இதர கால்நடைகள் அவர்களிடம் இருந்தன. அவர்கள் திரிகைகளைப் பயன்படுத்தி வந்தனர். தானியங்களிலிருந்து பல்வேறு தின்பண்டங்களைத் தயாரிக்கும் முறையை அவர்கள் தெரிந்திருந்தனர் என்பதை இது காட்டுகிறது.

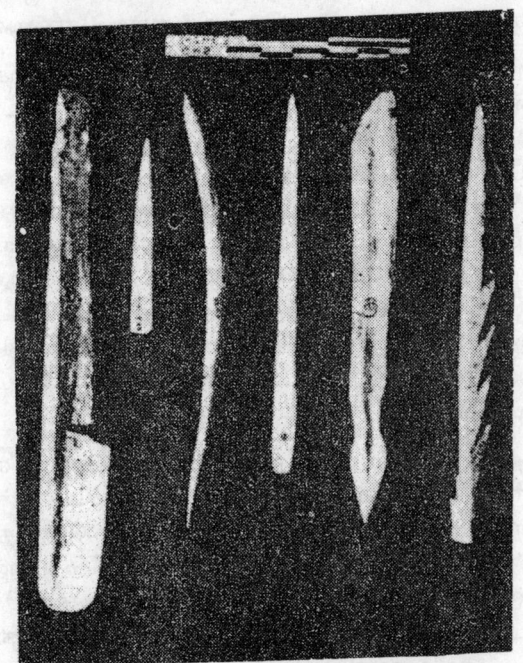

படம் - 8 புர்ஸாஹோமில் கிடைத்த புதிய கற்காலம் சார்ந்த இரும்புக் கருவிகள்

புதிய கற்காலக் கருவிகள் கண்டுபிடிக்கப்பட்ட மூன்றாவது இடம் அசாம் குன்றுகளில் அமைந்துள்ளது. இந்தியாவின் வடகிழக்கு

எல்லையிலுள்ள மேகாலயாவில் காரோ குன்றுகளிலும் புதிய கற்காலக் கருவிகள் கண்டுபிடிக்கப்பட்டிருக்கின்றன. இதுவன்றி, உத்தரப்பிரதேசம் மிர்ஸாபூர், அலகாபாத் மாவட்டங்களில் விந்திய மலைத் தொடர்களை ஒட்டி பல புதிய கற்காலக் குடியேற்றங்கள் இருந்ததற்கான சான்றுகளும் கிடைத்துள்ளன. அலகாபாத் மாவட்டத்தில் புதிய கற்காலத் தடயங்கள் கண்டுபிடிக்கப்பட்டிருக்கும் இடங்களில் கி.மு. ஆறாவது நூற்றாண்டு வாக்கிலேயே நெல் சாகுபடி செய்யப்பட்டிருப்பது குறிப்பிடத்தக்கதாகும்.

இதுவரை அகழ்வாய்வு செய்யப்பட்டுள்ள முக்கியமான புதிய கற்கால இடங்களில் கர்னாடகத்தைச் சேர்ந்த மாஸ்கி, பிரமகிரி, ஹல்லூர், கொடேகல், சங்கனகல்லு, தக்சல கோட்டா, டி.நரசிப்பூர் ஆகியவையும் மற்றும் தமிழ்நாட்டின் பையம்பள்ளியும் அடங்கும். பிக்லிஹல்லும் உத்னூரும் ஆந்திரப்பிரதேசத்திலுள்ள முக்கியமான புதிய கற்கால இடங்களாகும். தென்னிந்தியாவில் புதிய கற்கால கட்டம் சுமார் கி.மு. 2000க்கும் கி.மு. 1000க்கும் இடைப்பட்டதாக இருக்கும் என்று தோன்றுகிறது.

பிக்லிஹல்லைச் சேர்ந்த புதிய கற்காலக் குடியேற்றக்காரர்கள் கால்நடைகளை மேய்ப்பவர்களாக இருந்தனர். அவர்கள் கால்நடைகள், செம்மறியாடுகள், வெள்ளாடுகள் முதலியவற்றை வளர்த்து வந்தனர். கம்புகளையும் கழிகளையும் கொண்டு கட்டப்பட்ட மாட்டுக் கொட்டில்கள் சூழ்ந்திருக்க பருவகால முகாம்களை அமைத்தனர். இந்த மாட்டுக் கொட்டில்களுக்குள் சாணத்தைச் சேகரித்து வைத்தனர். பின்னர் முகாம் முழுவதும் தீயிடப்பட்டு அடுத்த பருவத்துக்குத் தயார் செய்யப்பட்டது. சாம்பல் மேடுகளும், குடியிருப்பு இடங்களும் கர்நாடகத்தில் பிரமகிரி, ஹல்லூர், கொடேகல், பிக்லிஹல், சங்கனகல்லு ஆகிய இடங்களிலும் தமிழ்நாட்டில் பையம்பள்ளியிலும் கண்டு பிடிக்கப்பட்டிருக்கின்றன.

புதிய கற்காலக் குடியேற்றக்காரர்கள் மிக ஆரம்பகால விவசாயிகள் ஆவர். அவர்கள் கற்களாலான களைக் கொட்டுகளையும், ஒன்று முதல் ஆறு கிலோகிராம் எடையுள்ள வட்டக் கற்கள் பொருத்தப்பட்ட கழிகளையும் பயன்படுத்தி நிலத்தைத் தோண்டினர். மெருகேற்றப்பட்ட கற்கருவிகளைத் தவிர, சிறு கற்களாலான வெட்டுக் கருவிகளையும் அவர்கள் பயன்படுத்தினர். மண் சுவர்கள் எழுப்பப்பட்டு, கோரைப்புல் வேய்ந்த வட்ட வடிவமான அல்லது நீள் சதுர வீடுகளில் வசித்து வந்தனர். வட்ட வடிவ வீடுகளில் வசித்து வந்த பூர்வீக மக்கள் எல்லா உடைமைகளையும் எல்லோரும் அனுபவித்து வந்தனர். இது எவ்வாறு இருப்பினும் இந்தப் புதிய கற்கால மக்கள் ஓரிடத்தில் குடியமர்ந்த வாழ்க்கையை வாழ்ந்து வந்தனர் என்றே கூற வேண்டும். அவர்கள் ராகியையும் கொள்ளுவையும் பயிரிட்டு வந்தனர்.

மேஹர்கட்டைச் சேர்ந்த புதிய கற்கால மக்கள் அதிக முன்னேற்றம் அடைந்தவர்கள். கோதுமை, பருத்தி முதலியவற்றை அவர்கள் சாகுபடி செய்து வந்தனர்; செங்கல் வீடுகளில் வசித்து வந்தனர்.

புதிய கற்கால கட்டத்தில் அநேகக் குடியேற்றங்கள் தானியங் களைப் பயிரிடுவதற்குத் தெரிந்து கொண்டுவிட்டதாலும், ஆடுமாடுகள் போன்ற கால்நடைகளை வளர்த்து வந்ததாலும், தானியங்களைச் சேமித்து வைப்பதற்கு அவர்களுக்குப் பானைகள் தேவைப்பட்டன. இதுவன்றி, சமைப்பதற்கும், உண்பதற்கும் நீர் பருகுவதற்கும் அவர்களுக்கு மட்கலங்கள் வேண்டியிருந்தன. எனவே, இந்தக் கட்டத்தில் மண் பாண்டத் தொழில் முதன்முதலில் தோன்றுகிறது. ஆரம்பத்தில் கையாலேயே மட்பாண்டங்கள் தயாரிக்கப்பட்டு வந்தன. பின்னர் புதிய கற்கால மக்கள் பானைகளையும், இதர மட்கலங்களையும் வனைவதற்கு திகிரிகளைப் பயன்படுத்தத் தொடங்கினர். இந்த மட்கலங்களில் கறுப்பு மெருகேற்றப்பட்டவையும், சாம்பல் நிறம் கொண்டவையும், வண்ண விளிம்புகள் கொண்டவையும் அடங்கும்.

புதிய கற்காலத்தைச் சேர்ந்த சிற்றுளிகள், கோடரிகள், வாய்ச்சரிகள், உளிகள் போன்ற கருவிகள் ஒரிசாவிலும், சோட்டா நாகபுரியின் குன்றுப் பிரதேசங்களிலும் கண்டெடுக்கப்பட்டிருக்கின்றன. ஆனால் புதிய கற்காலக் குடியேற்றங்கள் இருந்ததற்கான தடயங்கள் மத்தியப் பிரதேசத்திலும், மேல் தக்காணத்தின் நிலப்பரப்புகளிலும் பொதுவாகக் குறைந்த எண்ணிக்கையிலேயே காணப்படுகின்றன. எளிதாகத் தேய்த்து மெருகிடுவதற்கான கல்வகைகள் அங்கு இல்லாமற் போனதே இதற்குக் காரணம்.

கி.மு. 9000க்கும் கி.மு. 3000க்கும் இடைப்பட்ட காலப்பகுதியில் மேற்கு ஆசியாவில் தொழில் நுட்பம் குறிப்பிடத்தக்க அளவு முன்னேறி இருந்தது. வேளாண்மை, நெசவு, மட்கலங்கள் வனைதல், வீடுகட்டுதல், கால்நடைகளை வளர்த்தல் முதலிய தொழில்களில் மக்கள் வளர்ச்சி கண்டிருந்ததே இதற்குக் காரணம். ஆனால் இந்தியத் துணைக் கண்டத்தில் சுமார் கி.மு. 6000 ஆவது ஆண்டுகளில்தான் புதிய கற்காலம் தொடங்கியது. இக்கால கட்டத்தில் இந்தியத் துணைக் கண்டத்தில் நெல், கோதுமை, பார்லி முதலியவை சாகுபடி செய்யப்பட்டன; உலகின் இப்பகுதிகளில் ஒரு சில கிராமங்களும் தோன்றின. இக்காலப் பகுதியில்தான் மக்கள் இங்கு நாகரிகத்தின் நுழைவாயிலில் அடியெடுத்து வைத்ததாகத் தோன்றுகிறது.

இந்தியாவின் இந்த இடக்கிடப்பியல் விவரங்கள் இந்தியத் தலைமை நில அளவாயர் அனுமதியுடன் வெளியிடப்பட்ட தேசப்படங்களை ஆதாரமாகக் கொண்டவை.

© இந்திய அரசின் பதிப்புரிமை, 1986.

இந்தியாவின் கரையோரக் கடல் பரப்பு எல்லைகள் அங்கீகரிக்கப்பட்ட இடத்திலிருந்து பன்னிரண்டு கடல் மைல் தொலைவுக்குக் கடலுக்குள் விரிந்து செல்லுகின்றன.

படம் - 9 புதிய கற்காலக் கலாசாரங்கள்

கற்காலத்தைச் சேர்ந்த மக்கள் ஒரு மிகப்பெரும் இடர்ப்பாட்டை எதிர்ப்பட்டனர். கற்களாலான கருவிகளையும் ஆயுதங்களையுமே அவர்கள் முற்றிலும் நம்பியிருக்க வேண்டியிருந்ததால், குன்றுப் பகுதிகளிலிருந்து தொலை தூரங்களில் அவர்களால் குடியேற்றங்களை அமைக்க முடியவில்லை. குன்றுச் சரிவுகளிலும், பாறை மறை விடங்களிலும், குன்றுப்பாங்கான ஆற்றுப்படுகைகளிலும்தான் அவர்களால் குடியமர முடிந்தது. தவிரவும், எவ்வளவோ அரும்பாடுபட்டாலும், கடும் முயற்சி செய்தாலும் உயிர்வாழ்வதற்குத் தேவையானவற்றுக்கு அதிகமாக எதையும் அவர்களால் பெற முடியவில்லை.

இயல் 6

தாமிர - கற்கருவிகளை அடிப்படையாகக் கொண்ட வேளாண் கலாசாரங்கள்

புதிய கற்காலத்தின் இறுதியில் உலோகங்கள் பயன்படுத்தப் படலாயின. இவ்வகையில் செம்புதான் முதலில் பயன்படுத்தப்பட்ட உலோகமாகும். இதனைத் தொடர்ந்து கற்கருவிகளையும் தாமிரக் கருவிகளையும் பயன்படுத்துவதை அடிப்படையாகக் கொண்ட பல கலாசாரங்கள் தோன்றின. இத்தகைய ஒரு கலாசாரம் **தாமிர - கற்கருவிகள் கலாசாரம்** எனப்படும்; அதாவது இதனை தாமிர - கற்காலக் கட்டம் எனலாம். இக்கால கட்டம் ஹரப்பர்களுக்கு முந்திய மக்களுக்கு உரியதாகும். தாமிர - கற்கால மக்கள் கற்களைக் கொண்டும், தாமிரத்தைக் கொண்டும் தயாரிக்கப்பட்ட பொருள்களையே பெரும்பாலும் பயன்படுத்தினர்; எனினும் அவர்கள் சில சமயங்களில் தரம் குறைந்த வெண்கலத்தையும் பயன்படுத்தி வந்தனர். அவர்கள் பெரும்பாலும் கிராம சமுதாயங்களாக அமைந்திருந்தனர்; நாட்டின் மலைப்பாங்கான, ஆற்றுப்பாங்கான பகுதிகளைக் கொண்ட ஒரு பரந்த பிரதேசத்தில் இந்த கிராம சமுதாயங்கள் பரந்து விரிந்து வியாபித்திருந்தன. ஆனால் அதே சமயம் ஹரப்பா மக்கள் வெண்கலத்தைப் பயன்படுத்தி வந்தனர்; சிந்துநதி சமவெளியில் நீர்வளமிக்க ஆற்றுப் படுகைகளில் உற்பத்தியாகும் பொருள்களை அடிப்படையாகக் கொண்டு அவர்கள் நகரமயமாக்கக் கட்டத்தை அடைந்தனர். தாமிர - கற்காலக் கட்டத்தைச் சேர்ந்த குடியேற்றங்கள் தென் கிழக்குராஜஸ்தானிலும், மத்தியப் பிரதேசத்தின் மேற்குப் பகுதியிலும் மேற்கு மகாராஷ்டிரத்திலும் மற்றும் தென்னிந்தியாவிலும், கிழக்கு இந்தியாவிலும் இருந்தன என்பது இப்போது தெரிய வந்துள்ளது. தென்கிழக்கு ராஜஸ்தானில் இரண்டு இடங்கள், ஒன்று அஹாரிலும் மற்றொன்று கிலுண்டிலும் அகழ்வாய்வு செய்யப்பட்டுள்ளன. அவை பனாஸ் பள்ளத்தாக்கின் வறண்ட பகுதிகளில் அமைந்துள்ளன. மேற்கு மத்தியப் பிரதேசத்தில் மால்வா, கயத்தா, எரான் ஆகிய இடங்களில் அகழ்வாய்வுகள் நடை பெற்றிருக்கின்றன. மத்திய மற்றும் மேற்கு இந்தியாவின் மால்வா தாமிர

பண்டைக்கால இந்தியா

- கற்காலக் கலாசாரத்தைச் சேர்ந்த மட்கலங்கள் செப்பு - கற்கால மட்கல வகைகளிலேயே மிகச் சிறந்தவையாகக் கருதப்படுகின்றன. இத்தகைய சில மட்கலத் தொகுதிகளும் - இதர சில கலாசாரப் பொருள்களும் மகாராஷ்டிரத்திலும் கண்டெடுக்கப்பட்டிருக்கின்றன.

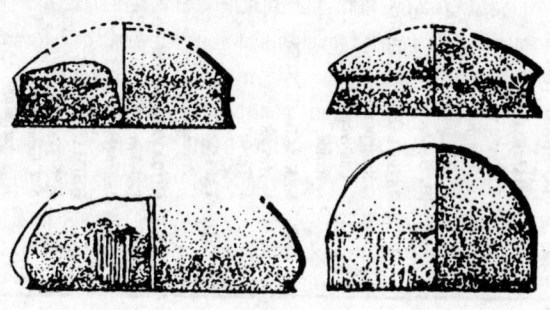

படம் - 10 அஹாரில் கிடைத்த வெள்ளை வர்ணம் பூசப்பட்ட கறுப்பு - சிவப்பு மட்கலங்கள்

எனினும் மற்ற இடங்களை விடவும் மேற்கு மகாராஷ்டிரத்தில்தான் மிகவும் விரிவான அளவில் அகழ்வாய்வுகள் நடைபெற்றிருக்கின்றன என்று கூற வேண்டும். அகமத்நகர் மாவட்டத்தில் ஜோர்வே, நெவசா, தைமாபாத், புனே மாவட்டத்தில் சந்தோலி, சங்காவன், இனாம்காவன் முதலான பல இடங்களில் செப்பு - கற்காலத்தைச் சேர்ந்த தடயங்கள் இருப்பது அங்கு நடத்தப்பட்ட அகழ்வாய்வுகள் மூலம் தெரிய வந்துள்ளது. இவை எல்லாம் ஜோர்வே கலாசாரத்தைச் சேர்ந்தவை: அகமத்நகர் மாவட்டத்தில் கோதாவரி ஆற்றின் உபநதியான பிரவாரா ஆற்றின் கரையில் அமைந்துள்ள ஜோர்வே நகரின் பெயரில் இந்தக் கலாசாரம் குறிப்பிடப்பட்டு வருகிறது. ஜோர்வே கலாசாரம் மால்வா கலாசாரத்திற்குப் பெரிதும் கடமைப்பட்டிருக்கிறது. ஆயினும் இக்கலாசாரம் தென்புலத்து புதியக் கற்காலக் கலாசாரத்தின் பல அம்சங்களையும் தன்னுள் கொண்டுள்ளது. கி.மு. 1400க்கும் கி.மு. 700க்கும் இடைப்பட்ட காலத்தைச் சேர்ந்த ஜோர்வே கலாசாரம் விதர்ப்பா பகுதிகள் நீங்கலாக இன்றைய மகாராஷ்டிரம் முழுவதிலும், கொங்கணத்தின் கடலோரப் பிராந்தியத்திலும் பரவியிருந்தது. ஜோர்வே

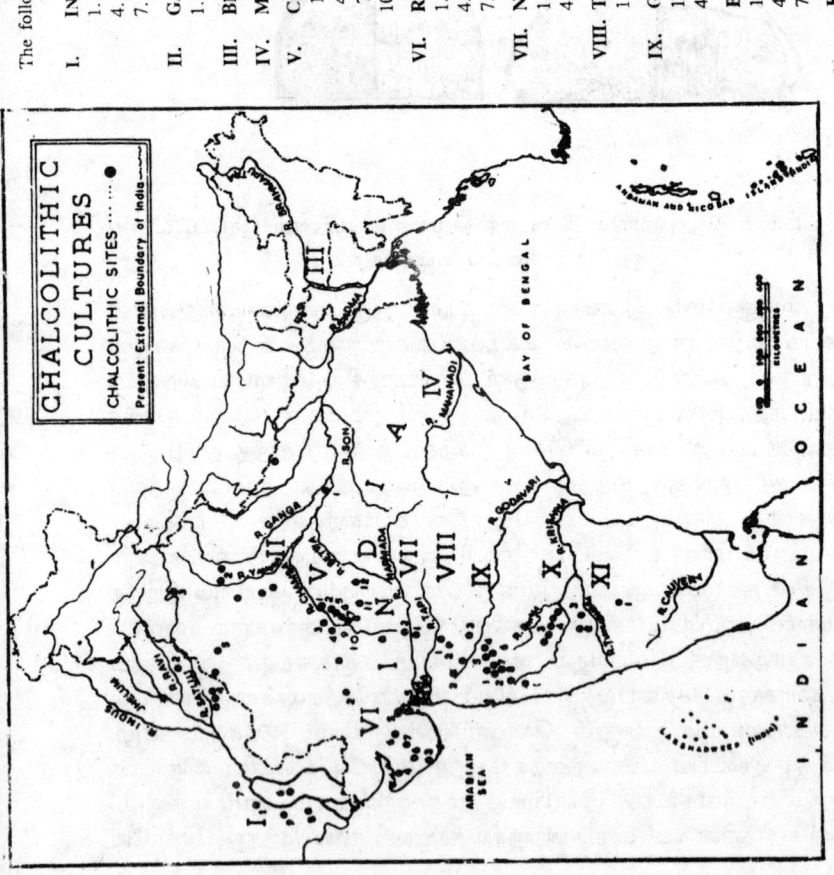

The following Chalcolithic sites are shown region-wise:

I. INDUS SYSTEM
1. Mohenjo-daro 2. Harappa 3. Ropar
4. Suratgarh 5. Hanumangarh 6. Chanhu-daro
7. Jhukar 8. Amri 9. Jhangar

II. GANGES SYSTEM
1. Kausambi 2. Alamgirpur

III. BRAHMAPUTRA SYSTEM

IV. MAHANADI SYSTEM

V. CHAMBAL SYSTEM
1. Pseva 2. Nagda 3. Paramar-Kheri
4. Tungni 5. Metwa 6. Takraoda
7. Bhilsuri 8. Maori 9. Ghata-Bilod
10. Betwa 11. Bilawali 12. Ashta

VI. RAJPUTANA-SAURASHTRA
1. Rangpur 2. Ahar 3. Prashas Patan
4. Lakhabawal 5. Lothal 6. Pithadia
7. Rojdi 8. Adkot

VII. NARMADA SYSTEM
1. Navdatoli 2. Maheshwar 3. Bhagatrav
4. Telod 5. Mehgam 6. Hasanpur

VIII. TAPI SYSTEM
1. Prakash 2. Bahal

IX. GODAVARI-PRAVARA SYSTEM
1. Jorwe 2. Nasik 3. Kopargaon
4. Nevasa 5. Daimabad

BHIMA SYSTEM
1. Koregaon 2. Chandoli 3. Umbraj
4. Chanegaon 5. Anachi 6. Hingni
7. Nagarhalli

KARNATAKA SYSTEM
1. Brahmagiri 2. Piklihal 3. Maski

படம் - 11 தாமிர - கற்கால இடங்கள் பிராந்திய வாரியாக
இங்கு தரப்பட்டுள்ளன

கலாசாரம் கிராமியக் கலாசாரமாக இருந்த போதிலும், தைமாபாத், இனாம்காவன் போன்ற அதன் சில குடியேற்றங்களில் அக்கலாசாரம் நகர்ப்புறக் கட்டத்தை அடைந்திருந்தது. இந்த மகாராஷ்டிர அகழ் விடங்கள் யாவும் பெர்ரும் பாபுலும் விளையும் ஓரளவு வறண்ட, வண்டல் மண் நிறைந்த ஆற்றுப் படுகைகளிலேயே அமைந்துள்ளன. இவையல்லாமல், நர்மதை ஆற்றங்கரையில் உள்ள நவ்தாதோலி என்ற அகழ்விடத்தையும் இங்கு குறிப்பிடுதல் அவசியம். தென்னிந்தியாவில் அகழ்வாய்வு செய்யப்பட்ட புதிய கற்காலத்தைச் சேர்ந்த இடங்களில் செம்பு - கற்கால அம்சங்கள் பெருமளவில் கலந்திருப்பதைக் காணலாம்.

அலகாபாத் மாவட்டத்தைச் சேர்ந்த விந்தியப் பிரதேசத்தில் அநேக இடங்களில் தாமிர - கற்காலத் தடயங்கள் கண்டுபிடிக்கப்பட்டிருக் கின்றன. கிழக்கு இந்தியாவில், கங்கை நதிக்கரையிலுள்ள சிராண்டையும் மேற்கு வங்கம் பர்துவான் மாவட்டத்தில் புந்து ராஜர் திபியையும், பிர்பூம் மாவட்டத்தில் மகிஷ்தாலையும் இவ்வகையில் முக்கியமாகக் குறிப்பிடலாம். இந்த இடங்களில் விரிவான அகழ்வாய்வுகள் நடை பெற்றிருக்கின்றன. வேறு சில இடங்களிலும் அகழ்வாய்வுகள் மேற்கொள்ளப்பட்டிருக்கின்றன. பீகாரில் சென்வார் சோன்பூர், தாரதி, கிழக்கு உத்திரப் பிரதேச்தில் கைரதி, நர்ஹான் ஆகியவை இவற்றில் குறிப்பிடத்தக்கவை.

இந்த கலாசாரத்தைச் சேர்ந்த மக்கள் கற்களிலிருந்து தயாரிக்கப் பட்ட கருவிகளையும் ஆயுதங்களையும் பயன்படுத்தி வந்தனர்; கல்லாலான உளிகளும் சிற்றுளிகளும் இவற்றில் முக்கியபங்கு வகித்தன. பல இடங்களில் குறிப்பாக தென்னிந்தியாவில் கல்லுளிகள் தயாரிக்கும் தொழில் செழித்துக் கொழித்து வந்தது; கற்கோடரிகள் தொடர்ந்து பயன்படுத்தப்பட்டு வந்தன. இத்தகைய பிரதேசங்கள் குன்றுப் பகுதி களிலிருந்து தொலைதூரத்தில் இல்லை என்று இங்கு நினைவுகூரத் தக்கது. சில குடியேற்றங்களில் தாமிரப் பண்டங்கள் பெரும் எண்ணிக்கையில் கண்டுபிடிக்கப்பட்டிருக்கின்றன. ராஜஸ்தானில் பனாஸ் ஆற்றுப்படுகையின் கிட்டத்தட்ட வறண்ட பிராந்தியங்களில் அமைந் துள்ள அஹாரையும் கிலுண்டையும் இவ்வகையில் முக்கியமாகக் குறிப்பிடலாம். அக்காலத்தில் நிலவிய ஏனைய தாமிர - கற்கால வேளாண் கலாசாரங்களைப் போல் அஹார் சிறுகற்களாலான கருவி களைப் பயன்படுத்தவில்லை; கற்கோடரிகள் அல்லது கல்லுளிகள் இங்கு கிட்டத்தட்ட அறவே காணப்படவில்லை. அங்கு கிடைத்த பொருள்களில் அநேக தட்டையான கோடரிகள், வளையல்க்ள், தகடுகள் போன்றவையும் அடங்கும். இவையனைத்தும் செம்பில் தயாரிக்கப்

பட்டவை; வெண்கலத்தில் தயாரிக்கப்பட்ட தகடு ஒன்றும் இங்கு கண்டு பிடிக்கப்பட்டது. செம்பு உள்ளூரிலேயே கிடைத்தது. அஹார் மக்கள் தொடக்க காலம் முதலே உலோகம் உருக்குவதிலும், உலோகத் தொழிலிலும் ஈடுபட்டு வந்தனர். அஹாரின் பழைய பெயர் தாம்பவதி என்பது; தாமிரம் கிடைக்கும் இடம் என்று இதற்குப் பொருள். அஹார் கலாசாரத்தின் காலம் கி.மு. 2100க்கும் கி.மு. 1500க்கும் இடைப் பட்டதாகும்; கிலுண்ட் இந்த அஹார் கலாசாரத்தின் ஒரு பிராந்தியக் கேந்திரமாக இருந்திருக்கலாம் என்று கருதப்படுகிறது. கிலுண்டில் தாமிரத் துண்டுகள்தான் கிடைத்திருக்கின்றன. இங்கு, கல்லுளித் தயாரிக்கும் தொழில் நடைபெற்று வந்திருப்பதைக் காண்கிறோம். மகாராஷ்டிரத்தில் ஜோர்வேயிலும் சந்தோலியிலும் தட்டையான, செங்கோண வடிவமான தாமிரக் கோடரிகளும், சந்தோலியில் தாமிர உளிகளும் கண்டெடுக்கப்பட்டிருக்கின்றன.

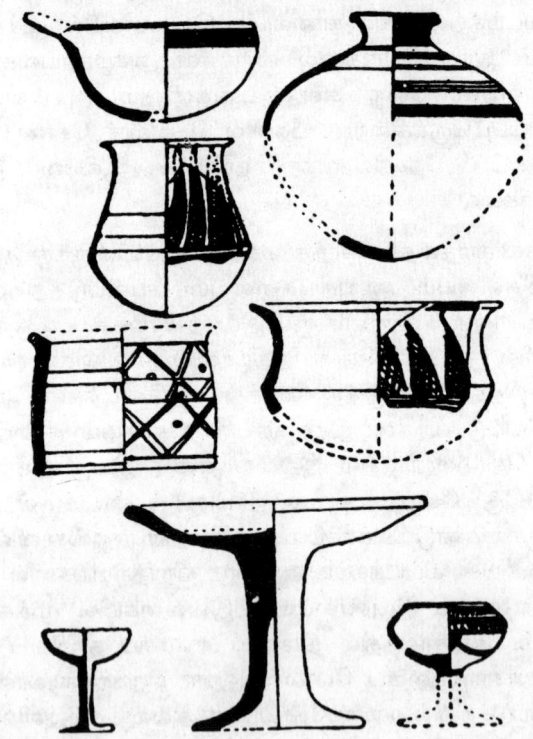

படம் - 12 நவ்தாதோலியில் கிடைத்த மட்பாண்டங்கள்
சுமார் கி.மு. 1500

படம் - 13 வண்ணம் பூசப்பட்ட கருப்பு - சிவப்பு மட்கலங்கள் ஜோர்வே கி.மு. 1200

தாமிர - கற்கால மக்கள் பல்வேறு வகையான மட்கலங்களைப் பயன்படுத்தி வந்திருக்கிறார்கள் என்பது தெரியவந்திருக்கிறது: இந்த மட்கலங்களில் ஒன்று கறுப்பும் சிவப்பு நிறமுமுள்ளது; ஏறத்தாழ கி.மு. 2000 ஆம் ஆண்டு முதலே இது பரந்த அளவில் புழக்கத்தில் இருந்து வந்திருப்பதாகத் தோன்றுகிறது. இது திகிரியில் வனையப்படுகிறது. சில சந்தர்ப்பங்களில் அதில் வண்ண வண்ண அலங்கார வேலைப்பாடுகள் செய்யப்படுவதும் உண்டு. ராஜஸ்தான், மத்தியப்பிரதேசம், மகாராஷ்டிரம் ஆகியவற்றில் இருந்த குடியேற்றங்களுக்கு மட்டுமின்றி, பீகார், மேற்கு வங்கம் ஆகியவற்றில் இருந்த குடியேற்றங்களுக்கும் இது பொருந்தும். மகாராஷ்டிரம், மத்தியப்பிரதேசம், பீகார் ஆகியவற்றில் வாழ்ந்து வந்த மக்கள் நீர்க்குவளைகள், வட்டில்கள், தட்டங்கள், கிண்ணங்கள் முதலியவற்றைத் தயாரித்து வந்தனர். கறுப்பு - சிவப்பு வண்ண மட்கலங்களைப் பயன்படுத்தி வந்த மக்கள் அனைவரும் ஒரே கலாசாரத்தைக் கொண்டிருந்தனர் என்று நினைப்பது தவறாகும். அவர்களுடைய மட்கலங்கள், கருவிகளின் வடிவங்களில் வேறுபாடுகள் இருப்பதை நாம் காண முடியும்.

தாமிர - கற்காலத்தில் தென்கிழக்கு ராஜஸ்தானிலும், மேற்கு மத்தியப் பிரதேசத்திலும், மேற்கு மகாராஷ்டிரத்திலும் மற்றும் வேறுபல

இடங்களிலும் வாழ்ந்து வந்த மக்கள் வீட்டுப் பிராணிகளை வளர்த்து வந்தனர்; வேளாண்மையில் ஈடுபட்டு வந்தனர். பசுக்கள், வெள்ளாடுகள், செம்மறியாடுகள், பன்றிகள், எருமைகள் முதலியவற்றை அவர்கள் வளர்த்து வந்தனர். அவர்கள் ஒட்டகங்களை வளர்த்து வந்ததற்கான தடயங்களும் கிடைத்துள்ளன. அவர்கள் குதிரைகளை வளர்த்து வந்தார்களா என்பது தெளிவாகத் தெரியவில்லை. இப்பகுதிகளில் தோண்டியெடுக்கப்பட்டுள்ள சில விலங்குகளின் எச்சங்கள் குதிரை அல்லது கழுதையின் எச்சங்கள் என இனம் காணப்பட்டுள்ளது. மக்கள் மாட்டிறைச்சி உண்டார்கள் என்று நிச்சயமாகக் கூறலாம். ஆனால் அவர்கள் பன்றியிறைச்சியை விரும்பி உண்டார்கள் என்று சொல்ல முடியாது. இந்த மக்கள் கோதுமையையும் நெல்லையும் பயிரிட்டார்கள் என்பது இங்கு குறிப்பிடத்தக்கது. இத்தகைய முக்கியமான உணவு தானியங்களைச் சாகுபடி செய்தது மட்டுமின்றி, சாமையையும் அவர்கள் பயிரிட்டு வந்தனர். அவரை, துவரை, பாசிப்பருப்பு, பட்டாணி முதலிய பல்வேறு வகையான பயிற்றினங்களையும் அவர்கள் விளைவித்து வந்தனர். கிட்டத்தட்ட இந்த உணவு தானியங்கள் யாவும் மகாராஷ்டிரத்தில் நர்மதை ஆற்றங்கரையில் அமைந்துள்ள நவ்தாத்தோலியில் பழங்காலத்தில் பயிரிடப்பட்டது கண்டுபிடிக்கப்பட்டுள்ளது. அகழ்வாய்வின் பயனாக இத்தனை வகையான தானியங்கள் அநேகமாக இந்தியாவின் வேறு எந்தப் பகுதியிலும் கண்டுபிடிக்கப்பட்டதில்லை எனலாம். நவ்தாத்தோலி மக்கள் பெர், ஆளிவிதை முதலியவற்றையும் பயிரிட்டு வந்திருப்பது தெரிய வந்துள்ளது. தக்காணத்தின் கரிசல் மண் பகுதிகளில் பருத்தியும், கீழ்த் தக்காணத்தில் ராகி, சாமை முதலானவைகளும் பயிரிடப்பட்டு வந்தன. கிழக்கிந்தியாவில் பீகாரிலும், மேற்கு வங்கத்திலும் மீன்பிடிக்கும் தூண்டில் முள்கள் கண்டு பிடிக்கப்பட்டுள்ளன; அங்கு நெல் சாகுபடி செய்யப்பட்டு வந்திருப்பதையும் காண்கிறோம். கிழக்குப் பிராந்தியங்களைச் சேர்ந்த தாமிர - கற்கால மக்கள் மீனையும் அரிசியையும் பிரதான உணவாக உண்டு வந்திருக்கின்றனர் என்பதையே இது காட்டுகிறது; இன்றும்கூட நாட்டின் இப்பகுதியில் இது மக்கள் பெரிதும் விரும்பும் உணவாக இருந்து வருவதைக் காண்கிறோம். ராஜஸ்தானில் பனாஸ் பள்ளத்தாக்கில் இருந்த பெரும்பாலான குடியேற்றங்கள் சிறியவையே ஆகும்; ஆனால் அஹாரும் கிலுண்டும் ஏறத்தாழ நான்கு ஹெக்டேர் பரப்பளவு கொண்டவை.

தாமிர - கற்கால மக்கள் பொதுவாக சுட்ட செங்கலை அறிய மாட்டார்கள்; சுட்ட செங்கற்கள் மிக அரிதாகவே பயன்படுத்தப்பட்டன; சுமார் கி.மு. 1500ல் கிலுண்டில் இந்த நிலைதான் நிலவிற்று. சில

சந்தர்ப்பங்களில் அவர்களுடைய வீடுகள் மண் சுவர்களைக் கொண்டவையாக இருந்தன. எனினும் அவை பெரும்பாலும் மிளாறுகளைக் கொண்டு வேயப்பட்டு, களிமண் பூச்சுடன் காணப்பட்டன; அதாவது கூரை வீடுகள் போல் தோன்றின. ஆனால் அஹாரிலோ கற்களைக் கொண்டு கட்டப்பட்ட வீடுகளில் மக்கள் வசித்து வந்தனர். இதுவரை பழம் தடயங்கள் கண்டுபிடிக்கப்பட்ட 200 ஜோர்வே இடங்களில் கோதாவரிப் பள்ளத்தாக்கிலுள்ள தைமாபாத்துதான் மிகப் பெரியது. இது ஏறத்தாழ 4000 மக்கள் வசிக்கக்கூடிய சுமார் 20 ஹெக்டேர் பரப்பளவு கொண்டது. அதைச் சுற்றிலும் ஒரு மண் அரண் எழுப்பப்பட்டிருப்பதாகத் தோன்றுகிறது. தைமாபாத்தில் ஏராளமான வெண்கலப் பொருள்கள் கண்டுபிடிக்கப்பட்டிருப்பது அதன் ஒரு சிறப்பு அம்சமாகும்; இவற்றில் சில பொருள்களில் ஹரப்பா நாகரிகத்தின் தாக்கம் பிரதிபலிப்பதைப் பார்க்கிறோம்.

மேற்கு மகாராஷ்டிரத்தில் தாமிர - கற்காலத்தில் இனாம்காவனில் அடுப்புகளுடன் கூடிய பெரிய மண் வீடுகளும், வட்ட வடிவமான நிலவறைகளும் இருந்தது கண்டுபிடிக்கப்பட்டுள்ளது. இதற்குப் பிந்தைய காலத்தில் கி.மு. 1300 - கி.மு. 1000) ஐந்து அறைகள் கொண்ட ஒரு வீடு இருந்திருப்பதைக் காண்கிறோம்; இவற்றில் நான்கு அறைகள் செங்கோண அமைப்பு உடையவை; ஓர் அறை வட்டவடிவ அமைப்புடையது. குடியிருப்புகளின் மத்தியில் இது அமைந்துள்ளது; அநேகமாக இது ஒரு தலைவனது இல்லமாக இருந்திருக்கலாம். இதனை அடுத்துள்ள களஞ்சியம் பொருள்களாக அளிக்கப்படும் கப்பங்களைப் பாதுகாத்து வைப்பதற்குப் பயன்படுத்தப்பட்டிருக்கக்கூடும். இனாம்கவான் தாமிர - கற்காலத்தின் ஒரு பெரிய குடியேற்றமாக விளங்கியது. இங்கு நூற்றுக்கு மேற்பட்ட வீடுகளும் அநேக இடுகாடுகளும் இருந்தன என்று தெரியவருகிறது. இந்தக் குடியேற்றம் அரண்களுடனும் சுற்றிலும் அகழிகளுடனும் காட்சியளித்தது.

தாமிர - கற்காலக் கலைகளையும் கைவினைத் தொழில்களையும் பற்றி நம்மால் நிறைய தெரிந்து கொள்ள முடிகிறது. அக்கால மக்கள் சிறந்த தாமிரத் தொழிலாளர்களாகத் திகழ்ந்தனர்; கற்களில் நுணுக்கமான வேலைப்பாடுகள் செய்வதிலும் தேர்ந்தவர்களாக இருந்தனர். அவர்கள் தாமிரத்தைக் கொண்டு உருவாக்கிய கருவிகளும், ஆயுதங்களும், வளையல்களும் நமக்குக் கிடைத்துள்ளன. மங்கிய சிவப்பு நிறமுள்ள மணிக்கல், படிகக்கல், பளிங்குக் கல், சவர்க்காரக் கல் முதலியவற்றி லிருந்து அவர்கள் உருமணிகளைத் தயாரித்து வந்தனர். இந்த மக்களுக்கு நூற்புத் தொழிலும் நெசவுத் தொழிலும் நன்கு தெரிந்திருந்தது. மால்வாவில் கண்டெடுக்கப்பட்ட கதிர்ச் சலாகைகள்

இதனை உறுதிப்படுத்துகின்றன. பஞ்சு, சணல், பட்டு இவற்றிலிருந்து தயாரிக்கப்பட்ட நூல் வகைகள் மகாராஷ்டிரத்தில் கிடைத்துள்ளன. இந்த மக்கள் துணி வகைகள் தயாரிப்பில் நன்கு தேர்ச்சி பெற்றிருந்ததை இது புலப்படுத்துகிறது. இத்தகைய தொழில்களில் தேர்ச்சி பெற்ற கைவினைஞர்களைத் தவிர குயவர்கள், கம்மியர்கள், தந்தம் செதுக்குபவர்கள், சுண்ணாம்பு தயாரிப்பவர்கள், களிமண் பொம்மைகளை உருவாக்குபவர்கள் போன்ற கைவினைஞர்களும் இனாம்கவானில் இருந்தனர் என்றும் தெரிகிறது.

படம் - 14 இனாம்காவன்: ஒரே சீரான குடிசைகள்

தாமிர - கற்காலத்தில் தானியங்கள், கட்டிட அமைப்பு, மட்பாண்டத் தொழில் போன்றவை விஷயத்தில் பிராந்தியத்திற்குப் பிராந்தியம் வேறுபாடுகள் தோன்றின. கிழக்கிந்தியா நெல் உற்பத்தி செய்தது; மேற்கு இந்தியா பார்லியையும் கோதுமையையும் பயிர் செய்தது. மால்வாவிலும் மத்திய இந்தியாவிலும் கயத்தா, எரான் போன்ற குடியேற்றங்கள் ஆரம்ப காலத்தில் தோன்றியவை; மேற்கு மகாராஷ்டிரத்தையும் கிழக்கு இந்தியாவையும் சேர்ந்த குடியேற்றங்கள் இதற்குப் பிந்திய காலத்தைச் சேர்ந்தவை.

இந்த மக்கள் கடைப்பிடித்து வந்த சமயக் கோட்பாட்டு முறைகளையும், இறந்தவர்களை அடக்கம் செய்வதற்கு அவர்கள் பின்பற்றிவந்த வழிமுறைகளையும் பற்றி ஓரளவு நாம் தெரிந்து கொள்ள முடிகிறது. மகாராஷ்டிரத்தில் மக்கள் தங்களுடைய இறந்த உறவினர்களின் பிணங்களை தாழிகளில் வைத்து, தங்கள் வீடுகளின் அடித் தளத்தில் வடக்கு - தெற்காகப் புதைத்து வந்தனர். இதற்கு அவர்கள் தனி இடுகாடுகளைப் பயன்படுத்தவில்லை; ஹரப்பா மக்களும் இவ்வாறே செய்து வந்தனர் என்பது இங்கு குறிப்பிடத்தக்கது. மட்கலங்களும், சில தாமிரப் பொருள்களும் கல்லறைகளில் வைக்கப் பட்டன; இறந்தவர்கள் அடுத்த உலகில் பயன்படுத்துவதற்காக இது இருக்கலாம்.

இங்கு கண்டுபிடிக்கப்பட்ட பெண் களிமண் உருவச்சிலைகள் தாமிர - கற்கால மக்கள் பெண் தெய்வத்தை வணங்கி வந்தனர் என்பதைக் காட்டுகின்றன. சுடப்படாத நிர்வாண களிமண் உருவச் சிலைகளும் வழிபாட்டுக்குப் பயன்படுத்தப்பட்டன. மேற்கு ஆசியாவில் கண்டெடுக்கப்பட்ட பெண் தெய்வத்தின் உருவச்சிலையைப் போன்ற ஒன்று இனாம்கவானில் கிடைத்துள்ளது. மால்வாவிலும் ராஜஸ்தானிலும் கண்டெடுக்கப்பட்ட கம்பீரத் தோற்றமுடைய காளை உருவச்சிலை ஏதோ ஒரு சமய வழிபாட்டின் சின்னமாக இருந்திருக்கக் கூடும் என்பதைக் காட்டுகிறது.

குடியேற்றங்களின் பாணிகளும் இறந்தவர்களை அடக்கம் செய்யும் முறைகளும் சமூக ஏற்றத்தாழ்வுகள் தோன்ற ஆரம்பித்ததைக் குறிப்பதாக உள்ளன. மகாராஷ்டிரத்தில் அகழ்வாய்வு செய்யப்பட்ட பல ஜோர்வே குடியேற்றங்களில் ஒரு வகையான ஆதிக்கப்போக்கு நிலவியதாகத் தோன்றுகிறது. சில குடியேற்றங்கள் இருபது ஹெக்டேர் பரப்பளவுக்குப் பெரியவையாக இருக்கின்றன; மற்ற குடியேற்றங்கள் ஐந்து ஹெக்டேரும், அதற்கும் குறைவான பரப்பளவும் கொண்டவை

யாக உள்ளன. குடியேற்றங்களின் பரப்பளவில் காணப்படும் வேறுபாடு பெரிய குடியேற்றங்கள் சிறிய குடியேற்றங்கள் மீது ஆதிக்கம் செலுத்தியதைப் புலப்படுத்துகிறது. பெரிய குடியேற்றங்களிலும் சிறிய குடியேற்றங்களிலும் நீள் சதுர வீடுகளில் வசித்து வந்த தலைவனும் அவனுடைய சுற்றத்தாரும் வட்டவடிவ குடிசைகளில் வசித்து வந்த ஏனைய மக்கள்மீது ஆதிக்கம் செலுத்தி வந்தனர். இனாம்கவானில் கைவினைஞர்கள் குடியேற்றத்தின் மேற்கத்திய எல்லைகளில் வசித்துவர, தலைவனோ அநேகமாக மத்திய பகுதியில் வசித்து வந்தான்; குடியேற்றக்காரர்களிடையே சமூக வேறுபாடு நிலவிவந்ததை இது காட்டுகிறது. மேற்கு மகாராஷ்டிரத்தில் சந்தோலியிலும் நெவசாவிலும் உள்ள கல்லறைகளில் சில குழந்தைகள் அவர்களது கழுத்துகளில் தாமிரக் கழுத்தாரங்களுடன் புதைக்கப்பட்டிருக்கிறார்கள்; மற்ற குழந்தைகளின் கல்லறைகளில் மட்பாண்டங்களே வைக்கப்பட்டுள்ளன. இனாம்கவானில், வயது வந்த ஒருவர் பானைகளுடனும் சிறிதளவு தாமிரத்துடனும் புதைக்கப்பட்டிருக்கிறார். கயத்தாவில் ஒரு வீட்டில் 29 பித்தளை வளையல்களும், தனித்தன்மை வாய்ந்த இரண்டு கோடரிகளும் கண்டெடுக்கப்பட்டன. இதே இடத்தில் பானைகளில் அரிய கற்கள் பதித்த கழுத்தாரங்கள் வைக்கப்பட்டிருப்பதும் கண்டு பிடிக்கப்பட்டிருக்கிறது. இப்பொருள்களின் உடைமையாளர்கள் வசதி மிக்கவர்கள் என்பது புலனாகிறது.

காலக் கணிப்பின் அடிப்படையில் முக்கியத்துவம் வாய்ந்த கணேஷ்வர் என்ற ஓர் இடத்தைப் பற்றி இங்கு முக்கியமாகக் குறிப்பிட வேண்டும். ராஜஸ்தானில் கேத்ரி தாமிர மண்டலப் பகுதியில் உள்ள சிகார் - ஜுன்ஜுனு தாமிர சுரங்கங்களுக்கு அருகில் இது அமைந்திருக்கிறது. இங்கு மேற்கொள்ளப்பட்ட அகழ்வாய்வின் போது பல தாமிரப் பொருள்கள் கிடைத்தன; பித்தளையில் செய்யப்பட்ட அம்பு முனைகள், ஈட்டி முனைகள், தூண்டில் முட்கள், சாட்டைகள், வளையல்கள், உளிகள் முதலியவையும் இவற்றில் அடங்கும். இவற்றில் சிலவற்றின் வடிவங்கள் சிந்து வெளியில் கண்டுபிடிக்கப்பட்டவற்றின் வடிவங்களை ஒத்துள்ளன; சிந்துவெளி நாகரிக வகையைச் சேர்ந்த களிமண் சில்லும் இங்கு கிடைத்திருக்கிறது. தாமிர - கற்காலக் கலாசாரத் திற்குரிய பல சின்னஞ்சிறு கற்கருவிகளும் இங்கு கண்டெடுக்கப் பட்டிருக்கின்றன. சித்திர வேலைப்பாட்டுடன் கூடிய காவி வண்ண மட்பாண்டங்களையும் (ஓ.சி.பி) இங்கு காண்கிறோம்; இவை பிரதானமாக

குவளை வடிவத்தில் அமைந்துள்ளன. கணேஷ்வர் தடயப் பொருள்கள் கி.மு. 2800 - 2200ஆம் ஆண்டுகளைச் சேர்ந்தவை என்று மதிப்பிடப் படுவதால் இவை பெரும்பாலும் முழு வளர்ச்சியுற்ற ஹரப்பா நாகரிகத்துக்கு முற்பட்டவையாக இருக்கக் கூடும். கணேஷ்வர் முக்கியமாக தாமிரப் பொருள்களை ஹரப்பாவுக்கு வழங்கிற்று; ஆனால் அதே சமயம் அதனிடமிருந்து அதிகமாக எதையும் பெற்றுக் கொள்ளவில்லை. கணேஷ்வர் மக்கள் ஓரளவுக்கு வேளாண்மையையும் பெருமளவுக்கு வேட்டையாடுதலையும் சார்ந்து வாழ்ந்து வந்தனர். பித்தளைப் பொருள்களைத் தயாரிப்பதே அவர்களது பிரதான கைத்தொழிலாக இருந்த போதிலும், ஹரப்பா பொருளாதாரத்தின் நகர்ப்புற அம்சங்களை அவர்களால் வளர்க்க முடியவில்லை; நீர்ப்பெருக்கெடுத்தோடும் சமவெளிகளின் உற்பத்திப் பொருள்களை ஆதார அடிப்படையாகக் கொண்டிருந்தது ஹரப்பா பொருளாதாரம். ஆதலால் கணேஷ்வர் மக்களின் கலாசாரத்தை **ஓசிபி** / பித்தளைப் பொருள்கள் சேகரிப்புக் கலாசாரமாகக் கருதுவதற்கில்லை. சிறு கற்கருவிகளையும் இதர கற்கருவிகளையும் கொண்டு ஹரப்பா கலாசாரத்திற்கு முந்தைய தாமிர - கற்காலக் கலாசாரமாக வேண்டு மானால் இதனைக் கருதலாம்; இத்தகைய கலாசாரம் பண்பட்ட ஹரப்பா கலாசாரம் உருவாவதற்குத் துணைபுரிந்தது என்பதில் ஐயமில்லை.

கால ரீதியாகப் பார்த்தால் இந்தியாவில் அநேக தாமிர - கற்காலக் குடியேற்றங்கள் இருந்திருக்கின்றன. இவற்றில் சில குடியேற்றங்கள் ஹரப்பா குடியேற்றங்களுக்கு முற்பட்டவை; சில குடியேற்றங்கள் ஹரப்பா நாகரிகக் காலத்தவை; வேறு சில குடியேற்றங்கள் ஹரப்பா நாகரிகக் காலத்திற்குப் பிந்தியவை, ஹரப்பா பிராந்தியத்தில் சில அகழ்வாய்விடங்களில் கிடைத்துள்ள தடயங்கள் ஆரம்பகால ஹரப்பா தடயங்கள் எனப்படுகின்றன; வளர்ச்சியடைந்த சிந்துவெளி நகர்ப்புற நாகரிகத்திலிருந்து இவற்றைப் பிரித்துக்காட்டவே இவ்வாறு செய்யப்படுகிறது. ஆகவே, ராஜஸ்தானில் கலிபங்கானிலும், ஹரியானாவில் பனவாலியிலும் நிலவிய ஹரப்பா நாகரிகத்திற்கு முந்தைய கட்டம் தாமிர - கற்கால கட்டம் என்பதில் ஐயமில்லை. பாகிஸ்தானில் சிந்துவிலுள்ள கோத்திஜிக்கும் இது பொருந்தும். ஹரப்பா கலாசாரத்திற்கு முந்தைய, பிந்தைய தாமிர - கற்காலக் கலாசாரங்களும், அதன் சமகாலத்திய தாமிர - கற்காலக் கலாசாரங்களும் வடக்கு, மேற்கு, மத்திய இந்தியாவில் இருந்து வந்தது கண்டுபிடிக்கப்பட்டிருக்கிறது. கி.மு.

2000 - 1880 ஆம் ஆண்டுகளைச் சேர்ந்த கயத்தா கலாசாரத்தை இதற்கு உதாரணமாகக் கூறலாம்; இது ஹரப்பா கலாசாரக் காலத்தில் நிலவிவந்த ஓர் இளைய கலாசாரமாக விளங்கியது. அது மட்பாண்டக் கலையில் ஹரப்பா நாகரிகத்துக்கு முந்தைய சில அம்சங்களைக் கொண்டிருந்தது; ஆனால் அதே சமயம் ஹரப்பா நாகரிகத்தின் தாக்கத்தையும் அது தன்னுள் கொண்டிருந்தது என்பதையும் இது காட்டுகிறது. இந்தப் பிரதேசங்களில் காணப்படும் ஹரப்பா நாகரிகக் காலத்திற்குப் பிந்தைய பல தாமிர - கற்காலக் கலாசாரங்கள் ஹரப்பா நாகரிகத்தின் பிந்தைய நகர்ப்புற மயமாக்கக் கட்டத்தின் செல்வாக்குக்கு உட்பட்டவையாகும்.

இதர பல தாமிர - கற்காலக் கலாசாரங்கள் முதிர்ச்சியடைந்த ஹரப்பா நாகரிகத்தை விடவும் வயதில் இளமையானவை என்றாலும் அவை சிந்துவெளி நாகரிகத்துடன் சம்பந்தப்பட்டவை அல்ல. நவ்தாதோலி, எரான், நாக்தா ஆகிய இடங்களில் நிலவிய மால்வா கலாசாரம் (கி.மு. 1700 - 1200) ஹரப்பா கலாசாரத்துடன் சம்பந்தப் படாததாகக் கருதப்படுகிறது. விதர்ப்பம், கொங்கணத்தின் சில பகுதிகள் தவிர மகாராஷ்டிரம் முழுவதிலும் வியாபித்திருந்த ஜோர்வே கலாசாரமும் (கி.மு. 1400 - 700) இத்தகையதுதான். நாட்டின் தென் பகுதியிலும் கிழக்குப் பகுதியிலும் ஹரப்பா கலாசாரத்திலிருந்து வேறுபட்ட தாமிர - கற்காலக் குடியேற்றங்கள் இருந்து வந்தன. தென்னிந்தியாவில் புதிய கற்காலக் குடியேற்றங்களைத் தொடர்ந்து இயல்பாகவே இந்தக் குடியேற்றங்கள் உருவாயின. விந்தியப் பிராந்தியம், பீகார், மேற்கு வங்கம் ஆகியவற்றிலிருந்து தாமிர - கற்காலக் குடியேற்றங்களும் ஹரப்பா நாகரிகத்துடன் எவ்வகையிலும் சம்பந்தப்படாதவையாகும்.

ஹரப்பா நாகரிகத்துக்கு முந்தைய பல்வேறு வகையான தாமிர - கற்காலக் கலாசாரங்கள் சிந்து, பலுச்சிஸ்தானம், ராஜஸ்தானம் முதலான பகுதிகளில் வேளாண் சமூகங்கள் உருவாகி பரவுவதற்கு வகை செய்தன; அது மட்டுமின்றி, ஹரப்பா நகர்ப்புற நாகரிகம் வளர்ந்து வலுப் பெறுவதற்கான நிலைமைகளையும் தோற்றுவித்தன. சிந்துவில் அம்ரியையும் கோத்திஜியையும், ராஜஸ்தானில் கலிபங்கானையும் ஏன் இன்னும் சொல்லப்போனால் கணேஷ்வரையும் கூட இவ்வகையில் முக்கியமாகக் குறிப்பிடலாம். தாமிர - கற்காலத்தைச் சேர்ந்த சில வேளாண் சமூகங்கள் நீர்வளம் மிகுந்த சிந்து சமவெளிகளுக்குப் புடைபெயர்ந்து சென்றன என்றும், அங்கு வெண்கலத்தொழில்

நுட்பத்தைக் கற்றுக் கொண்டன என்றும், அப்பகுதிகளில் நகரங்களை அமைப்பதில் வெற்றி பெற்றன என்றும் தோன்றுகிறது.

மத்திய இந்தியாவிலும் மேற்கு இந்தியாவிலும் ஏறத்தாழ கி.மு. 1200 ஆண்டு வாக்கில் தாமிர - கற்காலக் கலாசாரங்கள் மறைந்து போயின; ஜோர்வே கலாசாரம் மட்டுமே கி.மு. 700 வரை நீடித்தது. எனினும் தாமிர - கற்காலக் கலாசாரத்தைச் சேர்த்து, கறுப்பு - சிவப்பு வண்ண மட்பாண்டங்களைத் தயாரிக்கும் கைவினைத் தொழில் கி.மு. இரண்டாம் நூற்றாண்டு வரை செழித்து வந்தது. ஆயினும் தாமிர - கற்காலக் கலாசாரத்திற்கும் மத்திய இந்தியாவிலும் மேற்கு இந்தியாவிலும் கயத்தா, பிரபாஸ், பிரகாஷ், நாசிக், நெவசா முதலான இடங்களில் நிலவிய ஆரம்ப வரலாற்றுக்காலக் கலாசாரத்திற்கும் இடையே ஒட்டுமொத்தத்தில் சுமார் நான்கு முதல் ஆறு நூற்றாண்டுக்கால இடைவெளி இருக்கக்கூடும் என்று தோன்றுகிறது. தாமிர - கற்காலக் குடியேற்றங்கள் சீணித்ததற்கு சுமார் கி.மு. 1200க்குப் பிறகு மழை பெய்வது பெரிதும் குறைந்து போனதே காரணம் என்று கூறப்படுகிறது. தாமிர - கற்கால மக்களால் தோண்டும் கழிகளைக் கொண்டு கறுப்பு களிமண் பிரதேசத்தை நீண்டகாலம் சமாளிக்க முடியவில்லை; அதிலும் வறட்சிப் பருவத்தில் மண்ணைத் தோண்டுவது மிகவும் கடினமாக இருந்தது. ஆனால் அதே சமயம் செம்மண் பிரதேசத்தில் அதிலும் குறிப்பாக கிழக்கிந்தியாவில், தாமிர - கற்கால கட்டத்தைத் தொடர்ந்து எத்தகைய இடைவெளியும் இல்லாமல் உடனே இரும்பு யுகம் தோன்றி விட்டது; இது அப்பகுதி மக்களைப் பெரிதும் முன்னேற்றமடைந்த விவசாயிகளாகப் படிப்படியாக மாற்றிவிட்டது. இதேபோன்று தென்னிந்தியாவில் பல இடங்களில் தாமிர - கற்காலக் கலாசாரம் இரும்பைப் பயன்படுத்தும் பெருங்கற்காலக் கலாசாரமாக மாற்றமடைந்தது.

தாமிர - கற்காலக் கட்டத்தின் முக்கியத்துவம்

வண்டல்மண் நிறைந்த சமவெளிகளிலும், அடர்ந்த கானகப் பகுதிகளிலும் தவிர கிட்டத்தட்ட நாடுமுழுவதிலும் தாமிர - கற்காலக் கலாசாரத் தடயங்கள் கண்டுபிடிக்கப்பட்டிருக்கின்றன. இந்தக் கட்டத்தில் மக்கள் குன்று பகுதிகளை அடுத்து ஆற்றுப் படுகைகளில் பெரும்பாலும் கிராமப்புறக் குடியேற்றங்களை நிறுவினர். ஏற்கெனவே குறிப்பிட்டது போன்று அவர்கள் குறுங்கற்கருவிகளையும் ஏனைய கற்கருவிகளையும்

அத்துடன் சில தாமிரக் கருவிகளையும் பயன்படுத்தினர். இவர்களில் பலர் தாமிரத்தை உருக்கும் தொழிலைத் தெரிந்திருந்தனர் என்று தோன்றுகிறது. ஏறத்தாழ தாமிர - கற்கால சமூகத்தினர் அனைவரும் திகிரியில் வனையப்பட்ட கறுப்பு - சிவப்பு மட்கலங்களைப் பயன் படுத்தினர். வெண்கலக் காலத்திற்கு முந்தைய அவர்களது வளர்ச்சிக் கட்டத்தைக் கருத்திற் கொண்டு பார்க்கும்போது, வண்ணம் தீட்டிய மட்கலங்களை முதலில் பயன்படுத்தியவர்கள் இந்த மக்கள்தான் என்பதைத் தெரிந்து கொள்கிறோம். சமையல் செய்யும் பாத்திரங் களாகவும், உணவுத் தட்டங்களாகவும், நீர் அருந்தும் குவளைகளாகவும், பொருள்களைச் சேமித்து வைக்கும் கலங்களாகவும் இவை பயன்படுத்தப்பட்டன. லோட்டாக்களையும் தாழிகளையும் அவர்கள் பயன்படுத்தினர். தென்னிந்தியாவில் புதிய கற்காலக் கட்டம் யாரும் கவனிக்காத வகையில் தாமிர - கற்காலக் கட்டமாகப் படிப்படியாக மாற்றமடைந்தது. எனவே, இந்தக் கலாசாரங்கள் **புதிய கற்கால - தாமிர கற்காலக் கலாசாரங்கள்** எனப் பெயர் பெற்றன. நாட்டின் இதர பகுதிகளில், குறிப்பாக மேற்கு மகாராஷ்டிரத்திலும் ராஜஸ்தானிலும் தாமிர கற்கால மக்கள் குடியேற்றக்காரர்களாக இருந்தனர் என்று தெரிகிறது. கயத்தா, எரான் போன்ற அவர்களது ஆரம்பகாலக் குடியேற்றங்கள் மால்வாவிலும் மத்திய இந்தியாவிலும் தோன்றின; மேற்கு மகாராஷ்டிரத்தில் உள்ள குடியேற்றங்கள் பிற்காலத்தில் தோன்றின; மேற்கு வங்கத்திலுள்ளவையோ இன்னும் பிற்காலத்தில் தோன்றின.

தாமிர - கற்கால சமூகத்தினர்தான் இந்திய தீபகற்பத்தில் முதல் பெரிய கிராமங்களை உருவாக்கினர்; புதிய கற்கால சமூகத்தினரை விடவும் மிக அதிக எண்ணிக்கையிலான தானியங்களைப் பயிரிட்டனர். முக்கியமாக, மேற்கு இந்தியாவில் அவர்கள் பார்லி, கோதுமை, அவரை முதலியவற்றையும், தென்னிந்தியாவிலும் கிழக்கு இந்தியாவிலும் நெல்லையும் சாகுபடி செய்தனர். அவர்கள் தானிய உணவோடு அசைவ உணவையும் உண்டனர். மேற்கு இந்தியாவில் மாமிச உணவு அதிகமாக சாப்பிடப்படுவதைப் பார்க்கிறோம்; ஆனால் கிழக்கு இந்தியாவின் உணவிலோ மீனும் அரிசியும் பிரதான இடத்தைப் பெற்றுள்ளன. மேற்கு மகாராஷ்டிரம், மேற்கு மத்தியப் பிரதேசம், தென்கிழக்கு ராஜஸ்தான் ஆகிய இடங்களில் கட்டிட இடிபாடுகள் அதிகம் காணப்படுகின்றன. மத்தியப்பிரதேசத்தில் கயத்தாவிலும் எரானிலுமுள்ள குடியேற்றங் களிலும் மேற்கு மகாராஷ்டிரத்தில் இனாம்காவனிலுள்ள குடியேற்றத் திலும் சுற்றிலும் சுவர்கள் எழுப்பப்பட்டிருக்கின்றன. ஆனால் கிழக்கு

இந்தியாவில் சிராண்ட்புந்து ராஜர் திபி ஆகிய இடங்களில் மிகக் குறைவாகவே இடிபாடுகள் காணப்படுகின்றன. இங்கு பெரும்பாலும் வட்ட வடிவக் குடிசைகள் இருந்ததையே இது காட்டுகிறது. இறந்தவர்களை அடக்கம் செய்யும் முறையும் மாறுபட்டதாக இருந்தது. மகாராஷ்டிரத்தில், இறந்தவர்களின் பிணம் வடக்கு தெற்காக வைக்கப்பட்டது; ஆனால் தென்னிந்தியாவிலோ கிழக்கு - மேற்காக வைக்கப்பட்டது. மேற்கு இந்தியாவில் பிணங்கள் ஆழக்குழிதோண்டிப் புதைக்கப்பட்டன; கிழக்கு இந்தியாவிலோ அரைகுறையாகப் புதைக்கப் பட்டன.

தாமிர - கற்காலக் கலாசாரங்களின் வரையறைகள்

தாமிர - கற்கால மக்கள் செம்மறியாடுகள், வெள்ளாடுகள் போன்ற கால்நடைகளை வளர்த்து வந்தனர். இவை வீட்டோடு சேர்ந்த முற்றத்தில் கட்டிப்போடப்பட்டு, வளர்க்கப்பட்டன. இந்தப் பிராணிகள் இறைச்சிக்காக அநேகமாக வெட்டப்பட்டு வந்திருக்கலாம்; மற்றபடி இந்தப் பிராணிகளிடமிருந்து பால் கறந்து குடிக்கவோ, பால் பண்டங்களைத் தயாரிக்கவோ அவற்றை அவர்கள் பயன்படுத்தியதாகத் தெரியவில்லை. பஸ்தாரைச் சேர்ந்த கோண்டுகள் போன்ற பழங்குடிகள் கன்றுகள் குடிப்பதற்காகவே பால் சுரக்கிறது என்று கருதுகிறார்கள். எனவே அவர்கள் தங்கள் கால்நடைகளிடமிருந்து பால் கறப்பதில்லை. இதன் காரணமாக தாமிர - கற்கால மக்களால் பிராணிகளை முழு அளவுக்குப் பயன்படுத்திக் கொள்ள முடியவில்லை. தவிரவும், மத்திய இந்தியாவிலும் மேற்கு இந்தியாவிலும் கரிசல் நிலத்தில் வாழ்ந்து வந்த மக்கள் சாகுபடிப் பணியில் தீவிரமாகவோ, பரந்த அளவிலோ ஈடுபடவில்லை. தாமிர - கற்கால நாகரிகம் பரவியிருந்த இடங்களில் மேற்கொள்ளப்பட்ட அகழ்வாய்வுகளின்போது மண்வெட்டிகளோ, கலப்பைகளோ கிடைக்காததிலிருந்து இது தெளிவாகிறது; அந்நாட்களில் ஜூம் சாகுபடி என்ற ஒரு முறை கைக் கொள்ளப்பட்டது. இதன்படி நிலத்தில் இலைதழைகள் தீயிட்டுக் கொளுத்தி சாம்பலாக்கப்பட்டன. பிறகு துளையிட்ட கல்வட்டுகள் பொருத்தப்பட்ட தோண்டும் கழிகளின் உதவியோடு இந்த சாம்பலில் விதைகள் நடப்பட்டன. கரிசல் நிலத்தில் விரிவான, தீவிர சாகுபடி செய்யப்பட வேண்டுமானால் அதற்கு இரும்பால் செய்யப்பட்ட கருவிகள் அவசியம் தேவை. ஆனால் தாமிர - கற்காலக் கலாசாரத்தில் இத்தகைய இரும்புக் கருவிகள் இடம் பெறவில்லை. செம்மண் பிரதேசத்தில் வசித்துவந்த தாமிர - கற்காலக் கலாசாரத்தைச் சேர்ந்த மக்களும் இதே இடர்ப்பாட்டை எதிர்கொள்ள வேண்டியிருந்தது.

மேற்கு மகாராஷ்டிரத்தில் எண்ணற்ற குழந்தைகள் புதைக்கப் பட்டனர்; தாமிர - கற்காலக் கலாசாரத்தின் பொதுவான பலவீனத்தை இது காட்டுகிறது. இந்தக் கலாசாரம் உணவுப் பொருள்களை உற்பத்தி செய்யும் பொருளாதாரத்தைக் கொண்டிருந்தபோதிலும்; சிசு மரண விகிதம் மிக அதிகமாக இருந்தது; சத்துணவுப் பற்றாக்குறையும், மருத்துவ ஞானமோ, தொற்று நோய்கள் பரவுவது பற்றிய விவரமோ மக்களுக்குத் தெரியாதிருந்ததும் இதற்குக் காரணமாக இருக்கலாம். எது எப்படியிருந்தபோதிலும் தாமிர - கற்கால சமூக, பொருளாதார பாணி நீண்ட ஆயுளை உத்தரவாதம் செய்யக்கூடியதாக இருக்கவில்லை.

தாமிர - கற்காலக் கலாசாரம் அடிப்படையில் கிராமப்புறப் பின்னணியைக் கொண்டது. இக்கால கட்டத்தில் தாமிரம் குறைந்த அளவே கிடைத்தது; உலோகம் என்ற முறையில் அதன் உபயோகத்துக்கு சில வரையறைகளும் இருந்தன. தாமிரத்தில் செய்யப்படும் கருவி எளிதில் வளையக்கூடியதாக இருந்தது. வெள்ளீயத்தைத் தாமிரத்துடன் கலந்து, அதிக வலுவானதும், பயனுள்ளதுமான வெண்கலம் என்னும் உலோகத்னத உருவாக்கும் முறையை அச்சமயம் மக்கள் அறிந்திருக்கவில்லை. கிரீட், எகிப்து, மெசபட்டோமியா, சிந்துவெளி முதலிய பகுதிகளில் ஆரம்பக்கால நாகரிகங்கள் தோன்றுவதற்கு வெண்கலக் கருவிகள் துணை புரிந்தன.

தாமிர - கற்காலத்தைச் சேர்ந்த மக்கள் எழுதும் கலையை அறிய மாட்டார்கள்; வெண்கலக்கால மக்களைப் போன்று அவர்கள் நகரங்களில் வாழவும் இல்லை. நாகரிகத்தின் இந்த அம்சங்கள் அனைத்தையும் இந்தியத் துணைக் கண்டத்தின் சிந்துவெளிப் பிராந்தியத்தில்தான் முதல் முறையாகக் காண்கிறோம். நாட்டின் பிரதான பகுதியில் நிலவிய பெரும்பாலான தாமிர - கற்காலக் கலாசாரங்கள் சிந்துவெளி நாகரிகத்தை விட இளமையானவை என்றாலும், சிந்துவெளி மக்களின் முன்னேறிய தொழில்நுட்ப ஞானத்திலிருந்து இக்கலாசாரங்கள் எத்தகைய கணிசமான பலனையும் எய்தவில்லை.

தாமிரப் பொருள்களின் குவியல்களும் காவிநிற மட்பாண்டக் கட்டமும்

மோதிரங்கள், கோடரிகள், கைக்கோடரிகள், வாட்கள், மண்டாக்கள், ஈட்டிமுனைகள், மனித உருவச் சிலைகள் முதலியவை

அடங்கிய நாற்பதற்கும் மேற்பட்ட தாமிரப் பொருள் குவியல்கள் கிழக்கே மேற்கு வங்கம் ஒரிசாவிலிருந்து கிழக்கே குஜராத் வரையிலும், மேற்கே ஹரியானா வரையிலும், தெற்கே ஆந்திரப் பிரதேசத்திலிருந்து வடக்கே உத்தரப் பிரதேசம் வரையிலும் ஒரு பரந்து விரிந்த பகுதியில் கண்டுபிடிக்கப்பட்டிருக்கின்றன. மத்தியப் பிரதேசத்தில் குங்கெரியாவில் தான் மிகப் பெரிய குவியல் கிடைத்திருக்கிறது; இதில் 424 தாமிரக் கருவி களும் ஆயுதங்களும் 102 மெல்லிய வெள்ளித் தகடுகளும் அடங்கும். எனினும் இந்தத் தாமிரப் பொருள்களின் குவியல்களில் ஏறத்தாழ பாதி கங்கை யமுனைக்கு இடைப்பட்ட நிலப்பகுதியில் குவிந்துள்ளன: இதர இடங்களில் அங்குமிங்குமாக தாமிர மண்டாக்கள், கூரிய வாட்கள், மனித

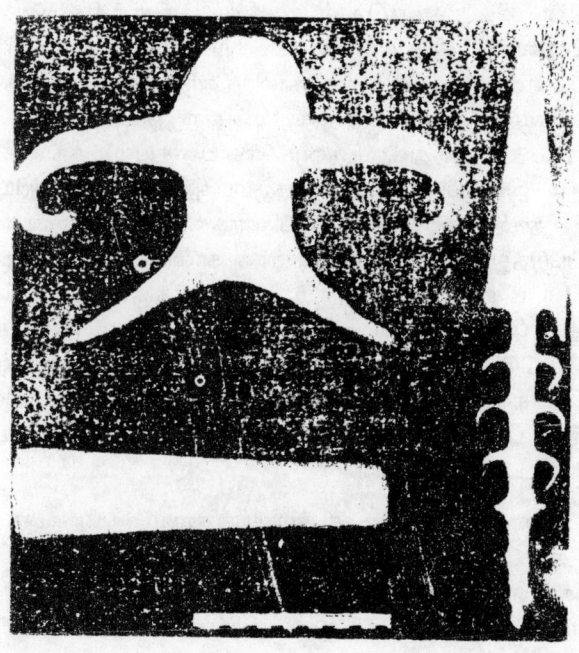

படம் - 15 கங்கை யமுனை இடைப்பட்ட பிரதேசத்திலிருந்து
கிடைத்த கருவிகள்

உருவிலமைந்த தெய்வச்சிலைகள் முதலியவற்றை எதிர்ப்படுகிறோம். கலைநுட்ப வேலைப்பாடுகள் கொண்ட இப்பொருள்கள் பல நோக்கங்களை நிறைவேற்றக் கூடியவையாக இருந்தன. மீன்பிடித்தல், வேட்டையாடுதல், போர்புரிதல் முதலியவற்றுக்கு மட்டுமின்றி, கைவினைத் தொழில்களுக்கும், வேளாண்மைக்கும் பயன்படுபவை யாகவும் இவை இருந்தன. இது கம்மியர்களின் சிறந்த தொழில் நுட்பத் திறமையையும் அறிவாற்றலையும் காட்டுகிறது: இவ்வாறின்றி இது நாடோடி மக்களின் அல்லது நாகரிக முதிர்ச்சியடையாத மக்களின் கைவேலைத்திறனாக இருக்க முடியாது. மேற்கு உத்தரப்பிரதேசத்தில் அகழ்வாய்வு மேற்கொள்ளப்பட்ட இரண்டு இடங்களில் இந்தப் பொருள்களுடன்கூட காவி நிறப்பானைகளும் சில மண்கட்டிடச் சிதைவுகளும் கண்டுபிடிக்கப்பட்டிருக்கின்றன. ஓரிடத்தில் சுட்ட செங்கல்லின் சில துண்டுகளும் கிடைத்திருக்கின்றன. நில அகழ்வாய்வுகளில் கற்கருவிகள் சிலவும் கிடைத்திருக்கின்றன. இவை யாவும் எதைக்காட்டுகின்றன? தாமிரக் கருவிகளையும் அத்தோடு கற்கருவிகளையும் பயன்படுத்திய மக்கள் குடியமர்ந்த ஒரு வாழ்க்கையை வாழ்ந்து வந்தனர் என்பதையும், கங்கைக்கும் யமுனைக்கும் இடைப்பட்ட ஒரு பெரும்பகுதியில் குடியேறிய மிக ஆரம்பக்கால தாமிர - கற்கால விவசாயிகளாக விளங்கினர் என்பதையும் இவை புலப்படுத்துகின்றன. பெரும்பாலான காவி நிற மட்பாண்டங்கள் கிடைத்த இடங்கள் கங்கைக்கும் யமுனைக்கும் இடைப்பட்ட பிராந்தியத்தின் மேற்பகுதியில் அமைந்துள்ளன. ஆனால் அதே சமயம் பீகாரின் மேட்டு நிலப்பகுதிகளிலும் இதர பிராந்தியங்களிலும் அங்குமிங்குமாக தாமிரப் பொருள் குவியல்கள் கிடைத்திருக்கின்றன. ராஜஸ்தானின் கேத்ரி பிராந்தியத்தில் அநேக தாமிரக் கோடரிகள் கண்டுபிடிக்கப்பட்டிருக்கின்றன.

காவி வண்ண மட்பாண்டக் கலாசார காலம் அநேகமாக கி.மு. 2000க்கும் கி.மு. 1500க்கும் இடைப்பட்டதாக இருக்கக் கூடுமென்ற நிர்ணயிப்புக்கு எட்டு விஞ்ஞானக் காலக் குறிப்புகளின் அடிப்படையில் வரலாம். காவி வண்ண மட்கலக் குடியேற்றங்கள் மறைந்தபோது, சுமார் கி.மு. 1000 ஆவது ஆண்டுவரை கங்கைக்கும் யமுனைக்கும் இடைப்பட்ட பகுதியில் மக்களின் குடியேற்றம் அதிகமில்லை. கருப்பு - சிவப்பு நிற மட்கலங்களைப் பயன்படுத்தும் மக்களின் சில குடியேற்றங்கள் பற்றி நாம் அறிய வருகிறோம். ஆனால் அவை விட்டுச் சென்ற தடயங்களும், தொல்பழம் பொருள்களும் மிகக் குறைவாகவே இருப்பதால் அம் மக்களின் கலாசார இயைபு பற்றி ஒரு திட்டவட்டமான,

தெள்ளத்தெளிவான முடிவுக்கு நம்மால் வர இயலவில்லை. இது எப்படியிருந்தபோதிலும், கங்கைக்கும், யமுனைக்கும் இடைப்பட்ட பிரதேசத்தின் மேற்பகுதியில், காவி நிற மட்பாண்டங்களைப் பயன் படுத்தும் மக்களின் வருகையோடு அங்கு குடியேற்றம் ஆரம்பமாகிறது. ஹரியானா, ராஜஸ்தான் எல்லையிலுள்ள ஜோத்புராவில் படிவுப் பொருள்கள் 1.1 மீட்டர் அளவுக்கு மிகத் திண்மையாகக் காணப்படுகின்றன. எனினும் எந்த இடத்திலும் இந்தக் குடியேற்றங்கள் ஒரு நூற்றாண்டு அல்லது அதற்கு மேற்பட்ட காலத்திற்கு நீடித்ததாகத் தெரியவில்லை; மேலும் அவை அளவில் பெரியவையாகவும், ஒரு பரந்த பிரதேசத்தில் வியாபித்திருந்தவையாகவும் தோன்றவில்லை. இந்தக் குடியேற்றங்கள் எப்போது, எப்படி மறைந்து போயின என்பதும் தெளிவாகவில்லை. வெள்ளம் பெருக்கெடுத்து ஒரு பரந்த பிரதேசத்தில் நீர் சூழ்ந்ததால் இந்தப் பிரதேசம் மனித வாசத்துக்கு அருகதையற்றதாக ஆகியிருக்கக் கூடும் என்ற ஓர் அனுமானம் கூறப்படுகிறது. காவி நிற மட்கலங்களின் தற்போதைய சிதைமம் மிகவும் நொசிவாக இருப்பதற்கு அவை நீண்டகாலம் வரை நீரில் மூழ்கியிருந்ததே காரணம் என்று சில ஆராய்ச்சியாளர்கள் கூறுகின்றனர்.

ஓசிபி மக்கள் ஹரப்பர்களின் இளைய சமகாலத்தவர்களாவர். காவி நிற மட்கலங்கள் புழங்கிய மக்கள் வசித்த பிரதேசம் ஹரப்பர்கள் வசித்த பிரதேசத்திலிருந்து வெகு தொலைவில் இருக்கவில்லை. எனவே, **ஓசிபி** மக்களுக்கும் வெண்கலத்தைப் பயன்படுத்திய ஹரப்பர்களுக்கும் இடையே ஓரளவு ஒத்துழைப்பு இருந்திருக்கக்கூடும் என்று கருதலாம்.

இயல் 7

ஹரப்பா கலாசாரம் : வெண்கலயுக நாகரிகம்

நிலப்பரப்புவியல்

சிந்துவெளி கலாசாரம் அல்லது ஹரப்பா கலாசாரம் இதுவரை நாம் பார்த்த தாமிர - கற்காலக் கலாசாரங்களைவிடவும் தொன்மை யானது; ஆனால் இது இந்தக் கலாசாரங்களைக் காட்டிலும் அதிகம் வளர்ச்சியடைந்தது. இந்தக் கலாசாரம் இந்தியத் துணைக் கண்டத்தின் வட மேற்குப் பகுதியில் தோன்றி வளர்ந்தது. இது ஹரப்பா கலாசாரம் எனப்படுகிறது. பாகிஸ்தானில் மேற்கு பஞ்சாப் மாகாணத்தில் ஹரப்பா என்னுமிடத்தில் 1921ஆம் ஆண்டில் இது முதன் முறையாகக் கண்டுபிடிக்கப்பட்டதாலேயே இதற்கு இப்பெயர் சூட்டப்பட்டது. பஞ்சாப், ஹரியானா, சிந்து, பலுச்சிஸ்தானம், குஜராத், ராஜஸ்தான் முதலியவற்றின் பகுதிகளும் மேற்கு உத்தரப்பிரதேசத்தின் எல்லைப் பகுதிகளும் இந்தக் கலாசாரத்தின் செல்வாக்குக்கு உட்பட்டிருந்தன. வடக்கே ஜம்முவிலி ருந்து தெற்கே நர்மதை நதியின் கழிமுகம் வரையிலும், மேற்கே பலுச்சிஸ்தானின் மக்ரான் கரையிலிருந்து வடகிழக்கில் மீரட் வரையிலும் இக்கலாசாரம் வியாபித்திருந்தது. இப்பகுதி முக்கோண வடிவில் சுமார் 12,99,600 சதுர கிலோமீட்டர்களைக் கொண்டதாக இருந்தது; இது பாகிஸ்தானை விடவும், இன்னும் சொல்லப்போனால் பண்டைய எகிப்தையும் மெசபொட்டோமியாவைப் பார்க்கிலும் பெரியது. கி.மு. மூன்றாவது, இரண்டாவது ஆயிரம் ஆண்டுக் காலத்தில் ஹரப்பாவைப் போன்ற பெரிய கலாசாரப் பிராந்தியம் உலகில் வேறு எங்கும் இருக்க வில்லை என்றே கூற வேண்டும்.

இந்தியத் துணைக் கண்டத்தில் ஹரப்பா கலாசாரம் நிலவிய சுமார் 1000 இடங்கள் இதுவரை தெரியவந்துள்ளன. இவை ஹரப்பா கலாசாரத்தின் ஆரம்பக்கட்டத்தையும், முழுவளர்ச்சியடைந்த கட்டத்தையும், பிந்தைய கட்டத்தையும் சேர்ந்தவை. ஆனால்

படம் - 16
கலிபங்கான்: அகழ்வாய்வு செய்யப்பட்ட இடத்தின்
ஒரு பொதுத் தோற்றம்

முழுவளர்ச்சியடைந்த கட்டத்தைச் சேர்ந்த இடங்கள் மிகக் குறைந்த எண்ணிக்கையிலேயே இருக்கின்றன; இவற்றில் அரை டஜன் இடங்களையே இத்தகைய இடங்கள் கணக்கில் சேர்க்க முடியும். இவற்றில் மிக முக்கியமான இரண்டு இடங்கள் பஞ்சாபிலுள்ள ஹரப்பாவும் சிந்துவிலுள்ள மொகஞ்சோதாரோவுமே ஆகும். மொகஞ்சோதாரோ என்பதற்கு பிணக்குழிமேடு என்று பொருள். இவை இரண்டுமே தற்போது பாகிஸ்தானின் பகுதிகளாக உள்ளன. 483 கிலோமீட்டர் தொலைவில் அமைந்துள்ள இவ்விரண்டு இடங்களும் சிந்து நதியால் இணைக்கப்படுகின்றன. சிந்துவில் மொகஞ்சோ - தாரோவுக்குத் தெற்கே சுமார் 130 கிலோமீட்டர் தூரத்தில் சானு - தாரோவில் மூன்றாவதொரு நகரமும், குஜராத்தில் காம்பே வளைகுடாவின் தலைப்பகுதியில் லோத்தாலில் நான்காவதொரு நகரமும் அமைந்துள்ளன. ஐந்தாவது நகரம் வடக்கு ராஜஸ்தானில் கலிபங்கானில் அமைந்திருக்கிறது. பனாவலி என்ற பெயர் கொண்ட ஆறாவது நகரம் ஹரியானாவில் ஹிஸ்ஸார் மாவட்டத்தில் இருப்பதைப் பார்க்கிறோம். கலிபங்கானைப் போன்றே பனவாலியும் ஹரப்பாவுக்கு முந்தியகால கலாசாரக்கட்டம், ஹரப்பா கால கலாசாரக் கட்டம் ஆகிய இரண்டு கலாசாரக் கட்டங்களைக் கண்டிருக்கிறது. மண் செங்கல் பாவிய தெருவோர நடைபாதைகள், தெருக்கள், சாக்கடைகள் முதலியவற்றின் இடிபாடுகள் ஹரப்பா காலத்தைச் சேர்ந்தவை. இந்த ஆறு இடங்களிலும் ஹரப்பா கலாசாரம் முழு வளர்ச்சியடைந்த கட்டத்தை அடைந்திருந்தது என்பது இங்கு குறிப்பிடத்தக்கது. சுக்தாகெண்டோர், சுர்கோட்டதா ஆகிய இரு கடற்கரையோர நகரங்களிலும் ஹரப்பா கலாசாரத்தின் முழு வளர்ச்சியடைந்த கட்டங்களைக் காண்கிறோம். இவை ஒவ்வொன்றிலும் ஒரு கோட்டை இருக்கிறது. ஹரப்பா கலாசாரத்தின் பிந்தைய கட்டத்தை குஜராத் கத்தியவார் தீபகற்பத்தில் ரங்பூரிலும், ரோஜ்டியிலும் காணமுடியும்.

நகரமைப்பும் கட்டிடங்களும்

ஹரப்பா கலாசாரம் அதன் நகரமைப்புத் திட்டத்திற்குத் தனிச்சிறப்பும் புகழும் பெற்றது. ஹரப்பா, மொகஞ்சோ - தாரோ ஆகிய இரு நகரங்களுமே அவற்றின் சொந்தக் கோட்டைகளைக் கொண்டிருந்தன. இவற்றில் அநேகமாக ஆளும் வர்க்கத்தினர் வசித்திருக்கக்கூடும். இந்த இரண்டு நகரங்களில் ஒவ்வொன்றிலும் கோட்டைக்குக் கீழ்ப்புறத்தில் செங்கல் வீடுகளைக் கொண்ட நகரப் பகுதி காட்சியளித்தது. இவற்றில் சாமானிய மக்கள் வசித்து வந்தனர்.

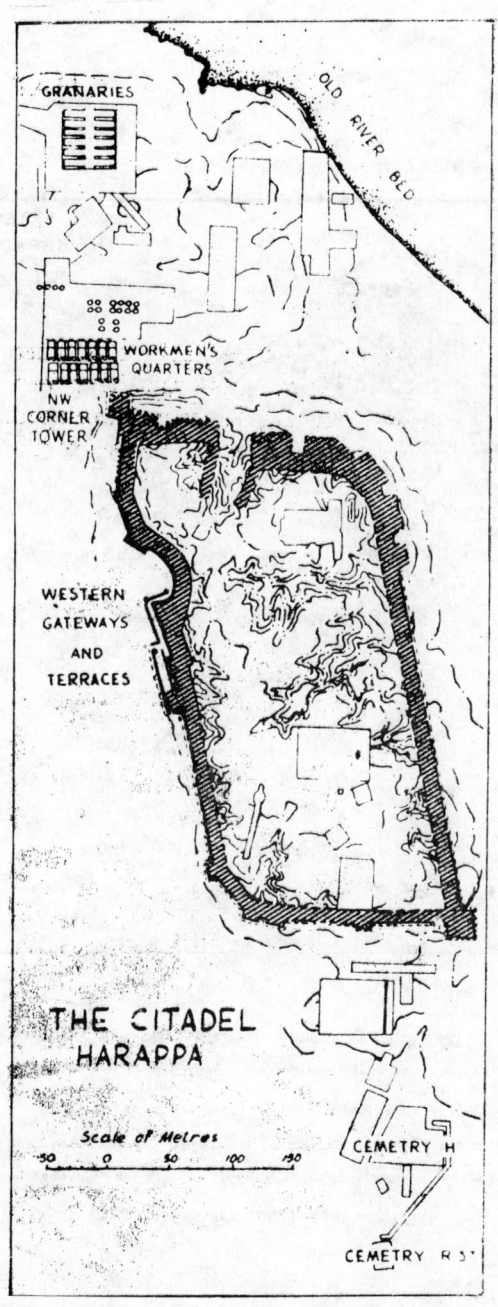

படம் - 17 ஹரப்பா நகரமைப்பு

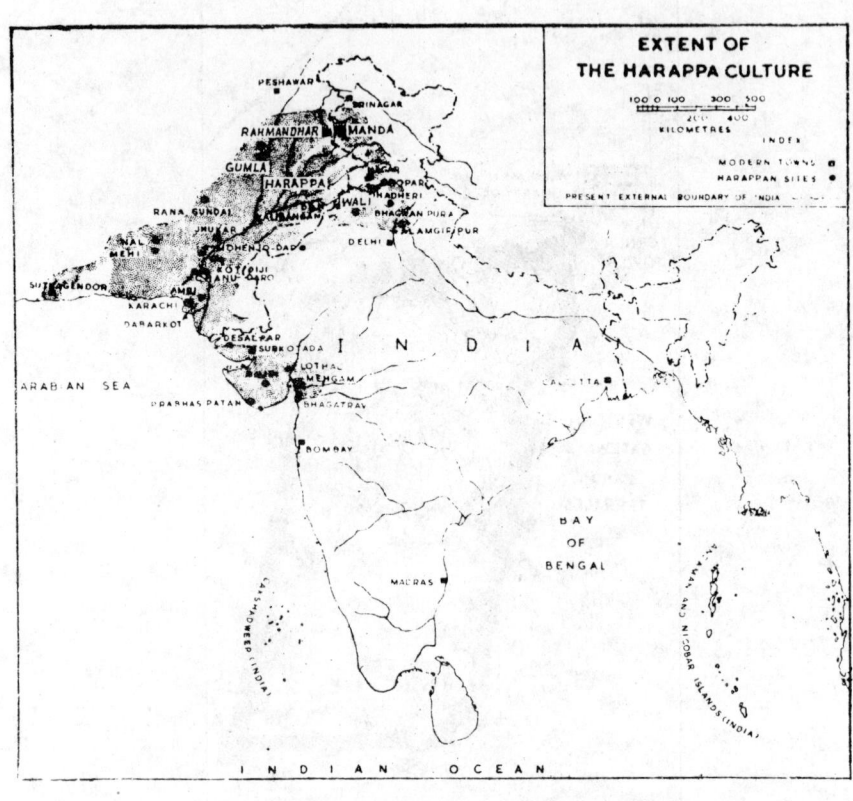

இந்தியாவின் இந்த இடக்கிடப்பியல் விவரங்கள் இந்தியத் தலைமை நில அளவாயர் அனுமதியுடன் வெளியிடப்பட்ட தேசப்படங்களை ஆதாரமாகக் கொண்டவை.

© இந்திய அரசின் பதிப்புரிமை. 1986.

இந்தியாவின் கரையோரக் கடல் பரப்பு எல்லைகள் அங்கீகரிக்கப்பட்ட இடத்திலிருந்து பன்னிரண்டு கடல் மைல் தொலைவுக்குக் கடலுக்குள் விரிந்து செல்லுகின்றன.

படம் - 18 ஹரப்பா கலாசாரம்

நகரங்களில் வீடுகள் ஓர் ஒழுங்கு நிரல்படி வரிசை வரிசையாக அமைந்திருந்தது ஹரப்பா கலாசாரத்தின் ஒரு சிறப்பு அம்சமாகும். இந்நிரல்படி, சாலைகள் கிட்டத்தட்ட செங்கோணத்தில் ஒன்றையொன்று கடந்து சென்றன; நகரம் பல வட்டாரங்களாகப் பிரிக்கப்பட்டிருந்தது. பரப்பளவு பாகுபாடின்றி இது எல்லா சிந்துவெளிக் குடியேற்றங்களுக்கும் பொருந்தும்.

ஹரப்பாவும் மொகஞ்சோ-தாரோவும் பெரிய கட்டிடங்களுக்குப் புகழ்பெற்றவை. அதிலும் மொகஞ்சோ-தாரோ கட்டிட அமைப்பில் தனிச்சிறப்புற்று விளங்கிற்று. அங்குள்ள நினைவுச் சின்னங்கள் உழைப்பாளிகளை அணிதிரட்டுவதிலும், வரி தண்டுவதிலும் ஆளும் வர்க்கத்தினருக்கு இருந்த ஆற்றலைப் புலப்படுத்துவதாக இருந்தன; மாபெரும் செங்கல் கட்டிடங்கள் தங்களை ஆள்வோருக்குள்ள சீர்த்தியையும் கீர்த்தியையும் செல்வாக்கையும் சாமானிய மக்களுக்கு எடுத்துக்காட்டுவதாக இருந்தன.

மொகஞ்சோதாரோவிலுள்ள மிக முக்கியமான பொது இடமாக அங்கிருக்கும் பெரும் பொய்கையையே குறிப்பிடலாம். இந்தக் குளம் கோட்டை மேட்டில் அமைந்துள்ளது. மிக நேர்த்தியான செங்கற் கட்டுமானத்துக்கு இது ஓர் உதாரணமாக விளங்குகிறது. இப்பொய்கை 11.88 x 7.01 மீட்டர் பரப்பளவும் 2.43 மீட்டர் ஆழமும் கொண்டது. இரு பக்கங்களிலும் கட்டப்பட்டுள்ள படிகள் மூலம் மேற்பரப்புக்கு ஏறி வரலாம். உடைகள் மாற்றிக் கொள்வதற்கென பக்கவாட்டில் அறைகள் உள்ளன. பொய்கையின் அடித்தளம் சுட்ட செங்கற்களைக் கொண்டு கட்டப்பட்டிருக்கிறது. முற்றத்தைச் சுற்றியிருந்த அறைகள் ஒன்றிலிருந்து கிணற்றிலிருந்து சிரமத்துடன் நீர் இறைக்கப்பட்டு பொய்கையில் விடப்பட்டது. பொய்கையின் மூலையில் நீர் வெளியேற வகை செய்யப்பட்டு, அது ஒரு வடிகாலுடன் இணைக்கப்பட்டிருக்கிறது. இந்தப் பெரிய பொய்கை சடங்கு முறை குளியலுக்கென கட்டப்பட்டதெனக் கருதலாம்; ஏனென்றால் இந்தியாவில் எத்தகைய ஒரு சமயவினை முறையிலும் இத்தகைய குளியல் மிக ஜீவாதாரமானது.

மொகஞ்சோதாரோவிலுள்ள களஞ்சியமே அதன் மிகப்பெரிய கட்டிடமாகும். அது 45.71 மீட்டர் நீளமும், 15.23 மீட்டர் அகலமும் கொண்டதாக இருக்கிறது. எனினும் ஹரப்பா கோட்டையில் ஆறு களஞ்சியங்கள் வரை இருப்பதைப் பார்க்கிறோம். பல செங்கல் மேடைகள் அமைக்கப்பட்டு, அவற்றின் மீது ஒவ்வொரு வரிசையிலும் ஆறு களஞ்சியங்கள் வீதம் இரு வரிசைகளாகக் கட்டப்பட்டிருக்கின்றன.

படம் - 19. மாபெரும் பொய்கை- மொகஞ்சோதாரோ

ஒவ்வொரு களஞ்சியமும் 15.23x6.09 மீட்டர் அளவுள்ளதாக இருக்கின்றன. இவை ஆற்றங்கரையிலிருந்து ஒரு சில மீட்டர் தொலைவிலேயே அமைந்திருக்கின்றன. இந்தப் பன்னிரண்டு களஞ்சியங்களின் மொத்த அடித்தளப்பரப்பு சுமார் 838.1025 சதுர மீட்டர்கள். இது மொகஞ்சோதாரோவிலுள்ள மாபெரும் களஞ்சியத்தின் அதே பரப்பளவை ஏறத்தாழக் கொண்டதெனக் கூறலாம். ஹரப்பாவில் களஞ்சியங்களுக்குத் தென்புறத்தில் வட்டவடிவ செங்கல் மேடைகளைக் கொண்ட களங்கள் இருக்கின்றன. அநேகமாக இவை தானியங்களைப் போரடிப்பதற்காகக் கட்டப்பட்டிருக்கக்கூடும்; தளவெடிப்புகளில் கோதுமையும் பார்லியும் சிதறிக் கிடப்பது இதற்குச் சான்று பகர்கிறது. ஒவ்வொன்றிலும் இரண்டு அறைகள் கொண்ட தாவணங்களையும் ஹரப்பாவில் காண்கிறோம். உழைப்பாளிகள் தங்கும் இடமாக இவை இருந்திருக்கக் கூடும்.

கலிபங்கானிலும் தென்பகுதியில் தளமேடைகள் இருப்பதைப் பார்க்கிறோம்; இவை களஞ்சியங்களாகப் பயன்படுத்தப்பட்டிருப்பது சாத்தியம். இவை யாவற்றிலுமிருந்து களஞ்சியங்கள் ஹரப்பா நகரங்களில் ஒரு முக்கியமான பகுதிகளாக விளங்கின என்பது தெளிவாகிறது.

ஹரப்பா நகரங்களில் சுட்ட செங்கற்கள் பயன்படுத்தப்பட்டிருப்பது இங்கு குறிப்பிடத்தக்கதாகும்; ஏனென்றால் அக்காலத்திய எகிப்திய நகரங்களில் உலர்ந்த செங்கற்களே பெரும்பாலும் பயன்படுத்தப்பட்டு வந்தன. அந்நாளைய மெசபொட்டோமியாவில் சுட்ட செங்கல் பயன்படுத்தப்பட்டன என்றாலும், ஹரப்பா நகரங்களில்தான் அவை மிகப் பெருமளவுக்கு உபயோகிக்கப்பட்டன.

மொகஞ்சோதாரோவின் வடிகால் அமைப்பு முறை மனத்தைப் பெரிதும் கவரத்தக்கதாகும். ஏறத்தாழ எல்லா நகரங்களிலும் பெரிய வீடுகளிலும் சரி, சிறிய வீடுகளிலும் சரி முற்றங்களும், குளியல் அறைகளும் இருந்தன. கலிபங்கானில் பல வீடுகளில் சொந்தக் கிணறுகள் இருந்தன. வீட்டிலிருந்து கழிவு நீர் தெருக்களில் அமைக்கப்பட்டிருந்த வடிகால்களைப்போய் அடையும் வகையில் ஏற்பாடு செய்யப்பட்டிருந்தது. சில இடங்களில் இந்த வடிகால்கள் செங்கற்களைக் கொண்டு மூடப்பட்டிருந்தன; வேறு சில இடங்களில் கற்பலகைகளைக் கொண்டு மூடப்பட்டிருந்தன. தெரு சாக்கடைகளில் ஆங்காங்கு திறப்புகள் அமைக்கப்பட்டிருந்தன. தெருக்கள் மற்றும் வடிகால் களின் தடயங்கள் பனவாலியிலும் கண்டுபிடிக்கப்பட்டிருக்கின்றன. ஒட்டு

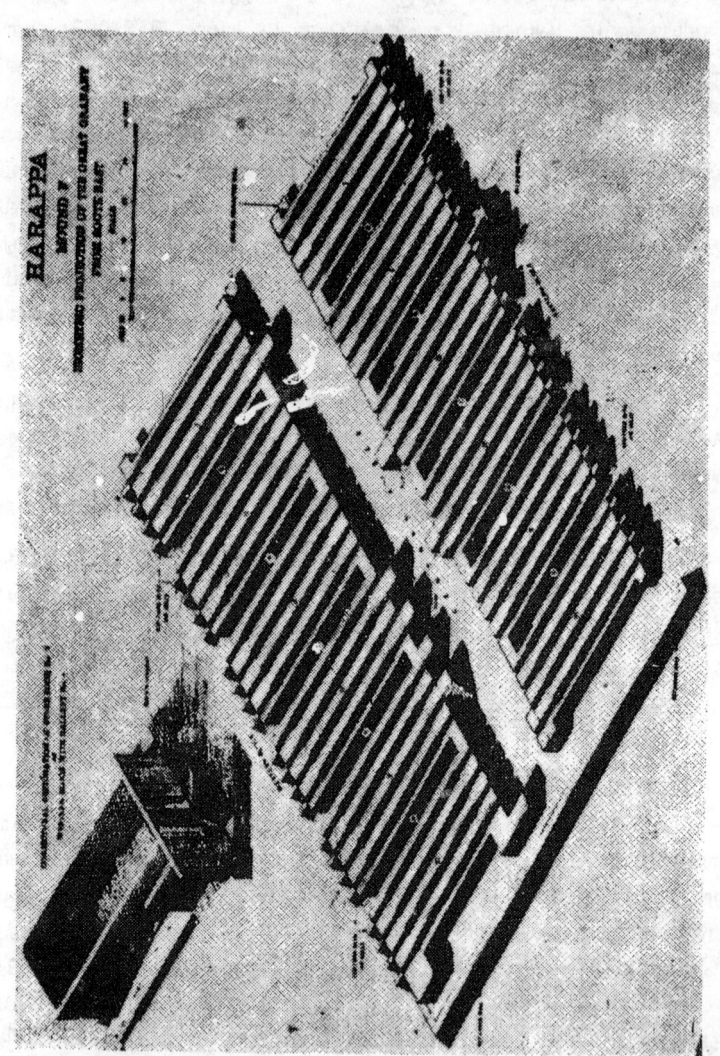

படம் - 20 ஹரப்பா களஞ்சியங்களின் ஒரே சீரான தோற்றம்

மொத்தத்தில் வீட்டுக் குளியல் அறைகள் மற்றும் வடிகால்களின் தரம் குறிப்பிடத் தக்கதாக உள்ளது; ஹரப்பாவின் வடிகால் அமைப்பு முறையும் ஏறத்தாழ தனிச்சிறப்புடையதாக உள்ளது. ஆரோக்கியம், துப்புரவு விஷயத்தில் ஹரப்பா நாகரிகம் போல் வேறு எந்த வெண்கல யுக நாகரிகமும் இவ்வளவு கவனம் செலுத்தியதில்லை என்று கூறலாம்.

படம் - 21 மூடப்பட்டுள்ள சாக்கடை - மொகஞ்சோதாரோ

வேளாண்மை

போதிய மழையில்லாமல் சிந்துவெளி பிராந்தியம் இந்நாட்களில் அத்தனை வளமிக்கதாக இல்லை. பண்டைக் காலத்தில் இப்பிராந்தியம் செழுமைமிக்கதாக இருந்தது என்பதை அதன் வளம் கொழிக்கும் கிராமங்களும் நகரங்களும் காட்டுகின்றன. தற்போது இங்கு சுமார் 15 செண்டிமீட்டர் மழைதான் பெய்கிறது. கி.மு. நான்காம் நூற்றாண்டில் நாட்டின் செழிப்புமிக்க ஒரு பகுதியாக சிந்து இருந்தது என்று அலெக்சாண்டரின் வரலாற்றாசிரியர்களில் ஒருவர் நமக்குக் கூறுகிறார்.

பண்டைய நாட்களில் சிந்து பிராந்தியம் ஏராளமான இயற்கைத் தாவரங்களைக் கொண்டிருந்தது. நல்ல மழை பெய்வதற்கு இது பெரிதும் துணை புரிந்தது. செங்கல் சுடுவதற்கு இப்பிராந்தியம் பெருமளவில் வெட்டுமர எரிபொருளை வழங்கியது; வீட்டு நிர்மாணத்திற்கும் ஏராளமாக வெட்டு மரங்களை தந்து உதவியது. ஆனால் வேளாண்மையை விரிவுபடுத்துவதற்காகவும், பெருமளவிலான மேய்ச்சல்களுக்காகவும், எரிபொருள் வழங்கீட்டுக்காகவும் இந்தக் காடுகள் நாளடைவில் அழிக்கப்பட்டன. இந்தப் பிரதேசம் செழுமை மிக்கதாக இருந்ததற்கு ஒவ்வோர் ஆண்டும் சிந்து நதியில் வெள்ளம் பெருக்கெடுத்தோடியதும் ஒரு முக்கியமான காரணமாகும். ஆண்டுதோறும் வெள்ளப் பெருக்குகள் நிகழ்ந்தன என்பதை பாதுகாப்பின் பொருட்டு, சுட்ட செங்கல்களைக் கொண்டு எழுப்பப் பட்டிருக்கும் சுவர்கள் புலப்படுத்துகின்றன. எகிப்தில் நைல் நதியை விடவும் அதிகமான வண்டல் படிவுகளை சிந்து நதி வெள்ளப்பெருக்கு சமவெளிகளில் கொண்டு வந்து குவித்தது. நைல் நதி எவ்வாறு எகிப்தைத் தோற்றுவித்து அதன் மக்களுக்கு உணவளித்து வந்ததோ அவ்வாறே சிந்து நதியும் சிந்துவை உருவாக்கி அதன் மக்களைப் போஷித்து வந்தது சிந்துவெளி மக்கள் நவம்பரில் வெள்ளம் வற்றும்போது விதை விதைத்தனர்; அடுத்த வெள்ளம் வருவதற்கு முன்னர் ஏப்ரலில் கோதுமையையும் பார்லியையும் அறுவடை செய்தனர். இங்கு மண்வெட்டிகளோ, உழுமுனைகளோ கண்டு பிடிக்கப்படவில்லை. எனினும் ஹரப்பா நாகரிகத்துக்கு முந்தைய கட்டத்தில் கலிபங்கானில் கண்டுபிடிக்கப்பட்ட உழுசால்கள் ஹரப்பா நாகரிக காலத்தில் ராஜஸ்தானில் வயல்கள் உழுது பயிரிடப்பட்டன என்பதைக் காட்டுகின்றன. ஹரப்பா மக்கள் அநேகமாக மரத்தாலான உழுமுனையைப் பயன்படுத்தி இருக்கக்கூடும். ஏர் மனிதர்களால் இழுக்கப்பட்டதா அல்லது எருதுகளால் இழுக்கப்பட்டதா என்பதை நாம் அறியோம். பயிர்களை அறுவடை செய்வதற்கு கல்லாலான அரிவாள்களை அவர்கள் அநேகமாகப் பயன்படுத்தி இருக்கக் கூடும். பலுஸ்சிஸ்தான், ஆப்கானிஸ்தானின் சில பகுதிகளில், நீரைத் தேக்கிவைப்பதற்கு **கபர்பாண்டுகள் அல்லது நலாக்கள்** பயன் படுத்தப்பட்டன: ஆனால் வாய்க்கால் பாசன முறை அங்கு கைக்கொள்ளப்பட்டதாகத் தெரியவில்லை. ஹரப்பா கிராமங்கள் வெள்ளம் பாயும் சமவெளிகளுக்கு அருகே பெரும்பாலும் அமைந்திருந்தன: அவை தமது மக்களுக்கு மட்டுமின்றி, நகர மக்களுக்கும் உணவளிப்பதற்குப் போதுமான உணவு தானியங்களை

உற்பத்தி செய்தன. தமது தேவைகளைப் பூர்த்தி செய்து கொள்வதற்கு மட்டுமல்லாமல், உணவு உற்பத்தி நடவடிக்கைகளில் நேரடியாக சம்பந்தப்படாத நகரத்தில் வாழும் கைவினைஞர்கள், வணிகர்கள், போன்றோர்களது தேவைகளைப் பூர்த்தி செய்து கொள்வதற்கும் இக்கிராமங்கள் மிகவும் கடுமையாக உழைத்திருக்க வேண்டும்.

சிந்துவெளி மக்கள் கோதுமை, பார்லி, ரை, பட்டாணி முதலிய வற்றை உற்பத்தி செய்தார்கள். அவர்கள் இரண்டு வகையான கோதுமையையும் பார்லியையும் பயிரிட்டார்கள். மிகவும் தரமான பார்லி பனவாலியில் கண்டுபிடிக்கப்பட்டிருக்கிறது. இதல்லாமல், எள், கடுகு முதலியவற்றையும் அவர்கள் சாகுபடி செய்தார்கள். ஆனால் லோத்தாலைச் சேர்ந்த ஹரப்பா மக்களின் நிலைமை வேறுபட்டதாக இருக்கிறது. கி.மு. 1800 வாக்கிலேயே அவர்கள் அரிசியைப் பயன்படுத்தினார்கள் என்று தோன்றுகிறது. இதற்கான தடயங்கள் கிடைத்துள்ளன. மொஹஞ்சோதாரோவிலும் ஹரப்பாவிலும் உணவு தானியங்கள் பெரிய களஞ்சியங்களில் சேமித்து வைக்கப்பட்டன. அநேகமாக கலிபங்கானிலும் இவ்வாறே நடைபெற்றிருக்க வேண்டும். விவசாயிகளிடமிருந்து தானியங்கள் வரியாக வசூலிக்கப்பட்டு, ஊதியங்கள் அளிப்பதற்காகக் களஞ்சியங்களில் பாதுகாத்து வைக்கப்பட்டிருக்கக் கூடும். இவ்வாறுதான் மெசபொட்டோமிய நகரங்களில் நடைபெற்றது; அங்கு கூலிக்குப் பதிலாக பார்லி தரப்பட்டது. சிந்துவெளி மக்கள் மிக ஆரம்பகாலத்திலேயே பருத்தி உற்பத்தி செய்தவர்களாவர். இந்தப் பிரதேசத்தில்தான் பருத்தி முதன்முதலில் உற்பத்தி செய்யப்பட்டதால், கிரேக்கர்கள் அதனை **சிந்தோன்** எனக் குறிப்பிட்டனர். **சிந்த்** என்பதிலிருந்து மருவி வந்த சொல்லே இது.

பிராணிகள் வளர்ப்பு

ஹரப்பா மக்கள் வேளாண்மையில் ஈடுபட்ட போதிலும் பிராணிகளைப் பெருமளவில் வளர்த்து வந்தனர். எருதுகள், எருமைகள், செம்மறியாடுகள், வெள்ளாடுகள், பன்றிகள் அவர்களுடைய வளர்ப்புப் பிராணிகளாக இருந்தன. திமில்கள் உள்ள காளைகளை ஹரப்பா மக்கள் பெரிதும் விரும்பினர். ஆரம்பத்திலிருந்தே நாய்கள் செல்லப் பிராணிகளாகக் கருதப்பட்டு வந்தன. பூனைகளும் வீடுகளில் வளர்க்கப்பட்டன. நாய்கள், பூனைகள் இவற்றின் பாதச் சுவடுகள் இங்கு காணப்படுவதிலிருந்து இதனைத் தெரிந்து கொள்ள முடிகிறது. இம்மக்கள் கழுதைகளையும் ஒட்டகங்களையும் வளர்த்து வந்தனர்; இவை சுமை தூக்கும் பிராணிகளாகப் பயன்படுத்தப்பட்டன என்பது

தெள்ளத் தெளிவு. ஹரப்பா மக்கள் குதிரைகளை வளர்த்து வந்தார்களா? இதற்கான சான்று மொகஞ்சோதாரோவிலிருந்து மேலெழுந்த வாரியாகவும், லோத்தாலிலிருந்து ஐயத்துக்கிடமான ஒரு சிறு களிமண் உருவச்சிலை வாயிலாகவும் கிடைத்துள்ளது. செத்த குதிரையின் எச்சமிச்சங்கள் மேற்கு குஜராத்தில் அமைந்துள்ள சுர்கோட்டாடா என்னுமிடத்தில் கிடைத்திருப்பதாகக் கூறப்படுகிறது; இந்த இடம் கி.மு. 2000 ஆம் ஆண்டைச் சேர்ந்ததாகும்; ஆனால் இந்த இனங்காணல் ஐயத்துக்கிடமானதாக இருக்கிறது. இது எப்படியிருந்தாலும் ஹரப்பா காலத்தில் இந்தப் பிராணி உபயோகத்தில் இல்லை என்பது தெளிவாகத் தெரிகிறது. ஹரப்பா மக்களுக்கு யானைகள் நன்கு பழக்கமானவை; அவ்வாறே காண்டாமிருகங்களும் அவர்களுக்கு நன்கு தெரிந்தவை. மெசபொட்டோமியாவில் அந்நாட்களில் இருந்த சுமேரிய நகரங்கள் ஹரப்பா மக்கள் பயிரிட்ட அதே தானியங்களையே பயிரிட்டன; அவர்கள் வளர்த்த அதே பிராணிகளையே வளர்த்தன. ஆனால், குஜராத்தில் வாழ்ந்து வந்த ஹரப்பா மக்கள் நெல் பயிரிட்டனர்; யானைகளை வளர்த்தனர்; மெசப்பொட்டோமிய நகரங்களின் மக்கள் இவ்வாறு செய்யவில்லை.

தொழில் நுட்பமும் கைவினைத் தொழில்களும்

ஹரப்பா கலாசாரம் வெண்கல யுகத்தைச் சேர்ந்தது. ஹரப்பா மக்கள் கற்களிலிருந்து தயாரிக்கப்பட்ட பல கருவிகளையும் சாதனங்களையும் பயன்படுத்தினர் என்பதில் ஐயமில்லை. ஆனால் அதே சமயம் வெண்கலத்தை உற்பத்தி செய்வதிலும், பயன்படுத்து வதிலும் அவர்கள் பெரிதும் தேர்ச்சி பெற்றிருந்தனர். கம்மியர்கள் பித்தளையுடன் வெள்ளீயத்தைக் கலந்து வெண்கலத்தை உற்பத்தி செய்தனர். இந்த இரண்டு உலோகங்களும் ஹரப்பா மக்களுக்கு அவ்வளவு எளிதாகக் கிடைக்காததால் ஹரப்பாவில் வெண்கலக் கருவிகளைப் பெருமளவுக்குத் தயாரிக்க முடியவில்லை. தாமிரத்தை பலுச்சிஸ்தானிலிருந்தும் பெற முடியும் என்றாலும், ராஜஸ்தானிலுள்ள கேத்ரி தாமிர சுரங்கங்களிலிருந்துதான் அது பெறப்பட்டது என்பதை உலோகக் கலவைகளின் கழிவுப் பொருள்கள் காட்டுகின்றன. பீகாரி லுள்ள ஹஜாரிபாகில் பழைய சுரங்கங்கள் இருப்பது கண்டு பிடிக்கப் பட்டிருந்த போதிலும், ஆப்கானிஸ்தானிலிருந்து மிகவும் சிரமப்பட்டு வெள்ளீயம் பெற்றிருக்கக் கூடும் என்றே தோன்றுகிறது. ஹரப்பா அகழ் விடங்களில் கிடைத்துள்ள வெணகலக் கருவிகளிலும் ஆயுதங்களிலும் சிறிதளவு சதவீத வெள்ளீயமே அடங்கியுள்ளது. எனினும் வெண்கலப் பொருள்களை ஹரப்பா மக்கள் ஏராளமாக விட்டுச் சென்றுள்ளனர்;

வெண்கலக் கம்மியர் ஹரப்பா சமுதாயத்தில ஒரு முக்கிய கைவினைக் குழுவினராகத் திகழ்ந்து வந்தனர் என்பதையே இது காட்டுகிறது. அவர்கள் உருவச் சிலைகள், தட்டுமுட்டுக்கலங்கள் ஆகியவற்றை மட்டுமின்றி கோடரிகள், ரம்பங்கள், கத்திகள், ஈட்டிகள் போன்ற பல்வேறு வகைப்பட்ட கருவிகளையும் ஆயுதங்களையும் தயாரித்து வந்தனர். ஹரப்பா நகரங்களில் இதர பல கைவினைத் தொழில்களும் செழித்து வளர்ந்து வந்தன. பருத்தி நூலைக் கொண்டு தயாரிக்கப்பட்ட ஒரு துணி மொகஞ்சோதாரோவில் கிடைத்திருக்கிறது. பல பொருள்களில் ஜவுளித்தொழிலுக்குரிய அடையாளங்கள் காணப்படுகின்றன. கைராட்டினங்களைக் கொண்டு நூல் நூற்கப்பட்டது. நெசவாளர்கள் கம்பளி இழையிலிருந்தும், பருத்தி நூலிலிருந்தும் துணி நெய்தனர். இங்கு காணப்படும் பெரிய செங்கற் கட்டிடங்கள் கொத்து வேலை ஒரு முக்கிய தொழிலாக இருந்தது என்பதைக் காட்டுகின்றன. மேலும், ஏராளமான கொற்றர்கள் இருந்தனர் என்பதற்கும் இவை சான்று பகர்கின்றன. படகுகள், தோணிகள் கட்டுவதிலும் ஹரப்பா மக்கள் ஈடுபட்டிருந்தனர். முத்திரைகள் களிமண் பொம்மைகள் தயாரிப்பதும் முக்கிய தொழில்களாக இருந்து வந்தன. வெள்ளி, தங்கம், ஆகிய மணிக்கற்கள் முதலியவற்றைக் கொண்டு பொற்கொல்லர்கள் பல்வேறு அணிமணிகளைத் தயாரித்தனர். வெள்ளியையும் தங்கத்தையும் ஆப்கானிஸ்தானிலிருந்தும், மணிக்கற்களைத் தென்னிந்தியாவிலிருந்தும் அவர்கள் பெற்றிருக்கக்கூடும். உருமணிகளைத் தயாரிப்பதிலும் ஹரப்பா மக்கள் நிபுணத்துவம் பெற்று விளங்கினர்.

குயவர்களின் திகிரி முழு அளவுக்குப் பயன்படுத்தப்பட்டது. ஹரப்பா மக்கள் தங்களுக்கே உரிய தனிச்சிறப்பு வாய்ந்த, கவர்ச்சிகரமான, பளபளப்பான மட்பாண்டங்களைத் தயாரித்தனர்.

வாணிகம்

ஹரப்பா, மொகஞ்சோதாரோ, லோத்தால் ஆகிய இடங்களில் கண்டுபிடிக்கப்பட்ட களஞ்சியங்கள் மட்டுமின்றி, ஒரு பரந்த பிரதேசத்தில் கிடைத்துள்ள எண்ணற்ற முத்திரைகளும், ஒரே மாதிரியான ஆவணங்களும், ஒழுங்குபடுத்தப்பட்ட நிறுத்தலளவைகளும் முகத்தலளவைகளும் சிந்துவெளி மக்களின் வாழ்க்கையில் வாணிகம் பெற்றிருந்த முக்கியத்துவத்துக்குச் சான்று பகர்வதாக உள்ளன. ஹரப்பா மக்கள் சிந்துவெளி கலாசாரப் பிராந்தியத்திற்குள் மணிக்கல், உலோகம், கிளிஞ்சல், சிப்பி முதலான பொருள்களில் பெருமளவுக்கு வாணிகம் செய்து வந்தனர். எனினும் அவர்கள் உற்பத்தி செய்யும் பொருள்

களுக்கான மூலப் பொருள்களை அவர்களுடைய நகரங்கள் பெற்றிருக்க வில்லை. அவர்கள் உலோக நாணயத்தைப் பயன்படுத்தவில்லை. அநேகமாக பண்டமாற்று முறையின் மூலமே அவர்கள் எல்லா வாணிகத்தையும் செய்திருக்கக்கூடும். செய்பொருள்களையும் உணவு தானியங்களையும் தந்து அவர்கள் அண்டைப் பிரதேசங்களிலிருந்து படகுகள், மாட்டு வண்டிகள் மூலம் உலோகங்களைக் கொண்டு வந்தனர். அரபுக் கடலில் அவர்கள் நீர்வழிப் போக்குவரத்தை மேற்கொண்டனர். சக்கரங்களை எப்படிப் பயன்படுத்துவது என்று ஹரப்பா மக்களுக்குத் தெரியும்; திட்பம் வாய்ந்த சக்கரங்களைக் கொண்ட வண்டிகள் ஹரப்பாவில் உபயோகத்தில் இருந்தன. ஹரப்பா மக்கள் ஒரு வகையான நவீன **எக்கா** வண்டியை பயன்படுத்தினர் என்றும் தெரிகிறது.

ராஜஸ்தானின் ஒரு பிரதேசத்துடனும் மற்றும் ஆப்கானிஸ்தான், ஈரானுடனும் ஹரப்பா மக்கள் வாணிகத் தொடர்புகளைக் கொண்டிருந்தனர். அவர்கள் வடக்கு ஆப்கானிஸ்தானில் ஒரு வர்த்தகக் கேந்திரத்தை அமைத்திருந்தனர். மத்திய ஆசியாவுடன் அவர்கள் வாணிகம் செய்வதை இது சாத்தியமாக்கிற்று. டைக்ரிஸ், ஈப்ரெட்டஸ் நதிகள் பாயும் பிரதேசத்துடனும் அவர்களுடைய நகரங்கள் வர்த்தகத் தொடர்புகள் கொண்டிருந்தன. மெசபொட்டோமியோவில் பல ஹரப்பா முத்திரைகள் கண்டெடுக்கப்பட்டிருக்கின்றன; மெசபொட்டோமியாவின் நகர்ப்புற மக்கள் உபயோகித்த சில ஒப்பனைப் பொருள்கள் போன்றவற்றை ஹரப்பா மக்கள் பயன்படுத்தினார்கள் என்று தெரிகிறது.

ஹரப்பா மக்கள் மிகவும் ஒளிசுடரும் நீலவண்ண மணிக்கற்களை நெடுந்தொலைவிலுள்ள பிரதேசங்களுக்கு எடுத்துச் சென்று வாணிகம் செய்து வந்தனர்; இந்த மணிக்கற்கள் ஆளும் வர்க்கத்தின் சமூக அந்தஸ்தைப் பறைசாற்றுவதாக இருந்தன. கி.மு. 2350லிருந்து மெலுகாவுடன் இருந்து வரும் வர்த்தக உறவுகளைப் பற்றி மெசபொட்டோமிய ஆவணங்கள் குறிப்பிடுகின்றன; மெலுகா என்பது சிந்துவெளிப் பிராந்தியத்தின் பண்டைய பெயராகும். தில்முன், மக்கான் என்னும் இரண்டு இடைப்பட்ட வணிகக் கேந்திரங்களை மெசபொட்டோமிய ஆவணங்கள் பிரஸ்தாபிக்கின்றன. தில்முன் என்பது பாரசீக வளைகுடாவிலுள்ள பஹ்ரைனாக அநேகமாக இருக்கக்கூடும். அந்தத் துறைமுக நகரத்தில் ஆயிரக்கணக்கான கல்லறைகளில் அகழ்வாய்வுப் பணி மேற்கொள்ள வேண்டியிருக்கிறது.

அரசியல் அமைப்பு

ஹரப்பா மக்களின் அரசியல் அமைப்பு பற்றி நமக்கு எதுவும் தெளிவாகத் தெரியவில்லை.

ஹரப்பா மக்களின் கலாசார நிலையுடன் அவர்களது அரசியல் நிலையை ஒப்பிட்டுப் பார்க்கும்போது, மௌரிய பேரரசு தோன்றும் வரை அத்தகையதொரு மாபெரும் அரசியல் அமைப்பை இந்தியத் துணைக்கண்டம் காணவில்லை என்றே கூற வேண்டும்; இந்த அமைப்பின் குறிப்பிடத்தக்க ஸ்திரத்தன்மையை அது ஏறத்தாழ 600 ஆண்டுக்காலம் நீடித்ததிலிருந்தே தெரிந்து கொள்ளலாம்.

எகிப்திலும் மெசபொட்டோமியாவிலும் பண்டைக் காலத்தில் கோயில்கள் இருந்திருக்கின்றன. இதற்கு முற்றிலும் மாறாக எந்த ஹரப்பா அகழ்வாய்விடத்திலும் வழிபாட்டு இடங்கள் எவையும் கண்டு பிடிக்கப்படவில்லை. பெரும் பொய்கையைத் தவிர வேறு எவ்வகையான சமய கட்டிடங்களையும் ஹரப்பாவில் காண முடியவில்லை. இந்தப்பொய்கைகூட சுத்திகரிப்பு நீராடல்களுக்குப் பயன்பட்டிருக்கக் கூடும். எனவே, கீழ் மெசபொட்டோமியா நகரங்களில் போன்று ஹரப்பாவில் சமய குருக்கள் ஆட்சி புரிந்தனர் என்று நினைப்பது தவறு. பிந்தைய கட்டத்தில் குஜராத்தைச் சேர்ந்த லோத்தாலில் நெருப்பை வழிபடும் வழக்கம் அங்கு நடைமுறையில் இருந்ததற்கான அறிகுறிகள் தென்படுகின்றன. ஆனால் இதன் பொருட்டு எந்தக் கோவில்களும் பயன்படுத்தப்பட்டதாகத் தெரியவில்லை. ஹரப்பா ஆட்சியாளர்கள் மற்ற பிரதேசங்களை வென்று தங்கள் ஆதிக்கத்தில் கொண்டு வருவதில்லை. வாணிகம் செய்வதிலேயே அதிக ஆர்வமும் அக்கறையும் காட்டினர். ஹரப்பா வணிக வர்க்கத்தினரால் ஆளப்பட்டு வந்திருக்க வேண்டும் என்று இதிலிருந்து தோன்றுகிறது.

சமய வினை முறைகள்

ஹரப்பாவில் பெண்களின் எண்ணற்ற களிமண் உருவச்சிலைகள் கண்டுபிடிக்கப்பட்டிருக்கின்றன. ஒரு சிலையில் ஒரு பெண்ணின் கருவிலிருந்து ஒரு செடி வளர்வது போல் காட்டப்பட்டிருக்கிறது. அநேகமாக இந்த சிலை பூமா தேவியைக் குறிப்பதாக இருக்கக்கூடும். தாவரங்களின் தோற்றத்துடனும் வளர்ச்சியுடனும் இது மிக நெருங்கிய சம்பந்தமுடையதாக இருக்கலாம். எனவே, ஹரப்பா மக்கள் பூமியை செழுமையின் தேவதையாகக் கருதினார்கள் என்றும், எகிப்தியர்கள் நைல் தேவதையான இசிஸை வழிபட்டதுபோல் அவர்கள் பூமா தேவியை வழிபட்டார்கள் என்றும் தெரிகிறது. ஆனால் ஹரப்பா மக்கள் எகிப்தியர்களைப் போன்று தாய்வழி சமுதாய அமைப்பு முறையைச் சேர்ந்தவர்களா என்று தெரியவில்லை. எகிப்தில் ராஜ்யத்தையோ அல்லது சொத்துக்களையோ மகள்தான் மரபுரிமையாகப் பெற்று வந்தாள்.

படம் - 22 தாய்த் தெய்வம் - மொகஞ்சோதாரோ

பண்டைக்கால இந்தியா

ஆனால் ஹரப்பா சமுதாயத்தில் எத்தகைய மரபுரிமை முறை கடைப்பிடிக்கப்பட்டது என்பதை நம்மால் அறிய முடியவில்லை.

சில வேத நூல்கள் பூமா தேவியிடம் மரியாதை காட்டினாலும் அத்தெய்வத்துக்குப் போதிய முக்கியத்துவம் அளிக்கவில்லை. இந்து சமயத்தில் தலைமைப் பெண் தெய்வத்தை வழிபடும் முறை வளர்வதற்கு நீண்டகாலம் பிடித்தது. கி.பி. ஆறாம் நூற்றாண்டுக்குப் பிறகுதான் துர்க்கை, அம்பாள், காளி, சண்டி முதலான தாய் - தெய்வங்கள் புராணங் களிலும் தந்திர சாத்திரக் கோட்பாடுகளிலும் பெண் தெய்வங்களாக ஏற்றுக் கொள்ளப்பட்டன. காலப்போக்கில் ஒவ்வொரு கிராமமும் தனது சொந்தப் பெண் தெய்வத்தை வரித்துக் கொண்டு விட்டது.

சிந்து சமவெளியில் ஆண் தெய்வம்

இங்கு கண்டுபிடிக்கப்பட்ட ஒரு முத்திரையில் ஓர் ஆண் தெய்வம் சித்திரிக்கப்பட்டிருக்கிறார். அவர் கொம்புகளுடன் கூடிய மூன்று தலைகளுடன் காணப்படுகிறார். ஒரு பாதத்தை இன்னொரு பாதத்தின் மீது வைத்தபடி அவர் யோகியின் தோற்றத்துடன் காணப்படுகிறார். அவரைச் சுற்றிலும் ஒரு யானை, புலி, காண்டா மிருகங்கள் உள்ளன. சிம்மாசனத்துக்கு அடியில் ஓர் எருமை காணப்படுகிறது. அவரது காலடிகளில் இரண்டு மான்கள் தென்படுகின்றன. இந்த முத்திரை பசுபதி மகாதேவனின் வழக்கமான உருவத்தை நம் மனத்திரையில் கொண்டுவந்து நிறுத்துகிறது. தெய்வத்தைச் சுற்றியுள்ள நான்கு விலங்குகளும் பூமியின் நான்கு திசைகளை நோக்கியபடி காணப் படுகின்றன. அவை தெய்வங்களின் வாகனங்களாக இருக்கக்கூடும். ஏனென்றால் பிற்கால இந்து சமயத்தில் ஒவ்வொரு கடவுளருக்கும் ஒரு சொந்த வாகனம் இருந்ததாகக் கூறப்பட்டிருக்கிறது. சிவ வழிபாட்டுடன் லிங்க வழிபாடும் இருந்ததாக அறிகிறோம்; பிற்காலத்தில் இந்த வழிபாடு சிவனுடன் நெருங்கிய சம்பந்தமுடையதாகி விட்டது. எண்ணற்ற லிங்கங்களும் கல்லில் வடிக்கப்பட்ட பெண்களின் பால் உறுப்புகளும் ஹரப்பாவில் கிடைத்துள்ளன. அவை அநேகமாக வழிபாட்டுக் குரியவையாக இருந்திருக்கக்கூடும். லிங்க வழிபாட்டு வழக்கமுடைய ஆரியரல்லாத மக்களைப் பற்றி ரிக் வேதத்தில் குறிப்பிடப்பட்டிருக்கிறது. ஹரப்பா காலத்தில் தொடங்கிய லிங்க வழிபாடு ஒரு மதிப்பு வாய்ந்த வழிபாட்டு முறையாக இந்து சமுதாயத்தில் ஏற்றுக்கொள்ளப்பட்டது.

மரம் மற்றும் விலங்கு வழிபாடு

சிந்துவெளிப் பிராந்தியத்தைச் சேர்ந்த மக்கள் மரங்களையும் வழிபட்டு வந்தனர். அரசமரக்கிளைகளுக்கிடையே இருப்பது போன்று

ஒரு தேவதையின் உருவம் ஒரு முத்திரையில் சித்திரிக்கப்பட்டிருக்கிறது. அரச மரம் இன்றளவும் வழிபாட்டுக்குரியதாக இருந்துவருவதைப் பார்க்கிறோம்.

ஹரப்பா நாகரிகக் காலத்தில் விலங்குகளும் வழிபடப்பட்டு வந்தன; அவற்றில் பல விலங்குகள் முத்திரைகளில் இடம் பெற்றிருக்கின்றன. இவற்றில் மிக முக்கியமானது திமில்கள் கொண்ட காளையாகும். இத்தகைய ஒரு காளை தெருக்களில் செல்லும்போது ஆழ்ந்த சமயப்பற்றுள்ள இந்துக்கள் அதற்கு வழிவிட்டுச் செல்லுவதை இன்றும் கூடப் பார்க்கலாம். பசுபதி மகாதேவனைச் சுற்றிலும் சில விலங்குகள்

படம் - 23 பசுபதி முத்திரை - மொகஞ்சோதாரோ

காட்சியளிப்பதைக் காணும்போது அவையும் வழிபடப்பட்டிருக்க வேண்டும் என்ற முடிவுக்கே வரவேண்டியிருக்கிறது. சிந்துவெளி பிராந்திய மக்கள் மரங்கள், விலங்குகள் மற்றும் மனிதர்களின் வடிவில் தெய்வங்களை வழிபட்டு வந்தனர் என்பது புலனாகிறது. ஆனால் பண்டைய எகிப்திலும், மெசபொட்டோமியாவிலும் போன்று இந்த தெய்வங்கள் கோவில்களில் வைக்கப்படவில்லை. ஹரப்பா மக்கள் விட்டுச் சென்றுள்ள ஆவணங்களை இன்னமும் படித்துப் புரிந்து கொள்ள இயலாத நிலைமையில், அவர்களது சமய நம்பிக்கைகளைப் பற்றி எதுவும் கூறுவதற்கு இல்லை. இங்கு தாயத்துகள் பெரும்

எண்ணிக்கையில் கண்டெடுக்கப்பட்டிருக்கின்றன. பேய் பிசாசுகளும் தீய சக்திகளும் தங்களுக்குத் தீங்கு இழைக்கக்கூடும் என்று ஹரப்பா மக்கள் நம்பினார்கள் என்றும், இவற்றிற்கெதிராக அவர்கள் தாயத்துகளைப் பயன்படுத்தினார்கள் என்றும் தெரிகிறது. ஆரியரல்லாத மரபைச் சேர்ந்த அதர்வன வேதத்தில் பல மந்திரங்களும் உச்சாடனங்களும் இடம் பெற்றிருக்கின்றன; நோய்களையும் தீய சக்திகளையும் விரட்டுவதற்கு அந்த வேதம் தாயத்துகளைப் பரிந்துரைக்கிறது.

ஹரப்பா எழுத்து வடிவம்

பண்டைய மெசபொட்டோமிய மக்களைப் போன்றே ஹரப்பா மக்களும் எழுதும் முறையைக் கண்டுபிடித்தனர். ஹரப்பா எழுத்து வடிவத்தின் ஆரம்பக்கால மாதிரி 1853ஆம் ஆண்டில் ஆராய்ச்சி யாளர்களின் கவனத்திற்கு வந்தது; பின்னர் முழு எழுத்து வடிவமும் 1923ல் கண்டுபிடிக்கப்பட்டது. எனினும் இதுவரை அந்த எழுத்து முறையின் புதிர் விடுவிக்கப்படவில்லை; அதற்குப் பொருள் விளக்கம் கண்டுபிடிக்கப்படவில்லை. சிலர் அதனை திராவிட மொழியுடன் அல்லது ஆதிகால திராவிட மொழியுடன் பிணைத்துப் பார்க்க முயலுகின்றனர்; சிலர் சமஸ்கிருத மொழியுடன் இணைக்க எத்தனிக்கின்றனர்; மற்றும் சிலர் சுமேரிய மொழியுடன் சம்பந்தப்படுத்த பிரயத்தனம் செய்கின்றனர். ஆனால் இவற்றில் எந்த முயற்சியும் திருப்தி அளிக்கக் கூடியதாக இல்லை. ஹரப்பா எழுத்து இன்னமும் இனம் காணப்படாததால், இலக்கியத்துக்கு ஹரப்பா மக்கள் ஆற்றிய பங்கை நம்மால் மதிப்பிட இயலவில்லை; அவர்களது கருத்துக்களையும் நம்பிக்கைகளையும் பற்றியும் எதுவும் கூறுவதும் சாத்தியமல்ல.

எகிப்தியர்களையும் மெசபொட்டோமியர்களையும் போல் ஹரப்பா மக்கள் நீண்ட எழுத்துப் பொறிப்புகள் எவற்றையும் மேற்கொள்ள வில்லை. பெரும்பாலான எழுத்துப் பொறிப்புகள் முத்திரைகளிலேயே பதிக்கப்பட்டுள்ளன; அதிலும் ஒரு சில வார்த்தைகளைக் கொண்டவை யாகவே இருக்கின்றன. மிகவும் வசதி படைத்தவர்கள் தங்களது சொத்துக்கள் எவையெவை என்பதை மற்றவர்கள் அறிந்து கொள்ளும் பொருட்டு இந்த முத்திரைகளைப் பயன்படுத்திக்கொண்டிருக்கக் கூடும் என்று தோன்றுகிறது. மொத்தம் 250 முதல் 400 சித்திர எழுத்துக்கள் கிடைத்திருக்கின்றன. சித்திர வடிவத்தில் ஒவ்வொரு எழுத்தும் ஏதேனும் ஓர் ஒலியையோ, கருத்தையோ, பொருளையோ குறிக்கிறது. ஹரப்பா எழுத்துத் தொகுதி நெடுங்கணக்கு முறையில் அமைந்ததல்ல; மாறாக பிரதானமாக சித்திர முறையில் அமைந்திருக்கிறது. மெசபொட்டோமியா

மற்றும் எகிப்தின் இன்றைய எழுத்துத் தொகுதியுடன் ஒப்பிட்டுப் பார்க்க முயற்சிகள் மேற்கொள்ளப்பட்டன. ஆனால் இந்த எழுத்துத் தொகுதி சிந்துவெளிப் பிராந்தியத்துக்கு உரியதே அன்றி மேற்கு ஆசியாவின் எழுத்துத் தொகுதிகளுக்கும் இதற்கும் எத்தகைய சம்பந்தமும் இல்லை என்பது தெரிய வந்திருக்கிறது.

நிறுத்தலளவைகளும் முகத்தலளவைகளும்

எழுதத் தெரிந்திருந்ததானது தனியார் சொத்துக்களைப் பதிவு செய்வதற்கும், கணக்குகள் வைத்துக் கொள்வதற்கும் உதவியிருக்கக் கூடும் என்று கருதலாம். சிந்துவெளிப் பிராந்தியத்தின் நகர்ப்புற மக்களுக்கு வாணிக நடவடிக்கைகளுக்கும் இதர நடவடிக்கைகளுக்கும் நிறுத்தலளவைகளும் முகத்தலளவைகளும் தேவைப்பட்டதோடு, அவற்றை அவர்கள் பெரிதும் பயன்படுத்தவும் செய்தனர். எடை போடுவதில் பயன்படுத்தப்பட்ட எண்ணற்ற பொருள்கள் கிடைத்துள்ளன. எடைபோடுவதற்கு பெரும்பாலும் 16ம் அதன் பெருக்கத் தொகையுமே உபயோகிக்கப்பட்டது என்பதை இது காட்டுகிறது. 16, 64, 160, 320, 640 என்ற ரீதியில் பெருக்கத்தொகை பயன்படுத்தப்பட்டதை இதற்கு உதாரணமாகக் கூறலாம். 16 என்ற மரபு இந்தியாவில் தற்காலம் வரை நீடித்தது; வெகு அண்மைக்காலம்வரை கூட 16 அணா ஒரு ரூபாயாக இருந்து வந்தது. என்பது பலருக்கு நினைவிருக்கலாம். நீள அகல உயர அளவுகளைக் கண்டுபிடிக்கவும் ஹரப்பா மக்கள் தெரிந்திருந்தனர். அளவுகள் குறிக்கப்பட்ட கோல்கள் பல நமக்குக் கிடைத்துள்ளன. இந்தக் கோல்களில் ஒன்று வெண்கலத்தில் செய்யப்பட்டதாகும்.

ஹரப்பா மட்கலங்கள்

குயவர்களின் திகிரிகளைப் பயன்படுத்துவதில் ஹரப்பா மக்கள் மிகவும் திறமையானவர்கள். பல்வேறு வேலைப்பாடுகளுடன் வண்ணம் பூசப்பட்ட எண்ணற்ற மட்கலங்களை இங்கு காண்கிறோம். ஹரப்பா மட்கலங்கள் பொதுவாக மரங்கள், வளையங்கள் முதலியவை வரைந்து அலங்கரிக்கப்படுகின்றன. மனித உருவங்களும் சில மட்கலத் துண்டுகளில் காணப்படுகின்றன.

முத்திரைகள்

ஹரப்பா கலாசாரத்தின் மிகச் சிறந்த கலைப்படைப்புகள் என முத்திரைகளைக் கூறலாம். சுமார் 2000 முத்திரைகள் இங்கு நடைபெற்ற அகழ்வாய்வுகளில் கிடைத்துள்ளன. இவற்றில் பெரும்பாலானவற்றில் திமிலுடன் கூடிய காளை, எருமை, புலி, காண்டாமிருகம், வெள்ளாடு,

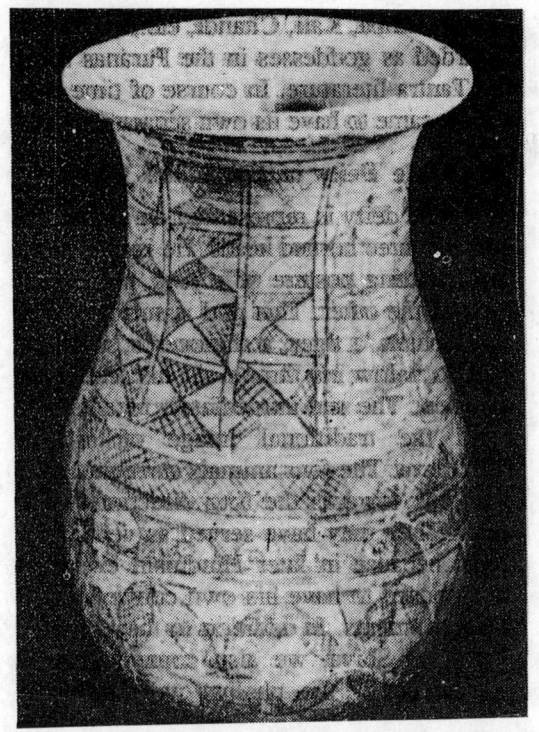

படம் - 24 மட்கலம் - லோத்தல்

யானை முதலியவற்றின் உருவங்களுடன் மிகச் சுருக்கமான எழுத்துப் பொறிப்புகள் காணப்படுகின்றன.

உருவச்சிலைகள்

ஹரப்பா கைவினைஞர்கள் உலோகத்தில் மிக நேர்த்தியான உருவச் சிலைகளை வடிப்பதில் கைதேர்ந்தவர்கள். வெண்கலத்தில் உருவாக்கப்பட்ட நடன மாதின் உருவச்சிலையை இதற்கு மிகச் சிறந்த உதாரணமாகக் கூறலாம். ஒரு கழுத்தாரம் அணிந்திருப்பதைத் தவிர மற்றபடி அவள் நிர்வாணமாகக் காட்சியளிக்கிறாள். ஹரப்பா கற்சிற்பங்கள் சில நமக்குக் கிடைத்துள்ளன. மாக்கல்லில் செதுக்கப்பட்ட ஓர் உருவச்சிலை அணி வேலைப்பாடுகள் மிகுந்த ஒரு மேலங்கியை இடது தோளிலிருந்து வலது புயத்துக்குக்கீழே தொங்கும்படியாக அணிந்துள்ளது; அதன் குட்டையான மயிர்க் கற்றைகள் தலையின் பின்புறம் ஓர் இழைக்கச்சையால் கட்டி ஒழுங்குபடுத்தப்பட்டிருக்கிறது.

படம் - 25 காளை முத்திரை - மொகஞ்சோதாரோ

படம் - 26 கலிபங்கானில் கிடைத்த முத்திரைகள்

சிறு களிமண் உருவச் சிலைகள்

சுட்ட களிமண்ணால் செய்யப்பட்ட அநேக சிறு உருவச்சிலைகள் ஹரப்பாவில் நடத்தப்பட்ட அகழ்வாய்வில் நமக்குக் கிடைத்துள்ளன. இவற்றை டெர்ரகோட்டா சிலைகள் என்று பொதுவாக அழைப்பார்கள். இச்சிலைகள் பொம்மைகளாகவோ அல்லது வழிபாட்டுப் படிமங்களாகவோ பயன்படுத்தப்பட்டன என்று தெரிகிறது. பறவைகள், நாய்கள், ஆடுகள், கால்நடைகள், குரங்குகள் முதலியவற்றின் பொம்மைகளும் இவற்றில் அடங்கும். ஆண்கள், பெண்களின் உருவச் சிலைகளும் இவற்றில் இடம் பெற்றுள்ளன; எனினும் முந்தியவற்றை விடப் பிந்தியவையே அதிகம். முத்திரைகளும் படிமங்களும் மிகுந்த தேர்ச்சித்திறனுடன் தயாரிக்கப்பட்டிருக்கின்றன. ஆனால் சுட்ட களிமண் பொம்மைகளில் வேலைப்பாடுகள் குறைவு. இவ்விரு வகையான படைப்புகளுக்கிடையே உள்ள வேறுபாடு அவற்றைப் பயன்படுத்தும் வர்க்கங்களிடையே இருந்த இடைவெளியைக் குறிக்கின்றது. முதலாவதாக குறிப்பிடப்பட்ட படைப்புகள் மேல்தட்டு வர்க்கங்களாலும், இரண்டாவதாகக் குறிப்பிடப்பட்ட பொருள்கள் கீழ்த்தட்டு வர்க்கங்களாலும் பயன்படுத்தப்பட்டன. கற்களில் கலைத்திறன் மிக்க படைப்புகளை உருவாக்குவதில் ஹரப்பா கலாசாரம் கீழ்ப்பட்டதாகவே இருந்தது. பண்டைய எகிப்திலும், மெசபொட்டோமியாவிலும் காண்பது போன்ற கல்லில் உருவாக்கப்பட்ட பிரம்மாண்டமான படைப்பு எதையும் ஹரப்பாவில் காணமுடியவில்லை.

துவக்கமும், முதிர்ச்சியும், முடிவும்

ஹரப்பா கலாசாரம் கி.மு. 2500க்கும் கி.மு. 1800க்கும் இடைப்பட்ட காலத்தில் நிலவியது. அதன் முதிர்ச்சி அடைந்த கட்டம் கி.மு. 2200க்கும் கி.மு. 2000க்கும் இடைப்பட்டதெனக் கூறலாம். எனினும் அக்கலாசாரம் அது நிலவிவந்த காலம் முழுவதிலும் ஒரே விதமான கருவிகளையும், ஆயுதங்களையும், குடியிருப்புகளையும் கொண்டிருந்ததாகவே தோன்றுகிறது. வாழ்க்கைப் பாணியும் ஒரே மாதிரியாக இருந்ததாகவே தெரிகிறது. ஒரே மாதிரியான நகரமைப்புத் திட்டத்தையும், ஒரே மாதிரியான முத்திரைகளையும், ஒரே மாதிரியான சுட்டகளிமண் பொம்மைகளையும், ஒரே மாதிரியான நீண்ட படிகக்கல் வெட்டு கருவிகளையுமே காண்கிறோம். ஆனால் ஹரப்பா கலாசாரத்தில் மாற்றமே இல்லை என ஒரேயடியாகச் சாதித்துவிட முடியாது. ஏனென்றால் மொகஞ்சோதாரோ மட்பாண்டங்களில் காலப்போக்கில் பல மாற்றங்கள் ஏற்பட்டிருப்பதைப் பார்க்கிறோம். கி.மு. பதினெட்டாம்

நூற்றாண்டு வாக்கில் ஹரப்பா கலாசாரத்தை சேர்ந்த ஹரப்பா, மொகஞ்சோதாரோ ஆகிய இரண்டு முக்கியமான நகரங்கள் அழிந்து விட்டன. ஆனால் மற்ற இடங்களில் ஹரப்பா கலாசாரம் படிப்படியாகவே மறைந்தது; குஜராத், ராஜஸ்தான், ஹரியானா, மேற்கு உத்திரப்பிரதேசம் ஆகியவற்றின் புற எல்லைகளில் அக்கலாசாரத்தின் சிதைவுக் கட்டம் சிறிது காலம் நீடித்தது.

ஹரப்பா கலாசாரத்தின் ஆரம்பத்தைப் போன்றே அதன் முடிவையும் விவரிப்பது கடினம். ஹரப்பா கலாசாரத்திற்கு முந்தைய பல குடியேற்றங்கள் பலுசிஸ்தானிலும், ராஜஸ்தானில் கலிபங்கானிலும் இருந்தது தெரியவந்திருக்கிறது. ஹரப்பா கலாசாரம் இந்தத் தொன்மையான குடியேற்றங்களிலிருந்து உருவாகி இருக்கக்கூடும் என்றாலும், இவற்றிற்கும் முதிர்ச்சியடைந்த ஹரப்பா கலாசாரத்துக்கும் இடையே எத்தகைய தொடர்பு இருந்தது என்பது தெளிவாகத் தெரியவில்லை. இந்தியத் துணைக்கண்டத்தில் ஹரப்பா நகரங்கள் உதித்தெழுந்ததற்கு வெளி செல்வாக்கு உதவி இருக்கக்கூடும் என்பதற்கும் தெளிவான சான்று ஏதும் இல்லை. மெசபொட்டோமிய நகரங்களுடனான தொடர்பு ஹரப்பா கலாசாரம் வளர்ச்சியடைவதற்கு ஓரளவு தூண்டுதல் அளித்திருக்கக்கூடும். எனினும் ஹரப்பா கலாசாரத்தின் இந்திய இயல்பு குறித்து ஐயம் கொள்வதற்கு அணுவளவும் இடமில்லை. அதன் சில அம்சங்கள் மேற்கு ஆசியாவில் அக்காலத்தில் இருந்த கலாசாரங்களிலிருந்து அதனை வேறுபடுத்திக் காட்டுகின்றன. சதுரங்கப் பலகை அமைப்பு முறையுடனும், தெருக்கள், வடிகால்கள், குப்பைக் குழிகள் முதலியவற்றுடனும் அது தனது நகரங்களை வடிவமைத்தது. ஆனால் அதேசமயம், மெசபொட்டோமிய நகரங்களின் வளர்ச்சி ஒழுங்கற்ற முறையில் இருந்து வந்தது. செங்கற்கள் பரவிய குளியல் அறைகளுடனும் மாடிப்படிகளுடனும் கூடிய நீள்சதுர வீடுகள் எல்லா ஹரப்பா நகரங்களிலும் காணப்படுகின்றன. இத்தகைய நகர அமைப்பை மேற்கு ஆசிய நகரங்களில் காண முடியாது. நாஸ்சோஸில் கிரீட் மக்களைத் தவிர பண்டைக் காலத்தில் வேறு எந்த மக்களும் இத்தகைய மிக நேர்த்தியான, மிகச் சிறந்த வடிகால் அமைப்பைக் கட்டியதில்லை எனக் கூறலாம். இதுபோன்றே, சுட்ட செங்கற்களைப் பயன்படுத்துவதில் ஹரப்பா மக்களைப் போல் இவ்வளவு திறமையை மேற்கு ஆசிய மக்கள் காட்டவில்லை என்றும் சொல்லலாம். ஹரப்பா மக்கள் தங்களுக்கே உரித்தான மட்கலங்களையும் முத்திரைகளையும் தயாரித்தனர்; முத்திரைகளில் ஸ்தல விலங்குகளின் உருவங்கள் இடம்பெற்றன. இவற்றை எல்லாம்விட முக்கியமாக ஹரப்பா மக்கள்

தங்கள் சொந்த எழுத்துக்களை உருவாக்கிக் கொண்டனர்; எகிப்திய, மெசப்பொட்டோமிய எழுத்துக்களுடன் இவை எவ்வகையிலும் ஒத்திருக்கவில்லை. ஹரப்பா கலாசாரம் வெண்கல யுகக் கலாசாரமாக இருந்த போதிலும் ஹரப்பா மக்கள் வெண்கலத்தை ஓரளவே பயன்படுத்தினர்; பெரும்பாலும் கற்கருவிகளைத்தான் அவர்கள் தொடர்ந்து பயன்படுத்தினர். முடிவாக, ஒரு முக்கிய விஷயத்தை இங்கு குறிப்பிட வேண்டும்; அதாவது ஹரப்பா கலாசாரத்தைப்போல் வேறு எந்தக் கலாசாரமும் இவ்வளவு பரந்த பிரதேசத்தில் வியாபித்திருந்த தில்லை என்று கூறவேண்டும். ஹரப்பாவின் கட்டிடங்கள் 5 கிலோமீட்டர் சுற்றளவுக்குப் பரவியிருந்தன; இவ்வகையில் வெண்கல யுகத்தின் மிகப்பெரிய அமைப்பு என இதனைக் கூறலாம். ஹரப்பாவின் பரிமாணத்துக்கு இணையான வேறு எந்த நகர்ப்புற வட்டாரமும் இதுவரை கண்டுபிடிக்கப்பட்டதில்லை.

மெசபொட்டோமியாவின் தொன்மையான கலாசாரங்கள் கி.மு. 1800க்குப் பிறகும் தொடர்ந்து நீடித்து வந்தன; ஆனால் நகர்ப்புற ஹரப்பா கலாசாரமோ இந்தக் காலத்திற்குள் மறைந்துவிட்டது. இதற்குப் பல்வேறு காரணங்கள் கூறப்படுகின்றன. கி.மு. 3000ஆவது ஆண்டு வாக்கில் சிந்து வெளிப் பிராந்தியத்தில் மழையின் அளவு சிறிதளவு அதிகரித்தது; கி.மு. 2000 ஆண்டின் தொடக்கத்தில் அது குறைந்து விட்டது; இது வேளாண்மையையும் கால்நடை வளர்ப்பையும் பாதித்திருக்கக்கூடும் என்று கூறப்படுகிறது. அண்டையிலுள்ள பாலைவனம் மேன்மேலும் விரிவடைந்து, மண்ணின் உப்புத்தன்மை அதிகரித்ததால் வளம் குறைந்ததே இந்த நலிவுக்கும் தேய்வுக்கும் காரணம் என்று வேறு சிலர் கருத்துத் தெரிவிக்கின்றனர். நிலப்படுகை திடீரெனத் தாழ்ந்ததாலோ அல்லது உயர்ந்ததாலோ வெள்ளப்பெருக் கெடுத்ததை சிலர் இதற்குக் காரணமாகக் கூறுகின்றனர். நிலநடுக்கங்கள் சிந்து நதியின் போக்கை மாற்றிவிட்டன, இதனால் மொகஞ்சோதாரோ பகுதி வெள்ளக்காடாகி விட்டது என்ற ஒரு கருத்தும் முன் வைக்கப்படுகிறது. இன்னும் சிலர் ஒரு படி மேலே சென்று ஹரப்பா கலாசாரம் ஆரியர்களால் அழிக்கப்பட்டது என்று குற்றம் சாட்டுகின்றனர்.

மிகப்பெரிய வெண்கல யுகக் கலாசாரத்தின் வீழ்ச்சியால் எத்தகைய விளைவுகள் ஏற்பட்டன என்பது இன்னமும் தெளிவாகத் தெரியவில்லை. நகர்ப்புறங்களின் சிதைவு வணிகர்களும் கைவினைஞர்களும் நகரங்களிலிருந்து புடைபெயர்ந்து செல்லுவதற்கு வழிவகுத்ததா என்பதையும், ஹரப்பா தொழில் நுட்ப அம்சங்களும் வாழ்க்கை முறையும் கிராமப்புறத்தில் பரவியதா என்பதையும் நாம் அறியோம்.

சிந்து, பஞ்சாப், ஹரியானா ஆகிய பிரதேசங்களில் நிலவிய நகரப்புறமயமாக்கத்துக்குப் பிந்திய நிலைமை குறித்து இப்போது ஓரளவு தெரிய வருகிறது. சிந்துவெளிப்பிராந்தியத்தின் உட்பகுதிகளில் விவசாயக் குடியேற்றங்கள் இருந்ததைப் பார்க்கிறோம்; ஆனால் முந்தைய கலாசாரத்துடன் அதற்குள்ள தொடர்புபற்றித் தெளிவாகத் தெரியவில்லை. இது சம்பந்தமாக தெளிவான, போதிய தகவல்கள் கிடைப்பது அவசியம்.

ஹரப்பா கலாசாரத்தின் நகரமயமாக்கத்திற்குப் பிந்தைய கட்டம்

ஹரப்பா கலாசாரம் கி.மு. 1800 வரை செழித்துத் தழைத்தோங்கி வந்திருப்பதாகத் தெரிகிறது. இதன் பின்னர், திட்டமிட்ட நகர அமைப்பு, விரிவான செங்கற்கட்டுமானம், எழுதும்கலை, ஒரே சீரான நிறுத்தலளவைகள், முகத்தலளவைகளைப் பயன்படுத்துதல், கோட்டை மேட்டுக்கும் கீழ்ப்புற நகரப் பகுதிக்கும் இடையேயான வேறுபாடு, வெண்கலக் கருவிகளையும் கறுப்பு நிற வேலைப்பாடுகள் கொண்ட செந்நிற மட்கலங்களை உபயோகித்தல் முதலான அம்சங்களைக் கொண்ட அதன் நகர்ப்புறக் கட்டம் அநேகமாக மறைந்து விட்டது என்றே சொல்லலாம். அதன் ஒரே சீரான தன்மையும் மறைந்து விட்டது. ஹரப்பா நகரமயமாக்கப் பிந்தைய கட்டம் வேறுபட்ட இயல்புகளைக் கொண்டதாக இருந்தது. ஹரப்பா கலாசார நகரமயமாக்கப் பிந்தைய கட்டத்தின் சில அம்சங்கள் பாகிஸ்தானிலும், மத்திய மேற்கு இந்தியாவிலும், பஞ்சாப், ராஜஸ்தான், ஹரியானா, ஜம்மு, காஷ்மீர், டில்லி, மேற்கு உத்திரப் பிரதேசம் ஆகிய இடங்களிலும் காணப் படுகின்றன. அவை கி.மு. 1800க்கும் கி.மு. 1200க்கும் இடைப்பட்ட காலத்தைச் சேர்ந்தவை. ஹரப்பா கலாசார நகரமயமாக்கப் பிந்தைய கட்டம் கீழ் சிந்துவெளி நாகரிகம் எனவும் அழைக்கப்படுகிறது; பிந்தைய ஹரப்பா கலாசாரம் எனவும் இதனைக் கூறுவதும் உண்டு.

பிந்தைய ஹரப்பா கலாசாரங்கள் பிரதானமரக தாமிர - கற்கால கட்டத்தைச் சேர்ந்தவை; இவற்றில் கற்கருவிகளும் தாமிரக் கருவிகளும் பயன்படுத்தப்பட்டன. கோடரிகள், உளிகள், கத்திகள், வளையல்கள், மீன்பிடிக்கும் தூண்டில்கள், ஈட்டி முனைகள் முதலியவை இவற்றில் இடம் பெற்றிருந்தபோதிலும் சிக்கலான உலோக வார்ப்படத்தொழில் நுட்பம் கைக்கொள்ளப்படவில்லை. ஹரப்பா கலாசாரத்தின் பிந்தைய கட்டத்தில் தாமிர - கற்கால மக்கள் கிராமங்களில் வாழ்ந்து வந்தனர்; வேளாண்மை செய்தல், கால்நடைகளை வளர்த்தல், வேட்டையாடுதல்,

மீன்பிடித்தல் முதலியவற்றைத் தமது பிழைப்புக்கு ஆதாரமாகக் கொண்டிருந்தனர். உலோகத் தொழில் நுட்பம் கிராமங்களுக்குப் பரவியதால் வேளாண்மை மேம்பட்டிருக்கக் கூடும். குஜராத்திலுள்ள பிரபாஸ்பதன் (சோம்நாத்), ரங்பூர் போன்ற இடங்கள் ஹரப்பா கலாசாரத்தின் நேரடி வழித்தோன்றல்களாகும். ஆனால் உதய்பூர் அருகில் அஹாரில் மிகச்சில ஹரப்பா கலாசார அம்சங்களே காணப்படுகின்றன. அஹார் கலாசாரத்தின் ஒரு பிராந்தியக் கேந்திரம் எனக் கருதப்படும் கிலுண்டில் செங்கல் கட்டிடங்களைக் கூடப் பார்க்கிறோம்; இவை தோராயமாக கி.மு. 2000க்கும் கி.மு. 1500க்கும் இடைப்பட்ட காலத்தைச் சேர்ந்தவையாக இருக்கக் கூடும். மற்றப்படி பிந்தைய ஹரப்பா கட்டத்தில் ஹரியானாவைச் சேர்ந்த பகவான்புரத்தைத் தவிர வேறு எங்கும் சுட்ட செங்கற்களைக் காண முடியவில்லை; மேற்கு உத்திரப்பிரதேசத்தில் புலந்தாசர் மாவட்டத்தில் லால் கிலாவில் **ஓசிபி** அகழ்வாய்விடத்தில் அங்கொன்றும் இங்கொன்றுமாக சில சுட்ட செங்கல் துண்டுகள் கண்டெடுக்கப்பட்டிருக்கின்றன. எனினும் நவ்தாதோலி என்னும் மிகப்பெரிய குடியேற்றத்தைக் கொண்ட மால்வா தாமிர - கற்காலக் கலாசாரத்திலும் சரி (கி.மு. 1700 - கி.மு.1200) தாபி, கோதாவரி, பீமா பள்ளத்தாக்குகளில் காணப்படும் எண்ணற்ற ஜோர்வே அகழ்வாய்விடங்களிலும் சரி ஹரப்பா கலாசார அம்சங்கள் காணப்படவில்லை என்பதை இங்கு வலியுறுத்திக் கூற வேண்டும். தைமாபாத்துதான் ஜோர்வே குடியேற்றங்களில் மிகப் பெரியது; சுமார் 22 ஹெக்டேர் பரப்பளவைக் கொண்டது; இது சுமார் 4000 மக்கட்தொகையைக் கொண்டிருக்க வேண்டும்; இது ஆதிகாலத்து நகரப்புறப் பகுதியாக இருக்கலாம். ஆனால் மிகப் பெரும்பாலான ஜோர்வே குடியேற்றங்கள் கிராமங்களாகவே இருந்தன.

நகரமயமாக்கத்துக்குப் பிந்தைய ஹரப்பா குடியேற்றங்கள் ஸ்வாத் பள்ளத்தாக்கில் கண்டுபிடிக்கப்பட்டு இருக்கின்றன. இங்கு மக்கள் வளர்ச்சியடைந்த வேளாண்மையையும், கால்நடை வளர்ப்பையும் மேற்கொண்டு, கிராமிய வாழ்க்கை வாழ்ந்து வந்தனர். மெதுவாகச் சுழலும் திகிரியில் வனையப்பட்டு, மெருகேற்றப்பட்ட கருப்பு - சாம்பல் நிற மட்கலங்களை அவர்கள் பயன்படுத்தினர். கி.மு. மூவாயிரம் ஆண்டையும் அதற்குப் பிந்தைய காலத்தையும் சேர்ந்த வடக்கு ஈரான் பீடபூமியின் மட்கலங்களை இவை ஒத்திருந்தன. ஸ்வாத் பள்ளத்தாக்கு மக்கள் திகிரியில் வனையப்பட்ட கருப்பு - சிவப்பு வண்ணம் பூசப்பட்ட மட்பாண்டங்களையும் தயாரித்தனர்; நகரமயமாக்கத்துக்குப் பிந்தையகால சிந்துவெளி மட்பாண்டங்களுடன் நெருங்கிய தொடர்புகள்

இருந்ததை இது காட்டுகிறது. ஹரப்பாவுடன் சம்பந்தப்பட்ட நகர மயமாக்கக் கலாசாரத்துடன் இருந்த பிணைப்பையும் இவை புலப்படுத்துகின்றன. எனவே, ஸ்வாத் பள்ளத்தாக்கை பிற்கால ஹரப்பா கலாசாரத்தின் வடகோடிக் கேந்திரம் எனலாம். பஞ்சாப், ஹரியானா, உத்திரப்பிரதேசம், ஜம்மு முதலான இந்தியப் பகுதிகளில் அநேக பிற்கால ஹரப்பா கலாசாரக் குடியேற்றங்களில் அகழ்வாய்வுகள் நடத்தப் பட்டுள்ளன. ஜம்முவில் மந்தாவையும், பஞ்சாபில் சண்டிகட்டையும் சங்கோலையும், ஹரியானாவில் தௌலத்பூர் மற்றும் மீதேதாலையும், மேற்கு உத்திரப்பிரதேசத்தில் ஆலம்கீர்பூரையும் ஹீலாசையும் இவ்வகையில் முக்கியமாகக் குறிப்பிடலாம். ஹரப்பா மக்கள் ஹரியானாவில் தௌலத்பூருக்கும், உத்திரப்பிரதேசம் சஹரன்பூர் மாவட்டத்திலுள்ள ஹீலாசுக்கும் வந்த பிறகு அரிசியை உணவாகக் கொள்ளத் தொடங்கியதாகத் தெரிகிறது. வடஇந்தியாவில் எந்த ஹரப்பா குடியேற்றத்திலும் ராகி பயன்படுத்தப்பட்டதற்கான சான்று ஏதும் இதுவரை கிடைக்கவில்லை. ஆலம்கீர்பூரில் பிற்கால ஹரப்பா மக்கள் பருத்தியையும் சாகுபடி செய்தனர்; ஹரப்பா மட்பாண்டங்கள் சிலவற்றில் காணப்படும் பொறிப்புகளிலிருந்து இது தெரிய வருகிறது.

வடக்கு மற்றும் கிழக்குப் பகுதிகளில் உள்ள பிற்கால ஹரப்பா குடியேற்றங்களில் கண்டெடுக்கப்பட்ட வண்ணம் பூசப்பட்ட மட்கலங்கள் சில புதிய வடிவங்களுடன் காட்சியளித்தாலும், அவற்றில் செய்யப்பட்டிருக்கும் வேலைப்பாடுகள் சிக்கலற்றவையாக உள்ளன. பகவான்புரத்தில் பிற்கால ஹரப்பா மட்கலங்கள் வண்ணம் பூசப்பட்ட சாம்பல்நிற மட்கலங்களுடன் கலந்து காணப்படுகின்றன. இந்தக் காலப்பகுதியில் ஹரப்பா கலாசாரம் முற்றிலும் கலப்படக் கட்டத்தை அடைந்துவிட்டதாகவே தோன்றுகிறது.

பிற்கால ஹரப்பா கட்டத்தில் நீளத்தை அளப்பதற்கு எந்த சாதனமும் இருந்ததாகத் தெரியவில்லை. குஜராத்தில், பிந்திய கால கட்டத்தில் கனசதுர வடிவ எடைமானக் கற்களும், செங்கற்கட்டிகளும் இல்லை. பொதுவாக எல்லாப் பிற்கால ஹரப்பா குடியேற்றங்களிலும் மனித சிலைகளையோ, தனித்தன்மை வாய்ந்த வண்ண வேலைப் பாடுகளையோ காண முடியவில்லை. சித்திர வேலைப்பாடு மிக்க மட்பாண்டத் தொகுதி குஜராத்தில் காலத்துக்கு ஒவ்வாததாகி விட்டாலும், வட இந்தியாவில் அது தாராளமாகப் பயன்படுத்தப்பட்டது. ஹரப்பாவின் நகரமயமாக்கப் பிந்தைய கட்டத்தில் மேற்கு ஆரியக் கேந்திரங் களுடனான சிந்துவெளி வாணிகம் முடிவுக்கு வந்தது. வணிகப் பொருள்கள் என்ற முறையில் மணிக்கல் வகைகளும், படிகக்கற்களும்,

சிவப்புநிற உருமணிகளும், வெண்கலப் பாத்திரங்களும் கிடைக்க வில்லை, அல்லது மிக அரிதாகவே கிடைத்தன. இது முற்றிலும் இயல்பே. ஏனென்றால் பஞ்சாப், ஹரியானா, உத்தரப்பிரதேசம் ஆகிய பிரதேசங்களில் அகழ்வாய்வு செய்யப்பட்ட இடங்கள் கிராமப்புறக் குடியேற்றங்களாக இருந்தவையேயாகும்.

ஹரப்பா கலாசாரத்தின் பிந்தைய கட்டங்களில் இயற் பண்புடைய சில கருவிகளும், மட்கலங்களும் காணப்படுகின்றன. சிந்து சமவெளியில் புதிய மக்கள் படிப்படியாக ஊடுருவி வந்ததை இது காட்டுகிறது. மொகஞ்சோதாரோவின் கடைசிக் கட்டத்தில் பாதுகாப்பின்மையையும் வன்முறையையும் குறிக்கும் சில அறிகுறிகள் தென்படுகின்றன. அணிமணிகள் பல இடங்களில் குவியல் குவியலாகப் புதைக்கப் பட்டிருந்தன; ஓரிடத்தில் மண்டை ஓடுகள் தாறுமாறாகக் குவிக்கப் பட்டிருந்தன. புதுவகையான கோடரிகள், குத்துவாள்கள், கூரிய விளிம்புகள் கொண்ட கத்திகள் முதலியவை மொகஞ்சோதாரோவின் மேல் மட்டங்களில் காணப்படுகின்றன. ஏதோ அந்நியக் குறுக்கீடு நடந்திருப்பதை இவை காட்டுகின்றன. ஹரப்பாவின் பிந்தைய காலகட்டத்தைச் சேர்ந்த இடுகாடுகளில் புதிய மக்களினங்களின் தடயங்கள் காணப்படுகின்றன; மேல் மட்டங்களில் புது வகையான மட்கலங்கள் தென்படுகின்றன. பலுசிஸ்தானைச் சேர்ந்த சில ஹரப்பா குடியேற்றங்களிலும் புதுவகையான மட்பாண்டங்கள் கிடைத் திருக்கின்றன. பஞ்சாபிலும், ஹரியானாவிலும் பல இடங்களில் பொதுவாக வேதகால மக்களுடன் தொடர்புடைய சாம்பல்நிற மட்கலங்களும் வண்ணந்தீட்டிய மட்கலங்களும் சுமார் கி.மு. 1200 ஆம் ஆண்டைச் சேர்ந்த பிற்கால ஹரப்பா மட்கலங்களுடன் சேர்ந்து காணப்படுகின்றன. இவை யாவும் ஈரானிலிருந்து மலைகள் வழியாக வந்திருக்கக்கூடிய குதிரை சவாரி செய்யும் முரட்டுத்தனமான மக்களைச் சுட்டுவதாக இருக்கின்றன. எனினும் பஞ்சாபிலும் சிந்துவிலும் இருந்த ஹரப்பா நகரங்களை முற்றிலும் அடிபணிய வைக்கும் அளவுக்குப் புதிய மக்கள் பெரும் எண்ணிக்கையில் வந்திருக்க முடியாது. ஹரப்பா கலாசாரம் ஒரு காலத்தில் செழித்துக் கொழித்த ஏழு நதிகள் பாயும் பிராந்தியத்தில் ஆரியர்கள் பெரும்பாலும் குடியேறினாலும் முழு வளர்ச்சியடைந்த ஹரப்பா மக்களுக்கும் ஆரியர்களுக்கும் பெருமளவில் மோதல் நடைபெற்றதற்கான தொல்பொருள் ஆய்வுச் சான்றுகள் எதுவும் கிடைக்கவில்லை. வேதகால மக்கள் பிற்கால ஹரப்பா கட்டத்தைச் சேர்ந்த மக்களுடன் கி.மு. 1800க்கும் கி.மு. 1200க்கும் இடையே மோதியிருக்கக்கூடும்.

இயல் 8
ஆரியர்களின் வருகையும் ரிக்வேதத்தின் காலமும்

ஆதி தாயகமும் இனவழியும்

ஆரியர்கள் இந்தோ - ஐரோப்பிய மொழிகளைப் பேசி வந்தனர். இந்த மொழிகள் ஐரோப்பா முழுவதிலும், ஈரானிலும், இந்தியத் துணைக் கண்டத்தின் பெரும்பகுதியிலும் சற்று மாறுபட்ட வடிவங்களில் தற்போது வழங்கி வருகின்றன. தெற்கு ரஷ்யாவிலிருந்து மத்திய ஆசியா வரை பரந்து விரிந்து வியாபித்திருக்கும் ஸ்டெப்பி வெளிகளில் எங்கோ ஓரிடத்தில் ஆரியர்கள் ஆரம்பத்தில் வசித்திருக்க வேண்டும் என்று தோன்றுகிறது. வெள்ளாடுகள், நாய்கள், குதிரைகள் போன்ற சில விலங்குகளின் பெயர்களும் அதேபோன்று தேவதாரு, மாப்பில் போன்ற விருட்சங்களின் பெயர்களும் எல்லா இந்தோ–ஐரோப்பிய மொழிகளிலும் ஒன்றையொன்று ஒத்திருக்கின்றன. இந்தப் பொதுச் சொற்கள் யுரேசியாவின் விலங்கினங்களையும் தாவர இனங்களையும் குறிக்கின்றன. ஆரியர்கள் ஆறுகளுக்கும் கானகங்களுக்கும் பழக்கப்பட்டவர்கள் என்பதையும் இவை புலப்படுத்துகின்றன. இதில் விந்தை என்னவென்றால் ஆரியர்கள் அநேக மலைகளையும் குன்றுகளையும் கடந்து வந்தவர்கள் என்றாலும் மலைகளைக் குறிக்கும் பொதுவான பெயர்கள் ஒரு சில ஆரிய மொழிகளில் மட்டுமே இடம் பெற்றிருக்கின்றன என்பதே ஆகும். அவர்களது தொடக்கக்கால வாழ்க்கை பிரதானமாக கால்நடை மேய்ச்சல் வாழ்க்கையாகவே இருந்துவந்தது; வேளாண்மையை அவர்கள் இரண்டாந்தரத் தொழிலாகவே மேற்கொண்டனர். ஆரியர்கள் ஒரு நிலையான குடியமர்ந்த வாழ்க்கையை வாழவில்லை. இதனால் அவர்கள் எத்தகைய உருப்படியான, முக்கியமான தடயங்களையும் விட்டுச் செல்ல முடியவில்லை. ஆரியர்கள் பல்வேறு விலங்குகளை வளர்த்து வந்தனர். எனினும் குதிரைதான் அவர்களது வாழ்க்கையில் மிகவும் குறிப்பிடத்தக்க பங்கினை ஆற்றிற்று. அதன் மின்னல்வேகம்

ஆரியர்களும் அவர்களிடம் நட்பு கொண்ட மக்களும் சுமார் கி.மு. 2000 லிருந்தே மேற்கு ஆசியாவுக்குள் வெற்றிகரமாக ஊடுருவிச் செல்வதைச் சாத்தியமாக்கிற்று.

இந்தியாவுக்குச் செல்லும் வழியில் ஆரியர்கள் முதலில் ஈரானுக்கு வந்தனர். இங்கு இந்தோ - ஈரானியர்கள் நீண்ட காலம் வாழ்ந்து வந்தனர். இந்தியாவுக்கு வந்த ஆரியர்களைப் பற்றி ரிக் வேதத்திலிருந்து தெரிந்து கொள்கிறோம்; ரிக்வேதம்தான் இந்தோ - ஐரோப்பிய மொழி நூல்களின் மிக ஆரம்பகால மாதிரியாகும். பல்வேறு முனிபுங்கவர்களும், ஞானிகளும், புலவர்களும் அக்கினி, இந்திரன், மித்திரன், வருணன் மற்றும் இதர தேவர்களைப் பூசித்து, அவர்களிடம் முன்வைத்த வேண்டுதல்களின், பிரார்த்தனைகளின் ஒரு தொகுப்பு என ரிக் வேதத்தைக் கூறலாம். அது பத்து மண்டலங்களை அல்லது தொகுதிகளைக் கொண்டது. இவற்றில் II முதல் VII தொகுதிகள் அதன் ஆரம்பகால பகுதிகளாகும். தொகுதி Iம், Xம் பிற்காலத்தில் சேர்க்கப்பட்டதாகத் தோன்றுகிறது. ரிக் வேதத்திற்கும் ஈரானிய மொழியிலுள்ள மிகத் தொன்மையான நூலான **அவெஸ்தா**வுக்கும் இடையே பல ஒற்றுமைகள் காணப்படுகின்றன. அநேக தெய்வங் களையும், இன்னும் சொல்லப்போனால் சமூகப் பிரிவுகளையும் குறிப்பிடுவதற்கு இரு நூல்களும் ஒரே பெயர்களையே பயன்படுத்தி இருக்கின்றன. ஈராக்கில் கண்டுபிடிக்கப்பட்டுள்ள சுமார் கி.மு. 1600 ஐச் சேர்ந்த காசைட் கல்வெட்டுகளிலும், கி.மு. பதினான்காம் நூற்றாண்டைச் சேர்ந்த மித்தானி கல்வெட்டுகளிலும் காணப்படும் சில ஆரியப் பெயர்கள் ஆரியர்களில் ஒரு பகுதியினர் ஈரானிலிருந்து மேற்கு திசையில் சென்றனர் என்பதைக் காட்டுகின்றன.

கி.மு. 1500க்கு சற்று முன்னர் ஆரியர்கள் இந்தியாவில் காணப்பட்டனர். அவர்கள் எப்போது இந்தியாவுக்கு வந்தனர் என்பதை உறுதிப்படுத்தும் தெள்ளத்தெளிவான, திட்டவட்டமான தொல்பொருள் ஆய்வுத் தடயங்கள் ஏதும் நமக்குக் கிடைக்கவில்லை. மரத்தாலான கைப்பிடிகளுடன் கூடிய கோடரிகள், வெண்கலக் குத்துவாள்கள், உடைவாள்கள் முதலியவற்றை அவர்கள் அநேகமாகப் பயன்படுத்தி இருக்கக்கூடும். வட இந்தியாவில் நடைபெற்ற அகழ்வாய்வுகளின்போது இவை கண்டெடுக்கப்பட்டிருக்கின்றன. ஆரம்பகால ஆரியர்கள் கிழக்கு ஆப்கனிஸ்தான், பஞ்சாப், மேற்கு உத்தரப் பிரதேசத்தின் எல்லைப்புறப் பகுதிகளில் வாழ்ந்து வந்தனர். குபா போன்ற ஆப்கனிஸ்தான் ஆறுகளும், சிந்து நதியும், அதன் ஐந்து கிளையாறுகளும் ரிக் வேதத்தில் குறிப்பிடப்பட்டிருக்கின்றன. சிந்துநதி ஆரியர்களின் **தனிச்சிறப்பு மிக்க**

நதியாகும்; இதனால் அந்நதி ரிக் வேதத்தில் அடிக்கடி குறிப்பிடப்படுகிறது. ரிக் வேதத்தில் குறிப்பிடப்படும் மற்றொரு நதி சரஸ்வதி; இது தற்போது ராஜஸ்தான் மணல்வெளியில் மறைந்து விட்டது; அது பாய்ந்த பிரதேசத்தில் இப்போது கக்கார் நதி பாய்ந்து வருகிறது. ஆரியர்கள் ராஜஸ்தானின் கேத்ரி சுரங்கங்களிலிருந்து அநேகமாக தாமிரத்தைப் பெற்றிருக்கக் கூடும். இந்தியாவில் ஆரியர்கள் முதன்முதலில் குடியேறிய பிராந்தியம் சப்தநதிகள் (ஏழு நதிகள்) நாடு எனப்படுகிறது.

ஆரியர்கள் பல கட்டங்களில் இந்தியாவுக்கு அலைஅலையாக வந்தனர். இவ்வாறு முதலில் வந்தவர்கள் ரிக்வேதகால மக்களாவர். இவர்கள் சுமார் கி.மு. 1500 வாக்கில் இந்தியத் துணைக் கண்டத்தில் தென்பட்டனர். **தாசர்கள், தஸ்யுக்கள்** எனப்படும் சுதேசி மக்களுடன் அவர்கள் மோத நேரிட்டது. பண்டைய ஈரானிய இலக்கிய நூல்களில் தாசர்களும் குறிப்பிடப்படுவதால் அவர்கள் ஆரம்பகால ஆரியர்களின் ஒரு பிரிவினராக இருக்கக்கூடும் என்று தோன்றுகிறது. பரத வமிசத்தைச் சேர்ந்த திவோதாசன் என்னும் மன்னனால் சம்பாரன் தோற்கடிக்கப் பட்டதாக ரிக்வேதம் கூறுகிறது. இங்கு திவோதாசன் என்ற பெயரின் இறுதியில் தாசன் என்னும் பதம் காணப்படுவதைக் கவனிக்க வேண்டும். ரிக்வேதத்தில் குறிப்பிடப்படும் தஸ்யுக்கள் அநேகமாக இந்த நாட்டின் பூர்வீக மக்களாக இருந்திருக்க வேண்டும். இவர்களை அடக்கி தனது ஆதிக்கத்தின் கீழ் கொண்டு வந்தவன் திரசதஸ்யு என்ற ஆரியத் தலைவனாவான். இந்த ஆரியத் தலைவன் தாசர்களிடம் சுமுகமாக நடந்து கொண்டான்; ஆனால் தஸ்யுக்களிடம் மிகக் கடுமையுடன் நடந்து கொண்டான்; அவர்களிடம் பெரிதும் பகைமைப் பாராட்டினான். **தஸ்யுஹத்ய** அதாவது தஸ்யுக்கள் படுகொலை என்ற பதம் ரிக் வேதத்தில் திரும்பத் திரும்பக் குறிப்பிடப்படுகிறது. தஸ்யுக்கள் லிங்க வழிபாடு செய்து வந்தனர்; அவர்கள் பால் பண்ணைப் பொருள்களைப் பெறும் பொருட்டு கால்நடைகளை வளர்க்கவில்லை என்று தெரியவந்துள்ளது.

குலமரபுக் குழுக்களுக்கு இடையேயான மோதல்கள்

ஆரியர்களின் பகைவர்களை இந்திரன் பன்முறை தோற்கடித்த தாகக் கூறப்படுகிறது. எனினும் ஆரியர்களது எதிரிகள் பயன்படுத்திய ஆயுதங்களைப் பற்றி நமக்கு அதிகம் தெரியவில்லை. ரிக்வேதத்தில் இந்திரன் புரந்தரன் என்று குறிப்பிடப்படுகிறான். கோட்டைகளைத் தகர்த்தெறிந்தவன் என்று இதற்குப் பொருள். ஆனால் ஆரியர்களுக்கு

முந்தைய மக்கள் வசமிருந்த கோட்டைகள் எவை என்பதை நம்மால் இனம் கண்டு கூற முடியவில்லை; இவற்றில் சில பிற்கால ஹரப்பா குடியேற்றங்களாக இருக்கக் கூடும். ஆரியர்கள் சென்றவிடமெல்லாம் வெற்றிவாகை சூடினர்; குதிரைகள் பூட்டிய இரதங்கள் அவர்களிடம் இருந்ததே இதற்குக் காரணம்; இந்த இரதங்களை மேற்கு ஆசியாவிலும் இந்தியாவிலும் முதல் தடவையாக அவர்கள் அறிமுகம் செய்தனர். ஆரியர்களிடம் போர்க் கவசங்களும் (வருமன்), சிறந்த படைக்கலங் களும் இருந்திருக்கக் கூடும்.

ஆரியர்கள் இருவிதமான மோதல்களில் ஈடுபட்டிருந்தனர். முதலாவதாக அவர்கள் ஆரியர்களுக்கு முன்னர் இந்நாட்டிலிருந்து வந்த மக்களுடன் போரிட்டனர்; இரண்டாவதாக தங்களுக்குள்ளேயே சண்டையிட்டுக் கொண்டனர். அவர்களிடையேயான உள்மோதல்கள் ஆரிய சமூகங்களை நீண்டகாலம் அலைக்கழித்து விட்டன. ஆரியர்கள் **பஞ்சஜனம்** எனக் கூறப்படும் ஐந்து வமிசங்களாகப் பிரிந்திருந்தனர். இந்த ஐந்து வமிசத்தினரும் அடிக்கடி தங்களுக்குள் சச்சரவிட்டுக் கொண்டனர்; சில சமயங்களில் ஆரியரல்லாத மக்களின் ஆதரவையும் நாடினர். பாரதர்களும் திருத்சுக்களும் ஆளும் ஆரிய குலங்களாக விளங்கி வந்தனர்; புரோகிதர் வசிஷ்டர் அவர்களுக்கு ஆதரவாக, பக்க பலமாக இருந்து வந்தார். பரத வமிசத்தின் பெயரை அடிப்படையாகக் கொண்டுதான் இந்த நாடு பாரதவர்ஷம் என அழைக்கப்பட்டது. ரிக் வேதத்தில்தான் இது முதன்முதலாக குறிப்பிடப்பட்டது. ஆளும் பரத வமிசத்தை பத்து மன்னர்கள் எதிர்த்தனர். இவர்களில் ஐந்து மன்னர்கள் ஆரிய குலங்களைச் சேர்ந்தவர்கள்; எஞ்சிய ஐவர் ஆரியரல்லாத மன்னர்கள். பரதர்களுக்கும் பத்து மன்னர்களுக்கும் இடையே நடைபெற்ற போர் பத்து மன்னர்களின் யுத்தம் என அழைக்கப்படுகிறது. இது பருஷ்னி நதிக்கரையில் நடைபெற்றது. பருஷ்னி என்பது இக்கால ரவி நதியின் ஒரு பகுதியாகும். இப்போரில் சுதாசன் வெற்றி வாகை சூடி பரத வமிசத்தினரின் மேலாதிக்கத்தை நிலைநாட்டினான். தோல்வியடைந்த வமிசத்தினரில் பூருக்கள் மிக முக்கியமானவர்கள். எனினும் பிற்காலத்தில் பரதர்கள் பூருக்களுடன் கைகோர்த்து குரு வமிசம் என்னும் ஒரு புதிய ஆளும் வமிசத்தை உருவாக்கினர். குருக்கள் பாஞ்சாலர்களுடன் இணைந்தனர்; இவ்விரு வமிசத்தினரும் சேர்ந்து மேல் கங்கை பள்ளத்தாக்கில் தங்கள் ஆட்சியை நிறுவினர்; அங்கு அவர்கள் வேத பிற்காலத்தில் ஒரு முக்கியமான பங்காற்றினர்.

பொருளாயத வாழ்க்கை

ரிக்வேதகால ஆரியர்களின் பொருளாயத வாழ்க்கை பற்றிய ஒரு தோராயமான கருத்தை நாம் உருவாக்கிக் கொள்ள முடியும். இந்தியாவில் அவர்கள் வெற்றி பெற்றதற்கு அவர்கள் குதிரைகளையும் இரதங் களையும் பயன்படுத்தியதும், அத்துடன் அவர்களிடம் வெண்கலத்தில் தயாரிக்கப்பட்ட சில சிறந்த ஆயுதங்கள் இருந்ததுமே காரணம் எனக் கூறலாம். எனினும் இந்த ஆயுதங்கள் அவர்களிடம் இருந்தன என்பதற்கு மிகச் சில தொல்பொருள் சான்றுகளே கிடைத்துள்ளன. இந்தியத் துணைக்கண்டத்தின் மேற்குப் பகுதியில் அவர்கள் குடியேறியபோது ராஜஸ்தானிலுள்ள கேத்ரி சுரங்கங்கள் வழங்கிய தாமிரத்தை அநேகமாக அவர்கள் பயன்படுத்தி இருக்கக்கூடும். ரிக்வேதகால மக்கள் வேளாண்மையைப் பற்றி நன்கு தெரிந்திருந்தனர். ரிக் வேதத்தின் ஆரம்பப் பகுதிகளில் ஏர் முனை பற்றிக் குறிப்பிடப்பட்டிருப்பதைக் காண்கிறோம். இது இடைச்செருகலாக இருக்கக் கூடும் என்று சிலர் கருதுகின்றனர். அநேகமாக இந்த ஏர்முனை மரத்தாலானதாக இருந்திருக்கலாம். விதை, நடவு, அறுவடை, கதிரடித்தல் போன்றவை பற்றி அக்கால ஆரியர்கள் அறிந்திருந்தனர். மேலும், பல்வேறு பருவங்கள் குறித்தும் அவர்கள் தெரிந்திருந்தனர். வேதகால மக்கள் சம்பந்தப்பட்ட பிரதேசத்தில் வாழ்ந்து வந்த ஆரியர்களல்லாதவர் களுக்கும் வேளாண்மையில் நல்ல பரிசயம் இருந்தது.

இவ்வாறெல்லாம் இருந்தும், பசுவைப் பற்றி ரிக் வேதத்தில் மிக அதிகமான குறிப்புகள் காணப்படுகின்றன. ரிக்வேதகால ஆரியர்கள் பிரதானமாக மேய்ச்சல் தொழிலில் ஈடுபட்டிருந்த மக்கள் என்பதை இவை எடுத்துக்காட்டுவதாக இருக்கின்றன. அவர்களது பெரும்பாலான போர்கள் பசுக்களுக்காகவே நடைபெற்றன. போரைக் குறிப்பதற்கு ரிக்வேதத்தில் பயன்படுத்தப்பட்டிருக்கும் பதம் **காவிஷ்தி** அல்லது பசுக்களைத் தேடுதல் என்பதாகும். பசுக்களையே ஆரியர்கள் தங்களுடைய முக்கியமான செல்வமாகக் கருதி வந்ததாகத் தோன்று கிறது. புரோகிதர்களுக்கு தானம் வழங்குவது பற்றி நாம் கேள்விப்படும் போதெல்லாம் அவை பசுக்களாகவோ அல்லது அடிமைப் பெண்களாகவோ இருப்பதைப் பார்க்கிறோம்; நிலம் பற்றி அதில் எத்தகைய பிரஸ்தாபமும் இல்லை. மேய்ச்சலுக்காவும், சாகுபடிக்காகவும், குடியமர்வதற்காகவும் ரிக்வேத கால மக்கள் நிலத்தை அவ்வப்போது பயன்படுத்தி இருக்கக் கூடும்; ஆனால் நிலம் நன்கு நிர்ணயிக்கப்பட்ட தனிச்சொத்து வடிவத்தை என்றும் எய்தவில்லை. தச்சர், தேர் தயாரிப்பவர், நெசவாளர், தோல்பதனிடுபவர், குயவர் போன்ற

பண்டைக்கால இந்தியா

கைவினைஞர்கள் பற்றி ரிக் வேதம் பல இடங்களில் குறிப்பிட்டிருக்கிறது. இந்தத் தொழில்கள் அனைத்திலும் ஆரியர்கள் தேர்ச்சி பெற்றிருந்தனர் என்பதையே இது காட்டுகிறது. தாமிரம் அல்லது வெண்கலத்தைக் குறிப்பதற்கு **அயஸ்** என்னும் பதத்தைப் பயன்படுத்தி இருப்பது உலோக வேலைத் தொழிலில் அவர்களுக்குப் பரிச்சயம் உண்டு என்பதைப் புலப்படுத்துகிறது. ஆனால் வணிக நடவடிக்கைகள் ஏதும் இருந்ததற்கான சான்றுகள் ஏதும் நமக்குக் கிடைக்கவில்லை. ஆரியர்கள் அல்லது வேதகால மக்கள் கடலை அல்லது மாகடலை அறிவார்களா என்பது ஐயமாகவே உள்ளது: ஏனென்றால் ரிக்வேதத்தில் வரும் **சமுத்திரா** என்னும் சொல் பிரதானமாக நீர்நிலையையே குறிக்கிறது. இது எப்படியிருந்த போதிலும், ஆரியர்கள் நகரங்களில் வசிக்கவில்லை: அரண் சூழ்ந்த ஒரு வகையான மண் குடியேற்றங்களிலேயே அவர்கள் அநேகமாக வசித்து வந்திருக்கக் கூடும்: இத்தகைய குடியேற்றங்கள் யாவை என்பதைத் திருப்திகரமான முறையில் கண்டுபிடிக்கும் பணியில் தொல்பொருள் ஆராய்ச்சியாளர்கள் இன்னமும் ஈடுபட்டிருக்கின்றனர்.

அண்மையில் ஹரியானாவில் பகவான்புரம் என்ற இடத்திலும் பஞ்சாபில் மூன்று இடங்களிலும் அகழ்வாய்வுகள் மேற்கொள்ளப் பட்டிருக்கின்றன. இந்த எல்லா இடங்களிலும் சாம்பல் நிற மட்பாண்டங்கள் பிற்கால ஹரப்பா மட்பாண்டங்களுடன் சேர்ந்து கிடைத்துள்ளன. பகவான்புர தடயங்கள் கி.மு. 1600 கி.மு. 1000 காலத்தைச் சேர்ந்தவையாக இருக்கக்கூடும் என்று கணிக்கப்பட்டிருக்கிறது; ஏறத்தாழ ரிக்வேதத்தின் காலமும் இதுவேயாகும். இந்த நான்கு அகழ்வாய் விடங்கள் அமைந்துள்ள பிரதேசமும் ரிக்வேதகால மக்கள் வாழ்ந்த பிரதேசத்தின் ஒரு பெரும் பகுதியும் கிட்டத்தட்ட ஒன்றாக இருக்கின்றன. இந்த எல்லா இடங்களிலும் சாம்பல் வண்ண மட்கலங்கள் கண்டுபிடிக்கப்பட்ட போதிலும், இரும்பில் செய்யப்பட்ட பொருள்களும் தானியங்களும் கிடைக்கவில்லை. எனவே, சாம்பல் நிற மட்பாண்ட காலத்தைச் சேர்ந்த இரும்புக்கு முற்பட்ட கட்டமும் ரிக் வேத கட்டமும் ஒரே காலத்தவையாக இருக்கக்கூடும் என்ற முடிவுக்கு நாம் வரமுடியும். பகவான்புரத்தில் பதின்மூன்று அறைகள் கொண்ட ஒரு மண் வீடு கண்டுபிடிக்கப்பட்டிருப்பது சுவையான விஷயமாகும். இந்த வீடு ஒரு பெரிய குடும்பத்தின் உறைவிடமாகவோ அல்லது குலத்தலைவனின் இருப்பிடமாகவோ இருந்திருக்கக்கூடும் என்பதையே இது காட்டுகிறது. இந்த அகழ்வாய்விடங்கள் அனைத்திலும் ஏராளமான கால்நடைகளின் எலும்புகள் கிடைத்திருக்கின்றன.

இனமரபுக்குழு ஆட்சி அமைப்பு முறை

ரிக் வேத காலத்தில் ஆரியர்களின் நிர்வாக எந்திரம் இனமரபுக் குழுத் தலைவனை மையமாகக் கொண்டு இயங்கி வந்தது; போர்களில் அவன் வகித்த வெற்றிகரமான தலைமையே இதற்குக் காரணம். அவன் **ராஜன்** என்று அழைக்கப்பட்டான். ரிக்வேத காலத்தில் மன்னர் பதவி மரபுவழிப்பட்டதாக ஆகிவிட்டதாகத் தோன்றுகிறது. எனினும் மன்னன் அல்லது தலைவன் வரைமுறையற்ற அதிகாரத்தைச் செலுத்தவில்லை; ஏனென்றால் இன மரபுக்குழு அமைப்புகளை அவன் அனுசரித்துப் போக வேண்டியிருந்தது. **சமிதி** எனப்படும் இன மரபுக்குழு மன்றத்தால் மன்னன் தேர்ந்தெடுக்கப்பட்டு வந்ததற்கான அறிகுறிகள் நமக்குக் கிடைத்திருக்கின்றன. மன்னன் தனது இனத்தின் பாதுகாவலனாகக் கருதப்பட்டான். அதனுடைய கால்நடைகளைப் பாதுகாத்தான்; யுத்தங்களில் போர் புரிந்தான்; தனது இனத்தின் சார்பாக தெய்வங்களுக்கு பிரார்த்தனைகள் செய்தான்.

இனத்தை அடிப்படையாகக் கொண்ட **சபா, சமிதி, விதாதா, கணம்** போன்ற பல மன்றங்கள் ரிக் வேதத்தில் குறிப்பிடபபட்டிருக்கின்றன. இவை பல்வேறு விஷயங்கள் குறித்து விரிவாக விவாதித்து முடிவுகளை எடுத்தன; ராணுவ, சமயப்பணிகளை மேற்கொண்டன. ரிக் வேதகாலத்தில் சபாவிலும், விதாதாவிலும் பெண்களும் பங்கெடுத்து வந்தனர். எனினும் இவற்றில் சபாவும் சமிதியும்தான் மிக முக்கியமானவை. தலைவர்கள் அல்லது மன்னர்கள் இவற்றின் ஆதரவைப் பெறுவதில் பேரார்வம் காட்டும் அளவுக்கு அவை மிகுந்த முக்கியத்துவம் பெற்றுத் திகழ்ந்தன.

அன்றாட நிர்வாகத்தில் சில பணியாளர்கள் மன்னனுக்கு உதவியாக இருந்தனர். இவர்களில் மிக முக்கியமான பணியாளர் புரோகிதர் எனத் தோன்றுகிறது. ரிக்வேதகாலத்தில் வசிஷ்டர், விசுவாமித்திரர் ஆகிய இரு மத குருக்கள் பிரதான பங்காற்றினர். இனமரபுக் குழுத் தலைவர்கள் சிறப்பாக செயல்படும்படி இவர்கள் தூண்டி ஊக்குவித்தனர்; அவர்களது வீரச் செயல்களை, அருஞ்செயல்களைப் பெரிதும் புகழ்ந்து பாராட்டினர்; இதற்குப் பிரதியாக ஏராளமான பசுக்களையும் அடிமைப்பெண்களையும் பரிசாகப் பெற்றனர். அடுத்த முக்கியமான பணியாளன் **சேனானி** எனத் தெரிகிறது; அவன் ஈட்டிகள், கோடரிகள், வாட்கள் போன்றவற்றைப் பயன்படுத்தினான். வரிகள் தண்டுவதற்கென தனி அதிகாரி எவரும் இருந்ததாகத் தெரியவில்லை. மக்கள் தாமே முன்வந்து அளித்த காணிக்கைகளை தலைவன் அல்லது மன்னன் பெற்று வந்தான் என்று தோன்றுகிறது; இது **பலி** எனப்படுகிறது. போரில் கைப்பற்றிய திரைகளும்,

பரிசுகளும் சில வேதகால மன்றங்களில் பகிர்ந்து கொள்ளப்பட்டன. நீதி பரிபாலனத்துக்கென தனி அதிகாரி எவரும் இருந்ததாக ரிக் வேதம் குறிப்பிடவில்லை. ஆனால் இதைக் கொண்டு அது மிகச்சிறந்த ஓர் இலட்சிய சமுதாயமாக இருந்தது என்று கருதிவிடக் கூடாது. திருட்டு, கன்னம் வைத்தல் முதலிய குற்றங்கள் அந்த சமுதாயத்தில் இழைக்கப் பட்டதைப் பார்க்கிறோம். அதிலும் குறிப்பாக பசுக்கள் கடத்திச் செல்லப் பட்டதைப் பற்றிக் கேள்விப்படுகிறோம். இத்தகைய சமூக விரோத செயல்களைக் கண்காணிப்பதற்காக ஒற்றர்கள் வேலைக்கமர்த்தப் பட்டிருந்தனர்.

அதிகாரிகளுக்கு வழங்கப்பட்ட பட்டங்கள் அவர்கள் சில குறிப்பிட்ட பிரதேசங்களை நிர்வகித்தனர் என்பதைப் புலப்படுத்தக் கூடியவைகளாக இல்லை. எனினும் சில பிரதேசங்கள் சில அதிகாரிகள் வசம் ஒப்படைக்கப்பட்டதாகத் தோன்றுகிறது. மேய்ச்சல் நிலங்களிலும், குடியமர்ந்த கிராமங்களிலும் அவர்கள் அதிகாரம் செலுத்தி வந்தனர். மேய்ச்சல் நிலத்தில் அதிகாரம் செலுத்தி வந்தவன் **விரஜாபதி** என அழைக்கப்பட்டான். அவன் **குலாபாக்கள்** எனப்படும் குடும்பங்களின் தலைவர்களை அல்லது போரிடும் கூட்டத்தினரின் தலைவர்களான **கிராமணிகள்** எனப்படுவோரை போர்க்களத்துக்கு வழிநடத்திச் சென்றான். ஆரம்பத்தில் **கிராமணி** என்பவன் ஒரு சிறு படைப்பிரிவின் தலைவனாக இருந்து வந்தான். ஆனால் அந்தப் படைப்பிரிவு குடியமர்ந்ததும் கிராமணி கிராமத்தின் தலைவனாகி விட்டான்; நாளடைவில் **விரஜாபதிக்கு** இணையானவனாகி விட்டான்.

மன்னன் ஒரு முறையான அல்லது நிரந்தரமான சைன்யத்தைப் பராமரித்து வரவில்லை. ஆனால் போர் மூளும் காலத்தில் அவன் ஒரு வலுவான சைன்யத்தைத் திரட்டுவான். **வ்ரதா, கணா, கிரமா, சார்தா** போன்ற பல்வேறு இன மரபுக் குழுக்கள் அதில் முக்கியபங்காற்றின. மொத்தத்தில் இது இன மரபுக் குழு முறையில் அமைந்த ஓர் ஆட்சியாகும். இராணுவ அம்சம் இதில் வலுவான இடத்தைப் பெற்றிருந்தது. சிவில் அமைப்பு முறையோ அல்லது பிரதேச நிர்வாக முறையோ இருக்கவில்லை; ஒரு பிரதேசத்திலிருந்து இன்னொரு பிரதேசத்துக்கு புடைபெயர்ந்து சென்ற வண்ணமிருந்த ஒரு விரிவாக்கக் கட்டத்தில் மக்கள் இருந்து வந்ததே இதற்குக் காரணம்.

இனமும் குடும்பமும்

குருதித் தொடர்புடைய உறவே சமூக அமைப்பின் அடிப் படையாக அமைந்திருந்தது; ஒருவன் எந்த இனத்தைச் சேர்ந்தவன்

என்பதைக் கொண்டே அவன் இனம் காணப்பட்டான். அநேக ரிக்வேதகால மன்னர்களின் பெயர்களிலிருந்தே இதனைத் தெரிந்து கொள்ளலாம். மக்கள் தங்கள் தலையாய விசுவாசத்தை தங்கள் இனத்திடமே காட்டினர்; இது **ஜன** எனப்படுகிறது. **ஜன** எனும் பதம் ரிக் வேதத்தில் சுமார் 275 இடங்களில் வருகிறது. ஆனால் அதேசமயம் **ஜனபத** அல்லது பிரதேசம் என்பது ஓரிடத்தில் கூடப் பயன்படுத்தப் படவில்லை. இராச்சியம் அல்லது பிரதேசம் இன்னும் நிலை நாட்டப்படாததால் தங்கள் குலத்திடமே மக்கள் மிகுந்த பற்றுதல் கொண்டிருந்தனர்.

ரிக் வேதத்தில் இனத்தைக் குறிக்கும் மற்றொரு பதம் **விஸ்** என்பதாகும்; இப்பதம் அந்நூலில் 170 இடங்களில் வருகிறது. விஸ் என்பது **கிரம** அல்லது போரிடும் சிறுசிறு இனத் தொகுதிகளாகப் பிரிக்கப்பட்டிருந்தது; கிரமக்கள் பரஸ்பரம் ஒன்றுக்கொன்று மோதிக்கொள்ளும்போது அது **சங்கிரமத்தில்** அல்லது போரில் முடிவது உண்டு. **விஸ்ஸி**லிருந்து ஏராளமானோர் அடங்கிய வைசிய வருணம் தோன்றிற்று.

குடும்பத்தைக் குறிக்கும் **குலம்** எனும் பதம் ரிக் வேதத்தில் அரிதாகவே குறிப்பிடப்படுகிறது. குடும்பம் என்பதில் தாய், தந்தை, புதல்வர்கள், அடிமைகள் முதலியோர் மட்டுமே அடங்கியிருக்கவில்லை; மற்றும் பலரும் அதில் அடங்கியிருந்தனர். ஆரம்ப வேதகால கட்டத்தில் குடும்பம் என்பது **கிரிஹ** என்னும் பதத்தால் குறிப்பிடப்பட்டதாகவே தோன்றுகிறது; இந்தப் பதம் ரிக் வேதத்தில் அடிக்கடி வருகிறது. மிகத் தொன்மையான இந்தோ - ஐரோப்பிய மொழிகளில் பெற்றோர்களது உடன் பிறந்தாரின் சேய், உடன் பிறந்தாரின் மகன், பேரன் போன்றோர் களைக் குறிப்பதற்கு ஒரே சொல்தான் பயன்படுத்தப்பட்டு வந்தது. அவரவர்களும் பிரிந்து சென்று தனிக்குடித்தனங்கள் அமைத்துக் கொள்ளும் அளவுக்கு குடும்ப உறவுகளில் அச்சமயம் வேறுபாடுகள் தோன்றியிருக்கவில்லை என்பதையும், குடும்பம் என்பது ஒரு மிகப்பெரிய அமைப்பாக அப்போது இருந்தது என்பதையுமே இது காட்டுகிறது. ரோமானிய சமுதாயத்தில் இருந்தது போன்று தந்தையைத் தலைவனாகக் கொண்ட குடிமுதல்வர் குடும்ப அமைப்பு முறையே அப்போது நிலவி வந்தது என்பது தெளிவு. குடும்பத்தின் பல தலைமுறைகள் ஒரே வீட்டில் வாழ்ந்து வந்ததாகத் தெரிகிறது. அது குடி முதல்வர் சமுதாயமாக இருந்ததால் மேலும் மேலும் புதல்வர்கள் வேண்டும் என்று விருப்பம் தெரிவிக்கப்பட்டது; யுத்த களத்தில்

வீரத்தோடு, தீரத்தோடு போரிட மலைகுலைந்தாலும் நிலைகுலையாத வீரச் செம்மல்களை எங்களுக்குப் புதல்வர்களாகத் தாருங்கள் என்று மக்கள் தங்கள் தெய்வங்களிடம் இறைஞ்சி வேண்டினர். பிள்ளைகளும் கால்நடைகளும் வேண்டும் என்ற கோரிக்கை இந்தப் பாசுரங்களில் அடிக்கடி இடம் பெற்றாலும் பெண் குழந்தைகள் வேண்டும் என்ற விருப்பம் ரிக் வேதத்தில் எங்கும் பிரதிபலிக்கப்படவில்லை.

பெண்கள் மன்ற கூட்டங்களில் பங்கு கொள்ளலாம். அவர்கள் தங்கள் கணவன்மார்களுடன் சேர்ந்து வேள்விகள் நடத்தலாம். ஐந்து பெண்கள் பாசுரங்கள் இயற்றிய ஒரு நிகழ்ச்சி நடைபெற்றிருக்கிறது. பிந்தைய பகுதிகள் இத்தகைய இருபது பெண்களைப் பற்றிக் குறிப்பிடு கின்றன. இந்தப் பாசுரங்கள் வாய்மொழியாகவே இயற்றப்பட்டன என்பது தெளிவு; ஏனென்றால் அந்நாட்களில் எவையும் எழுதப்படுவதில்லை.

திருமணம் செய்து கொள்ளும் முறை நடைமுறைக்கு வந்தது; அதேசமயம் பூர்வீக பழக்க வழக்கங்களின் சில எச்சமிச்சங்களும் இருந்து வரவே செய்தன. உதாரணத்துக்கு இங்கு ஒரு நிகழ்ச்சியைக் கூறுவோம்: எமனும் யாமியும் இரட்டைப் பிறவிகள்; அப்படியிருந்தும் யாமி தன்னுடைய சகோதரனிடம் காதல் வயப்பட்டு அவனுடன் உடலுறவு கொள்ள விரும்பினாள்; ஆனால் எமன் இதற்கு இணங்க மறுத்துவிட்டான். அக்காலத்தில் ஒரு பெண் பல கணவர்களுடன் வாழ்க்கை நடத்தும் முறை நடைமுறையில் இருந்து வந்ததற்கான சில அறிகுறிகள் காணப்படுகின்றன. எடுத்துக்காட்டாக மருத்துக்கள் ரோதசியுடன் வாழ்ந்ததாகக் கூறப்படுகிறது; இதேபோன்று அச்சுவினி சகோதரர்கள் சூரியனது புதல்வி சூரியாவை அனுபவித்ததாக சொல்லப்படுகிறது. ஆனால் இத்தகைய சம்பவங்கள் அதிகம் இல்லை. அநேகமாக இவை தாய் குடும்பத்தலைவியாக இருந்த சமுதாய அமைப்பு முறையின் தடயங்களாக இருக்கக்கூடும்; தாயின் பெயர் மகன்களுக்குச் சூட்டப்பட்ட ஒரு சில உதாரணங்களை நாம் பார்க்கிறோம்; மமதேயா விஷயத்தை இதற்கு ஓர் எடுத்துக்காட்டாகக் கூறலாம்.

இறந்தவன் மனைவியை அவனுடைய சகோதரன் திருமணம் செய்து கொள்ளும் பழக்கமும், விதவை மறுமணமும் அந்நாட்களில் நடைமுறையில் இருந்து வந்ததை ரிக் வேதத்தின் மூலம் தெரிந்து கொள்கிறோம். ஆனால் குழந்தை மணம் நடந்ததற்கான சான்றுகள் எதையும் நம்மால் காண முடியவில்லை. திருமண வயது 16 முதல் 17 என்று ரிக்வேதத்தில் நிர்ணயிக்கப்பட்டிருப்பதாகத் தோன்றுகிறது.

சமூகப் பிரிவினைகள்

சுமார் கி.மு. 1500 – கி.மு. 1000ல் வடமேற்கு இந்தியாவில் வாழ்ந்து வந்த மக்களின் உடல் தோற்றம் குறித்த சில கருத்துப்பதிவுகளை ரிக்வேதத்தில் காண்கிறோம். நிறத்தைக் குறிப்பதற்கு வருணம் என்ற சொல் பயன்படுத்தப்பட்டது. ஆரியர்கள் செவ்விய தோற்றமுடையவர் களாகவும், சுதேசி மக்கள் கறுப்பு நிறத்தினராகவும் இருந்ததாகத் தெரிகிறது. நிறம் என்பது சமூகப் படிநிலையை இனம் காணும் ஒரு சின்னமாக இருந்திருக்கக் கூடும்; ஆனால் நிற வேற்றுமைகளில் நம்பிக்கை கொண்ட மேலைய எழுத்தாளர்கள் இதன் முக்கியத்துவத்தை மிகைப்படுத்தி விட்டதாகவே தோன்றுகிறது. சுதேசி மக்கள் மீது ஆரியர்கள் பெற்ற வெற்றியே சமூகப் பிரிவினைகளைத் தோற்று விப்பதற்குப் பிரதான காரணமாக இருந்தது எனலாம். ஆரியர்களால் வெற்றி கொள்ளப்பட்ட தாசர்களும் தஸ்யூக்களும் அடிமைகளாகவும் சூத்திரர்களாகவும் நடத்தப்பட்டனர். இனத் தலைவர்களும் புரோகிதர்களும் இந்தக் கொள்ளையில் பெரும் பங்கைப் பெற்றனர்; பொது மக்களின் வயிற்றிலடித்து அவர்கள் கொழுத்துப் பிழைத்தனர்; இயல்பாகவே இது இனமரபு சமுதாயத்தில் சமூக ஏற்றத்தாழ்வுகளைத் தோற்றுவித்தது. ஈரானில் நிகழ்ந்தது போன்றே இங்கும் இன மரபு சமுதாயம் படைவீரர்கள், புரோகிதர்கள், சாமானிய மக்கள் என மூன்று பிரிவுகளாகப் படிப்படியாகப் பிரிந்தது. சூத்திரர்கள் எனப்படும் நான்காவது பிரிவினர் ரிக் வேத காலத்தில் இறுதிவாக்கில் தோன்றினர். ரிக் வேதத்தின் பிற்சேர்க்கையான பத்தாவது தொகுதியில் இது முதல் தடவையாகக் குறிப்பிடப்பட்டிருப்பதிலிருந்து இதனைத் தெரிந்து கொள்ளலாம்.

புரோகிதர்களுக்கு அடிமைகள் பரிசுப் பொருள்களை வழங்கியதாக ரிக் வேதத்தில் பல இடங்களில் காண்கிறோம். பெரும்பாலும் இவர்கள் வீட்டு வேலை செய்வதற்காக அமர்த்தப்பட்ட பெண் அடிமைகளாவர். ரிக் வேத காலத்தில் அடிமைகள் வேளாண் நடவடிக்கைகளிலோ அல்லது இதர உற்பத்தி நடவடிக்கைகளிலோ நேரடியாகப் பயன்படுத்தப்படவில்லை என்று தெளிவாகத் தெரிகிறது.

ரிக்வேத காலத்தில்தான் தொழில் அடிப்படையில் பிரிவினைகள் ஆரம்பமாயின. ஆனால் இந்தப் பிரிவினை மிக கூர்மையானதாக, முனைப்பானதாக இருக்கவில்லை. ஒரு குடும்பத்தைச் சேர்ந்த ஒருவர் பின்வருமாறு கூறுவதைக் கேட்கிறோம்: "நான் ஒரு கவிஞன், என் தந்தை ஒரு மருத்துவர், என்னுடைய தாய் மாவு அரைப்பவர். பல்வேறு

தொழில்கள் மூலம் சம்பாதித்து நாங்கள் ஒன்றாக வாழ்கிறோம்..." கால்நடைகள், ரதங்கள், குதிரைகள், அடிமைகள் எனப் பலதரப்பட்ட பொருள்கள் பரிசாக அளிக்கப்பட்டதைப் பற்றி அறியவருகிறோம். போரில் கைப்பற்றப்பட்ட திறைகள், செல்வங்கள் ஏற்றத்தாழ்வான முறையில், பாரபட்சமான முறையில் விநியோகிக்கப்பட்டதானது சமூக ஏற்றத்தாழ்வுகளைத் தோற்றுவித்தது; சாமானிய மக்களுக்குப் பாதகமும் பங்கமும் ஏற்படும் வகையில் அரசர்களும் புரோகிதர்களும் மிக மேம்பட்ட நிலையை அடைவதற்கு இது துணை புரிந்தது. எனினும் அதே சமயம் பொருளாதாரம் உணவுப் பொருள் உற்பத்தியை அடிப்படையாகக் கொண்டு அல்லாமல், பிரதானமாக மேய்ச்சல் தொழிலை ஆதார அடிப்படையாகக் கொண்டிருந்ததால் மக்களிட மிருந்து முறையாக திறை தண்டுவதற்கான வாய்ப்பு மிகமிகக் குறைவாகவே இருந்தது. நிலத்தையோ தானியங்களையோ பரிசாக அளிப்பது அரிதாகவே இருந்தது. வீட்டு வேலைகளைச் செய்யும் அடிமைகளைப் பார்க்கிறோமேயன்றி, கூலியாட்களைப் பார்க்க முடியவில்லை. சமுதாயத்தில் இன மரபு அம்சங்களே மிக வலுவாக இருந்தன; வரி வசூலித்தல் அல்லது ஏராளமாக நிலம் சேர்த்தல் போன்றவற்றின் அடிப்படையில் அமைந்த சமூகப் பிரிவினைகள் இருக்கவில்லை. சமுத்தாயம் இன்னமும் இனமரபு அம்சங்களைக் கொண்டதாகவும் பெரும்பாலும் சமத்துவமானதாகவும் இருந்து வந்தது.

ரிக்வேத தெய்வங்கள்

ஒவ்வொரு மக்களினமும் தனது சுற்றுச் சார்புகளில் தனது சமயத்தைக் காண்கிறது. மழை எவ்வாறு பெய்கிறது, சூரியனும் சந்திரனும் எப்படித் தோன்றுகின்றன, ஆறுகளும் மலைகளும் எவ்விதம் உருவாயின என்பதை எல்லாம் விளங்கிக் கொள்வது, புரிந்து கொள்வது ஆரியர்களுக்குக் கடினமானதாக இருந்தது. எனவே அவர்கள் இந்த இயற்கை சக்திகளை உருவகப்படுத்திக் கண்டனர்; அவற்றை உயிருள்ள ஜீவன்களாகக் கருதினர்; அவற்றிற்கு மனித அல்லது மிருக குணங்களைக் கற்பித்துக் கூறினர். ரிக்வேதத்தில் எண்ணற்ற தெய்வங் களைப் பற்றிக் குறிப்பிடப்பட்டிருப்பதைக் காண்கிறோம்; அவர்களை ஏற்றிப் போற்றும் ஏராளமான பாசுரங்களை பல புலவர்கள் இயற்றி யிருக்கின்றனர்; அவற்றையும் ரிக்வேதத்தில் பார்க்கிறோம். ரிக் வேத தெய்வங்களில் மிக முக்கியமானவன் இந்திரன். புரந்தரன் அல்லது கோட்டைகளை நிர்மூலமாக்குபவன் என்று அவன் போற்றப்படுகிறான். இந்திரன் ஒரு படைத்தளபதி பாத்திரத்தை வகித்தான்; அசுரர்களுக்கு

எதிராக ஆரியப் படைவீரர்களுக்குத் தலைமைதாங்கி வெற்றிக்கு இட்டுச் சென்றான். இரு நூற்றைம்பது பாசுரங்கள் அவனுக்கு அர்ப்பணிக்கப் பட்டிருக்கின்றன. அவன் மழை தெய்வமாகக் கருதபபடுகிறான். மழை பொழிவது அவனது சக்தியால்தான் என்றும் கருதப்படுகிறது. இந்திரனுக்கு அடுத்தபடியாக இரண்டாவது இடத்தை அக்னி வகித்தான். இருநூறு பாசுரங்கள் அவனுக்கு அர்ப்பணிக்கப்பட்டிருக்கின்றன. காடுகளைச் சுட்டெரிப்பது, சமைப்பது போன்றவற்றிற்கு நெருப்பு பெரிதும் பயன்படுத்தப்பட்டதால் பூர்வீக மக்களின் வாழ்க்கையில் அது ஒரு குறிப்பிடத்தக்க, சிறப்பு மிக்க பங்காற்றி வந்தது. நெருப்பை வழிபடுதல் இந்தியாவில் மட்டுமின்றி, ஈரானிலும் ஒரு கேந்திர இடத்தை வகித்து வந்தது. வேத காலத்தில் அக்னி ஒரு புறம் தேவர்களுக்கும் இன்னொருபுறம் மக்களுக்கும் இடையே ஒருவிதமான இடை யீட்டாளனாகச் செயல்பட்டு வந்தான். அக்னியில் அர்ப்பணிக்கப்படும் நைவேத்தியங்கள் அல்லது திருப்படையல்கள் புகை வடிவத்தில் வானுக்கு எடுத்துச் செல்லப்பட்டு தேவர்களிடம் வழங்கப்படுவதாகக் கருதப்பட்டது. அடுத்து, இந்த வரிசையில் மூன்றாவது முக்கிய இடத்தை வருணன் வகிக்கிறான். இவன் நீரை உருவகப்படுத்துகிறான். வருணன் இயற்கை ஒழுங்கை நிலைநாட்டுபவனாகவும் எண்ணப்படுகிறான். உலகில் என்ன நடந்தாலும் அது அவனது விருப்பங்களின் பிரதி பலிப்பே என்று கருதப்பட்டது. சோமன் தாவர இனத்தின் அதிபதியாக, தெய்வமாக விளங்கினான். குடிவெறியூட்டும் ஒரு பானம் சோமபானம் என்று அவன் பெயராலேயே வழங்கப்படுகிறது. இதுவரை திட்ட வட்டமான முறையில் இனம் கண்டுபிடிக்கப்படாத சில குறிப்பிட்ட தாவரங்களிலிருந்து இந்த மதுவை தயாரிக்கும் வழிமுறைகளை விவரிக்கும் ஏராளமான பாசுரங்கள் ரிக்வேதத்தில் காணப்படுகின்றன. மருத்துக்கள் புயலை உருவகப்படுத்துகின்றனர். இவ்வாறு ஏதேனும் ஒரு வடிவத்தில் இயற்கை சக்திகளைப் பிரதிநிதித்துவப்படுத்தும் ஏராளமான தெய்வங்களைப் பார்க்கிறோம்; ஆனால் இந்த தெய்வங்களிடம் மானுடப் பணிகள் பலவும் ஒப்படைக்கப்பட்டன என்பதும் இங்கு குறிப்பிடத் தக்கது.

அதிதி, உஷை போன்ற சில பெண் தெய்வங்களைப் பற்றியும் ரிக் வேதத்தில் கூறப்பட்டிருப்பதைக் காண்கிறோம்; உஷை விடியலை, புலர்காலைப் பொழுதைப் பிரதிநிதித்துவப்படுத்துபவள். ஆனால் இந்தப் பெண் தெய்வங்கள் ரிக்வேத காலத்தில் பிரபலம் பெற்றிருக்கவில்லை; தந்தை வழி சமுதாய அமைப்பு முறை நடைமுறையிலிருந்த அந்தக் காலத்தில் பெண் தெய்வங்களை விட ஆண் தெய்வங்களே அதிக முக்கியத்துவம் பெற்றிருந்தது இயல்பே.

பிரார்த்தனைகள் செய்வதும், வேள்விகள் நடத்துவதும் தெய்வங்களை வழிபடும் பிரதான வழிமுறையாக இருந்தது. ரிக்வேத காலத்தில் பிரார்த்தனைகள் ஒரு முக்கிய பங்கு வகித்தன. கூட்டுப் பிரார்த்தனைகளும் தனிப்பட்ட பிரார்த்தனைகளும் நடத்தப்பட்டன. ஆரம்ப காலத்தில் ஒவ்வொரு குலம் அல்லது இனம் ஒரு குறிப்பிட்ட தெய்வத்தின் வழிபாட்டாளராக இருந்தது. ஒரு இனம் முழுவதையும் சேர்ந்த உறுப்பினர்கள் அனைவரும் ஒன்று சேர்ந்து தெய்வங்களுக்குப் பிரார்த்தனைகள் நடத்தியதாகத் தெரிகிறது. வேள்விகள் விஷயத்திலும் இவ்வாறே நடைபெற்றது. இனம் **(ஜனம்)** முழுவதும் நடத்தும் வேள்விகளில் பங்கெடுத்துக்கொள்ளும்படி இந்திரனும் அக்னியும் அழைக்கப்பட்டனர். காய்கறிகள், பார்லி முதலியவை தெய்வங்களுக்கு நைவேத்தியங்களாகப் படைக்கப்பட்டன. ஆனால் ரிக் வேத காலத்தில் எத்தகைய சமய வினை முறைகளும் கடைப்பிடிக்கப்படவில்லை. பிந்தைய வேத காலத்தில் போன்று இந்தக் கட்டத்தில் சொல்லின் மந்திர சக்தி முக்கியத்துவம் வாய்ந்ததாகக் கருதப்படவில்லை. ரிக் வேத காலத்தில் மக்கள் ஏன் தெய்வங்களை வழிப்பட்டனர்? தங்களது ஆன்மீக மேம்பாட்டுக்காகவோ அல்லது இந்தப் பிறவியின் இடும்பைகளிலிருந்து, அவலங்களிலிருந்து விடுபடுவதற்காகவோ அவர்கள் தெய்வங்களைப் பூசனை செய்யவில்லை. அவர்கள் பிரதானமாக **பிரஜா** (குழந்தைகள்), **பசு** (கால்நடைகள்), உணவு, செல்வம், ஆரோக்கியம் முதலியவற்றையே வேண்டினர்.

இயல் 9
பிந்திய வேதகாலம் : அரசமைப்புக்கும் சமூக ஒழுங்குமுறைகளுக்கும் மாறுதல்

பிந்திய வேதகாலத்தில் அதிகார எல்லை விரிவடைதல் (கி.மு. 1000 – கி.மு. 600)

பிந்தைய வேதகால வரலாறு ரிக் வேத காலத்துக்குப் பிறகு இயற்றப்பட்ட வேத நூல்களைப் பிரதான ஆதாரமாகக் கொண்டதாகும். வேத பாசுரங்கள் அல்லது மந்திரங்களின் தொகுப்புகள் சங்கிதைகள் எனப்படுகின்றன. **ரிக் வேத சங்கிதை** மிகத் தொன்மையான வேத நூலாகும்; இதை ஆதார அடிப்படையாகக் கொண்டே ஆரம்ப வேதகாலத்தை விவரித்தோம். பாடுவதற்கு ஏற்ற முறையில் ரிக் வேதம் சுதி லயத்தோடு மாற்றியமைக்கப்பட்டது. இவ்வாறு மாற்றியமைக்கப்பட்ட தொகுதி **சாமவேத சங்கிதை** எனப் பெயர் பெற்றது. இந்த சாம வேதம் தவிர, ரிக் வேதத்துக்குப் பிந்திய காலத்தில் வேறு இரண்டு தொகுப்புகளும் உருவாக்கப்பட்டன. அவை **யஜுர் வேத சங்கிதையும், அதர்வன வேத சங்கிதையும்** ஆகும். யஜுர் வேதம் பாசுரங்களை மட்டுமின்றி, அவற்றைப் பாராயணம் செய்யும் போது கடைப்பிடிக்க வேண்டிய சில வினைமுறைகளையும் தன்னுள் கொண்டுள்ளது. இந்த வினைமுறைகள் அவை தோன்றிய அரசியல், சமூகச் சூழ்நிலைகளைப் பிரதிபலிப்பவையாக உள்ளன. தீவினைகளையும், தீங்குகளையும், பிணிகளையும் விரட்டியடிக்கக்கூடிய, தடுத்து நிறுத்தக்கூடிய மந்திரங்களும் உச்சாடனங்களும் அதர்வன வேதத்தில் அடங்கியுள்ளன. ஆரியரல்லாதவர்களின் நம்பிக்கைகளையும், நடைமுறைகளையும் பற்றியும் அது எடுத்துரைக்கிறது. வேத சங்கிதைகளைத் தொடர்ந்து பிராமணங்கள் எனப்படும் அநேக நூல்கள் இயற்றப்பட்டன. அவை ஏராளமான சமய வினைமுறைகளைக் கொண்டிருப்பதோடு, இந்த வினைமுறைகளின் சமூக மற்றும் சமய தாத்பரியத்தை விளக்கிக் கூறுகின்றன. இந்தப் பிற்கால வேத நூல்கள் அனைத்தும் சுமார் கி.மு. 1000 – 600ல் மேல்

பண்டைக்கால இந்தியா 135

கங்கை வடிநிலத்தில் இயற்றப்பட்டன. இதே பகுதியில் அகழ்வாய்வுகள் மேற்கொள்ளப்பட்டபோது, இக்காலப் பகுதியில் இங்கு முதன்முறையாக குடியமர்ந்த ஏறத்தாழ 700 குடியேற்றங்கள் கண்டுபிடிக்கப்பட்டன. இவை சாம்பல் வண்ண மட்கலக் **(பிஜிடபிள்யூ)** குடியேற்றங்கள் என அழைக்கப்பட்டன; சாம்பல் வண்ணத்தில் தயாரிக்கப்பட்ட மட்கல வட்டில்களையும் கிண்ணங்களையும் இக்குடியேற்றங்களில் வாழ்ந்த மக்கள் பயன்படுத்தியதே இதற்குக் காரணம். அவர்கள் இரும்பு ஆயுதங் களையும் பயன்படுத்தினர். பிந்திய வேத நூல்களிலிருந்தும் **பிஜிடபிள்யூ** இரும்பு காலகட்ட தொல்பொருள் ஆய்வுகளிலிருந்தும் பெறப்பட்ட சான்றுகளின் மூலம் கி.மு. முதலாவது ஆயிரத்தின் முற்பாதியில் மேற்கு உத்தரப்பிரதேசத்திலும் அண்டைப் பிரதேசங்களான பஞ்சாப், ஹரியானா, ராஜஸ்தான் ஆகிய பிரதேசங்களிலும் வாழ்ந்து வந்த மக்களின் வாழ்க்கை குறித்து ஓரளவு தெரிந்து கொள்ள முடிகிறது.

படம் - 27 வண்ணம் பூசப்பட்ட சாம்பல் நிற மட்பாண்டங்கள்

பஞ்சாபிலிருந்து கங்கை யமுனைக்கு இடைப்பட்ட மேற்கு உத்தரப்பிரதேசம் முழுவதிலும் ஆரியர்கள் பரவினர் என்பதை இந்த நூல்கள் காட்டுகின்றன. இரண்டு பிரதான இனங்களான பாரதர்களும் பூருக்களும் ஒன்றிணைந்து குரு இனத்தினராகப் பரிணமித்தனர். ஆரம்பத்தில் அவர்கள் கங்கை யமுனைக்கு இடைப்பட்ட நிலத்தின் எல்லைப் பகுதியில் சரஸ்வதிக்கும் திரிஷத்வதிக்கும் இடைப்பட்ட பிரதேசத்தில் வாழ்ந்து வந்தனர். விரைவிலேயே குருக்கள் டில்லியையும் கங்கை யமுனை இடைப்பட்ட நிலத்தின் மேற்பகுதியையும் பிடித்துக் கொண்டனர். இந்தப் பிரதேசம் குருக்ஷேத்திரம் அல்லது குருக்களின் தேசம் எனப் பெயர் பெற்றது. கங்கை யமுனை இடைப்பட்ட நிலத்தின் மேற்பகுதியில் வாழ்ந்து வந்த பாஞ்சாலர்கள் எனப்படும் மக்களுடன் குருக்கள் படிப்படியாக ஒன்று கலந்தனர். குரு-பாஞ்சால மக்களின் அதிகாரம் டில்லிக்கும் மற்றும் கங்கை யமுனைக்கு இடைப்பட்ட பிரதேசத்தின் மேல் பகுதிக்கும் மத்தியப் பகுதிக்கும் பரவிற்று. அவர்கள் தங்கள் தலைநகரை மீரட் மாவட்டத்திலுள்ள அஸ்தினாபுரத்தில் நிறுவினர். பாரத யுத்தத்திற்கு குரு குலத்தின் வரலாறு மிக முக்கியமானது; இந்த யுத்தம்தான் மாபெரும் இதிகாசமான **மகாபாரதத்தின்** பிரதான கருப்பொருளாக அமைந்திருந்தது. இந்த யுத்தம் சுமார் கி.மு. 950ஆவது ஆண்டில் கௌரவர்களுக்கும் பாண்டவர்களுக்கும் இடையே நடைபெற்றிருக்கக்கூடும் என்று கருதப்படுகிறது. இந்த இரு சாராருமே குரு குலத்தைச் சேர்ந்தவர்கள் என்பது இங்கு குறிப்பிடத்தக்கது. இந்த யுத்தத்தின் விளைவாக அநேகமாக குருகுலம் முழுவதுமே துடைத்தழிக்கப்பட்டுவிட்டது எனலாம்.

கி.மு. 900க்கும் கி.மு. 500க்கும் இடைப்பட்ட காலத்தைச் சேர்ந்த அஸ்தினாபுரத்தில் மேற்கொள்ளப்பட்ட அகழ்வாய்வுகள் அங்கு குடியேற்றங்கள் இருந்ததையும், நகரவாழ்க்கை இலேசாக துளிர்விட ஆரம்பித்திருந்ததையும் வெளிப்படுத்துகின்றன. ஆனால் மகாபாரதத்தில் அஸ்தினாபுரத்தைப் பற்றித் தரப்பட்டிருக்கும் வருணனைக்கு ஒத்ததாக இவை இல்லை. பொருளாதார வாழ்க்கை பெரிதும் முன்னேற்ற மடைந்திருந்த சுமார் கி.பி. நான்காம் நூற்றாண்டில் இந்தப் பெருங்காப்பியம் இயற்றப்பட்டதே இதற்குக் காரணம். வேத பிற்காலத்தில் சுட்ட செங்கற்களைப் பயன்படுத்தும் முறையை மக்கள் அறியாதிருந்தனர். அஸ்தினாபுரத்தில் கண்டுபிடிக்கப்பட்டுள்ள மண் கட்டிடங்கள் பிரமிப்பூட்டுபவையாகவோ, நீடித்து நிலைக்கக் கூடியவையாகவோ இருந்திருக்க முடியாது. அஸ்தினாபுரம் பெரும் வெள்ளத்தில் அழிந்து விட்டது என்றும், அங்கு தப்பிப் பிழைத்த

எஞ்சிய குருகுலத்தினர் அலகாபாத்துக்கு அருகிலுள்ள கௌசாம்பியில் சென்று குடியேறிவிட்டனர் என்றும் வழிவழிச் செய்திகள் மூலம் அறிகிறோம்.

இன்றைய பாரெய்லி, பாதவ்ன், பரூக்காபாத் மாவட்டங்களை உள்ளடக்கிய பாஞ்சால நாடு தத்துவஞானிகளான அதன் மன்னர் களையும், பிராமண இறைமையியல் வல்லுநர்களையும் கொண்டு புகழ்பெற்று விளங்கிற்று.

பிந்திய வேத காலத்தின் இறுதி வாக்கில் அதாவது சுமார் கி.மு. 600 ஆண்டுக் காலத்தில் வேதகால மக்கள் கங்கை யமுனைக்கு இடைப்பட்ட நிலப்பகுதியிலிருந்து மேலும் கிழக்கே நகர்ந்து, கிழக்கு உத்தரப் பிரதேசத்திலுள்ள கோசலத்தையும், வட பீகாரைச் சேர்ந்த விதேகத்தையும் சென்றடைந்தனர். கோசலை ராமனது சரித்திரத்துடன் சம்பந்தப்படுத்திக் கூறப்பட்டாலும் வேதகால இலக்கியத்தில் அது குறிப்பிடப்படவில்லை. கிழக்கு உத்தரப்பிரதேசத்திலும் வடக்கு பீகாரிலும் வேதகால மக்கள் பித்தளைக் கருவிகளையும், கருப்பு - சிவப்பு மட்கலங்களையும் பயன்படுத்திய மக்களை எதிர்கொள்ள நேர்ந்தது. இதேபோன்று மேற்கு உத்தரப்பிரதேசத்தில் காவி நிற அல்லது செந்நிற மட்பாண்டங்களையும் தாமிரக் கருவிகளையும் பயன்படுத்திய மக்களை அவர்கள் எதிர்கொண்டனர். கருப்பு - சிவப்பு நிற மட்கலங்களை உபயோகித்து வந்த மக்கள் வாழ்ந்த உறைவிடங்களையும் அநேகமாக அவர்கள் கண்டிருக்கக்கூடும். சில இடங்களில் பிற்கால ஹரப்பா கலாசாரத்தைக் கடைப்பிடிக்கும் மக்களை அவர்கள் கண்டனர்; ஆனால் இம்மக்கள் கலப்பற்ற ஹரப்பா கலாசாரம் எனக் கருதப்பட முடியாத ஒரு கதம்ப கலாசாரத்தையே பின்பற்றி வந்தவர்களாகத் தெரிகிறது. பிந்திய வேதகால மக்களின் பகைவர்கள் யாராக இருப்பினும் அவர்கள் எந்தப் பெரிய, நெருக்கமான பிரதேசத்தையும் தங்கள் வசம் வைத்திருக்கவில்லை என்பதும், மேல் கங்கை வடிநிலப் பகுதியில் அவர்களது எண்ணிக்கை பெரிய அளவில் இருக்கவில்லை என்பதும் தெளிவாகப் புலனாகிறது. வேதகால மக்கள் தங்கள் அதிகார எல்லையை விரிவுபடுத்தும் இரண்டாவது கட்டத்திலும் பெரும் வெற்றி பெற்றனர்; இரும்பால் செய்யப்பட்ட ஆயுதங்களையும் குதிரைகள் பூட்டிய ரதங்களையும் அவர்கள் பயன்படுத்தியதே இதற்குக் காரணம்.

சாம்பல் நிற மட்பாண்ட - இரும்புக் கட்ட கலாசாரமும் பிந்திய வேதகாலப் பொருளாதாரமும்

சுமார் கி.மு. 1000 ஆவது ஆண்டிலிருந்து பாகிஸ்தானில் காந்தாரத்தில் இரும்பு பயன்படுத்தப்படலாயிற்று. செத்தப்பிணங்களுடன்

சேர்த்து ஏராளமான இரும்புக் கருவிகள் புதைக்கப்பட்டிருப்பது கண்டுபிடிக்கப்பட்டிருக்கிறது. அவை பலுச்சிஸ்தானிலும் கண்டு பிடிக்கப்பட்டுள்ளன. இதேகாலத்தில் கிழக்குப் பஞ்சாபிலும், மேற்கு உத்தரப்பிரதேசத்திலும், ராஜஸ்தானிலும் இரும்பைப் பயன்படுத்தும் பழக்கம் தோன்றியிருந்ததைப் பார்க்கிறோம். அம்பு முனைகள், ஈட்டி முனைகள் போன்ற இரும்பு ஆயுதங்கள் மேற்கு உத்தரப்பிரதேசத்தில் சுமார் கி.மு. 800ஆம் ஆண்டிலிருந்தே சர்வ சாதாரணமாகப் பயன்படுத்தப்பட்டு வந்திருக்கின்றன என்பதை அகழ்வாய்வுகள் காட்டுகின்றன. கங்கை யமுனைக்கு இடைப்பட்ட நிலத்தின் மேற்குப் பகுதியில் தங்களை எதிர்த்த சுதேசி மக்களை வேதகால மக்கள் இரும்பு ஆயுதங்களைக் கொண்டு தோற்கடித்திருக்கக் கூடும் என்று தெரிகிறது. மேல் கங்கை வடிநிலப் பகுதியில் காடுகளை வெட்டி அழிப்பதற்கு இரும்புக் கோடரி பயன்படுத்தப்பட்டது. இங்கு 35 சென்டிமீட்டர் முதல் 65 சென்டிமீட்டர் மழைதான் பெய்ததால் இப்பகுதியில் காடுகள் அத்தனை அடர்த்தியாக இருக்கவில்லை. வேத காலத்தின் இறுதியில் இரும்பின் உபயோகம் கிழக்கு உத்தரப்பிரதேசத்துக்கும் விதேகத்துக்கும் பரவியது. இந்தப் பகுதியில் கண்டுபிடிக்கப்பட்ட மிக ஆரம்பகால இரும்புக் கருவிகள் கி.மு. ஏழாம் நூற்றாண்டைச் சேர்ந்தவை; பிற்கால வேத நூல்களில் இந்த உலோகம் **சியாமம்** அல்லது **கிருஷ்ண அயஸ்** என்று குறிப்பிடப்பட்டிருக்கிறது.

இரும்பில் தயாரிக்கப்பட்ட மிகச் சில வேளாண் கருவிகளே கண்டுபிடிக்கப்பட்டுள்ள போதிலும், வேளாண்மையே பிந்திய வேதகால மக்களின் பிரதான ஜீவனோபாயமாக இருந்தது என்பதில் எள்ளளவும் ஐயமில்லை. ஆறு, எட்டு, பன்னிரண்டு, இன்னும் சொல்லப்போனால் இருபத்து நான்கு எருதுகள் கூட ஏரில் பூட்டப்பட்டு உழவு நடந்ததாக பிந்திய வேத நூல்கள் கூறுகின்றன. இது மிகைப்படுத்தலாக இருக்கக் கூடும். மரத்தாலான உழுமுனையின் உதவியோடு உழும் பணி நடைபெற்றது. மேல் கங்கை சமவெளிகளின் மிருதுவான மண்ணில் இந்த உழவுப் பணி மிக எளிதாக இருந்திருக்கக் கூடும். ஆனால் யாகங்களில் ஏராளமான கால்நடைகள் பலியிடப்பட்டு வந்ததால் உழவுப்பணிக்குப் போதிய எருதுகள் கிடைப்பது சிரமமாக இருந் திருக்கக்கூடும். எனவே, அச்சமயம் வேளாண்மை ஆரம்பக் கட்டத்திலேயே இருந்து வந்தது. எனினும் அது பரந்த அளவில் பரவியிருந்தது என்பதில் ஐயமில்லை. உழும் வினைமுறைகள் குறித்து **சதபத பிராமணம்** மிக விரிவாகக் கூறுகிறது. பண்டைய புராணக் கதைகளின் படி விதேகத்தின் மன்னனும் சீதையின் தந்தையுமான

பண்டைக்கால இந்தியா

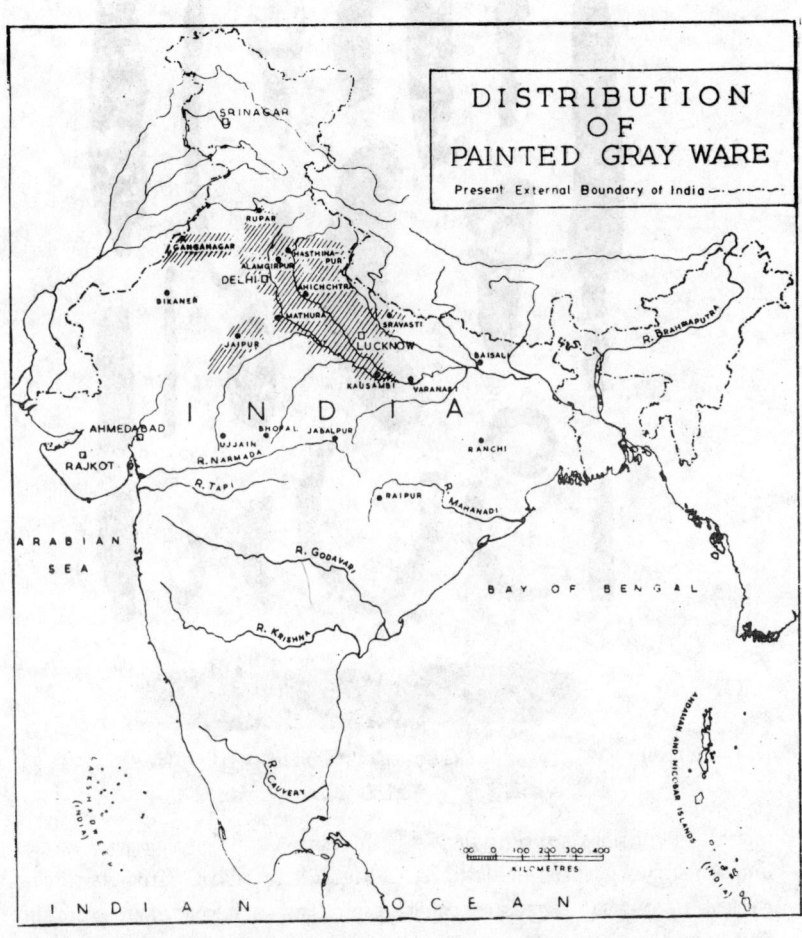

இந்தியாவின் இந்த இடக்கிடப்பியல் விவரங்கள் இந்தியத் தலைமை நில அளவாயர் அனுமதியுடன் வெளியிடப்பட்ட தேசப்படங்களை ஆதாரமாகக் கொண்டவை.

© இந்திய அரசின் பதிப்புரிமை, 1986.

இந்தியாவின் கரையோரக் கடல் பரப்பு எல்லைகள் அங்கீகரிக்கப்பட்ட இடத்திலிருந்து பன்னிரண்டு கடல் மைல் தொலைவுக்குக் கடலுக்குள் விரிந்து செல்லுகின்றன.

படம் - 28 பிஜிடபிள்யூ கலாசாரங்கள்

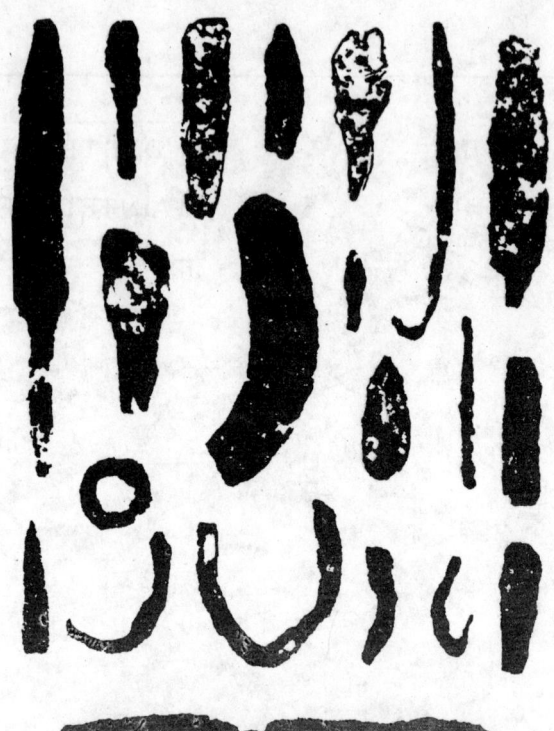

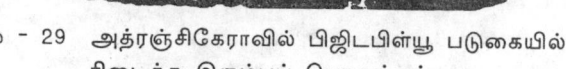

படம் - 29 அத்ரஞ்சிகேராவில் பிஜிடபிள்யூ படுகையில் கிடைத்த இரும்புப் பொருட்கள்

ஜனகனே ஏர்ப்பிடித்து உழுதிருக்கிறான் என்று தெரிகிறது. அந்நாட்களில் மன்னர்களும் இளவரசர்களும் கூட உடல் உழைப்பை மேற்கொள்ளத் தயங்கியதில்லை. கிருஷ்ணனின் தமையனான பலராமன் ஹலதார் அல்லது கலப்பை ஏந்துபவன் என்று வருணிக்கப்படுகிறான். எனினும் பிற்காலத்தில் மேல் வருணங்களைச் சேர்ந்தவர்கள் உழு தொழிலில் ஈடுபடக் கூடாது என்று தடை செய்யப்பட்டனர்.

வேதகால மக்கள் பார்லியைத் தொடர்ந்து பயிரிட்டு வந்தனர்; ஆனால் இக்காலப்பகுதியில் நெல்லும் கோதுமையுமே அவர்களது பிரதான பயிர்களாக இருந்தன. இதன் பின்னர் பஞ்சாபிலும் மேற்கு உத்திரப் பிரதேசத்திலும் கோதுமை மக்களின் முக்கிய உணவுப் பொருளாயிற்று. கங்கை யமுனைக்கு இடைப்பட்ட பிரதேசத்தில்தான்

வேதகால மக்கள் நெல்லைப்பற்றி முதல் தடவையாகத் தெரிந்து கொண்டனர். இது வேத நூல்களில் **விரிஹி** எனக் குறிப்பிடப் பட்டிருக்கிறது. அவற்றின் தடயங்கள் கி.மு. எட்டாம் நூற்றாண்டைச் சேர்ந்த அஸ்தினாபுரத்தில் கிடைத்திருக்கின்றன. சமய வினை முறைகளில் அரிசி பயன்படுத்தப்பட வேண்டுமென்று பரிந்துரைக்கப் பட்டிருக்கிறது. இக்காரியங்களுக்கு கோதுமையைப் பயன்படுத்துவது பற்றி அரிதாகவே குறிப்பிடப்பட்டிருக்கிறது. பல்வேறு வகையான அவரை இனங்களையும் பிந்திய வேதகால மக்கள் பயிரிட்டனர்.

பிந்திய வேத காலத்தில் பலதரப்பட்ட கலைகளும் கைவினைத் தொழில்களும் தோன்றி வளர்ந்தன. கம்மியர்களையும், உலோகம் உருக்குபவர்களையும் பற்றிக் கேள்விப்படுகிறோம். சுமார் கி.மு. 1000 லிருந்தே இரும்பு சம்பந்தப்பட்ட தொழிலுடன் இவர்கள் ஏதேனும் ஒரு வகையில் சம்பந்தப்பட்டிருப்பார்கள் என்பதில் ஐயமில்லை. கி.மு. 1000 ஆவது ஆண்டுக்கு முந்திய ஏராளமான பித்தளைக் கருவிகள் மேற்கு உத்திரப் பிரதேசத்திலும் பீகாரிலும் கிடைத்திருக்கின்றன; வேதகால சமுதாயத்திலும் வேதகாலமல்லாத சமுதாயத்திலும் கன்னார்கள் இருந்து வந்திருப்பதை இவை காட்டுகின்றன. ராஜஸ்தானிலுள்ள கேத்ரி தாமிர சுரங்கங்களை வேதகால மக்கள் பயன்படுத்தி இருக்கக் கூடும். எது எப்படியிருந்தபோதிலும் தாமிரம் வேதகால மக்கள் முதன்முதலில் பயன்படுத்திய உலோகங்களில் ஒன்று என்பதில் ஐயமில்லை. காவி நிற மட்பாண்டத் தலங்களில் தாமிரப் பொருள்கள் கண்டெடுக்கப் பட்டிருக்கின்றன. அவை போருக்கும், வேட்டையாடுதலுக்கும் அத்தோடு அணிமணிகள் செய்வதற்கும் முக்கியமாகப் பயன் படுத்தப்பட்டன.

நெசவுத் தொழில் பெண்கள் சம்பந்தப்பட்ட தொழிலாக இருந்து வந்தது; எனினும் அது பரந்த அளவில் கைக்கொள்ளப்பட்டது. தோல் பதனிடுதல், மட்பாண்டங்கள் வனைதல், தச்சுத் தொழில் முதலியவை மிகுந்த முன்னேற்றம் கண்டிருந்தன. வேதபிற்கால மக்கள் நான்கு வகையான மட்பாண்டத் தொழில்களில் பரிசயம் பெற்றிருந்தனர். அவை: கருப்பு - சிவப்பு மட்பாண்டங்கள், கருப்பு - வண்ணச் சித்திரவேலைப் பாடுகள் கொண்ட மட்பாண்டங்கள், காவி நிற மட்பாண்டங்கள், செந்நிற மட்பாண்டங்கள். கடைசியாக குறிப்பிடப்பட்ட மட்பாண்ட வகைகள். அவர்களிடம் மிகுந்த பிரபலம் பெற்றிருந்தன; ஏறத்தாழ மேற்கு உத்தரப்பிரதேசம் முழுவதிலும் அவை காணப்பட்டன. எனினும் அக்காலத்தின் தனிச்சிறப்பு கொண்ட மட்பாண்டங்கள் காவி வண்ண மட்பாண்டங்களே ஆகும். கிண்ணங்கள், வட்டில்கள் முதலியவை

இவற்றில் அடங்கும்; அவை சமய வினைமுறைகளுக்கோ உணவு உண்பதற்கோ அல்லது இவை இரண்டுக்குமோ பெரும்பாலும் மேல்தட்டு வர்க்கங்களால் பயன்படுத்தப்பட்டன. காவி நிற மட்பாண்ட மண்படுகைகளில் கண்டெடுக்கப்பட்டிருக்கும் பளிங்குப் பொருள்களும் வளையல்களும் செல்வாக்கை வெளிப்படுத்தும் பொருள்களாக ஒரு சிலரால் பயன்படுத்தப்பட்டிருக்கக் கூடும். மொத்தத்தில் வேத நூல்களும் சரி, அகழ்வாய்வுகளும் சரி தனித்தன்மை வாய்ந்த கைவினைத் தொழில்களின் நய மேம்பாட்டையும் வளர்ச்சியையும் எடுத்தியம்பு கின்றன. அணிமணிகள் செய்யும் கைவினைஞர்கள் பற்றியும் பிற்கால வேதநூல்களில் குறிப்பிடப்பட்டிருக்கின்றன; அநேகமாக அவர்கள் சமுதாயத்தின் செல்வ வளம்படைத்த பகுதியினரின் தேவைகளை நிறைவேற்றுபவர்களாக இருந்திருக்கக் கூடும்.

வேளாண்மையும் பல்வேறு கைவினைத் தொழில்களும் பிந்திய வேதகால மக்கள் ஒரு குடியமர்ந்த வாழ்க்கையை மேற்கொள்வதற்குத் துணை புரிந்தன. பிந்திய வேத காலத்தைச் சேர்ந்த குடியேற்றங்கள் குறித்த ஒரு படப்பிடிப்பை அகழ்வாய்வுகளும் ஆய்வுப் பயணங்களும் நமக்கு வழங்குகின்றன. குரு - பாஞ்சாலப் பிரதேசமாக இருந்த மேற்கு உத்தரப்பிரதேசத்திலும் டில்லியிலும் மட்டுமின்றி, மத்ரா பிரதேசமாக இருந்த பஞ்சாபிலும் ஹரியானாவிலும், அவ்வாறே மத்சய பிரதேசமாக இருந்த ராஜஸ்தானிலும் காவி நிற மட்பாண்டத் தலங்கள் மிகப் பரந்த அளவில் கண்டுபிடிக்கப்பட்டிருக்கின்றன. மொத்தத்தில் இந்த ஆய்விடங்கள் ஏறத்தாழ 700 என்று கணக்கிடலாம்; இவை பெரும்பாலும் மேல் கங்கை வடிநிலத்தைச் சேர்ந்தவை. இவற்றில் அஸ்தினாபுரம், அத்ரஜிங்கேரம், நோ போன்ற ஒரு சில இடங்களி லேயே அகழ்வாய்வுகள் நடைபெற்றுள்ளன. இங்குள்ள தடைய புதைபொருள்களின் திண்மை ஒரு மீட்டர் முதல் மூன்று மீட்டர் வரை இருப்பதால், இந்தக் குடியேற்றங்கள் ஒன்று முதல் மூன்று நூற்றாண்டுக்காலம் நீடித்திருக்கக்கூடும் என்று அனுமானிக்கலாம். பெரும்பாலும் இவை முற்றிலும் புதிய குடியேற்றங்கள்; இவற்றிற்கு முன்னர் இங்கு எந்தக் குடியேற்றங்களும் இருந்திருக்க முடியாது. மக்கள் மண் வீடுகளிலோ அல்லது மண் பூசிய வேலிக்கம்புகள் மீது மிலாறுகள் வேய்ந்த வீடுகளிலோ வசித்து வந்தனர், இந்தக் கட்டுமானங்கள் மோசமானவையாக இருப்பினும்; பிந்திய வேதகால மக்களைப் போல் தோன்றும் காவிநிற மட்பாண்ட கால மக்கள் வேளாண்மையில் ஈடுபட்டு, ஒரு குடியமர்ந்த வாழ்க்கையை நடத்தி வந்தனர் என்பதை இந்த இடங்களிலிருந்து கிடைத்திருக்கும் சூட்டடுப்புகளும் தானியங்களும்

(நெல்) காட்டுகின்றன. எனினும் இவர்கள் மரத்தாலான கொழு முனையைக் கொண்டு நிலத்தை உழுது சாகுபடி செய்து வந்ததால் இதர தொழில்களில் ஈடுபட்டிருப்போருக்கு உணவளிப்பதற்குப் போதுமான அளவு தானியங்களை விவசாயிகளால் உற்பத்தி செய்ய முடியவில்லை. எனவே, நகரங்கள் உருவாகி வளர்வதற்கு இவர்களால் அதிகம் உதவ இயலவில்லை.

பிற்கால வேத நூல்களில் நகர என்னும் சொல் பயன்படுத்தப் பட்டிருப்பினும், பிந்திய வேதகால இறுதி வாக்கில் நகரங்கள் உருவாவதன் தெளிவற்ற தொடக்கங்களையே நாம் காணுகிறோம். அஸ்தினாபுரத்தையும், கௌசாம்பியையும் (அலகாபாத்துக்கு அருகில்) இறுதி வேத காலத்தைச் சேர்ந்த ஆரம்பகால நகரங்கள் எனக் கருதலாம். அவற்றை உண்மையில் சிறு ஊர்கள் என்று கூறுவதே பொருந்தும். வேத நூல்களில் கடல்களையும் கடற்பயணங்களையும் பற்றிய சில குறிப்புகள் காணப்படுகின்றன. புதிய கலைகள் மற்றும் கைவினைத் தொழில்களின் எழுச்சியால் தூண்டி ஊக்குவிக்கப்பட்டு ஓரளவு வாணிகம் வளர்ந்ததை இது எடுத்துக்காட்டுவதாக இருக்கிறது.

ஒட்டுமொத்தத்தில் பிந்திய வேதகாலக் கட்டம் மக்களின் பொருளாயத வாழ்க்கையில் பெரும் முன்னேற்றத்தைத் தோற்றுவித்தது எனலாம். மேய்ச்சல் மற்றும் அரை-நாடோடி வாழ்க்கை முறைகள் பின்னணிக்குத் தள்ளப்பட்டன. வேளாண்மை பிரதான ஜீவனோபாய மாயிற்று: வாழ்க்கை குடியமர்ந்ததாகவும், இடம் பெயராததாகவும் ஆயிற்று. பல்வேறு கலைகள், கைவினைத் தொழில்களின் வளர்ச்சியால் வேதகால மக்கள் இப்போது மேல் கங்கை சமவெளிகளில் நிரந்தரமாகக் குடியமர்ந்தனர். சமவெளிகளில் வசித்த விவசாயிகள் தங்களைப் பராமரித்துக் கொள்வதற்குப் போதுமான விளை பொருள்களை விளைவித்தனர்; தாங்கள் உற்பத்தி செய்வதிலிருந்து ஒரு குறிப்பிட்ட பங்கை குலத் தலைவர்களுக்கும், சிற்றரசர்களுக்கும், புரோகிதர்களுக்கும் கொடுத்து உதவினர்.

அரசியல் அமைப்பு முறை

பிந்தைய வேத காலத்தில் மக்கள் மன்றங்கள் அவற்றின் முக்கியத்துவத்தை இழந்தன. அவற்றுக்கு ஊறு விளைவிக்கும் வகையில் அரசு அதிகாரம் மேலோங்கிற்று. **விதாதா** முற்றிலும் மறைந்து போயிற்று. **சபாவும், சமிதியும்** தொடர்ந்து தாக்குப்பிடித்து நின்றன; ஆனால் அவற்றின் இயல்பு மாற்றமடைந்தது. தலைவர்களும் செல்வ வளம் படைத்த உயர்குடி மக்களும் அவற்றில் ஆதிக்கம் செலுத்தத்

தொடங்கினர். சபா கூட்டங்களில் கலந்து கொள்ள பெண்கள் அனுமதிக்கப்படவில்லை; அவற்றில் பிரபுக்கள் மற்றும் பிராமணர்களின் கைதான் ஓங்கியிருந்தது.

பரந்துவிரிந்த இராச்சியங்களின் உருவாக்கம் தலைவன் அல்லது அரசனை பெருஞ்செல்வாக்கும், அதிகாரமுமிக்கவனாக ஆக்கிற்று. இன மரபு சார்ந்த அதிகாரம் நிலப்பரப்பு சார்ந்த அதிகாரமாயிற்று. சிற்றரசர்கள் இனமரபு குழுக்கள் மீது ஆட்சி செலுத்தினர். ஆனால் அவர்களது மேம்பட்ட இன மரபுக் குழுக்கள் பிரதேச சார்புடையவையாகின; அந்தப் பிரதேசத்தில் தங்கள் சொந்த இனமரபுக் குழுக்கள் மட்டுமின்றி பிற இன மரபுக் குழுக்களும் வசிக்க அனுமதிக்கப்பட்டன. ஆரம்பத்தில் ஒவ்வொரு பிரதேசமும் அங்கு முதலில் குடியேறிய இனமரபுக் குழுவின் பெயரால் அழைக்கப்பட்டது. ஆனால் நாளடைவில் அந்த இனமரபுக் குழுவின் பெயரே அந்தப் பிரதேசத்தின் பெயராயிற்று. பாஞ்சாலம் என்பது முதலில் ஒரு மக்களினத்தின் பெயராக இருந்தது; பின்னர் அதுவே அந்தப் பிரதேசத்தின் பெயராயிற்று. பிரதேசத்தைக் குறிக்கும் **ராஷ்ட்ரா** என்னும் பதம் இந்தக் காலகட்டத்தில்தான் முதன் முதலில் தோன்றிற்று.

தலைவன் அல்லது மன்னனைத் தேர்ந்தெடுக்கும் நடைமுறை பின்பற்றப் பட்டதற்கான அறிகுறிகள் பிற்கால வேத நூல்களில் காணப்படுகின்றன. உடல் வலிமையிலும் இதர குண இயல்புகளிலும் மிகச் சிறந்தவன் என்று கருதப்பட்டவன் ராஜாவாகத் தேர்ந்தெடுக்கப் பட்டான். தன்னுடைய உறவினர்களும் **விஸ்** எனப்படும் சாமானிய மக்களும் தாமே முன் வந்தளிக்கும் பரிசுகளை அவன் ஆரம்பத்தில் பெற்று வந்தான்; இந்தப் பரிசுகள் **பலி** எனப்பெயர் பெற்றன. ஆனால் பின்னர் அவன் இவ்வாறு பரிசுகள் பெறுவதை ஒரு நிரந்தர உரிமையாக்கவும், இதர பல சிறப்புரிமைகளையும் தனிச் சலுகை களையும் ஈட்டவும் முற்பட்டான்; அதுமட்டுமின்றி, அரசு பதவியை மரபுரிமையாக்கவும் செய்தான்; இந்தப் பதவி பொதுவாக மூத்த மகனுக்குக் கிடைத்து வந்தது. எனினும் இந்த வாரிசுரிமை எப்போதும் எத்தகைய தடங்கலுமின்றி இணக்கமான முறையில் நிலைநாட்டப்படுவ தில்லை. **மகாபாரதக்கதை** இதற்குத் தெள்ளத் தெளிவான உதாரணமாகத் திகழ்கிறது. குரு வமிசத்துப் பாண்டுவின் மூத்த புதல்வரான யுதிஷ்டிரர்தான் நியாயமாக பட்டத்து இளவரசாகும் உரிமை பெற்றவர். ஆனால் அவருடைய பெரியப்பாவின் இளைய மகனான துரியோதனன் அதிகாரத்தை அபகரித்துக் கொண்டு விட்டதாக மகாபாரதம் கூறுகிறது. மண்ணுக்காக பாண்டவர்களின் குடும்பத்தினரும்

பண்டைக்கால இந்தியா 145

கௌரவர்களின் குடும்பத்தினரும் தங்களைத் தாங்களே அழித்துக் கொண்டு விட்டனர் என்றே கூற வேண்டும். அரச பதவி குருதி உறவை அறியாது என்பதை பாரதப் போர் காட்டுகிறது.

அரசனது செல்வாக்கும் அதிகாரமும் பல்வேறு சமய வினை முறைகளால் வலுப்படுத்தப்பட்டன. இத்தகைய சமய வினை முறைகளில் ஒன்று **ராஜசூய யாகமாகும்**. இது மன்னனுக்கு ஒப்புயர்வற்ற அதிகாரத்தை வழங்குவதாக நம்பப்படுகிறது. இதே போன்ற மற்றொரு முக்கியமான சமய வினைமுறை **அசுவமேத யாகம்** என்பது. அரசனது பட்டத்துக் குதிரை எங்கெங்கு தங்குதடையின்றி ஓடுகிறதோ அந்தப் பிரதேசத்தின் மீது அவனுக்கு மறுக்க முடியாத அதிகாரம் உண்டு என்பது இந்த யாகத்தின் பொருளாகும். **வாஜபேயம்** என்ற ஒரு வினை முறையையும் மன்னன் மேற்கொண்டான். இது ஒரு விதமான போட்டியாகும். இந்தப் போட்டியில் அரசனது இரதமும் அவனுடைய உறவினர்களது இரதங்களும் பங்கு கொள்ளும். இதில் அரசனது இரதம் வெற்றி கொள்ளும்படிப் பார்த்துக் கொள்ளப்படும். இத்தகைய சடங்குகள் எல்லாம் அரசனது அதிகரித்துவரும் அதிகாரத்தையும் கீர்த்தியையும் மக்கள் மனத்தில் ஆழப்பதியவைக்கக்கூடியவையாக இருந்தன.

இந்தக் காலகட்டத்தில் வரிகள் வசூலிப்பதும் திறைகள் தண்டுவதும் சர்வ சாதாரணமாகி விட்டன. இவை யாவும் **சங்கிரிஹித்ரி** என்ற அதிகாரியிடம் ஒப்படைக்கப்பட்டதாகத் தெரிகிறது. பெரிய யாகங்கள் நடத்தப்படும் போது அனைத்துப் பகுதி மக்களுக்கும் மன்னன் பரிசுப் பொருள்களை வாரி வழங்கியதாகவும், அவர்களுக்கு முதல்தரமான விருந்து அளிக்கப்பட்டதாகவும் மகாபாரதம் கூறுகிறது. மன்னன் தனது கடமைகளை ஆற்றுவதில் புரோகிதரும் படைத்தளபதியும் பட்டத்து ராணியும் ஏனைய அதிகாரிகளும் துணை புரிந்தனர். கீழ்மட்டத்தில், நிர்வாகம் கிராம சபைகளால் மேற்கொள்ளப்பட்டது; மேம்பட்ட குலங்களின் தலைவர்கள் சிலர் சபைகளில் ஆதிக்கம் செலுத்தினர். இந்த சபைகள் உள்ளூர் வழக்குகளையும் விசாரித்துத் தீர்ப்புகள் வழங்கி வந்தன. பிந்திய வேத காலத்தில் கூட மன்னன் நிரந்த சைனியம் எதையும் வைத்துக் கொள்ளவில்லை. போர் நடைபெறும் காலத்தில் பல்வேறு இனமரபுக் குழுக்களைச் சேர்ந்தவர்கள் படை திரட்டப் பட்டனர். போரில் வெற்றி பெற வேண்டுமென்றால் மன்னன் தன்னுடைய மக்களுடன் **(விஸ்)** சேர்ந்து ஒரே தட்டில் உணவருந்த வேண்டும் என்பது ஒரு சடங்கு முறையாகும்.

சமூக அமைப்பு முறை

பிந்திய வேதகால சமுதாயம் பிராமணர்கள், ராஜன்யர்கள் அல்லது சத்திரியர்கள், வைசியர்கள், சூத்திரர்கள் என்று நான்கு வருணத்தின

ராகப் பிரிக்கப்பட்டிருந்தது. வேள்விகள் நடத்தும் கோட்பாட்டு முறை மேன்மேலும் வளர்ந்து வந்ததானது பிராமணர்களின் அதிகாரத்தையும் செல்வாக்கையும் பெரிய அளவுக்கு அதிகரிக்கச் செய்தது. ஆரம்பத்தில் பிராமணர்கள் பதினாரு புரோகித வகுப்பினர்களில் ஒரு வகுப்பினராகவே இருந்தனர். ஆனால் அவர்கள் படிப்படியாக ஏனைய புரோகிதக் குழுவினர்களைப் பின்னுக்குத்தள்ளிவிட்டு, மிக முக்கிய புரோகித வகுப்பினர் என்னும் உயரிய இடத்தை ஆக்கிரமித்துக் கொண்டனர். அவர்கள் தங்கள் வாடிக்கையாளர்களுக்காகவும் தங்களுக்காகவும், வேள்விகளையும், சமய சடங்குகளையும் நடத்தினர்; வேளாண்மை சம்பந்தப்பட்ட விழாக்களிலும் சமய வினைமுறைக் கடமைகளை ஆற்றினர்; தங்கள் புரவலனான மன்னன் போரில் வெற்றி வாகை சூட வேண்டுமென்று பிரார்த்தனை செய்தனர்; இதற்குப் பிரதியாக அவர்களுக்கு எந்த விதத் தீங்கும் கேடும் செய்வதில்லை என்று மன்னன் வாக்குறுதி அளித்தான். ஆதிக்கப்போட்டியில் சில சமயங்களில் பிராமணர்களும் சத்திரியர்களும் மோதிக் கொள்வது உண்டு. ஆனால் கீழ்த்தட்டு வகுப்பினரைச் சமாளிக்கும் விஷயத்தில் இந்த இரு மேல்தட்டு வகுப்பினரும் தங்களுக்கிடையே உள்ள வேற்றுமைகளை, பூசல்களை எல்லாம் மறந்து ஒன்றுபட்டு நின்றனர். சமுதாயத்தின் ஏனைய பகுதியின் மீது ஆதிக்கம் செலுத்துவதற்கு இந்த இரண்டு வகுப்பினரும் ஒத்துழைக்க வேண்டும் என்ற வலியுறுத்தல் பிந்திய வேதகாலம் முடிவடையும் தறுவாயிலிருந்து அதிகரித்தது.

வைசியர்கள் பொதுமக்கள் பிரிவைச் சேர்ந்தவர்களாக இருந்தனர். வேளாண்மை, கால்நடைகளை வளர்த்தல் முதலான உற்பத்திப் பணிகள் அவர்களிடம் ஒப்படைக்கப்பட்டன. இவர்கள் கைவினைஞர்களாகவும் செயல்பட்டு வந்தனர். வேதகாலத்தின் இறுதி வாக்கில் அவர்கள் வாணிகத்தில் ஈடுபட ஆரம்பித்தனர். பிந்திய வேதகாலத்தில் வைசியர்கள் மட்டுமே திறைகள் செலுத்துபவர்களாகவும், இவ்வாறு வைசியர்களிடமிருந்து வசூலிக்கப்பட்ட வரிகளை ஆதாரமாகக் கொண்டு வாழ்பவர்களாக சத்திரியர்களாகவும் இருந்து வந்தனர். இனமரபுக் குழுக்களைச் சேர்ந்த பெரும் திரளான மக்களை வரிசெலுத்துவோர் நிலைக்குக் கீழ்ப்படுத்தும் இயக்க நிகழ்வு நீண்டதாகவும் பெரிதும் தாமதத்தை ஏற்படுத்தக் கூடியதாகவும் இருந்தது. எதற்கும் மசியாத மக்களை **(விஸ்கள் அல்லது வைசியர்கள்)** ராஜனுக்கும், ராஜன்யர்கள் என்றழைக்கப்படும் அவனுடைய உறவினர் களுக்கும் அடிபணிய வைப்பதற்கு பல சடங்கு முறைகள், சமய வினை முறைகள் வகுக்கப்பட்டிருப்பதைப் பார்க்கிறோம். மக்களின் அல்லது வைசியர்களின் உழைப்பை உறிஞ்சி கொழுத்த பிராமணர்களின் உதவி யோடு இது செய்யப்பட்டது. எல்லா மூன்று மேல் வருணத்தினருக்கும்

ஒரு பொதுவான அம்சம் இருந்தது: அதாவது அவர்கள் உபநயனம் செய்து கொள்ளும் உரிமையைப் பெற்றிருந்தனர்; வேத மந்திரங்கள் ஓத பூணூல் அணிந்து கொள்வதே உபநயனம் எனப்படுகிறது. பூணூல் அணிந்து கொள்ளும் உரிமை நான்காவது வருணத்துக்கு மறுக்கப்பட்டது. இது முதல் சூத்திரர்கள் மீது பல்வேறு தகுதியின்மைகள் திணிக்கப்படலாயின.

ராஜன்ய வகுப்பைப் பிரதிநிதித்துவப்படுத்தும் மன்னன் மற்ற மூன்று வருணத்தினர் மீதும் தனது அதிகாரத்தை உறுதிப்படுத்த முயன்றான். பிந்திய வேத காலத்தில் இயற்றப்பட்ட நூல் **ஐத்திரேய பிராமணம்**. மன்னனுக்கும் ஏனைய வருணத்தினருக்கும் உள்ள சம்பந்தா சம்பந்தத்தை அது பின்வருமாறு வருணிக்கிறது: பிராமணன் பிழைப்பைத் தேட வேண்டியவன், வெகுமதிகளை ஏற்கத்தக்கவன், ஆனால் மன்னன் விரும்பினால் விலக்கப்பட வேண்டியவன். ஒரு வைசியன் திறை செலுத்த வேண்டியவன், அடிக்கப்படத்தக்கவன், மன்னன் நினைத்தால் ஒடுக்கப்படத்தக்கவன். இவர்கள் எல்லோரையும் விட சூத்திரனின் நிலைமைதான் மிகவும் மோசமானது. அவன் மற்றவனுக்குப் பணியாளாக இருக்க வேண்டியவன், மற்றவன் விருப்பப்படி பணிபுரிய கடமைப்பட்டவன், மற்றவன் விரும்பினால் அடிக்கப்பட வேண்டியவன்.

பொதுவாக பிந்திய வேத நூல்கள் ஒருபுறம் மூன்று உயர் வருணத்தினருக்கும் இன்னொருபுறம் சூத்திரர்களுக்கும் இடையே ஓர் எல்லை வரையறையை நிர்ணயித்துக் கூறியிருக்கின்றன. எனினும் மன்னனின் முடி சூட்டு விழா சம்பந்தப்பட்ட பல பொது சடங்கு முறைகளில் சூத்திரர்கள் பங்கு கொள்ள அனுமதிக்கப்பட்டனர்; அநேகமாக ஆதி ஆரிய இனமரபுக் குழுக்களின் எஞ்சிய பகுதியினர் என்ற முறையில் இவ்வாறு அவர்கள் அனுமதிக்கப்பட்டிருக்கக் கூடும். **ரதகார** அல்லது ரதங்கள் தயாரிப்பவர்கள் போன்ற சில கைவினைஞர்கள் உயர்ந்த அந்தஸ்தைப் பெற்றிருந்தனர். உபநயனம் செய்து கொள்ளும் உரிமை அவர்களுக்கு வழங்கப்பட்டிருந்தது. எனவே, பிந்திய வேதகாலத்தில்கூட வருண வேறுபாடுகள் பெருமளவுக்கு அதிகரிக்கப்படவில்லை என்றே கூற வேண்டும்.

குடும்பத்தில் தந்தை மேன்மேலும் அதிக அதிகாரம் பெற்றிருந்ததைப் பார்க்கிறோம்; தனது மகனின் வாரிசு உரிமையை ரத்து செய்வதற்குக் கூட அவன் உரிமை பெற்றிருந்தான். அரச குடும்பங்களில் மூத்த மகனுக்கு உள்ள உரிமை மேன்மேலும் வலுவடைந்து வந்தது. ஆண் மூதாதையர்கள் வழிபாடு செய்யப்பட்டு வந்தனர். பெண்களுக்குப் பொதுவாக கீழான அந்தஸ்தே வழங்கப்பட்டு வந்தது. சில பெண்

இறைமையியலாளர்கள் தத்துவார்த்த விவாதங்களில் பங்கு கொண்ட போதிலும், சில ராணிகள் முடி சூட்டும் சடங்கு முறைகளில் கலந்து கொண்ட போதிலும் பொதுவாக பெண்கள் தாழ்ந்தவர்களாகவும் ஆண்களுக்குக் கீழ்ப்பட்டவர்களாகவும் கருதப்பட்டனர்.

கோத்ரம் முறை பிந்திய வேதகாலத்தில் தோன்றிற்று. இந்தச் சொல்லின் நேர் அர்த்தத்தில் பார்ப்போமானால் இது பசு - தொழுவத்தை அல்லது குலம் முழுவதற்கும் சொந்தமான கால்நடைகளைப் பராமரிக்கும் இடத்தைக் குறிக்கும். ஆனால் காலப்போக்கில் இது ஒரு பொது மூதாதையரிடமிருந்து தோன்றும் கால்வழியை, மரபுவழியைக் குறிப்பதாயிற்று. மக்கள் திருமண விஷயத்தில் **கோத்ர கட்டுப் பாட்டைக்** கடைப்பிடிக்க ஆரம்பித்தனர். ஒரே கோத்திரத்தைச் சேர்ந்தவர்கள் அல்லது கால்வழியைச் சேர்ந்தவர்கள் தங்களுக்குள் எந்தத் திருமணங்களையும் செய்து கொள்ளக்கூடாது என்று தடை விதிக்கப்பட்டது.

ஆச்சிரமங்கள் அல்லது நான்குகட்ட வாழ்க்கை முறைகள் வேத காலத்தில் நன்கு நிலைநாட்டப்படவில்லை. வேதங்களுக்குப் பிந்திய நூல்களில் நான்கு ஆச்சிரமங்களைப் பற்றி அறிய வருகிறோம். **பிரமசாரி,** ஆசிரியனிடத்துப் பாடம் கற்று விரதங்காத்து விவாகமின்றி இருப்பவன்; **கிரகஸ்தன்,** இல்லொழுக்கத்தில் இருப்பவன்; **வானப் பிரஸ்தன்,** இல்லம் துறந்து இல்லாளோடாயினும் தனித்தாயினும் வனம்சென்று தவம் செய்வோன்; **சந்நியாசி,** லௌகீக வாழ்க்கையை முற்றத் துறந்தவன். பிந்திய வேத நூல்களில் முதல் மூன்று கட்டங்கள் மட்டுமே குறிப்பிடப்பட்டிருக்கின்றன; துறவு வாழ்க்கை தெரிந்ததேயாயினும், கடைசி நான்காவது கட்டம் வேத பிற்காலத்தில் சரிவர நிலைநாட்டப்படவில்லை என்றே கூற வேண்டும். வேத காலத்திற்குப் பின்னரும்கூட இல்லொழுக்கக் கட்டமே பொதுவாக அனைத்து வருணங்களாலும் கடைப்பிடிக்கப்பட்டு வந்தது.

தெய்வங்களும், சடங்கு முறைகளும், தத்துவமும்

பிந்திய வேத காலத்தில், கங்கை யமுனைக்கு இடைப்பட்ட பிரதேசம் பிராமண செல்வாக்கால், ஆரிய கலாசாரத்தின் தொட்டிலாகப் பரிணமித்தது. இந்தப் பிரதேசத்தில் குரு - பாஞ்சாலர்கள் பூமியில்தான் முழு வேத இலக்கியமுமே தொகுக்கப்பட்டதாகத் தோன்றுகிறது. இந்தக் கலாசாரத்தின் ஒரு முக்கிய அம்சமாக விளங்கிய வேள்விகள், யாகங்கள் நடத்தும் கோட்பாட்டு முறையில் பல வினைமுறைகளும், விதிமுறை களும் கடைப்பிடிக்கப்பட்டன.

இரண்டு முதன்மையான ரிக்வேத தெய்வங்களான இந்திரனும் அக்னியும் தங்களது பழைய முக்கியத்துவத்தை இழந்தனர். ஆனால்

அதே சமயம், படைப்புக் கடவுளான பிரஜாபதி பிந்திய வேதகாலத் தெய்வங்களின் பட்டியலில் உயர்ந்த இடத்தைப் பெற்றார். ரிக்வேத காலத்தைச் சேர்ந்த வேறு சில குட்டி தெய்வங்களும் முன்னணிக்கு வந்தன. விலங்கினங்களின் தெய்வமான ருத்ரன் பிந்திய வேத காலத்தில் முக்கியத்துவத்தைப் பெற்றார். ரிக்வேத காலத்தில் அரை-நாடோடி வாழ்க்கை வாழ்ந்தது போலல்லாமல் இப்போது ஓரிடத்தில் குடியமர்ந்து நிலையான வாழ்க்கை வாழும் மக்களின் ரட்சகராகவும், பாதுகாவலாளராகவும் விஷ்ணு கருதப்பட்டார். இதுவன்றி, தெய்வாம்சம் கொண்டவை என எண்ணப்பட்டு குறிப்பிட்ட சில பொருள்களும் வழிபடப்பட்டன; உருவ வழிபாட்டுக்கான அறிகுறிகள் பிந்திய வேத காலத்தில் தென்பட்டன. பிராமணர்கள். ராஜன்யர்கள் அல்லது சத்திரியர்கள், வைசிரியர்கள், சூத்திரர்கள் என சமுதாயம் சமூகப் பிரிவுகளாகப் பிரிந்த நிலைமையில், சில சமூக அமைப்புகள் அவற்றின் சொந்த தெய்வங்களை வரித்துக் கொண்டன. கால்நடைகளைக் காப்பவராகக் கருதப்படும் புஷன் சூத்திரர்களின் தெய்வமாக ஏற்றுக்கொள்ளப் பட்டார்; கால்நடைப் பராமரிப்பு ரிக்வேத காலத்தில் ஆரியர்களின் பிரதான தொழிலாக இருந்தது என்பது இங்கு குறிப்பிடத்தக்கதாகும்.

முன் காலத்தில் போன்றே இப்போதும் மக்கள் பொருளாயத நோக்கங்களுக்காகவே தெய்வங்களை வழிபட்டனர். எனினும் வழிபாட்டு முறை பெரிய அளவுக்கு மாற்றமடைந்தது. இதுவரை நடைபெற்று வந்தது போன்றே தோத்திரங்கள் பாராயணம் செய்யப்பட்டன; ஆனால் தெய்வங்களை மகிழ்விக்கும், சாந்தப்படுத்தும் பிரதான வழிமுறையாக இனியும் அவை இருக்கவில்லை. யாகங்கள், வேள்விகள் முன்னிலும் மிகுந்த முக்கியத்துவத்தைப் பெற்றன; அவை பொது இயல்பு, குடும்ப இயல்பு ஆகிய இரு இயல்புகளையும் பெற்றன. பொது வேள்விகளில் மன்னனும் சமூகத்தினர் அனைவரும் பங்கு கொண்டனர். அவை இன்னமும் பல சந்தர்ப்பங்களில் இனமரபுக் குழுக்கள் சம்பந்தப்பட்டவையாக இருந்து வருகின்றன. தனிப்பட்ட யாகங்கள் தனி நபர்களால் தங்கள் இல்லங்களிலேயே நடத்தப்பட்டன; ஏனென்றால் இந்தக் காலகட்டத்தில் வேதகால மக்கள் குடியமர்ந்த வாழ்க்கையை நடத்தி வந்ததோடு, முறையாக குடும்பங்களையும் பராமரித்து வந்தனர். தனிநபர்கள் அக்னிக்கு திருப்படையல்களை அர்ப்பணம் செய்தனர்; இவை ஒவ்வொன்றும் ஒரு சமயவினை முறை வடிவத்தில் அல்லது வேள்வி வடிவத்தில் நடைபெற்றது.

யாகங்களில் பெரும் எண்ணிக்கையில் விலங்குகள் பலியிடப் பட்டன; இதனால் முக்கியமாக கால்நடைச் செல்வம் அழியலாயிற்று. விருந்தினன் **கோக்னா** என அழைக்கப்பட்டான்; கால்நடைகளை உண்பவன் என்று இதற்குப் பொருள்.

யாகங்கள் நடத்தும் போது சில விதிமுறைகளைக் கடைப்பிடிக்க வேண்டும்; யாகம் நடத்துபவன் இந்த விதிமுறைகளை மிகக் கவனமாகவும், முறைப்படியும் கூற வேண்டும். யக்ஞம், அதாவது யாகம் நடத்துபவன் **யக்ஞமான** என்று அழைக்கப்பட்டான். யாகங்களின் போது மந்திரங்களை அப்பழுக்கின்றி மிகச் சரியாக உச்சரிப்பதிலேயே யாகத்தை நடத்துபவனது வெற்றி அமைந்துள்ளது. வேதகால ஆரியர்கள் நடத்திய சில சடங்குகள் இந்தோ - ஐரோப்பிய மக்களது சடங்குகளை ஒத்திருக்கின்றன. எனினும் பல சடங்கு முறைகள் இந்திய மண்ணில் உருவானதாகவே தோன்றுகிறது.

இந்த விதிமுறைகளும், வேள்வி முறைகளும் பிராமணப் புரோகிதர்களால் வகுக்கப்பட்டு, விரிவாக்கப்பட்டவையாகும், புரோகிதம் செய்யும் தனித்திறமையும், அறிவாற்றலும் தங்களுக்கு மட்டுமே உண்டு என்று பிராமணர்கள் ஏகபோக உரிமை கொண்டாடினர். அவர்கள் ஏராளமான சடங்கு முறைகளை வகுத்துத் தந்தனர்; இவற்றில் சில சடங்கு முறைகள் ஆரியரல்லாதோரிடமிருந்து பெறப்பட்டவையாகும். சடங்குமுறைகள் ஏன் உருவாக்கப்பட்டன, விரிக்கப்பட்டன என்பது தெளிவாகத் தெரியவில்லை. இதில் பணம் சம்பாதிக்கும் நோக்கம் இல்லை என்று கூறிவிட முடியாது. ராஜசூய யாகத்தில் சமயவினை முறையாற்றும் புரோகிதனுக்கு 2,40,000 பசுக்கள் **தட்சிணையாக** அல்லது வெகுமதியாகத் தரப்பட்டதாக அறிகிறோம்.

யாக தட்சிணையாக வழக்கமாக அளிக்கப்படும் பசுக்கள் தவிர, தங்கம், துணிமணிகள், குதிரைகளும் வழங்கப்பட்டன. சில சமயங்களில் சில குறிப்பிட்ட பிரதேசங்களையும் புரோகிதர்கள் தட்சிணையாகக் கோரினர்; ஆனால் யாகக் கட்டணமாக நிலம் வழங்கப்படுவது பிந்திய வேதகாலத்தில் நிலைநாட்டப்படவில்லை. அஸ்வமேத யாகத்தில் வடக்கு, தெற்கு, கிழக்கு, மேற்குப் பகுதிகள் அனைத்தும் புரோகிதருக்கு அளிக்கப்பட வேண்டும் என்று **சதபத பிராமணம்** கூறுகிறது. இவ்வாறு உண்மையில் நடைபெற்றால் மன்னனுக்கு என்னதான் மிஞ்சும்? எனவே, எவ்வளவு முடியுமோ அவ்வளவு நிலத்தைக் கைப்பற்றிக் கொள்ள வேண்டும் என்று புரோகிதர்களுக்குள்ள பேராசையையே இது காட்டுகிறது. ஆனால் உண்மையில் கணிசமான நிலம் புரோகிதர்களுக்கு மாற்றப்படுவது நிகழ்ந்திருக்க முடியாது. புரோகிதர்களுக்கு வழங்கப்பட்ட நிலத்தை அவர்களுக்கு மாற்றித் தருவதற்கு மறுக்கப்பட்ட குறிப்பு ஒன்று காணப்படுகிறது.

வேதகாலத்தின் இறுதி வாக்கில் முக்கியமாக பாஞ்சாலத்திலும் விதேகத்திலும் புரோகித ஆதிக்கத்துக்கும், சமயக் கோட்பாட்டு முறைகளுக்கும், சடங்கு முறைகளுக்கும் கடும் எதிர்ப்பு எழுந்தது; இவ்விரு நாடுகளிலும் சுமார் கி.மு. 600-ல் உபநிடதங்கள் இயற்றப்

பண்டைக்கால இந்தியா 151

பட்டன. இந்தத் தத்துவார்த்த நூல்கள் சடங்கு முறைகளைக் கண்டித்தன; சரியான சமய நெறியையும் ஞானத்தையும் வலியுறுத்தின. ஆத்ம ஞானம் பெற வேண்டிய அவசியத்தையும் **ஆத்மா**வுக்கும் பிரமத்துக்குமுள்ள உறவு பற்றித் தக்கமுறையில் புரிந்து கொள்ள வேண்டிய முக்கியத்துவத்தையும் இவை எடுத்துரைத்தன. அந்நாளைய வல்லமை மிக்க மன்னர்களுடன் ஒப்பிடும்போது **பிரமம்** மிக உன்னத இடத்தைப் பெற்றார். பாஞ்சாலத்தையும் விதேகத்தையும் சேர்ந்த சில சத்திரிய சிற்றரசர்களும் இத்தகைய சிந்தனைப் போக்கை வளர்த்து ஊக்கு வித்தனர்; புரோகிதர்களின் ஆதிக்கம் மிகுந்த சமயத்தைச் சீர்திருத்து வதற்கான சூழ்நிலையைத் தோற்றுவித்தனர். ஸ்திரத்தன்மை, ஒருமைப் பாடு என்னும் லட்சியத்தை அவர்களது போதனை வலுப்படுத்திற்று. ஆத்மா அழிவற்றது. அமரத்துவமானது, மாறாதது என்னும் கோட்பாடு சத்திரிய ராஜா தலைமை தாங்கும் அரசு அதிகாரம் ஏற்றமும் எழுச்சியும் பெறுவதற்குத் தேவையான ஸ்திரத் தன்மையை அடைவதற்குத் துணை புரிந்தது.

பிந்திய வேத காலத்தில் சில முக்கியமான மாற்றங்கள் ஏற்பட்டன. பிரதேசவாரி இராச்சியங்களின் தொடக்கத்தை இக்கால கட்டத்தில் பார்க்கிறோம். கால்நடைகளுக்காக மட்டுமின்றி இப்பிரதேசங்களைக் கைப்பற்றுவதற்காகவும் போர்கள் நடைபெற்றன. புகழ்பெற்ற மகாபாரத யுத்தம் இக்காலத்தில்தான் நடைபெற்றதாகக் கூறப்படுகிறது; இந்த யுத்தம் கௌரவர்களுக்கும் பாண்டவர்களுக்கும் இடையே நடைபெற்றது. ஆரம்ப வேத காலத்தில் கால்நடைப் பராமரிப்பை முக்கிய ஆதாரமாகக் கொண்டிருந்த சமுதாயம் வேளாண் சமுதாயமாக மாறிற்று. இதனால் கால்நடைப் பராமரிப்பாளர்கள் விவசாயிகளாயினர். அடிக்கடி திறைகள் தந்து தங்கள் தலைவனை அவர்களால் பராமரிக்க முடிந்தது. விவசாயிகள் கொட்டித் தந்த திறைகளிலிருந்து வளர்ந்து வளம்பெற்ற தலைவர்கள் வைசியர்கள் எனப்படும் சாமானிய மக்களுக்கு எதிராக தங்களுடைய புரவலர்களான விவசாயிகளை ஆதரித்தமைக்காக பிராமணர்களுக்குத் தாராளமாக, ஏராளமாக பரிசுகளை வாரி வழங்கினர். சூத்திரர்கள் அச்சமயம் தொண்டூழியம் புரியும் ஒரு சிறு அமைப்பின ராகவே இன்னமும் இருந்து வந்தனர். இனமரபுக் குழு சமுதாயம் வருண அடிப்படையில் பிளவுண்ட சமுதாயமாக மாறிற்று. ஆனால் வருண வேறுபாடுகளை மேலும் தீவிரமாக்க முடியவில்லை. பிராமணர்களின் ஆதரவு இருந்தபோதிலும் ராஜன்யர்கள் அதாவது சத்திரியர்கள் ஓர் அரசு அமைப்பு முறையை நிறுவ முடியவில்லை. முறையான வரிவிதிப்பு முறையும், ஒரு நிரந்தரமான சேனையும் இல்லாமல் எந்த ஓர் அரசையும் அமைப்பது சாத்தியமல்ல; மேலும் ஒரு நிரந்தரப் படையைப் பராமரிப்பதும் வரிகளையே சார்ந்துள்ளது. ஆனால் அப்போதைய வேளாண்மை முறை வரிகளையும் திறைகளையும் போதிய அளவு அளிக்கக் கூடியதாக இருக்கவில்லை.

இயல் 10
ஜைனமும் பௌத்தமும்

கி.மு. ஆறாம் நூற்றாண்டில் மத்திய கங்கை சமவெளிகளில் எண்ணற்ற சமயப் பிரிவுகள் தோன்றின. அச்சமயம் 62 சமயப் பிரிவுகள் இருந்ததாக அறிகிறோம். இவற்றில் பல சமயப் பிரிவுகள் பிராந்திய பழக்கவழக்கங்களையும், வடகிழக்கு இந்தியாவில் பலதரப்பட்ட மக்கள் அனுஷ்டித்து வந்த சமய வினைமுறைகளையும் அடிப்படையாகக் கொண்டவை. இந்த சமயப்பிரிவுகளில் ஜைனமும் பௌத்தமும் மிக முக்கியமானவை; அவை மிகவும் ஆற்றல் வாய்ந்த சமய சீர்த்திருத்த இயக்கங்களாக உருவெடுத்தன.

தோற்றத்திற்கான காரணங்கள்

பிந்திய வேத காலத்தில் சமுதாயம் பின்கண்ட நான்கு வருணங்களாகப் பிரிந்திருந்தன: பிராமணர்கள், சத்திரியர்கள், வைசியர்கள், சூத்திரர்கள். ஒவ்வொரு வருணத்துக்கும் சில குறிப்பிட்ட பணிகள் ஒதுக்கப்பட்டன. வருண அமைப்பு முறை பிறப்பை அடிப் படையாகக் கொண்டது என வலியுறுத்திக் கூறப்பட்ட போதிலும், இரண்டு மேல் வருணங்களுக்கு சில சிறப்பு உரிமைகளும் தனிச்சலுகைகளும் வழங்கப்பட்டன. புரோகிதர்கள் மற்றும் ஆசிரியர்கள் பணிகள் அளிக்கப்பட்ட பிராமணர்கள் சமுதாயத்தில் தாங்கள்தான் மிக உயர்ந்தவர்கள் என்று உரிமை கொண்டாடினர். பரிசுகளைப் பெறுதல், வரிவிதிப்பிலிருந்தும் தண்டனையிலிருந்தும் விதிவிலக்கு போன்ற பல தனிச் சலுகைகளைக் கோரினர். அவர்கள் இத்தகைய சலுகைகளை அனுபவித்து வந்தார்கள் என்பதற்குச் சான்று பகரும் பல நிகழ்ச்சிகள் பிந்திய வேதநூல்களில் காணப்படுகின்றன. வருணபடிநிலை அமைப்பில் சத்திரியர்கள் இரண்டாவது இடத்தைப் பெற்றிருந்தனர். அவர்கள் போர் புரிந்தனர்; ஆட்சி செய்தனர்; விவசாயிகளிடமிருந்து வசூலிக்கப்பட்ட வரிகளைக் கொண்டு வாழ்ந்து வந்தனர். வைசியர்கள் வேளாண்மையிலும், கால்நடை வளர்ப்பிலும், வாணிகத்திலும் ஈடுபட்டிருந்தனர். அவர்கள்தான் பிரதானமாக வரி செலுத்துவோராக

இருந்தனர். எனினும் ஏனைய இரு மேல் வருணத்தாருடன் இவர்களும் **துவிஜர்கள்** அல்லது இரு பிறப்பாளர்கள் வரிசையில் இடம் பெற்றனர். பூணூல் அணிவதற்கும் வேதங்கள் கற்பதற்கும் ஒரு துவிஜனுக்கு உரிமை உண்டு. ஆனால் சூத்திரர்களுக்கு இத்தகைய உரிமை ஏதும் இல்லை. சூத்திரர்கள் இதர மூன்று மேல் வருணத்தினருக்கு ஊழியம் செய்யக் கடமைப்பட்டவர்கள்; அவர்களும் பெண்களும் வேதங்களைக் கற்கக் கூடாது என்று தடை செய்யப்பட்டனர். பிந்திய வேத காலத்தில் அவர்கள் வீட்டு அடிமைகளாகவும், விவசாய அடிமைகளாகவும், கைவினைஞர்களாகவும், கூலித் தொழிலாளர்களாகவும் இருந்து வந்தனர். அவர்கள் கொடுமைக்காரர்களாகவும், ஈவு இரக்கமற்றவர்களாகவும், பேராசைபிடித்தவர்களாகவும், திருட்டுப் புத்தியுடையவர்களாகவும் வேண்டுமென்றே பயங்கரமாகச் சித்திரிக்கப்பட்டனர்; அவர்களில் சிலர் தீண்டப்படாதவர்களாகவும் நடத்தப்பட்டனர். ஒருவன் வருணப் படிநிலையில் எந்த அளவுக்கு உயர்ந்த இடத்தைப் பெற்றிருக்கிறானோ அந்த அளவுக்கு அவன் அதிக சலுகைகள் பெறத் தகுதியுடையவனாகவும், தூய்மையானவனாகவும் கருதப்பட்டான். குற்றமிழைப்பவன் எந்த அளவுக்குக் கீழ் வருணத்தைச் சேர்ந்தவனாக இருக்கிறானோ அந்த அளவுக்கு அவனுக்கு விதிக்கப்படும் தண்டனை மிகக் கடுமையாக இருக்கும்.

வருண அடிப்படையில் அமைந்திருந்த சமுதாயம் பதற்ற நிலைமைகளைத் தோற்றுவித்தது முற்றிலும் இயல்பே. இந்த வருண அடிப்படையிலான ஏற்றத்தாழ்வுகள் வைசியர்களிடமும் சூத்திரர்களிடமும் எத்தகைய தாக்கத்தை உண்டு பண்ணின என்பதை நம்மால் அறிந்து கொள்ள முடியவில்லை. ஆனால் ஆள்வோர்களாக செயல்பட்டு வந்த சத்திரியர்கள் சமய வினைமுறைகளை முன்னின்று நடத்துபவர்கள் என்ற முறையில் பிராமணர்கள் செலுத்தி வந்த ஆதிக்கத்தை கடுமையாக எதிர்த்தனர்; வருண அமைப்பு முறையில் பிறப்புக்கு முக்கியத்துவம் அளிப்பதை எதிர்த்து அவர்கள் ஒரு வகையான கண்டன இயக்கத்தை நடத்தியதாகத் தோன்றுகிறது. பல்வேறு சலுகைகளையும் தனி உரிமைகளையும் கோரிய புரோகிதர்களான பிராமணர்களுக்கு சத்திரியர்கள் காட்டிய எதிர்ப்பு புதிய சமயங்கள் தோன்றுவதற்கான காரணங்களில் ஒன்றாக இருந்தது. ஜைன சமயத்தைத் தோற்றுவித்த வர்த்தமான மகாவீரரும் பௌத்த சமயத்தைத் தோற்றுவித்த கௌதம புத்தரும் சத்திரிய குலத்தைச் சேர்ந்தவர்களே ஆவர்; இவ்விருவருமே பிராமணர்களின் ஆதிக்கத்தை எதிர்த்தனர்.

ஆனால் வடகிழக்கு இந்தியாவில் புதிய வேளாண் பொருளாதாரம் நடைமுறைக்கு வந்ததே இந்தப் புதிய சமயங்கள் தோன்றியதற்கு உண்மையான காரணமாகும். கிழக்கு உத்தரப்பிரதேசம், வடக்கு, தெற்கு, பீகார் பிராந்தியங்கள் உட்பட வடகிழக்கு இந்தியா சுமார் 100 சென்டி மீட்டர் மழை பெய்யக்கூடிய பகுதியாகும். இந்தப் பிரதேசங்களில் மக்கள் பெருமளவில் குடியேறுவதற்கு முன்னர் அவை அடர்ந்த காடுகளாக இருந்து வந்தன. இரும்புக் கோடரிகளின் உதவியின்றி இந்த அடர்ந்த காடுகள் எளிதாக அழிக்கப்பட முடியாது. கி.மு. 600க்கு முன்னர்

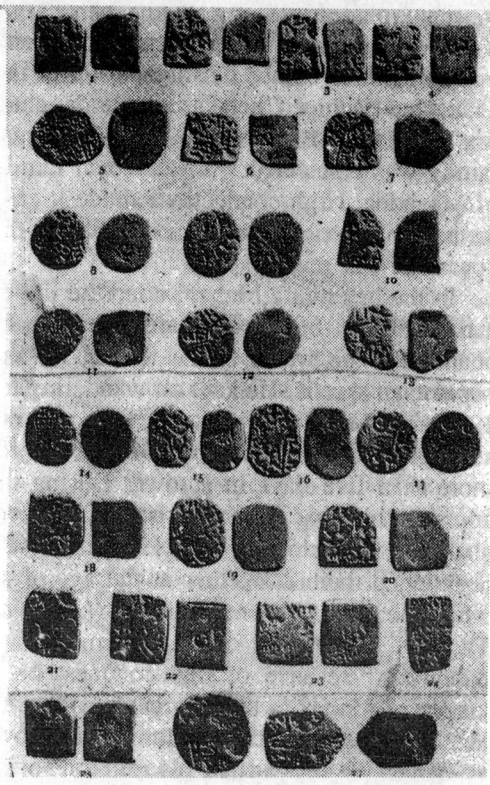

படம் - 30 முத்திரையிட்ட நாணயங்கள்

இந்தப் பிரதேசத்தில் சில மக்கள் வாழ்ந்து வந்த போதிலும், அவர்கள் கற்களாலும் பித்தளையாலும் செய்யப்பட்ட கருவிகளையே பயன்படுத்தினர்; ஆற்றங்கரைகளிலும் ஆற்றுச் சங்கமங்களிலும் அவர்கள் உறுதியற்ற வாழ்க்கையே வாழ்ந்து வந்தனர்; அங்கு மண்ணரிப்பு காரணமாகவும் வெள்ளம் காரணமாகவும் மக்கள் குடியேறுவதற்கு ஓரளவு ஏற்றதாக இருந்தது. மத்திய கங்கை சமவெளிப் பகுதிகளில் இரும்பு உபயோகத்துக்கு வந்தபோது, அங்கு மக்கள்

கி.மு. 600ல் பெரும் எண்ணிக்கையில் குடியேற ஆரம்பித்தனர். இந்தப் பகுதியில் மண்ணின் ஈரப்பதம் காரணமாக ஆரம்பகால பல இரும்புக் கருவிகள் அழிந்து போயின; எனினும் ஏறத்தாழ கி.மு600-500 காலப் பகுதியைச் சேர்ந்த மண் அடுக்குகளிலிருந்து அநேக கோடரிகள் கண்டுபிடிக்கப்பட்டிருக்கின்றன. இரும்புக் கருவிகளைப் பயன்படுத்தியதன் காரணமாக காடுகளை அழித்து வேளாண்மை செய்வதும், மக்கள் பெரும் எண்ணிக்கையில் குடியேறுவதும் சாத்தியமாயிற்று. இரும்பு ஏர்முனைகளின் அடிப்படையில் அமைந்த வேளாண் பொருளாதாரத்திற்கு எருதுகளைப் பயன்படுத்துவது அவசியமாயிற்று; கால்நடை வளர்ப்பின்றி இந்தப் பொருளாதாரம் செழிக்க முடியாது. ஆனால் யாகங்களின்போது கால்நடைகளை வகைதொகையற்று வெட்டிக் குவித்து பலியிடும் வேதகால நடைமுறை புதிய வேளாண்மை முன்னேறுவதற்குப் பெரும் முட்டுக் கட்டையாக இருந்தது. எண்ணற்ற வேத வேள்விகளில் பசுக்களும் எருதுகளும் நூற்றுக்கணக்கில், ஆயிரக்கணக்கில் பலியிடப்பட்டதால் கால்நடைச் செல்வம் படிப்படியாக அழியலாயிற்று. மகதத்தின் தெற்கு, கிழக்கு எல்லைகளில் வாழ்ந்து வந்த இனமரபுக் குழுக்களும் உணவுக்காக கால்நடைகளைக் கொன்று வந்தன. இந்த நிலையில் புதிய வேளாண் பொருளாதாரம் நீடித்து நிலைபெற வேண்டுமானால், இந்தப் படுகொலைக்கு முற்றுப்புள்ளி வைப்பது அவசியமாயிற்று.

இந்தக் காலகட்டத்தில் வடகிழக்கு இந்தியாவில் ஏராளமான நகரங்கள் உதித்தெழுந்து வந்தன. அலகாபாத்துக்கு அருகில் கௌசாம்பியையும், குசிநகரையும் (உத்திரப் பிரதேசத்தின் தியோரியா மாவட்டம்) காசியையும், வைசாலியையும் (வட பீகாரில் இதே பெயரில் புதிதாக உருவாக்கப்பட்ட புதிய மாவட்டம்) சிராண்டையும் (சாரன் மாவட்டம்) ராஜ்கீரையும் (பாட்னாவுக்குத் தென் கிழக்கே சுமார் 100 கிலோமீட்டர் தொலைவில் இது அமைந்திருக்கிறது) இவ்வகையில் உதாரணமாகக் கூறலாம். இதர நகரங்களுடன் இந்த நகரங்களிலும் ஏராளமான கைவினைஞர்களும் வணிகர்களும் இருந்தனர்; இவர்கள் முதல் தடவையாக நாணயங்களைப் பயன்படுத்த ஆரம்பித்தனர். ஆரம்பகால நாணயங்கள் கி.மு. ஐந்தாம் நூற்றாண்டைச் சேர்ந்தவை; முத்திரைப் பொறிக்கப்பட்ட நாணயங்கள் என இவை பெயர் பெற்றன. அவை முதல் முறையாக கிழக்கு உத்திரப் பிரதேசத்திலும் பீகாரிலும் புழக்கத்துக்குக் கொண்டுவரப்பட்டன. நாணய செலாவணி தொழில், வர்த்தகம் முன்னேற உதவிற்று; இது வைசியர்களின் முக்கியத்துவத்தை அதிகப்படுத்திற்று. பிராமண ஆதிக்கம் மேலோங்கியிருந்த சமுதாயத்தில்

வைசியர்கள் மூன்றாவதுஇடத்தில் இருந்தனர்; முதல் இரண்டு இடங்களை பிராமணர்களும் சத்திரியர்களும் வகித்தனர். எனவே, வைசியர்கள் தங்களது நிலையை மேம்படுத்தக் கூடிய வேறு ஏதேனும் மதம் தோன்றுவதை மிகவும் ஆவலுடன் எதிர்பார்த்துக் கொண்டிருந்தனர். இந்த சந்தர்ப்பத்தில்தான் புத்த மதமும் ஜைன சமயமும் தோன்றின. வைசியர்கள் கௌதம புத்தருக்கும் மகாவீரருக்கும் பேராதரவு அளித்தனர். **செட்டிகள்** எனப்படும் வணிகர்கள் கௌதம புத்தருக்கும் அவருடைய சீடர்களுக்கும் ஏராளமான பரிசுகளை வாரி வழங்கினர். இதற்குப் பல காரணங்கள் உண்டு. முதலாவதாக, ஜைனமும் பௌத்தமும் ஆரம்ப கட்டத்தில் அப்போதிருந்த வருண அமைப்பு முறைக்கு எத்தகைய முக்கியத்துவமும் அளிக்கவில்லை. இரண்டாவதாக அவர்கள் அகிம்சைக் கோட்பாட்டைப் போதித்தனர்; பல்வேறு இராச்சியங்களுக்கு இடையேயான மோதல்களுக்கு முடிவுகட்டி, இதனால் தொழிலும் வணிகமும் செழித்து வளர இது உதவும் என்று கூறினர். மூன்றாவதாக, தர்மசூத்திரங்கள் என்னும் பிராமண சட்ட நூல்கள் வட்டிக்குப் பணம் கொடுப்பதைக் கண்டித்தன. வட்டியைக் கொண்டு வாழ்க்கை நடத்துபவனை அவை வன்மையாக சாடின. தொழிலும் வர்த்தகமும் வளர்ந்து வந்ததன் காரணமாக வட்டிக்குக் கடன் கொடுத்து வந்த வைசியர்கள் சமுதாயத்தில் உயர்வாக மதிக்கப்பட வில்லை, எனவே, அவர்கள் தங்கள் சமூக அந்தஸ்தை உயர்த்திக் கொள்வதில் மிகுந்த ஆர்வம் கொண்டிருந்தனர்.

மறுபுறம், பல்வேறு தனிச் சொத்துரிமை வடிவங்களுக்கு எதிராக வலுவான கருத்து உருவாகி வந்ததையும் பார்க்கிறோம். பழம்பாணியான மக்கள் வெள்ளி, தாமிரம் மற்றும் தங்கத்தாலான நாணயங்களைப் பயன்படுத்துவதையும், சேமித்துவைப்பதையும் விரும்பவில்லை. அவர்கள் புதிய குடியிருப்புகளையும், புது வகையான உடைகளையும், புதிய பாணியிலமைந்த போக்குவரத்து சாதனங்களையும் வெறுத்தனர்; இவற்றை வெற்றாரவார ஆடம்பரமாகக் கருதினர்; அவர்கள் போரையும் வன்முறையையும் எதிர்த்தனர். புதிய சொத்துடைமை வடிவங்கள் சமூக ஏற்றத்தாழ்வுகளைத் தோற்றுவித்தன; பரந்த மக்கட் பகுதியினருக்கு சொல்லொண்ணா துன்ப துயரங்களையும், இன்னல் இடுக்கண்களையும் விளைவித்தன. எனவே சாமானிய மக்கள் பழம்பாணி வாழ்க்கைக்குத் திரும்பச் செல்லத் துடித்தனர். புதிய சொத்துடைமை வடிவங்களையும் புதிய வாழ்க்கைப் பாணியையும் நிராகரிக்கும் ஆடம்பரமற்ற எளிய வாழ்க்கை லட்சியத்தை அவர்கள் திரும்பவும் நாடினர். ஜைன மதமும் புத்த மதமும் எளிய, தூய, துறவு வாழ்க்கையையே விரும்பின.

வாழ்க்கையின் சுகபோகங்களைத் துறக்கும்படி பௌத்த, ஜைனத் துறவிகளுக்குக் கூறப்பட்டது. பொன்னையும் வெள்ளியையும் தொடுவதற்கு அவர்கள் அனுமதிக்கப்படவில்லை. உடலில் உயிர் இருப்பதற்குப் போதுமானவற்றை மட்டுமே மக்களிடமிருந்து அவர்கள் பெற வேண்டுமென்று வலியுறுத்தப்பட்டது. எனவே, கங்கை சமவெளியில் உருவான புதிய வாழ்க்கை தோற்றுவித்த பொருளாயத ஆதாயங்களுக்கும் டாம்பீகங்களுக்கும் எதிராக இவ்விரு மதங்களும் கிளர்ந்தெழுந்தன. வேறுவிதமாகக் கூறினால், தற்காலத்தில் தொழில் புரட்சி தோற்றுவித்த மாற்றங்கள் சம்பந்தமாக ஏற்பட்ட அதே வகையான பிரதிபலிப்பையே கி.மு. ஆறாம் நூற்றாண்டில் வடகிழக்கு இந்தியாவில் பொருளாயத வாழ்க்கையில் ஏற்பட்ட மாற்றங்கள் சம்பந்தமாகவும் நாம் காண்கிறோம். தொழில் புரட்சியின் வருகை, எந்திர யுகத்துக்கு முந்திய வாழ்க்கைக்கு திரும்ப வேண்டும் என்று பலரைச் சிந்திக்க வைத்தது; இதேபோன்று கடந்த கால மக்களும் இரும்பு யுகத்துக்கு முந்திய வாழ்க்கைக்குத் திரும்ப விரும்பினர்.

வர்த்தமான மகாவீரரும் ஜைனமும்

தங்களுடைய மிக முக்கியமான சமய குருவுக்கு முன்னர் இருபத்து மூன்று குருக்கள் இருந்தனர் என்று ஜைனர்கள் நம்பினர்; இந்தக் குருக்கள் தீர்த்தங்கரர்கள் என அழைக்கப்பட்டனர். மகாவீரரை கடைசி அல்லது இருபத்து நான்காவது தீர்த்தங்கரராக எடுத்துக் கொண்டால் ஜைன மதத்தின் தோற்றம் கி.மு. ஒன்பதாவது நூற்றாண்டுக்குச் செல்லுகிறது. ஆனால் பதினைந்தாவது தீர்த்தங்கரர் வரை ஆரம்பகால ஜைனமத போதகர்களில் பெரும்பாலோர் கிழக்கு உத்திரப்பிரதேசத்திலும் பீகாரிலும் பிறந்தவர்கள் என அனுமானிக்கப்படுவதால் அவர்களது வரலாற்று மெய்ம்மைப்பாடு பெரிதும் ஐயத்துக்குரியதாக இருக்கிறது. மத்திய கங்கை சமவெளியின் எப்பகுதியிலும் எந்த அளவிலும் கி.மு. ஆறாம் நூற்றாண்டுவரை குடியேற்றங்கள் நிகழவில்லை. தீர்த்தங்கரர்களில் பெரும்பாலோர் மத்திய கங்கை வடிநிலத்தில் பிறந்து, பீகாரில் நிர்வாணமடைந்தவர்கள். எனவே, தீர்த்தங்கரர்களை மையமாகக் கொண்ட புராணக்கதைகள் அனைத்தும் ஜைனமதத்தின் தொன்மையை மிகைப்படுத்திக் காட்டுவதற்கு இயற்றப்பட்டவைகளேயாகும் என்பது தெளிவு. ஜைன மதத்தின் ஆரம்பகால மிக முக்கிய போதனைகள் காசியைச் சேர்ந்த இருபத்து மூன்றாவது தீர்த்தங்கரரான பார்சவநாதருடன் சம்பந்தப்படுத்தப்படுகின்றன. அவர் அரச வாழ்க்கையைத் துறந்து, ஒரு துறவியானார். எனினும் அவருடைய

ஆன்மிக வாரிசான வர்த்தமான மகாவீரரைத்தான் ஜைன மதத்தின் உண்மையான நிறுவனர் என்று கூற வேண்டும்.

வர்த்தமான மகாவீரர் கி.மு. 540ல் வைசாலிக்கு அருகிலுள்ள ஒரு கிராமத்தில் பிறந்தார்; வட பீகாரில் வைசாலி மாவட்டத்திலுள்ள பசரா என்பதுதான் அந்தக் கிராமம் என்று இனம் காணப்படுகிறது. அவருடைய தந்தை சித்தார்த்தர் ஒரு புகழ்பெற்ற சத்திரிய குலத்தின் தலைவர்; அவருடைய தாய் திரிசலை லிச்சாவி தலைவன் சேதகனுடைய சகோதரி; சேதகனுடைய மகளைத்தான் பிம்பிசாரன் திருமணம் செய்து கொண்டான். இவ்வாறு மகாவீரருடைய குடும்பம் மகத அரச குடும்பத்துடன் பிணைப்புடையது. உயர் மட்டத்தில் அவருக்கு இருந்த தொடர்புகள் அவரது சமயப் பரப்புப் பணியில் சிற்றரசர்களையும், கோமான்களையும் அணுகுவதை எளிதாக்கின.

ஆரம்பத்தில் அவர் இல்லற வாழ்க்கையே வாழ்ந்து வந்தார். ஆனால் உண்மையைக் கண்டறியும் முயற்சியில் தமது முப்பதாவது வயதில் உலகியல் வாழ்வைத் துறந்து ஒரு துறவியானார். பன்னிரண்டு ஆண்டுக்காலம் இடம் விட்டு இடம் அலைந்து திரிந்து கொண்டிருந்தார். அவர் ஒரு கிராமத்தில் ஒரு தினத்துக்கு அதிகமாகவும், ஒரு நகரில் ஐந்து தினங்களுக்கு அதிகமாகவும் தங்கமாட்டார். தமது நீண்ட பயணத்தின் போது அவர் தம் உடைகளை பன்னிரண்டு ஆண்டுகள் மாற்றவில்லை என்றும், நாற்பத்திரண்டாவது வயதில் அவற்றை அறவே விட்டுவிட்டார் என்றும், பிறகு **கைவல்ய** பதவியை அடைந்தார் என்றும் கூறப்படுகிறது. இந்தக் கைவல்யத்தின் மூலம் அவர் துன்பத்தையும் இன்பத்தையும் வென்றார். இந்த வெற்றியின் காரணமாக அவர் மகாவீரர் அல்லது மாபெரும் தீரர் அல்லது **ஜினா** அதாவது வெற்றி வீரர் என அழைக்கப்படுகிறார்; இதனால் அவரைப் பின்பற்றுபவர்கள் ஜைனர்கள் எனப்படுகின்றனர். அவர் தமது சமயத்தை 30 ஆண்டுக்காலம் பிரச்சாரம் செய்தார்; தமது சமயப் பரப்புப் பணியின்போது கோசலம், மகதம், மிதிலை, சம்பா முதலிய இடங்களுக்குச் சென்றார். இன்றைய ராஜ்கீருக்கு அருகிலுள்ள பவபுரி என்னுமிடத்தில் கி.மு. 468ல் தமது 72 வயதில் அவர் உடல் நீத்தார்.

ஜைனக் கோட்பாடுகள்

ஜைன மதம் ஐந்து கோட்பாடுகளைப் போதித்தது. அவை பின்வருமாறு: (1) வன்முறையில் இறங்காதே, (2) பொய்பேசாதே, (3) திருடாதே, (4) சொத்து சேர்க்காதே, (5) பிரமசரியத்தைக் கடைப்பிடி. ஐந்தாவது கோட்பாடு மகாவீரரால் சேர்த்துக் கொள்ளப்பட்டது என்றும்,

ஏனைய நான்கு கோட்பாடுகளையும் முந்திய தீர்த்தங்கரர்களிடமிருந்து அவர் வரித்துக் கொண்டார் என்றும் கூறப்படுகிறது. அகிம்சைக்கு அல்லது உயிர்ப்பிராணிகளுக்குத் தீங்கு இழைக்காமைக்கு ஜைன மதம் அதி முக்கியத்துவத்தை அளித்தது. சில சமயங்களில் இது அபத்தமான விளைவுகளுக்கு இட்டுச் சென்றது. விலங்குகளைக் கொன்ற குற்றம் புரிந்தவர்களுக்கு சில ஜைன மன்னர்கள் மரண தண்டனை விதித்ததை இதற்கு உதாரணமாகக் கூறலாம். மகாவீரருக்கு முந்திய தீர்த்தங்கரரான பார்சவநாதர் உடலின் மேற்பகுதியையும் கீழ்ப்பகுதியையும் மறைத்துக் கொள்ளும்படி தமது சீடர்களை அறிவுறுத்தினார். ஆனால் மகாவீரரோ ஆடைகள் அனைத்தையுமே தவிர்க்கும்படிக் கூறினார். மிக எளிமை யான வாழ்க்கை வாழும்படி மகாவீரர் தம்முடைய சீடர்களைக் கேட்டுக்கொண்டதையே இது குறிக்கிறது. இதன் விளைவாக பிற்காலத்தில் ஜைன மதம் **சுவதம்பரர்கள்** அதாவது வெண்ணிற ஆடை அணிந்து கொள்வர்கள், **திகம்பரர்கள்** அதாவது நிர்வாணமாக இருப்பவர்கள் என்று இரு பிரிவுகளாகப் பிளவுபட்டது.

ஜைன மதம் தெய்வங்கள் இருப்பதை ஏற்றுக் கொண்டது; ஆனால் ஜினாவுக்குக் கீழ்ப்பட்ட இடத்தையே அவற்றுக்கு அளித்தது. புத்த மதம் செய்தது போன்று அது வருண அமைப்பு முறையைக் கண்டனம் செய்யவில்லை. ஒருவன் முந்திய பிறவியில் செய்த பாவங்களை அல்லது நற்செயல்களைப் பொறுத்து உயர்ந்த வருணத்திலோ அல்லது தாழ்ந்த வருணத்திலோ பிறக்கிறான் என்பது மகாவீரரின் சித்தாந்தம். ஒரு சண்டாளனிடமிருந்துகூட அவர் உயர் மனித தகைமைகளை எதிர்பார்க்கிறார். நற்பண்பு மிக்க, தூய வாழ்க்கை வாழ்வதன் மூலம் கீழ்ச்சாதியினர்கூட விமோசனம் பெறமுடியும் என்பது மகாவீரரின் கருத்து. உலகியல் பந்தங்களிலிருந்து விடுபடுவதையே ஜைனம் பிரதான குறிக்கோளாகக் கொண்டிருக்கிறது. இத்தகைய விடுதலையைப் பெறுவதற்கு எத்தகைய சடங்குமுறையும் தேவையில்லை. நல்லறிவு, நல்லெண்ணம், நற்செயல் மூலம் இந்த விடுதலையைப் பெறமுடியும். இவை மூன்றும் ஜைன மதத்தின் மூன்று ரத்தினங்களாகக் கருதப் படுகின்றன.

ஜைனமதம் தனது ஆதரவாளர்கள் போர் புரிவதிலும், ஏன் வேளாண்மையிலும்கூட ஈடுபடக்கூடாது என்று தடை செய்தது; இவ்விரண்டிலும் உயிர் ராசிகள் கொல்லப்படுவதே இதற்குக் காரணம். இதன் விளைவாக ஜைனர்கள் பிரதானமாக வணிக நடவடிக்கையோடும், பணம் கொடுக்கல் வாங்கல் நடவடிக்கைகளோடும் நிறுத்திக் கொண்டனர்.

ஜைன மதம் பரவுதல்

ஜைனக் கோட்பாடுகளைப் பரப்பும் பொருட்டு மகாவீரர் தமது சீடர்களின் அணி ஒன்றை நிறுவினார். அதில் ஆடவரும் பெண்டிரும் சேர்த்துக் கொள்ளப்பட்டனர். அவரது சீடர்கள் 14,000 பேர் இருந்தனர். இது ஒன்றும் பெரிய எண்ணிக்கை அல்ல. ஜைன மதம் பிராமணீய சமயத்திலிருந்து தன்னை மிகத் தெளிவாக, திட்டவட்டமாக பிரித்துக்காட்டாததால், அது மக்கள் திரளைத் தன் பக்கம் ஈர்க்கத் தவறி விட்டது. இவ்வாறிருப்பினும் ஜைன மதம் தென்னிந்தியாவிலும் மேற்கு இந்தியாவிலும் படிப்படியாகப் பரவ ஆரம்பித்தது. கர்னாடகத்தில் ஜைனமதம் பரவியதற்கு சந்திரகுப்த மௌரியனே (கி.மு. 322 - 298) காரணம் என்று ஒரு கர்ண பரம்பரை கதை கூறுகிறது. அந்தப் பேரரசர் அரசு கட்டில் துறந்து ஒரு ஜைனராகி, கர்னாடகத்திற்கு வந்து அங்கு தமது வாழ்க்கையின் இறுதி ஆண்டுகளை ஒரு ஜைனத் துறவியாகக் கழித்தார் என்று கூறப்படுகிறது. ஆனால் இந்தக் கர்ண பரம்பரைக் கதையை உறுதிபடுத்தக்கூடிய வேறு எந்த சான்றும், ஆதாரமும் இல்லை. மகாவீரரின் மறைவுக்கு 200 ஆண்டுகளுக்குப் பிறகு மகதத்தில் ஏற்பட்ட ஒரு மாபெரும் பஞ்சம் தென்னிந்தியாவில் ஜைனம் பரவியதற்கு இரண்டாவது காரணமாகக் கூறப்படுகிறது. இந்தப் பஞ்சம் பன்னிரண்டு ஆண்டுக்காலம் நீடித்தது. ஜைனர்களில் பலர் தங்களைப் பாதுகாத்துக் கொள்ளும் பொருட்டு பத்ரபாஹு தலைமையில் தெற்கே சென்றனர்; ஆனால் எஞ்சிய ஜைனர்கள் சதலபாஹு தலைமையில் மகதத்திலேயே தங்கி விட்டனர். அங்கிருந்து வெளியேறிய ஜைனர்கள் தென்னிந்தியாவில் ஜைன மதத்தைப் பரப்பினர். பஞ்சம் முடிந்ததும் அவர்கள் மகதத்துக்குத் திரும்பினர். அங்கு அவர்களுக்கும் ஸ்தல ஜைனர்களுக்கும் இடையே கருத்து வேற்றுமைகள் தோன்றின. தெற்கேயிருந்து திரும்பியவர்கள் பஞ்சத்தின்போது கூட தங்கள் சமய விதிகளை மிகக் கண்டிப்பான முறையில் கடைப்பிடித்ததாக உரிமை கொண்டாடினர்; அதே சமயம், மகதத்தில் இருந்த ஜைனத் துறவிகள் இந்த விதிகளை மீறிவிட்டதாகவும், ஆதலால் அவர்கள் கடமை தவறியவர்கள் என்றும் குற்றம் சாட்டினர். இந்தக் கருத்து வேறுபாடுகளைக் களைவதற்காகவும், ஜைனமதத்தின் பிரதான போதனைகளைத் தொகுத்துத் திரட்டுவதற்காகவும் பாடலி புத்திரத்தில் அதாவது இன்றைய பாட்னாவில் ஒரு சபை கூட்டப்பட்டது. ஆனால் தெற்கத்திய ஜைனர்கள் இந்த சபையைப் பகிஷ்கரித்தனர், அதன் முடிவுகளை ஏற்க மறுத்தனர். அப்போதுமுதல் தெற்கத்திய ஜைனர்கள் திகம்பரர்கள் என்றும், மகத ஜைனர்கள் சுவதம்பரர்கள்

என்றும் அழைக்கப்படலாயினர். ஆனால் கர்னாடகத்தில் ஜைன மதம் பரவியதைக் காட்டும் கல்வெட்டுச் சான்று கி.மு. மூன்றாம் நூற்றாண்டுக்கு முந்தியதாக இல்லை. பிந்திய நூற்றாண்டுகளில் அதிலும் குறிப்பாக ஐந்தாம் நூற்றாண்டுக்குப் பிறகு **பாசடிஸ்கள்** எனப்படும் ஜைன மடாலயங்கள் கர்நாடகம் எங்கும் உதித்தெழுந்தன; அவை செயல் படுவதற்காக மன்னன் நிலங்களை மானியமாக அளித்து உதவினான்.

கி.மு. நான்காம் நூற்றாண்டில் ஜைன மதம் ஒரிசாவில் கலிங்கத்துக்குப் பரவிற்று. கி.மு. முதலாம் நூற்றாண்டில் அது கலிங்க மன்னன் காரவேலனின் ஆதரவைப் பெற்றிருந்தது; ஆந்திர, மகத மன்னர்களைத் தோற்கடித்தவன் இந்தக் காரவேலன். கி.மு. இரண்டாம் நூற்றாண்டிலும் முதலாம் நூற்றாண்டிலும் தமிழ்நாட்டின் தென் மாவட்டங்களை ஜைனமதம் அடைந்ததாக தோன்றுகிறது. பிந்திய நூற்றாண்டுகளில் ஜைனம் மால்வா, குஜராத், ராஜஸ்தான் ஆகிய பிரதேசங்களில் ஊடுருவிச் சென்றது; இன்றளவும் கூட இப்பிரதேசங் களில் ஏராளமான ஜைனர்கள் இருப்பதைக் காணலாம்; இவர்கள் பிரதானமாக தொழில், வர்த்தகத்தில் ஈடுபட்டிருக்கின்றனர். புத்தமதம் பெற்ற அளவுக்கு ஜைன மதம் அரசு ஆதரவைப் பெறவில்லை; மேலும், ஆரம்ப காலத்தில் அது அத்தனை வேகமாகவும் பரவவில்லை; இருப்பினும் அது பரவிய பிரதேசங்களில் இன்னமும் தனது செல்வாக்கை நிலைநாட்டி வருகிறது. மறுபுறத்தில் புத்தமதம் அநேகமாக இந்தியத் துணைக்கண்டத்திலிருந்து மறைந்து விட்டது என்றே கூறலாம்.

ஜைன மதம் ஆற்றிய பங்கு

வருண அமைப்பு முறை, வினை முறைகள் மலிந்த வேத சமயம் ஆகியவற்றின் தீமைகளை மட்டுப்படுத்துவதற்கு, அவற்றின் கடுமையைக் குறைப்பதற்கு ஜைன மதம் முதலில் தீவிர முயற்சியை மேற்கொண்டது. பிரதானமாக பிராமணர்களால் பெரிதும் ஊக்கு விக்கப்பட்ட சமஸ்கிருத மொழியை ஆரம்பகால ஜைனர்கள் புறக் கணித்தனர். அவர்கள் தங்கள் கோட்பாடுகளைப் பிரசாரம் செய்வதற்கு பொது மக்களின் மொழியான பிராகிருதத்தையே பயன்படுத்தினர். அவர்களது சமய நூல்கள் அர்த்தமகதியில் எழுதப்பட்டன; குஜராத்திலுள்ள ஒரு மாபெரும் கல்விக் கேந்திரமான வல்லபியில் கி.பி. ஆறாம் நூற்றாண்டில் இவை இறுதியாகத் தொகுக்கப்பட்டன. ஜைனர்கள் பிராகிருத மொழியைத் தேர்ந்தெடுத்து அதற்குப் பேராதரவை அளித்தானது அந்த மொழியும் அதன் இலக்கியமும் வளர்வதற்குப் பெரிதும் துணை புரிந்தது. பிராகிருத மொழிகளிலிருந்து பல பிராந்திய

மொழிகள் தோன்றி வளர்ச்சியடைந்தன. சௌர செனியை இவ்வகையில் முக்கியமாகக் குறிப்பிட வேண்டும்; இம் மொழியிலிருந்துதான் மராத்தி மொழி உருவாகி வளர்ந்தது. ஜைனர்கள் தங்களுடைய ஆரம்பகால முக்கிய நூல்களை அபபிரம்சத்தில் இயற்றினர்; அதன் முதல் இலக்கணத்தையும் தயாரித்தனர். ஜைன நூல்களில் இதிகாசங்கள், புராணங்கள், புதினங்கள், நாடகங்கள் முதலியனவும் அடங்கும். ஜைன நூல்களின் பெரும்பகுதி கையெழுத்துப் பிரதிகளாகவே இருக்கின்றன. அவை இன்னும் பிரசுரிக்கப்படவில்லை; குஜராத்திலும் ராஜஸ்தானிலுமுள்ள ஜைனக் கோயில்களில் அவை பாதுகாத்து வைக்கப்பட்டிருக்கின்றன. மத்திய காலத்தி ன் ஆரம்பத்தில் ஜைனர்கள் சமஸ்கிருதத்தையும் நன்கு பயன்படுத்திக் கொண்டனர். அந்த மொழியில் பல நூல்களை இயற்றினர். இறுதியாக மற்றொரு விஷயத்தையும் இங்கு குறிப்பிட வேண்டும்: அதாவது கன்னட மொழி வளர்ச்சிக்கு ஜைனர்கள் முக்கிய பங்காற்றி இருக்கின்றனர்; இம்மொழியில் அவர்கள் விரிவாக எழுதியுள்ளனர்.

பௌத்தர்களைப்போன்றே ஜைனர்களும் ஆரம்பத்தில் உருவ வழிபாட்டை ஆதரிக்கவில்லை, எனினும் பிற்காலத்தில் அவர்கள் மகாவீரரையும் இருபத்து மூன்று தீர்த்தங்கரர்களையும் வழிபட ஆரம்பித்தனர். குறிப்பாக கர்நாடகம், குஜராத், ராஜஸ்தான், மத்தியப் பிரதேசம் ஆகியவற்றில் இதன் பொருட்டு எழில் கொஞ்சும், பிரம்மாண்டமான உருவச் சிலைகள் செதுக்கப்பட்டுள்ளன. பண்டைக் காலத்தில் ஜைனர்களின் கலை பௌத்த கலைபோன்று அத்தனை வளமிக்கதாக இல்லை. எனினும் மத்திய காலத்தில் பல்வேறு கலைகளின் வளர்ச்சிக்கும் சிற்பக்கலையின் வளர்ச்சிக்கும் ஜைனம் முக்கிய பங்காற்றியிருக்கிறது என்பதில் ஐயமில்லை.

கௌதம புத்தரும் புத்த மதமும்

கௌதம புத்தர் அல்லது சித்தார்த்தர் மகாவீரரின் சமகாலத்தவர். இவர் கி.மு. 563ல் ஒரு சாக்கிய சத்திரியர் குடும்பத்தில் பிறந்தவர்; இவர் பிறந்த இடம் கபிலவஸ்து; இது நேபாள மலையடிவாரத்தில் அமைந்துள்ளது. கௌதமரின் தந்தை கபிலவஸ்தின் தேர்ந்தெடுக்கப் பட்ட அரசராக இருந்ததாகத் தெரிகிறது; சாக்கியர்கள் என்னும் குடியரசுக் குலத்தின் தலைவர் அவர். கௌதமரின் தாய் கோசல வமிசத்து இளவரசி. ஆக, மகாவீரரைப் போன்றே கௌதமரும் உயர்குடியைச் சேர்ந்தவர் என்பது தெளிவு. ஒரு குடியரசில் பிறந்தவராதலால் அனைவரும் சமத்துவ உரிமைகள் பெற்றவர்கள் என்ற கருத்துப் போக்குகளை அவர் வரித்துக் கொண்டிருந்தார்.

குழந்தைப் பருவம் முதலே கௌதமர் தியான மனோபாவம் கொண்டவராக இருந்தார். சிறுவயதிலேயே அவருக்குத் திருமணமாகி விட்டது. ஆனால் திருமண வாழ்க்கையில் அவர் பற்றுகொண்டதாகத் தெரியவில்லை. உலக மக்கள் படும் வாதனைகளும் வேதனைகளும், துன்பங்களும் துயரங்களும் அவரது மனத்தை வாட்டி வதைத்தன; இந்த அவலங்களைக் கண்டு அவர் மனம் உருகி விட்டது. இதற்கு ஏதேனும் தீர்வு காண வேண்டும் என்று துடிதுடித்தார். மகாவீரரைப் போன்றே கௌதமரும் 29 வயதில் வீட்டைத் துறந்து வெளியேறினார். ஏழாண்டுக்காலம் அலைந்து திரிந்தார். பின்னர் 35ஆவது வயதில் கயாவில் போதி மரத்தடியில் (அரச மரம்) அவருக்கு ஞானோதயம் ஏற்பட்டது. இது முதல் அவர் புத்தர் அல்லது போதமே வடிவானவர் என்று அழைக்கப்படலானார்.

கௌதம புத்தர் காசியில் சாரநாத்தில்தான் தமது முதல் உபதேசத்தைச் செய்தார். இதன் பின்னர் அவர் நீண்ட நெடும் பயணங்களை மேற்கொண்டார்; எங்கெங்கும் தமது விழுமிய கருத்துகளைப் பரப்பினார். அவர் திடகாத்திரமான உடல் வாகு கொண்டவர். இதனால் தினம் 20 முதல் 30 கிலோமீட்டர் தூரம் அவரால் நடக்க முடிந்தது. அவர் நாற்பது ஆண்டுக்காலம் நாடெங்கும் தொடர்ந்து சுற்றுப்பயணங்கள் மேற்கொள்வதிலும், தமது சித்தாந்தங்களை உபதேசிப்பதிலும், தியானத்திலும் ஈடுபட்டிருந்தார்; ஒவ்வோர் ஆண்டும் மழைப்பருவத்தில் மட்டும் ஓய்வெடுத்துக் கொண்டார். இந்த நீண்ட காலத்தில் எதிர் சமயப் பிரிவுகளின் பல தீவிர ஆதரவாளர்களை எதிர் கொண்டார்; இவர்களில் அநேக பிராமணர்களும் அடங்குவர்; அவர்களை கடுமையான விவாதங்களில் தோற்கடித்தார். அவர் தம்முடைய சமயப் பரப்புப் பணிகளில் ஏழை, பணக்காரர், உயர்ந்தவர், தாழ்ந்தவர், ஆண் பெண் என்று எத்தகைய பாகுபாடும் காட்டவில்லை. கௌதம புத்தர் கி.மு. 483ல் தமது 80ஆவது வயதில் குசிநகரில் காலமானார்; இந்த இடம் இப்பொழுது கிழக்கு உத்தரப்பிரதேசம் தியோரியா மாவட்டத்தில் காசியா என்ற கிராமம் என அறியப்படுகிறது.

புத்தமதத்தின் கோட்பாடுகள்

புத்தர் அந்நாளைய எதார்த்தங்களை உரியமுறையில் கணக்கிலெடுத்துக் கொண்ட ஒரு செயல்முறை சீர்திருத்தவாதியாகத் திகழ்ந்தார். அவருடைய காலத்தில் ஆத்மா, பிரமம் சம்பந்தமாக உக்கிர மான சர்ச்சை நடந்து கொண்டிருந்தது; இந்தப் பயனற்ற வாதப்பிரதி வாதத்தில் அவர் தம்மை ஈடுபடுத்திக் கொள்ளவில்லை; உலகியல்

பிரச்சினைகளிலேயே அவர் முழுக்க முழுக்கக் கவனம் செலுத்தினார். உலகில் துன்ப துயரங்களே மேலோங்கி இருக்கின்றன; ஆசை காரணமாக மக்கள் அவதிப்பட்டு வருகின்றனர் என்று அவர் கூறினார். இந்த ஆசைகளை வெற்றி கொண்டால், அவற்றை விட்டொழித்தால் மனிதன் நிருவாண நிலையை அடைவான், அதாவது பிறப்பு இறப்பு என்னும் சுழல் வட்டத்திலிருந்து விடுபடுவான் என்று அவர் போதித்தார்.

மனிதனது துன்பதுயரங்களைத் துடைப்பதற்கு, இடும்பைகளிலிருந்து, அவல நிலையிலிருந்து அவன் விடுபடுவதற்கு கௌதம புத்தர் எட்டு அம்ச மார்க்கம் ஒன்றைப் பரிந்துரைத்தார்: இது **அஷ்டங்கிக மார்க்கம்** எனப்படுகிறது. அவர் உபதேசித்த இந்த மார்க்கம் சுமார் கி.மு. மூன்றாம் நூற்றாண்டைச் சேர்ந்த நூல் ஒன்றில் காணப்படுகிறது. சரியான நோக்கு, சரியான உறுதி, சரியான பேச்சு, சரியான செயல், சரியான வாழ்க்கை, சரியான உடற்பயிற்சி, சரியான நினைவாற்றல், சரியான தியானம் ஆகியவை இதில் அடங்கும். ஒருவன் இந்த எட்டு அம்ச மார்க்கத்தைப் பின்பற்றினால் பிராமணர்களின் சூழ்ச்சிகளுக்கு, சதிகளுக்கு இரையாக மாட்டான், தனது இலட்சியத்தை அடைவான். ஒருவன் அளவுக்கு அதிகமான ஆடம்பரத்தையும், அதேபோன்று அளவுக்கு அதிகமான கடுமையான கட்டுப்பாடுகளையும் தவிர்க்க வேண்டும் என்று கௌதமர் போதித்தார். மத்திய பாதையை அவர் பரிந்துரைத்தார்.

ஜைன குருக்கள் செய்தது போன்றே புத்தரும் தமது சீடர்களுக்கு ஒழுக்க விதிமுறைகளை வகுத்தளித்தார். இவற்றில் பிரதானமானவை வருமாறு: (1) மற்றவர்களின் சொத்துக்களை அபகரிக்காதே, (2) வன்முறையில் இறங்காதே, (3) போதைப் பொருட்களைப் பயன்படுத்தாதே, (4) பொய் பேசாதே (5) ஒழுக்கக்கேடான நடவடிக்கைகளில் ஈடுபடாதே. சமூக நடத்தைப் பற்றிய இந்தப் போதனைகள் ஏறத்தாழ அனைத்து சமயங்களுக்கும் பொதுவானவையாகும்.

புத்த மதத்தின் சிறப்பு அம்சங்களும் அது பரவியதற்கான காரணங்களும்

ஆண்டவனும் ஆத்மாவும் இருப்பதை புத்த மதம் ஏற்கவில்லை. இந்திய சமய வரலாற்றில் இதனை ஒரு வகையான புரட்சி என்றே கூற வேண்டும். புத்த மதம் சொற்சிலம்பம் ஆடும் தத்துவார்த்த விசாரணை என்னும் புதைசேற்றில் சிக்கிக் கொள்ளாததால் அது சாமானிய மக்களைக் கவர்ந்தது. புத்தமதம் வருண அமைப்பு முறையைச் சாடியதால் குறிப்பாக கீழ்த்தட்டு மக்களின் ஆதரவைப் பெற்றது.

எத்தகைய சாதி வேறுபாடுமின்றி மக்கள் புத்த மதத்தில் சேர்த்துக் கொள்ளப்பட்டனர். பெண்களும் சங்கத்தில் அனுமதிக்கப்பட்டு, ஆண்களுடன் சரிநிகர் சமத்துவம் பெற்றனர். பிராமணீயத்துடன் ஒப்பிடும்போது புத்தமதம் முற்போக்கானதாகவும், ஜனநாயகத்தன்மை கொண்டதாகவும் இருந்தது.

வேதநூல்களின் செல்வாக்குக்கு உட்படாத பிரதேசங்களைச் சேர்ந்த மக்களை புத்தமதம் பெரிதும் கவர்ந்தது; புத்த மதம் பரவுவதற்கும் மதமாற்றத்துக்கும் அவை செழுமைமிக்க கன்னி நிலமாகக் கருதப்பட்டன. வைதிக பிராமணர்கள் தங்களிடம் இறுமாப்போடு, அகந்தையோடு நடந்து கொண்டதன் காரணமாக மகத மக்கள் புத்த மதத்தை ஆர்வத்தோடு வரவேற்றனர். இன்றைய உத்தர பிரதேசத்தைத் தன்னுள் கொண்ட ஆரியர்களின் நாடான ஆரியாவர்த்தத்தின் செல்வாக்கு வட்டத்துக்கு வெளியே ஒதுக்கி வைக்கப்பட்டிருந்தது மகதம். இந்தப் பழைய நடைமுறை இன்றளவும் பின்பற்றப்படுகிறது. வட பீகார் மக்கள் மகதத்தில் கங்கைக்குத் தெற்கே தாங்கள் தகனம் செய்யப்படுவதை விரும்பமாட்டார்கள் என்பதை இதற்கு உதாரணமாகக் கூறலாம்.

புத்தரின் ஆளுமையும், தமது சமயக் கோட்பாட்டைப் போதிப்பதற்கு அவர் மேற்கொண்ட முறையும் புத்தமதம் பரவுவதற்குப் பெரிதும் துணை புரிந்தன. அவர் தீமையை நன்மையைக் கொண்டும், பகைமையை அன்பைக் கொண்டும் எதிர்த்துப் போராடினார். அவதூறையும் பழிதூற்றுதலையும் கண்டு அவர் ஆத்திரப்படவில்லை. மிகக் கடினமான, இக்கட்டான நிலைமைகளில்கூட அவர் அமைதியும் சாந்தமும் காத்தார்; தமது எதிராளிகளை விவேகத்தோடும், மன உறுதியோடும் சாமர்த்தியமாகவும் சமாளித்தார். ஒரு சமயம் ஓர் அறிவிலி அவரை மிகவும் அவதூறாகப் பேசியதாக சொல்லப்படுகிறது. புத்தர் எல்லாவற்றையும் அமைதியாகவும் மௌனமாகவும் கேட்டுக் கொண்டிருந்தார். அந்த மனிதன் திட்டுவதை நிறுத்தியதும் அவனிடம் புத்தர் பின்வருமாறு கேட்டார்: "மகனே, ஒருவர் தனக்கு அளிக்கப்படும் பரிசை வேண்டாமென்று மறுத்தால் என்ன நடக்கும்?" அவருடைய எதிராளி இதற்குப்பின் கண்டபடி பதிலளித்தான்: ''பரிசை அளித்தவரிடமே அது இருக்கும்.'' இதன்பேரில் புத்தர் இவ்வாறு கூறினார்: "மகனே, உன் வசவை நான் ஏற்கவில்லை".

மக்களின் மொழியான பாலி பயன்படுத்தப்பட்டதும் கூட புத்தமதம் பரவுவதற்கு உதவிற்று. பௌத்த கோட்பாடுகள் மக்கள் மனத்தில் ஆழமாகப் பதிவதை அது சாத்தியமாக்கிற்று. கௌதம புத்தர் **சங்கம்**

என்ற மத அமைப்பையும் நிறுவினார். சாதி, இன, பால் வேறுபாடின்றி இதன் கதவுகள் எல்லோருக்குமே திறந்துவிடப்பட்டன. சங்கத்தின் விதிமுறைகளையும் ஒழுங்கு முறைகளையும் உண்மையாகவும், நேர்மையாகவும், பற்றுறுதியுடனும் கடைப்பிடிக்க வேண்டும் என்பதே பௌத்த துறவிகளுக்கு விதிக்கப்பட்ட ஒரே நிபந்தனையாகும். பௌத்த சபையில் உறுப்பினர்களாகச் சேர்ந்து விட்டால், பிரமசரியம், வறுமை வாழ்க்கை, சமயப்பற்று ஆகிய இவற்றைக் கடைப்பிடிக்க சங்கற்பம் எடுத்துக்கொள்ள வேண்டும். ஆக, புத்த மதத்தில் மூன்று பிரதான அம்சங்கள் அடங்கியுள்ளன என்பது தெளிவு. அவை: புத்தர், சங்கம், தம்மம், சங்கத்தின் சார்பில் மேற்கொள்ளப்பட்ட நன்கு திட்டமிட்ட பிரச்சாரத்தின் பலனாக புத்த மதம் புத்தரின் வாழ்நாட்காலத்திலேயே தாண்டுகால் போட்டு பரவ ஆரம்பித்தது. மகதம், கோசலம், கௌசாம்பி ஆகிய முடியாட்சி நாடுகளும், பல குடியரசுகளும், அவற்றின் மக்களும் புத்த சமயத்தைப் பின்பற்றினர்.

புத்தரின் மறைவுக்கு இருநூறு ஆண்டுகளுக்குப் பிறகு, புகழ்பெற்ற மௌரிய மன்னரான அசோகர் புத்த மதத்தைத் தழுவினார். இது சகாப்தகர முக்கியத்துவம் வாய்ந்த ஒரு நிகழ்ச்சியாகும். அசோகர் தம்முடைய பிரதிநிதிகள் மூலம் புத்த மதத்தை மத்திய ஆசியாவிலும், மேற்கு ஆசியாவிலும், ஸ்ரீலங்காவிலும் பரப்பினார்; இவ்வாறு அதனை ஓர் உலக சமயமாகப் பரிணமிக்கச் செய்தார். இன்றளவும் கூட ஸ்ரீ லங்கா, பர்மா, திபேத் ஆகிய நாடுகளும், சீனா மற்றும் ஜப்பானின் சில பகுதிகளும் புத்த மதத்தைப் பின்பற்றி வருகின்றன. புத்த மதம் தான் பிறந்த மண்ணில் மறைந்து விட்டாலும் தெற்கு ஆசிய, தென்கிழக்கு ஆசிய, கிழக்கு ஆசிய நாடுகளில் தொடர்ந்து செல்வாக்கு பெற்று வருகிறது.

புத்த மதத்தின் நலிவுக்கான காரணங்கள்

கி.பி. பன்னிரண்டாம் நூற்றாண்டில் புத்த மதம் இந்தியாவில் அநேகமாக மறைந்து விட்டது என்றே கூறலாம். வங்காளத்திலும் பீகாரிலும் சற்று மாறுபட்ட வடிவத்தில் பன்னிரண்டாம் நூற்றாண்டுவரை அது நீடித்திருந்தது; ஆனால் இதற்குப் பிறகு இந்த மதம் நாட்டிலிருந்து முற்றிலும் அஸ்தமித்து விட்டது. இதற்கான காரணங்கள் யாவை? தொடக்கத்தில் ஒவ்வொரு மதமும் சீர்திருத்த உணர்வால் உந்தப்பட்டுச் செயல்பட்டு வருகிறது என்பதையும், இதன் பின்னர் தானே ஆரம்பத்தில் சாடிய சமய வினைமுறைகளிடமும் சடங்கு முறைகளிடமும் அது பரிதாபகரமாக சரணடைந்து விடுகிறது என்பதையும் பார்க்கிறோம். புத்த

மதமும் இத்தகைய உருத்திரிபுக்குத்தான் உள்ளாயிற்று. ஆரம்பத்தில் அது எதிர்த்துப் போராடிய பிராமணீயத்தின் கொடுமைகளுக்கு, பொல்லாங்குகளுக்குப் பலியாயிற்று, புத்த மதத்தின் அறைகூவலைச் சமாளிப்பதற்குப் பிராமணர்கள் தமது சமயத்தில் பல சீர்த்திருத்தங்களை செய்தனர். கால்நடைச் செல்வத்தை அழியாது பாதுகாக்க வேண்டிய அவசியத்தை அவர்கள் வலியுறுத்தினர்; சூத்திரர்களுக்கும் பெண்களுக்கும் சுவர்க்கத்தில் இடம் கிடைக்கும் என்று உறுதி கூறினர். இதே சமயம் புத்தமதம் மிக மோசமான மாற்றத்தை அடைந்து வந்தது. பௌத்த பிட்சுக்கள் மக்களின் வாழ்க்கை என்னும் பிரதான நீரோட்டத்திலிருந்து படிப்படியாகத் தங்களைத் துண்டித்துக் கொண்டு வந்தனர்; அவர்கள் மக்களின் மொழியான பாலியைக் கைவிட்டனர்; அதற்குப் பதில் அறிவுத்துறையினர் மொழியான சமஸ்கிருதத்தை வரித்துக் கொண்டனர். கி.பி. முதலாம் நூற்றாண்டு முதல் அவர்கள் உருவ வழிபாட்டைப் பெரிய அளவில் மேற்கொண்டனர்; பக்தர் களிடமிருந்து ஏராளமாகக் காணிக்கைகளைப் பெற்றனர். மலைபோல் குவிந்த இந்த காணிக்கைகளும், அதோடு பௌத்த மடாலயங்களுக்கு அளிக்கப்பட்ட அரச மானியங்களும் பௌத்த பிட்சுக்களின் வாழ்க்கையைக் கவலையற்றதாக்கின. நாளந்தா போன்ற மடாலயங்கள் 200 கிராமங்களிலிருந்து ஏராளமாக வருமானம் பெற்றன. கி.பி. ஏழாம் நூற்றாண்டு வாக்கில் பௌத்த மடாலயங்கள் சுகவாசிகளது ஆதிக்கத்தின் கீழ் வந்தன; கௌதம புத்தர் கண்டித்த ஒழுக்கக்கேடுகளின் கேந்திரங்களாக அவை மாறின. புத்தமதத்தின் புதிய வடிவம் வஜ்ராயனம் எனப் பெயர் பெற்றது. பௌத்த மடங்கள் ஏராளமான செல்வத்தைக் குவித்ததோடு, அவற்றில் பெண்களும் தங்கியிருக்க நேரிடவே அவை மேலும் சீரழிந்தன. பௌத்தர்கள் பெண்களைப் போகப் பொருள்களாகக் கருத ஆரம்பித்தனர். புத்தர் தம்முடைய மிகவும் அபிமானத்திற்குரிய சீடரான ஆனந்தரிடம் பின்வருமாறு கூறியதாகச் சொல்லப்படுகிறது: 'மடாலயங்களில் பெண்கள் அனுமதிக்கப்பட்டிருக்க வில்லையென்றால் புத்த மதம் ஓராயிரம் ஆண்டுக்காலம் நீடித்திருக்கும். ஆனால் இந்த அனுமதி அளிக்கப்பட்டுவிட்டதால் அது ஐநூறு ஆண்டுக்காலம் நீடிக்கும்."

பிராமண மன்னனான புஷ்யமித்திர சுங்கன் பௌத்தர்கள் மீது பல வகைகளிலும் அடக்குமுறைகளையும் ஒடுக்கு முறைகளையும் கட்டவிழ்த்து விட்டதாக கூறப்படுகிறது. கி.பி. ஆறு - ஏழாம் நூற்றாண்டுகளில் இத்தகைய பல கோரக் கொடுமைகள் நிகழ்ந்தன. சிவனை வழிபடும் மிஹிரகுலன் என்னும் ஹூண மன்னன்

நூற்றுக்கணக்கான பௌத்தர்களை கொன்று குவித்தான். புத்தர் ஞானோதயம் பெற்ற புத்த கயாவிலுள்ள போதி மரத்தை சைவசமயத்தைச் சேர்ந்த கௌட மன்னன் ஷஷாங்கன் வெட்டி வீழ்த்தினான். 1600 ஸ்தூபங்களும் மடங்களும் அழிக்கப்பட்டன வென்றும், ஆயிரக்கணக்கான பௌத்த துறவிகளும், புத்த மதத்தைப் பின்பற்றும் சாதாரண மக்களும் கொல்லப்பட்டனரென்றும் யுவான் சுவாங் கூறுகிறார்; இதில் உண்மை ஏதும் இல்லாமல் இருக்க முடியாது. பௌத்தர்கள்மீது ஏவிவிடப்பட்ட அடக்குமுறைக்கு எதிர்ப்புத் தெரிவிக்கும் வகையில் சில பௌத்த கோவில்களில் பௌத்த தெய்வங்கள் இந்து தெய்வங்களை மிதித்துத் துவைக்கும் காட்சியைக் காணலாம். தென்னிந்தியாவில் சைவ சமயத்தினரும் வைஷ்ணவ சமயத்தினரும் ஆரம்ப மத்திய காலத்தில் ஜைனர்களை எதிர்த்தது போன்றே பௌத்தர்களையும் கடுமையாக எதிர்த்தனர். இத்தகைய சச்சரவுகள் புத்த மதத்தைப் பலவீனப் படுத்தியிருக்கக்கூடும்.

பௌத்த மடாலயங்களில் குவிந்திருந்த செல்வங்கள் துருக்கிப் படையெடுப்பாளர்களை வெகுவாகக் கவர்ந்து ஈர்த்தன. இந்த மடாலயங்கள் படையெடுப்பாளர்களின் தணியாப் பேராசைக்குப் பிரத்தியேக இலக்குகளாயின. துருக்கியர்கள் நாளந்தாவில் ஏராளமான பௌத்த துறவிகளைப் படுகொலை செய்தனர். இந்த பௌத்த பிட்சுக்களில் சிலர் எப்படியோ இந்தக் கொலை வெறியிலிருந்து தப்பி நேபாளத்துக்கும், திபெத்துக்கும் ஓடி விட்டனர். எது எவ்வாறிருப்பினும் கி.பி. பன்னிரண்டாம் நூற்றாண்டு வாக்கில் புத்த மதம் அது பிறந்த மண்ணிலிருந்து மறைந்து விட்டது.

புத்தமதத்தின் முக்கியத்துவமும் அதன் செல்வாக்கும்

நன்கு ஒழுங்கமைக்கப்பட்ட மதமான பௌத்தம் இறுதியாக மறைந்து விட்டபோதிலும், அது இந்திய வரலாற்றின் மீது தனது நிலையான, அழிக்க முடியாத முத்திரையைப் பதித்துச் சென்றுள்ளது. கி.மு. ஆறாம் நூற்றாண்டில் வடகிழக்கு இந்தியாவைச் சேர்ந்த மக்களை எதிர்நோக்கிய பிரச்சினைகளை பௌத்தர்கள் நுட்பமாக, ஆழமாக அறிந்திருந்தனர். புதிய இரும்பு உழுமுனைகளைக் கொண்ட விவசாயமும், வாணிகமும், நாணயப் புழக்கமும் வணிகர்களும், உயர்குடியைச் சேர்ந்தவர்களும் பெரும் செல்வம் குவிப்பதைச் சாத்தியமாக்கின; எண்பது **கோடிகள்** வரை செல்வம் திரட்டிக் குவித்தவர் களைப் பற்றிக் கேள்விப்படுகிறோம். இவை யாவும் இயல்பாகவே ஆழமான சமூக, பொருளாதார ஏற்றத்தாழ்வுகளைத் தோற்றுவித்தன.

எனவே, சொத்துக்களைச் சேர்த்துக் குவிக்காதிருக்கும்படி புத்தமதம் மக்களைக் கேட்டுக் கொண்டது. வறுமை பகைமையையும், வன்மத்தையும், வன்முறையையும், கொடுமையையும் ஊட்டி வளர்க்கிறது என்று அது வாதித்தது. இந்தத் தீமைகளை வேரோடு வேரடி மண்ணோடு ஒழித்துக் கட்டுவதற்கு விவசாயிகளுக்கு தானியங்களையும் இதர வசதிகளையும் செய்துதர வேண்டும், வணிகர்களுக்கு பணவசதி செய்துதர வேண்டும், தொழிலாளர்களுக்கு ஊதியங்கள் வழங்க வேண்டும் என்று அது போதித்தது. உலகிலிருந்து வறுமையை ஒழித்துக் கட்டுவதற்கு இந்த நடவடிக்கைகள் பரிந்துரைக்கப்பட்டன. மடத்துத் துறவிகளுக்கு ஏழைகள் பிச்சை போட்டால் அடுத்த உலகில் அவர்கள் செல்வந்தர்களாகப் பிறப்பார்கள் என்று புத்த மதம் மேலும் போதித்தது.

கி.மு. ஆறாவது, ஐந்தாவது நூற்றாண்டுகளில் வட கிழக்கு இந்தியாவில் நிலவிய உலகியல் நிலைமைகளுக்கு எதிரான போக்கைப் பிரதிபலிப்பதாக இருந்தன பௌத்த மதத் துறவிகளுக்கு வகுத்துத் தரப்பட்ட ஒழுக்க நெறிகள். அவை துறவிகளின் உணவு, உடை, பால்பாகுபாடுகள் முதலியவை சம்பந்தமாகக் கட்டுப்பாடுகளை விதித்தன. அவர்கள் தங்கத்தையோ, வெள்ளியையோ ஏற்கக் கூடாது, வாங்குவது விற்பது போன்ற நடவடிக்கைகளில் ஈடுபடலாகாது. புத்தரின் மறைவுக்குப் பிறகு இந்த விதிகள் தளர்த்தப்பட்டன. எனினும் முந்திய விதிகள் ஒருவகையான பூர்வீக கம்யூனிசத்துக்குத் திரும்புவதைக் குறித்தன; வாணிகத்தையும் முன்னேற்றமடைந்த வேளாண்மையையும் கைக்கொள்ளாத மக்களது பழங்குடி சமுதாயத்தின் இயல்புகளைக் கொண்டிருந்தன. மடத் துறவிகளுக்கு வகுத்துத்தரப்பட்ட ஒழுக்க விதிகள் கி.மு. ஆறாம் நூற்றாண்டில் வடகிழக்கு இந்தியாவில் தோன்றிய படாடோபமிக்க ஆடம்பர வாழ்க்கை, தனிச் சொத்துரிமை, நாணய செலாவணி முதலியவற்றுக்கு எதிரான எழுச்சியை ஓரளவு எதிரொலிப்பதாக இருந்தன. அந்நாட்களில் சொத்துகளும் பணமும் ஆடம்பரப் பொருள்களாகக் கருதப்பட்டன.

கி.மு. ஆறாவது நூற்றாண்டில் உதித்த புதிய உலகியல் வாழ்க்கை யிலிருந்து உருவான தீமைகளை மட்டுப்படுத்துவதற்கு பௌத்தம் முயன்ற அதே சமயம், மக்களின் சமூக, பொருளாதார வாழ்க்கையில் ஏற்பட்ட மாற்றங்களை வலுப்படுத்தவும் அது முயற்சி எடுத்துக் கொண்டது. கடனாளிகள் **சங்கத்தில்** அனுமதிக்கப்படமாட்டார்கள் என்ற விதி அவர்களைக் கசக்கிப் பிழியும் லேவாதேவிக்காரர்களுக்கும்

சமுதாயத்தின் செல்வந்தர்களான பிரிவினருக்கும் சாதகமாக இருந்தது இயல்பே. இதேபோன்று, **சங்கத்தில்** அடிமைகள் சேர முடியாது என்ற விதியும் அடிமைகளின் உடைமையாளர்களுக்கு உதவுவதாக இருந்தது. இவ்வாறு கௌதம புத்தரின் போதனைகளும் விதிமுறைகளும் உலகியல் வாழ்க்கையில் ஏற்பட்ட மாற்றங்களை முழு அளவுக்குக் கணக்கிலெடுத்துக் கொண்டது மட்டுமின்றி, அந்த மாற்றங்களை வலுப்படுத்தவும் செய்தன.

பௌத்த சந்நியாசிகள் உலகைத் துறந்துவிட்ட போதிலும், பேராசை பிடித்த பிராமணர்களுக்கு எதிராக அவ்வப்போது கண்டனக்குரல் எழுப்பி வந்த போதிலும், பல வகைகளில் அவர்களும் பிராமணர்களைப் போன்றே இருந்தனர். இரு சாராருமே உற்பத்தி நடவடிக்கைகளில் நேரடியாகப் பங்கெடுத்துக் கொள்ளவில்லை; சமுதாயம் வழங்கும் அறக்கொடைகளை அல்லது பரிசில்களைக் கொண்டே வாழ்க்கை நடத்தி வந்தனர். குடும்பத்துக்கு ஆற்ற வேண்டிய கடமைப் பொறுப்புகளையும், தனிச் சொத்துரிமையைப் பாதுகாக்க வேண்டிய அவசியத்தையும், அரசியல் ஆணை உரிமையை மதிக்க வேண்டிய முக்கியத்துவத்தையும் இரு தரப்பாருமே வலியுறுத்தினர். இரு சாராருமே வர்க்கங்களின் அடிப்படையில் அமைந்த சமூக அமைப்பை ஆதரித்தனர்; எனினும் பௌத்த பிட்சுகளின் கருத்துப்படி வருணம் என்பது ஒருவரது நடவடிக்கைகளையும் இயல்புக் குணங்களையும் அடிப்படையாகக் கொண்டது, ஆனால் பிராமணர்களின் அபிப்பிராயத்திலோ வருணம் என்பது பிறப்பை அடிப்படையாகக் கொண்டது.

மக்களுக்கு வீடு பேறு அல்லது நிருவாணம் பெற்றுத் தருவதே பௌத்த போதனையின் குறிக்கோள் என்பதில் ஐயமில்லை. பழைய இனமரபுக் குழு சமுதாயம் உடைந்து, தனிச் சொத்துரிமை காரணமாக பெரும் சமூக ஏற்றத்தாழ்வுகள் உருவான நிலையை ஏற்றுக்கொள்ள இயலாதவர்களுக்கு அதிலிருந்து தப்புவதற்கு ஏதோ ஒரு வழி காட்டப்பட்டது; ஆனால் இது பௌத்த துறவிகளுக்கு மட்டுமே பொருந்தும் என்று கூறப்பட்டது. புத்த மதத்தைப் பின்பற்றும் சாமானிய மக்களுக்கு இத்தகைய தப்பிக்கும் வழி எதுவும் காட்டப்படவில்லை; எதார்த்த நிலைமையை அனுசரித்துப் போகும்படி அவர்களுக்குப் போதனை செய்யப்பட்டது.

புத்த மதம் தனது கதவுகளை பெண்களுக்கும் சூத்திரர்களுக்கும் அகலத் திறந்து விட்டதன் மூலம் சமுதாயத்தின் மீது ஒரு முக்கிய தாக்கத்தை ஏற்படுத்திற்று. பிராமணீயம் பெண்களையும் சூத்திரர்

களையும் ஒரே வரிசையில் சேர்த்திருந்ததால் அவர்கள் பூணூல் அணிந்து கொள்ளவோ அல்லது வேதங்கள் படிக்கவோ அனுமதிக்கப் படவில்லை. அவர்கள் புத்த மதத்திற்கு மாறியதானது இத்தகைய இழிந்த கறைகளிலிருந்து, முத்திரைகளிலிருந்து அவர்களை விடுவித்தது.

அகிம்சையையும், விலங்கின வாழ்வின் புனிதத்தையும் வலியுறுத்தியதன் மூலம் புத்த மதம் நாட்டின் கால்நடைச் செல்வத்தைக் கொழிக்கச் செய்தது. ஆரம்பக்கால பௌத்த நூலான **சுத்தானிபதம்** கால்நடைகள் நமக்கு உணவும், வனப்பும் வளமையும் **(அன்னதா, வன்னதா, சுகதா)** அளிக்கின்றன என்று கூறுகிறது; எனவே, அவற்றைப் பாதுகாப்பது நமது கடமை என வாதிக்கிறது. ஆரியரல்லாதவர்கள் உணவுக்காகவும், ஆரியர்கள் மதத்தின் பெயராலும் விலங்குகளைப் படுகொலை செய்துவந்த சமயத்தில் இந்தப்போதனை செய்யப்பட்டது குறிப்பிடத்தக்க ஒன்றாகும். பசுவின் புனிதத்தையும் அகிம்சையையும் வலியுறுத்தும் பிராமணீயக் கோட்பாடு புத்தமதப் போதனைகளிலிருந்து பெறப்பட்டதேயாகும் என்பது தெள்ளத் தெளிவு.

அறிவுத் துறையிலும் கலாசாரத் துறையிலும் புத்த மதம் புதிய விழிப்புணர்வைத் தோற்றுவித்து வளர்த்தது. ஆராயப்புகாமலேயே முன்னதாக எதையும் மெய்யென ஏற்றுக் கொள்ளாதீர்கள், அதைப்பற்றி ஆறஅமர விவாதியுங்கள், அதன் தகுதிகளை வைத்துத் தீர்மானியுங்கள் என்று அது போதித்தது. மூடநம்பிக்கைகளின் இடத்தை ஓரளவு தருக்கவியல் பெற்றது. இது மக்களிடையே பகுத்தறிவுவாதம் பரவத் துணை புரிந்தது. புதிய சமயத்தின் சித்தாந்தங்களைப் புரப்பும் பொருட்டு பௌத்தர்கள் ஒரு புது வகையான இலக்கியத்தைத் தொகுத்தனர். அவர்கள் தங்கள் எழுத்துக்கள் மூலம் பாலி மொழியை பெருமளவுக்கு வளமையும் செழுமையும் படுத்தினர். ஆரம்பகால பாலி இலக்கியத்தை மூன்று பிரிவுகளாகப் பிரிக்கலாம். முதல் பிரிவில் புத்தரின் பொன் மொழிகளும் போதனைகளும் அடங்கியுள்ளன; இரண்டாவது பிரிவு **சங்கத்தின்** உறுப்பினர்கள் கடைப்பிடிக்க வேண்டிய விதிகளைப் பற்றிக் கூறுகிறது; மூன்றாவது பிரிவு **தம்மத்துக்கு** தத்துவார்த்த விளக்கத்தைத் தருகிறது.

பௌத்த துறவிகளின் இலக்கிய நடவடிக்கைகள் மத்திய காலத்திலும் கூடத் தொடர்ந்தன. கிழக்கு இந்தியாவின் சில புகழ்பெற்ற அபபிரம்ச நூல்கள் இவர்களால் தொகுக்கப்பட்டவைகளேயாகும். பௌத்த மடாலயங்கள் மாபெரும் கல்விக் கேந்திரங்களாக வளர்ச்சி யுற்றன; அவை தங்கிப்படிக்கும் பல்கலைக் கழகங்களாகத் திகழ்ந்தன.

பீகாரில் நாளந்தாவையும் விக்ரமசீலாவையும் குஜராத்தில் வல்லபி யையும் இவ்வகையில் முக்கியமாகக் குறிப்பிட வேண்டும்.

பௌத்த மதம் பண்டைய இந்தியாவின் கலை மீது தனது முத்திரையைப் பதித்தது. இந்தியாவில் முதன் முதலில் வழிபட்ட முதலாவது மனித உருவச்சிலை புத்தருடையதாகத்தான் இருக்கும். புத்தரின் வாழ்க்கையில் நடைபெற்ற பல்வேறு நிகழ்ச்சிகளை அவருடைய விசுவாசமிக்க பக்தர்கள் கல்லில் வடித்துள்ளனர். பீகாரில் கயாவிலும், சாஞ்சியிலும் அதேபோன்று மத்தியப்பிரதேசத்தில் பர்ஹுத்திலும் காணப்படும் சுவர்ச்சித்திரங்கள் சிறந்த கலைத் திறமைக்கு ஒளிமயமான உதாரணங்களாகும். கி.பி. முதலாம் நூற்றாண்டிலிருந்து கௌதம புத்தரின் சுவர்ச்சித்திரங்கள் தோன்ற ஆரம்பித்தன. கிரேக்க சிற்பிகளும் இந்தியச் சிற்பிகளும் ஒன்றிணைந்து இந்தியாவின் வடமேற்கு எல்லைப்புறத்தில் ஒரு புது வகையான கலை வடிவத்தை உருவாக்கினர்; இது காந்தாரக் கலை எனப்பெயர் பெற்றது. இந்தப் பிராந்தியத்தில் வடிவமைக்கப்பட்ட உருவச்சிலைகள் இந்தியக் கலை அம்சத்தையும் அந்நியக் கலை அம்சத்தையும் வெளிப்படுத்துகின்றன. பௌத்த பிட்சுகள் தங்குவதற்கு பெரும் பாறைகள் குடையப்பட்டு அறைகள் உருவாக்கப்பட்டன. இவ்வாறுதான் கயாவில் பாராபர் குன்றுகளிலும் மேற்கு இந்தியாவில் நாசிக்கைச் சுற்றிலும் குகை சிற்பக்கலை ஆரம்பமாயிற்று. தெற்கே கிருஷ்ணா கழிமுகப் பகுதியிலும், வடக்கே மதுராவிலும் பௌத்த கலை தழைத்தோங்கிற்று.

இயல் 11
பிரதேச அரசுகளும் முதல் மகதப் பேரரசும்

கி.மு. ஆறாம் நூற்றாண்டிலிருந்து கிழக்கு உத்தரப் பிரதேசத்திலும் மேற்கு பீகாரிலும் இரும்பு மிகப் பரவலாகப் பயன்படுத்தப்பட்டது: பெரிய பிரதேச அரசுகள் தோன்றுவதற்கான நிலைமைகளை இது உருவாக்கிற்று. இரும்பு ஆயுதங்கள் காரணமாக போர்வீரர் வர்க்கத்தினர் இப்போது முக்கிய பங்காற்றினர். புதிய வேளாண் கருவிகளும் சாதனங்களும் விவசாயிகள் தங்கள் பயனீட்டு அளவுக்கும் அதிகமாக உணவு தானியங்களை உற்பத்தி செய்வதைச் சாத்தியமாக்கின. உபரி உற்பத்தியை சிற்றரசர்கள் தங்கள் ராணுவ, நிர்வாகத் தேவைகளைப் பூர்த்தி செய்து கொள்வதற்குப் பயன்படுத்திக் கொண்டனர். இதுவல்லாமல், உபரி தானியங்கள் கி.மு. ஆறாம் நூற்றாண்டில் ஆங்காங்கு உதித்தெழுந்து வந்த நகரங்களுக்கும் அனுப்பப்பட்டன. இந்தப் பொருளாயத அனுகூலங்கள் மக்கள் தங்கள் நிலத்துடன் ஒட்டிக் கொள்வதற்கும், அத்தோடு அண்டை அயலிலுள்ள நிலங்களைத் தங்கள் வசமாக்கிக் கொள்வதற்கும் வழிவகுத்தன. நகரங்களைத் தங்களுடைய செயல்பாடுகளுக்கு ஆதார அடித்தளமாகக் கொண்டமைந்த பெரிய அரசுகள் தோன்றியதானது பிரதேசக் கருத்தை வலுப்படுத்திற்று. மக்கள் தாங்கள் சார்ந்த ஜனத்திடம் அல்லது இனமரபுக் குழுவிடம் அல்லாமல் தாங்கள் சார்ந்த ஜனபதத்திடம் அல்லது பிரதேசத்திடம் மிகுந்த விசுவாசம் காட்ட ஆரம்பித்தனர்.

மகாஜன பதங்கள்

புத்தர் காலத்தில் **மகாஜனபதங்கள்** எனப்படும் 16 பெரிய அரசுகள் இருந்ததைப் பார்க்கிறோம். அவை பெரும்பாலும் விந்தியத்துக்கு வடக்கே அமைந்திருந்தன; வட மேற்கு எல்லையிலிருந்து பீகார் வரை விரிந்திருந்தன. இவற்றில் மகதம், கோசலம், வத்சம், அவந்தி ஆகியவை மிகுந்த வல்லமை படைத்தவையாகத் திகழ்ந்தன. கிழக்கே அங்க

இராச்சியத்தைப் பற்றிக் கேள்விப்படுகிறோம். அதில் இன்றைய மாங்கிர், பகல்பூர் மாவட்டங்கள் அடங்கியிருந்தன. அதன் தலைநகரம் சம்பா. கி.மு. ஆறாம் நூற்றாண்டிலிருந்தே அங்கு மக்கள் குடியேறியதற்கான சின்னங்கள் காணப்படுகின்றன. காலப்போக்கில் அங்க நாடு அதன் வல்லமை மிக்க அண்டை நாடான மகதத்தால் கபளீகரம் செய்யப்பட்டது.

மகதம் பழைய பாட்னா, கயா மாவட்டங்களையும் ஷாகாபாத்தின் சில பகுதிகளையும் கொண்டதாக அமைந்திருந்தது; அக்காலத்தின் முக்கிய அரசாக வளர்ச்சியடைந்தது. திர்ஹூத் வட்டாரத்தில் கங்கைக்கு வடக்கே வஜ்ஜிகளின் இராச்சியம் இருந்தது; இந்த வஜ்ஜிகள் எட்டு இனங்களைச் சேர்ந்தவர்கள். ஆனால் இவர்கள் எல்லோரையும் விட ஆற்றல் மிக்கவர்களாக இருந்தவர்கள் லிச்சாவிகள்; இவர்கள் வைசாலி யைத் தங்களுடைய தலைநகரமாகக் கொண்டிருந்தனர்; வைசாலி மாவட்டத்தில் பஸரா கிராமம் தற்போதுள்ள இடத்தில்தான் ஒரு காலத்தில் வைசாலி இருந்தது. வைசாலியின் தொன்மையை புராணங்கள் இன்னும் முற்பட்ட காலத்திற்குக் கொண்டு செல்லுகின்றன; ஆனால் தொல் பொருள் ஆராய்ச்சி ரீதியில் பார்க்கும்போது கி.மு. ஆறாம் நூற்றாண்டு வரை பஸராவில் குடியேற்றம் ஏதும் தோன்றவில்லை.

மேலும் மேற்கே காசி இராச்சியம் இருந்தது; அதன் தலைநகரம் வாரணாசி. சுமார் கி.மு. 700ல் இங்கு மக்கள் குடியேற ஆரம்பித்தனர் என்பதையும், கி.மு. ஆறாம் நூற்றாண்டில் இந்த நகரம் மண் சுவர்களால் சூழப்பட்டிருந்தது என்பதையும் ராஜகாட்டில் மேற்கொள்ளப்பட்ட அகழ்வாய்வுகள் காட்டுகின்றன. ஆரம்பத்தில் காசி மிகவும் வல்லமை வாய்ந்த அரசுகளில் ஒன்றாக இருந்து வந்தது; ஆனால் பின்னர் அது கோசல அதிகாரத்துக்கு அடிபணிய வேண்டியதாயிற்று.

கோசலம் இன்றைய கிழக்கு உத்தரப் பிரதேசத்தைத் தன்னுள் அடக்கியதாக இருந்து வந்தது; சிராவஸ்தியை அது தனது தலைநகரமாகக் கொண்டிருந்தது; உத்தரப்பிரதேசத்தில் கோண்டா, பஹ்ரைச் மாவட்டங் களின் எல்லையிலுள்ள சஹேத் - மஹேத்தான் பழைய சிராவஸ்தி எனக் கூறப்படுகிறது. கி.மு. ஆறாம் நூற்றாண்டில் சஹேத் - மஹேத் பெரிய குடியேற்றம் எதையும் கொண்டிருக்கவில்லை என அகழ்வாய்வுகள் சுட்டிக்காட்டுகின்றன. கோசலம் அயோத்தி என்னும் ஒரு முக்கியமான நகரை தன்னுள் கொண்டிருந்தது. இது இராமாயணக் கதையுடன் தொடர்புடையது. ஆனால் கி.மு. ஆறாம் நூற்றாண்டுக்கு முன்னர் இங்கு எந்த அளவிலும் மக்கள் குடியேற்றம் நிகழவில்லை என்பதை அகழ்வாய்வுகள் புலப்படுத்துகின்றன. கோசலத்தில் கபிலவஸ்து

பண்டைக்கால இந்தியா 175

சாக்கியர்களின் குடியரசுப் பிரதேசமும் அடங்கியிருந்தது; இந்தக் கபிலவஸ்துதான் புத்தர் பிறந்த இடம் என்பதை ஏற்கெனவே கூறியிருக்கிறோம். கபிலவஸ்துவின் தலைநகரம் பஸ்தி மாவட்டத்திலுள்ள இன்றைய பிப்ரஹ்வம் என இனம் காணப்படுகிறது; ஆனால் நேபாளத்தில் பிப்ரஹ்வத்திலிருந்து 15 கிலோ மீட்டர் தொலைவிலுள்ள லும்பினி சாக்கியர்களின் மற்றொரு தலைநகரமாக இருந்து வந்தது.

கோசலத்தை அடுத்து மல்லர்களின் குடியரசு இருந்தது; இவர்களின் பிரதேசம் வஜ்ஜி நாட்டின் வட எல்லையை ஒட்டியிருந்தது. மல்லர்களின் தலைநகரங்களில் ஒன்று குஷினாராவில் அமைந்துள்ளது; இங்குதான் கௌதம புத்தர் காலமானார். இந்தக் குஷினராதான் தியோரியா மாவட்டத்திலுள்ள காசியா எனப்படுகிறது.

மேலும் மேற்கே யமுனை ஆற்றங்கரையை ஒட்டியிருந்தது வத்சர்களின் இராச்சியம். இதன் தலைநகரம் கௌசாம்பி. வத்சர்கள் குரு வமிசத்தைச் சேர்ந்தவர்கள்; அவர்கள் அஸ்தினாபுரத்திலிருந்து நீங்கி அலகாபாத்துக்கு அருகிலுள்ள கௌசாம்பியில் குடியேறினர். கங்கையும் யமுனையும் சங்கமமாகும் இடத்திற்கு அருகில் அமைந்திருப்பதால்தான் அவர்கள் கௌசாம்பியைத் தேர்ந்தெடுத்தனர். கி.மு. ஆறாம் நூற்றாண்டில் வலுமிக்க அரண்களால் பாதுகாக்கப்பட்ட தலைநகரமாக அது இருந்தது. அகழ்வாய்வுகளிலிருந்து இது நிரூபணமாகிறது.

குருக்கள், பாஞ்சாலர்களின் பழைய இராச்சியங்களைப் பற்றியும் நாம் அறிய வருகிறோம்; இவை மேற்கு உத்தரப்பிரதேசத்தில் அமைந்திருந்தன; ஆனால் பிந்திய வேத காலத்தில் எய்தியிருந்த அரசியல் முக்கியத்துவத்தை அவை இப்போது பெற்றிருக்கவில்லை.

மத்திய மால்வாவிலும் மத்தியப் பிரதேசத்தை ஒட்டிய பகுதிகளிலும் அவந்திகளின் அரசு அமைந்திருந்தது. இது இரு பகுதிகளாகப் பிரிந்திருந்தது. வடக்குப் பகுதி உஜ்ஜயினைத் தனது தலைநகரமாகவும், தெற்குப் பகுதி மகிஷமதியைத் தலைநகரமாகவும் கொண்டிருந்தன. கி.மு. ஆறாம் நூற்றாண்டிலிருந்து இவ்விரு நகரங்களுமே மிகுந்த முக்கியத்துவம் வாய்ந்தவையாக இருந்து வந்தன என்பதை அகழ்வாய்வுகள் காட்டுகின்றன. எனினும் இறுதியில் உஜ்ஜயின் மகிஷமதியை விடவும் மேம்பட்ட நிலையை எய்தியது. அது பெருமளவில் இரும்பைப் பயன்படுத்தியது; வலுமிக்க அரண்களைக் கட்டியெழுப்பியது.

கி.மு. ஆறாம் நூற்றாண்டிலிருந்து இந்தியாவின் அரசியல் வரலாறு மேலாதிக்கம் பெறுவதற்கு இந்த இராச்சியங்களிடையே நடைபெற்ற

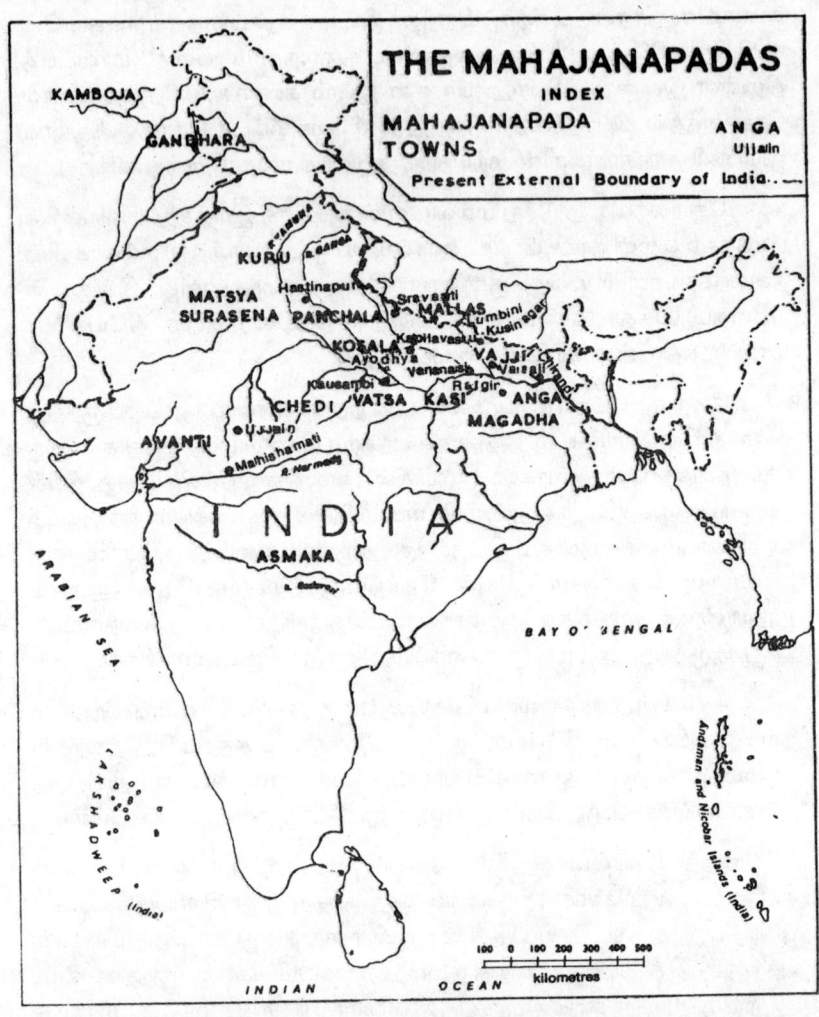

இந்தியாவின் இந்த இடக்கிடப்பியல் விவரங்கள் இந்தியத் தலைமை நில அளவாயர் அனுமதியுடன் வெளியிடப்பட்ட தேசப்படங்களை ஆதாரமாகக் கொண்டவை.

© இந்திய அரசின் பதிப்புரிமை. 1986.

இந்தியாவின் கரையோரக் கடல் பரப்பு எல்லைகள் அங்கீகரிக்கப்பட்ட இடத்திலிருந்து பன்னிரண்டு கடல் மைல் தொலைவுக்குக் கடலுக்குள் விரிந்து செல்லுகின்றன.

படம் - 31 மகாஜன பாதங்கள்

போராட்டங்களின் வரலாறே ஆகும். முடிவில் மகதமே மிகவும் வல்லமை வாய்ந்த அரசாகப் பரிணமித்து, ஒரு பேரரசை நிறுவுவதில் மகத்தான வெற்றியும் கண்டது.

மகதப் பேரரசின் தோற்றமும் வளர்ச்சியும்

ஹரியங்க வமிசத்தைச் சேர்ந்த பிம்பிசாரன் தலைமையில் மகதம் புத்தெழுச்சியும் வளர்ச்சியும் பெற்று மிகுந்த பிரபலமடைந்தது; இவன் புத்தரின் சமகாலத்தவன். அவன் நாடு பிடிக்கும் ஆக்கிரமிப்புக் கொள்கையைக் கடைப்பிடித்து வந்தான்; அது அசோகரின் கலிங்க யுத்தத்துடன் முடிவுக்கு வந்தது. பிம்பிசாரன் அங்க நாட்டைக் கைப்பற்றி, சாம்பாவில் தன்னுடைய மகன் அஜாதசத்ருவை அரசப் பிரதிநிதியாக நியமித்து அவன் பொறுப்பில் விட்டான். அவன் திருமண உறவுகளின் மூலமும் தனது நிலையை வலுப்படுத்திக் கொண்டான். அவனுக்கு மூன்று மனைவிகள். அவனுடைய முதல் மனைவி கோசல நாட்டு மன்னனின் புதல்வி; பர்சேனஜித்தின் சகோதரி. கோசல மனைவி ஒரு காசி கிராமத்தை சீதனமாகக் கொண்டு வந்தாள்; அதிலிருந்து வருவாயாக 1,00,000 கிடைத்து வந்தது; அந்நாட்களில் வருவாய்கள் நாணயங்களைக் கொண்டு மதிப்பிடப்பட்டன என்று தெரிகிறது. இந்தத் திருமணம் கோசல நாட்டுடனிருந்த பகைமைக்கு முடிவு கட்டி, இதர நாடுகள் சம்பந்தமாக அவன் தன் விருப்பப்படி செயல்படும் சுதந்திரத்தை அவனுக்கு அளித்தது. அவனது இரண்டாவது மனைவி செல்லனா வைசாலியைச் சேர்ந்த ஒரு லிச்சாவி இளவரசி, அவனது மூன்றாவது மனைவி பஞ்சாபைச் சேர்ந்த மத்ரா வம்சத் தலைவனது புதல்வி. பல்வேறு அரசக் குடும்பங்களுடனான பிம்பிசாரனின் திருமண உறவுகள் அவனுக்கு அளப்பரும் ராஜிய செல்வாக்கை அளித்தன; மேற்கிலும் வடக்கிலும் மகதம் விஸ்தரிப்பதற்கும் வழிவகுத்துக் கொடுத்தன.

உஜ்ஜயினைத் தலைநகராகக் கொண்ட அவந்திதான் மகதத்துடன் மிகக் கடுமையாக போட்டியிட்ட நாடு. அதன் மன்னன் சந்திர பிரதியோத மகாசேனன் பிம்பிசாரனுடன் சமர்புரிந்தான். ஆனால் நண்பர்களாக இருப்பதே விவேகமானது என்ற முடிவுக்கு அவர்கள் இறுதியில் வந்தனர். பின்னாளில் பிரதியோதன் மஞ்சட்காமாலை நோயால் பீடிக்கப்பட்டபோது, பிம்பிசாரன் அரச மருத்துவனான ஜீவகனை உஜ்ஜயினிக்கு அனுப்பி வைத்தான். காந்தார மன்னன் பிம்பிசாரனிடம் ஒரு தூதுக் குழுவையும் கடிதத்தையும் அனுப்பியதாகவும் கூறப்படுகிறது. இந்தக் காந்தார மன்னனுடன்தான் பிரதியோதன் போரிட்டுத் தோல்வியடைந்தான். ஆக இவ்வாறு ஒன்றன்பின் ஒன்றாக

வென்று நாடுகளைக் கைப்பற்றுவதன் மூலமும், தேர்ந்த தகுந்த ராஜிய நடவடிக்கைகளின் மூலமும் கி.மு. ஆறாம் நூற்றாண்டில் மகதத்தை தலையாய அரசாக ஆக்கினான் பிம்பிசாரன். அவனுடைய இராச்சியம் 80,000 கிராமங்களைக் கொண்டிருந்ததாகக் கூறப்படுகிறது. இது குறைத்து மதிப்பிடப்பட்ட எண்ணிக்கையேயாகும்.

மகதத்தின் ஆரம்பக்காலத் தலைநகரம் ராஜ்கீரில் அமைந்திருந்தது: அது அந்நாட்களில் கிரிவ்ராஜா என அழைக்கப்பட்டது. அதைச் சுற்றிலும் ஐந்து குன்றுகள் இருந்தன. எல்லாப் பக்கங்களிலும் இந்தக் குன்றுகளுக்கு இடையேயான இடைவெளி கற்சுவர்களைக் கொண்டு அடைக்கப்பட்டிருந்தது. இது ராஜ்கீரை வெல்லற்கரியதாக்கிவிட்டது.

பௌத்த காலக்கணிப்புகளின்படி பிம்பிசாரன் கி.மு. 544லிருந்து கி.மு. 492வரை 52 ஆண்டுகள் ஆட்சி புரிந்தான். அவனுக்குப் பின்னர் அவனுடைய மகன் அஜாதசத்ரு (கி.மு. 492-460) ஆட்சிபீடமேறினான். அவன் தன்னுடைய தந்தையைக் கொன்று அதிகாரத்தைக் கைப்பற்றிக் கொண்டான். அவனது ஆட்சி பிம்பிசாரனது வமிசத்துக்கு ஒரு திருப்புமுனையாக அமைந்திருந்தது. அவன் இரு போர்களை நடத்தினான்; மூன்றாவது போருக்குத் தயாரிப்புகள் செய்தான். அவன் தனது ஆட்சிக்காலம் முழுவதிலும் ஆக்கிரமிப்பு விஸ்தரிப்புக் கொள்கையையே கடைப்பிடித்து வந்தான். இது அவனுக்கு எதிராக காசியையும் கோசலத்தையும் ஒன்று சேர வைத்தது. இதனைத் தொடர்ந்து மகதத்துக்கும் கோசலத்துக்கும் இடையே நீண்டகால மோதல் ஆரம்பமாயிற்று. இறுதியில் அஜாதசத்ருவே வெற்றிவாகை சூடினான். கோசல மன்னன் அவனுடன் சமாதானம் செய்து கொள்ள வேண்டிய கட்டாயம் ஏற்பட்டது. அதுமட்டுமல்ல, அஜாதசத்ருக்கு அவன் தன்னுடைய மகளைத் திருமணம் செய்து கொடுக்கவும், காசியை அவனது முழுப்பொறுப்பில் விடவும் நேர்ந்தது.

அஜாதசத்ரு உறவுகளை எவ்வகையிலும் மதித்துப் போற்று பவனல்ல. அவனுடைய தாய் லிச்சாவி நாட்டு இளவரசியாயினும், வைசாலிக்கு எதிராக அவன் போர் தொடுப்பதற்கு இது எவ்விதத்திலும் குறுக்கே நிற்கவில்லை. லிச்சாவிகள் கோசலர்களின் கூட்டாளிகள் என்று இதற்கு சாக்குபோக்குக் கூறப்பட்டது. அவன் லிச்சாவிகளிடையே உட்பூசல்களைக் கிளர்த்தி விட்டான்; முடிவில் அவர்களது நாட்டின் மீது படையெடுத்து, அவர்களது சுதந்திரத்தைப் பறித்தான்; போரில் அவர்களைத் தோற்கடித்தான். வைசாலியைத் தகர்த்துத் தரைமட்ட மாக்குவதற்கு அவனுக்கு 16 ஆண்டுக்காலம் பிடித்தது. கவண்களைப்

போலக் கற்களை வீசியெறியும் ஒரு போர்ச் சாதனத்தின் உதவியோடு இக்காரியத்தைச் சாதித்தான். தண்டாயுதம் பொருத்தப்பட்ட ஒரு ரதமும் அவனிடம் இருந்தது. எதிரிப்படை வீரர்களைக் கூட்டம் கூட்டமாகக் கொன்று குவிப்பதை இது சாத்தியமாக்கிற்று. காசி, வைசாலி ஆகியவற்றின் இணைப்போடு மகதப் பேரரசு மேலும் விரிவடைந்தது.

அவந்தி மன்னன் அஜாதசத்ருவின் வலுவான எதிராளியானான். அவந்தி கௌசாம்பியின் வத்சர்களைத் தோற்கடித்தது. மகதத்தின் மீது படையெடுக்கப்போவதாகவும் அது இப்போது அச்சுறுத்தியது. இந்த அபாயத்தைத் தடுக்கும் பொருட்டு அஜாதசத்ரு ராஜ்கீரைச் சுற்றிலும் அரண் அமைத்து அதனை வலுப்படுத்துவதில் ஈடுபட்டான். இந்த அரண்களின் இடிபாடுகளை இன்றளவும் பார்க்கலாம். எனினும் அவனது ஆயுட்காலத்தில் இந்தப் படையெடுப்பு நிகழவில்லை.

அஜாதசத்ருக்குப் பிறகு உதயின் (கி.மு.460-444) மகுடம் சூட்டிக் கொண்டான். அவனுடைய ஆட்சி முக்கியத்துவம் வாய்ந்தது. பாட்னாவில் கங்கை நதியும் ஸோன் நதியும் கூடும் இடத்தில் அவன் கோட்டை ஒன்றைக் கட்டினான். வடக்கே இமாலயத்திலிருந்து தெற்கே சோட்டாநாக்பூர் வரை விஸ்தரித்திருந்த மகதப் பேரரசின் மையத்தில் பாட்னா அமைந்திருந்ததே இவ்வாறு அவன் செய்ததற்குக் காரணம். பாட்னா எவ்வளவு கேந்திர முக்கியத்துவம் வாய்ந்தது என்பதைப் பின்னால் பார்ப்போம்.

உதயினுக்குப் பிறகு சிசுநாக வமிசத்தினர் ஆட்சிபீடமேறினர். அவர்கள் தலைநகரை தற்காலிகமாக வைசாலிக்கு மாற்றினர். அவர்களது மிகப்பெரும் சாதனை அவந்தியை அதன் தலைநகர் உஜ்ஜயினோடு சேர்த்து நிர்மூலமாக்கியதாகும். மகதத்துக்கும் அவந்திக்கும் 100 ஆண்டுக்காலமாக நீடித்துவந்த போட்டியை இது முடிவுக்குக் கொண்டு வந்தது. இதுமுதல் அவந்தி மகதப் பேரரசின் ஒரு பகுதியாயிற்று; இந்த நிலை மௌரியர் ஆட்சியின் முடிவு வரை நீடித்தது.

சிசுநாகர்களுக்குப் பிறகு நந்தர்கள் ஆட்சிக்கு வந்தனர். மகதத்தின் மிக சக்தி வாய்ந்த ஆட்சியாளர்களாகத் திகழ்ந்தனர். அச்சமயம் பஞ்சாப் மீது படையெடுத்து வந்த அலெக்சாண்டர் கிழக்கு நோக்கிச் செல்லத் துணியவில்லை என்பதிலிருந்து நந்தர்களின் பராக்கிரமத்தைத் தெரிந்து கொள்ளலாம். நந்தர்கள் கலிங்கத்தை வென்று மகத அரசுடன் சேர்த்தனர்; அங்கிருந்து வெற்றியின் சின்னமாக ஜினாவின் உருவச் சிலையைக் கொண்டு வந்தனர். இவையெல்லாம் மகாபத்ம நந்தனது ஆட்சிக் காலத்தில் நடைபெற்றன. அவன் தன்னை **ஏக்ராத்** என்று கூறிக்

கொண்டான்; இதர எல்லா ஆளும் மன்னர்களையும் அழித்தொழித்த ஏகச் சக்கரவர்த்தி என்று இதற்குப் பொருள். அவன் கலிங்கத்தை மட்டுமன்றி, தனக்கு எதிராகக் கலகக்கொடி தூக்கிய கோசலத்தையும் தன் ஆட்சியின் கீழ் கொண்டு வந்தான் என்று தோன்றுகிறது.

நந்தர்கள் மிகவும் செல்வச் செழிப்பில் கொழித்தனர்; மிகவும் வலிமை வாய்ந்தவர்களாக விளங்கினர். அவர்கள் 2,00,000 காலாட்படையினரையும், 60,000 குதிரைப்படையினரையும், 6000 போர் யானைகளையும் பராமரித்து வந்ததாகக் கூறப்படுகிறது. நன்கு திட்டமிட்ட ஒரு வரிவிதிப்பு முறையின் மூலமே இத்தகைய ஒரு பிரம்மாண்டமான சைனியத்தைக் கட்டிக் காக்க முடியும் என்பது தெளிவு. இவற்றை எல்லாம் கருத்திற்கொண்டுதான் நந்தர்களுக்கு எதிராக அலெக்சாண்டர் படையெடுப்பு மேற்கொள்ளவில்லை.

ஆனால், பிற்கால நந்தர்கள் பலவீனமானவர்களாகவும் செல்வாக் கற்றவர்களாகவும் இருந்தனர். மகதத்தில் அவர்களது ஆட்சியைத் தொடர்ந்து மௌரியர் ஆட்சி ஏற்பட்டது. அவர்களது ஆட்சியில் மகதப் பேரரசு புகழின் கொடு முடியையே எட்டிவிட்டது எனலாம்.

மகதத்தின் வெற்றிக்கான காரணங்கள்

மௌரியர்களது ஆட்சி தோன்றுவதற்கு முந்திய இரண்டு நூற்றாண்டுக்காலத்தில் மகதப் பேரரசு கண்ட எழுச்சி, வளர்ச்சி இதே காலகட்டத்தில் ஈரானியப் பேரரசு கண்ட எழுச்சியை ஒத்ததாக இருந்தது. அந்நாட்களில் இந்தியாவின் மிகப்பெரிய அரசு உருவானதானது பிம்பிசாரன், அஜாதசத்ரு, மகாபத்ம நந்தன் போன்ற பேரார்வமும் பெருமுயற்சியும் கொண்ட அநேக மன்னர்களின் கடுமையான உழைப்பில் கனிந்த கனியேயாகும். அவர்கள் தங்கள் இராச்சியங்களை விரிவுபடுத்துவதற்கும் அவற்றை வலுப்படுத்துவதற்கும் சாமம், தானம், பேதம், தண்டம் முதலிய எல்லா உபாயங்களையும் கைக்கொண்டனர். ஆனால் மகதம் விரிவடைந்ததற்கு இது மட்டுமே காரணமல்ல.

இந்த விஷயத்தில் வேறு சில காரணிகளும் உள்ளன. இரும்பு யுக காலத்தில் மகதம் நில இயல் சார்ந்த ஓர் அனுகூலத்தைப் பெற்றிருந்தது; ஏனென்றால் ஏராளமான இரும்புப் படிவங்கள் மகதத்தின் ஆரம்பகால தலைநகரமான ராஜ்கீருக்கு அருகில் அமைந்திருந்தன. வளமிக்க இரும்புச் சுரங்கங்கள் அருகில் இருந்ததால் மகத மன்னர்கள் ஆற்றல் மிக்க ஆயுதங்களைத் தயாரித்துக் கொள்வது சாத்தியமாயிற்று; ஆனால் அவர்களுடைய எதிராளிகளுக்கு இரும்புக் கனிகள் எளிதாகக்

கிடைக்கவில்லை. கிழக்கு மத்தியப் பிரதேசத்திலும் இரும்புச் சுரங்கங்கள் உள்ளன; உஜ்ஜயினை தலைநகராகக் கொண்ட அவந்திகள் இராச்சியத்துக்கு அருகில் இவை இருந்தன. சுமார் கி.மு. 500 ஆண்டு வாக்கில் உஜ்ஜயினில் இரும்பு காய்ச்சி அடித்து உருவாக்கப்பட்டது என்பதில் ஐயமில்லை. இவற்றிலிருந்து கம்மியர்கள் நல்ல தரமான ஆயுதங்களைத் தயாரித்து அளித்திருக்கக்கூடும். இதன் காரணமாக, வட இந்தியாவில் மேலாதிக்கம் பெறுவதில் மகதத்திற்கு மிகக் கடுமையான போட்டியாளனாக அவந்தி உருவெடுத்தது; உஜ்ஜயினை தன்கட்டுப் பாட்டின் கீழ் கொண்டுவருவதற்கு சுமார் நூறு ஆண்டுகள் பிடித்தன.

மகதம் வேறு சில அனுகூலங்களையும் பெற்றிருந்தது. மகதத்தின் இரண்டு தலைநகரங்கள் அதாவது முதல் தலைநகரமான ராஜ்கீரும் இரண்டாவது தலைநகரமான பாடலிபுத்திரமும் மிகக் கேந்திரமான இடங்களில் அமைந்திருந்தன. ராஜ்கீரைச் சுற்றிலும் ஐந்து குன்றுகள் வலுமிக்க பாதுகாப்பு அரண்களாக காட்சியளித்தன. கோட்டை கொத்தளங்களைத் தகர்க்கக்கூடிய பீரங்கிகள் போன்ற ஆற்றல் மிக்க ஆயுதங்கள் கண்டுபிடிக்கப்படாத அக்காலத்தில் ராஜ்கீர் கைப்பற்ற முடியாதவாறு வலிமை மிக்கதாகஇருந்தது. கி.மு. ஐந்தாம் நூற்றாண்டில் மகத மன்னர்கள் தங்கள் தலைநகரை ராஜ்கீரிலிருந்து பாடலி புத்திரத்திற்கு (பாட்னா) மாற்றினர்; அந்நாட்களில் பாடலிபுத்திரம் எல்லாப் பக்கங்களிலுமிருந்தும் அணுகக் கூடிய முக்கியமான போக்குவரத்துக் கேந்திரம் என்ற அந்தஸ்தைப் பெற்றிருந்தது. கங்கை, காண்டக், சோன் மற்றும் நான்காவது ஒரு நதியான காக்ரா ஆகியவை சங்கமிக்கும் இடத்தில் பாடலிபுத்திரம் அமைந்திருந்தது. தொழில் வளர்ச்சியடையாத அந்நாட்களில், போக்குவரத்துக் கடினமாக இருந்த அக்காலத்தில் ஆறுகளின் போக்கை பின்தொடர்ந்து படைகள் வடக்கிலோ, மேற்கிலோ, கிழக்கிலோ, தெற்கிலோ செல்ல முடியும். தவிரவும், ஏறத்தாழ எல்லாப்பக்கங்களிலும் நதிகளால் சூழப்பட்டிருந்த தால் பாட்னா வெல்ல முடியாததாக இருந்தது. சோன் நதியும் கங்கையும் அந்நகரை வடக்கிலும் மேற்கிலும் சூழ்ந்திருக்க பூன்பன் அதனை தெற்கிலும் கிழக்கிலும் சூழ்ந்திருந்தது. எனவே, பாடலிபுத்திரத்தை உண்மையில் ஒரு நீர் அரண் **(ஜலதுர்கா)** என்று கூறலாம். அந்நாட்களில் இந்நகரைக் கைப்பற்றுவது அத்தனை எளிதாக இருக்கவில்லை.

மத்திய கங்கை சமவெளியின் மத்தியில் மகதம் அமைந்திருந்தது. காடுகள் அழிக்கட்பட்டதும் அங்கிருந்த வண்டல் மண் வளமிக்கதாக இருந்தது. நல்ல மழை பெய்ததால் பாசன வசதி இல்லாமலேயே அப்பிரதேசம் சிறந்த விளைச்சல் தரக்கூடியதாக இருந்தது. அந்த நாடு

பல்வேறு வகையான நெல்லை சாகுபடி செய்தது; இந்த நெல் வகைகள் ஆரம்பகால பௌத்த நூல்களிலேயே குறிப்பிடப்பட்டிருக்கின்றன. அலகாபாத்துக்கு மேற்கே இருந்த பிரதேசங்களைவிட இந்தப் பிரதேசம் அதிக விளைச்சல் தரக்கூடியதாக இருந்தது. விவசாயிகள் கணிசமான அளவுக்கு உபரியாக உற்பத்தி செய்வதை இது சாத்தியமாக்கிற்று. ஆட்சியாளர்கள் இந்த உபரியை வரியாகச் சுருட்டிக் கொண்டனர்.

நகரங்கள் உதித்தெழுந்ததாலும், உலோக நாணயங்கள் உபயோகத்துக்கு வந்ததாலும் மகத மன்னர்கள் பலனடைந்தனர். வடகிழக்,த இந்தியாவில் வர்த்தகமும் தொழிலும் வளர்ச்சியடைந்ததால் மன்னர்கள் தங்கள் படைகளைப் பராமரிப்பதற்காக பண்ட விற்பனைக்கு சுங்க வரிகள விற்பதும், செல்வத்தை குவிப்பதும் சாத்தியமாயிற்று.

ராணுவ ஒழுங்கமைப்பில் மகதம் ஒரு பிரத்தியேகமான அனுகூலத்தைப் பெற்றிருந்தது. குதிரைகளையும் ரதங்களையும் பயன்படுத்துவதில் இந்திய இராச்சியங்கள் நன்கு பரிச்சயம் பெற்றிருந்தபோதிலும், தனது அண்டை நாடுகளுக்கு எதிரான போர்களில் மகதம்தான் யானைகளைப் பெரிய அளவில் முதலில் பயன்படுத்தியது. நாட்டின் கிழக்குப் பகுதி மகத மன்னர்களுக்கு யானைகளை வழங்கிற்று. நந்தர்கள் 6000 யானைகளைப் பயன்படுத்தினர் என்று கிரேக்க ஆதாரங்களிலிருந்து அறிகிறோம். கோட்டை கொத்தளங்களைத் தாக்குவதற்கும் சாலைளும் இதர போக்குவரத்து வசதிகளும் இல்லாத சதுப்பு நிலப் பகுதிகளில் படைகள் செல்வதற்கும் யானைகளைப் பயன்படுத்திக் கொள்ள முடியும்.

இறுதியாக, மகத சமுதாயம் சமய வினைமுறைகளில் அத்தனை ஆர்வம் காட்டாத போக்கை இங்கு குறிப்பிட வேண்டும். அந்நாட்டில் மகதர்களும் கிரதர்களும் வாழ்ந்து வந்தனர். வைதிக பிராமணர்கள் அவர்களைக் கீழானவர்களாகக் கருதி வந்தனர். எனினும் வேதகால மக்களின் பிரவேசம் காரணமாக அந்த சமுதாயம் ஓர் இனிய வருண இன கலவைக்கு உள்ளாயிற்று. இந்த சமுதாயம் அண்மையில்தான் ஆரியமயமாக்கப்பட்டதால் இதற்கு முன்னர் வேத செல்வாக்கின் கீழ் கொண்டுவரப்பட்ட இராச்சியங்களின்பால் காட்டும் ஆர்வத்தைவிட நாடு விஸ்தரிப்பில்தான் அதிக ஆர்வம் காட்டிற்று. இவை யாவற்றின் காரணமாக, ஏனைய இராச்சியங்களைத் தோற்கடிப்பதிலும், இந்தியாவில் முதல் பேரரசை உருவாக்குவதிலும் மகதம் வெற்றி கண்டது.

இயல் 12
ஈரானிய மற்றும் மாசிடோனிய படையெடுப்புகள்

ஈரானிய படையெடுப்பு

வடகிழக்கு இந்தியாவில் சிற்றரசுகளும் குடியரசுகளும் படிப்படியாக மகதப் பேரரசில் இரண்டறக் கலந்தன. ஆனால் கி.மு. ஆறாம் நூற்றாண்டின் முற்பாதியில் வடமேற்கு இந்தியா முற்றிலும் வேறுபட்டதொரு படப்பிடிப்பினை வழங்கிற்று. காம்போஜர்கள், காந்தாரர்கள், மத்ரர்கள் போன்றோரின் பல சிற்றரசுகள் பரஸ்பரம் ஒன்றுடன் ஒன்று மோதிக் கொண்டிருந்தன. சச்சரவிட்டுக் கொள்ளும் இனங்களை நன்கு ஒழுங்கமைக்கப்பட்ட ஓர் இராச்சியத்தில் இணைத்துப் பிணைக்கும் மகதம் போன்ற ஒரு வல்லமைமிக்க அரசை இந்தப் பிரதேசம் பெற்றிருக்கவில்லை. இந்தப் பிரதேசம் செல்வ வளமிக்கதாக இருந்ததால், இந்துகுஷ் மலைத்தொடர்களில் உள்ள கணவாய்கள் மூலம் எளிதாகப் பிரவேசிக்கக் கூடியதாக இருந்தது.

மகத மன்னர்கள் தங்கள் இராச்சியங்களை விஸ்தரித்து வந்த அதேசமயம் ஈரானின் அக்கேயமெனி ஆட்சியாளர்களும் வடமேற்கு எல்லையில் நிலவிய அரசியல் ஒற்றுமையின்மையைப் பயன் படுத்திக்கொண்டு தங்களது பேரரசை விஸ்தரிப்பதில் ஈடுபட்டனர். ஈரான் மன்னன் டரியஸ் கி.மு. 516ல் இந்தியாவுக்குள் ஊடுருவி வந்து, பஞ்சாப், மேற்கு சிந்துவெளி, சிந்து முதலிய பகுதிகளைக் கைப்பற்றிக் கொண்டான். இந்தப் பிரதேசம் ஈரானின் இருபதாவது மாகாணமாக அல்லது சத்ராபியாக இணைத்துக்கொள்ளப்பட்டது; அச்சமயம் ஈரான் பேரரசில் மொத்தம் 28 சத்ராபிகள் இருந்தன. இந்திய சத்ராபியில் சிந்து, வடமேற்கு எல்லைப்புறம், சிந்துநதிக்கு மேற்கே உள்ள பஞ்சாபின் ஒரு பகுதி ஆகியவை அடங்கும். இதுவே ஈரான் பேரரசின் பெரிதும் வளமிக்க, மிகவும் மக்கட்தொகை கொண்ட பகுதியாக இருந்தது. அது 360 டேலன்ட் (ஈரானிய வழக்கில் எடை அலகு) தங்கத்தைத் திறையாக

செலுத்தி வந்தது. ஈரான் தனது ஆசிய மாகாணங்களிலிருந்து பெற்று வந்த மொத்த வருவாயில் இது மூன்றில் ஒரு பங்காகும். இந்தியப் பிரஜைகளும் ஈரானியப் படையில் சேர்த்துக் கொள்ளப்பட்டனர். டரியசுக்குப் பிறகு ஆட்சி பீடமேறிய ஜெர்ஜெக்ஸ் கிரேக்கர்களுக்கு எதிராக நீண்ட காலம் நடைபெற்றுவந்த போரில் இந்தியர்களை ஈடுபடுத்தினான். அலெக்சாந்தரின் இந்தியப் படையெடுப்புவரை இந்தியா ஈரானின் ஒரு பகுதியாகத் தொடர்ந்து இருந்து வந்ததாகத் தோன்றுகிறது.

தொடர்பின் விளைபயன்கள்

இந்திய - ஈரானிய தொடர்பு 200 ஆண்டுக்காலம் நீடித்தது. இந்திய - ஈரானிய வாணிகத்தை அது ஊக்குவித்தது. கலாசாரத் தொடர்புகள் இவற்றைவிட முக்கியமானவை. ஈரானிய எழுத்தாளர்கள் ஒருவகையான எழுத்து வடிவத்தை இந்தியாவுக்குக் கொண்டு வந்தனர். இது கரோஸ்தி எழுத்து வடிவம் எனப்படுகிறது. அரபு மொழி போன்று வலமிருந்து இடமாக அது எழுதப்பட்டது. வடமேற்கு இந்தியாவில் காணப்படும் கி.மு. மூன்றாம் நூற்றாண்டைச் சேர்ந்த அசோகரது கல்வெட்டுப் பொறிப்புகளும் இந்த எழுத்து வடிவத்தில்தான் எழுதப்பட்டிருக்கின்றன. கி.பி. மூன்றாம் நூற்றாண்டு வரை இந்நாட்டில் இந்த எழுத்து வடிவமே பயன்படுத்தப்பட்டு வந்தது. வடமேற்கு எல்லைப்புறப் பிராந்தியத்தில் ஈரானிய நாணயங்கள் கண்டெடுக்கப்பட்டிருக்கின்றன; ஈரானுடன் வாணிகம் நடைபெற்று வந்ததை இது காட்டுகிறது. ஆனால் ஈரானுடன் இருந்த தொடர்பு காரணமாகவே முத்திரை பொறித்த நாணயங்கள் இந்தியாவில் தொடர்ந்து புழங்கி வந்தன என்று நினைப்பது தவறாகும். எனினும் மௌரிய சிற்பக் கலையில் ஈரானிய செல்வாக்கு நிலவுவது கண்கூடாகத் தெரிகிறது. அசோகர் காலத்து நினைவுச் சின்னங்கள், முக்கியமாக தூபியின் உச்சியில் மணியின் வடிவத்தில் செய்யப் பட்டிருக்கும் சிற்பவேலைப்பாடுகள் ஈரானிய பாணியில் அமைந்தவை யாகும். அசோகரது சாசனங்களின் பீடிகைகளிலும் அவற்றில் பயன் படுத்தப்பட்டிருக்கும் சில பதங்களிலும் ஈரானிய செல்வாக்கு நிலவுவதைக் காணலாம். உதாரணமாக, **திபி** என்னும் ஈரானிய பதத்துக்கு அசோகரது சாசனங்களில் **லிபி** என்னும் பதம் பயன்படுத்தப்பட்டிருக்கிறது. மேலும். ஈரானியர்கள் மூலம்தான் இந்தியாவின் செல்வ வளத்தைப் பற்றி கிரேக்கர்கள் தெரிந்து கொண்டதாகத் தெரிகிறது; இது அவர்களது பேராசைப் பசியைத் தூண்டிவிட்டது; முடிவில் அலெக்சாண்டரின் இந்தியப்படையெடுப்புக்கு வழிவகுத்தது.

அலெக்சாண்டர் படையெடுப்பு

கி.மு. நான்காம் நூற்றாண்டில் கிரேக்கர்களும் ஈரானியர்களும் உலக ஆதிக்கத்துக்காகப் போராடி வந்தனர். முடிவில் மாசிடோனியாவைச் சேர்ந்த அலெக்சாண்டரின் தலைமையில் கிரேக்கர்கள் ஈரானியப் பேரரசை ஒழித்துக் கட்டினர். அலெக்சாண்டர் ஆசியாமைனரையும் ஈராக்கையும் மட்டுமின்றி, ஈரானையும் கைப்பற்றிக் கொண்டான். இந்தியாவின் பெருஞ்செல்வத்தால் கவர்ந்து ஈர்க்கப்பட்டு ஈரானிலிருந்து இந்தியாவை நோக்கி அவன் புறப்பட்டான். வரலாற்றின் தந்தை எனப் போற்றப்படும் ஹிரோடோட்டசும் ஏனைய கிரேக்க எழுத்தாளர்களும் செல்வம் கொழிக்கும் பழம்பெரும் நாடாக இந்தியாவைப் படம் பிடித்துக் காட்டியிருந்தனர். அந்நாட்டின் மீது படையெடுககும்படி இது அலெக்சாண்டரைத் தூண்டி ஊக்குவித்தது. மேலும், நிலவியல் விசாரணையிலும் இயற்கை வரலாற்றிலும் அலெக்சாந்தர் பேரார்வம் கொண்டவன்.இந்தியாவின் கிழக்குப் பக்கம்வரை காஸ்பியன் கடல் வியாபித்திருப்பதாக அவன் கேள்விப்பட்டிருக்கிறான். முந்திய படையெடுப்பாளர்களின் துணிகர செயல்கள் பற்றிய பழங்கதைகளும் அவனுக்கு புதிய உத்வேகத்தையும் ஆதர்சத்தையும் அளித்தன; இது விஷயத்தில் அவர்களைப் பின்பற்றவும், அவர்களை விஞ்சி செல்லவும் அவன் விரும்பினான்.

வடமேற்கு இந்தியாவின் அப்போதைய அரசியல் நிலைமை அவனது திட்டங்களுக்கு ஏற்புடையதாக இருந்தது. அப்பிரதேசம் பல சுதந்திர முடியரசுகளாகவும், இனமரபுக்குழு வழிபட்ட குடியரசுகளாகவும் பிரிந்திருந்தது; இவை பிறந்த மண்ணுடன் இணை பிரியாது பின்னிப் பிணைந்தவை; தாங்கள் ஆண்ட ஆட்சிப் பகுதிகளின்மீது தீவிர பாசமும் பந்தமும் கொண்டவை. இந்த சிற்றரசுகளை ஒன்றன்பின் ஒன்றாக வெல்வது எளிதென அலெக்சாண்டர் கண்டான். இந்தப் பிரதேசங்களை ஆட்சி செய்தவர்களில் இருவர் பிரபலமானவர்கள். ஒருவன் அம்பி, தட்சசீலத்து மன்னன்; மற்றவன் போரஸ் (புருஷோத்தமன்), ஜீலம் மற்றும் செனாப் நதிகளுக்கு இடையே இருந்த பிரதேசத்தை ஆண்டு வந்தவன். இருவரும் சேர்ந்து அலெக்சாண்டரின் முன்னேற்றத்தைத் தடுத்து நிறுத்தி இருக்க முடியும். ஆனால் அவர்கள் அவ்வாறு ஒன்றுபட்டு நிற்கவில்லை; இதனால் கைபர் கணவாய் திறந்துவிடப்பட்ட கதவுபோல் பாதுகாப்பற்றதாக இருந்தது.

ஈரானை வென்ற பிறகு அலெக்சாண்டர் காபூலுக்குச் சென்றான்; அங்கிருந்து கி.மு. 326-ல் கைபர் கணவாய் வழியாக இந்தியாவுக்குள்

நுழைந்தான். சிந்து நதியை அடைவதற்கு அவனுக்கு ஐந்து மாதங்கள் பிடித்தன. தட்சசீலத்தின் மன்னன் அம்பி பேச்சு மூச்சில்லாமல் உடனே படையெடுப்பாளனிடம் அவமானகரமான முறையில் சரணடைந்தான்; எதிராளியின் படை அணியைப் பெருக்கினான்; அவனுடைய பணப் பெட்டிகளை நிரப்பினான். இதன் பின்னர் அலெக்சாண்டர் ஜீலம் நதியை கடந்தான். அங்கு அவன் முதன் முறையாக போரசிடமிருந்து கடும் எதிர்ப்பை எதிர்கொள்ள நேர்ந்தது. அலெக்சாண்டர் போரசைத் தோற்கடித்தாலும் அந்த இந்திய மன்னனது நிகரற்ற வீரமும் தீரமும் அஞ்சாநெஞ்சமும் துணிவும் அவனைப் பெரிதும் கவர்ந்து விட்டன. எனவே, போரசின் இராச்சியத்தை அவனுக்கே திருப்பித் தந்து விட்டான்; அவனைத் தனது நண்பனாக ஏற்றுக் கொண்டான். பின்னர் அலெக்சாண்டர் பீஸ் நதிவரை முன்னேறிச் சென்றான். மேலும் கிழக்கு நோக்கிச் செல்ல அவன் விரும்பினான். ஆனால் அவனுடைய படைகள் அவனைப் பின்தொடர மறுத்துவிட்டன. கிரேக்க படைவீரர்கள் அடிக்கடி போர் புரிந்து களைப்பும் சோர்வும் சலிப்புமடைந்ததோடு நோய்வாய்ப் படவும் செய்தனர். இந்தியாவின் தகிக்கும் வெப்பமும், பத்தாண்டுக் காலம் இடைவிடாது போர் நடவடிக்கைகளில் ஈடுபட்டதும் அவர்களிடம் மிகுந்த வீட்டு ஏக்கத்தை உண்டு பண்ணி விட்டன. சிந்துநதிக் கரைகளில் இந்தியர்களின் அபார போரிடும் திறமையையும் கண்டுவிட்டனர்; மேலும் முன்னேறிச் செல்லும் எண்ணத்தை தவிர்க்கும்படி இது அவர்களைத் தூண்டிவிட்டது. இதுபற்றி கிரேக்க வரலாற்றாசிரியர் அர்ரியன் பின்வருமாறு கூறுகிறார் : "அக்காலத்தில் இப்பகுதிகளில் வாழ்ந்த ஏனைய மக்களினங்களுடன் ஒப்பிடும்போது போர்க் கலையில் இந்தியர்கள் மிகவும் மேம்பட்டவர்கள்." அதிலும் குறிப்பாக கங்கை நதி தீரத்தில் மகா வல்லமை படைத்த ஓர் இராச்சியம் இருந்துவரும் விவரம் கிரேக்க படைவீரர்களிடம் கூறப்பட்டபோது உண்மையிலேயே அவர்கள் கிலி அடைந்து விட்டனர். இவ்வாறு கிரேக்கர்களை கதிகலங்க வைத்த அந்த இராச்சியம் வேறு எதுவுமல்ல, நந்தர்கள் ஆண்டு வந்த மகதம்தான் அது. அலெக்சாண்டரின் படைகளைவிட எண்ணிக்கையில் பெரிதும் விஞ்சும் ஒரு பிரம்மாண்டமான சைனியத்தை அவர்கள் அணி திரட்டி வைத்திருந்தனர். எனவே, முன்னேறிச் செல்லும்படி தமது படைவீரர்களைத் திரும்பத் திரும்பக் கேட்டுக் கொண்டபோதிலும் அவர்கள் ஓர் அங்குலம் கூட நகரவில்லை. அப்போது அலெக்சாண்டர் பின்வருமாறு பிரலாபித்தான் : "கோழைத்தனமான பயங்களால் ஓசிந்து ஒடுங்கிப்போன விசுவாசமற்ற உள்ளங்களை எழுச்சி கொள்ளச் செய்ய முயன்று வருகிறேன்." பகைவர்களிடம் என்றுமே தோல்வி காணாத அந்த மாவீரன் தன்னுடைய சொந்தப் படைவீரர்களிடமிருந்தே தோல்வியை ஏற்றுக் கொள்ள நேர்ந்தது. எனவே, அவன் பின்வாங்கிச்

செல்ல நிர்பந்திக்கப்பட்டான். கிழக்கத்திய பேரரசு ஒன்றை உருவாக்க வேண்டும் என்ற அவனது கனவு நனவாகாமலே போய்விட்டது. அலெக்சாண்டர் திரும்பிச் செல்லும் போது இந்திய எல்லையின் முடிவை எட்டுவதற்குள் வழியில் பல சிறு குடியரசுகளை வென்று கைவசப்படுத்தினான். அவன் இந்தியாவில் 19 மாதகாலம் தங்கியிருந்தான் (கி.மு. 326 - 325); அந்தக்காலம் முழுவதும் ஓயாத போர்களாகவே இருந்தது. தான் வென்றடக்கிய பிரதேசங்களை ஒழுங்குப்படுத்த அவனுக்கு நேரமே இல்லை. இருப்பினும் சில ஏற்பாடுகளைச் செய்து முடித்தான். அவன் வென்று கைப்பற்றிய நாடுகளில் பெரும்பாலானவற்றை அவனது ஆணை உரிமையை ஏற்றுக் கொள்ளும் அந்நாட்டு மன்னர்களிடமே திரும்ப ஒப்படைத்து விட்டான். ஆனால் தனது சொந்தப் பிரதேசங்களை மூன்று பகுதிகளாகப் பிரித்து, மூன்று கிரேக்க ஆளுநர்களின் மேற்பார்வையில் விட்டுவிட்டான். தனது பிரதேசத்தில் தன்னுடைய அதிகாரத்தை வலுப்படுத்த பல நகரங்களையும் அவன் உருவாக்கினான்.

அலெக்சாண்டர் படையெடுப்பின் பலன்கள்

அலெக்சாண்டரின் படையெடுப்பு பண்டைய ஐரோப்பா பண்டைய இந்தியாவுடன் நெருங்கிய தொடர்பு கொள்ளும் முதல் வாய்ப்பினை அளித்தது. இதர பல விளைவுகளையும் அது ஏற்படுத்திற்று. அலெக்சாண்டரின் இந்தியப் படையெடுப்பு வெற்றிகரமானதாக அமைந்தது. இதன் மூலம் அவன் தன்னுடைய பேரரசுடன் ஓர் இந்திய மாகாணத்தை இணைத்துக் கொண்டான்; ஈரான் வென்று கைப்பற்றிய மாகாணத்தைவிட இது பெரிது; எனினும் இந்தியாவில் கிரேக்கர்கள் கைப்பற்றியிருந்த பிரதேசங்களை மௌரிய மன்னர்கள் விரைவிலேயே மீட்டு விட்டனர்.

இந்தப் படையெடுப்பின் மிக முக்கியமான விளைவு பல்வேறு துறைகளிலும் இந்தியாவுக்கும் கிரீசுக்கும் நேரடித் தொடர்பு ஏற்பட்டதேயாகும். அலெக்சாண்டரின் படையெடுப்பு நான்கு பிரதான நிலவழி, கடல்வழி மார்க்கங்களைத் திறந்து விட்டது. அது கிரேக்க வணிகர்களும் கைவினைஞர்களும் இந்தியாவுக்கு வந்து செல்ல வழிவகுத்தது; வர்த்தக வசதிகள் மேலும் அதிகரிக்க வகை செய்தது.

அலெக்சாண்டர் படையெடுப்பு நடைபெறுவதற்கு முன்னமேயே வடமேற்கில் சில கிரேக்கர்கள் வாழ்ந்து வந்ததைப் பற்றி அறிகிறோம்; இருப்பினும் இப்பிரதேசத்தில் மேலும் அதிக கிரேக்க குடியேற்றங்கள் தோன்றுவதற்கு இந்தப் படையெடுப்புதான் வழிவகுத்தது என்பதில் ஐயமில்லை. காபூல பிராந்தியத்திலுள்ள அலெக்சாண்டிரியா நகரமும்,

ஜீலம் நதிக்கரையில் அமைந்துள்ள பௌகேபாலாவும், சிந்துவிலுள்ள அலெக்சாண்டிரியாவும் இவற்றில் மிக முக்கியமானவையாகும். இந்தப் பிராந்தியங்கள் மௌரியர்களால் திரும்பக் கைப்பற்றிக் கொள்ளப்பட்ட போதிலும் சந்திரகுப்த மௌரியர் மற்றும் அசோகரின் ஆட்சியில் கிரேக்கர்கள் தொடர்ந்து இங்கு வாழ்ந்து வரவே செய்தனர்.

சிந்து நதியின் முகத்துவாரத்தில் தான் முதல்முறையாகக் கண்ட புதிரான மாகடலின் நிலவியலில் அலெக்சாண்டர் ஆழ்ந்த ஆர்வமும் அக்கறையும் காட்டினான். எனவே இக்கடற்கரையை ஆய்வு செய்வதற்காகவும், சிந்து நதியின் முகத்துவாரத்திலிருந்து யூப்ரட்டீஸ் நதிவரையுள்ள துறைமுகங்களைக் கண்டறிவதற்காகவும் தன்னுடைய நண்பர் நியர்கஸ் தலைமையில் தனது புதிய கப்பற்படையை அவன் அனுப்பி வைத்தான். ஆக, அலெக்சாண்டரின் வரலாற்றாசிரியர்கள் பல அரிய நிலவியல் தகவல்களை வழங்கிவிட்டுச் சென்றுள்ளனர். அதோடு, அலெக்சாண்டரின் படையெடுப்பு குறித்த கால - இட விவரங்களைத் தெளிவாகக் கூறும் ஆவணங்களையும் அவர்கள் விட்டுச் சென்றுள்ளனர். அலெக்சாண்டரின் படையெடுப்புக்குப் பின்னர் நடைபெற்ற நிகழ்ச்சிகள் குறித்த காலக் கணிப்பை நாம் மேற்கொள்வதை இது சாத்தியமாக்கியுள்ளது. அக்காலத்தில் நிலவிய அரசியல், சமூக நிலைமைகள் பற்றியும் அலெக்சாண்டரின் வரலாற்றாசிரியர்கள் பல முக்கிய தகவல்களைத் தந்துள்ளனர். அந்நாட்களில் வழக்கத்திலிருந்த சதி முறை (கணவனது உடலுடன் மனைவி உடன்கட்டை ஏறுதல்), ஏழை விவசாயிகள் தங்களுடைய இளம்பெண்களை சந்தை இடங்களில் பகிரங்கமாக விற்பனை செய்தல், வடமேற்கு இந்தியாவில் வளர்க்கப்பட்ட நேர்த்தியான பொலி காளைகள் முதலியவற்றைப் பற்றியும் அவர்கள் கூறியுள்ளனர். கிரீசில் பயன்படுத்துவதற்காக இத்தகைய 2,00,000 காளைகளை இங்கிருந்து மாசிடோனியாவுக்கு அனுப்பிவைத்ததாகக் கூறப்படுகிறது. தச்சுத்தொழில் இந்தியாவில் பெரிதும் தழைத்தோங்கி வந்தது; தச்சர்கள் ரதங்களையும் படகுகளையும், கப்பல்களையும் கட்டி வந்தனர்.

வடமேற்கு இந்தியாவிலிருந்த குட்டி அரசுகளை ஒழித்துக் கட்டியதன் மூலம் அந்தப் பிரதேசத்தில் மௌரியப் பேரரசு விரிவடைவதற்கு அலெக்சாண்டரின் படையெடுப்பு வகை செய்தது. மௌரியப் பேரரசை நிறுவிய சந்திர குப்த மௌரியன் அலெக்சாண்டரின் ராணுவ எந்திரம் செயல்பட்ட விதத்தைப் பற்றி ஓரளவு அறிந்திருந்தான்; நந்தர்களின் ஆட்சிக்கு முடிவு கட்டுவதற்கு இது அவனுக்குத் துணை புரிந்தது.

இயல் 13
புத்தர் காலத்தில் அரசும் வருண சமுதாயமும்

பொருளாயத வாழ்க்கை

வட இந்தியாவில் அதிலும் குறிப்பாக உத்திரப்பிரதேசத்திலும் பீகாரிலும் நிலவிய பொருளாயத வாழ்க்கைப் பற்றிய ஒரு படப்பிடிப்பினை பாலி நூல்கள், சமஸ்கிருத சூத்திரங்கள் ஆகியவற்றின் அடிப்படையிலும், தொல்பொருள் ஆய்வுகளிலிருந்து கிட்டிய சான்றுகளைக் கொண்டும் பெற முடியும். தொல்பொருள் ஆய்வு ரீதியில் பார்க்கும்போது கி.மு. ஆறாம் நூற்றாண்டு **என்பிபிடபிள்யூ** (NBPW) கட்டத்தின் ஆரம்பத்தைக் குறிக்கிறது. **என்பிபிடபிள்யூ** என்னும் சுருக்கக் குறியீட்டுக்கு வடக்கின் மெருகூட்டிய கரிய நிற மட்பாண்டங்கள் என்று பொருளாகும். இவ்வகையான மட்பாண்டங்கள் மிகவும் கவர்ச்சியானவையாகவும் பளபளப்பானவையாகவும் இருந்தன. இந்த மட்பாண்டங்கள் மிக நேர்த்தியான களிமண்ணைக் கொண்டு வனையப்பட்டன; செல்வந்தர்களின் உணவு மேசைக் கலங்களாக அநேகமாக இவை பயன்படுத்தப்பட்டிருக்கக் கூடும். இந்தக் கட்டம் உலோக நாணயத்தின் தொடக்கத்தையும் குறித்தது. சுட்ட செங்கற்களைப் பயன்படுத்துவதும், சுற்று அடைப்புச் சுவர்களைக் கட்டுவதும் **என்பிபிடபிள்யூ** கட்டத்தின் மத்திய பகுதியில் அதாவது கி.மு. மூன்றாம் நூற்றாண்டில் நடைமுறைக்கு வந்தன.

என்பிபிடபிள்யூ கட்டம் இந்தியாவில் இரண்டாவது நகரமய மாக்கத்தின் ஆரம்பத்தைக் குறித்தது. ஹரப்பா நகரங்கள் இறுதியாக சுமார் கி.மு. 1500ல் மறைந்து விட்டன. இதற்குப் பிறகு ஏறத்தாழ 1000 ஆண்டுகள் வரை இந்தியாவில் எந்த நகரங்களையும் காணமுடியவில்லை. கி.மு. ஆறாம் நூற்றாண்டில் மத்திய கங்கை வடிநிலத்தில் நகரங்கள் தோன்றியதைத் தொடர்ந்து இந்தியாவில் இரண்டாவது நகரமயமாக்கம் ஆரம்பமாயிற்று. பாலி நூல்களிலும் சமஸ்கிருத நூல்களிலும் குறிப்பிடப்பட்டிருக்கும் கௌசாம்பி, சிரவஸ்தி, வைசாலி,

ராஜ்கீர், பாடலிபுத்திரம், சாம்பா போன்ற பல நகரங்களில் அகழ்வாய்வுகள் நடத்தப்பட்டுள்ளன; ஒவ்வொரு ஆய்விலும் மனித வாசத்திற்கான தடயங்களும், **என்பிபிடபிள்யூ** கட்டத்தைச் சேர்ந்த மண்வீடுகளும் கண்டுபிடிக்கப்பட்டிருக்கின்றன. பாட்னாவில் மரவேலி களின் தடயங்கள் கிடைத்திருக்கின்றன. அநேகமாக இவை மௌரியர் காலத்தையோ அல்லது அதற்கு முந்திய காலத்தையோ சேர்ந்ததாக இருக்கலாம். சில நகரங்கள் காப்பரண்களுடன் காணப்படுகின்றன. வீடுகள் பெரும்பாலும் மண் செங்கல்லையும் மரத்தையும் கொண்டு கட்டப்பட்டிருக்கின்றன. மத்திய கங்கை வடிநிலத்தின் ஈரப்பதம் காரணமாக அவை பெரும்பாலும் அழிந்து போயின, இது இயல்பே. பாலி நூல்களில் ஏழடுக்கு மாளிகைகளைப் பற்றிக் குறிப்பிடப் பட்டிருந்தாலும், அவை எங்கும் காணப்படவில்லை.இதுவரை அகழ்வாய்வு செய்யப்பட்டுக் கண்டுபிடிக்கப்பட்டிருக்கும் கட்டிடங்கள் பொதுவாக கவர்ச்சியற்றவையாகத் தோன்றுகின்றன; எனினும் இதர தடயங்களுடன் சேர்த்துப் பார்க்கும்போது, சாம்பல் நிறப் பூச்சுடைய மட்பாண்டக் காலக் குடியேற்றங்களுடன் ஒப்பிடும்போது பெரும் மக்கட்தொகைப் பெருக்கத்தை இவை காட்டுபவையாக இருக்கின்றன.

பல நகரங்கள் அரசு பீடங்களாக இருந்தன. ஆனால் அவற்றின் தோற்றத்திற்கான காரணங்கள் என்னவாக இருந்தபோதிலும், அவை ஆரம்பத்தில் சந்தை கூடும் இடங்களாக இருந்தன என்றும், இதனால் வணிகர்களும் கைவினைஞர்களும் அங்கு வந்து குடியேறினர் என்றும் தெரிகிறது. சில இடங்களில் கைவினைஞர்கள் பெரும் எண்ணிக்கையில் குடியேறியிருக்கின்றனர். வைசாலியைச் சேர்ந்த சத்தலபுட்டத்தில் 500 மட்பாண்டக் கடைகள் இருந்தன. கைவினைஞர்களும் வணிகர்களும் தத்தமது குழுத் தலைவர்களின் தலைமையில் கூட்டுறவுக் குழுக்களாக அணிதிரண்டிருந்தனர். இத்தகைய 18 கைவினைக் குழுக்களைப் பற்றி நாம் அறிய வருகிறோம். எனினும் தச்சர்கள், தோல் பதனிடுவோர், வண்ணந் தீட்டுபவர்கள் ஆகியோர்களின் குழுக்கள்தான் முக்கியமாகக் குறிப்பிடப்படுகின்றன. வணிகர்களும் கைவினைஞர்களும் நகரங்களில் குறிப்பிட்ட இடங்களில் வசித்தனர். வாரணாசியில் **வெஸ்ஸாஸ்களின்** அல்லது வணிகர்களின் தெரு இருந்ததைப் பற்றிக் கேள்விப்படுகிறோம். இதேபோன்று, தந்த வேலைப்பாடுகள் செய்யும் கைவினைஞர்களின் தெருவைப் பற்றிக் கேள்விப்படுகிறோம். இவ்வாறு, கூட்டுறவு முறையின் காரணமாகவும், வட்டார இயல்பு காரணமாகவும் கைவினைத் தொழில் களில் தனித்துறைப்பாடுகள் வளர்ந்ததைக் காண்கிறோம். பொதுவாகக் கைவினைத் தொழில்கள் மரபுவழிப்பட்டவையாக இருந்தன; மகன் தனது குடும்பத் தொழிலை தந்தையிடமிருந்து கற்றுக் கொண்டான்.

பண்டைக்கால இந்தியா   191

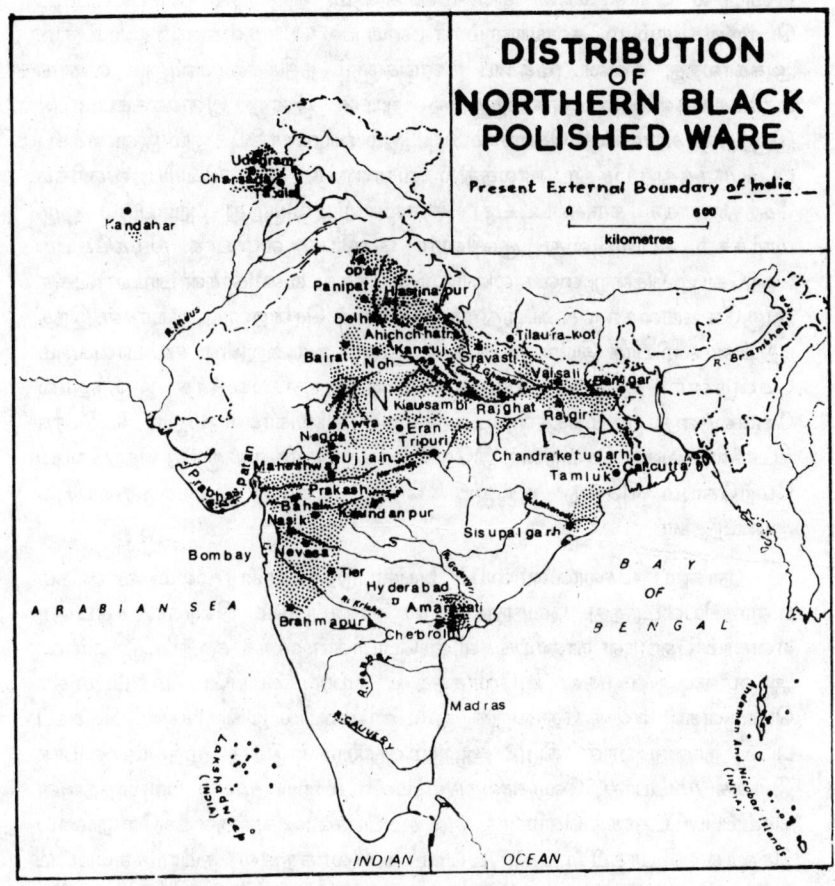

இந்தியாவின் இந்த இடக்கிடப்பியல் விவரங்கள் இந்தியத் தலைமை நில அளவாயர் அனுமதியுடன் வெளியிடப்பட்ட தேசப்படங்களை ஆதாரமாகக் கொண்டவை.

© இந்திய அரசின் பதிப்புரிமை, 1986.

இந்தியாவின் கரையோரக் கடல் பரப்பு எல்லைகள் அங்கீகரிக்கப்பட்ட இடத்திலிருந்து பன்னிரண்டு கடல் மைல் தொலைவுக்குக் கடலுக்குள் விரிந்து செல்லுகின்றன.

படம் - 32 இந்தியா - என்பிபி ஆய்விடங்கள்

கைவினைத் தொழில் பொருள்கள் வணிகர்களால் நெடுந் தொலைவுக்கு எடுத்துச் செல்லப்பட்டு விற்கப்பட்டன. 500 வண்டி பாரமுள்ள சரக்குகளைப் பற்றி அடிக்கடிக் கேள்விப்படுகிறோம். இவற்றில் நேர்த்தியான துணிமணிகளும், தந்தத்தில் செய்யப்பட்ட பொருள்களும், மட்கலங்களும், ஏனைய பல பொருள்களும் அடங்கும். அக்காலத்து எல்லா முக்கிய நகரங்களும் நதிக்கரைகளிலும் வணிக மார்க்கங்களிலும் அமைந்து ஒன்றுடன் ஒன்று இணைக்கப்பட்டு இருந்தன. சிராவஸ்தி கௌசாம்பியுடனும் வாரணாசியுடனும் இணைக்கப் பட்டிருந்தது. புத்தர் காலத்தில் வாரணாசி ஒரு பெரிய வணிகக் கேந்திரமாகக் கருதப்பட்டது. சிராவஸ்தியிலிருந்து புறப்படும் ஒரு மார்க்கம் கபிலவஸ்து, குஷினரா (காசியா) வழியாக கிழக்கேயும் தெற்கேயும் சென்று வைசாலியை அடைந்தது. வணிகர்கள் பாட்னாவுக்கு அருகே கங்கையைக் கடந்து ராஜ்கீருக்குச் சென்றனர். அவர்கள் இந்த நதியின் வழியாக இன்றைய பகல்பூருக்கு அருகிலுள்ள சாம்பாவுக்கும் சென்றனர். ஜாதகக் கதைகள்ளை நாம் நம்புவதாக இருந்தால் கோசலத்தையும் மகதத்தையும் சேர்ந்த வணிகர்கள் மதுரா வழியாக தட்சசீலம் வரை சென்றனர். இதேபோன்று மதுராவிலிருந்து தெற்கேயும் மேற்கேயும் சென்று உஜ்ஜயினையும் குஜராத் கடற்கரையையும் அடைந்தனர்.

நாணய செலாவணியைப் பயன்படுத்தியதன் மூலம் வாணிகம் வளர்ச்சியடைந்தது. வேதநூல்களில் காணப்படும் **நிஷ்கா, சதமனா** என்னும் பதங்கள் நாணயங்களின் பெயர்கள் எனக் கருதப்படுகின்றன; ஆனால் அவைகள் உலோகத்தில் தயாரிக்கப்பட்ட மதிப்புமிக்க பொருள்கள் எனத் தோன்றுகிறது. உண்மையில் இங்கு கண்டுபிடிக்கப் பட்ட நாணயங்கள் கி.மு. ஆறாம் நூற்றாண்டுக்கு முந்தியவையாக இருக்க முடியாது. வேதகாலத்தில் பண்டமாற்று மூலம் பரிவர்த்தனை செய்யப்பட்டதாகத் தெரிகிறது. சில சமயங்களில் கால்நடைகளே நாணய செலாவணியாகப் பயன்பட்டன. உலோகத்தில் தயாரிக்கப்பட்ட நாணயங்கள் கௌதம புத்தர் காலத்தில்தான் முதலில் தோன்றின. மிக ஆரம்ப கால நாணயங்கள் பெரும்பாலும் வெள்ளியிலிருந்தே தயாரிக்கப்பட்டன; பித்தளையில் தயாரிக்கப்பட்ட சில நாணயங்களும் உண்டு. இவை முத்திரை நாணயங்கள் என அழைக்கப்பட்டன. குன்று, மரம், மீன், காளை, யானை, வளர்பிறை போன்றவற்றின் உருவங்கள் இந்த நாணயங்களில் முத்திரையிடப்பட்டிருந்ததே இதற்குக் காரணம். இந்த நாணயங்கள் பெரும் எண்ணிக்கையில் கிழக்கு உத்தரப் பிரதேசத்திலும் மகதத்திலும் கிடைத்துள்ளன; இத்தகைய சில

நாணயங்கள் தட்சசீலத்திலும் கண்டுபிடிக்கப்பட்டிருக்கின்றன. நாணயங்கள் பெருமளவில் பயன்படுத்தப்பட்டன என்பதை பாலி நூல்கள் குறிப்பிடுகின்றன; கூலியும் விலைகளும் நாணயமாகக் கொடுக்கப்பட்டன என்பதையும் அவை காட்டுகின்றன. ஒரு செத்த எலியின் விலைகூட நாணயத்தைக் கொண்டு மதிப்பிடப்பட்டது என்பதிலிருந்து எல்லாவற்றுக்கும் நாணயமே பயன்படுத்தப்பட்டது என்பதைத் தெரிந்து கொள்ளலாம்.

எழுதும் கலை அசோகர் காலத்துக்கு சுமார் இரண்டு நூற்றாண்டுகளுக்கு முன்னர் ஆரம்பித்திருக்கக்கூடும். ஆரம்பகால ஆவணங்கள் அழிந்துவிட்டன; கல்லிலோ உலோகத்திலோ அவை எழுதப்படாததே இதற்குக் காரணமாக இருக்கலாம். எழுதும் பழக்கம் சட்டங்களையும் வினைமுறைகளையும் தொகுப்பதையும், வணிகக் கணக்கைப் பாராமரிப்பதையும் சாத்தியமாக்கிற்று. கணக்கு வைப்பது என்பது வாணிகத்துக்கும், வரி வசூலிப்பதற்கும், ஒரு பெரிய படையைப் பராமரிப்பதற்கும் இன்றியமையாதது என்பது சொல்லாமலே விளங்கும். மிகச் சிக்கலான அளவுகள் சம்பந்தப்பட்ட நூல்களும் (சுல்வ சூத்திரங்கள்) இக்காலப் பகுதியில் ஆக்கப்பட்டன; எழுதும் கலைக்கு இவை அவசியமானவையாக இருந்ததோடு, வயல்கள், வீடுகள் இவற்றின் எல்லை வரையறை செய்வதற்கும் உதவிகரமாக இருந்தன.

என்பிபிடபிள்யூ கட்டத்தைச் சேர்ந்த கிராமப்புறக் குடியேற்றங்கள் அகழ்வாராய்ச்சி செய்யப்படவில்லை என்றாலும், இக்காலப் பகுதியைச் சேர்ந்த மட்கல வகைகளின் சில்லுகள் பீகார் சமவெளியிலும், கிழக்கு மற்றும் மத்திய உத்தரப் பிரதேசத்திலும் 400க்கு மேற்பட்ட இடங்களில் கண்டெடுக்கப்பட்டிருக்கின்றன. ஒரு வலுவான கிராமப்புற அடித்தளமில்லாமல் மத்திய கங்கை வடிநிலப் பகுதியில் கைவினைத் தொழில்களையும் வாணிகத்தையும் தொடங்குவது பற்றியும் நகரமயமாக்கத்தைப் பற்றியும் எண்ணிக்கூடப் பார்க்க முடியாது. இளவரசர்கள், புரோகிதர்கள், கைவினைஞர்கள், வணிகர்கள், ஆட்சிப் பொறுப்பாளர்கள், ராணுவத்தினர் மற்றும் ஏனைய எண்ணற்ற அதிகாரிகள் போன்றோரின் பராமரிப்புக்கு வரிகளும், திறைகளும், பண்டவரிகளும் போதிய அளவில் கிடைத்தாலொழிய அவர்கள் நகரங்களில் வசிக்க முடியாது. நகரங்களில் வாழும் விவசாயிகளல்லாதவர்கள் கிராமங்களில் வாழும் விவசாயிகளால் போஷிக்கப்பட வேண்டியவர்களாக இருந்தனர். நகரங்களில் வாழும் கைவினைஞர்களும், வணிகர்களும் இதற்குப் பிரதியாக கிராம மக்களுக்கு வேண்டிய

கருவிகளையும், ஆடைகளையும் தயாரித்து வழங்கினர். ஒரு கிராமத்து வணிகர் ஒரு நகர வணிகரிடம் 500 கலப்பைகளை ஒப்படைத்ததைப் பற்றி கேள்விப்படுகிறோம். இவை இரும்பில் செய்யப்பட்ட உழுமுனைகள் என்பது தெளிவு. கௌசாம்பியில் **என்பிடபிள்யூ** கட்டத்திலிருந்து கோடரிகள், வாய்ச்சிகள், கத்திகள், கூர்மையான கத்திகள், ஆணிகள், அரிவாள்கள் போன்ற ஏராளமான இரும்புக் கருவிகள் கண்டுபிடிக்கப்பட்டிருக்கின்றன. இவற்றில் கணிசமான கருவிகள் சுமார் கி.மு. ஆறுமுதல் நான்காவது நூற்றாண்டுகளின் மண் படுகைகளைச் சேர்ந்தவை; இவை அநேகமாக விவசாயிகளின் உபயோகத்துக்கு உரியவையாக இருக்கக் கூடும். ரொக்கமோ, பொருள்களோ கொடுத்து இவற்றை அவர்கள் வாங்கி இருக்கலாம்.

பாலி நூல்களில் எண்ணற்ற கிராமங்கள் குறிப்பிடப்பட்டிருக் கின்றன; பல கிராமங்களின் தொகுதிகளுக்கு இடையே பட்டணங்கள் அமைந்திருந்ததாகத் தோன்றுகிறது. எல்லா மக்களும் பெரும்பாலும் குடியேற்றத்துக்கு வெளியே உள்ள தங்கள் நிலங்களுடன் ஓரிடத்தில் வசிக்கும் ஆரம்பகாலக் கிராமப்புறக் குடியேற்றம் கௌதம புத்தர் காலத்தில் மத்திய கங்கை சமவெளியில் தோன்றியதாகத் தெரிகிறது. பாலி நூல்கள் மூன்று வகையான கிராமங்களைப் பற்றி கூறுகின்றன. பல்வேறு சாதியினரும் சமூகத்தினரும் வசிக்கும் கிராமம் முதல் வகையைச் சேர்ந்தது. இதன் எண்ணிக்கைதான் மிக அதிகம் என்று தோன்றுகிறது. **போஜகா** எனப்படும் கிராமத்தலைவன் அதன் பொறுப்பாளனாக இருந்தான். இரண்டாவது வகையைச் சேர்ந்தவை பாதி நகர்ப்புற கிராமங்கள்; இவை கைவினைத் தொழில் கிராமங்களாக இருந்தன; வாரணாசியின் அருகாமையில் தச்சர்கள் கிராமம் அமைந்திருப்பதை இதற்கு உதாரணமாகக் கூறலாம். இந்தக் கிராமங்கள் ஏனைய கிராம மக்களுக்கு சந்தைகளாகப் பயன்பட்டதோடு, பட்டணங்களைக் கிராமப்புறத்துடன் இணைப்பவையாகவும் இருந்தன. மூன்றாவது வகை கிராமங்கள் எல்லைப்புற கிராமங்கள்; காடுகளை ஒட்டியுள்ள இக்கிராமங்கள் நாட்டுப்புறத்தை ஒட்டியுள்ளன. இக்கிராமங்களில் வாழ்ந்த மக்கள் பெரும்பாலும் காட்டுக்கோழி பிடிப்பவர்களாகவும், வேட்டைக்காரர்களாகவும் இருந்தனர்; பெரும்பாலும் இத்தொழிலைக் கொண்டே ஜீவனம் நடத்தி வந்தனர்.

கிராம நிலங்கள் பயிரிடத்தக்கவையாகத் துண்டு துண்டாகப் பிரிக்கப்பட்டு, குடும்பவாரியாக ஒதுக்கிக் கொடுக்கப்பட்டன. ஒவ்வொரு குடும்பமும் தனது துண்டு நிலங்களை குடும்ப உறுப்பினர்களின்

உதவியுடன் உழுது பயிரிட்டது; விவசாயத் தொழிலாளர்களும் இப்பணியில் அவர்களுக்குத் துணை புரிந்தனர். வயல்களைச் சுற்றிலும் வேலிகள் அமைக்கப்பட்டன. கிராமத் தலைவன் வழிகாட்டுதலில் பாசனக் கால்வாய்கள் விவசாயக் குடும்பங்களால் கூட்டாக வெட்டப் பட்டன.

விவசாயிகள் தங்கள் உற்பத்தியில் ஆறில் ஒரு பங்கை வரியாக செலுத்த வேண்டியிருந்தது. மன்னனின் அதிகாரிகளால் வரிகள் நேரடியாக வசூலிக்கப்பட்டன. பொதுவாக, ஒருபுறம் விவசாயிகளுக்கும் இன்னொருபுறம் அரசுக்கும் இடையே இடைத்தரகராக செயல்படும் நிலப்பிரபுக்கள் எவரும் இல்லை. ஆனால் பிராமணர்களுக்கும் பெரிய வணிகர்களுக்கும் அவர்கள் துய்த்து மகிழ்வதற்காக சில கிராமங்கள் மானியமாக வழங்கப்பட்டன. ஏராளமான பெரிய நிலங்களில் அடிமைகள் மற்றும் விவசாயத் தொழிலாளர்களின் உதவியோடு வேளாண் பணி நடைபெற்றதாக அறிகிறோம். செல்வந்தர்களான விவசாயிகள் **கிரிகபதிகள்** என அழைக்கப்பட்டனர்; வைசியர்களில் ஒரு பகுதியினரை ஏறத்தாழ ஒத்தவர்களாக இவர்கள் இருந்தனர்.

நெல்தான் இந்த காலகட்டத்தில் கிழக்கு உத்தரப்பிரதேசத்திலும், பீகாரிலும் பயிரிடப்பட்ட பிரதான தானியமாக இருந்தது. பல்வேறு வகையான நெல் பயிர்களையும் நெல்வயல்களையும் பற்றிய வருணனைகளை பாலி நூல்களில் காண்கிறோம். மறு நடவைக் குறிக்கும் பதம் அக்காலத்துப் பாலி நூல்களிலும் சமஸ்கிருத நூல்களிலும் காணப்படுகிறது. பெருமளவிலான நெல் மறு நடவு புத்தர் காலத்தில் ஆரம்பமானதாகத் தோன்றுகிறது. நாற்று நடவு முறையால் உற்பத்தி பெருமளவுக்கு அதிகரித்தது. நெல் மட்டுமன்றி பார்லி, பயிற்றினங்கள், சாமை, தினை, பருத்தி, கரும்பு முதலியவற்றையும் விவசாயிகள் சாகுபடி செய்தனர். இரும்பு உழுமுனைகள் பயன்படுத்தப்பட்டதன் காரணமாகவும், ராஜமகாலுக்கும் அலகாபாத்துக்கும் இடைப்பட்ட பிரதேசத்தின் வளமிக்க வண்டல்மண் காரணமாகவும் வேளாண்மை பெரிதும் முன்னேற்றமடைந்திருந்தது.

கிராமப்புற, நகரப்புற பொருளாதாரத்துக்கு தொழில்நுட்பம் முக்கியமானதாயிற்று. பெரும் மழைபொழியும் காடுகளை வெட்டி திறந்த வெளியாக்குவதிலும், இறுகிக் கெட்டியாகிப்போன மண்ணை பண்படுத்தி, வளப்படுத்தி, சாகுபடிக்கு லாயக்கானதாக ஆக்குவதிலும், குடியேற்றங்களைத் தோற்றுவிப்பதிலும் இரும்பு மிக முக்கியமான பங்கை வகித்தது. ராஜகாட்டிலிருந்து (வாரணாசி) கிடைத்துள்ள சில

கருவிகள் சிங்பூமிலிருந்தும் மயூர்பஞ்சிலிருந்தும் பெறப்பட்ட இரும்பு தாதுக்களிலிருந்து அவை தயாரிக்கப்பட்டவை என்பதைக் காட்டுகின்றன. இவ்வாறுதான் கைத்தொழில்களுக்கும் வேளாண்மைக்கும் வேண்டிய கருவிகளை அதிக அளவில் வழங்குவதற்கு உதவக்கூடிய நாட்டின் மிகப்பெரிய இரும்புச் சுரங்கங்களுடன் மக்களுக்குப் பரிசயம் ஏற்பட்டதாகத் தெரிகிறது.

பல்வேறு தடயச் சான்றுகளிலிருந்தும், பாலி நூல்களிலிருந்தும் அன்றைய பொருளாதாரம் குறித்து நாம் பெறும் படப்பிடிப்பு மேற்கு உத்தரப்பிரதேசத்தில் பிந்திய வேத காலத்தில் நிலவிய கிராமப்புற பொருளாதாரத்திலிருந்தும், பீகாரிலும் உத்தரப்பிரதேசத்திலும் காணப் பட்ட தாமிர கற்காலத்தைச் சேர்ந்த சில சமூகங்களின் பொருளாதாரத்தி லிருந்தும் பெருமளவுக்கு மாறுபட்டதாக உள்ளது. மத்திய கங்கை சமவெளிகளின் வண்டல்மண் பிரதேசத்தில் முன்னேற்றமடைந்த ஓர் உணவு உற்பத்திப் பொருளாதாரம் பரவியிருப்பதையும், இந்தப் பகுதியில் நகரப்புறப் பொருளாதாரம் தொடங்கியிருப்பதையும் முதல் தடவையாக நாம் காண்கிறோம். இது நேரடியான உற்பத்தியாளர்களின் சீவனோபாயத்துக்கு மட்டுமின்றி, விவசாயிகளல்லாதவர்களின், கைவினைஞர்களின் பிழைப்புக்கும் வழி செய்த பொருளாதாரமாக அமைந்திருந்தது. வரிகள் வசூலிப்பதையும், நீண்டகால அடிப்படையில் படைகளைப் பராமரிப்பதையும் இது சாத்தியமாக்கிற்று; பெரிய பிரதேச அரசுகள் தோன்றி அவை நிலைத்து நிற்பதற்கான சூழ்நிலைகளையும் தோற்றுவித்தது.

நிர்வாக அமைப்பு

இந்தக் காலப் பகுதியில் இருந்த பல அரசுகளைப்பற்றி நாம் கேள்விப்படுகிறபோதிலும் இவை யாவற்றிலும் கோசலமும் மகதமும் மிகவும் பேரும் புகழும் வல்லமையும் பெற்றுத் திகழ்ந்தன. அவை இரண்டுமே முழு வளர்ச்சி பெற்ற இராச்சியங்களாக விளங்கின; சத்திரிய வருணத்தைச் சேர்ந்த மன்னர்களால் மரபுவழி அடிப்படையில் ஆளப்பட்டு வந்தன. அநீதியும் அட்டூழியமும் கொடுமையும் புரியும் மன்னர்களும் அவர்களுடைய தலைமைப் புரோகிதர்களும் மக்களால் வெளியேற்றப்பட்டு, ஆட்சி பீடத்தில் புதிய மன்னர்கள் அமர்த்தப் பட்டார்கள் என்று ஜாதகக் கதைகள் அதாவது புத்தரின் முற்பிறப்புப் பற்றிக் கூறும் கதைகள் நவில்கின்றன. ஆனால் இத்தகைய வெளியேற்றங்களுக்கும், மன்னர்களைத் தேர்ந்தெடுப்பதற்குமான சந்தர்ப்பங்கள் அரிதாகவே நிகழ்ந்தன. அரசன் மிக உயர்ந்த அதிகார

அந்தஸ்தைப் பெற்றிருந்தான்; அவனுடைய உயிருக்கும் உடைமைகளுக்கும் விசேடப் பாதுகாப்பு அளிக்கப்பட்டது. புத்தர் போன்ற மாபெரும் சமயக்குரவர்கள் அந்தஸ்திலுள்ளவர்களுக்கு மட்டுமே அவன் பணிந்து கொடுத்தான். மன்னன் முக்கியமாக ஒரு போர்த் தளபதியாகத் திகழ்ந்தான்; அவனுடைய இராச்சியத்தை வெற்றி மேல் வெற்றிக்கு இட்டுச் சென்றான்; பிம்பிசாரன், அஜாதசத்ரு போன்றவர்களின் வீரஞ்செறிந்த வாழ்க்கை வரலாற்றிலிருந்து இதனைத் தெளிவாகத் தெரிந்து கொள்ளலாம்.

மன்னர்கள் அதிகாரிகளின் உதவியோடு ஆட்சி புரிந்தனர்.. இவர்களில் உயர் அதிகாரிகளும் உண்டு, கீழ் அதிகாரிகளும் உண்டு. உயர் அதிகாரிகள் **மகாமாத்திரர்கள்** என அழைக்கப்பட்டனர். அமைச்சர் (மந்திரி) தளபதி (சேனநாயகர்), நீதிபதி, தலைமைக் கணக்காளர், அந்தப்புரத்தின் தலைமைப் பொறுப்பாளர் ஆகியோருக்குரிய பல்வேறு பணிகளை அவர்கள் புரிந்தனர். **அயுக்தாக்கள்** எனப்படும் அதிகாரிகளும் சில இராச்சியங்களில் இதே போன்ற பணிகளைச் செய்து வந்ததாகத் தெரிகிறது.

நிர்வாகத்தில் அமைச்சர்கள் முக்கிய பங்காற்றினர். மகதத்தைச் சேர்ந்த வர்சகரன், கோசலத்தைச் சேர்ந்த தீர்க்காச்சாரியனன் ஆகியோர் ஆற்றலும் செல்வாக்கும் மிக்க அமைச்சர்களாகப் புகழ்பெற்று விளங்கினர். முதலாவதாகக் குறிப்பிடப்பட்டவன் வைசாலியின் லிச்சாவி அணிகளிடையே வேற்றுமை விதைகளை விதைப்பதில் வெற்றி பெற்று, அஜாதசத்ரு அக்குடியரசை வென்று கைப்பற்றுவதைச் சாத்திய மாக்கினான். இரண்டாவதாகக் குறிப்பிடப்பட்டவன் கோசல மன்னனுக்கு பெரும் உதவி செய்தான். உயர் அதிகாரிகளும் அமைச்சர்களும் புரோகித பிராமண வர்க்கத்திலிருந்தே பெரும்பாலும் தெரிந்தெடுக்கப் பட்டதாகத் தெரிகிறது. பொதுவாக அவர்கள் மன்னனின் உறவினர்களாக இருப்பதில்லை. குருதி உறவை அடிப்படையாகக் கொண்ட வேதகால ஆட்சி அமைப்பு முறை இப்போது பெரிய அளவுக்குச் சிதைந்து போயிற்று.

கோசலத்திலும் மகதத்திலும் முத்திரையிடப்பட்ட வெள்ளி நாணயங்கள் பயன்படுத்தப்பட்ட போதிலும் செல்வாக்கு வாய்ந்த சில பிராமணர்களுக்கும் செட்டிகளுக்கும் கிராம வருவாயிலிருந்து மானியத் தொகை வழங்கப்பட்டது. இவ்வாறு செய்வதில் பிந்திய வேதகாலத்தில் நடைபெற்றது போன்றே மன்னன் தனது இனமரபுக் குழுவின் அனுமதியைப் பெற வேண்டியதில்லை; ஆனால் இம்முறையால்

அனுகூலமடைந்தவர்களுக்கு வருவாய் மட்டுமே வழங்கப்பட்டது; நிர்வாக அதிகாரம் எதுவும் வழங்கப்படவில்லை.

கிராமப்புற நிர்வாகம் கிராமத் தலைவன் கைகளிலேயே இருந்தது. ஆரம்பத்தில் கிராமத் தலைவர்கள் இன மரபுக் குழு படைகளின் தலைவர்களாகவே செயல்பட்டு வந்தனர். எனவே அவர்கள் **கிராமணி** என்று அழைக்கப்பட்டனர்; ஒரு குல மரபுக் குழுப் படையின் தலைவன் என்று இதற்குப் பொருள். வாழ்க்கை புலம் பெயராததாகி, ஏர் கொண்டு நிலத்தை உழுது பண்படுத்தும் முறை நன்கு நிலைநாட்டப்பட்டதும் குலமரபுக் குழுக்களைச் சேர்ந்த படைவீரர்கள் வேளாண்மையில் ஈடுபட ஆரம்பித்தனர். எனவே, கிராமணி மௌரியர்களுக்கு முந்திய காலத்தில் கிராமத் தலைவனாக உருமாறினான். கிராமத் தலைவர்கள் **கிராமபோஜகன், கிராமணி, கிராமிகன்** எனப் பல்வேறு பெயர்களில் அறியப்பட்டனர். **கிராமணி** என்னும் பட்டப்பெயர் ஸ்ரீலங்காவில் இன்றளவும் நிலைத்து நின்று வருகிறது. பிம்பிசாரனால் எண்பத்தி ஆராயிரம் **கிராமிகர்கள்** கூட்டப்பட்டதாகக் கூறப்படுகிறது. இந்த எண்ணிக்கை ஓரளவு மிகைப்படுத்தப்பட்டதாக இருக்கக் கூடும்; எனினும் கிராமத் தலைவர்கள் பெருமளவுக்கு முக்கியத்துவம் பெற்றிருந்ததையும், மன்னர்களுடன் நேரடித் தொடர்புகள் கொண்டிருந்ததையும் இது காட்டுகிறது. கிராமத் தலைவர்கள் கிராம மக்களுக்கு வரி நிர்ணயித்து அவற்றை வசூலித்து வந்தனர்; தங்கள் அதிகாரத்துக்கு உட்பட்ட பகுதிகளில் சட்டம் ஒழுங்கை நிலைநாட்டி வந்தனர். சில சமயங்களில் மிகவும் கெடுபிடியோடு, கொடுமையோடு நடந்து கொள்ளும் கிராமத் தலைவர்களைக் கண்டித்து கிராமவாசிகள் அவர்களுக்கு நல்ல பாடம் புகட்டினர்.

படைகளும் வரிவிதிப்பும்

ஒரு நிரந்தர பெரிய படை பராமரிக்கப்படுவதைப் பொறுத்தே ஒரு நாட்டின் உண்மையான வலிமை மதிப்பிடப்பட்டு வந்தது. அலெக்சாண்டரின் படையெடுப்பின் போது, மகதத்தை ஆண்டு வந்த நந்த வமிச மன்னனின் சைனியம் 20,000 குதிரைப்படையினரையும், 2,00,000 காலாட் படையினரையும், குதிரைகள் பூட்டிய 2,000 ரதங்களையும், 4,000 யானைகளையும் கொண்டதாக இருந்தது. வடகிழக்கு இந்தியாவிலும் வடமேற்கு இந்தியாவிலும் ஆரியர்கள் அறிமுகப்படுத்திய ரதங்கள் அவற்றின் முக்கியத்துவத்தை இழந்து வந்தன. வடமேற்கு இந்தியாவில் அரசோச்சி வந்த மன்னர்களில் சிலர் மகத மன்னனிடமிருந்த அளவுக்கு குதிரைகளை வைத்திருந்த

போதிலும் இந்த மன்னர்கள் பலரிடம் ஒரு சில யானைகளே இருந்தன. மகத மன்னர்கள் எண்ணற்ற யானைகளைப் பெற்றிருந்ததானது அவர்களுக்கு கூடுதல் பலத்தையும் செல்வாக்கையும் அளித்தது.

நெடுந்தொலைவு சென்று போர் புரியக் கூடிய பெரிய சைன்யம் அரசுக் கருவூலத்திலிருந்தே பராமரிக்கப்பட வேண்டியிருந்தது. நந்தர்களிடம் ஏராளமான செல்வம் குவிந்திருந்தது என்றும், இதைக் கொண்டு அவர்கள் தங்கள் சைனியத்தைப் பராமரித்திருக்கக்கூடும் என்றும் கூறப்படுகிறது. ஆனால் எத்தகைய பிரத்தியேக முறைகளைக் கொண்டு அவர்கள் வரிகள் வசூலித்தார்கள் என்பது நமக்குத் தெரியவில்லை. வருவாய்த்துறை பலமான அஸ்திவாரத்தின் அடிப்படையில் அமைந்திருந்தது. படைவீரர்களும் புரோகிதர்களும் அதாவது சத்திரியர்களும் பிராமணர்களும் வரி செலுத்துவதிலிருந்து விதிவிலக்கு பெற்றிருந்தனர்; வரிப்பளு முக்கியமாக விவசாயிகள் மீதே விழுந்தது; இவர்கள் பிரதானமாக வைசியர்களாக அல்லது **கிரிஹபதிகளாக** இருந்தனர். வேதகாலத்தில் இன மரபுக் குடியினர் தாங்களே முன்வந்து தங்கள் தங்கள் இனத்தலைவர்களுக்கு **பலி** என்னும் ஒரு வரியைச் செலுத்தி வந்தனர்; புத்தர் காலத்தில் இதுவே கட்டாயமாக செலுத்த வேண்டிய ஒரு தீர்வையாயிற்று; இந்தத் தீர்வையை வசூலிக்கும் பொருட்டு **பலிசதாகாக்கள்** என்னும் அதிகாரிகள் நியமிக்கப்பட்டனர். விளைச்சலில் ஆறில் ஒரு பங்கை விவசாயி களிடமிருந்து வரியாக மன்னன் வசூலித்தான். அரசு அதிகாரிகளால் கிராமத்தலைவர்களின் உதவியோடு வரிகள் நிர்ணயிக்கப்பட்டு வசூலிக்கப்பட்டன. எழுதும் வழக்கம் நடைமுறைக்கு வந்ததானது வரிகள் மதிப்பீட்டுக்கும் அவற்றை வசூலிப்பதற்கும் துணைபுரிந்தது. ஏராளமான முத்திரை நாணயங்கள் கண்டுபிடிக்கப்பட்டிருப்பது வரிகள் பணமாகவும் பொருளாகவும் செலுத்தப்பட்டதைக் காட்டுகிறது. வட கிழக்கு இந்தியாவில் வரி நெல்லாகத் தரப்பட்டது. இந்த வரிகளைத் தவிர மன்னனுக்காக கட்டாய உழைப்பில் ஈடுபடும்படியும் விவசாயிகள் நிர்பந்திக்கப்பட்டனர். வரிப்பளு தாங்க முடியாமல் பல விவசாயிகள் நாட்டை விட்டு வெளியேறியதைப் பற்றி புத்தரின் பிறப்புக் கதைகள் கூறுகின்றன.

கைவினைஞர்களும் வணிகர்களும் கூட வரி செலுத்த வேண்டியிருந்தது. கைவினைஞர்கள் மன்னனுக்காக மாதம் ஒரு நாள் வேலை செய்ய வேண்டியிருந்தது. வணிகர் தங்களது பண்டங்களின் விற்பனைக்கு சுங்கவரி செலுத்தினர். இந்தத் தீர்வைகள் **ஷவ்ல்கிகர்கள்**

அல்லது ஷுல்காதியக்ஷர்கள் எனப்படும் அதிகாரிகளால் வசூலிக்கப்பட்டன.

பிரதேச மன்னர்கள் **சபா** அல்லது **சமிதியை** அலட்சியம் செய்தனர். பிந்திய வேத காலத்தில் பொது மக்கள் சபைகள் அநேகமாக மறைந்து போயின. இந்த சபைகள் முக்கியமாக இன மரபுக்குழுக்களின் அமைப்புகளாக இருந்ததால் குல மரபுக் குழுக்கள் சிதைந்து வருணங்களாக மாறியபோது அவை நொறுங்கி மறைந்து போயின; அவற்றின் தனித்தன்மையையும் இழந்து விட்டன; அவற்றின் இடத்தை வருண அமைப்புகளும் சாதி அமைப்புகளும் ஆக்கிரமித்துக் கொண்டன. எனவே சட்ட நூல்களை எழுதுபவர்களால் சாதி சட்டங் களுக்கும் பழக்க வழக்கங்களுக்கும் உரிய முக்கியத்துவம் அளிக்கப் பட்டது. எனினும் இந்த விதிமுறைகள் பிரதானமாக சமூக விஷயங்கள் சம்பந்தப்பட்டவையாகவே இருந்தன. பொது மக்கள் சபைகள் சிறு இராச்சியங்களில்தான் வெற்றி பெற முடிந்தது; வேத காலத்தில் நடைபெற்றது போன்று இன மரபுக் குழுக்களின் உறுப்பினர் களை எளிதாகக் கூட்ட முடிந்ததே இதற்குக் காரணம். கோசலம், மகதம் போன்ற மிகப்பெரிய அரசுகள் தோன்றியதைத் தொடர்ந்து பல்வேறு சமூகப் பிரிவுகளைச் சேர்ந்த மக்களும் பேரரசின் பல்வேறு பகுதிகளைச் சேர்ந்த மக்களும் பங்கு கொள்ளக்கூடிய பெரிய சபைகளை நடத்துவது சாத்தியமில்லாது போயிற்று. தகவல் தொடர்பு வசதிக் குறைவு காரணமாகவும் அவ்வப்போது முறையாக சபைகளைக் கூட்ட முடிய வில்லை. தவிரவும், பழைய சபைகள் இனமரபுக் குழுக்களின் சபைகளாக இருந்ததால் புதிய இராச்சியங்களில் வாழ்ந்த வேதகால இனமரபுக் குழுவினர் அல்லாதவர்கள் அவற்றில் பங்குகொள்ள இயலவில்லை. ஆக, இவ்வாறு மாறிய சூழ்நிலைமைகள் பழைய சபைகள் தொடர்வதற்கு உகந்தவையாக இல்லை. இவற்றின் இடத்தை **பரிஷத்** என்னும் ஒரு சிறு அமைப்பு ஆக்கிரமித்துக் கொண்டது; இது முற்றிலும் பிராமணர்களைக் கொண்டதாகும். இந்தக் கால கட்டத்தில்கூட சபைகள் இருந்து வந்தன; ஆனால் முடியரசுகளில் அவை இருக்கவில்லை. சாக்கியர்கள், லிச்சாவிகள் போன்றோரின் சிறு குடியரசுகளில் இந்த சபைகள் தழைத்தோங்கி வந்தன.

குடியரசு அனுபவம்

குடியரசு ஆட்சி முறை சிநதுநதி தீரத்திலும், கிழக்கு உத்தரப்பிரதேசத்திலும் இமாலய மலையடிவாரங்களிலும், பீகாரிலும் நடைமுறையில் இருந்து வந்தது. சிந்து நதி தீரத்தில் இருந்த குடியரசுகள்

வேதகால மக்கள் விட்டுச் சென்றவையாக இருக்கக் கூடும்; சில முடியரசுகளும் குடியரசுகளாக மாற்றப்பட்டிருக்கக் கூடும். சில இடங்களில் உதாரணமாக உத்தரப்பிரதேசத்திலும் பீகாரிலும் இருந்த மக்கள் இனமரபு சமத்துவம் என்னும் பழைய கோட்பாடுகளில் பற்றுதல் கொண்டவர்களாக இருந்தனர்; இந்தக் கோட்பாடுகள் தனி ஒரு ராஜாவின் ஆட்சி முறைக்கு அதிகப் பிரதானம் தரவில்லை.

குடியரசுகளில் உண்மையான அதிகாரம் இனமரபுக் குழுக்களைச் சேர்ந்த சிலரது கைகளில் இருந்தது. சாக்கிய லிச்சாவி குடியரசுகளில் ஆளும் வர்க்கத்தினர் ஒரே இனத்தையும், ஒரே வருணத்தையும் சேர்ந்தவர்களாக இருந்தனர். வைசாலியைச் சேர்ந்த லிச்சாவிகளை எடுத்துக் கொண்டால் அவர்கள் கூட்டிய அவையில் 7707 ராஜாக்கள் அமர்ந்திருந்தனர்; ஆனால் இந்த அவையில் பிராமணர்கள் இடம் பெறவில்லை. மௌரியருக்குப் பிந்திய காலத்தில் மாளவர்கள், சூத்ரகர்கள் ஆகியோரின் குடியரசுகளில் சத்திரியர்களுக்கும் பிராமணர்களுக்கும் குடியுரிமை வழங்கப்பட்டது; ஆனால் அடிமைகளும் கூலித் தொழிலாளர்களும் இதிலிருந்து விலக்கப்பட்டனர். பஞ்சாபில் பீஸ் நதிக்கரையில் அமைந்துள்ள ஓர் அரசில், அரசுக்குக் குறைந்த பட்சம் ஒரு யானையை அளிக்கக் கூடியவர்களே அதில் பிரஜைகளாக இருக்க முடியும் என்ற விதிமுறை இருந்தது. சிந்துவெளி வடிநிலத்தில் நிலவிய சிலவராட்சிக்கு இது ஓர் எடுத்துக் காட்டாகும்.

சாக்கியர்கள், லிச்சாவிகளின் நிர்வாக அமைப்பு எளிய முறையில் அமைந்திருந்தது. அதில் **ராஜா, உபராஜா,** (உப-மன்னர்) **சேனாதிபதி** (தளபதி) **பண்டகரிகர்** (பொருளாளர்) ஆகியோர் அடங்கியிருந்தனர். லிச்சாவி குடியரசில் ஒரே வழக்கை ஒன்றன் பின் ஒன்றாக விசாரணை செய்வதற்கு படிநிலையாக அமைந்த ஏழு நீதிமன்றங்கள் இருந்ததாக அறிகிறோம். இது நம்பக் கூடியதாக இல்லை.

இது எப்படியிருந்த போதிலும் புத்தர் காலத்தில் சில நாடுகள் மரபுவழிப்பட்ட மன்னர்களால் ஆளப்படாமல் மக்கள் மன்றங்களுக்குப் பொறுப்புக் கூறக் கடமைப்பட்டவர்களால் ஆளப்பட்டன என்று தெரிகிறது. பண்டைய குடியரசுகளில் வாழ்ந்த மக்கள் அரசியல் அதிகாரத்தை சமத்துவ முறையில் பெற்றிராவிட்டாலும் நம் நாட்டில் குடியரசுப் பாரம்பரியம் புத்தர் காலத்தைப் போல் பழமையானது என்பதில் ஐயமில்லை.

குடியரசுகள் முடியரசுகளிலிருந்து பல்வேறு வகைகளில் மாறு பட்டன. முடியரசுகளில் மன்னன் மட்டும் விவசாயிகளிடமிருந்து

வருவாய் பெறும் உரிமையைப் பெற்றிருந்தான். ஆனால் குடியரசுகளில் ராஜா எனப்படும் ஒவ்வொரு இனமரபுக் குழுத் தலைவனும் இந்த உரிமையைப் பெற்றிருந்தான். 7707 லிச்சாவி ராஜாக்களில் ஒவ்வொருவரும் தனது சொந்தக் களஞ்சியத்தையும் நிர்வாக அமைப்பையும் கொண்டிருந்தனர். ஒவ்வொரு முடியாட்சியும் தனது சொந்த நிரந்தரப்படையைப் பராமரித்து வந்தது; தனது எல்லைக்குள் வேறு எந்த மக்கள் குழுவும் அல்லது குழுக்களும் ஆயுதங்கள் வைத்திருக்க அனுமதிக்கவில்லை. ஆனால் இனமரபுக் குழு சிலவராட்சியிலோ ஒவ்வொரு ராஜாவும் சொந்தமாக ஒரு சிறு படையை தனது சேனாதிபதி தலைமையில் வைத்துக் கொள்ள அனுமதிக்கப்பட்டனர்; இந்தப் படைகள் ஒன்றுடன் ஒன்று போட்டியிடக் கூடியவையாக இருந்தன. முடியரசில் பிராமணர்கள் பெரும் செல்வாக்கு வகித்து வந்தனர்; ஆனால் ஆரம்பக்காலக் குடியரசுகளில் பிராமணர்களுக்கு இடம் இல்லை; அவர்களும் தங்களுடைய சட்ட நூல்களில் இந்த அரசுகளை அங்கீகரிக்கவில்லை. இறுதியாக, ஒரு முடியரசுக்கும் குடியரசுக்கும் இடையே உள்ள முக்கிய வேறுபாட்டை இங்கு குறிப்பிட வேண்டும். குடியரசு சிலரைக் கொண்ட அவைகளின் தலைமையில் இயங்கிவந்தது; முடியரசோ தனியொரு நபரின் தலைமையில் இயங்கிய வந்தது.

மௌரியர் காலம் முதல் குடியரசுப் பாரம்பரியம் பலவீனமடையத் தொடங்கிற்று. மௌரியர் காலத்துக்கு முன்பே முடியரசுகள் வலுவானவையாகவும் பொது முறையானவையாகவும் இருந்தன. எனவே, இயல்பாகவே பண்டைக்கால சிந்தனையாளர்கள் மன்னராட்சியை மிக முக்கியமான ஆட்சி வடிவமாகக் கருதினர். அவர்கள் நாட்டையும், அரசையும், அரசப் பதவியையும் ஒன்றாகவே கருதினர். புத்தர் காலத்தில் அரசமைப்பு ஒன்று நிலைநாட்டப்பட்டு விட்டதால் சிந்தனையாளர்கள் அதன் தொடக்கத்தைப்பற்றிப் பல்வேறு ஊகங்களைக் கூற ஆரம்பித்துவிட்டனர். பாலி மொழியில் எழுதப்பெற்றுள்ள மிகத் தொன்மையான பௌத்த நூல்களில் ஒன்றான **திக நிகாயம்** பின்வருமாறு கூறுகிறது; ஆரம்ப கட்டத்தில் மக்கள் மகிழ்ச்சிகரமாகவே வாழ்ந்து வந்தனர். படிப்படியாக அவர்கள் தனிச் சொத்துக்கள் சேகரிக்க ஆரம்பித்தனர். தங்கள் மனைவிமார்களுடன் குடும்பம் நடத்தத் தொடங்கினர். நாளடைவில் அவர்கள் சொத்துகளுக்காகவும் பெண்களுக்காகவும் சச்சரவுகளில் ஈடுபட்டனர். இந்தச் சச்சரவுகளுக்கு முடிவுகட்ட அவர்கள் ஒரு தலைவனைத் தேர்ந்தெடுத்தனர். சட்டம் ஒழுங்கை நிலைநாட்டுவதும் மக்களைப் பாதுகாப்பதும் அவன் பொறுப்பில் விடப்பட்டது. இந்தப் பாதுகாப்புக்குப் பிரதியாக தங்கள் நெல்லில் ஒரு பகுதியைத் தலைவனுக்கு அளிப்பதாக

மக்கள் உறுதி கூறினர். இந்தத் தலைவன் மன்னன் என்று அழைக்கப் பட்டான். இவ்வாறுதான் மன்னர் ஆட்சி அல்லது அரசு தோன்றிற்று.

சமூக ஒழுங்கு முறைகளும் சட்டமும்

இந்திய சட்ட, நீதி அமைப்பு முறை இந்தக் காலக்கட்டத்தில்தான் தோன்றிற்று. ஆரம்பத்தில் மக்கள் இனமரபுச் சட்டங்களை ஏற்றுப் பின்பற்றி வந்தனர்; அந்தச் சட்டங்கள் எத்தகைய வகுப்பு வேறுபாடுகளையும் முன்வைக்கவில்லை. ஆனால் இப்போது இனமரபு சமுதாயம் பிராமணர்கள், சத்திரியர்கள், வைசியர்கள், சூத்திரர்கள் என நான்கு வகுப்பினராகப் பிரிந்தனர். இதன்பேரில் தர்ம சூத்திரங்கள் நான்கு வருணங்களில் ஒவ்வொன்றின் கடமைகளையும் வகுத்துத் தந்தன; குற்றஇயல் சாராத மற்றும் குற்ற இயல் சார்ந்த சட்டங்கள் இந்த வருணப் பிரிவினையின் அடிப்படையில் அமைந்தன. வருணம் எவ்வளவு உயர்வானதோ அந்த அளவுக்கு அது மிகவும் தூய்மையானதாகக் கருதப்பட்டது. சிவில், கிரிமினல் சட்டங்கள் இத்தகையவர்களிடமிருந்து உயர்ந்த தார்மிக ஒழுக்கத்தை எதிர்பார்த்தன. சூத்திரர்கள் மீது எல்லா வகையான தகுதியின்மைகளும் திணிக்கப்பட்டன. அவர்களின் சமய, சட்ட உரிமைகள் பறிக்கப்பட்டு சமுதாயத்தில் மிகவும் கீழ் நிலைக்குத் தள்ளப்பட்டனர். **உபநயனம்** செய்து கொள்ளும் உரிமை அவர்களுக்கு மறுக்கப்பட்டது. பிராமணர்களுக்கு எதிராக இழைக்கப்படும் குற்றங்களுக்காக அவர்கள் கடுமையாகத் தண்டிக்கப்பட்டனர்; அதே சமயம் சூத்திரர்களுக்கு எதிராக இழைக்கப்படும் குற்றங்களுக்கு மிகக் குறைந்த தண்டனையே வழங்கப்பட்டது. படைப்புக் கடவுளின் பாதத்திலிருந்து பிறந்தவர்கள் சூத்திரர்கள் என்ற கட்டுக்கதையை சட்டம் இயற்றுபவர்கள் பரப்பினர். எனவே, உயர் வருணத்தவர்கள், குறிப்பாக பிராமணர்கள் சூத்திரன் தொடர்பை வெறுத்தொதுக்கினர். அவன் தொட்ட உணவைத் தவிர்த்தனர்; அவனுடன் திருமண உறவு வைத்துக் கொள்ள மறுத்தனர். ஒரு சூத்திரன் உயர் பதவிகளுக்கு நியமிக்கப்பட முடியாது; அதிலும் முக்கியமாக இருபிறவியாளனுக்கு அடிமையாகவும், கைவினைஞ னாகவும், விவசாயக் கூலியாகவும் பணியாற்றும்படிப் பணிக்கப்பட்டான். இது விஷயத்தில் ஜைன மதமும் புத்த மதமும் கூட அவனுடைய நிலையை அடிப்படையாக மாற்றி விடவில்லை. அவன் இந்தப் புதிய சமூக அமைப்புகளில் சேர முடியும் என்றாலும் அவனது பொதுவான நிலைமை மோசமானதாகவே இருந்தது. கௌதம புத்தர் பிராமணர்கள், சத்திரியர்கள், **கிரிகபதிகள்**, அல்லது குடும்பத் தலைவர்களின் கூட்டங்களில் பங்கு கொண்டதாகக் கூறப்படுகிறது. ஆனால் இது சம்பந்தமாக சூத்திரர்களின் கூட்டம் எதுவும் பிரஸ்தாபிக்கப்படவில்லை.

சிவில், கிரிமினல் சட்டம் அரசு அதிகாரிகளால் செயல்படுத்தப் பட்டது; சவுக்கால் அடித்தல், தலையைத் துண்டித்தல், நாக்கைப் பிடிங்கி எறிதல் போன்ற மிகக் கோரமான, கொடுமையினும் கொடுமையான தண்டனைகளை அவர்கள் விதித்தனர். பல சந்தர்ப்பங்களில் கிரிமினல் குற்றங்களுக்கான தண்டனைகள் பழிக்குப் பழி வாங்கும் அடிப்படையில் அமைந்திருந்தன. பல்லுக்குப் பல், கண்ணுக்குக் கண் என்ற ரீதியில் இருந்தன.

சட்டங்களை வகுப்பதில் பிராமணீய சட்ட நூல்கள் பல்வேறு வருணங்களின் சமூக அந்தஸ்தை கணக்கிலெடுத்துக் கொண்டாலும் வேதமக்களல்லாத இனமரபுக் குழுக்களின் பழக்க வழக்கங்களை எவ்வகையிலும் உதாசீனம் செய்துவிடவில்லை. இந்தக் குழுக்கள் படிப்படியாக பிராமணீயச் சமூக அமைப்பில் ஈர்த்துக் கொள்ளப்பட்டன; இந்த நடைமுறை மேன்மேலும் விரிவடைந்தது. அதுமட்டுமல்ல, இந்த சுதேசி இன மரபுக் குழுக்கள் சிலவற்றுக்கு கற்பனையான மரபு மூலங்களை வழங்கி அவர்கள் தங்கள் சொந்த பழக்க வழக்கங்களைக் கடைப்பிடிக்க அனுமதிக்கப்பட்டனர்.

புத்தரது காலம் மிக முக்கியமானது; ஏனென்றால் இந்தக் காலத்தில்தான் பண்டைய ஆட்சி அமைப்பு முறையும், பொருளாதாரமும், சமுதாயமும் உண்மையில் உருவெடுத்தன. வண்டல் மண் பிரதேசத்தில் இரும்புக் கருவிகளைப் பயன்படுத்தும் அடிப்படையில் அமைந்த வேளாண்மை முக்கியமாக கிழக்கு உத்தரப்பிரதேசத்திலும் பீகாரிலும் ஒரு முன்னேற்றமடைந்த உணவு உற்பத்திப் பொருளாதாரம் தோன்றி வளர்வதைச் சாத்தியமாக்கிற்று; விவசாயிகளிடமிருந்து வரிகள் வசூலிக்க முடியும்; ஒழுங்காகவும் முறையாகவும் வரிகளும் திறைகளும் தண்டும் அடிப்படையில்தான் பெரிய இராச்சியங்களை அமைக்க முடியும். இந்தத் திட்டத்தைச் செயல்படுத்தும் பொருட்டே வருண அமைப்பு முறை உருவாக்கப் பட்டது. ஒவ்வொரு வருணத்தினருக்கான பணிகள் தெளிவாக வரையறுத்துக் கூறப்பட்டன. இதன்படி, ஆளுபவர்களும் படை வீரர்களும் சத்திரியர்கள் என அழைக்கப்பட்டனர். புரோகிதர்களும் ஆசிரியர்களும் பிராமணர்கள் எனக் கூறப்பட்டனர்; விவசாயிகளும் வரி செலுத்துவோரும் வைசியர்கள் எனப்பட்டனர்; இந்த மூன்று வருணங்களுக்கும் தொழிலாளர்களாக ஊழியம் செய்பவர்கள் சூத்திரர்கள் என்று குறிப்பிடப்பட்டனர்.

இயல் 14
மௌரியர்கள் காலம்

சந்திரகுப்த மௌரியன்

மௌரியர் வமிசம் சந்திரகுப்த மௌரியனால் தோற்றுவிக்கப் பட்டது. அவன் ஒரு சாதாரணக் குடும்பத்தைச் சேர்ந்தவன் என்று தோன்றுகிறது. நந்தர்களின் அரண்மனையிலிருந்த முரா என்னும் சூத்திரப் பெண்ணுக்குப் பிறந்தவன் சந்திரகுப்தன் என்று பிராமணீய கர்ண பரம்பரை கதை கூறுகிறது. ஆனால் ஆரம்பகால பௌத்த வட்டாரங்கள் வேறு விதமான தகவல்களைத் தருகின்றன. நேபாளத்தின் காடுகள் அடர்ந்த மலையடிவாரங்களை அடுத்துள்ள கோரக்பூர் பிராந்தியத்தில் மௌரியர்கள் என்னும் பெயருடைய ஒரு வமிசத்தினர் வாழ்ந்து வந்தனர் என்று அந்த வட்டாரங்கள் கூறுகின்றன. அநேகமாக சந்திர குப்தன் இந்த வமிசத்தைச் சேர்ந்தவனாக இருக்கக் கூடும். நந்தர்கள் அவர்களுடை ஆட்சியின் இறுதி நாட்களில் பலவீனமானவர் களாகவும் செல்வாக்கு இழந்தவர்களாகவும் இருந்தனர். இதனை சந்திரகுப்தன் நன்கு பயன்படுத்திக் கொண்டான். கௌடில்யன் எனப்படும் சாணக்கியனின் உதவியோடு நந்தர்களின் ஆட்சியைக் கவிழ்த்துவிட்டு மௌரிய வமிச ஆட்சியை சந்திரகுப்தன் தோற்று வித்தான். சந்திரகுப்தனின் பகைவர்களுக்கு எதிராக சாணக்கியன் செய்த பல்வேறு சதிகள் **முத்ராக்ஷஸம்** என்னும் நாடகத்தில் விரிவாகத் தரப்பட்டிருக்கின்றன; இந்த நாடகம் ஒன்பதாம் நூற்றாண்டில் விசாகதத்தனால் எழுதப்பட்டதாகும். இதனை அடிப்படையாகக் கொண்டு தற்காலத்தில் ஏராளமான நாடகங்கள் தோன்றியிருக்கின்றன.

சந்திரகுப்தன் 6,00,000 பேர் கொண்ட ஒரு படையைக் கொண்டு இந்தியா முழுவதையும் தன் ஆட்சியின் கீழ் கொண்டு வந்து விட்டதாக ஜஸ்டின் என்னும் கிரேக்க எழுத்தாளர் கூறுகிறார். இது உண்மையாக இருக்கலாம். உண்மை இல்லாமலும் இருக்கலாம். ஆனால் செல்யூகசின் ஆதிக்கத்திலிருந்து வடமேற்கு இந்தியாவை சந்திரகுப்தன் விடுதலை செய்தான்; செல்யூகஸ் சிந்து நதிக்கு மேற்கே இருந்த பிரதேசத்தை

ஆண்டு வந்தவன். இந்த கிரேக்க வைசிராயுடன் நடைபெற்ற போரில் சந்திரகுப்தன் வெற்றி வாகை சூடினான். முடிவில் இருவருக்கும் இடையே சமாதானம் ஏற்பட்டது. இதன்படி செல்யூகஸ் 500 யானைகளைப் பெற்றுக் கொண்டு கிழக்கு ஆப்கனிஸ்தான், பலுச்சிஸ்தான், சிந்து நதிக்கு மேற்கே இருந்த பிரதேசம் ஆகியவற்றை சந்திர குப்தனுக்குத் தந்து விட்டான். இவ்வாறு சந்திரகுப்தன் ஒரு பரந்த பேரரசை கட்டி உருவாக்கினான்; இதில் பீகார், ஒரிசாவின் பல பிரதேசங்கள், வங்காளம் மட்டுமின்றி, மேற்கு இந்தியாவும், வடகிழக்கு இந்தியாவும், தக்காணமும் கூட அடங்கியிருந்தன. கேரளத்தையும் தமிழ்நாட்டையும் வட கிழக்கு இந்தியாவின் சில பகுதிகளையும் தவிர்த்து, மௌரியர்கள் இந்தத் துணைக் கண்டம் முழுவதையும் ஆண்டனர்.

விரிவான நிர்வாக அமைப்பு

மௌரியர்கள் ஒரு மிக விரிவான நிர்வாக அமைப்பை உருவாக்கி இருந்தனர். மெகஸ்தனீஸின் குறிப்புகளிலிருந்தும், கௌடில்யனின் **அர்த்தசாஸ்திரத்திலிருந்தும்** இதனைத் தெரிந்து கொள்கிறோம். மெகஸ்தனீஸ் சந்திரகுப்த மௌரியனின் அரசவைக்கு கிரேக்க நாட்டுத் தூதுவராக செல்யுகஸால் அனுப்பப்பட்டவர். அவர் மௌரியத் தலைநகரமான பாடலிபுரத்தில் வசித்து வந்தார்: பாடலிபுத்திர நகரத்தின் நிர்வாகத்தைப் பற்றி மட்டுமின்றி, மௌரியப் பேரரசு முழுவதைப் பற்றியும் அவர் எழுதியிருக்கிறார். மெகஸ்தனீஸ் எழுதியவை யாவும் இன்று கிடைக்கவில்லை. ஆனால் பிற்கால பல கிரேக்க எழுத்தாளர்களின் படைப்புகளில் அவருடைய மேற்கோள்கள் ஆங்காங்கு எடுத்தாளப்பட்டிருக்கின்றன. இந்தத் துண்டுப் பகுதிகள் எல்லாம் தொகுக்கப்பட்டு ஒரு நூலாக வெளியிடப்பட்டிருக்கிறது. மௌரியர் காலத்து நிர்வாகம், சமுதாயம், பொருளாதாரம் பற்றி இந்த நூல் பல அரிய தகவல்களைத் தருகிறது.

மெகஸ்தனீஸின் குறிப்புகளை கௌடில்யனின் அர்த்தசாஸ்திரம் மேலும் வளப்படுத்துகிறது. மௌரிய ஆட்சிக்கு ஒரு சில நூற்றாண்டுகளுக்குப் பிறகே **அர்த்தசாஸ்திரம்** இறுதியாகத் தொகுக்கப்பட்டாலும், அதன் சில பகுதிகள் மௌரிய நிர்வாகத்தையும், பொருளாதாரத்தையும் பற்றி ஆதாரபூர்வமான, நம்பகமான பல அரிய தகவல்களை வழங்குகிறது. இந்த இரு ஆதாரங்களையும் அடிப்படையாகக் கொண்டு சந்திரகுப்த மௌரியனின் நிர்வாக அமைப்பு குறித்த ஒரு தெளிவான படப்பிடிப்பினை நாம் பெற முடியும்.

சந்திரகுப்த மௌரியன் ஓர் யதேச்சதிகாரியாக இருந்தான்; எல்லா அதிகாரங்களையும் தன் கைகளில் குவித்து வைத்திருந்தான். ஆனால் அர்த்தசாஸ்திரம் கூறுவதை நம்புவதாயின் மன்னன் மிக உயர்ந்த லட்சியத்தை வரித்துக் கொண்டிருந்தான். தனது குடிமக்களின் மகிழ்ச்சியே தனது மகிழ்ச்சி என்றும். அவர்களுடைய துன்ப துயரங்க ளெல்லாம் தன்னுடைய துன்ப துயரங்கள் என்றும் அவன் பிரகடனம் செய்தான். ஆனால் இந்த உயர் லட்சியத்தை மன்னன் எந்த அளவுக்குக் கடைப்பிடித்தான் என்பதை நாமறியோம். மெகஸ்தனீசின் கூற்றுப்படி மன்னனுக்கு உதவ ஒரு மன்றம் இருந்தது; மன்ற உறுப்பினர்கள் விவேகம் மிக்கவர்கள் எனப்பெயர் பெற்றவர்கள். அவர்கள் தெரிவிக்கும் ஆலோசனைகள் அவனைக் கட்டுப்படுத்தினவா என்பது தெரியவில்லை. ஆனால் உயர் அதிகாரிகள் இந்த மன்ற உறுப்பினர்களிடமிருந்தே தெரிந்தெடுக்கப்பட்டதாகத் தெரிகிறது.

பேரரசு பல மாகாணங்களாகப் பிரிக்கப்பட்டிருந்தது. ஒவ்வொரு மாகாணமும் அரச குல வழித்தோன்றலான ஓர் இளவரசனின் பொறுப்பில் விடப்பட்டது. மாகாணங்கள் மேலும் பல சிறுசிறு தொகுதிகளாகப் பிரிக்கப்பட்டன. கிராமப்புற நிர்வாகம், நகர்ப்புற நிர்வாகம் ஆகிய இரண்டுக்குமே ஏற்பாடுகள் செய்யப்பட்டிருந்தன. இப்பகுதியிலிருந்த மிகப்பல நகரங்கள் மௌரியர் காலத்தைச் சேர்ந்தவை என்று அகழ்வாய்வுகள் காட்டுகின்றன. பாடலிபுத்திரம், கௌசாம்பி, உஜ்ஜயின், தட்சசீலம் ஆகியவை இவற்றில் மிக முக்கியமான நகரங்கள். மௌரியர்களின் தலைநகரமாக இருந்த பாடலி புத்திரத்தின் நிர்வாகத்தை ஆறு வாரியங்கள் பொறுப்பேற்று நடத்தி வந்தன. ஒவ்வொரு வாரியமும் ஐந்து உறுப்பினர்களைக் கொண்டதாக இருந்தது. சுகாதாரம், அயல்நாட்டினரைக் கவனித்துக் கொள்ளுதல், பிறப்பையும் மரணத்தையும் பதிவு செய்தல், நிறுத்தலளவைகளையும் முகத்தலளவைகளையும் ஒழுங்குபடுத்துதல் மற்றும் இவை போன்ற இதர பணிகளை இந்த வாரியங்கள் மேற்கொண்டு வந்தன. மௌரியர் காலத்தைச் சேர்ந்த பல்வேறு வகையான எடைமானங்கள் பீகாரில் பல இடங்களில் கண்டெடுக்கப்பட்டிருக்கின்றன.

இவை தவிர, மத்திய அரசு சுமார் இரண்டு டஜன் இலாகாக்களையும் உருவாக்கி இருந்தது. தலைநகருக்கு அருகிலுள்ள பிரதேசங்களில் சமூக, பொருளாதார நடவடிக்கைகளை இவை கண்காணித்து வந்தன. ஒரு பிரம்மாண்டமான சைனியத்தை பராமரித்து வந்தது சந்திரகுப்தனது நிர்வாகத்தின் ஒரு சிறந்த, கருத்தைக் கவரும் அம்சமாகும். பிளினி என்ற ரோமானிய எழுத்தாளரின் கூற்றுப்படி

6,00,000 காலாட் படையினரையும், 30,000 குதிரைப் படையினரையும், 9,000 யானைகளையும் சந்திரகுப்தன் பராமரித்து வந்தான். மௌரியர்களிடம் 8,000 ரதங்கள் இருந்தனவென்று மற்றொரு தகவல் கூறுகிறது. இதல்லாமல் மௌரியர்கள் 30 கப்பற்படையையும் வைத்திருந்தனர். ஆயுதப்படைகளின் நிர்வாகம் 30 அதிகாரிகளைக் கொண்ட ஒரு குழுமத்தால் மேற்கொள்ளப்பட்டு வந்தது என்றும், அந்தக் குழுமம் ஆறு குழுக்களாகப் பிரிக்கப்பட்டிருந்தது என்றும், ஒவ்வொரு குழுவும் ஐந்து உறுப்பினர்களைக் கொண்டதாக இருந்தது என்றும் மெகஸ்தனீஸ் கூறுகிறார். காலாட்படை, குதிரைப்படை, யானைப்படை, தேர்ப்படை, கப்பற்படை, போக்குவரத்துப்படை ஆகிய சைனியத்தின் ஆறு படைப்பிரிவுகளில் ஒவ்வொன்றும் ஒரு தனிக் குழுவின் மேற்பார்வையில் விடப்பட்டது. மௌரியர்களின் படைபலம் நந்தர்களின் படைபலம் போல் மூன்று மடங்கு இருந்தது. பேரரசின் விஸ்தரிப்பும், செல்வ வளங்களின் அதிகரிப்புமே இதற்குக் காரணம் என்பது தெள்ளத்தெளிவு.

இத்தகைய மிகப்பெரிய சைனியத்தைப் பராமரிக்கும் செலவுகளை சந்திரகுப்த மௌரியன் எவ்வாறு சமாளித்தான்? கௌடில்யனின் **அர்த்த சாஸ்திரம்** கூறுவதுபோல், தனது ஆட்சிக்குட்பட்ட ஏறத்தாழ எல்லாப் பொருளாதார நடவடிக்கைகளையும் அரசே நிர்வகித்தது. உழவர்கள் மற்றும் சூத்திரத் தொழிலாளர்களின் உதவியோடு அரசு புதிய நிலங்களைச் சாகுபடியின் கீழ் கொண்டு வந்தது. இவ்வாறு சாகுபடி செய்யப்பட்ட கன்னி நிலத்தில் குடியேறிய விவசாயிகளிடமிருந்து வரிகள் தண்டப்பட்டன; அரசின் வருமானம் இதனால் கணிசமாக அதிகரித்தது. விவசாயிகளிடமிருந்து வசூலிக்கப்பட்ட வரிகள் விளைச்சலில் நான்கில் ஒரு பங்கு முதல் ஆறில் ஒரு பங்கு வரை இருந்தன. அரசின் செலவில் பாசன வசதிகள் பெற்றவர்கள் அந்தச் செலவை ஏற்க வேண்டியிருந்தது. இதல்லாமல், அவசர காலத்தில் அதிகம் பயிர்ச்சாகுபடிச் செய்யுமாறு விவசாயிகள் நிர்ப்பந்திக்கப் பட்டனர். விற்பனைக்காக நகரத்துக்குக் கொண்டுவரப்படும் பண்டங் களுக்கு சுங்கவரிகள் விதிக்கப்பட்டன. தவிரவும், சுரங்கத் தொழிலி லும், மதுபானங்கள் விற்பனையிலும், படைக்கலங்கள் தயாரிப்பதிலும் அரசு ஏகபோகம் வகித்தது. இது அரசு கருவூலத்துக்கு ஏராளமான பணத்தைக் கொண்டு வந்து சேர்த்தது முற்றிலும் இயல்பே. இவ்வாறு சந்திரகுப்தன் நன்கு ஒழுங்கமைக்கப்பட்ட ஒரு நிர்வாக முறையைத் தோற்றுவித்தான். அதற்கு ஒரு வலுவான பொருளாதார அடித்தளத்தையும் அளித்தான்.

அசோகர் (கி.மு. 273 - 232)

சந்திரகுப்த மௌரியனைத் தொடர்ந்து பிந்துசாரன் ஆட்சி பீடமேறினான். அவன் கிரேக்க மன்னர்களுடன் தொடர்ந்து தொடர்புகளை வளர்த்துக் கொண்டு வந்ததால் அவனது ஆட்சிக்காலம் முக்கியத்துவம் பெற்றது. அவனது புதல்வரான அசோகர் மௌரிய மன்னர்களிலேயே தலைசிறந்தவர். பெரும் புகழ்வாய்ந்தவர், தனிச்சிறப்புடையவர், பௌத்த கர்ண பரம்பரைக் கதைகளின்படி ஆரம்ப காலத்தில் அவர் மிகவும் குரூரமானவராக, இரக்கமற்றவராக, கொடுமைக்காரராக இருந்தார்; ஆட்சிக்கட்டில் ஏறும் பொருட்டு தம்முடைய 99 சகோதரர்களைப் படுகொலை செய்தார். ஆனால் இந்தத் தகவல்கள் எல்லாம் புராணக்கதையை அடிப்படையாகக் கொண்டிருப்பதால் அவை தவறானவையாக இருக்கக்கூடும். பௌத்த எழுத்தாளர்களால் எழுதப்பட்ட அவருடைய வாழ்க்கை வரலாறு மிகவும் கற்பனை நிறைந்ததாக இருக்கிறது: அதனை முற்றிலும் உண்மையானதாக ஏற்றுக்கொள்ள முடியாது.

அசோகரின் சாசனங்கள்

அசோகரது சாசனங்களின் அடிப்படையில் அவரது வாழ்க்கை வரலாற்றை இணைத்து உருவாக்கிக்காண முடியும். அசோகர்தான் தம்முடைய சாசனங்களின் வாயிலாக மக்களுடன் நேரடியாகப் பேசிய முதல் மன்னர் என்று கூற வேண்டும். இந்த சாசனங்களே இந்தியாவில் பிராகிருத மொழியின் மிக ஆரம்பகால எடுத்துக்காட்டு மாதிரிகளாக இருந்தன. பாறைகளிலும், உச்சியில் சிற்ப வேலைப்பாடுகளுடன் கூடிய மெருகேற்றப்பட்ட தூபிகளிலும், குகைகளிலும், ஒரு களிமண் கிண்ணத்திலும் கூட இந்த சாசனங்கள் செதுக்கப்பட்டிருக்கின்றன. இந்தியத் துணைக் கண்டத்தில் மட்டுமின்றி ஆப்கானிஸ்தானிலும் இவை காணப்படுகின்றன. இந்த சாசனங்கள் அரசனின் ஆணைகளைத் தெரிவிக்கின்றன. இதுவரை இந்த சாசனங்கள் 45 இடங்களில் காணப்படுகின்றன. இவற்றின் மொத்த எண்ணிக்கை 181. பிராகிருத மொழியிலுள்ள இவை பேரரசின் பெரும்பாலான இடங்களில் பிரஹ்மி எழுத்து வடிவத்தில் எழுதப்பட்டுள்ளன. ஆனால் வடமேற்குப் பகுதியில் அவை அராமிக் மற்றும் கரோஸ்தி எழுத்து வடிவத்தில் தென்படுகின்றன; ஆப்கனிஸ்தானில் அவை அராமிக், கிரேக்க எழுத்து வடிவங்களிலும் மொழிகளிலும் செதுக்கப்பட்டிருக்கின்றன. அசோகரது கல்வெட்டுப் பொறிப்புகள் பொதுவாக பண்டைக்கால நெடுஞ்சாலைகளில் வைக்கப்பட்டிருந்தன. அசோகரது வாழ்க்கையையும், அவரது உள்நாட்டு

வெளிநாட்டுக் கொள்கைகளையும். அவரது பேரரசின் பரப்பளவையும் பற்றிய பல சுவையான தகவல்களை இந்தக் கல்வெட்டுகள் வழங்குகின்றன.

கலிங்கப் போரின் தாக்கம்

புத்தமத சித்தாந்தம் அசோகரின் உள்நாட்டு, வெளிநாட்டுக் கொள்கைக்கு வழிகாட்டியாக இருந்தது. அசோகர் அரியணையில் ஏறிய பிறகு அவர் ஒரே ஒரு பிரதானப் போரில்தான் ஈடுபட்டார்; அது கலிங்கப்போர் என அழைக்கப்பட்டது. அவரே தெரிவித்தபடி இப்போரில் 1,00,000 மக்கள் கொல்லப்பட்டனர்; பல லட்சம் பேர் மாண்டு மடிந்தனர்; 1,50,000 பேர் போர்க்கைதிகளாகப் பிடிக்கப்பட்டனர். இந்த எண்ணிக்கை மிகைப்படுத்தப்பட்டதாகத் தோன்றுகிறது; ஏனென்றால் அசோகரின் கல்வெட்டுகளில் "ஒரு நூறாயிரம்" என்னும் எண் பொதுப்படையான முறையில் அடிக்கடிப் பயன்படுத்தப்பட்டிருக்கிறது. இது எப்படியிருப்பினும் இந்தப்போரில் நடைபெற்ற பயங்கர படுகொலை அவரது உள்ளத்தை உருக்கிவிட்டது என்பதில் ஐயமில்லை. இந்தப் போரினால் பிராமணப் புரோகிதர்களும் பௌத்த பிட்சுகளும் பெரும் துன்ப துயரங்களுக்கு ஆளானார்கள். இது அசோகருக்கு ஆழ்ந்த மனவேதனையையும், கடுங்கழிவிரக்கத்தையும், அகச்சான்றின் உறுத்தலையும் ஏற்படுத்திற்று. எனவே, அவர் ஆக்கிரமிப்புக் கொள்கை யைக் கைவிட்டு, அன்பினால், பண்பினால், வெற்றிக் கொள்ளும் கொள்கையைக் கடைப்பிடிப்பதில் இறங்கினார். வேறுவிதமாகச் சொன்னால், **பெரிகோஷாவின்** இடத்தை **தம்மகோஷா** பெற்றது.

அசோகர் தம்முடைய பதின்மூன்றாவது பாறை சாசனத்தில் கூறியிருப்பதைக் கீழே தருகிறோம்:

> "தன்னிடம் ஒப்படைக்கப்பட்ட புனித கடமைகளை எட்டாண்டுக்காலம் செய்து வந்தவனான தெய்வங்களின் அன்பிற்குரியவனான மன்னன் பியதசி கலிங்கத்தை வென்றான். நூற்றம்பதாயிரம் மக்கள் நாடு கடத்தப் பட்டனர். ஒரு நூறு ஆயிரம் பேர் கொல்லப்பட்டனர். இந்த எண்ணிக்கையைப்போல் பன்மடங்கினர் அழிந்துபட்டனர். இதன் பின்னர், இப்போது கலிங்கம் கைப்பற்றப்பட்டதும் தெய்வங்களின் அன்புக்குரியவன் தம்மத்தை (தர்ம நெறி மதம்) கடைப்பிடித்தான். தம்மத்தில் பற்றுதல் கொண்டான், தம்மத்தைப் போதித்தான்.

தெய்வங்களின் அன்பிற்குரியவன் கலிங்கத்தை வென்றதும் உளநைவு கொண்டான், ஏனென்றால் ஒரு சுதந்திர நாடு வெற்றி கொள்ளப்பட்டபோது ஏற்பட்ட படுகொலையும், மரணமும், மக்களின் நாடு கடத்தலும் தெய்வங்களின் அன்புக்குரியவனைப் பெரிதும் துயரத்துக்கு ஆளாக்கியிருக்கின்றன. அவன் மனத்தில் பெரும் சுமையை ஏற்றிவைத்திருக்கின்றன. இவற்றை எல்லாம்விட தெய்வங்களின் அன்புக்குரியவனை மிகுந்த துக்கத்தில் ஆழ்த்தியிருப்பது என்னவென்றால் அங்கு வசிப்பவர்கள், அவர்கள் பிராமணர்களாயினும், **சிரமனாக்களாயினும்,** இதர பிரிவினராயினும் அல்லது தங்கள் குருமார்களிடம் பணிவடக்கத்தைக் காட்டுகின்ற, தங்கள் நண்பர்கள், தங்களுக்கு அறிமுகமானவர்கள், கூட்டாளிகள், உறவினர்கள், அடிமைகள், ஏவலர்கள் முதலியோரிடம் ஈடுபாட்டுடன் நல்ல முறையில் நடந்து கொள்கிற குடும்பத்தலைவனாயினும் இவர்கள் எல்லோரும் வன்முறைக்கும் படுகொலைகளுக்கும் ஆளாகியிருப்பதும், உயிரினும் இனியவர்களிடமிருந்து அவர்கள் பிரிக்கப்பட்டிருப்பதுமேயாகும். கலிங்கம் கைப்பற்றிக் கொள்ளப்பட்டபோது நூற்றுக்கணக்கானோர், ஆயிரக்கணக்கானோர் கொல்லப்பட்டிருப்பது, மரணமடைந்திருப்பது அல்லது நாடு கடத்தப்பட்டிருப்பது தெய்வங்களின் அன்பிற்குரியவனது மனத்தைப் பெரிதும் அழுத்துகிறது... தம்மத்தின் வெற்றியே தலையாய வெற்றி என தெய்வங்களின் அன்பிற்குரியவன் கருதுகிறான்...

அசோகர் இப்போது இனமரபுக் குழுக்களைச் சேர்ந்த மக்களுக்கும், எல்லைப்புற இராச்சியங்களுக்கும் சித்தாந்த முறையிலமைந்த ஒரு வேண்டுகோளை விடுத்தார். கலிங்கத்திலுள்ள சுதந்திர அரசுகளின் மக்கள் தம்முடைய தந்தையைப்போல் மன்னனுக்குக் கீழ்ப்படியுமாறும், அவனிடம் நம்பிக்கை வைக்குமாறும் கேட்டுக் கொள்ளப்பட்டனர். தம்முடைய பிரஜைகளில் அனைத்துப் பகுதியினரிடமும் இந்தக் கருத்தைப் பரப்புமாறு அசோகரால் நியமிக்கப்பட்ட அதிகாரிகளுக்குக் கட்டளையிடப்பட்டது. தம்ம கோட்பாடுகளைப் பின்பற்றுமாறு இனமரபுக் குழு மக்களும் இவ்வாறே கேட்டுக் கொள்ளப்பட்டனர்.

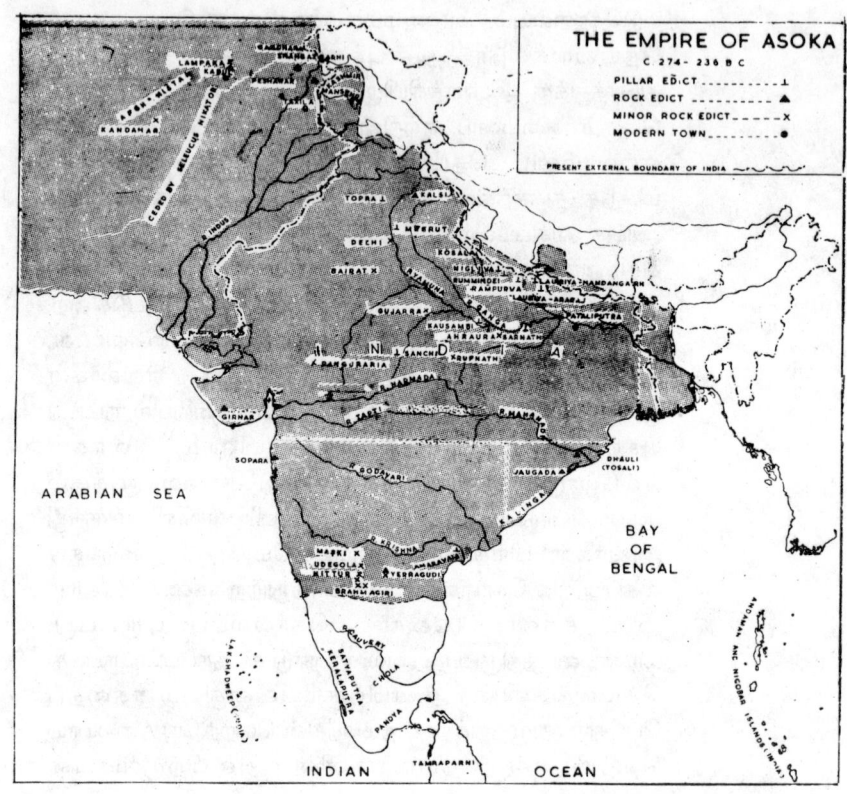

இந்தியாவின் இந்த இடக்கிடப்பியல் விவரங்கள் இந்தியத் தலைமை நில அளவாயர் அனுமதியுடன் வெளியிடப்பட்ட தேசப்படங்களை ஆதாரமாகக் கொண்டவை.

© இந்திய அரசின் பதிப்புரிமை, 1986.

இந்தியாவின் கரையோரக் கடல் பரப்பு எல்லைகள் அங்கீகரிக்கப்பட்ட இடத்திலிருந்து பன்னிரண்டு கடல் மைல் தொலைவுக்குக் கடலுக்குள் விரிந்து செல்லுகின்றன.

படம் - 33   அசோகர் பேரரசு

அசோகர் அந்நிய நாடுகளை ராணுவ ரீதியாக வெற்றி கொள்வதற்குரிய பிரதேசங்களாக இப்போது கருதவில்லை. அதற்குப்பதில் அவற்றை சித்தாந்த ரீதியாக வெற்றி கொள்ள முயன்றார். அயல் நாடுகளிலுள்ள மக்களதும், விலங்குகளதும் சேம நலனுக்கான நடவடிக்கைகளை அவர் மேற்கொண்டார். அந்நாளைய நிலைமைகளைக் கருத்திற்கொண்டு பார்க்கும்போது இது புதுமையான ஒன்றாகவே இருந்தது. மேற்கு ஆசியாவிலிருந்த கிரேக்க இராச்சியங்களுக்கும், கிரீஸ் நாட்டிற்கும் சமாதானத் தூதுவர்களை அனுப்பினார். இவற்றை எல்லாம் அசோகரின் கல்வெட்டுகளை ஆதாரமாகக் கொண்டு கூற முடியும். பௌத்த வழிவழிச் செய்திகளை ஏற்புடையவையாகக் கருதுவோமானால் புத்தமதப் பிரச்சாரத்துக்காக ஸ்ரீலங்காவுக்கும் மத்திய ஆசியாவுக்கும் சமயப்பரப்பாளர்களை அவர் அனுப்பினார் என்று எடுத்துக் கொள்ளலாம். விவேகமிக்க மன்னர் என்ற முறையில் அசோகர் தம்முடைய அரசியல் செல்வாக்கை பிரசாரத்தின் மூலம் விரிவுபடுத்த முயன்றார்.

கலிங்கப்போர் அசோகரை ஒரு தீவிர போரொழிப்புக் கோட்பாட்டாளராக ஆக்கிவிட்டது என்று கருதுவது தவறு. எல்லா நிலைமைகளிலும் சமாதானம் என்ற கொள்கையை அவர் பின்பற்றவில்லை. மாறாக, தமது சாம்ராஜ்யத்தை வலுப்படுத்தும் நடைமுறை சாத்தியமான கொள்கையையே அவர் கடைப்பிடித்தார். கலிங்கத்தை வெற்றிகொண்ட பிறகு அதனை சாம்ராஜ்யத்தில் இணைத்துக் கொண்டார். சந்திர குப்த மௌரியன் காலத்திலிருந்து பராமரிக்கப்பட்டு வந்த பிரம்மாண்டமான சைனியத்தை அவர் கலைத்து விட்டதற்கான சான்று ஏதுமில்லை. தர்மத்தின் பாற்பட்ட கொள்கையைப் பின்பற்றும்படி இனமரபுக் குழுக்களைச் சேர்ந்த மக்களை அவர் திரும்பத் திரும்பக் கேட்டுக் கொண்டார்; ஆனால் அதே சமயம் நிலைநாட்டப்பட்ட சமூக ஒழுங்குமுறை விதிகளையும், நேர்மையையும், தர்மத்தையும் மீறினால் அவர்கள் கடுமையான விளைவுகளைச் சந்திக்க நேரிடும் என்றும் எச்சரித்தார். சாம்ராஜ்யத்திற்குள் **ரஜூகர்கள்** என்னும் அதிகாரிகளை நியமித்தார்; மக்களுக்குப் பரிசுகள் வழங்கி அவர்களை ஊக்குவிப்பதற்கு மட்டுமின்றி, அவசியம் நேரிடும்போது அவர்களைத் தண்டிப்பதற்கும் இந்த அதிகாரிகளுக்கு அதிகாரம் வழங்கப்பட்டது. நேர்மையான வழிகளில், தர்மத்தைக் கடைப்பிடிக்கும் முறைகளில் தமது சாம்ராஜ்யத்தை வலுப்படுத்தும் அசோகரின் கொள்கை பலனளித்தது. வேட்டையாடுபவர்கள், மீனவர்கள் விஷயத்தில் அவரது கொள்கை வெற்றியடைந்ததைப் பற்றி காந்தாரக் கல்வெட்டுகள் கூறுகின்றன;

அசோகரின் புத்திமதியை ஏற்று அவர்கள் உயிர் கொலையைக் கைவிட்டு வேளாண் வாழ்க்கையை மேற்கொண்டனர் என்று அந்தக் கல்வெட்டுகள் பகர்கின்றன.

உள்நாட்டுக் கொள்கையும் புத்த மதமும்

கலிங்கப் போரின் விளைவாக அசோகர் புத்தமதத்தைத் தழுவினார். அவர் ஒரு பௌத்தத் துறவியானார் என்றும், பௌத்தர்களுக்கு ஏராளமான பரிசுகளை வழங்கினார் என்றும், பௌத்த புண்ணியத் தலங்களுக்கு புனித யாத்திரை மேற்கொண்டார் என்றும் கூறப்படுகிறது. பௌத்த புண்ணியத் தலங்களை அவர் தரிசித்தார் என்பதை அவரது கல்வெட்டுகளில் குறிப்பிடப்படும் தர்ம யாத்திராக்களும் உறுதிப்படுத்தப்படுகின்றன.

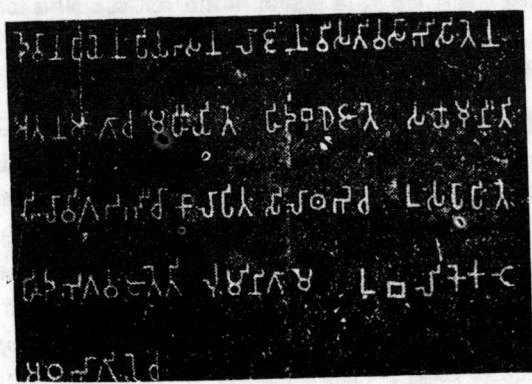

The inscription is in Brahmi script. The language of the inscription is Prakrit.

The Nagari rendering and English translation of the inscription are given below.

1. देवानपियेन पियदसिन लाजिन बीसति— वसाभिसितेन
2. अतन आगाच महीयिते हिद बुधे जाते सक्य—मुनीति
3. सिला—विगड—भीचा कालापित सिला—थभे
   च उसपापिते
4. हिद भगवं जाते ति लुंमिनी-गामे उबलिके कटे
5. अठ—भागिये च

படம் - 34

அசோகரின் ருமிந்தேய் தூண் கல்வெட்டுப் பொறிப்புகள்

அசோகர் மூன்றாவது பௌத்த சபையைக் கூட்டினார் என்றும், தென்னிந்தியா, பர்மா மற்றும் இதர பல நாடுகளுக்கு அங்குள்ள மக்களை புத்த மதத்துக்கு மாற்றுவதற்காக சமயப் பரப்பாளர்களை அனுப்பினார் என்றும் சில வழிவழிச் செய்திகள் கூறுகின்றன. கி.மு. இரண்டாவது, முதலாவது நூற்றாண்டைச் சேர்ந்த பிரஹ்மி கல்வெட்டுகள் ஸ்ரீலங்காவில் கண்டுபிடிக்கப்பட்டிருக்கின்றன.

அசோகர் தமக்கென ஓர் உயர்ந்த இலட்சியத்தை வரித்துக் கொண்டார்; ஆதிக்க வெறி கொண்ட ஓர் அரசன்போல் அல்லாமல், அன்பு உள்ளம் கொண்ட ஒரு தந்தைபோல் மக்களிடம் நடந்து கொள்ள வேண்டும் என்பதே அந்த உயரிய இலட்சியம். மன்னர் தம்முடைய பிரஜைகளை தம் குழந்தைகள் போல் கருதுகிறார் என்று அவர்களிடம் கூறும்படி தம்முடைய அதிகாரிகளை அவர் அடிக்கடி கேட்டுக் கொண்டார். மன்னரின் பிரதிநிதிகள் என்ற முறையில், மக்களின் நலன்களைக் காக்கும்படி அவர் தம்முடைய அதிகாரிகளை வலியுறுத்தினார். பெண்கள் உட்பட பல்வேறு சமூகப் பிரிவினரிடையே தர்மத்தைப் போதிப்பதற்கு அசோகர் **தர்மமகாமாத்திரர்களை** நியமித்தார். தமது சாம்ராஜ்யத்தில் நீதி பரிபாலனத்துக்காக **ரஜுகர்களையும்** அவர் நியமித்தார்.

சடங்கு முறைகளை குறிப்பாக பெண்கள் அனுஷ்டிக்கும் வினை முறைகளை அவர் கண்டித்தார். சில வகை பறவைகளையும் விலங்குகளையும் கொல்வதை அவர் தடை செய்தார். தலைநகரில் இறைச்சிக்காக விலங்குகளை வெட்டிக் குவிப்பதை முற்றிலுமாக தடை செய்தார். மக்கள் விருந்து களியாட்டங்களிலும் குடிவெறியாட்டங் களிலும் ஈடுபடக்கூடிய ஒழுக்கக்கேடான சமூக நிகழ்ச்சிகளுக்கு அவர் தடையாணை விதித்தார்.

ஆனால், அசோகரின் தர்மம் குறுகிய நோக்குடைய தர்மமல்ல. அதனை சமய சார்புடையது என்று கூற முடியாது. சமூக ஒழுங்கை நிலைநாட்டுவதே அதன் பரந்த குறிக்கோள். மக்கள் தங்களுடைய பெற்றோர்களுக்குக் கீழ்ப்படிந்து நடக்க வேண்டும். பிராமணர்களுக்கும் பௌத்த பிட்சுகளுக்கும் மரியாதை காட்ட வேண்டும், அடிமைகளுக்கும் வேலையாட்களுக்கும் இரக்கம் காட்ட வேண்டும் என்று அது கட்டளை யிட்டது. இந்தக் கட்டளைகளை பௌத்த சமயத்திலும் பிராமணீய சமயத்திலும் காணலாம்.

வாழுங்கள், வாழ விடுங்கள் என்று அசோகர் போதித்தார். விலங்குகளிடம் பரிவு காட்டுவதையும், உறவினர்களிடம் முறையாக

நடந்து கொள்வதையும் அவர் வலியுறுத்தினார். அவரது போதனைகள் குடும்ப அமைப்பையும் இப்போதுள்ள சமுதாயப் பிரிவுகளையும் வலுப்படுத்தும் நோக்கம் கொண்டவை. மக்கள் நன்முறையில் நடந்து கொண்டால் சுவர்க்கத்தை எய்துவார்கள் என்று அவர் கூறினார். அவர்கள் நிருவாணம் (மோட்சம்) அடைவார்கள் என்று அவர் ஒருபோதும் கூறவில்லை; இதுதான் பௌத்த போதனைகளின் இலட்சியமாகும். ஆக, இப்போதுள்ள சமூக அமைப்பை சகிப்புத்தன்மை, விட்டுக் கொடுக்கும் மனப்பான்மை, வெறுப்பின்மை ஆகியவற்றின் அடிப்படையில் பராமரிப்பதே அசோகரது போதனைகளின் நோக்கமாக இருந்தது. அவர் குறுகிய சமய நோக்கோடு என்றும் பேசியதாகத் தெரியவில்லை.

வரலாற்றில் அசோகருக்குள்ள இடம்

அசோகரது போரொழிப்புக் கோட்பாட்டுக் கொள்கை மௌரியப் பேரரசை சிதைத்து சீர்குலைத்துவிட்டது என்று குற்றம் சாட்டப்படுகிறது. ஆனால் இது உண்மையல்ல. மாறாக, அசோகர் மிகப்பல சாதனைகளைப் புரிந்துள்ளார். பண்டைய உலக வரலாற்றிலேயே அவர் மாபெரும் நற்பணியாற்றிய மன்னர் என்பதில் ஐயமில்லை. அவர் தாம் மேற்கொண்ட பணியை மிகுந்த பற்றார்வத்துடனும் எல்லையற்ற ஈடுபாட்டுடனும் புரிந்தார்; உள்நாட்டிலும் வெளிநாட்டிலும் மகத்தான சாதனைகளை ஈட்டினார்.

அசோகர் நாட்டின் அரசியல் ஒற்றுமையைக் கட்டி வளர்த்தார். ஒரே தர்மம், ஒரே மொழி, பிரஹ்மி என்னும் ஒரே எழுத்து வடிவம் என்ற பிணைப்பால் அதனை மேலும் வலுவும் வளமும் படுத்தினார். இந்த பிரஹ்மி எழுத்து வடிவம்தான் அவரது பெரும்பாலான கல்வெட்டுப் பொறிப்புகளில் பயன்படுத்தப்பட்டிருக்கிறது. நாட்டின் ஒற்றுமையைப் பாதுகாக்கும் பொருட்டு அவர் பிரஹ்மி, கரோஷ்தி, அராமிக், கிரேக்கம் போன்ற எழுத்துவடிவங்களை மதித்தார். இதேபோன்று, கிரேக்கம், பிராகிருதம், சம்ஸ்கிருதம் போன்ற மொழிகளையும், பல்வேறு சமயப்பிரிவுகளையும் மதித்தார். அசோகர் சகிப்புத்தன்மை கொண்ட ஒரு சமயக் கொள்கையைப் பின்பற்றினார். அவர் தாம் கடைப்பிடிக்கும் புத்தமதத்தை தம்முடைய பிரஜைகள் மீது திணிக்க முயலவில்லை. இதற்கு மாறாக பௌத்த மதமல்லாத சமயப் பிரிவுகளுக்கும், பௌத்த மதத்தை எதிர்க்கும் சமயப் பிரிவுகளுக்கும் கூட தாராளமாக கொடைகளை வாரி வழங்கினார்.

அசோகர் நற்பணி நடவடிக்கைகளில் அளப்பரும் ஆர்வம் காட்டினார். இதன் நிமித்தம் நாட்டின் தொலைதூரப் பிராந்தியங்களுக்கும் தமது அதிகாரிகளை அனுப்பினார். நிர்வாகம் பெரிதும் சீரடைவதற்கு இது துணை புரிந்தது; வளர்ச்சியடைந்த கங்கை சமவெளிப்பகுதிகளுக்கும் பின்தங்கிய தொலைதூர மாகாணங்களுக்கும் இடையே கலாசாரப் பிணைப்புகளை வலுப்படுத்தவும் இது உதவிற்று. சாம்ராஜ்யத்தின் இதயம் போன்ற, உயிர் நிலையான பொருளாயதக் கலாசாரம் கலிங்கத்துக்கும், கீழ்த் தக்காணத்துக்கும், வடக்கு வங்கத்துக்கும் பரவிற்று.

இவையெல்லாவற்றையும்விட முக்கியமாக சமாதானம், அனாக்கிரமிப்பு, கலாசார வெற்றி ஆகியவை சம்பந்தப்பட்ட கொள்கைக்காக அசோகர் உலக வரலாற்றில் ஒரு முக்கிய இடத்தைப் பெற்றிருக்கிறார். இத்தகைய கொள்கையைக் கடைப்பிடிப்பதற்கு இந்திய வரலாற்றில் அவருக்கு முன்மாதிரி ஏதும் இல்லை; எகிப்தில் தவிர வேறு எங்கும் இத்தகைய உதாரணம் ஏதுமில்லை; எகிப்தில்தான் கி.மு. பதினான்காம் நூற்றாண்டில் அஷ்நதன் போர் ஒழிப்புக் கோட்பாட்டைப் போதித்து வந்தார். ஆனால், அசோகர் தமது எகிப்திய சகாவை அறிந்திருக்கவில்லை என்பது தெள்ளத்தெளிவு. நாடுபிடிக்கும் கொள்கையை எப்போதும் கடைப்பிடிக்கும்படி கௌடில்யன் மன்னனுக்கு அறிவுறுத்தி வந்தபோதிலும் அசோகர் இதற்கு நேர்மாறான கொள்கையையே பின்பற்றினார். கலிங்கப்போர் நடைபெறும்வரை மகத மன்னர்கள் பின்பற்றி வந்த நாடுபிடிக்கும் கொள்கையை, ஆக்கிரமிப்புக் கொள்கையைக் கைவிடும்படி அவர் தமக்குப் பிறகு அதிகாரத்துக்கு வரக்கூடிய மரபுரிமை வாரிசுகளைக் கேட்டுக் கொண்டார். சமாதானக் கொள்கையைக் கடைப்பிடித்து ஒழுகும்படி அவர்களுக்கு அறிவுரை பகர்ந்தார்; இரண்டு நூற்றாண்டுக்காலம் நடைபெற்ற ஆக்கிரமிப்பு யுத்தங்களுக்குப் பிறகு சமாதானக் கொள்கை நாட்டுக்கும் மக்களுக்கும் அத்தியாவசியமானது, அது மிகுந்த நலம்பயக்கும் என்றும் அவர் வலியுறுத்தினார். அசோகர் இந்தக் கொள்கையை மிக உறுதியாகப் பின்பற்றி வந்தார். அவரிடம் போதிய செல்வ வளம் இருந்தபோதிலும், ஒரு மாபெரும் சைனியத்தைப் பராமரித்து வந்த போதிலும் கலிங்க வெற்றிக்குப் பிறகு அவர் எந்தப் போரிலும் ஈடுபடவில்லை. இந்த அர்த்தத்தில் பார்க்கும்போது அவர் தமது காலத்துக்கும், தலைமுறைக்கும் எவ்வளவோ முந்தியவராக இருந்தார்.

எனினும் அசோகரின் இந்தக் கொள்கை அவரது அரசப் பிரதிநிதிகளையும், சிற்றரசர்களையும் கவரவில்லை. கி.மு. 232ல் அசோகர் ஓய்வு பெற்றதும் இவர்கள் தத்தமது பிரதேசங்களில் தம்மை சுதந்திர மன்னர்களாகப் பிரகடனம் செய்து கொண்டனர். இதேபோன்று அவரது கொள்கை அண்டை நாட்டினரையும் கவரவில்லை. கி.மு. 232ல் அசோகர் பதவியைத் துறந்துவிட்ட முப்பது ஆண்டுகளிலேயே அவர்கள் அவருடைய பேரரசின் வடமேற்கு எல்லைமீது திடீர் பாய்ச்சலை மேற்கொண்டனர்.

இயல் 15
மௌரிய ஆட்சியின் முக்கியத்துவம்

அரசுக்கட்டுப்பாடு

தர்ம சூத்திரங்கள் வகுத்துத் தந்திருக்கும் சட்டங்களாலும், நாட்டில் நிலவும் பழக்கவழக்கங்களாலும் மன்னன் வழிகாட்டப்பட வேண்டும் என்று பிராமணீயச் சட்ட நூல்கள் கூறுகின்றன. வருணங்கள், ஆசிரமங்களின் (வாழ்க்கைக் கட்டங்கள்) அடிப்படையில் அமைந்த சமூக ஒழுங்கமைப்பு அழிகிறபோது, சிதைகிற போது மன்னன் தர்மத்தைப் பிரகடனம் செய்ய வேண்டும் என்று கௌடில்யன் ஆலோசனை கூறுகிறான். மன்னனே **தர்மபிரவர்த்தகன்** அல்லது சமூக ஒழுங்கைப் பிரகடனம் செய்பவன் எனக் கூறப்படுகிறான். அரசாணைகள் மற்ற ஆணைகளைவிட மேலானவை என அசோகர் தம்முடைய கல்வெட்டுப் பொறிப்புகளில் வலியுறுத்தியிருக்கிறார். அவர் தர்மத்தைப் பிரகடனம் செய்தார்; நாடெங்கும் அதன் தலையாய கொள்கைகளைப் பரப்புவதற்கும் அவற்றை நடைமுறைப் படுத்துவதற்கும் அதிகாரிகளை நியமித்தார்.

மேன்மேலும் படையெடுப்புகள் நடத்தி நாடுகளை கைப்பற்றுவது என்று மகத மன்னர்கள் கடைப்பிடித்த கொள்கை அரசனின் தங்கு தடையற்ற ஆட்சி என்னும் கோட்பாட்டை நிலைநிறுத்த முயன்றதன் இயல்பான விளைவேயாகும். இதன் காரணமாக அங்கம், வைசாலி, காசி, கோசலம், அவந்தி, கலிங்கம் முதலிய நாடுகள் ஒன்றன்பின் ஒன்றாக மகத சாம்ராஜ்யத்துடன் இணைக்கப்பட்டன. இந்தப் பிரதேசங்களின் மீதிருந்த ராணுவ ஆதிக்கம். முடிவாக மக்களது வாழ்க்கையின் அனைத்து அம்சங்களின் மீதும் வல்லந்தமான ஆதிக்கமாக மாறிற்று. மகதம் தனது ஒட்டுமொத்த ஆதிக்கத்தை நிலைநாட்டுவதற்குத் தேவையான அதிகார வலிமை என்னும் வாளைப் பெற்றிருந்தது.

வாழ்க்கையின் எல்லாத் துறைகளையும் கட்டுப்படுத்தும் பொருட்டு அரசு ஒரு பிரம்மாண்டமான அதிகார வர்க்கத்தைப் பராமரிக்க வேண்டிய அவசியம் ஏற்பட்டது. மௌரியர் காலத்தில் போல்

பண்டைக்கால வரலாற்றின் வேறு எந்தக் காலகட்டத்திலும் இத்தனை அதிகாரிகள் இருந்ததாக நாம் கேள்விப்படவில்லை.

நிர்வாக யந்திரத்துக்கு ஒரு விரிவான வேவு அமைப்பு பக்க பலமாக இருந்தது. பல்வேறு வகைப்பட்ட ஒற்றர்கள் அந்நியப் பகைவர்களைப் பற்றிய வேவுத் தகவல்களைச் சேகரித்தனர்; எண்ணற்ற அதிகாரிகள் மீது எப்போதும் ஒரு கண் வைத்திருந்தனர். இதுமட்டுமின்றி, குருட்டு நம்பிக்கை கொண்ட ஏமாளிகளான மக்களை அச்சுறுத்தி அவர்களிடமிருந்து பணம் கறப்பதற்கும் உதவி செய்தனர்.

முக்கியமான அதிகாரிகள் **தீர்த்தர்கள்** என அழைக்கப்பட்டனர். பெரும்பாலான அதிகாரிகளுக்கு ஊதியம் பணமாகத் தரப்பட்டதாகத் தெரிகிறது. அமைச்சர்கள் **(மந்திரிகள்)** தலைமை சமய குரு **(புரோகிதர்),** பிரதம தளபதி **(சேனாதிபதி),** அரசருக்குப் பின்னர் அரியணை ஏற உரிமை படைத்த இளவரசர் **(யுவராஜா)** முதலியோர் உயர் அதிகாரிகள் பட்டியலில் இடம் பெற்றிருந்தனர். இவர்களுக்கெல்லாம் தாராளமாக பெரும் தொகை ஊதியமாக வழங்கப்பட்டது. அவர்கள் 48 ஆயிரம் **பனாக்கள்** வரை பெற்றனர் (பனா என்பது ஒரு தோலாவில் நான்கில் மூன்று பங்கு வெள்ளி நாணயத்துக்குச் சமமானது). இதற்கு மாறாக மிகவும் கீழ்மட்ட அதிகாரிகளுக்கு மொத்த ஊதியமாக 60 **பனாக்கள்தான்** தரப்பட்டன; சில பணியாளர்களுக்கு மிகக் குறைவாக 10 அல்லது 20 பனாக்கள் கூட வழங்கப்பட்டன. எனவே, இதிலிருந்து மிகவும் உயர்மட்டத்திலிருந்த அரசு அதிகாரிகளுக்கும் மிகவும் கீழ் மட்டத்திலிருந்த அரசு அதிகாரிகளுக்கும் இடையே மலைக்கும் மடுவுக்குமுள்ள மிகப் பெரிய இடைவெளி இருந்தது என்பது தெளிவாகிறது.

பொருளாதார ஒழுங்கமைப்பு

கௌடில்யனின் **அர்த்தசாஸ்திரத்தை** ஆதாரமாகக் கொண்டு பார்ப்போமாயின், நாட்டில் பிரதானமாக பொருளாதார நடவடிக்கைகளை ஒழுங்குபடுத்துவதற்காக 27 மேலாளர்களை அரசு நியமித்தது; இவர்கள் அதியக்ஷர்கள் என அழைக்கப்பட்டனர். வேளாண்மை, தொழில், வணிகம், நிறுத்தலளவைகள், முகத்தலளவைகள், நெசவு, நூற்பு, சுரங்கம் போன்ற தொழில்களை இவர்கள் நிர்வகித்தனர். அவற்றை ஒழுங்குபடுத்தினர். அரசு பாசன வசதிகளைச் செய்து கொடுத்தது. விவசாயிகளுக்கு ஓர் ஒழுங்கு முறையின்படி தண்ணீர் வழங்கிற்று. மௌரியப் பேரரசில் அதிகாரிகள் எகிப்தில் போன்றே நிலத்தை

பண்டைக்கால இந்தியா 221

அளந்தனர்; பெரிய வாய்க்கால்களிலிருந்து சிறு கால்வாய்கள் மூலம் தண்ணீர் விநியோகத்தைக் கண்காணித்தனர் என்று மெகஸ்தனீஸ் கூறுகிறார்.

கௌடில்யனின் அர்த்தசாஸ்திரம் மௌரியர் காலத்தின் ஒரு முக்கியமான சமூக இயக்க நிகழ்வை குறிப்பிடுகிறது. வேளாண் நடவடிக்கைகளில் அடிமைகளை ஈடுபடுத்தியதுதான் அந்த இயக்க நிகழ்வாகும். இந்தியாவில் அடிமைகள் எவரையும் தாம் காணவில்லை என்று மெகஸ்தனீஸ் கூறுகிறார். ஆனால் வேதகாலம் முதலே இந்தியாவில் வீட்டு அடிமைகள் இருந்து வந்தனர் என்பதில் ஐயமில்லை. மௌரியர் காலத்தில்தான் வேளாண் தொழிலில் அடிமைகள் முதல் முறையாக பெருமளவில் ஈடுபடுத்தப்பட்டனர். அரசே பல பண்ணைகளை நடத்தி வந்தது; அவற்றில் எண்ணற்ற அடிமைகளும் கூலித் தொழிலாளர்களும் வேலைக்கமர்த்தப்பட்டிருந்தனர். கலிங்கத்திலிருந்து அசோகர் கொண்டு வந்த 1,50,000 போர்க் கைதிகள் வேளாண்மையில் ஈடுபடுத்தப்பட்டிருக்கக் கூடும். எனினும் பண்டைய இந்திய சமுதாயம் ஓர் அடிமைச் சமுதாயமல்ல. கிரீசிலும் ரோமாபுரியிலும் அடிமைகள் செய்துவந்த பணியை இந்தியாவில் சூத்திரர்கள் செய்தனர். சூத்திரர்கள் மூன்று உயர் வருணத்தினரின் கூட்டுச் சொத்தாகக் கருதப்பட்டனர். அடிமைகளாகவும், கைவினைஞர்களாகவும், விவசாயத் தொழிலாளர்களாகவும், வீட்டு வேலைக்காரர்களாகவும் இந்த மூன்று வருணத்தினருக்கும் தொண்டூழியம் புரியும்படி அவர்கள் நிர்பந்திக்கப்பட்டனர்.

அரசனின் ஆதிக்கம் சாம்ராஜ்யத்தின் மிகப் பரந்த பகுதியில், குறிப்பாக மையப் பகுதியில் பரவியிருந்தது. பாடலிபுத்திரத்தின் கேந்திர நிலைமையே இதற்குக் காரணம். இங்கிருந்து அரசு அதிகாரிகள் நான்கு திசைகளிலும் படகுகளிலும் சிறு கப்பல்களிலும் போய்வர முடியும். இதுவன்றி, பாடலிபுத்திரத்திலிருந்து வைசாலி, சம்பரான் வழியாக நேபாளத்துக்கு ஒரு நெடுஞ்சாலை சென்றது. இமாலயத்தின் அடிவாரத்தில் ஒரு சாலை இருந்தது பற்றியும் அறிய வருகிறோம். இந்த சாலை வைசாலியிலிருந்து சம்பரான் வழியாக கபிலவஸ்து, கால்சி (டேராடூன் மாவட்டம்), ஹஜ்ராவுக்கும் இறுதியில் பெஷாவரையும் சென்றடைந்தது. வடமேற்கு இந்தியாவை பாட்னாவுடன் இணைக்கும் ஒரு சாலை குறித்தும் மெகஸ்தனீஸ் கூறுகிறார். பாட்னாவை சசரம்முடன் இணைக்கும் சாலைகளும் இருந்தன. அங்கிருந்து அவை மிர்ஜா பூருக்கும் மத்திய இந்தியாவுக்கும் சென்றன. கிழக்கு மத்தியப் பிரதேசத்தின் வழியாக செல்லும் ஒரு மார்க்கத்தின் மூலமும் தலைநகரம்

கலிங்கத்துடன் இணைக்கப்பட்டிருந்தது; இதேபோல் கலிங்கம் ஆந்திரத்துடனும் கர்நாடகத்துடனும் பிணைக்கப்பட்டிருந்தது. இவை யாவும் போக்குவரத்தை எளிதாக்கின; இதில் குதிரைகள் முக்கிய பங்காற்றியிருக்கக் கூடும். வடக்கு சமவெளிகளில் கங்கையும் ஏனைய நதிகளும் பிரதான போக்குவரத்து மார்க்கங்களாக அமைந்திருந்தன.

முக்கிய நெடுஞ்சாலைகளில் ஆங்காங்கு கல்வெட்டுப் பொறிப்புகள் காணப்படுகின்றன. முகலாயர்களையும் கிழக்கு இந்தியக் கம்பெனியையும் போன்று நாட்டின் மிகப்பெரும் பகுதியில் மௌரிய ஆதிக்கம் பரவியிருந்ததையே இது காட்டுகிறது. நெடுஞ்சாலைகளை ஒட்டி ஏராளமான குடியேற்றங்கள் உதித்ததன் காரணமாகவும், அங்கவடியுடன் கூடிய குதிரைகளைப் பயன்படுத்தியதன் பயனாகவும் மத்தியகாலப் போக்குவரத்து பெரிதும் மேம்பாடடைந்தது. கிழக்கிந்தியக் கம்பெனி பீரங்கிகளையும் அதனைத் தொடர்ந்து 1830ஆம் ஆண்டுகளிலிருந்து நீராவியால் இயங்கும் கப்பல்களையும் பயன்படுத்த ஆரம்பித்தது.

மௌரிய மன்னர்கள் பெரிய மக்கட் தொகைப் பிரச்சினையைச் சமாளிக்க வேண்டியிருக்கவில்லை. எல்லாப் படைப்பிரிவுகளையும் சேர்த்துப் பார்த்தாலும் அவர்களது சைனியத்தில் சேவை செய்த படைவீரர்கள் எண்ணிக்கை 6,50,000க்கு மேல் செல்லவில்லை. மக்கள் தொகையில் பத்து சதவிதம் பேர் ராணுவத்துக்கு அணிதிரட்டப் பட்டிருக்கக் கூடும் என்ற கணக்கின் அடிப்படையில் பார்க்கும்போது, கங்கை சமவெளிகளின் மொத்த மக்கட்தொகை அறுபத்தைந்து லட்சத்துக்கு மேல் இருக்க முடியாது என்பது தெளிவு. தொலை கிழக்கையும் தெற்கையும் தவிர நாடெங்கும் மௌரியர்களின் அரசாணை கோலோச்சி வந்தது என்பதை அசோகரது கல்வெட்டுகள் காட்டுகின்றன. எனினும் மத்திய கங்கைப் பிராந்தியத்துக்கு அப்பால் மன்னரது அதிகாரம் அத்தனை வலுவானதாக இருந்திருக்கும் என்று சொல்ல முடியாது.

மௌரியர் காலத்தை பண்டைய இந்திய வரிவிதிப்பு முறையில் ஒரு திருப்பு முனை என்றே கூற வேண்டும். விவசாயிகள், கைவினைஞர்கள், வணிகர்கள் முதலியோரிடமிருந்து வசூலிக்க வேண்டிய பல்வேறு வரிகளைப் பற்றி கௌடில்யன் குறிப்பிடுகிறான். இந்த வரிகளை நிர்ணயிப்பதற்கும், வசூலிப்பதற்கும், அவற்றைப் பத்திரப்படுத்தி வைப்பதற்கும் ஒரு வலுவான திறமையான அமைப்பு தேவைப்பட்டது. வரிகளை வசூலித்துப் பத்திரப்படுத்தி வைப்பதைவிட

சேமித்து வைப்பதைவிட வரி மதிப்பீட்டுக்கு மௌரியர்கள் மிகுந்த முக்கியத்துவம் அளித்தனர். வரி மதிப்பீட்டுக்குப் பொறுப்பாக இருந்த உயர் அதிகாரி **சமஹர்த்தா** என அழைக்கப்பட்டார். இதே போன்று களஞ்சியத்துக்கும் கருவூலத்துக்கும் பொறுப்பாளர் **சன்னிதாதா** எனப்பட்டார். முதலாமவர் அரசுக்கு இழைக்கும் தீங்கு இரண்டாமவர் இழைக்கும் தீங்கைவிட மிகக் கடுமையானதாகக் கருதப்பட்டது. உண்மையில், வரி மதிப்பீட்டுக்கான ஒரு பரந்த விரிந்த அமைப்பு முதலில் மௌரியர் காலத்தில்தான் தோன்றிற்று எனக் கூற வேண்டும். அர்த்தசாஸ்திரத்தில் பட்டியலிட்டுக் கூறப்பட்டிருக்கும் வரிகள் மிகவும் மலைப்பூட்டுவையாக இருக்கின்றன. உண்மையில் இவை வசூலிக்கப்பட்டிருக்குமானால் மக்கள் பிழைப்பு நடத்துவதற்குப் பெரிதும் சிரமப்பட்டிருப்பார்கள் என்பதில் ஐயமில்லை.

மௌரியர் காலத்தில் கிராமப்புறத்தில் களஞ்சியங்கள் இருந்தன என்பதைக் கல்வெட்டுச் சான்றுகள் உறுதிப்படுத்துகின்றன. வரிகள் பொருள்களாகவும் வசூலிக்கப்பட்டன என்பதையும், பஞ்சத்தின் போதும், வறட்சியின் போதும் ஸ்தல மக்களுக்கு உதவும் பொருட்டே இந்தப் பண்டக சாலைகள் கிராமப்புறத்தில் அமைக்கப்பட்டிருந்தன என்பதையும் இது காட்டுகிறது.

மயில், குன்று, வளர்பிறை போன்ற முத்திரைகள் பதித்த வெள்ளி நாணயங்கள் மௌரியப் பேரரசின் அதிகாரப்பூர்வமான செலாவணியாக இருந்ததாகத் தோன்றுகிறது. இத்தகைய நாணயங்கள் பெரும் எண்ணிக்கையில் கண்டுபிடிக்கப்பட்டிருக்கின்றன. வரிகள் வசூலிப் பதற்கும், அதிகாரிகளுக்கு ரொக்கமாக ஊதியம் வழங்குவதற்கும் இவை உதவின என்பதில் ஐயமில்லை. தவிரவும், இவற்றின் ஒத்தத்தன்மை ஒரு பரந்த பிரதேசத்தில் பொருள்களை வாங்குவது விற்பது போன்ற நடவடிக்கைகளுக்கு இந்த நாணயச் செலாவணி பெரிதும் துணை புரிந்திருக்கக் கூடும்.

மௌரியர்கள் பல்வேறு கலைகளின் வளர்ச்சிக்கும் கட்டிட மற்றும் சிற்பக் கலை முன்னேற்றத்திற்கும் குறிப்பிடத்தக்க பங்காற்றியுள்ளனர். கல்தச்சுக் கலையை அவர்கள் பரந்த அளவில் அறிமுகப்படுத்தினர். பாடலிபுத்திரத்திலிருந்த மௌரிய அரண்மனை ஈரானின் தலைநகரிலுள்ள அரண்மனையைப் போன்று மிக நேர்த்தியானதாக, ரம்மியமிக்கதாக இருந்தது என்று மெகஸ்தனீஸ் கூறுகிறார். 80 தூண்கள் கொண்ட ஒரு பெரிய மண்டபம் இருந்ததைக் காட்டும் கல்தூண்கள், மரக்கட்டைகளின் எச்சமிச்சங்களின் இன்றைய பாட்னாவின் நகரப்புற

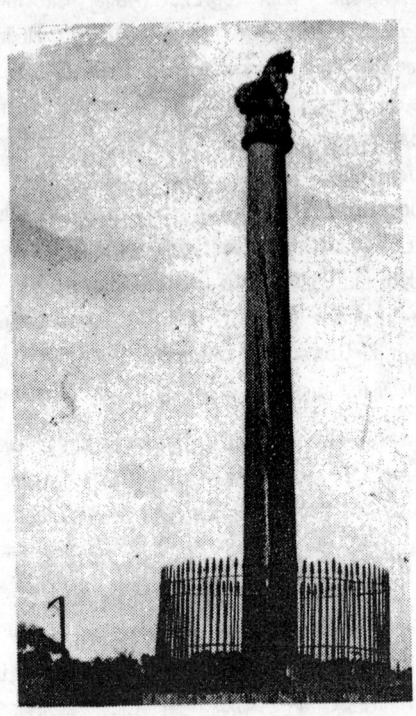

படம் - 35 அசோகர் தூண் லௌரியா - நந்தன்கட்

எல்லைகளில் கும்ரஹாரில் கண்டுபிடிக்கப்பட்டிருக்கின்றன. இந்தத் தடயங்கள் மெகஸ்தனீஸ் குறிப்பிட்டிருக்கும் மிக உயர் கட்டிடக் கலை நேர்த்தியை உறுதிப்படுத்துவதாக இல்லையெனினும் கல்தூண்களுக்கு மெருகேற்றிப் பளபளப்பாக்குவதில் மௌரிய கைவினைஞர்கள் பெற்றுள்ள உயர் தொழில் நுட்பத் திறனைப் பறைசாட்டுவதாக உள்ளன; வடபுலத்து மெருகேற்றப்பட்ட கறுநிற மட்பாண்டங்கள் போல் இவை மினுமினுக்கின்றன. கற்சுரங்கங்களிலிருந்து மாபெரும் கற்பாளங்களை வெட்டியெடுத்துவந்து நுணுக்க வேலைப்பாடுகளுடன் அழகுபடுத்தி, மண்டபத்தை தாங்கி நிற்பதற்கு அவற்றை ஆங்காங்கு நடுவது மிகவும் கடினமான பணியாக இருந்திருக்கும். இவை எல்லாம் மகத்தான கட்டுமானச் சாதனை என்பதில் ஐயமில்லை. ஒவ்வொரு தூணும் ஒரே கற்பாளத் துண்டிலிருந்து செதுக்கப்பட்டிருக்கிறது. அதன் தலைப்பாகம் மட்டும் சிங்கம் அல்லது காளை வடிவத்தில் எழில்மிகு சிற்ப வேலைப் பாடுகளுடன் உருவாக்கப்பட்டு அதனுடன் பிணைக்கப்பட்டிருக்கிறது. மெருகேற்றப்பட்ட இந்தத் தூண்கள் நாடு முழுவதும் காணப்படுகின்றன. இத்தூண்களை மெருகேற்றும் தொழில் நுட்பமும், அவற்றை இடம்விட்டு

பண்டைக்கால இந்தியா

இடம் எடுத்துச் செல்லும் போக்குவரத்து ஏற்பாடும் எங்கும் வியாபித் திருந்தன என்பதையே இது காட்டுகிறது. மடத்துறவிகள் தங்கியிருப்பதற் காக பாறைகளைக் குடைந்து குகைகள் அமைப்பதற்கும் மௌரிய கைவினை ஞர்கள் தெரிந்திருந்தனர். இதற்கு ஆரம்பகால உதாரணங்களாக கயாவி லிருந்து 30 கிலோமீட்டர் தொலைவிலுள்ள பராபர் குகைகளைக் குறிப்பிடலாம். குகைகளைக் குடையும் இவ்வகையான கட்டிடக்கலை பின்னர் மேற்கு இந்தியாவுக்கும் தென்னிந்தியாவுக்கும் பரவிற்று.

பொருளாயதக் கலாசாரம் பரவுதலும் ஆட்சி முறையும்

ஒருபுறம் மௌரியர்கள் நன்கு ஒழுங்கமைக்கப்பட்ட ஒரு நிர்வாக யந்திரத்தை முதல் தடவையாக உருவாக்கினர். அந்த நிர்வாக யந்திரம்

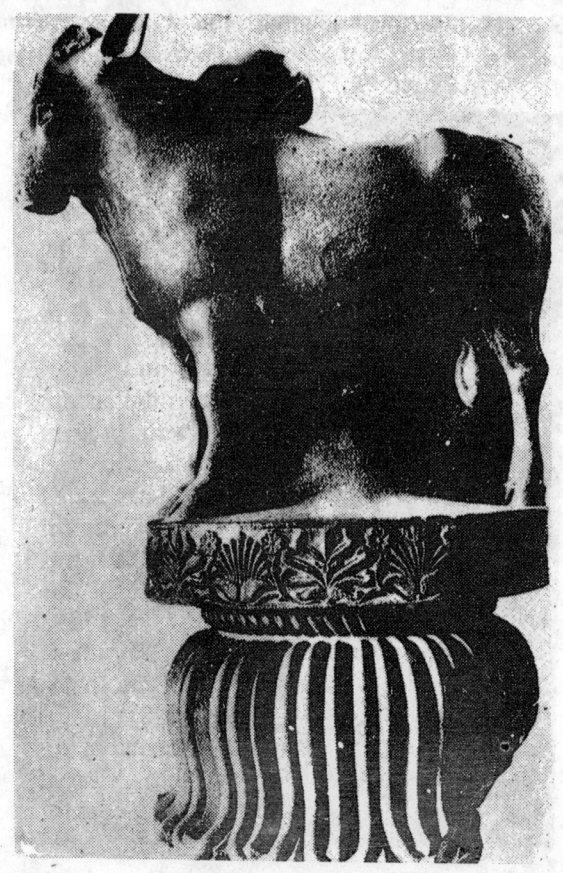

படம் - 36 தூண் உச்சியிலுள்ள காளை உருவச்சிலை

சாம்ராஜ்யத்தின் மையப்பகுதியிலிருந்து செயல்பட்டு வந்தது. இன்னொருபுறம் மேன்மேலும் நாடுகளைப் பிடிப்பதில் அவர்கள் பெற்ற வெற்றிகள் வாணிக நடவடிக்கைகளுக்கும், தீவிர அரசியல் செயல்பாடு களுக்கும் கதவுகளைத் திறந்து விட்டன. அரசு அதிகாரிகளும், வணிகர் களும், ஜைன, பௌத்த துறவிகளும் கட்டி உருவாக்கிய தொடர்புகளின் விளைவாக கங்கைச் சமவெளியின் புதிய பொருளாயதக் கலாசாரம் சாம்ராஜ்யத்தின் எல்லைப்புறப் பகுதிகளுக்கும் பரவியது. இரும்பை பரந்த அளவில் பயன்படுத்துதல், ஏராளமான முத்திரை நாணயங்களைப் புழக்கத்தில் விடுதல், வடபுலத்து மெருகேற்றப்பட்ட கறுநிற மட்பாண்டங் களை அபரிமிதமாகத் தயாரித்தல், சுட்ட செங்கல்கள் அறிமுகம், வட்டக் கிணறுகள். இவை எல்லாவற்றையும்விட முக்கியமாக வடகிழக்கு இந்தியாவில் நகரங்களின் எண்ணிக்கை அதிகரிப்பு ஆகியவற்றின் அடிப்படையில் கங்கைச் சமவெளியின் இந்த புதிய பொருளாயதக் கலாசாரம் அமைந்திருந்தது. நகரங்கள் நாளுக்கு நாள் பெருகி வந்ததால்

படம் - 37 மௌரியர் காலத்து சுட்ட களிமண் உருவச்சிலை

அவற்றின் எண்ணிக்கையைத் துல்லியமாகக் கூறுவது சாத்தியமில்லை என்று அர்ரியன் என்ற கிரேக்க எழுத்தாளர் கூறுகிறார். இவ்வாறு மௌரியர் காலத்தில் கங்கை சமவெளியில் பொருளாயதக் கலாசாரம் மிகத் துரிதமாக வளர்ச்சியடைந்து வந்தது. தெற்குப் பீகாரிலுள்ள இரும்புச் சுரங்கங்களுக்கு சென்று வருவது எளிதாக இருந்ததால், இரும்பில் தயாரிக்கப்பட்டக் கருவிகளை மக்கள் பெருமளவில் பயன்படுத்தி வந்தனர். இந்தக் காலகட்டத்தில் கோல்முனையில் பொருத்தப்பட்டக் கோடரிகளும், அரிவாள்களும், அநேகமாக உழுமுனைகளும் இருந்திருக்கக்கூடும் என்று தோன்றுகிறது. படைக்கலங்களும் ஆயுதங்களும் மௌரிய அரசின் ஏகபோகமாக இருந்தாலும் இதர இரும்புக் கருவிகளை ஒரு குறிப்பிட்ட வகுப்பினர்தான் பயன்படுத்த வேண்டும் என்ற கட்டுப்பாடு ஏதும் இல்லை. அவற்றின் உபயோகமும் உற்பத்தியும் கங்கைச் சமவெளியிலிருந்து சாம்ராஜ்யத்தின் தொலைதூரப் பகுதிகளுக்குப் பரவியிருக்கக் கூடும். மௌரியர் காலத்தில் சுட்ட செங்கற்கள் வடகிழக்கு இந்தியாவில்தான் முதன் முதலில் பயன்படுத்தப் பட்டது. சுட்ட செங்கற்களைக் கொண்டு கட்டப்பட்ட மௌரியக் கட்டிடங்கள் பீகாரிலும் உத்தரப்பிரதேசத்திலும் காணப்படுகின்றன. செங்கற்களையும் வெட்டு மரங்களையும் கொண்டு கட்டப்பட்ட வீடுகள் பெரும் எண்ணிக்கையில் இருந்தன. பண்டைக் காலத்தில் அடர்த்தியான காடுகள் ஏராளமாக இருந்ததே இதற்குக் காரணம். பாடலிபுத்திரத்தில் இருந்த மர வீடுகளைப் பற்றி மெகஸ்தனீஸ் குறிப்பிடுகிறார். வெள்ளப் பெருக்குக்கும் அந்நியப் படையெடுப்புக்கும் எதிராகப் பாதுகாப்பு அரணாக மரக் கட்டைகளும் பயன்பட்டதாகத் தெரிகிறது. சுட்ட செங்கற்களைப் பயன்படுத்துவது சாம்ராஜ்யத்தின் எல்லை மாகாணங்களுக்கும் பரவியது. வறண்ட பிராந்தியங்களில் போன்று, ஈரப்பதம் கொண்ட, கனத்த மழை பெய்யும் பிராந்தியங்களில் மண்ணால் கட்டப்பட்ட வீடுகளும் கட்டுமானங்களும் நீண்டகாலம் நீடித்திருப்பது சாத்தியமில்லாது போயிற்று. எனவே, சுட்ட செங்கற்களைப் பயன் படுத்தும் முறை பல்வேறு பகுதிகளுக்கும் பரவியதானது ஒரு பெரும் வரப்பிரசாதமாக அமைந்தது. இதன் விளைவாக சாம்ராஜ்யத்தின் பல்வேறு பிராந்தியங்களிலும் ஏராளமான நகரங்கள் உதித்தெழுந்தன. இதேபோன்று மௌரியர் காலத்தில் முதலில் கங்கைச் சமவெளியில் தோன்றிய வட்டக் கிணறுகள் தோண்டும் முறை. சாம்ராஜ்யத்தின் வெளிப்புறப் பகுதிகளுக்கும் பரவியது. வீட்டு உபயோகத்துக்குத் தேவையான தண்ணீர் இத்தகைய கிணறுகளிலிருந்து கிடைத்தமையால் நதிக்கரைகளில் குடியேற்றங்களை அமைக்க வேண்டிய அவசியமில்லாது போயிற்று. இக்கிணறுகள் நீர் ஊற்றுகளாகவும் பயன்பட்டன.

மத்திய கங்கை சமவெளியின் பொருளாயதக் கலாசாரத்தின் அடிப்படை அம்சங்கள் சிற்சில மாற்றங்களுடன் வங்கம், கலிங்கம், ஆந்திரம், கர்நாடகம் முதலிய பிரதேசங்களுக்கும் பரவியதாகத் தோன்றுகிறது. பங்களாதேசில் போக்ரா மாவட்டத்தில் மௌரிய பிரஹ்மி எழுத்தில் மகஸ்தானா கல்வெட்டுப் பொறிப்புகளைப் பார்க்கிறோம்; தினாஜ்பூர் மாவட்டத்தில் பங்காரில் வடக்கின் மெருகூட்டிய கரிய நிற மட்பாண்டங்கள் **(என்பிபிடபிள்யூ)** கண்டுபிடிக்கப்பட்டிருக்கின்றன. மேற்கு வங்கம் 24 பர்கானாக்களில் சந்திரகேதுகட் போன்ற சில இடங்களில் **என்பிபிடபிள்யூ**வின் சில்லுகள் கிடைத்திருக்கின்றன. ஒரிசா சிசுபல்காட்டி குடியேற்றங்கள் தோன்றியதற்கு கங்கை சமவெளியின் தொடர்புகள் காரணமாக இருக்கக் கூடும். இந்தக் குடியேற்றங்கள் கி.மு. மூன்றாவது நூற்றாண்டில் மௌரியர் காலத்தைச் சேர்ந்தவை எனக் கருதப்படுகின்றன. இங்கு **என்பிபிடபிள்யூ** மட்பாண்டங்களும், இரும்புக் கருவிகளும், முத்திரை நாணயங்களும் கிடைத்துள்ளன. இந்தியாவின் கிழக்குக் கடற்கரையை ஒட்டிச் செல்லும் பண்டைய நெடுஞ்சாலையில் அசோகரின் கல்வெட்டுகள் காணப்படும் தௌலி, ஜௌகதா ஆகியவற்றிற்கு அருகில் சிசுபல்காட் அமைந்திருப்பதால் மகதத்துடன் ஏற்பட்ட தொடர்பின் விளைவாக பொருளாதாயக் கலாசாரம் இந்தப் பிரதேசத்தை எட்டியிருக்கக்கூடும் என்று தோன்றுகிறது. நந்தர்கள் களிங்கத்தை வெற்றி கொண்ட கி.மு. நான்காம் நூற்றாண்டில் இந்தத் தொடர்பு ஆரம்பித்திருக்கக் கூடும். ஆனால் கி.மு. மூன்றாம் நூற்றாண்டில் கலிங்கம் வெற்றி கொள்ளப்பட்ட பிறகு இந்தத் தொடர்பு வலுவடைந்திருக்கலாம். கலிங்க யுத்தத்திற்குப் பிறகு, அமைதிச் சூழ்நிலையைத் தோற்றுவிக்கும் பொருட்டு அசோகர் அநேகமாக ஒரிசாவில் சில குடியேற்றங்களைத் தோற்றுவித்திருப்பது சாத்தியம்; இந்தக் குடியேற்றங்கள் அவருடைய பேரரசில் சேர்த்துக் கொள்ளப்பட்டன.

மௌரியர் காலத்தைச் சேர்ந்த இரும்புக் கருவிகளும் ஆயுதங்களும் ஆந்திராவிலும் கர்னாடகத்திலும் பல இடங்களில் காணப்பட்டாலும் இரும்புத் தொழில் நுட்ப முன்னேற்றத்திற்கு முக்கிய பங்காற்றியவர்கள் பெருங்கற்காலத்தைச் சேர்ந்த கட்டிடக் கலைஞர்களே ஆவர்; வட்டவடிவமானவை உட்பட பல்வேறு கல்லறைகளை உருவாக்குவதில் இவர்கள் புகழ்பெற்றவர்கள். ஆனால் இவற்றில் சில இடங்களில் அசோகரது கல்வெட்டுகளும், கி.மு. மூன்றாம் நூற்றாண்டைச் சேர்ந்த **என்பிபிடபிள்யூ** சில்லுகளும் காணப்படுகின்றன. உதாரணமாக, ஆந்திராவில் அமராவதியிலும் வேறு சில இடங்களிலும் அதேபோன்று கர்னாடகத்தில் பல இடங்களிலும் அசோகரது

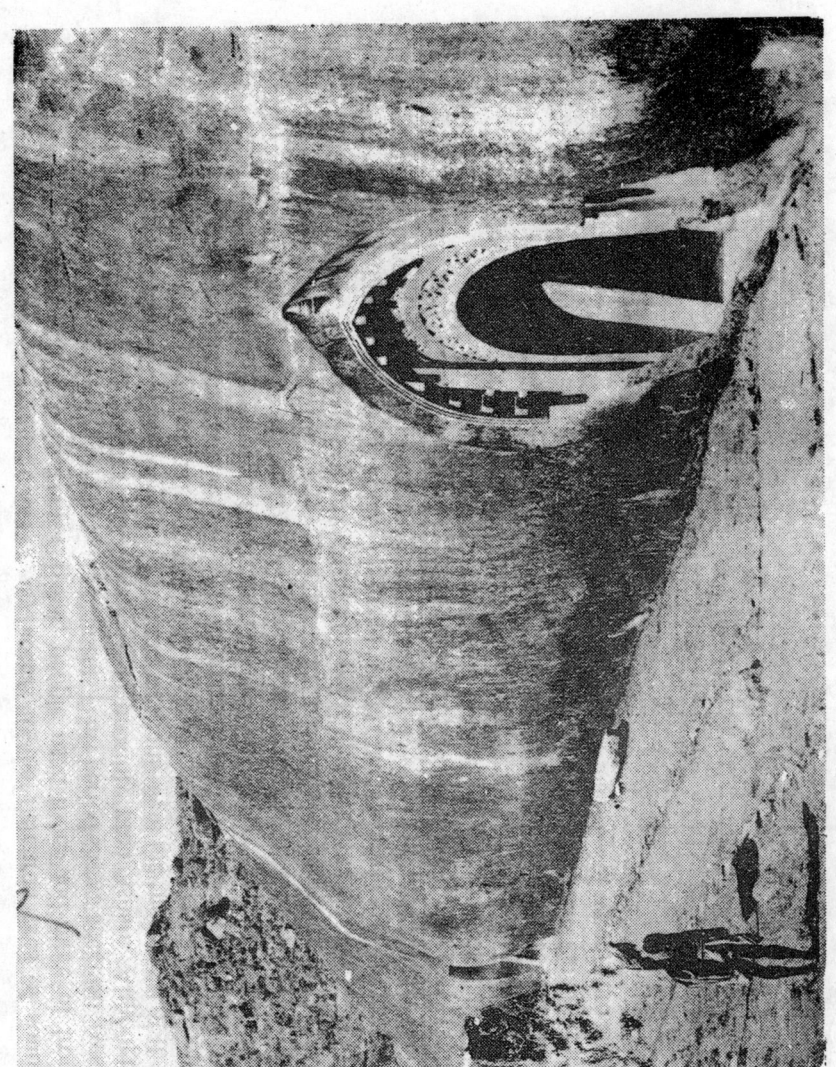

படம் - 38 லோமரிஷி குகைகள் - பராபர் குன்றுகள்

படம் - 39 ரோபாரில் கண்டுபிடிக்கப்பட்டுள்ள வட்டவடிவக் கிணறுகள்

கல்வெட்டுகள் இருப்பது தெரிய வந்துள்ளது. எனவே, பொருளாயதக் கலாசாரத்தின் அடிப்படை அம்சங்கள் கிழக்குக் கரையிலிருந்து மௌரியத் தொடர்புகள் மூலம் கீழ் தக்காண பீடபூமிக்கு ஊடுருவிச் சென்றிருக்கக் கூடும் என்று தோன்றுகிறது.

உருக்குத் தயாரிக்கும் தொழில் நுட்பம் மௌரிய தொடர்புகள் மூலம் நாட்டின் சில பகுதிகளுக்குப் பரவியிருப்பது சாத்தியம். கி.மு. 200 அல்லது அதற்கு முந்திய காலத்தைச் சேர்ந்த உருக்குப் பொருட்கள் மத்திய கங்கைச் சமவெளிகளில் கண்டெடுக்கப்பட்டிருக்கின்றன. உருக்குத் தொழில் நுட்பம் பரவியதன் பலனாக காடுகள் வெட்டப்பட்டு திறந்த வெளியாக்கப்பட்டன; கலிங்கத்தில் வேளாண் முறைகள் அபிவிருத்தி செய்யப்பட்டன; அந்தப் பிராந்தியத்தில் சேதி இராச்சியம் உருவாவதற்கான சூழ்நிலைமைகளை இவை தோற்றுவித்திருக்கக்கூடும். கி.மு. முதலாம் நூற்றாண்டில் தக்காணத்தில் சாதவாகனர்களின் ஆட்சி தோன்றினாலும் அவர்களது பேரரசு சில வகைகளில் மௌரியப் பேரரசின் சாயலையே கொண்டிருந்தது. அவர்கள் மௌரியர்களின் சில நிர்வாக அமைப்புகளை வரித்துக் கொண்டனர். அவர்களது அரசு பல விஷயங்களில் மௌரியப் பாணியைப் பின்பற்றிற்று.

இந்திய தீபகற்பத்தில் அரசு அமைக்கும் உந்து விசையை சேதி களும் சாதவாகனர்களும் மட்டுமின்றி சேரர்களும் (கேரள புத்திரர்கள்) சோழர்களும் பாண்டியர்களும் மௌரியர்களிடமிருந்து பெற்றனர். கடைசியாகக் குறிப்பிடப்பட்ட மூன்று இன மக்களும் அவர்களுடன் சேர்ந்து சத்யபுத்திரர்களும் தாமிரபரணி அல்லது ஸ்ரீலங்கா மக்களும் மௌரிய சாம்ராஜ்யத்தின் எல்லைகளில் வாழ்ந்து வந்தனர். எனவே, மௌரிய அரசைப் பற்றி அவர்கள் நன்கு தெரிந்திருந்தனர். மௌரிய தலைநகருக்கு வருகை தந்த மெகஸ்தனீஸ் பாண்டியர்களைப் பற்றி அறிந்திருந்தார். அசோகர் தம்மை "தெய்வங்களின் அன்புக்குரியவன்" என்று அழைத்துக் கொண்டார். சங்க நூல்களில் குறிப்பிடப்படும் பாட்டுடைத் தலைவர்கள் இந்த சிறப்புப் பட்டத்தைத் தமிழில் மொழிபெயர்த்துத் தங்களுக்குச் சூட்டிக் கொண்டனர்.

சுமார் கி.மு. மூன்றாம் நூற்றாண்டைச் சேர்ந்த கல்வெட்டுகளும் **என்பிபிடபிள்யூ** மட்பாண்டச் சில்லுகளும், முத்திரை நாணயங்களும் பங்களாதேஷின் சில பகுதிகளிலும் ஒரிசா, ஆந்திரம், கர்நாடகம் ஆகிய பிரதேசங்களிலும் கண்டுபிடிக்கப்பட்டிருக்கின்றன. மத்திய கங்கை சமவெளிக் கலாசாரத்தைத் தொலைதூர இடங்களுக்குப் பரப்புவதற்கு மௌரியர் காலத்தில் முயற்சிகள் மேற்கொள்ளப்பட்டிருப்பதையே இவை புலப்படுத்துகின்றன. கௌடில்யனின் கட்டளைகளின் பேரிலேயே இது நடைபெற்றிருப்பதாகத் தோன்றுகிறது. பயிரிடுபவர்களான வைசியர் களின் உதவியோடும், மக்கட்தொகை மிகுந்த பிரதேசங்களிலிருந்து

அழைத்து வரப்படும் சூத்திரத் தொழிலாளர்களின் துணை கொண்டும் புதிய குடியேற்றங்கள் தோற்றுவிக்கப்பட வேண்டும் என்று கௌடில்யன் யோசனை தெரிவித்தான். அந்நிலத்தைப் பண்படுத்தி சாகுபடிக்குக் கொண்டுவரும் பொருட்டு புதிய விவசாயிகளுக்கு வரி குறைக்கப் பட்டது; அவர்களுக்கு கால்நடைகள், விதைகள், பணம் முதலியவை வழங்கப்பட்டன. தான் கொடுத்ததைத் திரும்பப் பெற முடியும் என்ற நம்பிக்கையோடு அரசு இந்தக் கொள்கையைக் கடைப்பிடித்தது. இரும்புக் கொழுமுனைகளைப் பயன்படுத்தத் தெரியாத மக்கள் வாழும் பிரதேசங் களில் இத்தகைய குடியேற்றங்களை அமைப்பது அவசியமாக இருந்தது. இந்தக் கொள்கை பரந்த பிரதேசங்களைச் சாகுபடிக்குக் கொண்டு வருவதையும், புதிய குடியேற்றங்களைத் தோற்றுவிப்பதையும் சாத்தியமாக்கின.

கங்கை சமவெளியின் பொருளாயதக் கலாசாரத்தை கிழக்கே சோட்டாநாக்பூரிலிருந்து மேற்கே விந்தியம் வரை வியாபித்துள்ள பழங்குடி மக்கள் வாழும் மண்டலத்துக்குப் பரப்புவதற்கு மௌரிய நகரங்கள் எந்த அளவுக்குத் துணை புரிந்தன என்பதைத் திட்டவட்ட மாகக் கூறுவதற்கில்லை. எனினும் அசோகர் இந்தப் பழங்குடி மக்களுடன் நெருங்கிய தொடர்பு கொண்டிருந்தார்; தர்மத்தைக் கடைப் பிடிக்குமாறு அவர்களைத் தூண்டி ஊக்குவித்தார். அசோகர் நியமித் திருந்த **தர்மமகாமாத்திரர்கள்** இந்த மக்களை அணுகி கங்கை சமவெளியில் நிலவிய உயர் கலாசாரத்தின் அடிப்படை அம்சங்களை அவர்களுக்குப் போதித்தனர். இவ்வகையில் பார்க்கும்போது எங்கெங்கும் உயரிய, சீரிய கலாசாரத்தைப் பரப்பும் நன்கு திட்டமிட்ட ஒரு கொள்கையை அசோகர் கடைப்பிடித்து வந்தார் என்றே கூற வேண்டும். தர்மத்தை நல்ல முறையில் பரப்பினால் மனிதர்கள் தெய்வங் களுடன் ஐக்கியமாவார்கள் என்று அவர் கூறுகிறார். இதன் பொருள் என்ன? பழங்குடி மக்களும் ஏனைய மக்களும் குடியமர்ந்த, வரி செலுத்தும், விவசாய சமுதாயத்தின் பழக்க வழக்கங்களைக் கடைப்பிடிக்க வேண்டும், தாய் தந்தையரிடமும், அரசிடமும், மடத்துறவிகளிடமும், புரோகிதர் களிடமும், அதிகாரிகளிடமும் மதிப்பும் மரியாதையும் செலுத்த வேண்டும் என்பதே இதன் பொருள். அவரது இக்கொள்கை வெற்றி வாகைச் சூடியது. வேட்டையாடுவோரும் மீன்பிடிப்போரும் பிராணி களைக் கொல்வதைக் கைவிட்டு, தர்மத்தைக் கடைப்பிடித்தனர் என்று அசோகர் உரிமை கொண்டாடுகிறார். அவர்கள் அமைதியான வேளாண் வாழ்க்கையை மேற்கொண்டனர் என்பதையே இது காட்டுகிறது.

மௌரியப் பேரரசின் வீழ்ச்சிக்கான காரணங்கள்

ஒன்றன்பின் ஒன்றாக நடைபெற்ற பல போர்களின் விளைவாக விரிந்து பரந்து வளர்ச்சியடைந்து வந்த மகதப் பேரரசு கலிங்க வெற்றியுடன் தனது

போர்களை நிறுத்திக் கொண்டது; கி.மு. 232ல் அசோகரின் மறைவுக்குப் பிறகு அது சீணிக்கத் தொடங்கியது. மௌரிய சாம்ராஜ்யத்தின் சிதைவுக்கும் நலிவுக்கும் வீழ்ச்சிக்கும் பல காரணங்கள் கூறப்படுகின்றன.

பிராமணீய எதிர்ப்பு

அசோகர் கடைப்பிடித்து வந்த கொள்கையின் விளைவாக பிராமணீய எதிர்ப்பு தலைதூக்கிற்று. அசோகர் சகிப்புத் தன்மைக் கொள்கையைப் பின்பற்றினார் என்பதிலும், பிராமணர்களையும் மதிக்கும்படி அவர் மக்களைக் கேட்டுக் கொண்டார் என்பதிலும் ஐயமில்லை. ஆனால் பிராணிகளையும் பறவைகளையும் கொல்வதை அவர் தடைசெய்தார்; பெண்கள் அளவுக்கு அதிகமாக சமய வினைமுறைகளில் ஈடுபடுவதை எதிர்த்தார். இது பிராமணர்களின் வருமானத்தைப் பாதித்தது இயல்பே. வேள்விகள், யாகங்கள் விஷயத்தில் புத்த மதத்தினரும் அசோகரும் எதிர்மறையான போக்கைக் கடைப்பிடித்தனர். இதனால் பிராமணர்களுக்குப் பெரும் பொருளாதார இழப்பு ஏற்பட்டது. பல்வேறு வகையான யாகங்களில் பரிசுப் பொருள்களும் தட்சணைகளும் பெற்று ஜீவனம் நடத்தி வந்தவர்கள் அவர்கள். எனவே, அசோகர் சகிப்புக் கொள்கையைப் பின்பற்றி வந்த போதிலும் பிராமணர்கள் அவரை வெறுத்து வந்தனர். அவருடைய சகிப்புத் தன்மைக் கொள்கை அவர்களுக்கு மனநிறைவு அளிக்க வில்லை என்பது தெளிவு. தங்களுக்கு அனுகூலம் அளிக்கக்கூடிய, தற்போது தாங்கள் அனுபவித்து வருகிற சலுகைகளையும் நலன் களையும் பாதுகாக்கக்கூடிய ஒரு கொள்கையையே அவர்கள் விரும்பினர். மௌரிய சாம்ராஜ்யத்தின் இடிபாடுகளிலிருந்து தோன்றிய சில இராச்சியங்கள் பிராமணர்களால் ஆளப்பட்டு வந்தன. மத்தியப் பிரதேசத்தையும், மேலும் கிழக்கே தள்ளி மௌரிய சாம்ராஜ்யத்தின் எஞ்சிய பகுதிகளையும் ஆண்டுவந்த சுங்கர்களும் கன்வர்களும் பிராமணர்களே ஆவர். இதேபோன்று, மேற்கு தக்காணத்திலும் ஆந்திரத்திலும் நீண்ட காலம் நீடித்திருந்த ஓர் அரசை நிறுவிய சாதவாகனர்களும் தங்களைப் பிராமணர்கள் என்று கூறிக் கொண்டனர். அசோகர் புறக்கணித்த வேத வேள்விகளை இந்தப் பிராமண அரச குலத்தினர் செய்து வந்தனர்.

பொருளாதார நெருக்கடி

ராணுவத்துக்கு அபரிமிதமாக செலவு செய்ததாலும், அதிகார வர்க்கத்துக்கு பெருந்தொகையை ஊதியமாக வாரி வழங்கியதாலும் மௌரிய சாம்ராஜ்யம் பொருளாதார நெருக்கடிக்கு உள்ளாயிற்று. நமக்குத் தெரிந்தவரை பண்டைக்காலத்தில் மௌரியர்கள்தான் மிகப் பிரம்மாண்டமான ராணுவத்தையும், ஏராளமான அதிகாரிகளையும் பராமரித்து வந்தனர். மக்கள் மீது பல்வேறு விதமான வரிகள்

விதிக்கப்பட்ட போதிலும் இந்த மாபெரும் கட்டுமானத்தை வைத்துப் பேணுவது மிகக் கடினமாக இருந்தது. அசோகர் பௌத்த பிட்சுகளுக்கு ஏராளமான மானியங்களை வாரி வழங்கி வந்ததால் அரசுக் கருவூலம் காலியாகி விட்டதாகத் தோன்றுகிறது. செலவுகளைச் சமாளிக்கும் பொருட்டு கடைசிக் கட்டத்தில் அவர்கள் தங்கப் படிமங்களை உருக்க வேண்டியதாயிற்று

அடக்குமுறை ஆட்சி

மாகாணங்களில் நடைபெற்றுவந்த அடக்குமுறை, ஒடுக்குமுறை ஆட்சி மௌரிய சாம்ராஜ்யம் உடைந்து நொறுங்குவதற்கு ஒரு முக்கியமான காரணமாக இருந்தது. பிந்துசாரன் ஆட்சிக் காலத்தில் அரக்கமனம் படைத்த அதிகார வர்க்கத்தினரின் **(துஷ்தமத்யர்கள்)** பழிபாவத்துக்கு அஞ்சாத கொடுங்கோல் ஆட்சி பற்றி தட்சசீல மக்கள் கடும் புகார் செய்தனர். அசோகரின் நியமனத்தின் மூலம் அவர்களது குறைகள் தீர்ந்தன. எனினும் அசோகர் சக்கரவர்த்தியான பிறகு இந்த நகர மக்கள் இதே போன்றதொரு முறையீட்டை முன்வைத்தனர். மாகாணங்களில் நடைபெற்று வந்த அட்டூழியங்கள் பற்றிக் கேள்விப் பட்டு அசோகர் மிகுந்த கவலையும் மனத்துயரமும் அடைந்தார் என்றும், தகுந்த காரணமின்றி எவ்விதத்திலும் நகர மக்களைத் துன்புறுத்த வேண்டாம் என்றும் **மகாமத்திரர்களுக்கு** அவர் ஆணையிட்டதாக கலிங்க சாசனங்கள் கூறுகின்றன. இதன் பொருட்டு தோசாலியிலும் (கலிங்கம்), உஜ்ஜயினிலும், தட்சசீலத்திலும் அவர் அதிகாரிகளின் சுழல் முறையைக் கைக்கொண்டார். அவரே ஒரு நீண்ட நெடும் பயணத்தை மேற்கொண்டு 256 இரவுகளைக் கழித்தார்; நிர்வாகத்தை மேற்பார்வையிடுவதற்கு இந்தப் பயணம் பெரிதும் துணை புரிந்தது. எனினும் இந்த நடவடிக்கைகள் எல்லாம் தொலை ஒதுக்குப்புற மாகாணங்களில் ஒடுக்கு முறையை முடிவுக்குக் கொண்டுவருவதில் தோல்வியே கண்டன. இதனால் அசோகர் ஓய்வு பெற்றதும் தட்சசீலம் அதனைப் பயன்படுத்திக்கொண்டு ஏகாதிபத்திய நுகத்தடியைத் தூக்கியெறிந்தது.

தொலை ஒதுக்கமான பிரதேசங்களில் புதிய அனுபவம்

குறிப்பிட்ட சில அடிப்படையான பொருளாதாய அனுகூலங்களால் மகதம் எவ்வாறு விரிவடைந்தது என்பதைப் பார்த்தோம். மகதப் பேரரசின் விரிவாக்கத்தால் புதிய கலாசாரத்தின் இந்த அம்சங்களைப் பயன்படுத்தும் அனுபவம் மத்திய ஆசியாவுக்கும், தக்காணத்துக்கும், கலிங்கத்துக்கும் பரவியது. இதன் காரணமாக, மகத சாம்ராஜ்யத்தின் கேந்திரப் பகுதியான கங்கைச் சமவெளி தனது விசேட அனுகூலத்தை இழந்தது. புற எல்லை மாகாணங்கள் இரும்புக் கருவிகளையும் ஆயுதங் களையும் முறையாகப் பயன்படுத்தத் தொடங்கிய சமயத்தில்தான் மௌரிய சாம்ராஜ்யம் சீணித்து வீழ்ச்சியடைந்தது. மகதத்திடமிருந்து

பெற்ற பொருளாயதக் கலாசாரத்தின் அடிப்படையில் புதிய அரசுகள் தோன்றி வளர்ந்தன. இவ்வாறுதான் மத்திய இந்தியாவில் சுங்கர்களும், கன்வர்களும், கலிங்கத்தில் சேத்திகளும், தக்காணத்தில் சாதவாகனர் களும் தமது அரசுகளைத் தோற்றுவித்து எழுச்சியும் உத்வேகமும் பெற்றனர்.

வடமேற்கு எல்லைப்புற மாகாணமும் சீன நெடுஞ்சுவரும்

அசோகர் உள்நாட்டிலும் வெளிநாட்டிலும் பெரும்பாலும் நற்போதனைப் பணியில், அறப்பணியில் மும்முரமாக ஈடுபட்டிருந்ததால், வடமேற்கு எல்லைப்புற மாகாணத்தில் உள்ள கணவாய்களைப் பாது காப்பதில் கவனம் செலுத்த முடியவில்லை. கி.மு. மூன்றாம் நூற்றாண்டில் மத்திய ஆசியாவில் பழங்குடிகளின் நடமாட்டம் அதிகரித்திருந்த நிலைமையில் இது மிக அத்தியாவசியமாயிற்று. அச்சமயம் சிதியர்கள் அடிக்கடி இடம் விட்டு இடம் பெயர்ந்து கொண்டிருந்தனர். அவர்கள், நாடோடி மக்கள்; குதிரைகளைப் பயன்படுத்துவதை தங்கள் பலத்துக்கு பிரதான ஆதாரமாகக் கொண்டிருந்தனர். சீனாவிலும் இந்தியாவிலும் இருந்துவந்த பேரரசுகளுக்கு அவர்கள் பேராபத்தாக இருந்து வந்தனர். இந்த சிதியர்களின் தாக்குதல்களிலிருந்து தமது பேரரசைப் பாதுகாத்துக் கொள்ளும் பொருட்டு சீன சக்கரவர்த்தியான ஷி ஹுவாங் தி (கி.மு. 247 - 210) சுமார் கி.மு. 220ல் சீன நெடுஞ்சுவரைக் கட்டினான். ஆனால் அசோகர் இத்தகைய நடவடிக்கைகள் எதையும் எடுத்துக் கொள்ள வில்லை. எனவே, சிதியர்கள் இந்தியாவை நோக்கி முன்னேறியபோது பார்த்தியர்களையும், சாகர்களையும், கிரேக்கர்களையும், இந்தியாவை நோக்கிச் செல்லும்படியான நிர்ப்பந்தத்தை ஏற்படுத்தினர். அச்சமயம் கிரேக்கர்கள் வட ஆப்கானிஸ்தானில் ஓர் அரசை நிறுவி இருந்தனர்; அது பாக்டீரியா என அழைக்கப்பட்டது. இவர்கள்தான் கி.மு. 206ல் இந்தியாவின் மீது முதலில் படையெடுத்தவர்கள். இவர்களைத் தொடர்ந்து ஒன்றன்பின் ஒன்றாகப் பல படையெடுப்புகள் நடைபெற்றன; கிறித்துவ சகாப்தத்தின் ஆரம்பம் வரை இந்த நிகழ்வுப் போக்கு தொடர்ந்தது.

இறுதியாக புஷ்யமித்திர சுங்கன் கி.மு. 185ல் மௌரிய சாம்ராஜ்யத் துக்கு முடிவு கட்டினான். அவன் ஒரு பிராமணன் என்றாலும் பிரிஹத்ரதன் என்னும் கடைசி மௌரிய மன்னனின் தளபதியாக இருந்து வந்தான். அவன் பிரிஹத்ரதனைப் பகிரங்கமாக பச்சை படுகொலை செய்து பாடலி புத்திரத்தின் சிம்மாசனத்தை அபகரித்துக் கொண்டான். சுங்கர்கள் பாடலி புத்திரத்தையும் மத்திய இந்தியாவையும் ஆண்டு வந்தனர். பிராமணீய வாழ்க்கை முறையை மீண்டும் உயிர்ப்பிப்பதற்காக, அதற்குப் புது வாழ்வு அளிப்பதற்காக அவர்கள் பல வேத வேள்விகளை நடத்தினர். அவர்கள் பௌத்தர்களைப் பெரிதும் கொடுமைப்படுத்தியதாக, அடக்கு முறை அட்டூழியங்களுக்கு ஆட்படுத்தியதாகக் கூறப்படுகிறது. அவர்களுக்குப் பிறகு கன்வர்கள் ஆட்சி பீடமேறினர்; இவர்களும் பிராமணர்களே ஆவர்.

இயல் 16

மத்திய ஆசியத் தொடர்புகளும் அவற்றின் பயன்களும்

சுமார் கி.மு. 200ல் தொடங்கிய காலப்பகுதியில் மௌரியர் களுடையது போன்ற ஒரு பெரிய சாம்ராஜ்யம் எதுவும் தோன்றவில்லை. எனினும் மத்திய ஆசியாவுக்கும் இந்தியாவுக்கும் இடையே மிக நெருங்கிய, பரந்த தொடர்புகள் ஏற்பட்டதை. இக்காலப்பகுதியின் தனிச்சிறப்பு எனக் கூறலாம். கிழக்கு இந்தியாவிலும், மத்திய இந்தியாவிலும், தக்காணத்திலும் மௌரியர்கள் ஆட்சிக்குப்பிறகு சுங்கர்கள், கன்வர்கள், சாதவாகனர்கள் போன்ற ஸ்தல ஆட்சியாளர்கள் அரசு கட்டில் ஏறினர். வடமேற்கு இந்தியாவில் இவர்களுக்குப் பின்னர் மத்திய ஆசியாவைச் சேர்ந்த பல ஆளும் வமிசத்தினர் ஆட்சிபீடமேறினர்.

இந்தோ-கிரேக்கர்கள்

ஏறத்தாழ கி.மு. 200ல் அநேக படையெடுப்புகள் தொடங்கின. இந்துகுஷை முதலில் கடந்தவர்கள் கிரேக்கர்களே ஆவர். ஆக்சஸ் நதிக்கு தெற்கே வட ஆப்கனிஸ்தான் பிரதேசத்தை உள்ளடக்கிய பாக்டீரியாவை அவர்கள் ஆண்டுவந்தனர். படையெடுப்பாளர்கள் ஒருவர்பின் ஒருவராக வந்தனர்; எனினும் அவர்களில் சிலர் ஏக காலத்தில் ஆட்சி செய்து வந்தனர். பாக்டீரியாவிலும், ஈரானை அடுத்துள்ள பார்தியா எனப்படும் பிரதேசங்களிலும் அமைக்கப் பட்டிருந்த ஸெலூகஸ் பேரரசின் பலவீனம் இந்தப் படையெடுப்பு களுக்கு ஒரு முக்கியமான காரணமாகும். சிதியர்களின் நாளுக்கு நாள் வலுத்துவந்த நிர்ப்பந்தம் காரணமாக பிற்கால கிரேக்க ஆட்சியாளர் களால் இந்தப் பிரதேசத்தில் தங்கள் ஆட்சியைப் பாதுகாக்க முடிய வில்லை. சீன நெடுஞ்சுவர் கட்டப்பட்டதைத் தொடர்ந்து சிதியர்கள் இப்போது சீன எல்லைகளிலிருந்து பின்னோக்கித் தள்ளப்பட்டனர். எனவே அவர்கள் அண்டையிலுள்ள கிரேக்கர்கள் பாலும், பார்த்தியர்கள் பாலும் தங்கள் கவனத்தைத் திருப்பினர். சிதியர்களால் விரட்டி யடிக்கப்பட்ட கிரேக்கர்கள் இந்தியாவின்மீது படையெடுக்கும்

பண்டைக்கால இந்தியா 237

நிர்ப்பந்தத்துக்கு உள்ளாயினர். இந்தக் காலக் கட்டத்தில் அலை அலையாக வந்த படையெடுப்புகளை எதிர்த்து முறியடிக்கக்கூடிய ஆற்றலற்றவர்களாக அசோகருக்குப் பின்னர் வந்த அரசர்கள் மிகவும் பலவீனமாக இருந்தனர்.

இந்தியாவின் மீது முதல் படையெடுப்பை மேற்கொண்டவர்கள் கிரேக்கர்கள். இவர்கள் இந்தோ-கிரேக்கர்கள் அல்லது பாக்டீரி கிரேக்கர்கள் எனப்பட்டனர். கி.மு. இரண்டாம் நூற்றாண்டின் தொடக்கத்தில் வடமேற்கு இந்தியாவின் பெரும்பகுதியை இந்தோ-கிரேக்கர்கள் தம்வசம் வைத்திருந்தனர்; அலெக்சாண்டர் வென்ற

படம் - 40   இந்தோ - கிரேக்க நாணயங்கள்

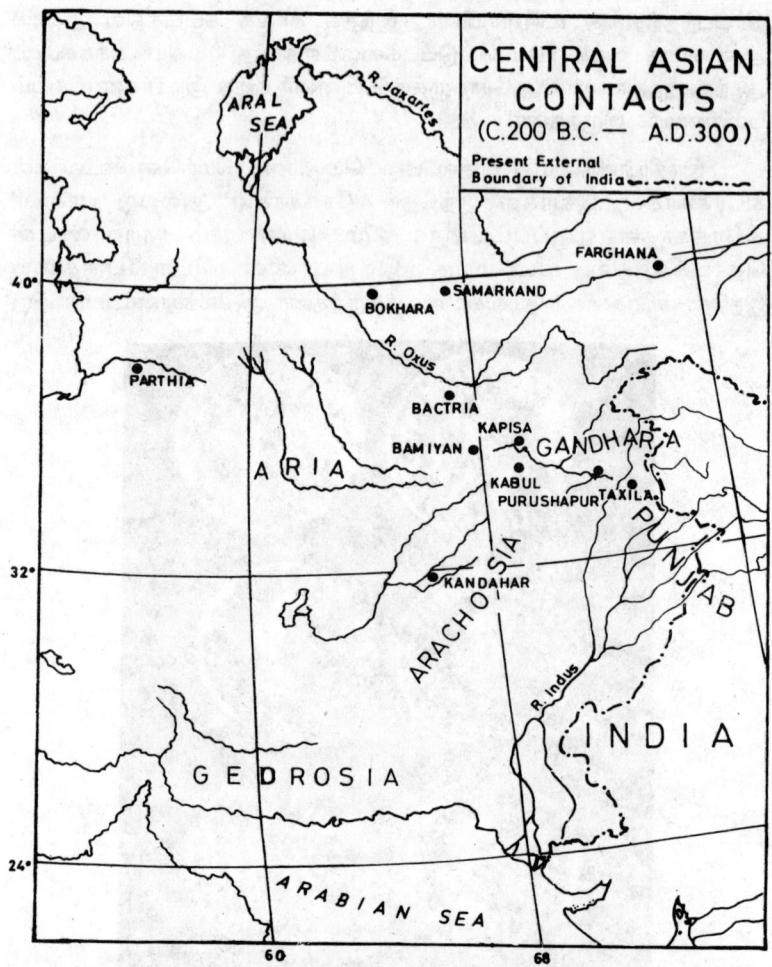

The topographical details within India are based upon Survey of India maps with the permission of the Surveyor General of India.
© Government of India Copyright, 1986

இந்தியாவின் இந்த இடக்கிடப்பியல் விவரங்கள் இந்தியத் தலைமை நில அளவாயர் அனுமதியுடன் வெளியிடப்பட்ட தேசப்படங்களை ஆதாரமாகக் கொண்டவை.

© இந்திய அரசின் பதிப்புரிமை, 1986.

இந்தியாவின் கரையோரக் கடல் பரப்பு எல்லைகள் அங்கீகரிக்கப்பட்ட இடத்திலிருந்து பன்னிரண்டு கடல் மைல் தொலைவுக்குக் கடலுக்குள் விரிந்து செல்லுகின்றன.

படம் - 41 மத்திய ஆசியத் தொடர்புகள்

பிரதேசத்தைவிட இது பெரியது. அயோத்தி மற்றும் பாடலிபுத்திரம் வரையிலும் அவர்கள் முன்னேறிச் சென்றதாகக் கூறப்படுகிறது. ஆனால் கிரேக்கர்களால் இந்தியாவில் ஓர் ஒன்றுபட்ட ஆட்சியை நிலைநாட்ட முடியவில்லை. இரண்டு கிரேக்க அரசர் குலத்தினர் ஏக காலத்தில் வடமேற்கு இந்தியாவை ஆண்டு வந்தனர். இந்தோ-கிரேக்க மன்னர்களில் மிகவும் புகழ் பெற்றவன் மினாந்தர் (கி.மு. 165-145). அவன் மைலிந்தர் என்றும் அழைக்கப்படுகிறான். அவனுடைய தலைநகரம் பஞ்சாபிலுள்ள சாகலா (இன்றைய சியால்கோட்). அவன் கங்கை யமுனைக்கு இடைப்பட்ட பிரதேசத்தின் மீது படையெடுத்தான். அவன் நாகசேனனால் பௌத்தத்துக்கு மதமாற்றம் செய்யப்பட்டான். இந்த நாகசேனன் நாகார்ஜுனன் என்றும் அறியப்படுகிறான். புத்தமதம் சம்பந்தப்பட்ட பல கேள்விகளை நாகசேனனிடம் மினாந்தர் கேட்டான். இந்தக் கேள்விகளும் நாகசேனன் அவற்றிற்கு அளித்த பதில்களும் **மைலிந்த பாங்கோ** அல்லது **மைலிந்தரின் கேள்வி** என்ற நூல் வடித்தைப் பெற்றன.

இந்தோ-பாக்டீரிய ஆட்சி இந்திய வரலாற்றில் ஒரு முக்கியமான இடத்தைப் பெற்றுள்ளது; கிரேக்கர்கள் தங்கள் ஆட்சிக் காலத்தில் ஏராளமான நாணயங்களை வெளியிட்டதே இதற்குக் காரணம். திட்டவட்டமாக மன்னர்களைக் குறிக்கும் வகையில் இந்தியாவில் முதன் முறையாக நாணயங்களை வெளியிட்ட முதல் ஆட்சியாளர்கள் இந்தோ-கிரேக்கர்களே ஆவர். இதற்கு முன்னர் வெளியிடப்பட்ட முத்திரை நாணயங்கள் இவ்வகையைச் சேர்ந்தவை அல்ல; அவை எந்த அரசு வம்சத்தையும் குறிப்பிடுவதாக இல்லை. இதே போன்று இந்தியாவில் முதல் முறையாக தங்க நாணயங்களை வெளியிட்டவர் களும் இந்தோ-கிரேக்கர்களே ஆவர். குஷாணர்களின் ஆட்சிக் காலத்தில் தங்க நாணயங்களின் எண்ணிக்கை பெரிதும் அதிகரித்தது. கிரேக்கர்களின் ஆட்சி இந்தியாவின் வடமேற்கு எல்லையில் கிரேக்க கலை அம்சங்களைப் புகுத்திற்று. அலெக்சாண்டரின் மறைவுக்குப்பிறகு வெற்றிக்கொள்ளப்பட்ட கிரேக்கரல்லாத மக்களுடன் கிரேக்கர்களுக்கு ஏற்பட்ட தொடர்பிலிருந்து கனிந்த கனியே இந்தக் கலை எனக் கூறலாம். காந்தாரக் கலையை இந்தியாவில் இதற்கு மிகச் சிறந்த உதாரணமாகக் கொள்ளலாம்.

சாகர்கள்

கிரேக்கர்களைத் தொடர்ந்து சாகர்கள் வந்தனர். இந்தியாவில் கிரேக்கர்களின் கட்டுப்பாட்டில் இருந்ததை விட சாகர்களின்

Its script is Kharoshthi which was written from right to left. The language is Prakrit. The Nagari rendering and English translation of the first two lines are given below.

सवत्सरये । 100 20 10 4 ग्रजस श्रवणस मसस दिवसे त्रविशे 20 1 1 1 इमेण क्षुणेण चन्द्रभि
उम्रसिग्र धमस ग्रहवतिस घित भद्रवलस भय छडशिलए शरिर प्रंइस्तवेति गहयू ।

[Twenty-third day of the month of Sravana in the year 134 of Azes (?) — on this day the lay worshipper Chandrabhi, who is the daughter of Grihapati Dharma and wife of Bhadravala, instals the relics of the Buddha at Chhatrasilaka.]

படம் - 42 தட்சசீலத்துக்கு அருகே குலவானில் கிடைத்த கி.பி. முதல் நூற்றாண்டைச் சேர்ந்த தாமிரத் தகட்டுப் பொறிப்புகள்

பண்டைக்கால இந்தியா

ஆதிக்கத்தில் பெரும் நிலப்பகுதி இருந்து வந்தது. சாகர்களில் ஐந்து பிரிவினர் உண்டு. இந்த ஐந்து பிரிவினரும் இந்தியாவிலும் ஆப்கனிஸ்தானிலும் பல்வேறு பகுதிகளில் ஆட்சி புரிந்து வந்தனர். சாகர்களில் ஒரு பிரிவினர் ஆப்கனிஸ்தானில் குடியமர்ந்து விட்டனர். இரண்டாவது பிரிவினர் தட்சசீலத்தைத் தலைநகராகக் கொண்டு பஞ்சாபை ஆண்டு வந்தனர். மூன்றாவது பிரிவினர் மதுராவில் வந்து தங்கி விட்டனர்; அங்கு அவர்கள் சுமார் இரண்டு நூற்றாண்டுக்காலம் ஆட்சி புரிந்தனர். நான்காவது பிரிவினர் மேற்கு இந்தியாவில் தங்கள் ஆதிக்கத்தை நிலைநாட்டினர்; அங்கு அவர்கள் கி.பி. நான்காம் நூற்றாண்டுவரை ஆண்டு வந்தனர். சாகர்களில் ஐந்தாவது பிரிவினர் மேல் தக்காணத்தில் தங்கள் ஆட்சியை நிறுவினர்.

சாகர்கள் இந்திய மன்னர்களிடமிருந்தும் மக்களிடமிருந்தும் கடும் எதிர்ப்பை சந்திக்கவில்லை. எனினும் கி.மு. 58ஆம் ஆண்டு வாக்கில் உஜ்ஜயின் மன்னன் ஒருவன் சாகர்களுக்கு எதிராக உறுதியோடு, உக்கிரத்தோடு, வீரதீரத்தோடு போராடி தனது ஆட்சிக்காலத்தில் அவர்களை விரட்டியடித்ததாகக் கூறப்படுகிறது. அவன் தன்னை விக்கிரமாதித்யன் எனக் கூறிக்கொண்டான். கி.மு. 57ல் சாகர்கள் மீது அவன் பெற்ற வெற்றியைக் கருத்திற் கொண்டு, விக்கிரமாதித்ய சம்வத்சரம் என்ற ஒரு சகாப்தம் கணக்கிடப்பட்டு வருகிறது. அதுமட்டு மல்ல, இக்காலம் முதல் விக்கிரமாதித்யன் என்பது உளங்கவரும், பெரிதும் நாட்டங்கொள்ளும் ஒரு பட்டப்பெயருமாகி விட்டது. ரோம சக்கரவர்த்திகள் தங்களது மாபெரும் வலிமையை, அசைக்க முடியாத அதிகார ஆற்றலை பறைசாற்றுவதற்கு எவ்வாறு சீசர் என்ற பட்டப் பெயரைச் சூட்டிக் கொண்டார்களோ அவ்வாறே இந்தியாவிலும் மகத்தான சாதனைகள் புரிந்த மன்னர்களும் இந்தப் பட்டப்பெயரை வரித்துக் கொண்டனர். இந்த நடைமுறையின் விளைவாக இந்திய வரலாற்றில் 14 விக்கிரமாதித்யர்களைப் பார்க்கிறோம். கி.பி. பன்னிரண்டாம் நூற்றாண்டு வரையில் இந்தப்பட்டப்பெயர் இந்திய மன்னர்களைப் பெரிதும் ஆகர்ஷித்து வந்தது; அதிலும் மேற்கு இந்தியா விலும் மேற்கு தக்காணத்திலும் அது மிகவும் பிரபலம் பெற்றிருந்தது.

சாகர்கள் தங்கள் ஆட்சியை நாட்டின் பல்வேறு பகுதிகளில் நிறுவியிருந்தாலும் அவர்களில் மேற்கு இந்தியாவில் ஆண்டு வந்தவர்கள்தான் நீண்டகாலம் அதாவது ஏறத்தாழ நான்கு நூற்றாண்டுக்காலம் அரியணையில் இருந்து வந்தனர். இந்தியாவில் ஆட்சி செய்த சாகர்களில் முதலாம் ருத்ரதாமனை (கி.பி 130-150) மிகவும் புகழ் பெற்ற மன்னன் எனக் கூறலாம். அவன் சிந்துவை மட்டுமின்றி, குஜராத்தின் பெரும்பகுதி, கொங்கணம், நர்மதைப்பள்ளத்தாக்கு, மால்வா, கத்தியவார் ஆகிய பிரதேசங்களையும் ஆண்டு வந்தான். ஓரளவு

வறண்ட பிராந்தியமான கத்தியவாரிலுள்ள சுதர்சன ஏரியை செம்மைப்படுத்தியதன் மூலம் அவன் வரலாற்றில் புகழ்பெற்றுத் திகழ்கிறான். மௌரியர்களைப் போன்று மிகப் பழமையான இந்த ஏரி நீண்ட நெடுங்காலம் வரை பாசனத்துக்குப் பயன்படுத்தப்பட்டு வந்தது.

ருத்ரதாமன் சமஸ்கிருத மொழியின்பால் மிகுந்த பற்றுதல் கொண்டவன். அவன் இந்தியாவில் குடியேறிய அந்நியனாயினும் இதுவரை எவரும் சாதிக்காத அளவுக்கு ஒரு நீண்ட கல்வெட்டுப் பொறிப்பை தூய சமஸ்கிருதத்தில் படைத்துள்ளான். இந்த நாட்டில் இதற்கு முன்னர் படைக்கப்பட்ட நீண்ட கல்வெட்டுப் பொறிப்புகள் யாவும் பிராகிருத மொழியில் அமைந்தவையே ஆகும்.

பார்த்தியர்கள்

வடமேற்கு இந்தியாவில் சாகர்களின் ஆதிக்கத்தைத் தொடர்ந்து பார்த்தியர்களின் ஆதிக்கம் ஏற்பட்டது. பண்டைய இந்திய சமஸ்கிருத நூல்கள் பலவற்றில் இந்த இரண்டு இன மக்களையும் ஒன்று சேர்த்து சகபஹ்லவர்கள் எனக் குறிப்பிடப்பட்டிருக்கிறது. உண்மையில் இவர்கள் சிறிது காலம் இணையொத்த முறையில் இந்த நாட்டை ஆண்டு வந்திருக்கின்றனர். பார்த்தியர்கள் ஆரம்பத்தில் ஈரானில் வாழ்ந்து வந்தனர். அங்கிருந்து அவர்கள் இந்தியாவுக்குப் புடை பெயர்ந்து வந்தனர். கிரேக்கர்களுடனும் சாகர்களுடனும் ஒப்பிடும்போது முதலாம் நூற்றாண்டில் வடமேற்கு இந்தியாவின் ஒரு சிறுபகுதியே அவர்கள் வசம் இருந்தது. பார்த்திய மன்னர்களில் மிகவும் புகழ்பெற்று விளங்கியவன் கோண்டோபெர்னஸ். அவன் காலத்தில்தான் கிறித்தவ மதத்தைப் பரப்புவதற்காக தூயதிரு தாமஸ் இந்தியாவுக்கு வந்ததாகக் கூறப்படுகிறது. நாளடைவில் பார்த்தியர்கள் அவர்களுக்கு முன்பிருந்த சாகர்களைப் போலவே இந்திய ஆட்சி அமைப்பு முறையின், இந்திய சமுதாயத்தின் ஓர் ஒருங்கிணைந்த பகுதியினராகி விட்டனர்.

குஷானர்கள்

பார்த்தியர்களை அடுத்து குஷானர்கள் இந்த நாட்டின் மீது படையெடுத்து வந்தனர். இவர்கள் யுயேச்சிகள் அல்லது தொச்சாரியர்கள் என்றும் அழைக்கப்பட்டனர். யுயேச்சிகள் ஐந்து பிரிவுகளாகப் பிரிந்திருந்தனர்; இவர்களில் ஒரு பிரிவினர்தான் குஷானர்கள். குஷானர்கள் வடக்கு மத்திய ஆசிய ஸ்டெப்பி புல்வெளிகளைச் சேர்ந்த நாடோடி இன மக்கள்; சீனாவை ஒட்டியுள்ள பிரதேசங்களில் இவர்கள் வாழ்ந்து வந்தனர். குஷானர்கள் முதலில் பாக்டீரியாவை அதாவது வடக்கு ஆப்கனிஸ்தானைக் கைப்பற்றிக் கொண்டு, அங்கிருந்து சாகர்களை வெளியேற்றினர். படிப்படியாக அவர்கள் காபூல்

பள்ளத்தாக்குக்கு முன்னேறிச் சென்றனர்; இந்துக்குஷ் மலையைக் கடந்து காந்தாரத்தைக் கைப்பற்றினர்; இப்பிரதேசங்களில் இருந்து வந்த கிரேக்கர்கள், மற்றும் பார்த்தியர்களின் ஆட்சியை அகற்றினர்; இறுதியில் கீழ் சிந்து சமவெளியிலும் கங்கை வடிநிலத்தின் பெரும்பகுதியிலும் தங்கள் ஆட்சியை நிறுவினர். அவர்களுடைய சாம்ராஜ்யம் ஒரிசா விலிருந்து கங்கை வரையிலும் மத்திய ஆசியாவில் கோரசனிலிருந்து உத்தரப்பிரதேசத்தில் வாரணாசி வரையிலும் விரிந்து பரந்திருந்தது. தற்போது சோவியத் யூனியனிலுள்ள மத்திய ஆசியாவின் ஒரு பெரும்பகுதி, ஈரானின் ஒரு பகுதி, ஆப்கனிஸ்தானின் ஒரு பகுதி, ஏறத்தாழ பாகிஸ்தான் முழுவதும், அதேபோன்று கிட்டத்தட்ட வட இந்தியா முழுவதும் குஷானர்களின் குடைநிழலின் கீழ் கொண்டு வரப்பட்டன. பல்வேறு மக்களும் கலாசாரங்களும் ஒன்று கலக்கும் அரியதோர் வாய்ப்பினை இது தோற்றுவித்தது. ஐந்து புதிய நாடுகளை உள்ளடக்கிய ஒரு புது வகையான கலாசாரம் மலர்வதற்கு இது வழிவகை செய்தது.

குஷானர்களின் இரண்டு அரச குலங்களைப் பற்றி அறிய வருகிறோம். முதல் அரச குலம் கத்பிசேக்கள் எனப்படும் குடித் தலைவர்களால் தோற்றுவிக்கப்பட்டது. இவர்கள் சுமார் கி.பி. 50 முதல் 28 ஆண்டுக்காலம் ஆட்சி புரிந்தனர். இக்குலம் இரண்டு அரசர்களைப் பெற்றிருந்தது. முதல் அரசன் முதலாம் கத்பிசேஸ், இவன் இந்துக் குஷ்ஷுக்குத் தெற்கே நாணயங்களை வெளியிட்டான். ரோம நாணயங்களைப் பின்பற்றி அவன் செப்பு நாணயங்களைத் தயாரித்தான். இக்குலத்தைச் சேர்ந்த இரண்டாவது மன்னன் இரண்டாம் கத்பிசேஸ்; அவன் ஏராளமான தங்க நாணயங்களை வெளியிட்டதோடு தனது ஆட்சியை சிந்து நதிக்குக் கிழக்கேயும் விஸ்தரித்தான்.

கத்பிசெஸ்களின் அரச குலத்தைத் தொடர்ந்து கனிஷ்கர் அரச குலம் ஆட்சி பீடம் ஏறிற்று. இக் குலத்தைச் சேர்ந்த மன்னர்கள் குஷானர் ஆட்சியை மேல் இந்தியாவுக்கும் கீழ் சிந்துநதி வடிநிலத்துக்கும் விஸ்தரித்தனர். ஆரம்ப கால குஷான மன்னர்கள் எண்ணற்ற தங்க நாணயங்களை வெளியிட்டனர். குப்தர்களின் தங்க நாணயங்களில் காணப்பட்டதைவிட இவற்றில் உலோகத்தின் தரம் மிக உயர்ந்ததாக இருந்தது. குஷானர்களின் தங்க நாணயங்கள் பிரதானமாக சிந்துநதிக்கு மேற்கே கண்டெடுக்கப்பட்டபோதிலும், அவர்களுடைய கல்வெட்டு பொறிப்புகள் வடமேற்கு இந்தியாவிலும் சிந்துவிலும் மட்டுமின்றி, மதுரா, சிராவஸ்தி, கௌசாம்பி, வாரணாசி ஆகிய இடங்களிலும் காணப்படுகின்றன. கங்கை வடிநிலத்தின் பெரும் பகுதியில் அவர்களது ஆட்சி பரவியிருந்தது என்பது இதிலிருந்து புலனாகிறது. குஷானர்களின் நாணயங்களும், கல்வெட்டுப்

பொறிப்புகளும், கட்டுமானங்களும், சிற்பக்கலைச் சின்னங்களும் மதுராவில் காணப்படுவதிலிருந்து அது இந்தியாவில் அவர்களது இரண்டாவது தலைநகரமாக இருந்திருக்க வேண்டும் என்று தெரிய வருகிறது. குஷானர்களின் முதல் தலைநகரம் புருஷபுரம் அல்லது பெஷாவர். இங்கு கனிஷ்கர் துறவி மடம் ஒன்றையும், ஒரு பிரம்மாண்டமான தூபியையும் நிறுவி இருக்கிறார். இந்த நினைவுச் சின்ன கோபுரம் அயல்நாட்டுப் பயணிகளை கவர்ந்து ஈர்த்து அவர்களைப் பெரும் வியப்பு கொள்ளச் செய்துள்ளது.

கனிஷ்கர் குஷானர்களிலேயே மிகவும் புகழ்பெற்ற மன்னர். இந்தியாவின் எல்லைகளுக்கு வெளியே அவர் சீனர்களிடம் தோல்வியடைந்திருந்தாலும் இரண்டு காரணங்களுக்காக வரலாற்றில் அவர் சிறப்பு மிக்க இடத்தைப் பெற்றுள்ளார். முதலாவதாக, கி.பி. 78ல் அவர் ஒரு சகாப்தத்தைத் தொடங்கி வைத்தார்; அது சகா சகாப்தம் எனப் பெயர் பெற்றிருக்கிறது; இந்திய அரசாங்கம் இதனைப் பயன்படுத்தி வருகிறது. இரண்டாவதாக, புத்த சமயத்துக்கு கனிஷ்கர் இதயபூர்வமான ஆதரவை நல்கினார். அவர் காஷ்மீரில் பௌத்த மகாசபை ஒன்றை கூட்டினார். இங்குதான் புத்தமத மகாயானப் பிரிவின் கோட்பாடுகள் இறுதி செய்யப்பட்டன. கனிஷ்கர் கலைகள் மற்றும் சமஸ்கிருத இலக்கியத்தின் மாபெரும் புரவலராகவும் காப்பாளராகவும் திகழ்ந்தார்.

படம் - 43 கனிஷ்கரின் நாணயம்

கனிஷ்கருக்குப் பிறகு வந்தவர்கள் வடமேற்கு இந்தியாவில் சுமார் கி.பி. 230 வரை ஆட்சி புரிந்தனர்; அவர்களில் சிலர் வாசுதேவர் போன்ற இந்தியப் பெயர்களைத் தங்களுக்குச் சூட்டிக் கொண்டனர்.

ஆப்கனிஸ்தானிலும் சிந்து நதிக்குத் தெற்கேயுள்ள பிரதேசங் களிலும் வியாபித்திருந்த குஷானர் பேரரசை ஈரானில் உதித்தெழுந்த சசனிய ஆட்சி கி.பி. மூன்றாம் நூற்றாண்டின் மத்தியில் முறியடித்தது. எனினும் குஷானர் சிற்றரசுகள் ஏறத்தாழ நூறு ஆண்டுக்காலம் இந்தியாவில் நீடித்து வந்தன. மூன்றாம் நான்காம் நூற்றாண்டுகளில் காபூல் பள்ளத்தாக்கு, கபிசா, பாக்டீரியா, கொரேஸிம், சோக்தியானா (அதாவது பொகாரா, சாமர்கண்டு) ஆகிய பிரதேசங்களில் குஷானர் ஆட்சி பரவியிருந்ததாகத் தெரிகிறது. அநேக குஷான நாணயங்களும், கல்வெட்டுப் பொறிப்புகளும், சுடுமட்பாண்டங்களும் இப்பகுதிகளில் கிடைத்திருக்கின்றன. அதிலும் குறிப்பாக கொரேஸிம்மில் தொப்ரக்-காலா என்னும் இடத்தில் மூன்றாம் - நான்காம் நூற்றாண்டுகளைச் சேர்ந்த ஒரு பிரம்மாண்டமான அரண்மனை அகழ்வாய்வு செய்து கண்டுபிடிக்கப்பட்டிருக்கிறது. இந்த அரண்மனையில் நிர்வாக ஆவணக்கூடம் ஒன்று காணப்படுகிறது. அராமைக் எழுத்தில் கொரேஸிமியன் மொழியில் எழுதப்பட்ட ஏராளமான ஆவணங்களும் செதுக்குப் பொறிப்புகளும் இங்கு இடம் பெற்றுள்ளன.

மத்திய ஆசியத் தொடர்புகளின் தாக்கம்

கட்டுமானங்களும் மட்பாண்டங்களும்

சாகர்-குஷானர் கால கட்டத்தில் கட்டிடப் பணிகள் சிறப்பான முன்னேற்றம் கண்டன. பல படுகைகளில் கட்டிடங்கள் இருப்பது அகழ்வாய்வுகளின் மூலம் தெரிய வந்துள்ளது. வட இந்தியாவில் பல்வேறு இடங்களில் அரை டஜனுக்கு அதிகமாக இத்தகைய படுகைகள் இருப்பது கண்டுபிடிக்கப்பட்டிருக்கிறது. இந்தக் கட்டிடங்களில் தளத்துக்கு சுட்ட செங்கற்களும், கூரைக்கும் தளத்துக்கும் ஓடுகளும் பயன்படுத்தப்பட்டிருப்பதைப் பார்க்கிறோம். ஆனால் **சுர்கிகளையும்** ஓடுகளையும் பயன்படுத்துவது வெளியிலிருந்து கற்றுக்கொண்ட ஒன்றாக இருக்க முடியாது. இந்தக் காலப்பகுதியில் செங்கல் சுவர்களை எழுப்புவதும் நடைமுறைக்கு வந்திருப்பதை அறிகிறோம். இக்கால கட்டத்தின் மட்பாண்ட வகைகள் செந்நிறமானவை; இவற்றில் மெருகேற்றப்பட்டவையும் உண்டு, மெருகேற்றப்படாதவையும் உண்டு: நடுத்தரம் முதல் மிக நேர்த்தியான தரமுடையவை இந்த மட்பாண்டங்கள். இவற்றில் தனித்தன்மை கொண்டவைகளாக பீற்றுவாய்களும், நீர்த்தாரைக் குழல்களும் கொண்ட மட்கலங்களைக் குறிப்பிடலாம். இதே காலப்பகுதியில் சோவியத் மத்திய ஆசியாவில் குஷானர் மண்படுகைகளில் கண்டெடுக்கப்பட்ட நேர்த்தியான செந்நிற

மட்கலங்களை இவை நமக்கு நினைவூட்டுகின்றன. செந்நிற மட்கலங்களைத் தயாரிக்கும் கலை நுணுக்கத்திறமைகள் மத்திய ஆசியா எங்கும் பரிசயமாயிருந்தன; குஷானர்களது கலாசார மண்டலத்தின் புற எல்லைகளிலிருந்த பர்கானா போன்ற பிராந்தியங்களில் கூட அவை பரவியிருந்தன.

சிறந்த குதிரைப்படை

சாகர்களும் குஷானர்களும் இந்தியக் கலாசாரத்துடன் புதிய அம்சங்களைச் சேர்த்து அதனைப் பெரிதும் வளமையும் செழுமையும் படுத்தினர். அவர்கள் இந்திய மண்ணில் நன்கு காலூன்றிக் கொண்டு அதன் கலாசாரத்துடன் முற்றிலும் இரண்டறக் கலந்து விட்டனர்; அதனுடன் அறவே ஐக்கியமாகி விட்டனர். அவர்களுக்கென சொந்த எழுத்து வடிவமோ, மொழியோ, குறிப்பிட்ட மதமோ கிடையாது. இவற்றை எல்லாம் அவர்கள் இந்தியாவிடமிருந்துதான் வரித்துக் கொண்டனர். அவர்கள் இந்திய சமுதாயத்தின் ஓர் ஒருங்கிணைந்த பகுதியாகி விட்டனர்; அதன் வளர்ச்சிக்குப் பெரும் பங்காற்றினர். அவர்கள் சிறந்த குதிரைப்படையை அறிமுகப்படுத்தினர். குதிரைகள் மீதேறி சவாரி செய்வதைப் பரந்த அளவில் கற்றுக் கொடுத்தனர்; சேணங்களையும் கடிவாளங்களையும் பயன்படுத்துவதை சர்வ சாதாரணமாக்கினர்; கி.பி. இரண்டாவது, மூன்றாவது நூற்றாண்டுகளைச் சேர்ந்த பௌத்த சிற்பக் கலைப்படைப்புகளில் இவற்றைக் காணலாம். சாகர்களும் குஷானர்களும் மிகச் சிறந்த குதிரையேற்ற வீரர்கள். குதிரையேற்றக் கலையில் அவர்கள் எல்லையற்ற ஆர்வம் கொண்டிருந்தனர். ஆப்கனிஸ்தானில் பெக்ராம் என்னும் இடத்திலிருந்து கிடைத்துள்ள குஷானர் காலத்து குதிரைவீரர் களிமண் பொம்மைகள் இதனை உறுதிப்படுத்துகின்றன. இந்த அயல்நாட்டுக் குதிரைவீரர்களில் சிலர் உடல் முழுவதும் கவசம் பூண்டிருந்தனர்; ஈட்டிகளையும் வேல்கம்புகளையும் கொண்டு போரிட்டனர். குதிரைகளின் வேகத்தை அதிகரிப்பதற்கு அவர்கள் கயிறாலான ஒரு வகையான அங்கவடியைப் பயன்படுத்தியிருக்கக் கூடும் என்று தோன்றுகிறது. தலைப்பாகைகள், தளர் மேலங்கிகள், காற்சட்டைகள், கனமான நீண்ட மேற்சட்டைகள் (கோட்டுகள்) முதலியவற்றை சாகர்களும் குஷானர்களும் அறிமுகம் செய்தனர். இப்போதும்கூட ஆப்கானியர்களும் பஞ்சாபிகளும் தலைப்பாகைகள் அணிந்திருப்பதைக் காணலாம்; நாம் மேலே கூறிய நீண்ட மேற்சட்டையிலிருந்து தோன்றியதுதான் இன்றைய **ஷெர்வானி** ஆகும். குல்லாய், தலைக்கவசம், புதை மிதியடிகள் போன்றவற்றையும் மத்திய ஆசியர்கள் புழக்கத்துக்குக் கொண்டு

பண்டைக்கால இந்தியா 247

வந்தனர்; இவை போர்வீரர்களால் பயன்படுத்திக் கொள்ளப்பட்டன. இத்தகைய அனுகூலங்கள் பலவற்றைப் பெற்றிருந்ததன் காரணமாக அவர்கள் ஈரானிலும், ஆப்கனிஸ்தானிலும், பாகிஸ்தானிலும், இந்தியாவிலுமிருந்த தங்களது எதிராளிகளை முற்றிலும் புறங்காணச் செய்தனர். பின்னர், இந்த ராணுவத் தொழில் நுட்பம் நாடெங்கும் பரவியதும் சிற்றரசர்கள் தங்களது முன்னாள் வெற்றியாளர்களுக்கு எதிராகவே இதனை நன்கு பயன்படுத்திக் கொண்டனர்.

வாணிகம்

அந்நியரின் வருகையால் மத்திய ஆசியாவுக்கும் இந்தியாவுக்கும் இடையே நெருங்கிய தொடர்பு வளர்ந்தது. இதன் பயனாக, மத்திய ஆசியாவிலுள்ள அல்டாய் மலைகளிலிருந்து ஏராளமான தங்கத்தை இந்தியா பெற்றது. ரோம் பேரரசுடன் நடைபெற்ற வாணிகத்தின் மூலமும் அது தங்கத்தைப் பெற்று வந்தது. பட்டு மார்க்கம் குஷானர்களின் கட்டுப்பாட்டில் இருந்தது. இந்த மார்க்கம் சீனாவிலிருந்து தொடங்கி மத்தியாசியாவிலுள்ள அவர்களது சாம்ராஜ்யத்தின் வழியாகவும், ஆப்கனிஸ்தானத்தின் வழியாகவும் கிழக்கு மத்தியதரைக்கடல் பிராந்தியத்தில் ரோம் பேரரசின் ஒரு பகுதியாக இருந்து வந்த ஈரானையும் மேற்கு ஆசியாவையும் சென்றடைந்தது. இந்த மார்க்கம் குஷானர்களுக்கு மிகுந்த வருவாயைப் பெற்றுத்தரக் கூடியதாக அமைந்திருந்தது. வணிகர்களிடமிருந்து தண்டிய ஏராளமான சுங்கவரியைக் கொண்டு அவர்கள் வளமிக்க ஒரு பேரரசைக் கட்டி உருவாக்கினர். இந்தியாவில் தங்க நாணயங்களை மிகப் பரந்த அளவில் வெளியிட்ட முதல் ஆட்சியாளர்கள் குஷானர்களே என்பதும் இங்கு குறிப்பிடத்தக்கது.

ஆட்சி அமைப்பு முறை

மத்திய ஆசியப் படையெடுப்பாளர்கள் எண்ணற்ற ஸ்தல சிற்றரசர்கள் மீது தங்கள் ஆதிக்கத்தைத் திணித்தனர். இது ஒரு வகையான பிரபுத்வ முறை உருவாவதற்கு வழி வகுத்தது. குஷானர்கள் "மன்னாதி மன்னர்" என்ற பகட்டாரவாரமான பட்டத்தைச் சூட்டிக் கொண்டனர்; ஏராளமான சிற்றரசர்கள் மீது அவர்களுக்கு இருந்த மேலாதிக்கத்தை இது எடுத்துக்காட்டுவதாக உள்ளது.

அரச பதவி தெய்வீக மரபு மூலம் கொண்டது என்ற கருத்தை சாகர்களும் குஷானர்களும் வலுப்படுத்தி வந்தனர். குஷான மன்னர்கள் ஆண்டவனின் புதல்வர்கள் என்று அழைக்கப்பட்டனர். தங்கள்

மன்னரை வானுலக மைந்தர் என்று குறிப்பிட்டு வந்த சீனர்களிடமிருந்துதான் இந்தப் பட்டத்தை குஷானர்கள் வரித்துக் கொண்டனர் என்று தோன்றுகிறது. அரசனுக்குள்ள அதிகாரத்தை முறைமையுடையதாக்குவதற்கு இந்தியாவில் இது பயன்படுத்திக் கொள்ளப்பட்டது இயல்பே. ஒரு மன்னன் குழந்தையாக இருந்தாலும் கூட அவனை பயபக்தியுடன் மதித்துப் போற்றும்படி இந்து சட்ட கர்த்தாவான மனு மக்களுக்கு அறிவுரை கூறுகிறார்; ஏனென்றால் அவன் மனித வடிவிலுள்ள மாபெரும் தெய்வம் என்று இக்கூற்றுக்கு அவர் காரணம் கற்பிக்கிறார்.

குஷானர்கள் மாகாண ஆட்சி முறையையும் நடைமுறைப் படுத்தினர். இது சத்ராப் ஆட்சி முறை என அழைக்கப்பட்டது. குஷானர் பேரரசு எண்ணற்ற சத்ராபிகளாகப் பிரிக்கப்பட்டது. ஒவ்வொரு சத்ராபியும் அதாவது மாகாணமும் ஒரு சத்ராப் (மாகாண ஆளுநர்) ஆளுகையில் விடப்பட்டது. மரபுவழிப்பட்ட இரட்டை ஆட்சி முறை போன்ற சில விந்தையான நடைமுறைகளும் பின்பற்றப்பட்டன; அதாவது இதன்படி ஒரே இராச்சியத்தை ஒரே சமயத்தில் இரண்டு மன்னர்கள் ஆண்டு வந்தனர். தந்தையும் தனயனும் ஏக காலத்தில் அரசாண்டதைப் பற்றியும் அறிய வருகிறோம். குஷான மன்னர்களின் ஆட்சியில் அதிகாரம் குறைந்த அளவு மையப்படுத்தப்பட்டிருந்ததையே இது காட்டுகிறது.

கிரேக்கர்கள் ராணுவ ஆளுநர் ஆட்சி முறையைப் புகுத்தினர். **ஸ்ட்ரேட்டகோஸ்** எனப்படும் ஆளுநர்களை அவர்கள் நியமித்தனர். வெற்றி கொள்ளப்பட்ட மக்கள் மீது புதிய ஆட்சியாளர்களின் ஆதிக்கத்தை நிலைநாட்டுவதற்கு ராணுவ ஆளுநர்களை நியமிப்பது அவசியமாக இருந்தது.

இந்திய சமுதாயத்தில் புதிய சக்திகள்

கிரேக்கர்கள், சாகர்கள், பார்த்தியர்கள், குஷானர்கள் போன்றோர் இந்தியாவில் இறுதியில் தங்களது தனித்துவத்தை இழந்தனர். நாளடைவில் அவர்கள் முற்றிலும் இந்தியர்களாகி விட்டனர். இவர்களில் பெரும்பாலோர் படையெடுப்பாளர்களாக இந்தியாவுக்குள் வந்ததால் அவர்கள் இந்திய சமுதாயத்தில் படைவீரர் வகுப்பினராக அதாவது சத்திரிய வகுப்பினராக ஈர்த்துக் கொள்ளப்பட்டனர். பிராமணீய சமுதாயத்தில் அவர்களுக்கு அளிக்கப்பட்ட இடம் விந்தையான முறையில் நியாயப்படுத்தப்பட்டது. சாகர்களும் பார்த்தியர்களும்

பண்டைக்கால இந்தியா

படம் - 44
விதிஷாவுக்கு அருகிலுள்ள ஹீலியோதோரஸ் தூண்

ஆதியில் சத்திரியர்களாக இருந்தவர்களே என்றும், தங்களது கடமைகளைச் செய்யத் தவறியமையால் தங்கள் அந்தஸ்தை இழந்தனர் என்றும் இந்து சட்ட கர்த்தா மனு கூறினார். வேறு விதமாகச் சொன்னால், அவர்கள் இரண்டாம் ரக சத்திரியர்களாகக் கருதப்பட்டனர். மௌரியர் காலத்திற்குப் பின்னர் அந்நியர்கள் இந்திய சமுதாயத்தில் இவ்வளவு பரந்த அளவில் ஈர்த்துக் கொள்ளப்பட்டதுபோல் பண்டைய இந்திய வரலாற்றில் வேறு எந்தக் காலத்திலும் நடைபெற்றதில்லை என்றே கூறலாம்.

சமய நிகழ்வுப் போக்குகள்

அந்நிய ஆட்சியாளர்களில் சிலர் வைணவத்தைத் தழுவினர்; காக்கும் தெய்வமான விஷ்ணுவை வழிபட்டனர். கிரேக்கத் தூதுவரான

ஹெலியோடோரஸ் விஷ்ணு பக்தன். அவன் கி.மு. இரண்டாம் நூற்றாண்டு மத்திவாக்கில் மத்தியப் பிரதேசத்தில் விதிசாவுக்கு அருகில் வாசுதேவரைப் பெருமைப்படுத்தும் வகையில் ஒரு தூபியை அமைத்தான்.

வேறு சில மன்னர்கள் புத்த மதத்தைத் தழுவினர். புகழ்பெற்ற கிரேக்க மன்னனான மினாந்தர் ஒரு பௌத்தனானான். பௌத்த குருவான நாகார்ஜுனன் எனப்படும் நாகசேனனுடன்அவன்|பரிமாறிக் கொண்ட கேள்வி பதில்கள் மௌரியர் காலத்துக்குப் பிந்திய அறிவுத்துறை வரலாற்றைத் தெரிந்து கொள்வதற்கு ஒரு நல்ல ஆதாரமாக அமைந்துள்ளன. குஷான மன்னர்கள் சிவனையும் புத்தரையும் வழிப்பட்டனர். இந்த இரு தெய்வங்களின் உருவங்களும் குஷானரின் நாணயங்களில் இடம் பெற்றன. குஷான மன்னர்களில் பலர் விஷ்ணு பக்தர்களாக இருந்தனர். குஷான மன்னனான வாசுதேவனை இவ்வகையில் முக்கியமாகக் குறிப்பிடலாம். அவனுடைய பெயரே கிருஷ்ணருடைய மற்றொரு பெயராகும். கிருஷ்ணர் விஷ்ணுவின் அவதாரமாக வழிபடப்பட்டு வந்தவராவார்.

பௌத்த மதத்தின் மகாயானப் பிரிவின் தோற்றம்

மௌரியர்களுக்குப் பிந்திய காலத்தில் இந்திய சமயங்கள் குறிப்பிடத்தக்க மாற்றங்களுக்கு உள்ளாயின. வாணிக நடவடிக்கைகளும் கலை நடவடிக்கைகளும் தாண்டுகோல் போட்டு முன்னேறியது இதற்கு ஒரு காரணம். மத்திய ஆசியாவிலிருந்து பெருந்திரளான மக்கள் இந்தியாவுக்குள் புடைபெயர்ந்து வந்தது மற்றொரு காரணம் எனலாம். குறிப்பாக பௌத்த மதத்தில் இதன் பிரதிபலிப்பைக் காண முடிந்தது. நகரங்களில் நாளுக்கு நாள் வளர்ந்து முன்னேறிவரும் வணிகர்கள் மற்றும் கைவினைஞர்கள் அளிக்கும் ரொக்க நன்கொடைகளை பௌத்த பிட்சுகளும் சந்நியாசினிகளும் இழக்க முடியாத நிலையில் இருந்தனர். ஆந்திரப்பிரதேசத்தில் நாகார்ஜுனக் கொண்டாவுக்கு அருகிலுள்ள மடாலயப் பகுதிகளில் ஏராளமான நாணயங்கள் கிடைத்துள்ளன. தவிரவும், அசைவ உணவு உண்பவர்களான அயல்நாட்டினரை பௌத்தர்கள் பெரிதும் விரும்பி வரவேற்றனர். இவை யாவும் துறவிகளான மடக் கன்னிகள் மற்றும் பௌத்த பிட்சுக்களின் அன்றாட வாழ்க்கையில் ஓரளவு கட்டுப்பாடின்மையை வளர்த்தன. இப்போது அவர்கள் தங்கத்தையும் வெள்ளியையும் ஆர்வத்துடன் பெற்றுக் கொண்டனர்; புலால் உணவை விரும்பி உண்டனர்; ஆடம்பரமிக்க தளர்த்தியான மேலங்கிகளை உடுத்தினர். ஒழுங்கும் கட்டுப்பாடும்

பெரிதும் தளர்ந்தன; சில துறவிகள் சமயத்தை அல்லது **சங்கத்தைத்** துறந்து இல்லறவாழ்க்கையை மேற்கொண்டனர். பௌத்த மதத்தின் இந்தப் புதிய பிரிவு மகாயானம் அல்லது பெரிய சக்கரம் என அழைக்கப்பட்டது. கடுந்தூய்மையைக் கடைப்பிடித்த பழைய புத்த மதத்தில் புத்தருடன் சம்பந்தப்பட்ட சிலபொருள்கள் அவருடைய நினைவுச் சின்னங்களாகப் போற்றப்பட்டு வழிபடப்பட்டன. ஆனால் கிறித்தவ சகாப்தத்தின் ஆரம்பத்தில் இவற்றின் இடத்தை உருவச் சிலைகள் பெற்றன. புத்தமதத்தில் தோன்றிய இந்த உருவ வழிபாடு இப்பழக்கத்தை பிராமணீயம் பரந்த அளவில் மேற்கொள்ள வழி வகுத்தது. மகாயானம் தோன்றியதைத் தொடர்ந்து பழைய தூய புத்தமதப் பிரிவு ஹீனயானம் அல்லது சிறிய சக்கரம் என அழைக்கப்பட்டது.

அதிர்ஷ்டவசமாக, கனிஷ்கர் மகாயானத்தின் மாபெரும் புரவலரானார். அதன் தீவிர ஆதரவாளரானார். அவர் காஷ்மீரில் ஒரு மகா சபையைக் கூட்டினார். அதில் கலந்து கொண்டவர்கள் பௌத்த இலக்கியத்தின் மூன்று **பீடகங்களை** அல்லது தொகுதிகளை 3,00,000 சொற்களைக் கொண்டு விளக்கினர். கனிஷ்கர் இந்த விளக்கவுரைகளை செந்நிறத் தாமிரத் தகடுகளில் செதுக்கச் செய்தார்; அவற்றைக் கல்லால் ஆன ஒரு கொள்கலத்தில் பத்திரப்படுத்தி வைத்து அதன் மீது ஒரு தூபியை எழுப்பினார். இது உண்மையாயின், தாமிர செதுக்குப் பொறிப்புகளுடன்கூடிய இந்தத் தூபி கண்டுபிடிக்கப்பட்டால், அவை பௌத்த நூல்களையும் போதனைகளையும் பற்றிப் பல புதிய தகவல்களை அளிக்கக்கூடும். புத்தரின் நினைவை நிலைபேறுடைய தாக்குவதற்கு இதர பல தூபிகளையும் கனிஷ்கர் நிறுவினார்.

காந்தாரம் மற்றும் மதுரா கலைப் பாரம்பரியங்கள்

அயல்நாட்டு மன்னர்கள் இந்தியக் கலை மற்றும் இலக்கியத்தின் பற்றார்வ மிக்க புரவலர்களாயினர்; புதிதாக சமயம் மாறியவர்களுக்கு உரிய எல்லையற்ற ஆர்வத்தை அவர்கள் வெளிப்படுத்தினர் பல்வேறு பாரம்பரியங்களில், பல்வேறு நாடுகளில் பயின்று தேர்ந்த கொற்றர்களையும் ஏனைய கைவினைஞர்களையும் குஷானர் பேரரசு ஒன்று சேர்த்தது. மத்திய ஆசிய, காந்தார, மதுரா போன்ற பல்வேறு கலை மரபுகள் தோன்ற இது வழிவகை செய்தது. பௌத்த மத செல்வாக்கால் ஸ்தல அம்சங்கள் மற்றும் இந்திய அம்சங்களின் கூட்டிணைப்பு ஏற்பட்டதை மத்திய ஆசியாவில் கிடைத்துள்ள சிற்ப வேலைப்பாடுடைய பொருள்கள் காட்டுகின்றன.

படம் - 45
பண்டைய நகரமான தட்சசீலத்தின் இடிபாடுகளின் ஒரு தோற்றம்
(கி.பி. முதலாம் நூற்றாண்டு)

முக்கியமாக இந்தியாவின் எல்லைப்புறப் பகுதிகளிலும் காந்தாரத்திலும் மத்திய ஆசிய, கிரேக்க, ரோமானிய கைவினைஞர் களுடன் இந்தியக் கைவினைஞர்களுக்கு நெருங்கிய தொடர்பு ஏற்பட்டது. இதன் விளைவாக ஒரு புது வகையான கலை உதயமாயிற்று; இதில் புத்தரின் உருவச் சிலைகள் கிரேக்க - ரோமானிய பாணியில் வடிவமைக்கப்பட்டன. அவ்வாறே புத்தரின் முடியும், கிரேக்க - ரோமானிய பாணியில் சித்திரிக்கப்பட்டது.

படம் - 46 புத்தரின் உருவச்சிலை - காந்தாரம்

மதுரா பிரதானமாக ஸ்தலக் கலைகளுக்கு ஒரு முக்கிய கேந்திரமாக விளங்கி வந்த போதிலும் காந்தாரக் கலையின் செல்வாக்கு அங்கும் பரவிற்று. மதுரா புத்தரின் எழில்மிகு உருவச் சிலைகளைப்

படைத்தளித்துப் பிரசித்திப் பெற்றது. அத்தோடு கனிஷ்கரின் தலையில்லாத நெடிதுயர்ந்த உருவச்சிலையை உருவாக்கியும் அது புகழ் பெற்றது: கனிஷ்கரின் பெயர் சிலையின் கீழ்ப் பகுதியில் பொறிக்கப்பட்டிருந்தது. தவிரவும், வர்த்தமான மகாவீரரின் பல கற்சிலைகளையும் அது தயாரித்தளித்தது. மதுராதான் கிருஷ்ணரின் பிறப்பிடம், அவரது ஆரம்பகால வாழ்க்கையின் நிலைக்களம் என்று கருதப்பட்டு வந்துள்ள போதிலும் குப்தர் காலத்துக்கு முந்திய அதன் சிற்பக் கலையும் சரி, கல்வெட்டுப் பொறிப்புகளும் செதுக்குப் பொறிப்புகளும் சரி கிருஷ்ணரைப் புறக்கணித்தே வந்திருக்கின்றன. மதுராவின் கலை மரபு கிறித்தவ சகாப்தத்தின் ஆரம்ப ஆண்டுகளில் தழைத்தோங்கி வந்துள்ளது; செம்மணற்பாறையில் உருவாக்கப்பட்ட அதன் பல்வேறு கலைப்படைப்புகள் மதுராவுக்கு வெளியேயும் கூட காணப்படுகின்றன. தற்போது மதுரா அருங்காட்சியகத்தில் குஷானர் காலத்து ஏராளமான சிற்பங்கள் காட்சிக்கு வைக்கப்பட்டிருப்பதைக் காணலாம்.

இதே காலகட்டத்தில் விந்தியத்துக்குத் தெற்கே பல இடங்களில் கருத்தைக் கவரும் வனப்பு மிக்க கலைப்படைப்புகளைக் காண்கிறோம். மகாராஷ்டிரத்தில் பாறைகளைக் குடைந்து அழகிய பௌத்த குகைகள் உருவாக்கப்பட்டிருக்கின்றன. ஆந்திராவில் நாகார்ஜுன கொண்டாவும் அமராவதியும் மாபெரும் பௌத்த கலைக்கேந்திரங்களாகத் திகழ்ந்து வந்தன. புத்தர் சம்பந்தப்பட்ட பல கதைகள் சித்திரப் பலகைகளில் சித்திரிக்கப்பட்டிருக்கின்றன. புத்தமதம் குறித்த மிக ஆரம்பகால சித்திரப்பலகைகள் அதாவது கி.மு. இரண்டாவது நூற்றாண்டைச் சேர்ந்த இப்பலகைகள் கயா, சாஞ்சி, பர்ஹுத் போன்ற இடங்களில் கிடைத்திருக் கின்றன. எனினும் கிறித்தவ சகாப்தத்தின் ஆரம்ப ஆண்டுகளில் சிற்பக்கலை மேலும் முன்னேற்றம் கண்டதைக் காண்கிறோம்.

இலக்கியமும் கல்வி கற்றலும்

அயல்நாட்டு மன்னர்கள் சமஸ்கிருதத்தைப் போற்றிப் பேணி வளர்த்தனர். கத்தியவாரில் சுமார் கி.பி. 150ல் ருத்ரதாமனுடைய கல்வெட்டுப் பொறிப்புகளில் **காவிய** பாணியைக் காணலாம். இது முதல் கல்வெட்டுப் பொறிப்புகளுக்குத் தூய சமஸ்கிருதம் பயன்படுத்தப்பட லாயிற்று. எனினும் அதே சமயம் பிராகிருத மொழியில் கல்வெட்டுப் பொறிப்புகளை எழுதுவது கி.பி. நான்காம் நூற்றாண்டு வரையிலும் அதற்குப் பிறகும் கூட தொடர்ந்து நீடித்து வந்தது.

அசுவகோசர் போன்ற சில மாபெரும் எழுத்தாளர்கள் குஷானர்களின் பேராதரவைப் பெற்றிருந்தனர் என்று தெரிகிறது. இந்த

படம் - 47 மதுராவைச் சேர்ந்த ஒரு சிற்பம்

அசுவகோசர்தான் புத்தரின் வாழ்க்கை வரலாற்றை **புத்த சரிதம்** என்ற தலைப்பில் இயற்றியவர் ஆவார். அவர் **சௌந்தரானந்தா** என்ற நூலையும் படைத்தளித்தார்: சமஸ்கிருத காவியத்துக்கு இது ஒரு சிறந்த எடுத்துக்காட்டாகும்.

பௌத்தத்தின் மகாயானப் பிரிவு கண்ட முன்னேற்றம் எண்ணற்ற **அவதானங்களைப்** படைப்பதற்கு வழிகோலிற்று. இந்த நூல்களில் பெரும்பாலானவை பௌத்த சாயை படிந்த சமஸ்கிருதத்தில் இயற்றப் பட்டன. மகாயான பௌத்தத்தை மக்களுக்குப் போதிப்பதே இவற்றின் ஒரே குறிக்கோள். இவ்வகையைச் சேர்ந்த நூல்களில் **மகாவாஸ்துவையும், திவ்யவதனத்தையும்** முக்கியமாகக் குறிப்பிட வேண்டும்.

இந்திய நாடகக் கலையின் வளர்ச்சிக்கு கிரேக்கர்கள் பெரும் பங்காற்றினர்; நாடகத்தில் திரைச்சீலையைப் பயன்படுத்துவதை

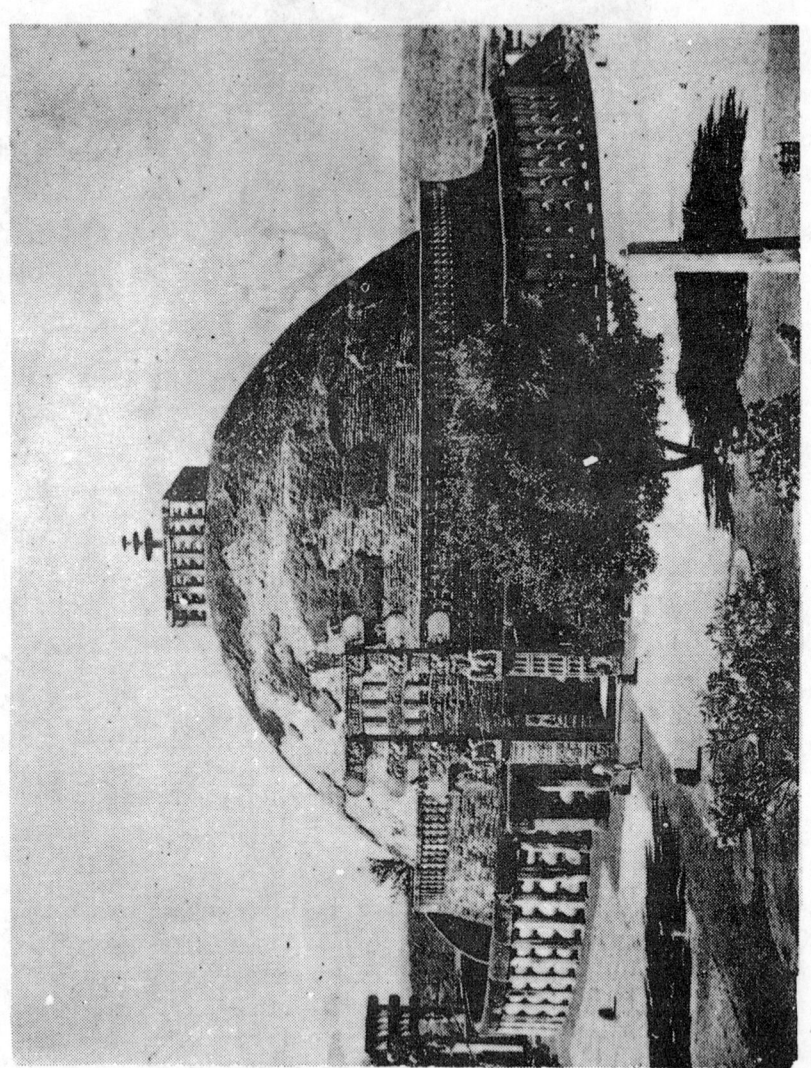

படம் - 48 சாஞ்சி ஸ்தூபி - முன்வாயில் தோற்றம்

அவர்கள்தான் இந்தியர்களுக்குக் கற்றுக் கொடுத்தனர். இந்தத் திரைச்சீலை கிரேக்கர்களிடமிருந்து பெறப்பட்டதால் அது **யவனிகை** எனப் பெயர்பெற்றது. இந்தச் சொல் யவனர் என்ற பதத்திலிருந்து பெறப்பட்டதாகும்; பண்டைக்கால இந்தியர்கள் அறிந்திருந்த கிரேக்கர்களில் ஒரு பிரிவினரான அயோனியர் என்பதன் சமஸ்கிருத திரிபு என இதனைக் கூறலாம். பிற்காலத்தில் யவனர் என்னும் பதம் எல்லாப் பிரிவுகளையும் சேர்ந்த அந்நியர்களைக் குறிப்பதாயிற்று.

பொருளாயதம் சார்ந்த இலக்கியத்திற்கு மிகச் சிறநத் உதாரணமாக வாத்சாயனரின் **காம சூத்திரத்தைக்** குறிப்பிடலாம். கி.பி.மூன்றாம் நூற்றாண்டில் எழுதப்பட்ட இந்நூல் சிற்றின்பத்தையும் காதல் கலையையும் பற்றிக் கூறும் மிகத் தொன்மையானப் படைப்பாகும். நகர

படம் - 49 பர்ஹுத்தில் கிடைத்த கலை வேலைப்பாடுகள் கொண்ட ஒரு பலகை

வாழ்க்கையில் திளைத்துப்போன ஒருவனைப் பற்றிய படப்பிடிப்பினை அதாவது நகர மயமாக்கம் மும்முரமாக இருந்த ஒரு காலகட்டத்தில் வாழ்ந்த **நகரகனைப்** பற்றிய ஒரு சித்திரத்தை இது வழங்குகிறது.

விஞ்ஞானமும் தொழில் நுட்பமும்

மௌரியர்களுக்குப் பிந்திய காலத்தில் இந்திய சோதிடஇயலும் வானூலியலும் கிரேக்கர்களின் தொடர்பால் மேலும் வளமடைந்தன. கோள்களின் புடைப்பெயர்ச்சி பற்றிய பல கிரேக்கப் பதங்களை சமஸ் கிருத நூல்களில் காண்கிறோம். இந்திய சோதிட இயல் கிரேக்க கருத்து களால் பெரிதும் ஆக்கம் பெற்றது. சோதிட இயலைக் குறிப்பதற்கு சமஸ்கிருதத்தில் பயன்படுத்தப்படும் **ஹாரசாஸ்திரம்** என்னும் சொல்லேகூட **ஹாரஸ்கோட்** என்னும் கிரேக்க பதத்திலிருந்து பெறப்பட்டதே யாகும். முறையாக வடிவமைக்கப்பட்டு முத்திரையிடப்பட்ட கிரேக்க நாணயங்கள் இந்திய முத்திரை நாணயங்களைவிடச் சிறந்தவை. **திரச்மா** என்னும் கிரேக்க பதமே **திரம்மா** எனத் திரிந்தது; இதே சமயம் கிரேக்க

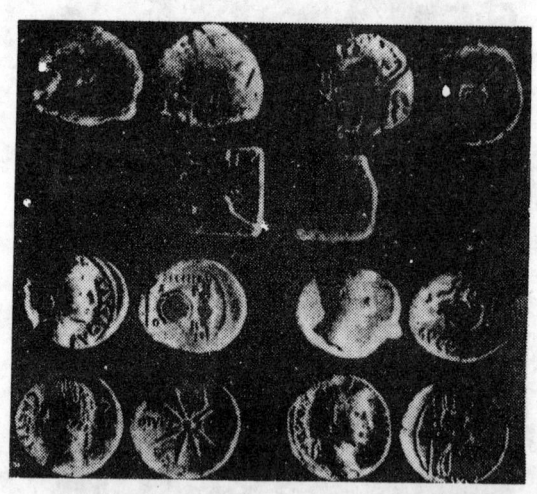

படம் - 50 வெள்ளி நாணயங்கள்

ஆட்சியாளர்கள் பிரஹ்மி எழுத்து வடிவத்தைப் பயன்படுத்தினர்; அத்தோடு, தங்களுடைய நாணயங்களில் சில இந்தியக் கலை அம்சங் களை உபயோகித்தனர். நாய்கள், கால்நடைகள், நறுமணப்பொருள்கள் முதலியவை கிரேக்கர்களால் ஏற்றுமதி செய்யப்பட்டன. ஆனால் இந்தியாவிலிருந்து அவர்கள் ஏதேனும் கைவினைத் தொழிலைக் கற்றுக் கொண்டார்களா என்பது தெரியவில்லை.

எனினும் மருத்துவம், தாவரஇயல், வேதியியல் ஆகிய துறைகளில் குறிப்பிடத்தக்க எதையும் கிரேக்கர்களிடமிருந்து இந்தியர்கள் பெற்றுவிடவில்லை. இந்த மூன்று துறைகளிலும் சாரகரும் சுசுருதரும் மிகுந்த நிபுணத்துவம் பெற்றவர்கள். **சாரகசங்கிதையில்** எண்ணற்ற தாவரங்கள், மூலிகைகளின் பெயர்கள் இடம் பெற்றிருக்கின்றன; நோயாளிகளுக்குப் பயன்படுத்துவதாக இவற்றிலிருந்து பல்வேறு மருந்துகள் தயாரிக்கப்படுகின்றன. மூலிகைகளை எவ்வாறு அரைக்க வேண்டும், அவற்றை எவ்விதம் கலக்க வேண்டும் என்பது குறித்து இந்நூலில் தரப்பட்டிருக்கும் நுணுக்கமான விவரங்கள் பண்டைக்கால இந்தியாவில் வேதியியல் பற்றிய அறிவு எந்த அளவுக்கு வளர்ச்சியடைந்திருந்தது என்பதை எடுத்துக்காட்டுவதாக உள்ளன. நோய்களைக் குணப்படுத்துவதற்கு பண்டைய இந்திய மருத்துவர்கள் பிரதானமாக மூலிகைகளையே நம்பியிருந்தனர். ஓஷதி எனும் சமஸ்கிருதச் சொல் இதனை உறுதிப்படுத்துகிறது. இதனால் மருத்துவமேகூட ஔஷதி என அழைக்கப்படலாயிற்று.

மத்திய ஆசியத் தொடர்புகளால் தொழில் நுட்பத் துறையிலும் இந்தியர்கள் பயனடைந்ததாகத் தெரிகிறது. காற்சட்டைகளையும் நீண்ட புதைமிதியடிகளையும் கனிஷ்கர் அணிந்து வந்தார் என்று கூறப்படுகிறது. தோலில் மிதியடிகளைத் தயாரிக்கும் நடைமுறை இந்தியாவில் அநேகமாக இந்தக் காலகட்டத்தில்தான் தொடங்கியிருக்கக் கூடும். இது எப்படியிருந்தபோதிலும் குஷானர்கள் இந்தியாவில் வெளியிட்ட தாமிர நாணயங்கள் ரோமாபுரி நாணயங்களின் மறுபதிப்பே என்பதில் ஐயமில்லை. இதேபோன்று குஷானர்கள் இந்தியாவில் வெளியிட்ட தங்க நாணயங்களும் ரோமாபுரி தங்க நாணயங்களின் பாணியில் அமைந்தவையே ஆகும். இந்திய மன்னர்களுக்கும் ரோமாபுரி மன்னர்களுக்கும் இடையே இரண்டு தூதுக்குழுக்கள் பரிமாறிக் கொள்ளப்பட்டதாக அறிகிறோம். கி.பி. 27-28ல் ரோமாபுரிப் பேரரசர் அகஸ்டஸின் அரசவைக்கும், கி.பி.110-120ல் ரோமாபுரிப் பேரரசர் டிராஜன் அரசவைக்கும் இந்தியாவிலிருந்து தூதுக் குழுக்கள்

அனுப்பப்பட்டன. இவ்வாறு ரோமாபுரியுடன் பண்டைக்கால இந்தியாவுக்கு இருந்த தொடர்புகள் தொழில் நுட்பத்தில் புதிய நடைமுறைகளைத் தோற்றுவித்திருக்கக் கூடும். இக்கால கட்டத்தில்தான் கண்ணாடிப் பொருள்கள் தயாரிக்கும் தொழில் நுட்பம் பிரதானமாக அயல்நாட்டுக் கருத்துகளையும், நடைமுறைகளையும் அடிப்படையாகக் கொண்டதாகவே இருந்தது. இந்தக் காலப் பகுதியில் போன்று வேறு எந்தக் காலப்பகுதியிலும் பண்டைய இந்தியாவில் கண்ணாடித் தயாரிப்பு இவ்வளவு முன்னேற்றம் அடைந்ததில்லை என்றே கூற வேண்டும்.

இயல் 17
சாதவாகனர் காலம்

அரசியல் வரலாறு

மௌரியர்களுக்குப் பிறகு வடக்கே ஆட்சிபீடமேறிய சுதேச மன்னர்களில் சுங்கர்களும் அவர்களைத் தொடர்ந்து கன்வர்களும் மிக முக்கியமானவர்களாவர். தக்காணத்திலும் மத்திய இந்தியாவிலும் மௌரியர்களின் ஆட்சி மறைந்த பின்னர் நூறு ஆண்டு இடைவெளிக்குப் பிறகு சாதவாகனர்கள் ஆட்சிக்கு வந்தனர். புராணங்களில் குறிப்பிடப்பட்டிருக்கும் ஆந்திரர்களுடன் இவர்கள் இணைத்துக் கூறப்படுகின்றனர். புராணங்கள் ஆந்திரர்களின் ஆட்சியைப் பற்றிக் கூறுகின்றனவே தவிர சாதவாகனர்களின் ஆட்சியைப்பற்றி எதுவும் கூறவில்லை. அதே சமயம் சாதவாகனர்களின் கல்வெட்டுப் பொறிப்புகளில் ஆந்திரர்களின் பெயர் எங்கும் இடம்பெறவில்லை. சாதவாகனர் காலத்துக்கு முன்னர் இங்கு குடியேற்றங்கள் இருந்து வந்ததைத் தக்காணத்தில் பல இடங்களில் கிடைத்துள்ள செந்நிற மட்கலங்களும், கறுப்பு-சிவப்பு மட்கலங்களும், செம்பழுப்பு நிற வண்ணப்பூச்சு கொண்ட மட்கலங்களும் உறுதி செய்கின்றன. இந்தக் குடியேற்றங்களில் பெரும்பாலானவை இரும்பைப் பயன்படுத்தும் பெருங்கற்காலக் கட்டிடக் கலைஞர்களுடன் சம்பந்தமுடையவை. வடக்கின் பொருளாயதக் காலசாரத்துடன் ஏற்பட்ட தொடர்புகளால் ஊக்குவிக்கப்பட்டு இவர்கள் புதுப்புது நடவடிக்கை களில் ஈடுபட்டனர். இரும்புக் கொழு முனையைப் பயன்படுத்துதல், நெல் மறுநடவு செய்தல், பெருகி வந்த நகரமயமாக்கம், எழுதக் கற்றுக் கொள்ளுதல் போன்றவை சாதவாகனர்கள் தலைமையில் அரசு தோன்றுவதற்கான நிலைமைகளைத் தோற்றுவித்தன. சில புராணக் கதைகளின்படி ஆந்திரர்கள் மொத்தம் 300 ஆண்டுக்காலம் அரசோச்சினர்; இக்காலப்பகுதியில்தான் சாதவாகன வம்சம் இப்பிரதேசத்தில் ஆட்சி புரிந்து வந்தது. சாதவாகனர்களின் ஆரம்ப கால கல்வெட்டுப் பொறிப்புகள் கி.மு. முதலாம் நூற்றாண்டைச்

சேர்ந்தவை. இச்சமயம்தான் அவர்கள் கன்வர்களைத் தோற்கடித்து மத்திய இந்தியாவின் சில பகுதிகளில் தம் ஆதிக்கத்தை நிலைநாட்டினர். தொடக்க கால சாதவாகன மன்னர்கள் ஆந்திராவில் தோன்றவில்லை; மகாராஷ்டிரத்தில்தான் தோன்றினர்; அங்குதான் அவர்களது ஆரம்பகால கல்வெட்டுப்பொறிப்புகள் காணப்படுகின்றன. அவர்கள் மேல் கோதாவரி பள்ளத்தாக்கில் தங்கள் ஆட்சியை நிறுவினர். இப்பள்ளத்தாக்கு தற்போது மகாராஷ்டிரத்தில் பல்வேறு வகையான பயிர்களைப் பெருமளவில் சாகுபடி செய்கிறது.

சாதவாகனர்கள் தங்கள் ஆட்சியைப் படிப்படியாகக் கர்நாடகத்துக்கும் ஆந்திரத்திற்கும் விஸ்தரித்தனர். அங்கு அவர்களுடைய மிகப்பெரியப் போட்டியாளர்களாக இருந்தவர்கள் சாகர்கள்; அவர்கள் மேல் தக்காணத்திலும் மேற்கு இந்தியாவிலும் தங்கள் ஆதிக்கத்தை, ஆட்சியை நிலைநாட்டி இருந்தனர். ஒரு கட்டத்தில் மகாராஷ்டிரத்திலும் மேற்கு இந்தியாவிலும் சாதவாகனர்கள் தங்கள் பிரதேசங்களை சாகர்களிடம் இழந்தனர். எனினும் கௌதமீபுத்தர சதகர்ணி (கி.பி. 106-130) என்ற சாதவாகன மன்னன் அப்போது தனது வமிச கௌரவத்தைக் காப்பாற்றினான். தான்தான் ஒரே பிராமணன் என்று உரிமை கொண்டாடிய அவன் சாகர்களைத் தோற்கடித்தான்; பல சத்திரிய மன்னர்களை அழித்தான். தனது பகைவனான நாகப்பனாவின் க்ஷகரத்த வம்சத்தையே வேரறுத்துவிட்டதாக அவன் ஆர்ப்பரித்தான். இந்தக் கூற்று உண்மையாக இருக்கக்கூடும். ஏனென்றால் நாசிக் நகருக்கு அருகே கிடைத்துள்ள நாகப்பனாவின் 8,000க்கு மேற்பட்ட வெள்ளி நாணயங்கள் திரும்ப முத்திரையிடப்பட்டதற்கான அறிகுறிகள் தென்படுகின்றன. சாகர்கள் வசமிருந்த மால்வாவையும் கத்தியவாரையும் அவன் கைப்பற்றிக் கொண்டான். கௌதமீபுத்திர சதகர்ணியின் பேரரசு வடக்கே மால்வாவிலிருந்து தெற்கே கர்நாடகம் வரை வியாபித்திருந்ததாகத் தோன்றுகிறது. ஆந்திரத்தின் மீதும் அவனது ஆதிக்கம் பரவியிருக்கக்கூடும்.

கௌதமீபுத்திரனது வழித்தோன்றல்கள் கி.பி. 220 வரை அரசோச்சினர். அவனுக்கு அடுத்தபடியாக ஆட்சி பீடமேறிய வசிஷ்திபுத்திர புலுமாயியின் (கி.பி. 130 - 154) நாணயங்களும் கல்வெட்டுப் பொறிப்புகளும் ஆந்திராவில் காணப்படுகின்றன; இரண்டாம் நூற்றாண்டின் மத்திய வாக்கில் இந்தப் பிரதேசம் சாதவாகன இராச்சியத்தின் ஒரு பகுதியாக இருந்து வந்தது என்பதை இவை காட்டுகின்றன. அவுரங்காபாத் மாவட்டத்தில் கோதாவரிக்கரையில்

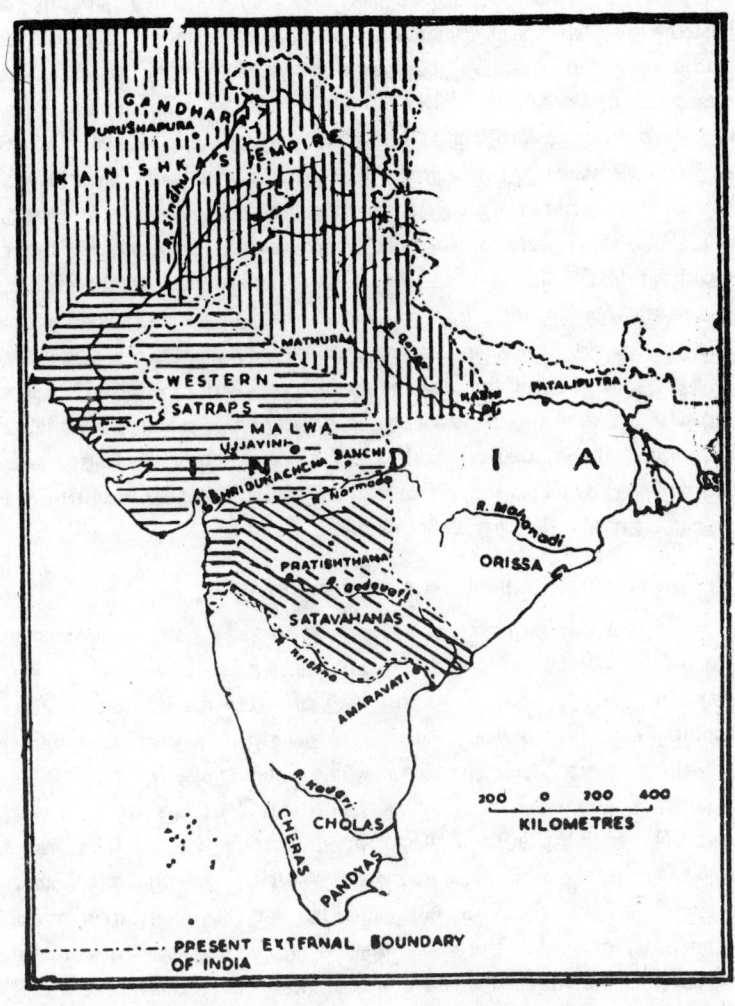

இந்தியாவின் இந்த இடக்கிடப்பியல் விவரங்கள் இந்தியத் தலைமை நில அளவாயர் அனுமதியுடன் வெளியிடப்பட்ட தேசப்படங்களை ஆதாரமாகக் கொண்டவை.

© இந்திய அரசின் பதிப்புரிமை, 1986.

இந்தியாவின் கரையோரக் கடல் பரப்பு எல்லைகள் அங்கீகரிக்கப்பட்ட இடத்திலிருந்து பன்னிரண்டு கடல் மைல் தொலைவுக்குக் கடலுக்குள் விரிந்து செல்லுகின்றன.

படம் - 51 சுமார் கி.பி. 150-ல் இந்தியா

பைத்தான் அல்லது பிரதிஸ்தானில் அவன் தனது தலைநகரை அமைத்துக் கொண்டிருந்தான். கொங்கணி கரையோரப் பிரதேசத்தையும் மால்வாவையும் கைப்பற்றுவதற்காக சாதவாகனர்களுடனான தங்கள் சண்டையை சாகர்கள் மீண்டும் தொடங்கினர். சௌராஷ்டிரத்தை (கத்தியவார்) ஆண்டுவந்த முதலாம் ருத்ரதாமன் (கி.பி. 130-150) சாதவாகனர்களை இருமுறை தோற்கடித்தான்; எனினும் அவர்களுடன் திருமண உறவுகள் இருந்ததால் அவர்களை முற்றிலும் அழித்து விடவில்லை. பிற்கால சாதவாகன மன்னர்களில் ஒருவனான யக்ஞ ஸ்ரீ சதகர்ணி (கி.பி. 165-194) வடக்கு கொங்கணியையும் மால்வாவையும் சாகர்களிடமிருந்து மீட்டான். அவன் வணிகத்திலும் கடற்பயணத்திலும் மிகுந்த ஆர்வம் கொண்டவன். அவன் வெளியிட்ட நாணயங்கள் ஆந்திரத்தில் மட்டுமின்றி மகாராஷ்டிரம், மத்தியப் பிரதேசம், குஜராத் ஆகிய இடங்களிலும் கிடைத்திருக்கின்றன. அவன் வெளியிட்ட நாணயங்களில் கப்பல் உருவம் பொறிக்கப்பட்டிருப்பதிலிருந்து கப்பற் பயணத்திலும் கடல்கடந்த வாணிகத்திலும் அவன் கொண்டிருந்த பற்றார்வத்தைத் தெரிந்து கொள்ளலாம்.

பொருளாயதக் கலாசார அம்சங்கள்

சாதவாகனர்களின் ஆட்சியில் தக்காணத்தின் பொருளாயதக் கலாசாரம் ஸ்தல அம்சங்களையும் வடக்கத்திய அம்சங்களையும் கொண்டதாக இருந்தது. தக்காணத்தின் பெருங்கற்காலக் கட்டிடக் கலைஞர்கள் இரும்பைப் பயன்படுத்துவதிலும் வேளாண்மையிலும் நன்கு பரிச்சயம் பெற்றவர்களாக இருந்தனர். ஏறத்தாழ கி.மு. 200க்கு முன்னர் இரும்பாலான ஒருசில மண்வெட்டிகளும் களைக் கொட்டுகளும் இப்பிராந்தியத்தில் பயன்படுத்தப்பட்டு வந்ததாக அறிகிறோம். ஆனால் கிறித்தவ சகாப்தத்தின் முதல் இரண்டு அல்லது மூன்று நூற்றாண்டுகளில் இத்தகையக் கருவிகளின் எண்ணிக்கை பெருமளவில் அதிகரித்ததாகத் தெரிகிறது. பெருங்கற்காலத்திலிருந்து சாதவாகனர் காலம் வரைக் களைக்கொட்டுகளின் வடிவமைப்புப் பெரிய அளவில் மாறியதாகத் தெரியவில்லை. களைக்கொட்டுகளுக்கு முறையாக கைப்பிடிகள் மட்டுமே இக்காலகட்டத்தில் பொருத்தப்பட்டதாகத் தோன்றுகிறது. கைப்பிடிகளுடன் கூடிய களைக்கொட்டுகள் தவிர அரிவாள்கள், மண்வாரிகள், உழுமுனைகள், கோடரிகள், வாய்ச்சிகள், கூர்மென் கத்திகள் முதலியவையும் சாதவாகன மண்படுகைகளில் கிடைத்துள்ளன. இதுவல்லாமல், அம்பு முனைகள் குத்துவாள்கள் போன்றவையும் இப்படுகைகளில் கிடைத்துள்ளன. கரீம்

நகர் மாவட்டத்தைச் சேர்ந்த ஓரிடத்தில் கருமான் பட்டறை கூடக் கண்டுபிடிக்கப்பட்டிருக்கிறது. கரீம் நகரிலும் வாரங்கல்லிலும் கிடைத்த இரும்புத் தாதுக்களை சாதவாகனர்கள் பயன்படுத்திக் கொண்டிருக்கக் கூடும்; ஏனென்றால் பெருங்கற்காலக் கட்டத்திலேயே இந்த மாவட்டங்களில் இரும்புச் சுரங்கத் தொழில் நடைபெற்று வந்ததற்கான அறிகுறிகள் தென்படுகின்றன. கிறித்துவ சகாப்தத்துக்கு முந்தைய நூற்றாண்டுகளிலும் அதற்குப் பின்னரும் கோலார் வயல்களில் தங்கச் சுரங்கப் பணிகள் நடைபெற்றதற்கான சான்றுகள் கிடைத்துள்ளன. சாதவாகனர்கள் தங்கக் கட்டிகளை செலாவணியாகப் பயன்படுத்தி இருக்கக்கூடும் என்று தெரிகிறது. குஷானர்கள் போல் அவர்கள் தங்க நாணயங்களை வெளியிடாததிலிருந்து இது புலனாகிறது. அவர்கள் பெரும்பாலும் ஈய நாணயங்களையே வெளியிட்டனர்; இதற்கான சான்று தக்காணத்தில் கிடைத்திருக்கிறது. அவர்கள் செம்பீயக் கலப்பு, செப்பு, வெண்கல நாணயங்களை வெளியிட்டதாகவும் அறிகிறோம். கி.பி. மூன்றாம் நூற்றாண்டு ஆரம்பத்தில் சாதவாகனர்களுக்குப் பின்னர் கிழக்குத் தக்காணத்தில் ஆட்சிக்கு வந்த இக்ஷ்வாகுகள் தமது சொந்த நாணயங்களை வெளியிட்டனர். சாதவாகனர்களும் இக்ஷ்வாகுகளும் தக்காணத்தின் தாதுப் பொருள் வளங்களைப் பயன்படுத்திக் கொண்டதாகத் தோன்றுகிறது.

தக்காண மக்கள் நெல் மறுநடவு முறையை நன்கு அறிந்திருந்தனர்; முதல் இரண்டு நூற்றாண்டுக் காலத்தில் கிருஷ்ணாவுக்கும் கோதாவரிக்கும் இடைப்பட்ட பிரதேசம் அதிலும் குறிப்பாக இவ்விரு நதிகளின் கழிமுகப் பிரதேசம் மாபெரும் நெற்களஞ்சியமாகத் திகழ்ந்தது. தக்காண மக்கள் பருத்தியையும் சாகுபடி செய்தனர். அயல்நாட்டினரின் பயணநூல்களில் ஆந்திரம் அதன் பருத்திப் பொருள்களுக்கு பெரிதும் புகழ்பெற்று விளங்கிற்று. இவ்வாறு தக்காணத்தின் ஒரு கணிசமான பகுதி மிகவும் முன்னேற்றமடைந்த கிராமப்புறப் பொருளாதாரத்தை வளர்த்திருந்தது. ஆந்திர இராச்சியம் 1,00,000 காலாட் படையினரையும், 2,000 குதிரைப்படையினரையும், 1000 யானைகளையும் கொண்ட ஒரு இராணுவத்தைப் பராமரித்து வந்ததாக பிளினி கூறுகிறார். இதிலிருந்து இந்த அரசு ஒரு பெரிய கிராமப்புற மக்கட் தொகையைக் கொண்டிருந்தது புலனாகிறது. இந்த மாபெரும் ராணுவத்தை வைத்துப் பேணுவதற்குப் போதுமான விளைபொருள்களை விவசாயிகள் உற்பத்தி செய்து வந்தனர் என்பதும் தெளிவாகிறது.

வடபுலத்து மக்களுடனான தொடர்புகளால் தக்காண மக்கள் நாணயங்கள், சுட்ட செங்கற்கள், வட்டக் கிணறுகள் முதலியவற்றைப்

பயன்படுத்தக் கற்றுக் கொண்டனர். பொருளாயத வாழ்க்கையின் இந்த அம்சங்கள் இரண்டு நூற்றாண்டுகளுக்குப் பிறகு தக்காணத்தில் மிகுந்த முக்கியத்துவம் பெற்றுவிட்டன. கரீம் நகர் மாவட்டத்திலுள்ள பெத்தபங்கூரில் (கி.மு. 200 - கி.பி. 200) சுட்ட செங்கற்களும், மோடு வேய்வதற்கு தட்டையான மற்றும் துளைகளிட்ட ஓடுகளும் பயன்படுத்தப்பட்டிருப்பதைக் காண்கிறோம். இவை யாவும் கட்டிடங்கள் நீண்ட காலம் நிலைத்திருப்பதற்கு உதவி இருக்கக் கூடும். இதில் மேலும் குறிப்பிடத்தக்க ஒரு விஷயம் என்னவென்றால் கி.பி. இரண்டாம் நூற்றாண்டைச் சேர்ந்த 22 செங்கல் கிணறுகள் இந்த இடத்தில் கண்டுபிடிக்கப்பட்டிருப்பதாகும். வீடுகளை நெருக்கமாகக் கட்டுவது இதனால் சாத்தியமாயிற்று. மேலும், கழிவு நீரை பாதாள சாக்கடைகள் மூலம் அகற்றி ஒதுக்குப்புறமாக அமைக்கப்பட்டுள்ள குழிகளில் கொண்டு போய்ச் சேர்ப்பதற்கு வசதி செய்யப்பட்டிருப்பதையும் இங்கு காண்கிறோம். பல கைவினைத் தொழில்கள் பெருகியதால் கி.மு. முதலாம் நூற்றாண்டு வாக்கில் மகாராஷ்டிரத்தில் நகரங்கள் தோன்ற ஆரம்பித்தன. ஒரு நூற்றாண்டுக்குப் பிறகு கிழக்கு தக்காணத்தில் அவை உதித்தெழுந்தன. கிழக்கு தக்காணத்தில் ஆந்திர நாடு சுற்றிலும் அரண்காப்பு செய்யப்பட்ட 30 நகரங்களையும், எண்ணற்ற கிராமங் களையும் கொண்டதாக இருந்தது என்று பிளினி தெரிவிக்கிறார். இரண்டாவது, மூன்றாவது நூற்றாண்டுகளில் இந்தப் பிரதேசத்தில் பல நகரங்கள் இருந்தன என்பது கல்வெட்டுப் பொறிப்புகளிலிருந்தும், அகழ்வாய்வுகளிலிருந்தும் தெரிய வருகிறது. இங்கு எண்ணற்ற ரோமாபுரி, சாதவாகன நாணயங்கள் கண்டுபிடிக்கப்பட்டிருப்பது வாணிகப் பெருக்கத்தைக் காட்டுகிறது. சுமார் ஒரு நூற்றாண்டுக்குப் பிறகு கிழக்கு தக்காணத்திலும், கோதாவரி - கிருஷ்ணா பகுதியிலும் இந்த நாணயங்கள் தோன்றின.

சமூக அமைப்பு முறை

சாதவாகனர்கள் தக்காணத்தைச் சேர்ந்த ஒரு பழங்குடியினர் எனத் தோன்றுகிறது. ஆனால் அவர்கள் பிராமணர்களாக்கப்பட்டனர். சீர்குலைந்திருந்த சதுர் வருண அமைப்பு முறைக்கு தான் புத்துயிரூட்டியதாக சாதவாகனர்களின் மிகவும் புகழ்பெற்ற மன்னனான கௌதமீபுத்திர சதகர்ணி உரிமைகொண்டாடுகிறான். பல்வேறு சமூக அமைப்புகளைச் சேர்ந்த மக்களிடையே ஏற்பட்டுவரும் இனக் கலப்புக்கு தான் முற்றுப்புள்ளி வைத்ததாகவும் அவன் பெருமைப்பட்டுக் கொள்கிறான். சாகர்களின் ஊடுருவலாலும், தக்காணத்தில் வாழ்ந்து வந்த

பழங்குடி மக்கள் நுனிப்புல் மேயும் வகையில் மேலெழுந்தவாரியான முறையில் பிராமணமயமாக்கப்பட்டதாலுமே இந்தக் குழப்பம் ஏற்பட்டது. சாகர்களுக்கும் சாதவாகனர்களுக்கும் இடையே நடைபெற்ற கலப்பு மணங்கள் இந்து சமுதாயத்தில் சாகர்களை சத்திரியர்களாக ஏற்றுக் கொள்வதைச் சாத்தியமாக்கின. இவ்வாறே அப்பகுதியின் தொல்பழங்குடி மக்களும் பௌத்த பிட்சுகளால் மேன்மேலும் பண்பாடுடையவர்களாக ஆக்கப்பட்டனர்; நில மானியங்கள் வழங்கி மேற்கு தக்காணத்தில் குடியேறும்படி அவர்கள் தூண்டி ஊக்குவிக்கப்பட்டனர். வணிகர்களும் பௌத்த பிட்சுகளுக்கும் மிகுந்த ஆதரவு அளித்து வந்ததாகத் தெரிகிறது; ஆரம்பகால பௌத்த குகை மடாலயங்கள் வாணிக மார்க்கங்களில் அமைந்திருப்பது இதை உறுதி செய்கிறது. சாதவாகனர்கள்தான் பிராமணர்களுக்கு நிலமானியங்கள் வழங்கிய முதல் ஆட்சியாளர்களாவர். அதே சமயம் பௌத்த பிட்சுகளுக்கும் மானியங்கள் அளிக்கப்பட்ட பல சம்பவங்கள் குறித்தும் அறிய வருகிறோம்.

தர்ம சாஸ்திரங்களின்படி சத்திரியர்களின் கடமை ஆட்சி புரிவதாகும். ஆனால் சாதவாகன மன்னர்களோ தங்களை பிராமணர்கள் என்று அழைத்துக் கொண்டனர். கௌதமீபுத்திரன் தன்னை உண்மையான பிராமணன் என்று பறைசாற்றிக் கொண்டான். ஆந்திரர்கள் ஆரம்பகால சாதவாகனர்களின் இனத்தைச் சேர்ந்தவர்கள் என்று கருதப்படுவதால், அவர்கள் பின்னாளில் பிராமணர்களாக மாறிய ஸ்தல பழங்குடியினராக அநேகமாக இருக்கக் கூடும். வடக்கைச் சேர்ந்த வைதிக பிராமணர்களோ ஆந்திரர்களைக் கலப்பு சாதியினராகக் கருதி வந்தனர். ஆந்திரர்கள் ஒரு கலப்பு சாதியினராக பிராமணீய சமுதாயத்தின் அரவணைப்புக்குள் கொண்டுவரப்பட்ட ஒரு பழங்குடியினர் என்பதை இது காட்டுகிறது.

இந்தக் காலக்கட்டத்தில் கைவினைத் தொழில்களும் வாணிகமும் வளர்ந்தோங்கி வந்ததால் பல பெரு வணிகர்களும் கைவினைஞர்களும் முன்னணிக்கு வந்தனர். வணிகர்கள் தாங்கள் வசிக்கும் நகரங்களின் பெயர்களைத் தங்களுக்குச் சூட்டிக் கொள்வதில் பெருமிதம் கொண்டனர். வணிகர்களும் கைவினைஞர்களும் பௌத்த திருப்பணிக்கு ஏராளமான நன்கொடைகளை தாராளமாக வாரி வழங்கினர். அவர்கள் ஆங்காங்கு நினைவுக் கல்பொறிப்புகளை அமைத்தனர். கைவினைஞர்களில் **காந்திகர்கள்** அல்லது நறுமணப் பொருள்கள் தயாரிப்பவர்கள் நன்கொடையாளர்களாக அடிக்கடி குறிப்பிடப்படுகின்றனர். பிற்காலத்தில் காந்திகர் எனும் பதம் சகல

வகையான வணிகர்களையும் குறிப்பதாக ஆயிற்று. தற்காலத்தில் வழங்கப்படும் காந்தி என்னும் பட்டப்பெயர் இந்தப் பண்டைக்காலப் பதத்திலிருந்து தோன்றியதே ஆகும்.

சாதவாகனர்களைப் பற்றிய மிகவும் சுவையான விஷயம் அவர்களது குடும்பக் கட்டமைப்புப் பற்றியதாகும். வட இந்தியாவில் ஆரிய சமுதாயத்தில் தந்தையே தாயைவிட மிகுந்த முக்கியத்துவம் பெற்றிருந்தான். இதுவரை நாம் கூறிவந்திருக்கும் வட இந்திய அரசர்கள் தந்தைவழிச் சமுதாயத்தைச் சேர்ந்தவர்களாக இருந்ததாகவே தோன்றுகிறது. ஆனால் சாதவாகனர்களிடமோ தாய்வழி சமுதாயக் கட்டமைப்பின் தடயங்களைக் காண்கிறோம். அவர்களுடைய மன்னனுக்கு அவனது தாயின் பெயரைச் சூட்டி அழைப்பது வழக்கமாக இருந்து வந்திருக்கிறது. கௌதமீபுத்திரன், வாசிஷ்தீபுத்திரன் போன்ற பெயர்கள் அவர்களது சமுதாயத்தில் தாய் மிகுந்த முக்கியத்துவம் பெற்றிருந்ததை எடுத்துக் காட்டுவதாக உள்ளன. இன்றைய தீபகற்ப இந்தியாவில் மகனின் பெயரில் தந்தையின் பெயரின் ஒரு பகுதியும் அடங்கியிருப்பதைப் பார்க்கிறோம்; அதில் தாய்க்கு இடம் ஏதுமில்லை; தந்தைவழி சமுதாய செல்வாக்கு மேலோங்கி இருப்பதையே இது காட்டுகிறது. ராணிகள் தங்கள் சொந்த விருப்பப்படி முக்கியமான மத நன்கொடைகளை வழங்கினர்; அவர்களில் சிலர் பகர ஆளுநர்களாகவும் (ரீஜண்டுகள்) செயல்பட்டனர். எனினும் சாதவாகன ஆளும் குடும்பம் அடிப்படையில் தந்தை வழிப்பட்டதாகவே இருந்தது; இதனால் அரியணைக்கான வாரிசு ஆண்மகனாகவே இருந்தான்.

நிர்வாகப் பாணி

தர்மசாஸ்திரங்கள் அரசனுக்கு நிர்ணயித்துத் தந்திருக்கும் கடமைகளை வழுவாது பிறழாது நிறைவேற்றுவதற்கு சாதவாகன மன்னர்கள் முயன்று வந்திருக்கின்றனர். மன்னன் தர்மத்தை நிலைநாட்டுபவனாகக் கருதப்பட்டு வந்தான். அவனுக்குச் சில தெய்வீகப் பண்புகள் கற்பித்துக் கூறப்பட்டன. ராமன், பீமன், கேசவன், அர்ஜுனன் போன்ற இதிகாச புருஷர்களின் இயல்புகளைச் சாதவாகன மன்னன் பெற்றிருப்பதாகக் கருதப்பட்டு வந்தது. வீரத்திலும் தீரத்திலும், வல்லமையிலும், துணிவிலும், மிகு புகழிலும் இந்தக் காவிய நாயகர்களுடனும் தெய்வீக சக்திகளுடனும் அவன் ஒப்பிடப்பட்டான். சாதவாகன மன்னன் தெய்வீகத் தன்மை கொண்டவன் என்பதை நிலைநாட்டுவதே இதன் குறிக்கோள் என்பது தெள்ளத் தெளிவு.

அசோகர் காலத்தில் நடைமுறையிலிருந்த நிர்வாக அமைப்புகளில் சிலவற்றை சாதவாகனர்கள் அப்படியே வைத்துக் கொண்டனர். அவர்களது மாவட்டம் **அஹரா** எனப்பட்டது; அசோகர் காலத்திலும் மாவட்டம்இதே பெயரில்தான் அழைக்கப்பட்டு வந்தது. மௌரியர் காலத்தைப் போன்றே அவர்களுடைய அதிகாரிகள் **அமத்தியர்கள், மகாமத்ரர்கள்** என அழைக்கப்பட்டனர்.

எனினும் சாதவாகனர்களின் நிர்வாகத்தில் சில ராணுவ, பிரபுத்துவ அம்சங்கள் இடம்பெற்றிருப்பதைக் காண்கிறோம். **சேனாபதி** மாகாண ஆளுநராக நியமிக்கப்படுவதை இவ்வகையில் முக்கியமாகக் குறிப்பிட வேண்டும். தக்காணத்திலிருந்த பழங்குடி மக்கள் முற்றிலும் இந்து சமயத்தைத் தழுவாததாலும், புதிய ஆட்சியை இன்னமும் உளப்பூர்வமாக ஏற்காததாலும் அவர்களை வலுவான ராணுவக் கண்காணிப்பில் வைத்திருப்பது அவசியமாயிற்று. கிராமப்புறங்களில் நிர்வாகம் **கௌல்மிகா** என்னும் ஓர் அதிகாரியிடம் ஒப்படைக்கப் பட்டது. அவன் ஒரு படைப்பிரிவின் தலைவன். அவனது படைப்பிரிவு 9 ரதங்களையும், 9 யானைகளையும், 25 குதிரைகளையும், 45 காலட் படைவீரர்களையும் கொண்டதாக இருந்தது. ஆக, கிராமப்புறத்தில் அமைதியையும் ஒழுங்கையும் நிலைநாட்டும் பொருட்டு படைப்பிரிவுத் தலைவன் அங்கு அதிகாரியாக நியமிக்கப்பட்டான்.

கதகம், ஸ்கந்தவரஸ்கள் போன்ற பதங்கள் சர்வ சாதாரணமாகப் பயன்படுத்தப்பட்டதிலிருந்தும் சாதவாகன ஆட்சியின் ராணுவ இயல்பை ஓரளவு தெரிந்து கொள்ளலாம். மேலே கூறியவை யாவும் அப்பகுதியில் மன்னன் தங்கியிருக்கும் வரை நிர்வாகக் கேந்திரங்களாகச் செயல்பட்ட ராணுவ முகாம்களாகும். இவ்வாறு சாதவாகனர்களின் நிர்வாகத்தில் வல்லந்தம் ஒரு முக்கிய பங்கு வகித்தது என்பது தெளிவாகிறது.

வரி செலுத்துவதிலிருந்து விதிவிலக்கு அளிக்கப்பட்ட கிராமங்களை பிராமணர்களுக்கும் பௌத்த பிட்சுகளுக்கும் தானமாக வழங்கும் நடைமுறையை சாதவாகனர்கள் பின்பற்றத் தொடங்கினர். அவர்களுக்குத் தானமாக அளிக்கப்பட்ட பண்படுத்தப்பட்ட நிலங்களிலும், கிராமங்களிலும் அரசக் காவல் துறையினர், படைவீரர்கள், அதிகாரிகள் போன்றோர் அத்துமீறி நுழைந்து தொந்தரவும் தொல்லையும் கொடுக்காதபடி அவசியமான பாதுகாப்பு ஏற்பாடுகள் செய்யப்பட்டன. இதனால் இந்தப் பிரதேசங்கள் சாதவாகன இராச்சியத்திற்குள் சிறு சுதந்திரத் தீவுகள் போல் அமைந்திருந்தன. மக்களுடன் கலந்து வாழ்ந்து வந்த பௌத்த பிட்சுக்களும் அவர்களுக்கு

அமைதியையும் சீரிய ஒழுக்க விதிகளையும் போதித்தனர்; அரசியல் அதிகாரத்தையும் சமூக ஒழுங்கமைப்பையும் மதித்து நடக்கும்படியும் அவர்களுக்குக் கற்றுக் கொடுத்தனர். சமுதாயத்தை நிலைபெறச் செய்த வருண அமைப்பு முறையின் விதிகளைச் செயல்படுத்து வதற்கு பிராமணர்கள் உதவி செய்தனர் என்பதைச் சொல்ல வேண்டியதில்லை.

சாதவாகன ஆட்சி அமைப்பு மூன்று படிநிலைகளைக் கொண்டிருந்தது. இவற்றில் மிக உயர்ந்த படிநிலையை மன்னன் பெற்றிருந்தான்; அவன் **ராஜா** என அழைக்கப்பட்டான்; நாணயங்களை வெளியிடும் உரிமையை அவன் பெற்றிருந்தான். இரண்டாவது படிநிலையை **மகாபோஜனும்**, மூன்றாவது படிநிலையை **சேனாபதியும்** வகித்தனர். இந்தப் படிநிலைகளில் இருந்தவர்கள் தத்தமது துறைகளில் குறிப்பிட்ட அதிகாரம் பெற்றிருந்தனர்.

சமயம்

சாதவாகன ஆட்சியாளர்கள் தம்மை பிராமணர்கள் என்று கூறிக் கொண்டனர். பிராமணீயம் வெற்றிவாகை சூட அரும்பாடு பட்டனர். தொடக்ககாலம் முதலே அரசர்களும் ராணிகளும் **அஸ்வமேதம், வாஜபேயம்** போன்ற வேத வேள்விகளை செய்து வந்தனர்.

கிருஷ்ணன், வாசுதேவன் போன்ற பல வைஷ்ணவ தெய்வங்களை அவர்கள் வழிப்பட்டனர். வேள்விகளை நடத்தித் தருவதற்கான தட்சணைகளை பிராமணர்களுக்குத் தாராளமாக வழங்கி வந்தனர்.

எனினும் அதே சமயம் சாதவாகன மன்னர்கள் பௌத்த பிட்சுகளுக்கு நில மானியங்கள் வழங்கி புத்தமதத்தின் வளர்ச்சிக்கு துணை புரிந்தனர். அவர்களது இராச்சியத்தில் புத்த மதத்தின் மகாயான பிரிவு குறிப்பாக கைவினைஞர்களிடையே கணிசமான செல்வாக்கு பெற்றிருந்தது. சாதவாகனர்கள் மற்றும் அவர்களுக்குப் பின்னர் வந்த இக்ஷ்வாகுகளின் ஆட்சியில் ஆந்திரப்பிரதேசத்தில் நாகார்ஜுன கொண்டாவும், அமராவதியும் முக்கியமான பௌத்த கலாசாரத் தலங்களாக மிளிர்ந்தன. இவ்வாறே, மகாராஷ்டிரத்தை உள்ளடக்கிய மேற்கு தக்காணத்தில் நாசிக் மற்றும் ஜுனார் பகுதிகளிலும் புத்த மதம் தழைத்தோங்கி வந்தது. இங்கு அந்த மதம் வணிகர்களின் பேராதரவைப் பெற்றிருந்ததாகத் தெரிகிறது.

படம் - 52 கார்லேயிலுள்ள சைத்தியம்

கட்டிடக்கலை

சாதவாகனர் காலத்தில் பல **சைத்தியங்களும்** (புண்ணியத்தலங்கள்), துறவி மடங்களும் வடமேற்கு தக்காணத்தில் அல்லது மகாராஷ்டிரத்தில் பெரும்பாறைகளை கலை மிகுந்த கைத்திறத்தோடும், தேர்ச்சி திறத்தோடும், அபார பொறுமையோடும் குடைந்து வடிவமைக்கப் பட்டுள்ளன. உண்மையில் இந்த நிகழ்வுப் போக்கு ஒரு நூற்றாண்டுக்கு முன்னமேயே அதாவது சுமார் கி.மு. 200லேயே தொடங்கிவிட்டது. இந்த இரண்டு கட்டுமானங்களும் சேர்ந்தது பௌத்த கோயிலாகும்; இது **சைத்தியம்** எனப்பட்டது; மடாலயம் விஹாரம் என அழைக்கப்பட்டது. **சைத்தியம்** என்பது பல தூண்களைக் கொண்ட ஒரு பெரிய மண்டபமாகும்; விஹாரம் என்பது ஒரு மத்திய மண்டபத்தைக் கொண்டது; முன்னாலுள்ள தாழ்வாரத்தில் இதற்கான நுழைவாயில் இருக்கிறது. மேற்கு தக்காணத்தில் கார்லேயிலுள்ள **சைத்தியம்தான்** மிகவும் புகழ்பெற்றதாகும். இது ஏறத்தாழ 40 மீட்டர் நீளமும், 15 மீட்டர் அகலமும், 15 மீட்டர் உயரமும் கொண்டது. பிரம்மாண்டமான பௌத்த குகைக்கு இதனை மிகச் சிறந்த உதாரணமாகக் கொள்ளலாம்.

விஹாரங்கள் அல்லது துறவி மடங்கள் மழைக்காலத்தில் பௌத்த பிட்சுக்கள் தங்குவதற்கென சைத்தியங்களுக்கு அருகில் பாறையைக் குடைந்து அமைக்கப்பட்டன. நாசிக்கில் இத்தகைய மூன்று விஹாரங்கள்

இருந்து வருவதைப் பார்க்கிறோம். நாகபாணன், கௌதமீபுத்திரன், ஆகியோரின் பாறைப்பொறிப்புகள் அங்கு காணப்படுவதால் இந்த விஹாரங்கள் கி.பி. முதலாவது, இரண்டாவது நூற்றாண்டுகளைச் சேர்ந்தவையாக இருக்கக்கூடும் எனத் தோன்றுகிறது.

படம் - 53 புத்தரின் திருவடிகளை வழிபடுவதைச் சித்திரிக்கும் சிற்பம் - அமராவதி

பாறைக் குடைவு சிற்பக்கலை ஆந்திரத்தில் கிருஷ்ணா - கோதாவரிப் பிராந்தியத்திலும் காணப்படுகிறது. எனினும் இந்தப் பிராந்தியம் உண்மையில் தனிவகையான பௌத்த கட்டுமானங்களுக்கு அதிலும் பெரும்பாலும் தூபிகளுக்கு மிகவும் பிரபலம் பெற்றது. இவற்றில் பெரிதும் புகழ் பெற்றவை அமராவதி, நாகர்ஜுனகொண்டா தூபிகளாகும். தூபி என்பது புத்தரின் ஏதேனும் ஒரு நினைவுச் சின்னத்தின் மீது எழுப்பப்படும் ஒரு பெரிய வட்ட வடிவமான கட்டுமானமாகும். அமராவதி தூபி சுமார் கி.மு. 200ல் நிர்மாணிக்கப் பட்டது. எனினும் கி.பி. இரண்டாம் நூற்றாண்டுப் பிற்பாதியில் அது முற்றிலும் புனரமைக்கப்பட்டது. அதன் கவிகை மாடம் அடித்தளத்தில் 53 மீட்டர் குறுக்களவு கொண்டதாகவும் 33 மீட்டர் உயரம் கொண்டதாகவும் இருந்தது. அமராவதி தூபியில் ஏராளமான சிற்பங்கள் இடம் பெற்றிருந்தன. அவை புத்தரது வாழ்க்கையின் பல்வேறு கட்டங்களைச் சித்திரிப்பதாக உள்ளன.

இரண்டாம் - மூன்றாம் நூற்றாண்டுகளில் நாகார்ஜுன கொண்டா சாதவாகனர்களுக்குப் பிறகு ஆட்சிக்கு வந்த இக்ஷ்வாகுகளின்

ஆதரவில் பல்வேறு துறைகளிலும் வளம் பெற்று விளங்கிற்று. அது பௌத்த நினைவுச் சின்னங்களை மட்டுமின்றி, புராதனமான பிராமணீய கோயில்களையும் தன்னுள் கொண்டிருக்கிறது. ஏறத்தாழ இரண்டு டஜன் மடாலயங்களை இங்கு காணலாம். அதன் தூபிகளையும் மகா

படம் - 54 புத்தர் போதனை செய்யும் ஒரு காட்சி - நாகார்ஜுனக்கொண்டா

சைத்தியங்களையும் சேர்த்துப் பார்க்கும்போது கிறித்தவ சகாப்தத்தின் ஆரம்ப நூற்றாண்டுகளில் நாகார்ஜுனக்கொண்டா கட்டிடக் கலையின் சிகரமாகத் திகழ்ந்தது என்பதில் ஐயமில்லை.

மொழி

பிராகிருதம் சாதவாகனர்களின் ஆட்சி மொழியாக இருந்து வந்தது. அசோகர் காலத்தில் போன்றே எல்லாச் சாசனங்களும் பிராகிருத மொழியில் இயற்றப்பட்டுப் பிரஹ்மி எழுத்தில் எழுதப்பட்டன. சில சாதவாகன மன்னர்கள் பிராகிருத நூல்களை எழுதியிருக்கக்கூடும் என்றும் தோன்றுகிறது. **கதாசத்தசை** அல்லது **கதாசப்தசதி** என்னும் பிராகிருத நூல் ஹாலா என்னும் சாதவாகன மன்னரால் எழுதப்பட்டதாகக் கூறப்படுகிறது. இது பிராகிருத மொழியில் இயற்றப்பட்ட 700 செய்யுள்களைக் கொண்டது. கி.பி. ஆறாம் நூற்றாண்டுக்குப் பிறகு அது திருத்தி எழுதப்பட்டதாகத் தெரிகிறது.

இயல் 18

தொலை தெற்கில் வரலாற்றின் விடியல்

பெருங்கற்காலப் பின்னணி

வரலாற்றுக் காலத்தின் தொடக்கத்தை பல அம்சங்கள் கட்டியங்கூறி பறைசாற்றுகின்றன. அவை வருமாறு: இரும்புக் கொழுமுனைகளின் உதவியோடு வேளாண்மையில் ஈடுபடும் பெருமளவிலான கிராமப்புற சமூகங்கள், அரசமைப்பின் தோற்றம், சமூக வர்க்கங்கள் உதயம், எழுத்துக் கலையைப் பயன்படுத்துதல், எழுத்து வடிவான இலக்கியத்தின் ஆரம்பம். காவேரி கழிமுகப் பகுதியை மையமாகக் கொண்ட தீபகற்பத்தின் கடைக்கோடியில் ஏறத்தாழ கி.மு. இரண்டாம் நூற்றாண்டுவரை இந்த நிகழ்வுப் போக்குகளைக் காண முடியவில்லை. இந்தக் காலகட்டம்வரை தீபகற்பத்தின் உட்பகுதிகளில் பெரும் நினைவுச் சின்னக் கற்களை எழுப்புவோர் எனப்படும் மக்கள் வாழ்ந்து வந்தனர். அரிதாகக் காணப்பட்ட அவர்களது குடியேற்றங்களிலிருந்து அவர்கள் அறியப்படவில்லை; மாறாக அவர்களது கல்லறைகளைக் கொண்டுதான் அவர்கள் அறியப்பட்டனர். இந்தக் கல்லறைகள் பெருங்கல் கல்லறைகள் எனப்பட்டன; ஏனெனில் அவற்றைச் சுற்றிலும் பெரிய கற்பாளங்கள் வைக்கப்பட்டிருந்தன. அந்தக் கல்லறைகளில் புதைக்கப்பட்டவர்களின் எலும்புக்கூடுகள் மட்டுமின்றி மட்பாண்டங்களும் இரும்பாலான பொருள்களும் காணப்படுகின்றன. செந்நிற மட்பாண்டங்கள் உட்பட பல்வேறு வகையான மட்பாண்டங்களை இந்த மக்கள் பயன்படுத்தினர்; எனினும் கரிய செந்நிற மட்கலங்களே அவர்களிடம் மிகவும் பிரபலம் பெற்றிருந்ததாகத் தெரிகிறது. இம்மக்கள் இறந்தவர்களின் பிணங்களோடு பல பொருள்களையும் சேர்த்துப் புதைக்கும் வழக்கத்தைக் கைக்கொண்டு வந்தனர்; இறந்தவர்களுக்கு அடுத்த உலகிலும் இவையெல்லாம் தேவைப்படும் என்று அவர்கள் நம்பிவந்ததே இதற்குக் காரணம். இந்தப் பொருள்கள் அவர்களது பிழைப்புக்கு எவை ஆதாரமாக இருந்தன என்பதை நமக்கு எடுத்துக்காட்டுவதாக இருக்கின்றன. அம்புகள், ஈட்டிகள், களைக்கொட்டுகள், அரிவாள்கள் முதலியவற்றை இந்தக் கல்லறைகளில் காண்கிறோம்; இவை எல்லாமே இரும்பில் தயாரிக்கப் பட்டவையாகும். பிற்காலத்தில் சிவனுடன் இணைத்துப் பேசப்பட்ட திரி சூலங்களும் இந்தப் புதைகுழிகளில் காணப்படுகின்றன. எனினும்

இக்கல்லறைகளில் புதைக்கப்பட்ட வேளாண் கருவிகளின் எண்ணிக்கையோடு ஒப்பிடும்போது போரிடுவதற்கும், வேட்டையாடுவதற்கும் பயன்படுத்தப்படும் கருவிகளே எண்ணிக்கையில் மிக அதிகமாகும். முன்னேற்றமடைந்த வகையைச் சேர்ந்த வேளாண் முறையை இவர்கள் மேற்கொள்ளவில்லை என்பதையே இது காட்டுகிறது.

பெருங்கல் கல்லறைகள் தீபகற்பத்தின் எல்லா உட்பகுதிகளிலும் காணப்படுகின்றன; எனினும் கிழக்கு ஆந்திரத்திலும் தமிழ்நாட்டிலும் அவை அதிக எண்ணிக்கையில் காணப்படுகின்றன. இவற்றின் தொடக்கம் கி.மு. 1000ல் இருக்கக்கூடும் என்று கருதப்படுகிறது. ஆனால் பல இடங்களில் பெருங்கற்கால கட்டம் கி.மு. ஐந்தாவது நூற்றாண்டு முதல் முதலாம் நூற்றாண்டு வரை நீடித்தது. ஒரு சில இடங்களில் இந்தக் கட்டம் கிறித்தவ சகாப்தத்தின் ஆரம்ப நூற்றாண்டுகள் வரை கூட நீடித்தது.

அசோகரது கல்வெட்டுகளில் குறிப்பிடப்பட்டிருக்கும் சோழர்கள், பாண்டியர்கள், கேரள புத்திரர்கள் (சேரர்கள்) ஆகியோர் அநேகமாக பொருளாயதக் கலாசாரத்தின் பிந்திய பழங்கற்காலக் கட்டத்தைச் சேர்ந்தவர்களாக இருக்கக் கூடும். தமிழ்நாட்டின் தென் மாவட்டங்களில் பெருங்கற்களைப் பயன்படுத்தி வந்த மக்கள் சில குறிப்பிட்ட தனியியல்புகளைக் கொண்டவர்களாக இருந்தனர். அவர்கள் இறந்தவர்களின் எலும்புக்கூடுகளைச் செந்நிறத் தாழிகளில் வைத்துப் பூமியில் புதைத்தனர். பெரும்பாலும் அவற்றைச் சுற்றிலும் கல் வளையங்களை எழுப்பவில்லை; அவற்றுடன் சேர்த்துப் புதைக்கும் பொருள்களும் அதிகமில்லை. இறந்தவர்களின் எலும்புகளைத் தாழிகளில் வைத்துப் புதைக்கும் இந்த வழக்கம் கிருஷ்ணா - கோதாவரி பள்ளத்தாக்கில் கடைப்பிடிக்கப்பட்டு வந்த தட்டை கற்களாலான பெட்டி வடிவமுள்ள கல்லறைகளில் புதைக்கும் வழக்கத்திலிருந்தும், அதேபோல் பிணத்தைக் குழிதோண்டிப் புதைத்து சுற்றிலும் கல்வளையங்களை எழுப்பும் வழக்கத்திலிருந்தும் மாறுபட்டதாகும். இது எப்படியிருந்தபோதிலும், பெருங்கற்கால மக்கள் இரும்பைப் பயன்படுத்தினாலும் குடியேற்றத்துக்கும், பிணங்களை அடக்கம் செய்வதற்கும் குன்றுச் சரிவுகளை ஓரளவு சார்ந்திருந்தனர். இந்த மக்கள் நெல்லையும் ராகியையும் பயிரிட்டு வந்தனர் என்பதில் ஐயமில்லை. ஆனால் அவர்கள் பயன்படுத்திய சாகுபடி நிலத்தின் பரப்பு மிகவும் குறைவாகவே இருந்தது. அடர்ந்த காடுகளால் சூழப்பட்டிருந்ததால் பொதுவாக சமவெளிகளிலோ அல்லது தாழ்நிலப்பகுதிகளிலோ அவர்கள் குடியமர்வதில்லை.

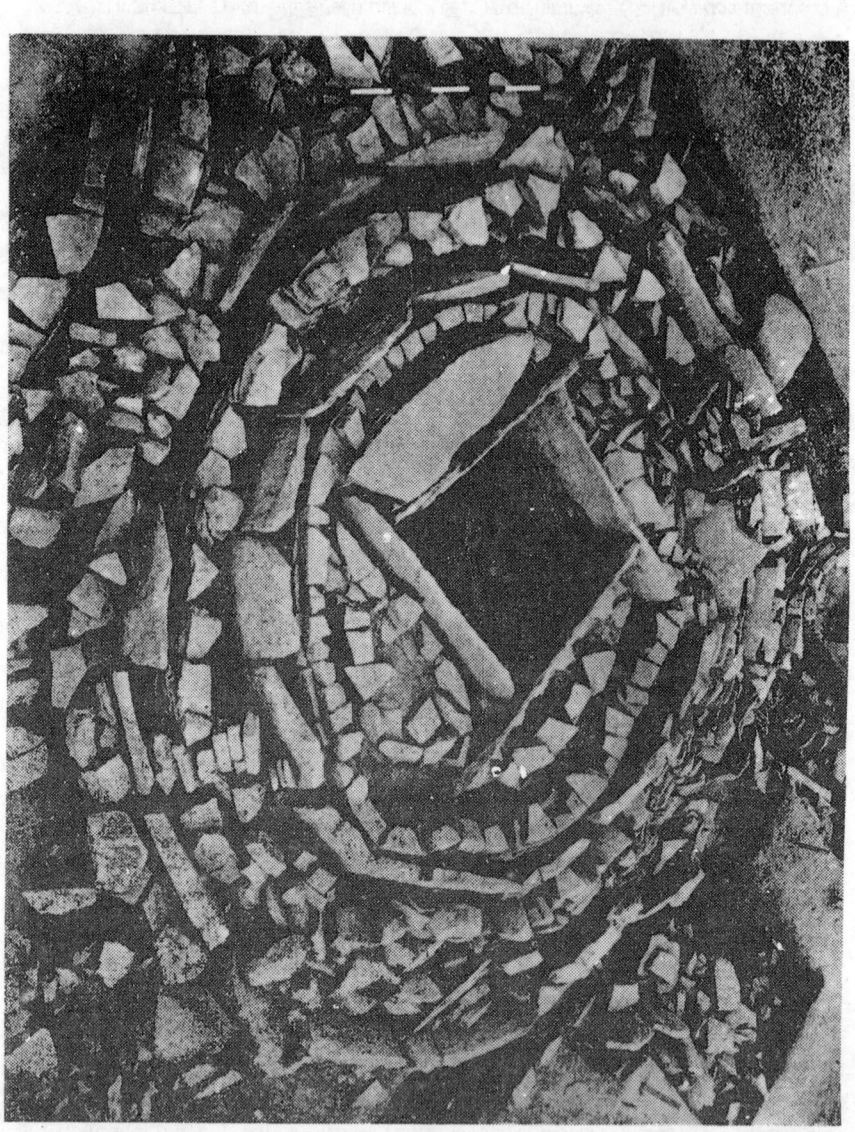

படம் - 55 வளையம் போல் பெரிய கற்களை
அடுக்கி அமைக்கப்படும் கல்லறை

அரசமைப்பும் நாகரிகத்தின் தோற்றமும்

கி.மு. மூன்றாம் நூற்றாண்டு வாக்கில் பெருங்கற்கால மக்கள் மேட்டு நிலப் பகுதிகளிலிருந்து வெளியேறி செழிப்பும் வளமுமிக்க ஆற்றுப் பள்ளத்தாக்குப் பகுதிகளில் குடியேறினர்; ஆற்றின் கழிமுகப்பகுதிகளில் சதுப்பு நிலங்களைச் சாகுபடியின் கீழ் கொண்டு வந்தனர். வணிகர்களும், புதுநிலப் பகுதிகளை வென்று கைப்பற்றுபவர்களும், ஜைனர்களும், பௌத்தர்களும், சில பிராமண சமயப் பரப்பாளர்களும் வடக்கிலிருந்து தீபகற்பத்தின் கடைக்கோடிக்குக் கொண்டுவந்த பொருளாயதக் கலாசாரத்தின் அம்சங்களுடன் ஏற்பட்ட தொடர்பால் இவர்கள் புதிய ஊக்கமும் உத்வேகமும் பெற்று தாராள நீர்ப்பாசனத்தின் மூலம் நெல் சாகுபடி செய்யும் முறையைக் கைக்கொண்டனர்; எண்ணற்ற கிராமங்களையும் நகரங்களையும் உருவாக்கினர்; சமூகப் பிரிவுகளைத் தோற்றுவித்தனர். வடக்குக்கும் தமிழகம் எனப்படும் தொலைத் தெற்குக்கும் இடையேயான கலாசார, பொருளாதாரத் தொடர்புகள் கி.மு. நான்காம் நூற்றாண்டிலிருந்து மிகுந்த முக்கியத்துவம் பெறத் தொடங்கின. தட்சிணப்பாதை என்று அழைக்கப்பட்ட தெற்கே செல்லும் மார்க்கத்தை வடக்கத்தியர் பெரிதும் மதித்தனர்; தெற்கிலிருந்து தங்கமும், முத்துகளும் பல்வேறு விலை உயர்ந்த மணிக்கற்களும் அவர்களுக்கு தாராளமாகக் கிடைத்து வந்ததே இதற்குக் காரணம். அச்சமயம் பாடலிபுத்திரத்தில் தங்கியிருந்த மெகஸ்தனீஸ் பாண்டிய நாட்டைப் பற்றி நன்கு அறிந்திருந்தார். கங்கை, சோனை ஆறுகளும், மகத சாம்ராஜ்யத்தின் தலைநகரான பாடலிபுத்திரமும் ஆரம்பகால சங்க நூல்களில் குறிப்பிடப்பட்டிருக்கின்றன. அசோகரது கல்வெட்டுகள் அவரது பேரரசின் எல்லைகளில் வசித்துவந்த சோழர்கள், பாண்டியர்கள், கேரளபுத்திரர்கள், சத்தியப் புத்திரர்கள் ஆகியோரைப் பற்றிப் பிரஸ்தாபிக்கின்றன; இவர்களில் சத்தியப் புத்திரர்கள் என்பவர்கள் யார் என்பது மட்டும் தெரியவில்லை. தாம்ரபர்னிகள் அல்லது ஸ்ரீலங்கா மக்களும் அசோகரது கல்வெட்டுகளில் குறிப்பிடப்பட்டிருக்கின்றனர். "தெய்வங்களுக்குப் பிரியமானவன்" என்று அசோகர் தமக்குச் சூட்டிக்கொண்ட பட்டப்பெயரை ஒரு தமிழ்த் தலைவன் அப்படியே தனக்கு சூட்டிக் கொண்டான். இவையாவும் ஜைனர்கள், பௌத்தர்கள், அஜிவிகர்கள், பிராமணர்கள், மற்றும் அவர்களைப் பின்தொடர்ந்து சென்ற வணிகர்கள் போன்றோர் புரிந்த நற்பணிகளின் விளைவேயாகும். அசோகர்களின் கல்வெட்டுகள் முக்கியமான நெடுஞ்சாலைகளில் அமைக்கப்பட்டிருந்தது குறிப்பிடத்தக்கதாகும். ஆரம்ப கட்டத்தில் கங்கை சமவெளி கலாசாரத்தின் செல்வாக்கு தொன்மையான தமிழ்

பிரஹ்மி கல்வெட்டுப் பொறிப்புகளில் குறிப்பிடப்பட்டிருக்கும் புறச் சமயங்களது நடவடிக்கைகளின் வாயிலாக தெற்கே பரவிற்று. பிராமணீய செல்வாக்கும் பெருமளவில் தமிழகத்தில் ஊடுருவிற்று. ஆனால் உண்மையில் இது கி.பி. நான்காம் நூற்றாண்டுக்குப் பின்னரே நிகழ்ந்தது. இவை யாவற்றின் விளைவாகத் தமிழ்க் கலாசாரத்தின் பல அம்சங்கள் வடக்கே பரவின; இதனால் பிராமணீய நூல்களில் நாட்டின் புனிதமான நதிகளில் ஒன்றாக காவேரி போற்றப்பட்டது.

இரும்புத் தொழில் நுட்பம் பரவியிருக்கவில்லை என்றால் இந்தத் தென்புலத்து இராச்சியங்கள் வளர்ச்சியடைந்திருக்க முடியாது; காடுகளை வெட்டி அழித்து ஏர்களைக் கொண்டு நிலங்களை உழுது பயிரிடுவதை இது சாத்தியமாக்கிற்று. ஜனபாத முத்திரை நாணயங்களும், மகத சாம்ராஜ்ய பாணியிலமைந்த நாணயங்களும் இங்கு புழக்கத்திற்கு வந்ததானது வடக்கு - தெற்கு வாணிகம் வளர்ச்சியடைந்து வந்ததைக் காட்டுகிறது.

ரோமப் பேரரசுடன் தழைத்தோங்கி வந்த வாணிகம் முறையே சோழர்கள், சேரர்கள், பாண்டியர்களின் கீழ் மூன்று அரசுகள் உருவாகி வளர்வதற்கு வகை செய்தது. ஒரு புறம் தென்னிந்தியாவின் கடலோரப் பகுதிகளுக்கும் இன்னொருபுறம் ரோமப் பேரரசின் கிழக்கத்திய ஆட்சிப் பகுதிகளுக்கும் அதிலும் குறிப்பாக எகிப்துக்கும் இடையே கி.பி. முதலாம் நூற்றாண்டிலிருந்து நடைபெற்று வந்த ஏற்றுமதி, இறக்குமதி வாணிகம் இந்தத் தென்புலத்து மக்களின் ஆட்சியாளர்களுக்கு நல்ல பலனை அளித்தது.

மூன்று ஆரம்பகால அரசுகள்

இந்தியத் தீபகற்பத்தின் தென்கோடி அதாவது கிருஷ்ணா நதிக்குத் தெற்கே அமைந்துள்ள பிரதேசம் மூன்று நாடுகளாகப் பிரிந்திருந்தது. சோழ பாண்டிய, சேர நாடுகளே அவை. பாண்டியர்களைப் பற்றி மெகஸ்தனீஸ் முதலில் குறிப்பிடுகிறார்: அவர்களது அரசு முத்துக்களுக்குப் புகழ் பெற்றது என்று அவர் கூறுகிறார். அங்கு ஒரு பெண்மணி ஆட்சி புரிந்ததைப் பற்றியும் அவர் பிரஸ்தாபிக்கிறார். பாண்டியர் சமுதாயத்தில் தாய்வழி ஆட்சி முறை ஓரளவு செல்வாக்குப் பெற்றிருக்கக்கூடும் என்பதை இது காட்டுகிறது.

பாண்டியர்களின் ஆட்சி இந்தியத் தீபகற்பத்தின் தென்கோடியிலும், தென்கிழக்குப் பகுதியிலும் அமைந்திருந்தது; தமிழ் நாட்டின் இன்றைய தென்மாவட்டங்களான திருநெல்வேலி, ராமநாதபுரம், மதுரை ஆகியவை

இப்பிரதேசத்தில் அடங்கும். மதுரை அதன் தலைநகரமாக இருந்தது. கிறித்துவ சகாப்தத்தின் ஆரம்ப நூற்றண்டுகளில் இயங்கி வந்த தமிழ்ச் சங்கங்களில் தொகுக்கப்பெற்ற நூல்கள் **சங்க** இலக்கியம் என்ற பெயரில் அழைக்கப்பட்டன. இந்த **சங்க** இலக்கியம் பாண்டிய மன்னர்களைப் பற்றிக் குறிப்பிடுகிறது என்பதில் ஐயமில்லை. ஆனால் இது சம்பந்தமாக தொடர்பான தகவல்கள் எவற்றையும் அது வழங்கவில்லை. வெற்றிவாகை சூடிய ஒன்று அல்லது இரண்டு பாண்டிய மன்னர்களைப் பற்றி மட்டுமே அது குறிப்பிடுகிறது. எனினும் பாண்டிய நாடு செல்வ வளமும், பொருள் வளமும் பெற்று, முன்னேற்றப் பொலிவுடன் திகழ்ந்தது என்பது சங்க இலககியத்திலிருந்து புலனாகிறது. பாண்டிய மன்னர்கள் ரோமாபுரிப் பேரரசுடன் வாணிகம் நடத்தி மிகுந்த ஆதாயம் அடைந்தனர்; ரோமாபுரி சக்கரவர்த்தியான அகஸ்டசின் அவைக்குத் தூதுக் குழுக்களை அனுப்பி வைத்தனர். பாண்டியர்கள் ஆட்சியில் பிராமணர்கள் பெருமளவுக்குச் செல்வாக்கு பெற்றிருந்தனர். கிறித்தவ சகாப்தத்தின் தொடக்க நூற்றாண்டுகளில் வேதங்களின் அடிப்படையில் அமைந்த பல்வேறு வேள்விகளைப் பாண்டிய மன்னர்கள் செய்தனர்.

மத்திய காலத்தில் சோழ மண்டலம் என்று பெயர் பெற்றிருந்த சோழ நாடு பாண்டியர்களது பிரதேசத்துக்கு வடகிழக்கே பெண்ணாறுக்கும் வேலாறுக்கும் இடையில் அமைந்திருந்தது. சோழர்களின் அரசியல் வரலாறு குறித்த சில விவரங்களை சங்க நூல்களிலிருந்து தெரிந்து கொள்ள முடிகிறது. அவர்களது பிரதான ஆட்சிக் கேந்திரம் உறையூராகும்; இது பருத்தி வாணிகத்துக்கு பெரிதும் புகழ் பெற்றது. கி.மு. இரண்டாம் நூற்றாண்டு மத்தியவாக்கில் எலாரன் என்ற சோழ மன்னன் ஸ்ரீலங்காவை வென்று அங்கு ஏறத்தாழ 50 ஆண்டுக்காலம் ஆட்சி புரிந்ததாகக் கூறப்படுகிறது. சோழர்களின் திட்டவட்டமான வரலாறு அவர்களுடைய புகழ்பெற்ற மன்னனான கரிகாலனுடன் கி.பி. இரண்டாம் நூற்றாண்டில்தான் ஆரம்பமாகிறது. அவன் புகார் என்னும் நகரை நிறுவினான்; காவேரி ஆற்றுக்கு 160 கிலோமீட்டர் நீளத்துக்குக் கரையணை கட்டினான். ஸ்ரீலங்காவில் போர்க் கைதிகளாகப் பிடித்த 12,000 அடிமைகளின் உழைப்பைக் கொண்டு இது கட்டப்பட்டது. புகார்தான் காவேரிப்பூம்பட்டினம் எனப்படுகிறது. இது சோழர்களின் தலைநகரமாக இருந்தது. அது ஒரு மாபெரும் வணிகக் கேந்திரமாகத் திகழ்ந்தது. அங்கு ஒரு பெரிய ஆயத்துறை இருந்ததாக அகழ்வாய்வுகளிலிருந்து தெரியவருகிறது. பருத்தித் துணி வாணிகம் சோழர்களின் செல்வ வளத்துக்கு ஒரு முக்கிய ஆதாரமாக இருந்தது. ஆற்றல் மிக்க ஒரு கப்பற்படையையும் அவர்கள் பராமரித்து வந்தனர்.

கரிகாலனுக்குப் பின்னர் வந்தவர்களின் ஆட்சிக் காலத்தில் சோழர்களின் அதிகாரம் பெரிதும் இறங்கு முகம் கண்டது. அவர்களது தலைநகரமான காவேரிப்பூம்பட்டினம் பகைவர்களால் கைப்பற்றப்பட்டு அழிக்கப்பட்டது. அண்டை நாடுகளான சேர நாடும், பாண்டிய நாடும் சோழர்களைத் தோற்கடித்து தமது ஆட்சியை விஸ்தரித்துக் கொண்டன. சோழர் ஆட்சியில் எஞ்சியிருந்த பகுதிகளை வடக்கிலிருந்து

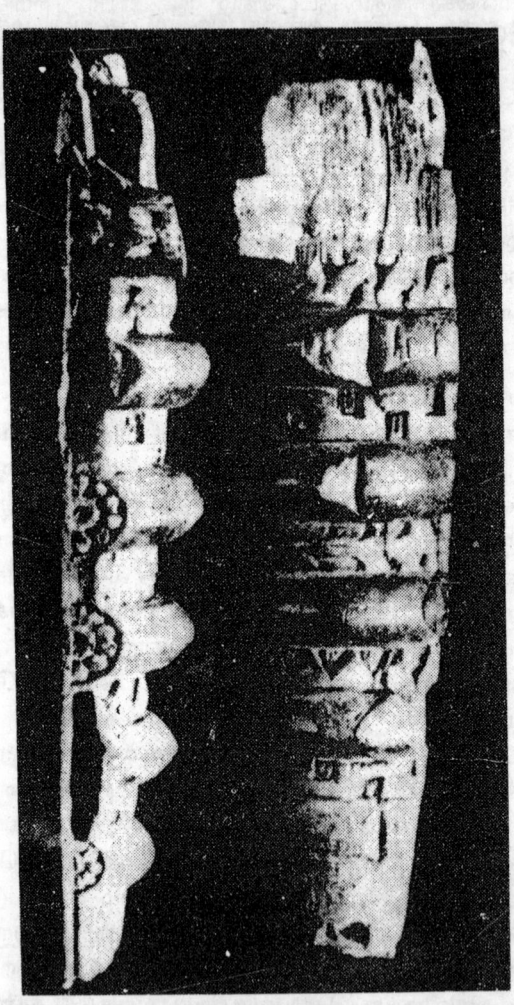

படம் - 56 தந்தத்தில் செதுக்கப்பட்ட பொருட்கள் ஆரம்ப கிறித்துவ சகாப்தத்தைச் சேர்ந்தவை

பல்லவர்கள் தாக்கி துடைத்தழித்துவிட்டனர். கி.பி. நான்காம நூற்றாண்டிலிருந்து ஒன்பதாம் நூற்றாண்டுவரை தென்னிந்திய வரலாற்றில் பெயரளவிலான பங்கையே சோழர்கள் ஆற்றி வந்தனர்.

சேரநாடு அல்லது கேரளநாடு பாண்டிய நாட்டுக்கு மேற்கேயும் வடக்கேயும் அமைந்திருந்தது. கேரளம் மற்றும் தமிழ்நாட்டின் ஊடேச் செல்லும் மலைகளுக்கும் கடலுக்கும் இடையே அமைந்துள்ள ஒரு குறுகிய பிரதேசமும் கேரளத்தில் அடங்கியிருந்தது. கேரள சகாப்தத்தின் ஆரம்ப நூற்றாண்டுகளில் சோழ, பாண்டிய நாடுகளைப் போன்றே சேர நாடும் முக்கியத்துவம் பெற்றிருந்தது. ரோமாபுரியுடன் நடைபெற்ற வாணிகம் காரணமாகவே அதற்கு இந்த முக்கியத்துவம் கிட்டிற்று. ரோமாபுரியினர் சேர நாட்டில் தம்முடைய நலன்களைப் பாது காப்பதற்காக தற்போது கிரேங்கனூர் எனப்படும் முஜிரியில் இரண்டு படைப்பிரிவினரை வைத்திருந்தனர். அவர்கள் அங்கு அகஸ்டஸின் கோயில் ஒன்றைக் கட்டியதாகவும் கூறப்படுகிறது.

சேரர்களின் வரலாறு சோழர்களுடனும் பாண்டியர்களுடனும் தொடர்ந்து போராடி வந்த வரலாறாகவே அமைந்துள்ளது. சோழ மன்னன் கரிகாலனின் தந்தையை சேரர்கள் கொன்றுவிட்ட போதிலும் சேர மன்னனும் தன் உயிரை இழந்தான். பின்னாளில் இரு நாடுகளும் தற்காலிகமாக நேசநாடுகளாயின; திருமண உறவுகளையும் வளர்த்துக் கொண்டன. பின்னர் சேர மன்னன் சோழ மன்னர்களுக்கு எதிராக பாண்டியர்களுடன் சேர்ந்து கொண்டான். ஆனால் இந்தக் கூட்டாளிகளை சோழர்கள் தோற்கடித்தனர். முதுகில் காயம் பட்டதால் அவமானம் தாங்காமல் சேர மன்னன் தற்கொலை செய்து கொண்டதாகக் கூறப்படுகிறது.

சேர கவிஞர்களின் கருத்துப்படி செங்குட்டுவன்தான் மிகச்சிறந்த சேர மன்னன்; சிவப்பு சேரன் அல்லது நல்ல சேரன் என்று இதற்குப் பொருள். அவன் தன்னுடைய பகைவர்களை முறியடித்து தன்னுடைய அத்தை மகனை அரியணையில் நிலைபெறச் செய்தான். அவன் வடக்கே படையெடுத்துச் சென்று கங்கையைக் கடந்தான் என்றும் கூறப்படுகிறது. ஆனால் இது மிகைப்படுத்தப்பட்டதாகவே தோன்றுகிறது. கி.பி. இரண்டாம் நூற்றாண்டுக்குப்பிறகு சேரர்களது ஆட்சி சீணித்து நலிவுற ஆரம்பித்தது. இதன் பின்னர் கி.பி. எட்டாம் நூற்றாண்டு வரை அதன் வரலாறு குறித்து நமக்கு எத்தகையத் தகவலும் இல்லை.

இந்த மூன்று நாடுகளது அரசியல் வரலாற்றின் பிரதான அம்சம் அவை பரஸ்பரம் ஒன்றுடன் ஒன்றும், ஸ்ரீலங்காவுடனும் தொடர்ந்து போர்களில் ஈடுபட்டிருந்தன என்பதேயாகும்.

போர்கள் இந்த நாடுகளைப் பலவீனப்படுத்திய போதிலும் அவை தமது இயற்கை வளங்களாலும் அயல் வாணிகத்தாலும் பெரிதும் ஆதாயமும் அனுகூலமும் அடைந்தன. இந்த நாடுகள் செல்வச் செழிப்புடன் மிளிர்ந்தன. அவை வாசனைப் பொருள்களை முக்கியமாக மிளகை பயிரிட்டன. மேலைய நாடுகளில் இதற்கு மிகுந்த கிராக்கி இருந்தது. அவர்களுடைய யானைகளிலிருந்து தந்தம் கிடைத்தது. மேலைய நாடுகளில் அது பெரிதும் விலை மதிப்புடையதாகக் கருதப்பட்டது. கடலில் இருந்து அரிய முத்துக்கள் கிடைத்தன. அவர்களது சுரங்கங்கள் அருமந்த மணிக்கற்களை வழங்கின. இவை இரண்டுமே மேலைய நாடுகளுக்குப் பெருமளவில் அனுப்பப்பட்டன. இவையன்றி அவர்கள் மஸ்லின் எனப்படும் மென்துகில் வகைகளையும், பட்டையும் உற்பத்தி செய்தனர். பாம்புச் சட்டையைப் போன்ற மிக மெல்லிய பருத்தித் துணியையும் அவர்கள் தயாரித்ததாகவும் அறிகிறோம். கலை வண்ணம் மிளிரும் பல பாணிகளில், தோரணைகளில் பட்டு நெய்யப்பட்டதாக ஆரம்பகாலத் தமிழ்ச் செய்யுள்கள் குறிப்பிடுகின்றன. உறையூர் அதன் பருத்தி வணிகத்துக்குப் புகழ்பெற்றது. பண்டைக் காலத்தில் ஒருபுறம் கிரேக்கர்களுடனும் அச்சமயம் எகிப்தை ஆண்டு வந்த கிரேக்க இன மக்களுடனும் அராபியர்களுடனும் இன்னொருபுறம் மலாயா தீவுக் கூட்டங்களுடனும் அங்கிருந்து சீனாவுடனும் தமிழர்கள் வாணிகம் செய்து வந்தனர். இந்த வாணிகத்தின் விளைவாக நெல், இஞ்சி, இலவங்கப்பட்டை மற்றும் இதர பல பொருள்களின் தமிழ்ப்பெயர்கள் கிரேக்க மொழியில் இடம் பெற்றன. எகிப்து ரோமாபுரிப் பேரரசின் ஒரு மாகாணமானபோது, சுமார் கி.பி. முதலாம் நூற்றாண்டுத் தொடக்கத்தில் பருவக்காற்று கண்டு பிடிக்கப்பட்டபோது, இந்த வாணிகம் மிகுந்த உத்வேகம் பெற்றது. இவ்வாறு கி.பி. முதல் இரண்டு நூற்றாண்டுகள் தென்னாடுகள் ரோமாபுரியினருடன் மிகுந்த வருவாயும் ஆதாயமும் அளிக்கும் வாணிகத்தை நடத்தி வந்தன. பின்னர் இந்த வாணிகம் நலிவுற்று தேய்வடைந்தபோது, இந்த அரசுகளும் சீணித்துச் சிதைவுற ஆரம்பித்தன.

பணப்பையும் வாளும்

உள்ளூர் வாணிகமும் தொலைதூர வாணிகமும் அரசு வருவாய்க்கு ஒரு முக்கிய ஆதாரமாக இருந்து வந்தன. புகார் நகரில் சுங்கத்துறை அதிகாரிகள் எவ்வாறு செயல்பட்டு வந்தனர் என்பதை நாம் அறிவோம். வணிகர்கள் ஓரிடத்திலிருந்து மற்றோர் இடத்துக்கு தங்களுடைய

விற்பனைச் சரக்குகளுடன் செல்லும்போது அவர்களுக்கு ஊடு சுங்கவரி விதித்து வசூலிக்கப்பட்டது. வணிகர்களின் பாதுகாப்புக்காகவும், கள்ளக்கடத்தலைத் தடுப்பதற்காகவும் படைவீரர்கள், சாலைகளை மிகவும் விழிப்போடு கண்காணித்து வந்தனர்.

போரில் கைப்பற்றிய திறைகள் அரசு வருவாயை மேலும் பெருக்கின. எனினும் ஆட்சி அமைதி நிலையைப் பராமரிப்பதற்கும், போருக்குத் தயார் நிலையில் படைகளை வைத்திருப்பதற்கும் முறையான, ஒழுங்கான வேளாண் வருவாயே ஆதார அடிப்படையாக அமைந்திருந்தது. வேளாண் உற்பத்தியில் அரசு பங்கு எவ்வளவு என்பதற்கு ஒரு திட்டவட்டமான நிர்ணயம் ஏதும் இல்லை. தீபகற்பத்தின் கடைக்கோடியும் அதனையொட்டியுமுள்ள பிராந்தியங்களும் மிகவும் செழிப்பானவையாக இருந்தன. அங்கு நெல், ராகி, கரும்பு முதலியவை பயிரிடப்பட்டன. காவேரி ஆற்றின் கழிமுகப் பகுதியில், ஒரு யானை படுக்கக்கூடிய இடத்திலிருந்து ஏழு பேருக்கு உணவளிக்கக்கூடிய விளை பொருள்கள் விளைந்தன என்று கூறப்படுகிறது. இதுவன்றி, பல்வேறு தானியங்கள், பழங்கள், மிளகு, மஞ்சள் முதலியவற்றையும் தமிழ்ப் பிராந்தியம் உற்பத்தி செய்து வந்தது. இந்த விளைபொருள்கள் யாவற்றிலும் மன்னனுக்கு ஒரு பங்கு இருந்ததாகத் தெரிகிறது.

விவசாயிகளிடமிருந்து வசூலிக்கப்பட்ட வரிகளிலிருந்து ஒரு நிரந்தரமான சைன்யம் ;பராமரிக்கப்பட்டு வந்தது. காளை மாடுகள்பூட்டிய ரதங்கள், யானைகள், குதிரைப்படை, காலாட்படை முதலியவை இதில் அடங்கியிருந்தன. போரில் யானைகள் முக்கிய பங்காற்றின. குதிரைகள் கடல் மார்க்கமாக பாண்டிய நாட்டில் இறக்குமதி செய்யப்பட்டன. உயர்குடி மக்கள், இளவரசர்கள் போன்றோர் யானைகளில் இவர்ந்து சென்றனர்; தளபதிகள் ரதங்களில் ஏறிச் சென்றனர். காலாட் படையினரும் குதிரைப் படையினரும் தோலால் செய்யப்பட்ட பாத அணிகளை அணிந்திருந்தனர்.

சமூக பிரிவினர் உதயம்

வாணிக வருவாய், போர்த்திறை, வேளாண் உற்பத்தி முதலியவை மன்னன் ஒரு நிரந்தரமான போர்ப்படையைப் பராமரிப்பதையும் பாணர்களுக்கும் கவிஞர்களுக்கும் புரோகிதர்களுக்கும் நன்கொடைகளை வாரி வழங்குவதையும் சாத்தியமாக்கின; பின்னால் குறிப்பிடப்பட்டவர்கள் பெரும்பாலும் பிராமணர்களாகவே இருந்தனர். சங்க காலத்தில்தான் தமிழ்நாட்டில் முதலில் பிராமணர்கள் தோன்றினர்.

பிராமணனுக்கு ஒருபோதும் ஊறு விளைவிக்காத மன்னனே பிறர் பின்பற்றத்தக்க இலட்சிய நாயகனாகக் கருதப்பட்டான். பல பிராமணர்கள் கவிஞர்களாக, புலவர்களாக செயல்பட்டு வந்தனர்; இதன் பொருட்டு மன்னன் அவர்களுக்கு பொற்கிழிகளை, நன்கொடைகளை, மானியங்களை பரந்த மனப்பான்மையோடு வாரி வழங்கினான். கரிகாலன் ஒரு புலவருக்கு 1,6,00,000 தங்க நாணயங்களை அளித்ததாகக் கூறப்படுகிறது. தங்கம் மட்டுமின்றி, ரொக்கப்பணம், நிலம், தேர்கள், குதிரைகள் இன்னும் சொல்லப்போனால் யானைகளையும்கூட புலவர்களும் பாணர்களும் பெற்றனர். தமிழ்ப் பிராமணர்கள் இறைச்சி உண்டனர்; மதுவகைகளை அருந்தினர். சத்திரியர்களும் வைசியர்களும் முறைப்படியான வருணத்தினராக சங்க நூல்களில் குறிப்பிடப் பட்டிருக்கின்றனர். எனினும் போர்வீரர் வகுப்பினர்கள் ஆட்சி அமைப்பு முறையிலும், சமுதாயத்திலும் ஒரு முக்கிய சக்தியினராக விளங்கினர். முறைப்படியான சடங்குகள் நடத்தி படைப்பிரிவு தளபதிகள் **ஏனாதி** என்ற சிறப்புப் பட்டம் வழங்கி கௌரவிக்கப்பட்டனர். சோழ, பாண்டிய இராச்சியங்களில் சிவில் மற்றும் ராணுவ உயர் பதவிகளை **வெள்ளாளர்** எனப்படுவோர் வகித்து வந்தனர்; இவர்கள் செல்வந்தர்களான விவசாயிகளாவர். ஆளும் வர்க்கத்தினர் அரசர் என அழைக்கப் பட்டனர்; இவ்வர்க்கத்தைச் சேர்ந்த உறுப்பினர்கள் நான்காவது சாதியினரான வெள்ளாளர்களுடன் திருமண உறவுகள் வைத்துக் கொண்டனர். பெரும்பகுதி நிலங்கள் அவர்கள் வசமே இருந்தன; எனவே, அவர்கள் உழவர் குலத்தினராக அமைந்திருந்தனர்; அவர்களும் பணக்கார உழவர்கள், ஏழை உழவர்கள் எனப் பிரிந்திருந்தனர். செல்வந்தர்களான உழவர்கள் தாங்களே நிலத்தில் இறங்கி பாடுபடுவதில்லை; நிலங்களை உழுது சாகுபடி செய்வதில்லை; மாறாக, இப்பணிக்கு கூலியாட்களை அமர்த்தி அவர்களிடம் வேலை வாங்கினர். வேளாண் பணிகள் பொதுவாக கீழ்த்தட்டு வகுப்பினர் களாலேயே செய்யப்பட்டன; இவர்கள் **கடைசியர்** என அழைக்கப் பட்டனர்; இவர்களுடைய சமூக அந்தஸ்து அடிமைகளின் அந்தஸ்திலி ருந்து அத்தனை ஒன்றும் வேறுபட்டதாக இருக்கவில்லை.

சில கைவினைஞர்கள் ஏறத்தாழ விவசாயக் கூலிகள் போன்றே இருந்தனர். **பறையர்கள்** எனப்படுவோர் விவசாயக் கூலிகளாகச் செயல்பட்டு வந்தனர்; விலங்குகளின் தோல்களை உரித்து, அதிலிருந்து சில பொருள்களைச் செய்யும் பணிகளையும் செய்து வந்தனர்; விலங்குகளின் தோல்களைப் பாய்களாகப் பயன்படுத்தி வந்தனர். அநேக இழிசினர்களும், காடுகளில் வாழும் ஆதி குடியினரும் சொல்லொண்ணா

வறுமையில் வாடி வதங்கினர்; கைக்கும் வாய்க்கும் எட்டாத அவல வாழ்க்கை வாழ்ந்து வந்தனர். சங்க காலத்தில் கூரிய சமூக ஏற்றத்தாழ்வுகள் இருந்து வந்ததைக் காண்கிறோம். செல்வந்தர்கள் செங்கற்களைக் கொண்டு கட்டப்பட்டு சுண்ணச்சாந்து பூசிய வீடுகளில் வசித்து வந்தனர். ஏழைகள் குடிசைகளிலும் மண்வீடுகளிலும் வசித்து வந்தனர். நகரங்களில் செல்வ வளமிக்க வணிகர்கள் தங்கள் இல்லங்களின் மேல்மாடியில் வசித்து வந்தனர். ஆனால் இத்தகைய ஏற்றத்தாழ்வுகளை நிலைநாட்டுவதற்கு சடங்குகளும், சமயமும் பயன்படுத்தப்பட்டனவா என்பது தெரியவில்லை. பிராமணர்கள், ஆளும் சாதியினர் ஆகியோரின் ஆதிக்கம் சமுதாயத்தில் மேலோங்கி வந்ததைப் பார்க்கிறோம். ஆனால் பிற்காலத்தில் தோன்றியது போன்ற முனைப்பான, கடுமையான சாதி வேறுபாடுகளை சங்க காலத்தில் நாம் காணவில்லை.

பிராமணீயத்தின் செயற்பாடுகள்

கிறித்தவ சகாப்தத்தின் ஆரம்ப நூற்றாண்டுகளில் தமிழர் பூமியில் உருவான அரசும், சமுதாயமும் பிராமணீயத்தின் தாக்கத்தால் வளர்ச்சியடைந்தன என்று கூறலாம். எனினும் பிராமணீய செல்வாக்கு தமிழ்ப் பிரதேசத்தின் ஒரு சிறு பகுதியில், அதிலும் அந்தப் பகுதியைச் சேர்ந்த மேல்தட்டு வகுப்பினரிடமே பெரும்பாலும் பிரதிபலித்தது. மன்னர்கள் வேத வேள்விகளைச் செய்து வந்தனர். வேதங்களைப் பின்பற்றும் பிராமணர்கள் பல்வேறு வாதப் பிரதிவாதங்களில் ஈடுபட்டு வந்தனர். ஆனால் குன்றுப் பிராந்தியத்தைச் சேர்ந்த மக்கள் வழிபட்டு வந்த பிரதான ஸ்தல தெய்வம் முருகனாகும்; தொடக்க மத்திய காலத்தில் இவர் சுப்பிரமணியர் என்று அழைக்கப்பட்டார். விஷ்ணு வழிபாடும் இருந்ததாகத் தெரிகிறது. ஆனால் அது பிந்திய கால நடைமுறையாகும். இறந்தவர்களுக்குப் படையல் செய்யும் பெருங்கற்கால வழக்கம் இப்போதும்நீடித்தது. இறந்தவர்களுக்கு நேர்த்திக் கடனாக நெல் வைக்கப்பட்டது. இறந்தவர்களின் பிணத்தை எரிக்கும் நடைமுறைப் புகுத்தப்பட்டது. எனினும் பெருங் கற்காலத்தில் பின்பற்றப்பட்டுவந்த பிணங்களை புதைக்கும் முறை கைவிடப்படவில்லை.

தமிழ் மொழியும் சங்க இலக்கியமும்

வரலாற்றின் தொடக்க காலத்தில் தமிழர்களின் வாழ்க்கைபற்றி மேலே தெரிவித்த விவரங்கள் யாவும் சங்ககால நூல்களை அடிப்படையாகக் கொண்டவையேயாகும். நாம் ஏற்கெனவே குறிப்பிட்டதுபோல் சங்கம் என்பது தமிழ்ப் புலவர்களின் ஒரு

பேரவையாகும்; இதற்கு மன்னர்களின், பிராந்தியத் தலைவர்களின் ஆதரவு இருந்திருக்கக் கூடும் என்பதில் ஐயமில்லை. ஆனால் எத்தனை சங்கங்கள் இருந்தன, அவற்றின் காலம் என்ன என்பது நமக்குத் துல்லி யமாகத் தெரியவில்லை. கி.பி. எட்டாம் நூற்றாண்டின் மத்திய காலத்தைச் சேர்ந்த ஒரு விளக்கவுரையில், குறிப்புக்களடங்கிய நூலில் மூன்று சங்கங்கள் 9,990 ஆண்டுக்காலம் நீடித்தன என்று கூறப்பட்டிருக்கிறது. மேலும் இந்த சங்கங்களில் 8,598 புலவர்கள் பங்கு கொண்டனர் என்றும், 197 பாண்டிய மன்னர்கள் அவற்றின் புரவலர்களாக இருந்து வந்தனர் என்றும் தெரிவிக்கப்பட்டிருக்கிறது. இவையெல்லாம் நம்பமுடியாத பெரிதும் மிகைப்படுத்தப்பட்ட தகவல்களாகும். எனினும் நம்மால் கூறக்கூடியதெல்லாம் அரசவை ஆதரவில் மதுரையில் ஒரு சங்கம் இருந்து வந்திருக்கிறது என்பதே ஆகும்.

இந்த அவைகளில் உருவாகித் தற்போது நமக்குக் கிடைத்திருக்கும் **சங்க நூல்கள்** கி.பி. 300க்கும் 600க்கும் இடைப்பட்ட ஆண்டுகளில் தொகுக்கப்பட்டன. ஆனால் இவற்றில் சில நூல்கள் குறைந்தபட்சம் கி.பி. இரண்டாம் நூற்றாண்டைச் சேர்ந்தவையாக இருப்பது முற்றிலும் சாத்தியமே. **சங்க நூல்களை** இருவகையாகப் பிரிக்கலாம். முதலாவது கதை வடிவமாக அமைந்தவை; மற்றது போதனை முறையில் அமைந்தவை. கதை வடிவில் அமைந்த நூல்கள் **மேல்கணக்கு** எனப்படுகின்றன. அவற்றில் எட்டுத்தொகை, பத்துப்பாட்டு அடங்கிய பதினெட்டுப் பிரதான படைப்புகள் இடம் பெற்றுள்ளன. அறநெறி வடிவில் அமைந்த நூல்கள் **கீழ்க்கணக்கு** எனக் கூறப்படுகின்றன; இவற்றில் பதினெட்டு சிறு படைப்புகள் அடங்கியுள்ளன.

சங்க நூல்களில் சமூகப் பரிணாமம்

இவ்விரு வகை நூல்களுமே பல சமூகப் பரிணாமக் கட்டங்களை எடுத்துரைக்கின்றன. முதலாவதாக குறிப்பிட்ட நூல்களை வீர காவியம் அல்லது வீர காப்பியக் கவிதைத் தொகுப்பு எனக் கூறலாம். புகழ்சான்ற வீரர்கள், பாட்டுடைத் தலைவர்கள், காவிய நாயகர்கள் இவற்றில் வானளாவப் போற்றிப் புகழப்படுகின்றனர்; ஓயாத போர்களும், கால்நடைகளைக் கவர்ந்து செல்லுவதும் அடிக்கடி பிரஸ்தாபிக்கப் படுகின்றன. ஆரம்பகாலத் தமிழ் மக்கள் பிரதானமாக மேய்ச்சல் நில வாழ்க்கை முறையைக் கைக்கொண்டவர்களாக இருக்கக்கூடும் என்பதை இவை காட்டுகின்றன. தொடக்க பெருங்கற்கால வாழ்க்கையின் தடயங்கள் சங்க நூல்களில் காணப்படுகின்றன. மிக ஆரம்ப பெருங்கற்கால மக்கள் நெல் சாகுபடி செய்தபோதிலும் அவர்கள்

அடிப்படையில் மேய்ப்பர்களாகவும், வேட்டையாடுபவர்களாகவும், மீன்பிடிப்பவர்களாகவும் இருந்தனர். தீபகற்ப இந்தியாவின் பல இடங்களில் களைக்கொட்டுகளும், அரிவாள்களும் கிடைத்துள்ளன; ஆனால் உழுமுனைகள் எங்கும் கிடைக்கவில்லை. இந்த இடங்களில் கிடைத்துள்ள இரும்புக் கருவிகளில் ஆப்புகள், தட்டையான கோடரிகள், அம்புகள், நீண்ட வாள்கள், ஆணிகள், ஈட்டிகள், வேல்கள், கடிவாளத்தின் வாயிரும்புப் பகுதிகள் முதலியவையும் அடங்கும். இந்தக் கருவிகள் யாவும் பெரும்பாலும் போருக்கும், வேட்டைக்கும் தேவைப்படுபவை யாகும். அடிக்கடி நிகழும் போர்களையும் கால்நடைகளைக் கவர்ந்து செல்லுவதையும் பற்றி சங்க நூல்களில் ஆங்காங்கு குறிப்பிடப் பட்டிருப்பது இதனை உறுதி செய்கிறது. போர்களில் கொள்ளை யடிக்கப்பட்ட பொருள்கள் பிழைப்புக்கு முக்கிய ஆதாரமாக இருந்தன என்றும் இந்த நூல்கள் கூறுகின்றன. ஒரு வீரன் இறந்ததும் அவன் கல்லில் சமாதி கட்டப்படுகிறான் என்றும் அவை மேலும் குறிப்பிடுகின்றன. பெருங்கற்கால மக்களின் புதை குழிகளில் சுற்றிலும் கல் வளையங்கள் எழுப்பப்படுவதை இது நமக்கு நினைவூட்டுகின்றன. ஆநிறைகளைப் பாதுகாப்பதற்காகவும், இதர நோக்கங்களுக்காகவும் போராடி வீர மரணம் எய்தும் தீரமிக்க வீரனின் நினைவாக கல்எழுப்பும் வழக்கம் மேலே கூறிய நடைமுறையிலிருந்து பிற்காலத்தில் தோன்றியதாக இருக்கக்கூடும். இத்தகைய கல் **வீரக்கல்** எனப்படுகிறது. சங்க நூல்களில் பிரதிபலிக்கப்படும் ஆரம்பகால சமூக பரிணாம வளர்ச்சிக் கட்டம் தொடக்கக்கால பெருங்கற்கால கட்டத்துடன் சம்பந்தப்பட்டதாக இருப்பது முற்றிலும் சாத்தியமே.

கதைகூறும் பாணியில் அமைந்துள்ள சங்க நூல்கள் ஆரம்பக் கட்டத்தில் இருந்த அரசமைப்பையும், ராணுவ இயைபையும், வரிவிதிப்பு முறையையும், நீதித்துறையையும் பற்றிச் சில தகவல்களை வழங்குகின்றன. வாணிகம், வணிகர்கள், கைவினைஞர்கள், உழவர்கள் போன்றோர் பற்றியும் இந்த நூல்கள் நமக்குத் தெரிவிக்கின்றன. காஞ்சி, கொற்கை, மதுரை, புகார், உறையூர் போன்ற பல நகரங்கள் குறித்த சுவையான விவரங்களையும் இவற்றில் காண்கிறோம். நகரங்களையும் அந்நாளைய பொருளாதார நடவடிக்கைகளையும் பற்றி சங்க நூல்கள் தரும் குறிப்புகளை கிரேக்க, ரோம எழுத்தாளர்கள் தரும் விவரங்களும், பல்வேறு அகழ்வாய்வுகளும் ஊர்ஜிதம் செய்கின்றன.

அறிவுரை நூல்கள் உட்பட பல சங்க நூல்கள் பிராமண பிராகிருத - சமஸ்கிருத அறிஞர்களால் இயற்றப்பட்டவையாகும். இவற்றில்

அறிவுரை பகரும் நூல்கள் கிறித்தவ சகாப்தத்தின் ஆரம்ப நூற்றாண்டுகளைச் சேர்ந்தவை. மன்னனுக்கும் அவனுடைய பரிவாரத்தினருக்கு மட்டுமின்றி, பல்வேறு சமூகக் குழுக்களையும் தொழில் குழுக்களையும் சேர்ந்தவர்களுக்கும் இந்நூல்கள் ஒழுக்க விதிமுறைகளை வகுத்துத் தருகின்றன. கி.பி. நான்காம் நூற்றாண்டில் பல்லவர்கள் ஆட்சியில் பெரும் எண்ணிக்கையில் பிராமணர்கள் வந்து சேர்ந்த பிறகுதான் இவையெல்லாம் சாத்தியமாயின. கிராம மானியங்களைப் பற்றியும், சூரிய, சந்திர அரச வம்சாவளியினரைப் பற்றியும் இந்நூல்கள் குறிப்பிடுகின்றன. இந்த நடைமுறை வட இந்தியாவில் சுமார் ஆறாம் நூற்றாண்டில் ஆரம்பமாயிற்று.

சங்க நூல்களைத் தவிர **தொல்காப்பியம்** என்னும் இலக்கண நூல் நமக்குக் கிடைத்திருக்கிறது. மற்றொரு முக்கியமான நூல் **திருக்குறள்**; இது உயர்ந்த கோட்பாடுகளையும், ஒழுக்க விதிகளையும், மெய்யுரைகளையும் போதிக்கிறது. இவை தவிர, **சிலப்பதிகாரம், மணிமேகலை** என்னும் இரட்டைப் பெருங்காப்பியங்களை நாம் பெற்றுள்ளோம். இவை இரண்டும் கி.பி. ஆறாம் நூற்றாண்டில் இயற்றப்பட்டவையாகும். இவற்றில் சிலப்பதிகாரத்தை ஆரம்பக்காலத் தமிழ் இலக்கியத்தின் மிகவும் ஒளி சுடரும் இரத்தினம் எனலாம். கோவலன் என்னும் உயர்குடிமகன் நற்பண்புகள் கொண்ட தன்னுடைய இல்லாளான கண்ணகியை கைவிட்டு காவேரிப்பூம்பட்டினத்தைச் சேர்ந்த மாதவி என்னும் விலைமாதிடம் மோகம் கொண்ட ஒரு காதல் சித்திரத்தை இந்நூல் வழங்குகிறது. நூலின் ஆசிரியர் இளங்கோவடிகள் ஒரு ஜைனர் எனத் தோன்றுகிறது. இவர் துறவு பூண்ட சேர அரச வம்சத்தவராவார். தமிழகத்தைச் சேர்ந்த சோழ, பாண்டிய, சேர நாடுகளில் நிகழ்ச்சிகள் நடைபெறுவதுபோல் கதையை அவர் கொண்டு செல்லுகிறார். மற்றொரு காப்பியமான **மணிமேகலை** மதுரையைச் சேர்ந்த கூலவணிகரான சாத்தனார் இயற்றியதாகும். கோவலனுக்கும் மாதவிக்கும் பிறந்த மணிமேகலையின் செயற்பாடுகளை இது விவரிக்கிறது. இந்தக் காப்பியத்தில் இலக்கிய அம்சத்தைவிட சமய அம்சம் மேலோங்கிக் காணப்படுகிறது. இவ்விரண்டு காப்பியங்களின் பாயிரங்களிலும் இவற்றின் ஆசிரியர்கள் நண்பர்கள் என்றும் கி.பி. இரண்டாம் நூற்றாண்டில் ஆட்சி செலுத்தி வந்த சேர மன்னன் செங்குட்டுவனின் சமகாலத்தவர் என்றும் குறிப்பிடப்பட்டிருக்கிறது. இந்தக் காப்பியங்களின் காலத்தை இவ்வளவு முன்னோக்கி வரையறை செய்ய இயலாதாயினும் கி.பி. ஆறாம் நூற்றாண்டு வரை தமிழர்களின் சமூக, பொருளாதார வாழ்க்கைக் குறித்து பல விவரங்களை அவை வழங்குகின்றன.

கிறித்தவ சகாப்தம் தொடங்குவதற்கு முன்னரேயே எழுதுங் கலையில் தமிழர்கள் தேர்ச்சி பெற்றிருந்தனர் என்பதில் ஐயமில்லை. 75க்கு மேற்பட்ட பிரஹ்மி எழுத்துச் செதுக்குப் பொறிப்புகள் முக்கியமாக மதுரைப் பிராந்தியத்திலுள்ள பல இயற்கையான குகைகளில் காணப்படுகின்றன. பிராகிருதச் சொற்கள் கலந்த ஆரம்பகாலத் தமிழ்மொழி வடிவத்துக்கு அவை எடுத்துக்காட்டுகளாக அமைந்துள்ளன. ஜைன, பௌத்த சமயப் பரப்பாளர்கள் இந்தப் பகுதியில் தோன்றிய கி.மு. இரண்டாம் - முதலாம் நூற்றாண்டுகளைச் சேர்ந்தவை இந்தக் கல்வெட்டுப் பொறிப்புகள். அண்மையில் மேற்கொள்ளப்பட்ட அகழ்வாய்வுகளின்போது, எழுத்துக்கள் பொறிக்கப்பட்ட மட்கலத் துண்டுகள் பல இடங்களில் கிடைத்திருக்கின்றன; கிறித்துவ சகாப்தத்தின் ஆரம்பத்தில் தமிழ் மொழி எப்படியிருந்தது என்பதை அவை புலப்படுத்துகின்றன. எனவே, சங்க இலக்கியத்தின் ஒரு கணிசமான பகுதி கிறித்தவ சகாப்தத்தின் தொடக்க ஆண்டுகளில் இயற்றப்பட்டிருக்கக்கூடும் என்பதில் வியப்பேதும் இல்லை. எனினும் சங்க நூல்கள் கி.பி. 600-ம் ஆண்டு வாக்கில்தான் இறுதியாகத் தொகுத்தளிக்கப்பட்டன என்பது தெளிவு.

இயல் 19
மௌரியர்களுக்குப் பிந்திய காலத்தில் கைவினைத் தொழில்களும், வாணிகமும், நகரங்களும்

கைவினைத் தொழில்கள்

சாகர்கள், குஷானர்கள், சாதவாகனர்கள் (கி.மு. 200 - கி.பி. 200) மற்றும் முதல் தமிழ் அரசுகளின் காலம் பண்டைக்கால இந்தியாவின் கைவினைத் தொழில்கள், மற்றும் வணிக வரலாற்றில் மிகவும் வளமிக்க, செழுமை கொண்ட காலமாகும். இக்காலத்தில் கலைகளும், கைவினைத் தொழில்களும் குறிப்பிடத்தக்க வளர்ச்சி கண்டன. இக்காலப் பகுதியில் எழுதப்பட்ட நூல்களில் குறிப்பிடப்பட்டிருப்பது போன்ற இத்தனை வகையான கைவினைஞர்கள் முந்திய நூல்களில் குறிப்பிடப் பட்டிருக்கவில்லை. மௌரியர் காலத்துக்கு முந்திய நூலான **திக நிகாயத்தில்** சுமார் இரண்டு டஜன் தொழில்கள்தான் பிரஸ்தாபிக்கப் பட்டிருக்கின்றன. ஆனால் இக்காலப் பகுதியில் இயற்றப்பட்ட **மகாவாஸ்து** ராஜ்கீர் நகரில் வாழ்ந்து வந்த 36 வகையான தொழிலாளர் களைப் பட்டியலிட்டுக் கூறுகிறது; அப்படியும் இந்த பட்டியலை முடிவானது என்று கூறுவதற்கில்லை. **மைலிந்த பாங்கோ அல்லது மைலிந்தரின் கேள்விகள்** என்னும் நூல் 75 வாழ்க்கைத் தொழில்களைக் கணக்கிட்டுக் கூறுகிறது; இவற்றில் 60 வாழ்க்கைத் தொழில்கள் பல்வேறு வகையான கைவினைத் தொழில்களுடன் சம்பந்தப்பட்டவை. கைவினைத் தொழிலாளர்கள் பெரும்பாலும் நகரங்களில் வாழ்ந்ததாகவே இலக்கிய நூல்கள் கூறுகின்றன. ஆனால் அவர்கள் கிராமங்களிலும் வாழ்ந்து வந்தார்கள் என்பதை சில அகழ்வாய்வுகள் காட்டுகின்றன. தெலுங்கானாவில் கரீம் நகரிலுள்ள ஒரு கிராமக் குடியேற்றத்தில் தச்சர்கள், கருமான்கள், பொற்கொல்லர்கள், வேட்கோவர்கள் போன்றோர் தனிதனி உறையுள்களிலும் விவசாயத் தொழிலாளர்களும் ஏனைய தொழிலாளர்களும் மற்றொரு முனையிலும் வசித்து வந்தனர்.

எட்டுக் கைவினைத் தொழில்கள் தங்கம், வெள்ளி, ஈயம், வெள்ளீயம், தாமிரம், பித்தளை, இரும்பு, மணிக்கற்கள், அணிமணிகள் முதலியவை சம்பந்தப்பட்டவை. பல்வேறு பித்தளை வகைகள், துத்தநாகம், அஞ்சனக்கல், உள்ளீயம் முதலியவையும் இவ்வகையில் குறிப்பிடப்படுகின்றன. சுரங்கத் தொழிலிலும் உலோகத் தொழிலிலும் கண்டுள்ள முன்னேற்றத்தையும் தனித்துறைப் பயிற்சியையும் இவை யாவும் காட்டுகின்றன. இரும்பைப் பயன்படுத்துவது குறித்த தொழில் நுட்ப ஞானம் வெகுவாக வளர்ச்சியடைந்திருந்தது. அகழ்வாய்வு மேற்கொள்ளப்பட்ட இடங்களில் குஷானர். சாதவாகனர் மணபடுகைகளில் இரும்பில் செய்யப்பட்ட கலைத்தொழில் வேலைப்பாடுகள் நிறைந்த ஏராளமான பொருள்கள் கண்டெடுக்கப் பட்டிருக்கின்றன. எனினும் ஆந்திரத்தைச் சேர்ந்த தெலுங்கானா பிராந்தியத்தை இவ்வகையில் விசேடமாகக் குறிப்பிட வேண்டும். பல்வேறு ஆயுதங்கள் தவிர துலாக்கோல்கள், கைப்பிடிகள் கொண்ட கோடரிகள், களைக்கொட்டுகள், அரிவாள்கள், கொழுமுனைகள். அகப்பைகள் முதலியவை இந்தப் பிராந்தியத்தைச் சேர்ந்த கரீம் நகர். நளகொண்டா மாவட்டங்களில் கிடைத்துள்ளன. இரும்பாலான பல்வேறு பொருள்கள் உட்பட இந்திய இரும்பும் உருக்கும் அபிசீனியத் துறைமுகங்களுக்கு ஏற்றுமதி செய்யப்பட்டன. மேற்கு ஆசியாவில் அவை மிகுந்த பிரபலம் பெற்றிருந்தன.

ஆடை அணிகளைத் தயாரித்தல், பட்டு நெசவு, ஆயுதங்களையும், உயர் இன்ப வாழ்க்கைக்கான பொருள்களையும் உற்பத்தி செய்தல் போன்றவையும் பெரும் முன்னேற்றம் கண்டன. மதுரா ஒரு தனிவகையான துணியைத் தயாரிக்கும் மாபெரும் கேந்திரமாகத் திகழ்ந்தது; இந்தத் துணிவகை **ஷதகம்** எனக் கூறப்பட்டது. சில தென்னிந்திய நகரங்களில் வண்ணச்சாயம் தோய்க்கும் தொழில் சிறப்புற்று விளங்கிற்று. செங்கற்களால் கட்டப்பட்ட சாயம் தோய்க்கும் ஒரு பெரிய தொட்டி தமிழ்நாட்டில் திருச்சிராப்பள்ளி நகரைச் சேர்ந்த உறையூரில் கண்டுபிடிக்கப்பட்டிருக்கிறது. இதேபோன்ற சாயம் தோய்க்கும் தொட்டிகள் அரிக்கமேட்டில் நடைபெற்ற அகழ்வாய்வில் கிடைத்திருக்கின்றன. இந்தத் தொட்டிகளும் பிறவும் கி.பி. முதலாம் - மூன்றாம் நூற்றாண்டுகளைச் சேர்ந்தவை. இக்காலப் பகுதியில் இந்த நகரங்களில் கைநெசவுத் தொழில் பெரிதும் வளர்ச்சியடைந்திருந்தது. செக்குகள் பயன்படுத்தப்பட்டதால் எண்ணெய் உற்பத்தி அதிகரித்தது. பொற்கொல்லர்கள், சாயந்தோய்ப்பவர்கள், உலோகத் தொழிலாளர்கள். தந்தத்திலிருந்து வேலைப்பாடுகள் மிக்க பொருள்களைத்

தயாரிப்பவர்கள், அணிமணி செய்பவர்கள், சிற்பிகள், மீனவர்கள், கம்மியர்கள், நறுமணப் பொருள்கள் தயாரிப்பவர்கள் போன்றோர் பௌத்த பிட்சுகளுக்கு குகைகளைக் குடைந்து தருவதில் உதவி செய்தனர். தூபிகள், பட்டயத் தகடுகள், நீர்த்தொட்டிகள் முதலியவற்றை நன்கொடையாக வழங்கினர் என்று இக்காலத்தின் கல்வெட்டுகள் கூறுகின்றன. இவர்களது தொழில்கள் யாவும் செழித்து வளர்ந்தன என்பதையே இவை புலப்படுத்துகின்றன.

சொகுசான ஆடம்பரப் பொருள்களைத் தயாரிக்கும் கைவினைத் தொழில்களைப் பொறுத்தவரையில் தந்த வேலைப்பாட்டுத் தொழில், கண்ணாடித் தயாரித்தல், உருமணிகளைத் தயாரித்தல் போன்றவற்றை முக்கியமாகக் குறிப்பிடலாம். கிளிஞ்சற் சிப்பித் தொழில் செழித்தோங்கி வந்தது. குஷானர்கள் ஆட்சி புரிந்து வந்த இடங்களை அகழ்வாய்வு செய்து பார்த்தபோது ஏராளமான கைவினைத்தொழில் பொருள்கள் கிடைத்துள்ளன. இந்தியத் தந்தப் பொருள்கள் ஆப்கனிஸ்தானிலும் ரோமாபுரியிலும் இருப்பது தெரியவந்துள்ளது. தக்காணத்தில் சாதவாகனர் அரசோட்சிவந்த பிரதேசத்தில் காணப்படும் நந்தப் பொருள்களை இவை பெரிதும் ஒத்துள்ளன. ரோமாபுரிக் கண்ணாடிப் பொருள்கள் தட்சசீலத்திலும் ஆப்கனிஸ்தானிலும் தென்படுகின்றன. ஆனால் ஏறத்தாழக் கிறித்தவ சகாப்தத்தின் தொடக்க காலத்தில்தான் கண்ணாடிப் பொருள்கள் உருகு நிலையில் ஊதி உருவாக்கும் தொழில் நுட்பம் இந்தியாவை அடைந்து அதன் உச்சக்கட்டத்தை எட்டிற்று. இதே போன்று மணிக்கற்களில் தயாரிக்கப்பட்ட ஏராளமான உருமணிகள் மௌரியர் காலத்துக்குப் பிந்திய மண்படுகைகளில் காணப்படுகின்றன. இதல்லாமல், அங்கிருந்து தயாரிக்கப்பட்ட எண்ணற்ற உருமணிகளையும் வளையல்களையும் இதே படுகையில் காண்கிறோம். நாணயமடித்தல் ஒரு முக்கிய கைவினைத் தொழிலாக இருந்தது. இந்தக் காலகட்டத்தில் தங்கம், வெள்ளி, தாமிரம், வெண்கலம், ஈயம் முதலியவற்றில் தயாரிக்கப்பட்ட எண்ணற்ற வகை நாணயங்கள் வெளியிடப்பட்டன. கைவினைஞர்கள் போலி ரோமாபுரி நாணயங்களையும் தயாரித்தனர். இந்தக் காலத்தைச் சேர்ந்த பல்வேறு நாணய வார்ப்படங்கள் வட இந்தியாவிலும் தக்காணத்திலும் கிடைத்துள்ளன. சாதவாகனர் மண்படுகையில் கண்டுபிடிக்கப்பட்ட நாணய வார்ப்படம் ஒரு தடவையில் அரை டஜன் நாணயங்களைத் தயாரிக்க வல்லதாகும். இந்த நகரப்புற கைவினைப் பொருள்களுக்கு வளமூட்டும் வகையில் எழில்மிகு சுடுமட்கலங்களும், சிலைகளும் தயாரிக்கப்பட்டன; இவை பெரும் எண்ணிக்கையில் கண்டு பிடிக்கப்பட்டிருக்கின்றன. ஏறத்தாழ

பண்டைக்கால இந்தியா

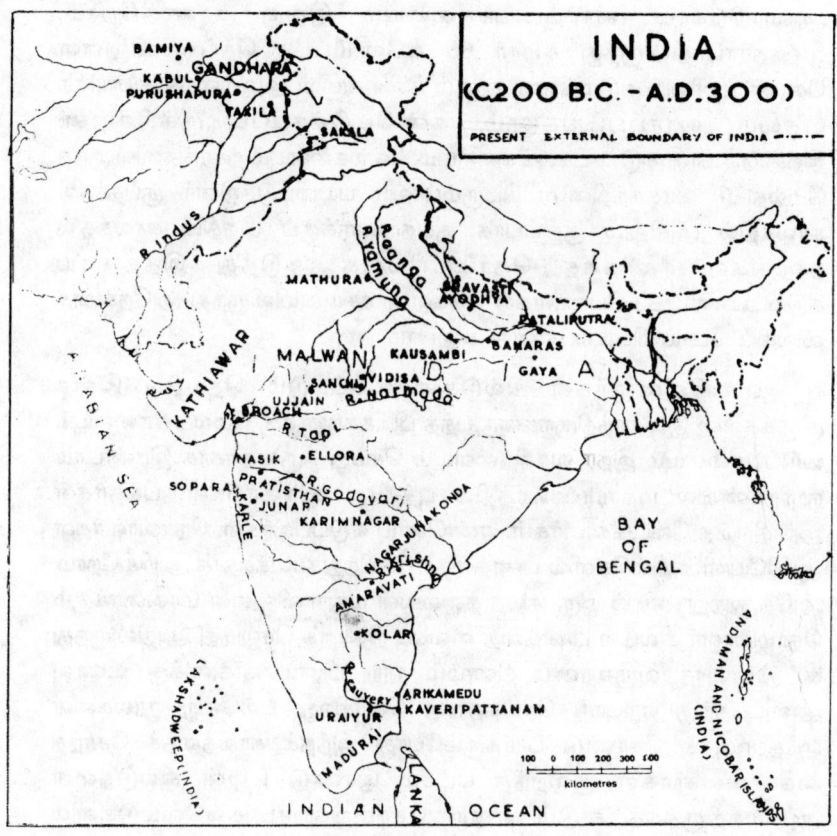

இந்தியாவின் இந்த இடக்கிடப்பியல் விவரங்கள் இந்தியத் தலைமை நில அளவாயர் அனுமதியுடன் வெளியிடப்பட்ட தேசப்படங்களை ஆதாரமாகக் கொண்டவை.

© இந்திய அரசின் பதிப்புரிமை, 1986.

இந்தியாவின் கரையோரக் கடல் பரப்பு எல்லைகள் அங்கீகரிக்கப்பட்ட இடத்திலிருந்து பன்னிரண்டு கடல் மைல் தொலைவுக்குக் கடலுக்குள் விரிந்து செல்லுகின்றன.

படம் - 57 இந்தியா - சுமார் கி.மு. 200 - கி.பி. 300

எல்லாக் குஷானர், சாதவாகனர் மண்படுகைகளிலும் இவை காணப்படுகின்றன எனினும் நளகொண்டா மாவட்டத்திலுள்ள எல்லேஸ்வரத்தை இவ்வகையில் முக்கியமாக குறிப்பிட வேண்டும். ஏராளமான சுடுமட்பாண்ட பொருள்களையும் சிலைகளையும் அவற்றிற்கான வார்ப்படங்களையும் இங்கு காண்கிறோம். ஹைதராபாதிலிருந்து சுமார் 65 கிலோமீட்டர் தொலைவிலுள்ள கொண்டபூரிலும் சுடுமட்கலங்களும் சிலைகளும் அவற்றைத் தயாரிக்க உதவும் வார்ப்படங்களும் கண்டெடுக்கப்பட்டிருக்கின்றன. இவ்வகையான சுடு மட்கலங்களையும் சிலைகளையும் நகரங்களிலிருந்த மேல்தட்டு வர்க்கத்தினரே பெரும்பாலும் பயன்படுத்தினர். குப்தர்கள் காலத்தில் அதிலும் குறிப்பாக குப்தர்களுக்குப் பிந்திய காலத்தில் நகரங்கள் சீணிக்கத் தொடங்கியதை அடுத்து இத்தகைய சுடுமட்பாண்படப் பொருள்கள் மக்களின் ரசனையிலிருந்து அநேகமாக விலகிப் போய்விட்டன என்று கூறலாம்.

கைவினைஞர்கள் கில்டுகள் எனப்படும் தொழில் இனக் குழுக்களில் இணைந்திருந்தனர். புத்த பிட்சுக்களுக்கு மேலங்கிகளையும் உடுப்புகளையும் இதர வசதிகளையும் செய்து தருவதற்காக இரண்டாம் நூற்றாண்டில் மகாராஷ்டிரத்தில் புத்தமத விசுவாசிகள், பக்தர்கள் அங்கிருந்த வேட்கோவர்கள், எண்ணெய் எடுப்பவர்கள், நெசவாளர்கள் ஆகியோரின் கில்டுகளில் பணத்தைச் சேமித்து வைத்ததாக அறிகிறோம். அதே நூற்றாண்டில் ஒரு குலத் தலைவன் மதுராவிலுள்ள மாவரைக்கும் தொழிலாளர் கில்டில் பணத்தை வைப்பு நிதியாக செலுத்தி, அதிலிருந்து கிட்டும் மாத வருவாயை தினமும் நூறு பிராமணர்களுக்கு உணவு அளிப்பதற்கு ஏற்பாடு செய்ததாகத் தெரிகிறது. பல்வேறு நூல்களை ஆதாரமாகக் கொண்டு பார்க்கும்போது, இந்தக் காலத்தைச் சேர்ந்த கைவினைஞர்கள் குறைந்த பட்சம் இரண்டு டஜன் கில்டுகளை அமைத்திருக்கக் கூடும் என்று தோன்றுகிறது. கல்வெட்டுகளில் குறிப்பிடப்பட்டிருக்கும் கைவினைஞர்களில் பெரும்பாலோர் மேற்குக் கடற்கரையிலுள்ள துறைமுகங்களுக்குச் செல்லும் வணிக மார்க்கங்களில் அமைந்துள்ள மதுரா பிராந்தியத்தையும் மேற்கு தக்காணத்தையும் சேர்ந்தவர்களாவர்.

இந்தியாவுக்கும் கிழக்கு ரோமாபுரிப் பேரரசுக்கும் இடையே வாணிகம் பெரிதும் வளர்ந்தோங்கியதுதான் இந்தக் காலகட்டத்தின் மிக முக்கியமான பொருளாதார நிகழ்ச்சிப் போக்காகும். ஆரம்பத்தில் இந்த வாணிகத்தின் பெரும்பகுதி தரை மார்க்கமாகவே நடைபெற்று வந்தது. ஆனால் கி.மு. முதல் நூற்றாண்டிலிருந்து சாகர்கள், பார்த்தியர்கள்,

பண்டைக்கால இந்தியா

குஷானர்கள் நடமாட்டம் காரணமாக தரை மார்க்கமான வாணிகம் சிதைந்து சீர்குலைந்தது. ஈரானைச் சேர்ந்த பார்த்தியர்கள் இந்தியா விலிருந்து இரும்பையும் உருக்கையும் இறக்குமதி செய்தபோதிலும், ஈரானுக்கு மேற்கே உள்ள நாடுகளுடன் இந்தியா வாணிகம் செய்வதற்குப் பலத்த முட்டுக் கட்டைகள் போட்டனர். எனினும் கி.பி. முதலாம் நூற்றாண்டு முதல் பிரதானமாக கடல் மார்க்கமாகவே வாணிகம் நடைபெற்றது. கிறித்துவ சகாப்தத்தின் ஆரம்பத்தில் பருவகாற்றின் திசைவழி கண்டுபிடிக்கப்பட்டது. இதனால் அரபிக் கடலின் கிழக்குக் கரையிலிருந்து அதன் மேற்குக் கரையை மாலுமிகள் குறைவான நேரத்தில் நேரடியாக அடைவது சாத்தியமாயிற்று. மேலும், இந்தியாவின் மேற்குக் கடற்கரையிலுள்ள புரோச், சோபரா மற்றும் அதன் கிழக்குக் கடற்கரையில் அமைந்துள்ள அரிக்கமேடு, தாம்ரலிப்தி போன்ற பல்வேறு துறைமுகங்களில் அவர்கள் எளிதாகத் தங்கிச் செல்லுவதும் சாத்தியமாயிற்று. இந்தத் துறைமுகங்கள் யாவற்றிலும் புரோச் மிக முக்கியமானதாகவும், வளங்கொழிப்பதாகவும் அமைந்திருந்தது. சாதவாகன அரசில் உற்பத்தி செய்யப்பட்ட பொருள்கள் மட்டுமின்றி சாகர்கள், குஷானர்கள் அரசுகளில் உற்பத்தி செய்யப்பட்ட பண்டங்களும் இந்தத் துறைமுகத்துக்குக் கொண்டு வரப்பட்டன. வடமேற்கு எல்லைப்புறத்திலிருந்து மேற்குக் கடற்கரைக்குச் செல்லுவதற்கு சாகர்களும் குஷானர்களும் இரண்டு மார்க்கங்களைப் பயன்படுத்தினர். இரண்டு மார்க்கங்களும் தட்சசீலத்தில் சந்தித்து, மத்திய ஆசியா வழியாகச் செல்லும் பட்டு மார்க்கத்துடன் இணைக்கப்பட்டன. முதலாவது மார்க்கம் வடக்கிலிருந்து நேரடியாக தெற்கே சென்று தட்சசீலத்தை கீழ் சிந்து வடிநிலத்துடன் இணைத்து, பின்னர் அங்கிருந்து புரோச்சுக்கு சென்றது. **உத்தரபாதை** எனப்படும் இரண்டாவது மார்க்கம் அடிக்கடி பயன்படுத்தப்பட்டது. அது தட்சசீலத்திலிருந்து இன்றைய பஞ்சாப் வழியாகச் சென்று, யமுனை மேற்கு கரையை அடைந்தது. யமுனை செல்லும் வழியைப் பின்பற்றி தெற்கு நோக்கி மதுராவுக்குச் சென்றது. மதுராவிலிருந்து மால்வாவிலுள்ள உஜ்ஜயினிக்கும், பின்னர் மீண்டும் உஜ்ஜயினிலிருந்து மேற்குக் கரையிலுள்ள புரோச்சுக்கும் சென்றது. அலகாபாத்துக்கு அருகிலுள்ள கௌசாம்பியிலிருந்து புறப்படும் மற்றொரு மார்க்கத்துக்கு உஜ்ஜயின் ஒரு சந்திப்பு முனையாக அமைந்திருந்தது.

அயல் வாணிகம்

இந்தியாவுக்கும் ரோமாபுரிக்கும் இடையே நடைபெற்று வந்த வாணிகத்தின் பரிமாணம் பெரிதாக இருப்பதுபோல் தோன்றினாலும்,

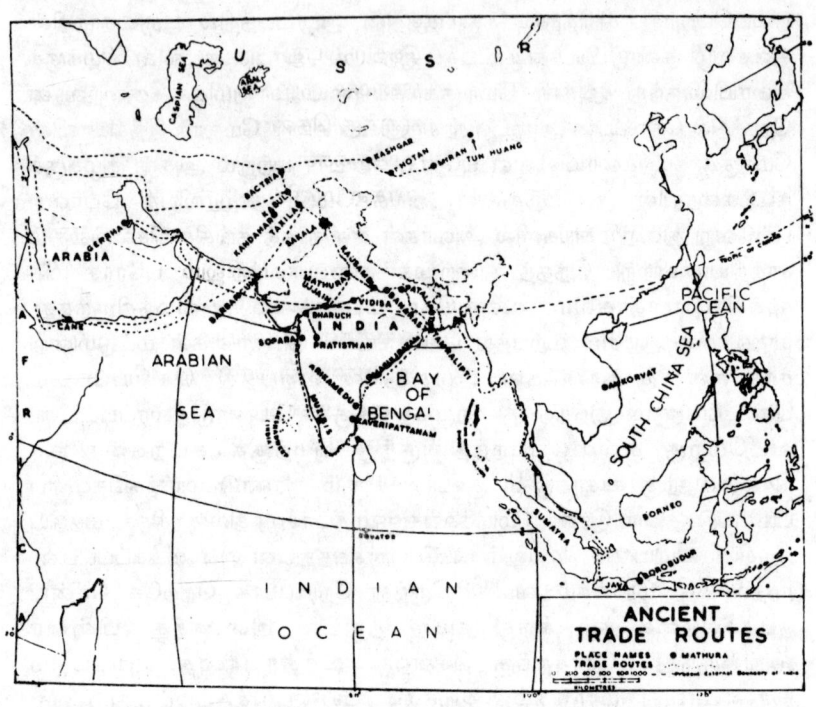

இந்தியாவின் இந்த இடக்கிடப்பியல் விவரங்கள் இந்தியத் தலைமை நில அளவாயர் அனுமதியுடன் வெளியிடப்பட்ட தேசப்படங்களை ஆதாரமாகக் கொண்டவை.

© இந்திய அரசின் பதிப்புரிமை. 1986.

இந்தியாவின் கரையோரக் கடல் பரப்பு எல்லைகள் அங்கீகரிக்கப்பட்ட இடத்திலிருந்து பன்னிரண்டு கடல் மைல் தொலைவுக்குக் கடலுக்குள் விரிந்து செல்லுகின்றன.

படம் - 58 பண்டைய வாணிக மார்க்கங்கள்

சாமானிய மக்கள் அன்றாடம் பயன்படுத்தும் பொருள்களில் இந்த வாணிகம் நடைபெறவில்லை. மாறாக, ஆடம்பரப் பொருள்களில்தான் இவ்வாணிகம் சுறுசுறுப்பாக நடைபெற்று வந்தது; மேற்குடி மக்களின் சுகபோகப் பொருள்கள் என இவை சில சமயங்களில் குறிப்பிடப்பட்டன. நாட்டின் தென்கோடிப் பகுதியுடன்தான் ரோமானியர்கள் முதலில் வாணிகம் செய்யத் தொடங்கினர். சாதவாகனர்களின் ஆட்சிக்கு வெளியே அமைந்துள்ள தமிழ் இராச்சியங்களில் அவர்களது ஆரம்பகால நாணயங்கள் கிடைத்திருப்பது இதனை ஊர்ஜிதம் செய்கின்றன. ரோமாபுரியினர் பிரதானமாக நறுமணப் பொருள்களை இறக்குமதி செய்தனர்; இப்பொருள்களுக்கு தென்னிந்தியா புகழ்பெற்று விளங்கிற்று. இவையன்றி, மஸ்லீன், முத்துக்கள், அணிமணிகள், அரிய மணிக்கற்கள் முதலியவற்றையும் அவர்கள் மத்திய இந்தியாவிலிருந்தும் தென்னிந்தியாவிலிருந்தும் இறக்குமதி செய்தனர். இரும்புப் பொருள்கள் அதிலும் குறிப்பாக இரும்புக் கருவிகள் ரோமாபுரிக்கு ஏற்றுமதி செய்யப்பட்ட பொருள்களில் முக்கிய இடத்தைப் பெற்றிருந்தன. முத்துக்கள், தந்தம், மணிக்கற்கள், விலங்குகள் முதலியவை ஆடம்பரப் பொருள்களாகக் கருதப்பட்டன; ஆனால் தாவரங்களும் தாவரப் பொருள்களும் மக்களின் அடிப்படையான சமய, ஈமச்சடங்கு தேவைகளையும் மருத்துவ மற்றும் சமையலறைத் தேவைகளையும் பூர்த்தி செய்வதாக இருந்தன. சமையலறைப் பொருள்கள் மேற்குடி மக்களுக்கு முக்கியமானவையாக இருந்திருக்கக் கூடும்.

இந்தியா, நேரடியாக வழங்கிய பொருள்கள் தவிர, குறிப்பிட்ட சில பொருள்கள் சீனாவிலிருந்தும் மத்திய ஆசியாவிலிருந்தும் கொண்டுவரப்பட்டு, பிறகு ரோமாபுரிப் பேரரசின் கிழக்குப் பகுதிக்கு அனுப்பப்பட்டன. சீனாவிலிருந்து ரோமாபுரி சாம்ராஜ்யத்துக்கு பட்டு நேரடியாகவே அனுப்பப்பட்டது; வடக்கு ஆப்கனிஸ்தான், ஈரான் வழியாகச் செல்லும் பட்டு மார்க்கத்தின் வழியாக அனுப்பப்பட்டது. ஆனால் ஈரானிலும் அண்டைப் பிரதேசங்களிலும் இருந்து வந்த பிராந்திய ஆட்சி அமைப்புகள் பல்வேறு இடர்ப்பாடுகளை விளைவித்து வந்தன. எனவே, துணைக் கண்டத்தின் வடமேற்குப் பகுதி வழியாக மேற்கு இந்தியத் துறைமுகங்களுக்கு பட்டை அனுப்பிவைக்க வேண்டியதாயிற்று. அங்கிருந்து அது மேலைய நாடுகளைச் சென்றடைந்தது. இவ்வாறு இந்தியாவுக்கும் ரோமாபுரி சாம்ராஜ்யத்துக்கும் இடையே பட்டை புடைப்பெயர்ப்புச் செய்யும் வாணிகம் கணிசமான அளவுக்கு நடைபெற்று வந்தது.

இதற்குப் பிரதியாக, மது வகைகளையும், வேலைப்பாடுகள் மிக்க குடிகலங்களையும் மற்றும் பல்வேறுபட்ட மட்கலங்களையும் ரோமாபுரியினர் இந்தியாவுக்கு ஏற்றுமதி செய்தனர்; மேற்கு வங்கத்தில் தாம்லுக்கிலும் பாண்டிச்சேரி அருகே அரிக்கமேட்டிலும், தென்னிந்தியாவில் இதர சில இடங்களிலும் மேற்கொள்ளப்பட்ட அகழ்வாய்வுகளில் இவை கிடைத்துள்ளன. சில சமயங்களில் ரோமாபுரியினர் கௌஹாத்திவரை கூடப் பயணம் செய்துள்ளனர். நாணயங்கள் தயாரிப்பதற்கு சாதவாகனர்கள் பயன்படுத்திய ஈயம் கம்பிச் சுருள்களாக ரோமாபுரியிலிருந்து இறக்குமதி செய்யப்பட்டதாகத் தெரிகிறது. ரோமாபுரிப் பண்டங்கள் வட இந்தியாவில் குறிப்பிடத்தக்க எண்ணிக்கையில் காணப்படவில்லை. எனினும், கி.பி. இரண்டாம் நூற்றாண்டில் குஷானர்களின் ஆதிக்கத்தில் இருந்து வந்த இந்தியத் துணைக் கண்டத்தின் வடமேற்குப் பகுதி ரோமாபுரி சாம்ராஜ்யத்தின் கிழக்குப் பகுதியுடன் வாணிகம் செய்து வந்திருக்கிறது என்பதில் ஐயமில்லை. கி.பி. 115ல் மெசபொட்டோமியா வெல்லப்பட்டு, ஒரு ரோம் மாகாணமாக அது ஆக்கப்பட்டதால் இந்த வாணிகத்தை சிறப்பாக நடத்துவது எளிதாயிற்று. ரோமாபுரிச் சக்கரவர்த்தியான டிராஜன் மஸ்காட்டை வென்றதோடு பெர்சிய வளைகுடாவிலும் கடற்பயணம் மேற்கொண்டான். மேன்மேலும் வாணிகம் பெருகியதாலும், நாடுகள் கைப்பற்றப்பட்டதாலும் ரோமாபுரிப் பண்டங்கள் ஆப்கனிஸ்தானையும் வடமேற்கு இந்தியாவையும் அடைந்தன. காபூலுக்குக் கிழக்கே 72 கிலோமீட்டர் தொலைவிலுள்ள பெக்ராம் என்னும் இடத்தில் எகிப்து, இத்தாலி, சிரியா ஆகிய நாடுகளில் தயாரிக்கப்பட்ட கண்ணாடிக் குவளைகள் கிடைத்துள்ளன. தவிரவும், கிண்ணங்கள், வெண்கல ஆடை நிலை மாட்டிகள், உருக்கில் தயாரிக்கப்பட்ட அளவு கோல்கள், மேற்கத்தியப் பாணியிலமைந்த நிறுத்தலளவைகள், கிரேக்க - ரோம் சிறு வெண்கலச் சிலைகள், குவளைகள், கொள்கலங்கள் முதலியவையும் இங்கு காணப்படுகின்றன. கிரேக்க - ரோம வெண்கலச் சிற்பக் கலைக்கு நேர்த்திமிகு எடுத்துக்காட்டுகளாக விளங்கும் பொருள்களை பாகிஸ்தானின் வடமேற்கு எல்லைப்புற மாகாணத்தைச் சேர்ந்த சிர்காப்பில் காண்கிறோம்; இந்த சிர்காப்தான் பழைய தட்சசீலமாகும். வெள்ளி, அணிமணிகள், சில வெண்கலப் பாத்திரங்கள், ஒரு குவளை, ரோம் சக்கரவர்த்தி திபேரியசின் நாணயங்கள் முதலியவையும் இங்கு கண்டுபிடிக்கப்பட்டுள்ளன. ஆனால் தென்னிந்தியாவில் சர்வ சாதாரணமாகக் காணப்படும் அர்ரடைன் மட்கலங்கள் மத்திய இந்தியாவிலோ, மேற்கு இந்தியாவிலோ அல்லது ஆப்கனிஸ்தானிலோ காணப்படவில்லை. சாதவாகனர் இராச்சியத்தில் பெரும்பாலும் விந்தியத்துக்குத் தெற்கிலும் அதற்கு அப்பாலும் பொதுமக்களிடையே பெரிதும் வழங்கப்படுகிற மேற்கத்திய பண்டங்களை இந்தப் பகுதிகள்

பெறவில்லை என்பது இதிலிருந்து தெளிவாகிறது. ஆக, இவ்வாறு சாதவாகனர் அரசும் குஷானர் அரசும் ரோமாபுரிப் பேரரசுடன் ; நடைபெற்ற வாணிகத்தில் ஆதாயம் பெற்றன; அதிலும் சாதவாகனர்கள் தான் இவ்வகையில் அதிக ஆதாயம் பெற்றனர் என்று கூறலாம்.

இந்தியாவுக்கு ரோமாபுரியின் மிகக் குறிப்பிடத்தக்க ஏற்றுமதி ஏராளமான தங்க, வெள்ளி, நாணயங்களாகும். இந்தியத் துணைக்கண்டம் முழுவதிலும் சுமார் 150 ரோமாபுரி தங்க நாணயப் புதையல்கள் கண்டுபிடிக்கப்பட்டிருக்கின்றன; இவற்றில் பெரும்பாலானவை விந்திய மலைக்குத் தெற்கே கண்டுபிடிக்கப்பட்டவையாகும். ரோமாபுரி எழுத்தாளர் பிளினி கி.பி. 77ல் லத்தீன் மொழியில் எழுதியுள்ள **இயற்கை வரலாறு** என்னும் நூலில் தெரிவித்துள்ள அவரது மனக்குறையை இது உறுதி செய்வதாக இருக்கிறது. இந்தியாவுடனான வாணிகம் காரணமாக ரோமாபுரியின் தங்க இருப்பு குறைந்து வருகிறது என்று மனம் புழுங்கி எழுதியிருந்தார். இது ஓரளவு மிகைப்படுத்தலாக இருக்கக்கூடும். ஆனால் கிழக்கிலிருந்து மிளகை வாங்குவதற்காக அளவுக்கு அதிகமாக செலவிடப்படுகிறது என்று கி.பி. 22ஆம் ஆண்டு வாக்கில் பல புகார்கள் எழுந்ததாக அறிகிறோம். இந்திய மிளகை மேலைய நாட்டினர் வெகுவாக விரும்பினர்; இதனால் சமஸ்கிருதத்தில் **யவன்பிரியா** என அழைக்கப்பட்டது. இதேபோன்று, இந்தியாவில் தயாரிக்கப்பட்ட இரும்புப் பொருள்களுக்கும் அங்கு எதிர்ப்பு எழுந்தது; இப்பொருள்களை ரோமாபுரியின் மேற்குடியினர் அதிக விலை கொடுத்து வாங்கி வந்தனர். ஏற்றுமதி இறக்குமதியிடையே வேறுபாட்டு மிகை கோட்பாட்டை அக்கால மக்கள் அறிய மாட்டார்கள். ஆனால் ரோமாபுரிப் பேரரசுடன் நடைபெற்று வந்த வாணிகத்தில் இந்தியா மிகுந்த ஆதாயம் அடைந்து வந்தது என்பதை தீபகற்பத்தில் ஆங்காங்கு கிடைத்துள்ள எண்ணற்ற ரோமாபுரி நாணயங்களும், ஏராளமான மட்கலங்களும் எத்தகைய ஐயத்துக்கிடமின்றி மெய்ப்பிக்கின்றன. இதனால் ரோமாபுரிக்கு ஏற்பட்ட பண இழப்புப் பெரிதும் உணரப்பட்டதால், மிளகு மற்றும் உருக்குப் பொருள்களில் இந்தியாவுடனான வர்த்தகத்தைத் தடை செய்வதற்கு நடவடிக்கைகள் மேற்கொள்ள வேண்டியதாயிற்று.

இந்தோ - ரோம வாணிகத்திலும், கப்பல் போக்குவரத்திலும் ரோமானியர்கள் பெரும் பங்காற்றியதாகத் தோன்றுகிறது. ரோமாபுரி வணிகர்கள் தென்னிந்தியாவில் தங்கியிருந்து வணிக நடவடிக்கைகள் ஈடுபட்டதைக் குறிக்கும் சான்றுகள் ஏராளமாக உள்ளன. ஆனால் ரோமாபுரி சாம்ராஜ்யத்தில் இந்தியர்கள் தங்கியிருந்ததற்கானச் சான்றுகள் ஏதும் இல்லை. எனினும் சில தமிழ் வணிகர்கள் ரோமாபுரியினர் காலத்தில் எகிப்தில் தங்கியிருந்தனர் என்பதை தமிழ்ச் சித்திர

எழுத்துக்களுடன் கூடிய சில மட்பாண்டத் துண்டுகளிலிருந்து அறிய வருகிறோம்.

ரோமாபுரியிலிருந்து இந்தியாவுக்குக் கொண்டுவரப்பட்ட வெள்ளி மற்றும் தங்க நாணயங்களை இந்தியர்கள் எவ்வாறு பயன்படுத்தினர்? ரோமாபுரித் தங்க நாணயங்களுக்கு அவை தங்கத்தைக் கொண்டு தயாரிக்கப்பட்டவை என்ற அடிப்படையில் உள்ளார்ந்த மதிப்பு இருந்த போதிலும் மாபெரும் வாணிக நடவடிக்கைகளில் அவை செலாவணியாகவும் பயன்படுத்தப்பட்டிருக்கக்கூடும். வடக்கே இந்தோ-கிரேக்க மன்னர்கள் ஒரு சில தங்க நாணயங்களை வெளியிட்டனர். ஆனல் குஷானர்களோ பெரும் எண்ணிக்கையில் தங்க நாணயங்களை வெளியிட்டனர். எல்லாக் குஷானர் நாணயங்களும் ரோமாபுரி தங்கத்தில் தயாரிக்கப்பட்டன என்று நினைப்பது தவறு. கி.மு. ஐந்தாம் நூற்றாண்டு வாக்கிலேயே 320 டாலென்ட் தங்கத்தை ஈரானியப் பேரரசுக்கு இந்தியா திறையாக செலுத்தியிருக்கிறது. சிந்துவிலுள்ள தங்கச் சுரங்கங்களிலிருந்து இந்தத் தங்கம் வெட்டியெடுக்கப்பட்டிருக்கக் கூடும். குஷானர்கள் அநேகமாக மத்திய ஆசியாவிலிருந்து தங்கத்தைப் பெற்றிருக்கலாம். இதல்லாமல் கர்நாடகத்திலிருந்தோ அல்லது பிற்காலத்தில் அவர்களது ஆளுகையின் கீழ் வந்த தெற்கு பீகாரிலுள்ள தால்பூமிலிருந்தோ பெற்றிருக்கவும் கூடும். ரோமாபுரியுடன் ஏற்பட்ட தொடர்பின் காரணமாக குஷானர்கள் டினார் வகையைச் சேர்ந்த தங்க நாணயங்களை வெளியிட்டனர்; குப்தர்கள் ஆட்சியில் இவை ஏராளமாக வெளியிடப்பட்டன. ஆனால் தங்க நாணயங்கள் அன்றாட பேரங்களில் பயன்படுத்தப்படவில்லை. ஈய, தாமிர நாணயங்கள்தான் இவற்றிற்குப் பயன்படுத்தப்பட்டன. ஈய, தாமிரத் தாதுக்கள் ஆந்திராவில் காணப்படுகின்றன. தக்காணத்தில் ஆந்திரர்கள் ஏராளமாக ஈய நாணயங்களை வெளியிட்டனர். சில முத்திரை நாணயங்களும், சங்ககால நாணயங்களும் தீபகற்பத்தின் கடைக்கோடியில் கிடைத்திருக்கின்றன. வட இந்தியாவிலும் வடமேற்கு இந்தியாவிலும் குஷானர்கள் ஏராளமான செப்பு நாணயங்களை வெளியிட்டனர். மத்திய இந்தியாவை ஆண்டு வந்த நாகர்கள் கிழக்கு ராஜஸ்தானையும் அத்துடன் அண்டையிலுள்ள ஹரியானா, பஞ்சாப், உத்திரப் பிரதேத்தின் சில பகுதிகளையும் ஆண்டுவந்த யௌதேயர்கள், கௌசாம்பி, மதுரா, அவந்தி அரிச்சஹ்த்ரா (உத்தரப் பிரதேசத்திலுள்ள பரேய்லி மாவட்டம்) ஆகியவற்றை ஆண்டுவந்த மித்திரர்கள் போன்ற சில உள்நாட்டுப் பழங்குடி அரசவமிசத்தினர் 'பித்தளை, வெண்கல நாணயங்களைப் பெருமளவில் பயன்படுத்தி வந்தனர். இந்தக் காலத்தைப் போன்று வேறு எந்தக் காலத்திலும் நாணயப் பொருளாதாரம் நகரங்களையும் அவற்றின் சுற்றுப்புறங்களையும் சேர்ந்த சாமானிய மக்களின் வாழ்க்கையில்

பண்டைக்கால இந்தியா

இவ்வளவு ஆழமாக ஊடுருவியதில்லை என்று கூறலாம். இதன் பிரதி பலிப்பைக் கலைகள், கைவினைத் தொழில்களின் வளர்ச்சியிலும், ரோமா புரிப் பேரரசுடன் வளர்ந்தோங்கி வந்த வாணிகத்திலும் காண்கிறோம்.

படம் - 59 தெர்ரில் (ஓஸ்மானாபாத் மாவட்டம்) கிடைத்துள்ள சுட்ட களிமண் சிலைகள்

படம் - 60 நாகர்ஜுன கொண்டாவிலுள்ள விளையாட்டரங்கின் இடிபாடுகள்

நகர்ப்புறக் குடியேற்றங்கள்

இந்தக் காலப் பகுதியில் கைவினைத் தொழில்கள் மற்றும் வாணிகத்தின் வளர்ச்சியும் மேன்மேலும் அதிகரித்துவந்த பணப் புழக்கமும் எண்ணற்ற நகரங்களின் வளமைக்கும் பொலிவுக்கும் வழி வகுத்தன. வைசாலி, பாடலிபுத்திரம், வாரணாசி, கௌசாம்பி, சிரவஸ்தி, அஸ்தினாபுரம், மதுரா, இந்திரப்பிரஸ்தம் (புது டெல்லியிலுள்ள புராண கிலா) போன்ற வட இந்தியாவிலுள்ள முக்கிய நகரங்கள் இலக்கிய நூல்களில் குறிப்பிடப்பட்டிருக்கின்றன; இவற்றில் சில நகரங்கள் சீன யாத்ரிகர்களாலும் வருணிக்கப்பட்டிருக்கின்றன. பெரும்பாலான நகரங்கள் கி.பி. முதலாம் இரண்டாம் நூற்றாண்டுகளில் குஷானர் காலத்தில் செழித்து வளர்ந்தன. அகழ்வாய்வுகளின் அடிப்படையில் இதனைக் கூறமுடியும்; குஷானர் காலத்தில் கட்டுமானப் பணிகள் சிறந்த முறையில் இருந்ததை இவை புலப்படுத்துகின்றன. பீகாரில் சிராண்ட், சோன்பூர், பக்சார் போன்ற இடங்களும், உத்தரப்பிரதேசத்தில் கௌரா, மாசன் போன்ற இடங்களும் வளமிக்க குஷானர் கட்டங்களைக் கண்டிருப்பதை அகழ்வாய்வுகள் மேலும் வெளிப்படுத்துகின்றன. இதேபோன்று உத்திரப்பிரதேசத்தில் சோகவ்ரா, பிடா, கௌசாம்பி, அலகாபாத்துக்கு அருகிலுள்ள ஷிரங்கவேரப்பூர், அத்ரஞ்சிகெரா, மீரத் மற்றும் முசாபர்நகர் மாவட்டங்களிலுள்ள பல இடங்கள் குஷானர் காலத்தில் செழித்தோங்கி இருந்தன. ஷிரங்கவேரப்பூரிலும் கிராண்டிலும் குஷானர் காலத்தைச் சேர்ந்த கணிசமான செங்கற்கட்டுமானப் பணியைக் காண்கிறோம். மதுராவில் சோங்கில் நடைபெற்ற அகழ்வாய்வுகள் குஷானர்கள் கட்டத்தின் ஏழுபடிநிலைகளையும், குப்தர்கள் கட்டத்தின் ஒரே ஒரு படிநிலையையும் மட்டுமே காட்டுகின்றன. பஞ்சாபைச் சேர்ந்த ஜலந்தர், லூதியானா, ரோபார் ஆகியவற்றில் அகழ்வாய்வுகள் மேற்கொள்ளப்பட்ட பல இடங்களில் குஷானர் காலத்து சிறந்த கட்டுமானங்களைக் காண முடிகிறது. ஹரியானாவில் அகழ்வாய்வு செய்யப்பட்ட இடங்களுக்கும் இது பொருந்தும். குஷானர்கள் பயன்படுத்திய செங்கற்களைக் கொண்டு மோசமான முறையில் கட்டப்பட்ட கட்டிடங்களை குப்தர் காலத்தைச் சேர்ந்த பல இடங்களில் காண்கிறோம். மொத்தத்தில், குஷானர் கட்டத்தைக் குறிக்கும் இடிபாடுகள் அவர்கள் காலத்தில் நகரமயமாக்கம் உச்ச நிலையில் இருந்ததைக் காட்டுகின்றன. மால்வா மற்றும் மேற்கு இந்தியாவின் சாகர் இராச்சியத்தைச் சேர்ந்த நகரங்களும் இவ்வாறே சிறப்பு மிக்க வளர்ச்சி கண்டிருந்தன. இவற்றில் மிக முக்கியமான நகரம் உஜ்ஜயின்; கௌசாம்பியிலிருந்து ஒரு மார்க்கமும் மதுராவிலிருந்து ஒரு மார்க்கமும்

வந்துகூடும் சந்திப்பாக, கேந்திரமாக அது திகழ்ந்தது. மேலும், இரத்தினக் கற்கள் மற்றும் மங்கிய சிவப்பு நிறமுள்ள நேர்த்தியான மணிக்கற்கள் முதலியவற்றின் ஏற்றுமதி விஷயத்திலும் அது முக்கியத்துவம் பெற்றிருந்தது. கி.மு.200க்குப் பிறகு உருமணிகளைப் பெரும் எண்ணிக்கையில் தயாரிப்பதற்காக இரத்தினக் கற்களும், மங்கிய சிவப்பு நிறமுள்ள மணிக்கற்களும், பழுப்பு நிறமுடைய மணிக்கற்களும் பயன்படுத்தப்பட்டதை அகழ்வாய்வுகள் காட்டுகின்றன. சிப்ரா நதியின் படுகையில் படிக்கற்பாறைகளிலிருந்து ஏராளமான மூலப் பொருள்களைப் பெற முடிந்ததால் இது சாத்தியமாயிற்று.

சாகர்கள், குஷானர்கள் காலத்தைப் போன்றே சாதவாகனர்களின் ஆட்சியின்போதும் நகரங்கள் செழிப்புற்றன. மேற்கு இந்தியாவையும், தென்னிந்தியாவையும் சேர்ந்த தாகர் (தெர்), பைதான், தானியகதகா, அமராவதி, நாகார்ஜுனகொண்டா, புரோச், சோபரா, அரிக்கமேடு, காவேரிப்பூம்பட்டினம் ஆகியவை சாதவாகனர் ஆட்சிக் காலத்தில் வளம் கொழிக்கும் நகரங்களாகத் திகழ்ந்தன. அநேக சாதவாகன குடியேற்றங்கள் தெலிங்கானாவில் அகழ்வாய்வு செய்யப்பட்டுள்ளன; பிளினி குறிப்பிட்டிருக்கும் ஆந்திராவின் முப்பது புறமதில் சுவர்கள் கொண்ட நகரங்களும் இந்தக் குடியேற்றங்களில் அடங்கும். ஆந்திராவின் கடற்கரையோர நகரங்களைவிட இவை முற்பட்ட காலத்தில் தோன்றியவையாகும்; அதே சமயம் மேற்கத்திய மகாராஷ்டிர நகரங்களுக்கு இவை மிகவும் பிந்திய காலத்தைச் சேர்ந்தவை அல்ல என்பதும் இங்கு குறிப்பிடத்தக்கது. ஆனால் மகாராஷ்டிரத்திலும், ஆந்திராவிலும், தமிழ்நாட்டிலும் நகரங்களின் நலிவு, தேய்வு பொதுவாக கி.பி. மூன்றாம் நூற்றாண்டு மத்தியில் அல்லது அதற்குச் சற்றுபின்னர் ஆரம்பமாயிற்று எனக் கூறலாம்.

ரோமாபுரிப் பேரரசுடன் வளம் கொழிக்கும் வாணிகத்தை நடத்தி வந்ததாலேயே குஷானர்கள் மற்றும் சாதவாக்னர்களின் பேரரசுகளில் நகரங்கள் முன்னேற்றம் அடைந்திருந்தன. நாடு ரோமாபுரிப் பேரரசின் கிழக்குப் பகுதியுடனும், மத்திய ஆசியாவுடனும் வாணிகத்தில் ஈடுபட்டிருந்தது. குஷானர் ஆட்சியின் கேந்திரம் வடமேற்கு இந்தியாவில் அமைந்திருந்ததால் பஞ்சாபிலும் மேற்கு உத்தரப்பிரதேசத்திலும் இருந்த நகரங்கள் வளம் பெற்றன. இந்தியாவில் பெரும்பாலான குஷானர் நகரங்கள் வடமேற்குப் பகுதியில் அல்லது மதுராவிலிருந்து தட்சசீலம் செல்லும் உத்தரபாத மார்க்கத்தில் அமைந்திருக்கின்றன. குஷானர் ஆட்சி இந்த மார்க்கங்களுக்குப் பெரும்

பாதுகாப்பை அளித்தது. மூன்றாவது நூற்றாண்டில் குஷானர்கள் ஆட்சி முடிவுக்கு வந்ததானது இந்த நகரங்களுக்குப் பேரிடியாக அமைந்தது. தக்காணத்திலும் இதே கதி ஏற்பட்டதாகத் தோன்றுகிறது. கி.பி. மூன்றாம் நூற்றாண்டில் இந்தியாவுடனான வாணிகத்துக்கு ரோமாபுரிப் பேரரசு தடை விதித்ததால் நகரங்கள் அவற்றில் வாழ்ந்து வந்த கைவினைஞர்களுக்கும், வணிகர்களுக்கும் போதிய ஆதரவு அளிக்க முடியவில்லை. சாதவாகனர் காலத்திற்குப் பிறகு நகரப்புறக் குடியேற்றங்கள் சீணிக்கத் தொடங்கியதைத் தொல்பொருள் ஆய்வுகள் காட்டுகின்றன.

இயல் 20
குப்தப் பேரரசின் தோற்றமும் வளர்ச்சியும்

பின்னணி

மௌரியப் பேரரசு உடைந்து தகர்ந்து போன பிறகு சாதவாகனர்களும் குஷானர்களும் இரு பெரும் அரசியல் சக்திகளாகப் பரிணமித்தனர். சாதவாகனர்கள் தக்காணத்திலும் தெற்கிலும் ஒரு நிலைப்படுத்தும் அம்சமாகச் செயல்பட்டனர்; அவற்றிற்கு அரசியல் ஸ்திரத்தன்மையை அளித்தனர்; ரோமாபுரிப் பேரரசுடனான வாணிகத்தின் வாயிலாகப் பொருளாதார வளமையை, செழுமையை வழங்கினர். இதே பணியை குஷானர்கள் வடக்கே செய்தனர். இவ்விரண்டு பேரரசுகளுமே கி.பி. மூன்றாம் நூற்றாண்டு மத்தியில் முடிவுக்கு வந்தன.

குஷானர்களது சாம்ராஜ்யத்தின் இடிபாடுகளிலிருந்து, சாம்பலிலிருந்து ஒரு புதிய சாம்ராஜ்யம் உதித்தெழுந்தது; குஷானர்கள், சாதவாகனர்கள் ஆகியோரின் பழைய ஆட்சிப் பிரதேசங்களில் ஒரு கணிசமான பகுதியில் அது தனது ஆதிக்கத்தை நிலைநாட்டிற்று. அதுதான் குப்த சாம்ராஜ்யம். குப்தர்கள் வைசிய இனத்தைச் சேர்ந்தவர்கள். குப்த சாம்ராஜ்யம் மௌரிய சாம்ராஜ்யத்தைப் போல் அத்தனைப் பெரியது அல்லவென்றாலும் கி.பி. 335 முதல் 455வரை ஏறத்தாழ ஒரு நூற்றாண்டுக்காலம் அது வட இந்தியாவை அரசியல் ரீதியில் ஐக்கியப்படுத்தி வைத்திருந்தது, ஒன்றுபடுத்தி வைத்திருந்தது. கி.பி. மூன்றாம் நூற்றாண்டின் இறுதிவாக்கில் குப்தர்களின் தொடக்ககால அரசு உத்தரப்பிரதேசத்தையும், பீகாரையும் தன்னுள் கொண்டதாக இருந்து வந்தது. உத்தரப் பிரதேசம் பீகாரைவிட குப்தர்களுக்கு ஒரு முக்கியமான மாகாணமாகக் காட்சியளித்தது. ஆரம்பகால நாணயங்களும் கல்வெட்டுப் பொறிப்புகளும் பிரதானமாக இந்த மாகாணத்தில் கிடைத்திருப்பது இதனை உறுதி செய்கிறது. பெரும்பாலும்

மத்தியப் பிரதேசத்தில் காணப்படும் சில தனி நபர்கள், குறுநிலத் தலைவர்களின் கல்வெட்டுப் பொறிப்புகளை ஒதுக்கிவைத்துவிட்டுப் பார்த்தோமானால் குப்தர்களின் பழமைச் சின்னங்கள், தொல்பழம் பொருள்கள் கண்டுபிடிக்கப்பட்டிருக்கும் விஷயத்தில் உத்திரப் பிரதேசம் மிக முக்கியமான பிரதேசமாக தலைநிமிர்ந்து நிற்பதைக் காணலாம். இதை வைத்துப் பார்க்கும்போது உத்தரப்பிரதேசத்தில்தான் குப்தர்கள் ஆதியில் நிலைகொண்டு பல்வேறு திசைகளிலும் பரவினர் என்பது தெளிவாகிறது. அநேகமாக அவர்கள் பிரயாகையை தங்களது ஆட்சிக் கேந்திரமாகக் கொண்டு அண்டைப் பிராந்தியங்களுக்குத் தங்களது ஆதிக்கத்தை விஸ்தரித்திருக்கக் கூடும்.

குப்தர்கள் உத்தரப்பிரதேசத்தில் குஷானர்களின் கீழ் செயல்பட்டு வந்தவர்களாக இருந்திருக்கக்கூடும்; பிறகு அதிகக் கால இடைவெளி யின்றி அவர்களுக்குப் பிறகு அரியணை ஏறியிருக்கக்கூடும். உத்தரப் பிரதேசத்திலும் பீகாரிலும் பல இடங்களில் குஷானர்களின் பழமைச் சின்னங்களும் குப்தர்களின் பழமைச் சின்னங்களும் அடுத்தடுத்துக் காணப்படுகின்றன. சேணம், கடிவாளங்கள், பொத்தான்கள் வைத்திணைத்த மேற்சட்டைகள், காற்சட்டைகள், புதைமிதியடிகள் முதலி யவற்றைப் பயன்படுத்துவதை குஷானர்களிடமிருந்து குப்தர்கள் கற்றுக் கொண்டிருக்கக்கூடும். இவை யாவும் எளிதில் இயங்கும் தன்மையை அவர்களுக்கு அளித்தன; அவர்களை மிகச் சிறந்த குதிரை வீரர்களாக்கின. குஷானர்களின் கண்ணோட்டத்தில் ரதங்களும் யானைகளும் அவற்றின் முக்கியத்துவத்தை இழந்தன. இவற்றிற்குப்பதில் குதிரைகள்தான் பிரதான பங்கு வகித்தன. குப்தர்களும் இதே வழியையே பின்பற்றியிருக்கக்கூடும் என்று தோன்றுகிறது: அவர்களது நாணயங்களில் குதிரை வீரர்களின் உருவம் இடம் பெற்றிருப்பதி லிருந்து இது தெளிவாகிறது. சில குப்த மன்னர்கள் ரதங்களில் வந்து போரிடுவதில் தலைசிறந்தவர்கள், ஈடு இணையற்றவர்கள் என்று வருணிக்கப்பட்டிருந்த போதிலும் அவர்களது அடிப்படை வலிமை குதிரைகளைப் பயன்படுத்துவதில்தான் அடங்கியிருந்தது.

குப்தர்கள் சில குறிப்பிடத்தக்கப் பொருளாயத அனுகூலங்களைப் பெற்றிருந்தனர். பீகாரையும் உத்திரப்பிரதேசத்தையும் உள்ளடக்கிய மத்தியப்பிரதேசத்தின் வளப்பம் மிக்க நிலம் அவர்களது செயற்பாடுகளின் கேந்திரமாக அமைந்திருந்தது. மத்திய இந்தியா மற்றும் தெற்குப் பீகாரின் இரும்புக் கனிவளங்களை அவர்கள் திறம்படப் பயன்படுத்திக் கொண்டனர். தவிரவும், பைஜாண்டியப் பேரரசு என

அறியப்பட்ட கிழக்கத்திய ரோமாபுரிப் பேரரசுடன் பட்டு வாணிகம் செய்து வந்த வடஇந்தியப் பிரதேசங்கள் தங்களது ஆட்சி எல்லைக்கு அண்மையில் இருந்ததை அவர்கள் நன்கு பயன்படுத்திக் கொண்டனர். இத்தகைய பல அனுகூலமான அம்சங்களை ஆதார அடிப்படையாகக் கொண்டு அனுகங்கை (மத்திய கங்கை வடிநிலம்) பிரயாகை (இன்றைய அலகாபாத்) சகேதா(தற்போதைய அயோத்தி), மகதம் போன்ற பல பிரதேசங்களில் குப்தர்கள் தங்கள் ஆட்சியையும், ஆதிக்கத்தையும் நிலைநாட்டினர். நாளடைவில் இந்த இராச்சியம் ஓர் அகில இந்தியப் பேரரசாகப் பரிணமித்துவிட்டது. ஏறத்தாழ கி.பி. 230ல் குஷானர் ஆட்சி முடிவுக்கு வந்தது; அதன் பின்னர் மத்திய இந்தியாவின் ஒரு கணிசமான பகுதி முருந்தர்களின் ஆட்சியின் கீழ் வந்தது; இவர்கள் குஷானர்களின் குருதித் தொடர்புடைய உறவினர்களாக இருக்கக்கூடும். கி.பி. 250 வரை முருந்தர்கள் ஆட்சி புரிந்து வந்தனர். இதற்கு இருபத்தைந்து ஆண்டுகளுக்குப் பிறகு அதாவது சுமார் கி.பி. 275ல் குப்த வமிசத்தினர் ஆட்சிபீடமேறினர்.

குப்த வமிசத்தைச் சேர்ந்த முதல் முக்கியமான மன்னன் முதலாம் சந்திரகுப்தனாவான். அவன் நேப்பாளத்தைச் சேர்ந்த ஒரு லிச்சாவி இளவரசியைத் திருமணம் செய்து கொண்டான்; இந்தத் திருமண உறவால் அவனது நிலை வலுவடைந்தது. குப்தர்கள் வைசியர்கள். எனவே ஒரு சத்திரியக் குடும்பத்தில் பெண் எடுத்தது அவர்களது கௌரவத்தை உயர்த்திற்று. முதலாம் சந்திரகுப்தன் மிகுந்த முக்கியத்துவம் வாய்ந்த ஒரு மன்னனாகத் திகழ்ந்தான்; ஏனென்றால் கி.பி. 319 - 320ல் அவன் குப்த சகாப்தத்தைத் தொடங்கி வைத்தான். இது அவன்அரசு கட்டில் ஏறிய காலத்தைக் குறிக்கிறது. பிற்காலத்தில் பல கல்வெட்டுப் பொறிப்புகள் குப்த சகாப்தத்தைச் சேர்ந்தவையாக இருந்தன.

சமுத்திரகுப்தன் (கி.பி. 335-380)

முதலாம் சந்திரகுப்தனின் புதல்வனும் அவனுக்குப் பின் அரியனை ஏறியவனுமான சமுத்திர குப்தனால் (கி.மு. 335-380) குப்த இராச்சியம் பெருமளவுக்கு விரிவுபடுத்தப்பட்டது. அவன் அசோகருக்கு எதிர் துருவம். அசோகர் அமைதிக் கொள்கையிலும் அனாக்கிரமிப்புக் கொள்கையிலும் திட நம்பிக்கை கொண்டவர். ஆனால் சமுத்திர குப்தனோ வன்முறையிலும் நாடு பிடித்தலிலும் களி உவகை கொண்டான்; அவற்றில் பேரின்பம் கண்டான். அவனுடைய பேரவைப் புலவனான ஹரிசேனன் தன்னுடைய புரவலனது வீரசாகசங்கள் குறித்து,

ராணுவ சாதனைகள் பற்றி மிகுந்த எழுச்சி ஆர்வத்தோடு எழுதியிருக்கிறான். சமுத்திரகுப்தனால் வெற்றி கொள்ளப்பட்ட நாடுகளையும் மக்களையும் பற்றி ஒரு நீண்ட கல்வெட்டில் இந்த கவிஞன் விவரித்திருக்கிறான்; சமுத்திர குப்தனுக்குப் பெரும் புகழ்மாலை சூடியிருக்கிறான். அமைதி விரும்பும் அசோகரின் கல்வெட்டுகள் பொறிக்கப்பட்டிருக்கும் அலகாபாத்திலுள்ள அதே தூணில்தான் இந்தக் கல்வெட்டுப் பொறிப்பும் காணப்படுகிறது. சமுத்திர குப்தன் வெற்றி கொண்ட இடங்களையும் நாடுகளையும் ஐந்து பிரிவுகளாகப் பிரிக்கலாம். முதல் பிரிவில் கங்கை - யமுனை

20.1 The Allahabad Pillar Inscription of Samudragupta (lines 30-31 and 33)

The Nagari rendering of lines 30, 31 and 33 and the English translation of lines 30-31 are given below.

(l. 30) भवन-गमनावाप्त-ललित-सुखविचरणामाचक्षाण इव भुवो बाहुरयमुच्छ्रित स्तम्भ यस्य । प्रदान-भुज-
विक्रम-प्रशम-शास्त्रवाक्योदयैरुपर्य्युपरि-संचयोच्छ्रितमनेकमार्गं यशः ।

(l. 31) पुनाति भुवनत्रयं पशुपतेर्ज्जटान्तर्गुहानिरोध-परिमोक्ष-शीघ्रमिव पाण्डु गाङ्ग पयः ॥ एतच्च काव्य-
मेषामेव भट्टारकपादानां दासस्य समीप-परिसर्प्पणानुग्रहोन्मीलित-मते ।

(l. 33) अनुष्ठितं च परमभट्टारक-पादानुध्यातेन महादण्डनायक-तिलभट्टकेन ।

Ll 30-31 [And whose fame, — ever heaped up higher and higher by the development of (his) liberality and prowess of arm and composure and (study of) the precepts of the scriptures, — travelling by many paths, purifies the three worlds, as if it were the paleyellowwater of (the river) Ganga, flowing quickly on being liberated from confinement the thickets of the matted hair of (the god)Pashupati.]

படம் - 61 அலகபாத்தில் சமுத்திர குப்தனின் தூண் கல்வெட்டுப் பொறிப்புகள் (வரிகள் 30, 31 மற்றும் 33)

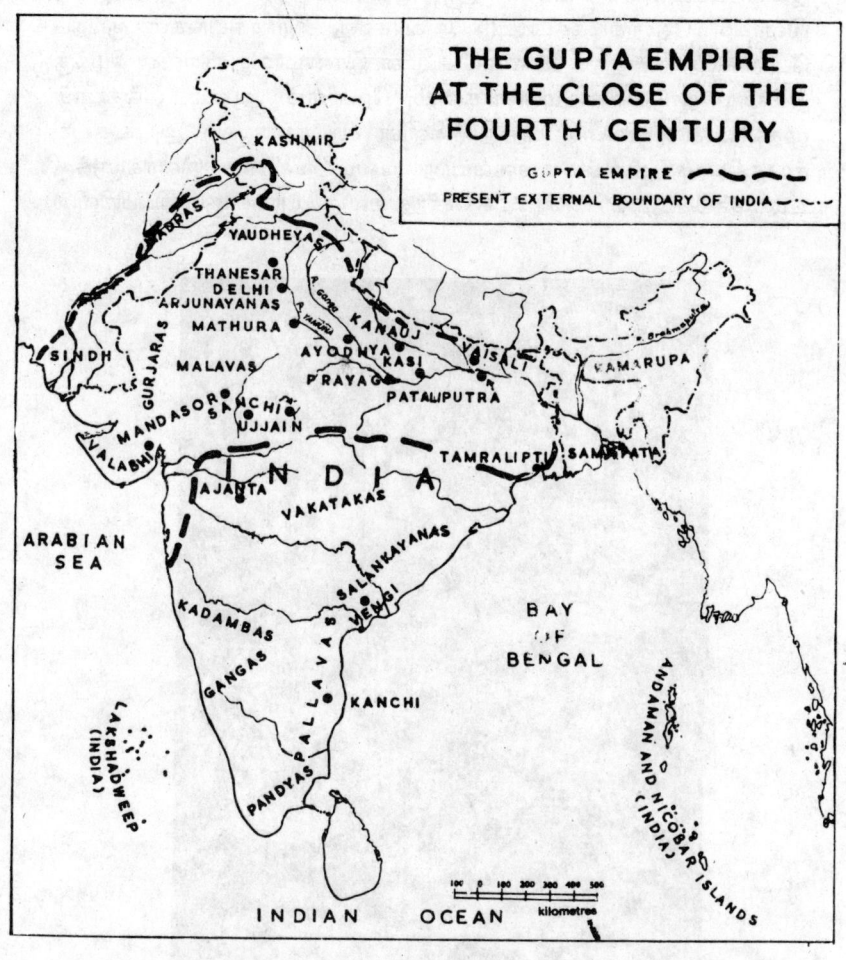

இந்தியாவின் இந்த இடக்கிடப்பியல் விவரங்கள் இந்தியத் தலைமை நில அளவாயர் அனுமதியுடன் வெளியிடப்பட்ட தேசப்படங்களை ஆதாரமாகக் கொண்டவை.

© இந்திய அரசின் பதிப்புரிமை, 1986.

இந்தியாவின் கரையோரக் கடல் பரப்பு எல்லைகள் அங்கீகரிக்கப்பட்ட இடத்திலிருந்து பன்னிரண்டு கடல் மைல் தொலைவுக்குக் கடலுச் நுள் விரிந்து செல்லுகின்றன.

படம் - 62 குப்தப் பேரரசு, கி.மு. 400

இடைப்பட்ட பிரதேசங்களை ஆண்டுவந்த சிற்றரசர்கள் அடங்குவர்; இவர்கள் தோற்கடிக்கப்பட்டு அவர்களது இராச்சியங்கள் குப்தப் பேரரசில் இணைத்துக் கொள்ளப்பட்டன. இரண்டாவது பிரிவில் கிழக்கு இமாலய நாடுகளின் மன்னர்களும், நேபாளம், அசாம், வங்காளம் முதலிய சில எல்லைப்புற நாடுகளின் சிற்றரசர்களும் அடங்குவர்; சமுத்திர குப்தனின் எல்லையற்ற படை வலிமை இவர்களுக்கு உணர்த்தப்பட்டது. பஞ்சாபைச் சேர்ந்த சில குடியரசுகளும் இப்பிரிவில்

படம் - 63 முதலாம் சந்திரகுப்தன், சமுத்திர குப்தன், இரண்டாம் சந்திர குப்தன் ஆகியோரின் நாணயங்கள்

இடம்பெறும். மௌரிய சாம்ராஜ்யத்தின் இடிபாடுகளிலிருந்து தோன்றி மினுக் மினுக்கென சுடர் விட்டு ஊசலாடிக்கொண்டிருந்த இந்தக் குடியரசுகள் இறுதியில் சமுத்திரக்குப்தனால் துடைத்தெறியப்பட்டன. மூன்றாவது பிரிவில் விந்திய பிராந்தியத்தைச் சேர்ந்தவையும் **அடவிக ராஜ்யங்கள்** எனக் குறிப்பிடப்படுபவையுமான கானக அரசுகள் உள்ளடங்கும்; இந்த அரசுகள் அனைத்தும் சமுத்திரகுப்தனின் ஆதிக்கத்தின் கீழ் கொண்டுவரப்பட்டன. நான்காவது பிரிவில் கிழக்கு தக்காணத்தையும் தென்னிந்தியாவையும் சேர்ந்த பன்னிரண்டு மன்னர்கள் அடங்குவர்; இவர்கள் வெற்றிக் கொள்ளப்பட்டு பிறகு விடுவிக்கப்பட்டனர். சமுத்திரகுப்தனின் படைவலிமை தமிழ்நாட்டில் காஞ்சிவரை எட்டிற்று; அச்சமயம் அங்கு ஆண்டுவந்த பல்லவர்களுக்கு அவனது இறைமையை ஏற்பதைத் தவிர வேறு வழியில்லாது போயிற்று. ஐந்தாவது பிரிவில் சாகர்கள், குஷானர்களின் பெயர்களும் அடங்கும். இவர்களில் சிலர் ஆப்கனிஸ்தானில் ஆட்சி புரிந்து வந்தனர். சமுத்திரகுப்தன் அவர்களை ஆட்சி பீடத்திலிருந்து தூக்கியெறிந்ததோடு, தொலைதூர நாடுகளின் மன்னர்களையும் அடிபணிய வைத்தான் என்று கூறப்படுகிறது. சமுத்திர குப்தனின் செல்வாக்கும் பெயரும் புகழும் இந்தியாவுக்கு வெளியேயும் கூடப் பரவின. சீன வட்டாரங்கள் தரும் தகவல்களின் படி, ஸ்ரீலங்காவை ஆண்டுவந்த மேகவர்மன் கயாவில் ஒரு பௌத்த கோயிலைக் கட்டுவதற்கு அனுமதி கேட்டு சமுத்திரகுப்தனிடம் ஒரு தூதுக்குழுவை அனுப்பியதாகத் தெரிகிறது. இந்த அனுமதி வழங்கப்பட்டது. இதன் பேரில் அந்த கோயில் ஒரு பிரம்மாண்டமான பௌத்த மடமாக உருவெடுத்தது. சமுத்திரகுப்தனுக்கு புகழ்மாலை சூடி அலகாபாத்தில் பொறிக்ககப்பட்டிருக்கும் கல்வெட்டு களை நாம் நம்புவதாக இருந்தால் அவன் ஒருபோதும் தோல்வியே அறியாதவன் என்று தோன்றுகிறது; அவனது வீரதீரத்தையும், தலைமை தாங்கி படைகளை வெற்றிநோக்கி அழைத்துச் செல்லும் அவனது அபார ஆற்றலையும் கருத்திற்கொண்டு அவன் இந்தியாவின் நெப்போலியன் எனப் போற்றிப் புகழப்பட்டான் என்றும் தெரிகிறது. சமுத்திரக்குப்தன் தன் ஆட்சியின் கீழிருந்த இந்தியாவின் பெரும்பகுதியை படை வலிமை கொண்டு ஒன்றுபடுத்தினான் என்பதில் ஐயமில்லை. அவனது அதிகாரம் மிகப்பெரும் பிரதேசத்தில் மேலோங்கி இருந்தது.

இரண்டாம் சந்திரகுப்தன் (கி.பி. 380 – 412)

இரண்டாம் சந்திரகுப்தனின் ஆட்சி குப்த சாம்ராஜ்யத்தை அணி செய்யும் ஒரு மணிமகுடமாக, வானளாவும் ஒரு சிகரமாக

அமைந்திருந்தது என்று கூறினால் அது மிகையல்ல. அவன் வெற்றிகரமான பல படையெடுப்புகள் மூலமும் மண உறவுகள் மூலமும் தனது சாம்ராஜ்யத்தின் எல்லைகளை விரிவுபடுத்தினான். சந்திரகுப்தன் தன்னுடைய புதல்வி பத்மாவதியை ஒரு வாகாடக மன்னனுக்கு மணம் செய்து வைத்தான். இந்த வாகாடகர்கள் பிராமண வகுப்பைச் சேர்ந்தவர்கள். மத்திய இந்தியாவை ஆண்டு வந்தவர்கள். வாகாடக மன்னன் காலமானான். அவனுடைய மகன் பட்டம் சூட்டப்பட்டான். ஆனால் அவன் சிறுவனாக இருந்தமையால் உண்மையில் அதிகாரம் பிரபாவதியின் கைகளுக்கு மாறிற்று. அவள் தனது அதிகாரத்தை தன்னுடைய தந்தையான சந்திரகுப்தனின் நலன்களுக்கு அனுசரணையாகப் பயன்படுத்தினாள் என்பதை அவளுடைய சில பட்டயங்கள் காட்டுகின்றன. இவ்வாறு மத்திய இந்தியாவிலுள்ள வாகாடக அரசுமீது சந்திரகுப்தன் மறைமுகமாக ஆதிக்கம் செலுத்தி வந்தான். இது அவனுக்கு மிகுந்த அனுகூலத்தை அளித்தது. இந்தப் பிரதேசத்தில் தனக்கிருந்த மகத்தான செல்வாக்கின் உதவியால் இரண்டாம் சந்திரகுப்தன் மால்வாவையும் குஜராத்தையும் வென்று கைப்பற்றினான். இவை சாகர் ஆளுநர்களின் ஆட்சியில் சுமார் நான்கு நூற்றாண்டுக் காலம் இருந்து வந்தன. இந்த வெற்றியின் விளைவாக, வாணிகத்துக்குப் புகழ்பெற்ற மேற்கத்திய கடற்கரை சந்திரகுப்தனின் ஆதிக்கத்தின் கீழ் வந்தது. மால்வாவும் அதன் பிரதான நகரமான உஜ்ஜயினும் வாழ்வும் வளமும் பெற இது துணை புரிந்தது. உஜ்ஜயின் இரண்டாம் சந்திரகுப்தனின் இரண்டாவது தலைநகரமாக இருந்ததாகத் தெரிகிறது.

டில்லியில் குதுப்மினாருக்கு அருகிலுள்ள ஓர் இரும்புத் தூணில் சந்திரன் என்ற மன்னனின் வீரச் செயல்களை வானளாவப் புகழும் செதுக்குப் பொறிப்புகள் காணப்படுகின்றன. இதில் குறிப்பிடப் பட்டிருக்கும் சந்திரன் இரண்டாம் சந்திரகுப்தன்தான் என்றால், வடமேற்கு இந்தியாவிலும் வங்காளத்தின் பெரும் பகுதியிலும் அவன் குப்தர்களின் ஆட்சியை நிலைநாட்டியிருக்கிறான் என்று பொருளாகிறது. ஆனால் இந்த செதுக்குப் பொறிப்புப் புகழாரம் பெரிதும் மிகைப்படுத்தப் பட்டிருப்பதாகவே தோன்றுகிறது.

கி.மு. 57ல் உஜ்ஜயினியின் மன்னன் முதன்முதலில் செய்தது போன்றே இரண்டாம் சந்திரகுப்தனும் விக்கிரமாதித்யன் என்ற பட்டப்பெயரைத் தனக்குச் சூட்டிக் கொண்டான்; மேற்கு இந்தியாவின் சாகர் ஆளுநர்கள்மீது பெற்ற வெற்றியைக் கொண்டாடும் பொருட்டே இவ்வாறு இந்தப் பட்டத்தைச் சூட்டிக் கொண்டான். உஜ்ஜயினியி

லிருந்த இரண்டாம் சந்திரகுப்தரின் அரசவையை காளிதாசர், அமரசிம்ஹர் உள்ளிட்ட ஏராளமான அறிஞர் பெருமக்கள் அலங்கரித்தனர்.

இந்த சந்திரகுப்தனின் ஆட்சிக் காலத்தில்தான் சீன யாத்ரிகர் பாஹியான் (399 - 414) இந்தியாவில் சுற்றுப்பயணம் மேற்கொண்டு இந்திய மக்களின் வாழ்க்கையைப் பற்றிய ஒரு விரிவான நூலை எழுதினார்.

சாம்ராஜ்யத்தின் வீழ்ச்சி

இரண்டாம் சந்திரகுப்தனுக்குப் பிறகு ஆட்சிக்கு வந்தவர்கள் கி.பி. ஐந்தாம் நூற்றாண்டின் பிற்பாதியில் மத்திய ஆசியாவிலிருந்து ஹூணர்கள் மேற்கொண்ட படையெடுப்பைச் சமாளிக்க வேண்டியிருந்தது. ஹூணர்கள் இந்தியாவுக்குள் படையெடுத்து வருவதைத் தடுத்து நிறுத்த, அவர்களது முன்னேற்றத்துக்கு அணைபோட ஆரம்பத்தில் குப்த மன்னன் ஸ்கந்தகுப்தன் பெருமுயற்சி எடுத்துக் கொண்டான். ஆனால் அவனுக்குப் பின்னர் அரியணை ஏறியவர்களோ மிகவும் பலவீனமானவர்களாக இருந்தனர்; ஹூணர்களின் படையெடுப்பு வெள்ளத்தை அவர்களால் தடுத்துநிறுத்த முடியவில்லை; அவர்களைச் சமாளிக்க முடியாமல் திக்கித் திணறினர். படையெடுப்பாளர்களான ஹூணர்களோ குதிரையேற்றத்தில் மிகவும் திறமை வாய்ந்தவர்கள். அந்தக் கலையில் கைதேர்ந்தவர்கள்; உலோகத்தாலான அங்க வடியை அவர்கள் பயன்படுத்தினர். இதனால் அவர்களால் எந்த இடத்துக்கும் மிக விரைவாக செல்ல முடிந்தது. இதல்லாமல், அவர்கள் மிகச் சிறந்த வில்லாளர்களாகவும் திகழ்ந்தனர். இத்தகைய பல்வேறு ஆற்றல்களைப் பெற்றிருந்ததன் காரணமாக ஈரானில் மட்டுமின்றி இந்தியாவிலும் அவர்கள் கணிசமாக வெற்றிபெற முடிந்தது.

கி.பி. 485க்குள் ஹூணர்கள் கிழக்கு மால்வாவையும் மத்திய இந்தியாவின் ஒரு பெரும் பகுதியையும் கைப்பற்றிக் கொண்டனர்; அவர்களது கல்வெட்டுப் பொறிப்புகளை அங்கு காணலாம். பஞ்சாப், ராஜஸ்தான் போன்ற இடைப்பட்ட பிராந்தியங்களும் அவர்கள் வசமாயின. இதனால் ஆறாம் நூற்றாண்டின் ஆரம்பத்தில் குப்தப் பேரரசின் பரப்பளவு பெரிதும் குறைந்தது. ஹூணர்களின் ஆட்சியும் விரைவிலேயே மால்வா மன்னன் யசோதர்மனால் கவிழ்க்கப்பட்டது. அவன் குப்தர்கள் ஆட்சியையும் எதிர்த்து வெற்றிகரமாகப் போரிட்டான்; ஏறத்தாழ வட இந்தியா முழுவதையும் தன் குடை நிழலின் கீழ் கொண்டு

வந்தான்; இதனைக் கொண்டாடும் பொருட்டு 532ல் வெற்றித் தூண்களை அமைத்தான். ஆனால் யசோதர்மனின் ஆட்சி அற்பாயுளில் முடிந்தது. எனினும் குப்தப் பேரரசுக்கு அது ஒரு பலத்த அடியாக அமைந்தது.

குப்தப் பேரரசில் ஆங்காங்கு அதன் பிரதிநிதிகளாக இருந்து ஆட்சிப் புரிந்து வந்தவர்கள் அதை எதிர்த்துக் கலகக்கொடி தூக்கினர். இதனால் குப்தப் பேரரசு மேலும் பலவீனமடைந்தது. வடக்கு வங்கத்தில் குப்த மன்னர்களால் ஆளுநர்களாக நியமிக்கப்பட்டவர்களும், அதேபோன்று சமதாதாவில் அல்லது தென்கிழக்கு வங்காளத்தில் ராஜப்பிரதிநிதிகளாக இருந்தவர்களும் தங்கள் பிரதேசங்களை சுதந்திர அரசுகளாகப் பிரகடனம் செய்வதில் ஆர்வம் காட்டி வந்தனர். மகதத்தைச் சேர்ந்த பிற்கால குப்தர்கள் பீகாரில் தங்கள் ஆட்சியை நிறுவினர். இதே சமயம் பீகாரிலும் உத்தரப் பிரதேசத்திலும் மௌகாரிகள் அதிகாரத்தைக் கைப்பற்றினர்; கனோஜை தங்களது தலைநகராகக் கொண்டனர். கி.பி. 550 வாக்கில் பீகாரும் உத்தரப்பிரதேசமும் குப்தர்கள் கைகளிலிருந்து நழுவிப்போய் விட்டன. ஆறாம் நூற்றாண்டு ஆரம்பத்தில் வடக்கு மத்தியப் பிரதேசத்தில் சில சிற்றரசர்கள் சுதந்திரப் பிரகடனம் செய்து கொண்டு, தாங்களாகவே நிலமானியங்கள் அளிப்பதையும். அதுவும் இவை சம்பந்தப்பட்ட பட்டயங்களில் குப்த சகாப்தத்தைக் குறிப்பிடுவதையும் காண்கிறோம். வல்லபி மன்னர்கள் குஜராத்திலும் மேற்கு மால்வாவிலும் தங்கள் ஆட்சியை நிறுவினர். ஸ்கந்தகுப்தனின் ஆட்சிக்குப் பிறகு அதாவது கி.பி. 467க்குப்பிறகு மேற்கு மால்வாவிலும் சௌராஷ்டிராவிலும் குப்த நாணயத்தையோ அல்லது எழுத்துப் பொறிப்புகளையோ காண்பது அரிதினும் அரிதாக இருந்தது. ஐந்தாம் நூற்றாண்டு இறுதி வாக்கில் குப்தர்கள் மேற்கு இந்தியாவை முற்றிலுமாக இழந்து விட்டனர். இந்த இழப்பு எளிதில், வாணிகத்திலிருந்து கிட்டும் வருமானத்துக்கு முற்றுப்புள்ளி வைத்து, குப்தர்களைப் பொருளாதார ரீதியில் முடமாக்கிவிட்டது. வட இந்தியாவில் தானேஸ்வர் மன்னர்கள் ஹரியானாவில் தங்கள் ஆட்சியை நிறுவினர்; பிறகு படிப்படியாக கனோஜ் நோக்கி முன்னேறினர்.

சமய நோக்கங்களுக்காகவும் இதர பல நோக்கங்களுக்காகவும் நிலமானியங்கள் வழங்கும் நடைமுறை அதிகரித்து வந்ததால், வருவாய் குறைந்து ஒரு நிரந்தரமான சைனியத்தைப் பராமரிப்பது குப்த அரசுக்குக் கடினமாக இருந்தது. அயல் வர்த்தகம் சீணித்ததால் அவர்களது வருவாய் மேலும் பாதிக்கப்பட்டது. கி.பி. 473ல் ஒரு பட்டு நெசவாளர் கில்டு

குஜராத்திலிருந்து மால்வாவுக்கு புடைபெயர்ந்து சென்று அங்கு லாபகரமற்ற தொழில்களில் ஈடுபட ஆரம்பித்தது; அவர்கள் தயாரித்து வந்த பட்டுத் துணிக்கு அவ்வளவாக கிராக்கி இல்லை என்பதையே இது காட்டிற்று. குஜராத் வாணிகத்தால் கிட்டிவந்த இலாபங்கள் படிப்படியாகக் குறைந்தன. ஐந்தாவது நூற்றாண்டுக்கு பிறகு குப்த மன்னர்கள் தங்களது தங்க நாணயத்தில் தங்கத்தின் உள்ளடக்கத்தைக் குறைத்து அதன் செலாவணியை நிலைநாட்ட முரட்டுத் துணிச்சல்கொண்ட முயற்சியில் இறங்கினர். ஆனால் இதில் பயன் ஏதும் கிட்டவில்லை. மாட்சிமை மிக்க குப்தர்களின் ஆட்சி எப்படியோ தள்ளாடித் தள்ளாடி, குற்றுயிரும் குலையுயிருமாய் ஆறாம் நூற்றாண்டின் மத்தியை எட்டிவிட்ட போதிலும் அதன் வானெட்டும் புகழ், வருணனைக்கு எட்டாத அதன் கீர்த்தி, சீர்த்தி நூறு ஆண்டுகட்கு முன்னரேயே காற்றாய், கனவாய், ஆவியாய் மறைந்து விட்டது.

இயல் 21
குப்தர் காலத்திய வாழ்க்கைப் பாணி

நிர்வாக அமைப்பு முறை

மெளரியர்களைப் போலன்றி, குப்த மன்னர்கள் **பரமேஸ்வர மகாராஜாதிராஜ, பரமபாட்டாரக** போன்ற பகட்டாரவாரமிக்க பட்டங்களைத் தங்களுக்குச் சூட்டிக் கொண்டனர். அவர்களது சாம்ராஜ்யத்தில் குறைந்த மதிப்புடைய மன்னர்கள்மீது அவர்கள் ஆதிக்கம் செலுத்தி வந்தனர் என்பதையே இது காட்டுகிறது. அரச பதவி மரபு வழிப்பட்டது. ஆனால் முந்துபிறப்புரிமைக் கோட்பாடு உறுதியான முறையில் கடைப்பிடிக்கப்படாததால் ஆட்சி உரிமை வரையறைக்குட்பட்டதாக இருந்தது. அரசு கட்டில் எப்போதும் மூத்த மகனையே சேரும் என்ற கட்டாயம் ஏதும் இல்லை. இது பல சிக்கல்களையும் நிச்சயமற்ற நிலைமைகளையும் தோற்றுவித்தது. இனத் தலைவர்களும், உயர் அதிகாரிகளும் இதனைத் தங்களுக்குச் சாதகமாக, அனுகூலமாகப் பயன்படுத்திக் கொள்வது சாத்தியமாயிற்று. குப்த மன்னர்கள் பிராமணர்களுக்குப் பரிசு மழை பொழிந்தனர்; அவர்களுக்கு வற்றாது வரையாது வாரி வழங்கினர். பிராமணர்களும் மன்னனைப் பல்வேறு தெய்வங்களுடன் ஒப்பிட்டுத் துதிபாடி, பாசுரங்கள் பொழிந்து தங்களுடைய நன்றியறிதலைத் தெரிவித்துக் கொண்டனர். மன்னன் விஷ்ணுவாக, காப்பாளனாக, ரட்சகனாக, ஏற்றிப் போற்றிப் புகழப் பட்டான். விஷ்ணுவின் தேவியான லட்சுமியின் உருவம் குப்தர்களின் நாணயங்களில் தவறாமல் இடம் பெற்றிருப்பதை இவ்வகையில் குறிப்பிடலாம்.

குப்த ராணுவத்தின் எண்ணிக்கை பலம் எவ்வளவு என்று தெரியவில்லை. எனினும் அரசன் ஒரு நிரந்தர ராணுவத்தைப் பராமரித்து வந்தான் என்று தெரிகிறது. சாம்ராஜ்யத்தில் மன்னனின் பிரதிநிதிகளாக ஆங்காங்கு ஆண்டு வந்தவர்களின் படைகளும் அவ்வப்போது இதற்குப் பக்கபலமாக இருந்தன. ரதப்படைகள் பின்னணிக்குத் தள்ளப்பட்டு, குதிரைப்படைகள் முன்னணிக்கு வந்தன. குதிரைமீதிருந்து

விற்போர் புரிவது போர்த்திற நடவடிக்கைகளில் ஒரு முக்கிய இடத்தைப் பெற்றது.

குப்தர் காலத்தில் நில மீதான வரிகளின் எண்ணிக்கை அதிகரித்தது; தொழில் வர்த்தக வரிகளின் எண்ணிக்கை குறைந்தது. விளைச்சலில் நான்கில் ஒரு பங்கு முதல், ஆறில் ஒரு பங்கு வரை மன்னன் வரிகளாக வசூலித்தான். இதல்லாமல், அரசுப் படையினர் கிராமப் புறத்தின் வழியாக செல்லும்போதெல்லாம் உள்ளூர் மக்கள் அவர்களுக்கு உணவளித்து உபசரிக்க வேண்டும். கிராமப்புறங்களுக்கு அரசு அலுவல் நிமித்தம் வரும் அதிகாரிகளுக்கு வேண்டிய உணவு தானியங்கள், விலங்குகள், தட்டுமுட்டுப் பொருள்கள் முதலியவற்றை விவசாயிகள் தான் வழங்க வேண்டும். மத்திய இந்தியாவிலும் மேற்கு இந்தியாவிலும் அரசுப் படையினருக்கும் அதிகாரிகளுக்கும் கிராமவாசிகள் கட்டாய உழைப்பு செய்ய வேண்டும்; இது **விஷ்டி** எனப்படுகிறது.

முந்தைய காலங்களைவிட குப்தர்கள் காலத்திய நீதித்துறை பெரிதும் வளர்ச்சியடைந்திருந்தது. இக்காலப் பகுதியில் அநேகச் சட்ட நூல்கள் இயற்றப்பட்டன. முதல் தடவையாக சிவில் சட்டமும் குற்றவியல் சட்டமும் தெள்ளத் தெளிவாகப் பிரிக்கப்பட்டு வரையறை செய்யப்பட்டன. திருட்டும் கூடா ஒழுக்கமும் குற்றவியல் சட்டத்தின் கீழ் வந்தன. சொத்துக்கள் சம்பந்தப்பட்ட பல்வேறு வகையான தகராறுகள் சிவில் சட்டத்தின் கீழ் வந்தன. வாரிசு உரிமை குறித்து விரிவானச் சட்டங்கள் இயற்றப்பட்டிருந்தன. பழங்காலத்தைப் போன்றே பல சட்டங்கள் வருண வேறுபாட்டின் அடிப்படையில் அமைந்திருந்தன. சட்டத்தை நிலைநாட்டுவது மன்னனது கடமை. பிராமண புரோகிதர்களின் துணையோடு மன்னன் வழக்குகளை விசாரித்தான். கைவினைஞர்கள், வணிகர்கள், மற்றும் ஏனையோரின் கில்டுக்களுக்கென தனிச்சட்டங்கள் இருந்தன. குப்தர்கள் காலத்தில் இந்தக் கில்டுகள் பெரிதும் தழைத்தோங்கி இருந்தன என்பதை வைசாலி யிலும் அலகாபாத்துக்கு அருகே பீடாவிலும் கிடைத்துள்ள முத்திரைகள் உறுதிப்படுத்துகின்றன.

குப்தர்களின் அதிகார வர்க்கம் மௌரியர்களுடையது போன்று அத்தனை விரிவானதாக இல்லை. குப்த சாம்ராஜ்யத்தில் **குமரமாத்யர்கள்தான்** மிக முக்கியமான அதிகாரிகள். உள்நாட்டு மாகாணங்களில் அவர்கள் மன்னனால் நியமிக்கப்பட்டனர். அவர்களுக்கு நாணயப் பணமாக ஊதியம் வழங்கப்பட்டது. குப்தர்கள் வைசியர்களாதலால் நியமனங்கள் மேல்வருணங்களுக்கு மட்டுமே

என்ற கட்டுப்பாடுகள் ஏதுமில்லை. ஆனால் பல பொறுப்புகள் ஒரே நபரிடம் குவிந்திருந்தன. பதவிகள் மரபுடைமையாக்கப்பட்டன. இது அரசக் கட்டுப்பாட்டைப் பலவீனப்படுத்திற்று.

குப்தர்கள் மாகாண மற்றும் ஸ்தல நிர்வாக முறையைக் கைக்கொண்டனர். சாம்ராஜ்யம் **புக்திகள்** எனப்படும் பல பிரிவுகளாகப் பிரிக்கப்பட்டிருந்தன. ஒவ்வொரு **புக்தியும்** ஓர் **உபரிகாவின்** பொறுப்பில் விடப்பட்டது. **புக்திகள்** மாவட்டங்களாக அதாவது **விஷயாஸ்களாகப்** பிரிக்கப்பட்டிருந்தன. அவை விஷயாபதியின் பொறுப்பில் ஒப்படைக்கப்பட்டன. கிழக்கு இந்தியாவில் **விஷயாஸ்கள் விதிஸ்களாகப்** பிரிக்கப்பட்டிருந்தன. அவை பின்னர் கிராமங்களாகப் பிரிக்கப்பட்டன.

குப்தர் காலத்தில் கிராமத் தலைவன் மிகுந்த முக்கியத்துவம் பெற்று விளங்கினான். அவன் கிராமப் பெரியவர்களின் உதவியுடன் கிராம விவகாரங்களை நிர்வகித்து வந்தான். ஒரு கிராமம் அல்லது சிறிய நகரின் நிர்வாகத்தில் ஸ்தல மக்கள் ஈடுபாடு கொள்ளச் செய்யப்பட்டனர். இவர்களது ஒப்புதலின்றி நிலம் சம்பந்தமாக எத்தகைய நடவடிக்கைகளும் எடுத்துக்கொள்ள முடியாது.

ஸ்தாபன ரீதியாக ஒழுங்கமைக்கப்பட்ட தொழிலாளர் அமைப்புகளுக்கு நகரப்புற நிர்வாகத்தில் கணிசமான பங்களிக்கப் பட்டது. ஒரே கூட்டாண்மைக் குழுவில் கைவினைஞர்களும், வணிகர்களும், ஆவண எழுத்தர்களும் ஒன்று சேர்ந்து பணியாற்றுவதை வைசாலியில் கிடைத்துள்ள முத்திரைகள் காட்டுகின்றன. இவ்வாறு அவர்கள் நகர நிர்வாகத்தை நடத்திச் சென்றனர். வடக்கு வங்காளத்திலுள்ள (பங்களாதேஷ்) கோதிவர்ஷ மாவட்ட நிர்வாகக் குழுமத்தில் தலைமை வணிகர், தலைமை கைவினைஞர் முதலானோர் அங்கம் வகித்தனர். நிலம் சம்பந்தப்பட்ட நடவடிக்கைகளில் இவர்களது சம்மதம் அவசியம் எனக் கருதப்பட்டது. கைவினைஞர்களும், லேவாதேவிக்காரர்களும் தத்தமது சொந்த கில்டுகளில் ஒன்றுபட்டிருந்தனர். பிடாவிலும் வைசாலியிலும் கைவினைஞர்கள், வணிகர்கள் முதலியோரின் ஏராளமான கில்டுகள் இருந்ததாக அறிகிறோம். மால்வாவில் மண்டசோரிலும் சிந்தூரிலும் பட்டு நெசவாளர்கள் தமது சொந்த கில்டுகளை நடத்தி வந்தனர். மேற்கு உத்திரப் பிரதேசத்தில் புலந்தசாகர் மாவட்டத்தில் எண்ணெய் எடுப்பவர்களுக்கு அவர்களது சொந்த கில்டுகள் இருந்தன. இந்த கில்டுகள் அதிலும் குறிப்பாக வணிகர்களின் கில்டுகள் சில

காப்புரிமைகளை அனுபவித்து வந்ததாகத் தெரிகிறது. இது எப்படியிருந்த போதிலும் இந்த கில்டுகள் அவற்றின் உறுப்பினர்களது நலன்களைப் பாதுகாக்கக் கூடியவையாகவும், கில்டின் நடைமுறைகளையும் விதிகளையும் மீறுபவர்களைத் தண்டிக்கும் அதிகாரம் படைத்தவை யாகவும் இருந்து வந்தன.

குப்த மன்னர்கள் நியமித்த அதிகாரிகளால் நேரடியாக ஆளப்பட்டு வந்த வடக்கு வங்காளம், பீகார், உத்திரப்பிரதேசம், மற்றும் மத்தியப் பிரதேசத்தை அடுத்துள்ள சில பகுதிகள் முதலியவற்றுக்குத்தான் மேலே விவரித்த நிர்வாக அமைப்பு முறை பொருந்தும். சாம்ராஜ்யத்தின் பிரதான பகுதி வட்டாரத் தலைவர்களின் ஆதிக்கத்தில் இருந்தது. இவர்களில் பலர் சமுத்திரக்குப்தனால் அடிபணியவைக்கப் பட்டவர்கள். சாம்ராஜ்யத்தின் எல்லைப் புறங்களில் வாழ்ந்துவந்த குறுநிலத் தலைவர்கள் மூன்று கடமைகளை நிறைவேற்றி வந்தனர். அவர்கள் அரசவைக்குச் சென்று மன்னனுக்கு நேரில் அஞ்சலி செலுத்தினர்; அவனுக்கு திறை செலுத்தினர்; தங்கள் புதல்விகளை அவனுக்குத் திருமணம் செய்து வைத்தனர். இதற்குப் பிரதியாக இப்பிரதேசங்களை ஆளும் சாசனங்களை மன்னனிடமிருந்து இவர்கள் பெற்றதாகத் தெரிகிறது. அரசனது கருட முத்திரை பதித்த சாசனங்கள் அவர்களுக்கு வழங்கப்பட்டன. இவ்வாறு தங்களுக்குக் கப்பம் செலுத்தும் அநேக குறுநில மன்னர்களை மத்தியப் பிரதேசத்திலும் வேறு இடங்களிலும் குப்தர்கள் கொண்டிருந்தனர். இந்தக் குறுநில மன்னர்களது இத்தகைய கீழ்ப்பட்ட நிலை அவர்களை ஏறத்தாழ குத்தகைக்காரர்களது நிலைக்குத் தாழ்த்தி விட்டது.

குப்தர்களது ஆட்சியில் இரண்டாவதொரு நிலப்பிரபுத்துவ அம்சமும் தலை தூக்கிற்று. புரோகிதர்களுக்கும் நிர்வாகிகளுக்கும் சில வருமான, நிர்வாக சலுகைகள் வழங்கப்பட்டதே அந்த அம்சமாகும். தக்காணத்தில் சாதவாகனர்களால் தொடங்கப்பட்ட இந்த நடைமுறை குப்தர்கள் காலத்தில் அதிலும் குறிப்பாக மத்தியப் பிரதேசத்தில் ஒரு நிரந்தர ஏற்பாடாகவே மாறிவிட்டது. சமயப் பணிகளைச் செய்து வருபவர்களுக்கு நிலங்கள் மானியமாக வழங்கப்பட்டன; அவர்கள் அவற்றுக்கு என்றென்றைக்கும் எந்த வரிகளும் செலுத்த வேண்டியதில்லை; அந்த நிலங்களில் பாடுபடும் குடியானவர் களிடமிருந்து எல்லா வரிகளையும் வசூலிக்கும் அதிகாரம் அவர்களுக்கு வழங்கப்பட்டது; அந்த வரிவசூல் பணத்தைப் பேரரசருக்கு அனுப்பாமல் அவர்கள் தாங்களே வைத்துக் கொள்ளலாம். அதுமட்டுமல்ல, மானியமாகப் பெறப்பட்ட கிராமங்களில் அரசு

அதிகாரிகளோ, வேறு எவருமோ நுழைய முடியாது. குற்றவாளிகளைத் தண்டிக்கும் அதிகாரத்தையும் மானியக்காரர்கள் பெற்றிருந்தனர்.

குப்தர்கள் காலத்தில் நிலமானியங்கள் மூலம் அதிகாரிகளுக்கு ஊதியம் வழங்கப்பட்டதா என்பது தெளிவாகத் தெரியவில்லை. இவர்களது ஆட்சியில் தங்க நாணயங்கள் அபரிமிதமாக புழங்கப் பட்டதைக் கொண்டு பார்க்கும்பொழுது, உயர் அதிகாரிகளுக்கு ரொக்கமாகவே ஊதியம் வழங்கப்பட்டிருக்கக்கூடும் என்று தோன்றுகிறது. எனினும் இவர்களில் சிலருக்கு நிலமானியம் மூலமும் ஊதியம் வழங்கப்பட்டிருப்பது சாத்தியமே.

பேரரசு நிர்வாகத்தின் பெரும்பகுதி ராஜப்பிரதிநிதிகளாலும் மானியக்காரர்களாலும் மேற்கொள்ளப்பட்டு வந்தமையால் மௌரியர்களுக்குத் தேவைப்பட்ட ஒரு பெரிய அதிகாரிகள் படை குப்தர்களுக்குத் தேவைப்படவில்லை. மேலும் மௌரிய அரசைப் போல் குப்த அரசு பொருளாதார நடவடிக்கைகளைப் பெரிய அளவில் ஒழுங்குப்படுத்துவதில் ஈடுபடாததால், பெரும் எண்ணிக்கையிலான அதிகாரிகள் அவர்களுக்குத் தேவைப்படவில்லை. இதுவல்லாமல், முக்கிய கைவினைஞர்கள், வணிகர்கள், பெரியோர்கள் போன்றோர் நகர்ப்புற, கிராமப்புற நிர்வாகத்தில் பங்கெடுத்துக் கொண்டமையால் ஒரு பெரிய அதிகாரிகள் பரிவாரத்தைப் பராமரிக்க வேண்டிய அவசியம் குப்தர்களுக்கு இல்லாது போயிற்று. மௌரியர் காலத்தில் இருந்தது போன்ற ஒரு விரிவான நிர்வாக எந்திரம் குப்தர்களுக்கு தேவையில்லை; அத்தகைய ஓர் எந்திரத்தை அவர்கள் பெற்றிருக்கவும் இல்லை; சில அம்சங்களில் அவர்களது அரசியல் அமைப்பு நிலப்பிரபுத்வ சாயையையே கொண்டிருந்தது.

வாணிக, விவசாயப் பொருளாதாரப் போக்குகள்

குப்தர் காலத்து மக்களின் பொருளாதார வாழ்க்கைக் குறித்த ஒரு தோராயமான படப்பிடிப்பினை குப்த சாம்ராஜ்யத்தின் பல்வேறு பகுதிகளைச் சுற்றிப்பார்த்த பாஹியானிடமிருந்து பெறுகிறோம். மகதம் ஏராளமான நகரங்களைக் கொண்டிருந்தது என்றும், அதன் செல்வ வளமிக்க மக்கள் புத்த சமயத்தை ஆதரித்தனர் என்றும், பெருமளவில் அறக்கொடைகளை வழங்கினர் என்றும், தான தர்மங்கள் செய்தனர் என்றும் அவர் கூறுகிறார்.

பண்டைய இந்தியாவில் குப்தர்கள் ஏராளமான தங்க நாணயங்களை வெளியிட்டனர்; அவற்றின் பொறிப்புகளில் அவை

டினார்கள் எனக் குறிப்பிடப்பட்டிருக்கின்றன. இந்தத் தங்க நாணயங்கள் உருவளவிலும் எடையிலும் ஒரு குறிப்பிட்ட ஒழுங்கு முறையில் அமைந்திருக்கின்றன; பல வகை மாதிரிகளில் காணப்படுகின்றன. அவை குப்த மன்னர்களை உயிர்த்துடிப்புடன் சித்திரிகின்றன; போரில் அவர்களுக்குள்ள எல்லையற்ற நாட்டத்தையும், கலைகளின்பால் அவர்கள் கொண்டுள்ள வேட்கையையும் எடுத்துக் காட்டுகின்றன. இந்த நாணயங்களின் தங்க உள்ளடக்கம் குஷானர்களின் நாணயங்களைப் போன்று அத்தனை தூய்மையானது அல்ல; எனினும் ராணுவத்திலும் நிர்வாகத்திலும் பணிபுரியும் அதிகாரிகளுக்கு ஊதியம் அளிப்பதற்கு அவை பயன்படுத்தப்பட்டது. அல்லாமல், நிலங்களை வாங்குவதற்கும் விற்பதற்கும் அவை உபயோகப்படுத்தப்பட்டன. குஜராத்தை வென்று கைப்பற்றிய பிறகு பிரதானமாக ஸ்தல நாணயச் செலாவணிக்காக ஏராளமான வெள்ளி நாணயங்களை குப்தர்கள் வெளியிட்டனர்; மேற்கத்திய **சத்ரபாக்களின்** ஆட்சியில் இந்த நாணயங்களில் வெள்ளி முக்கிய இடம் பெற்றிருந்தது. குஷானர்கள் போலல்லாமல் குப்தர்கள் மிகக்குறைந்த எண்ணிக்கையிலேயே செப்பு நாணயங்களை வெளியிட்டனர். குஷானர்கள் ஆட்சியில் இருந்தது போலன்றி குப்தர்கள் ஆட்சியில் சாமானிய மக்கள் நாணயங்களை அதிகம் பயன்படுத்தவில்லை என்பதையே இது காட்டுகிறது.

முந்தைய காலப்பகுதியுடன் ஒப்பிடும்போது நெடுந்தொலைவு வாணிகம் இறங்கு முகம் கண்டிருந்தது. கி.பி. 550வரை இந்தியா கிழக்கு ரோமாபுரி சாம்ராஜ்யத்துடன் ஓரளவு வாணிகம் நடத்தி வந்தது; அந்நாட்டுக்கு பட்டு ஏற்றுமதி செய்துவந்தது. கி.பி. 550 வாக்கில் கிழக்கு ரோமாபுரிப் பேரரசின் மக்கள் பட்டுப்பூச்சி வளர்க்கும் தொழிலை சீனர்களிடமிருந்து கற்றுக் கொண்டு தாங்களே பட்டு நெசவில் ஈடுபட ஆரம்பித்துவிட்டனர்; இதனால் இந்தியாவின் ஏற்றுமதி வாணிகம் பெரும் பாதிப்புக்குள்ளாயிற்று. கி.பி. ஆறாம் நூற்றாண்டின் மத்திய பகுதிக்கு முன்னமேயே கூட வெளிநாடுகளில் இந்தியப் பட்டுக்கு இருந்த கிராக்கி வெகுவாகக் குறைந்து விட்டது. ஐந்தாம் நூற்றாண்டின் மத்தியில் பட்டு நெசவுத் தொழிலாளர் கில்டைச் சேர்ந்த ஏராளமானோர் மேற்கு இந்தியாவைச் சேர்ந்த குஜரத்திலுள்ள தங்களது தாயகமான லாதாவை விட்டு வெளியேறி மண்டசோரில் போய்க் குடியேறினர்; அங்கு அவர்கள் தங்களது பாரம்பரிய தொழிலைக் கைவிட்டு வேறு வாழ்க்கைத் தொழில்களை மேற்கொண்டனர்.

குறிப்பாக மத்தியப் பிரதேசத்தில் குப்தர் காலத்தின் ஒரு முக்கியமான நிகழ்வுப் போக்கு ஸ்தல விவசாயிகளைப் பாதிக்கும்

வகையில் புரோகித நிலப்பிரபுக்கள் தோன்றியதாகும். புரோகிதர்களுக்கு வழங்கப்பட்ட நிலமானியங்களால் பல கன்னிநிலப் பிரதேசங்கள் சாகுபடிக்குக் கொண்டுவரப்பட்டன என்பதில் ஐயமில்லை. ஆனால் இந்த மானியக்காரர்கள் ஸ்தல விவசாயிகள்மீது மேலிருந்து திணிக்கப்பட்டதால் அவர்கள் கீழ் நிலைக்குத் தள்ளப்பட்டனர். தவிரவும், மத்திய இந்தியாவிலும் மேற்கு இந்தியாவிலும் விவசாயிகள் கட்டாய உழைப்பு செய்யும்படியும் நிர்ப்பந்திக்கப்பட்டனர். அதேசமயம் மத்திய இந்தியாவில் பழங்குடி மக்கள் வாழும் பிரதேசங்களில் பிராமண மானியக்காரர்கள் ஏராளமான கன்னி நிலத்தை சாகுபடிக்குக் கொண்டுவந்ததோடு, வேளாண்மை சம்பந்தப்பட்ட பல புதிய தொழில் நுட்பங்களையும் அறிமுகப்படுத்தினர்.

சமூக வளர்ச்சிப் போக்குகள்

பிராமணர்களுக்குப் பெருமளவுக்கு நிலங்களை மானியமாக வழங்கியதானது குப்தர் காலத்தில் பிராமணர்களின் ஆதிக்கம் தொடர்ந்து நீடித்தது என்பதையே காட்டுகிறது. வைசியர்களான குப்தர்களை சத்திரியர்கள் எனப் பிராமணர்கள் போற்ற ஆரம்பித்தனர்; அதுமட்டுமல்ல, குப்த மன்னர்கள் தெய்வாம்சங்கள் பொருந்தியவர்கள் என்று அவர்களைத் தலைமீது தூக்கிவைத்துக் கொண்டு கொண்டாடவும் தலைப்பட்டனர். இவை யாவும் குப்த மன்னர்களின் நிலையை முறைமைப்படுத்த உதவின. பதிலுக்கு இம் மன்னர்கள் பிராமணீய அமைப்பின் மாபெரும் ஆதரவாளர்களாயினர். எண்ணற்ற நிலமானியங்கள் கிடைத்ததன் காரணமாக பிராமணர்கள் மேன்மேலும் செல்வந்தர்களாயினர். எனவே அவர்கள் பல்வேறு சலுகைகளையும் உரிமைகளையும் கோர ஆரம்பித்தனர். சுமார் கி.பி. ஐந்தாம் நூற்றாண்டில் நாரதர் இயற்றிய தரும நூலில் .இவை பட்டியலிட்டுக் கூறப்பட்டிருக்கின்றன.

இரண்டு காரணக் கூறுகளால் சாதிகள் எண்ணற்ற உபசாதிகளாகப் பெருகின. ஏராளமான அயல்நாட்டினர் இந்திய சமுதாயத்தில் ஒன்றிணைந்தனர்; ஒவ்வொரு அயல்நாட்டுக் குழுவினரும் ஒரு வகையான இந்து சாதியாகக் கருதப்பட்டனர். அயல்நாட்டினர் பெரும்பாலும் வெற்றியாளர்களாக இந்திய மண்ணில் அடியெடுத்து வைத்ததால் சமுதாயத்தில் அவர்களுக்கு சத்திரியர் அந்தஸ்து வழங்கப்பட்டது. ஐந்தாம் நூற்றாண்டின் இறுதியில் இந்தியாவில் தோன்றிய ஹூணர்கள் முடிவில் முப்பத்தாறு இராசபுத்திரக் குலங்களில் ஒன்றைச் சேர்ந்தவர்களாக அங்கீகரிக்கப்பட்டனர். இப்போதும்கூட சில

இராசபுத்திரர்கள் ஹூணர் என்ற பட்டத்தை வரித்துக் கொண்டிருப்பதைக் காணலாம். சாதிகளின் எண்ணிக்கை அதிகரிப்பதற்கான மற்றொரு காரணம். நிலமானியங்கள் மூலம் எண்ணற்ற இன மரபுக் குழுவினர் பிராமணீய சமுதாயத்தில் ஈர்த்துக் கொள்ளப்பட்டதாகும். இன மரபுக் குழுக்களின் தலைவர்களுக்கு மதிப்பு வாய்ந்த அந்தஸ்து வழங்கப்பட்டது. ஆனால் அவர்களுடைய பெரும்பாலான சாமானிய உறவினர்களுக்கு தாழ்ந்த அந்தஸ்தே அளிக்கப்பட்டது. ஒவ்வொரு இனமரபுக் குழுவும் அதன் புதிய அவதாரத்தில் ஒருவகையான சாதியாக மாறிற்று. இந்த இயக்க நிகழ்வு தற்காலம்வரை ஏதேனும் சில வழிகளில் தொடர்ந்தது.

இந்தக் காலக்கட்டத்தில் சூத்திரர்களின் நிலை ஓரளவு மேம்பட்டது. இதிகாசங்களையும் புராணங்களையும் கேட்பதற்கு இப்போது அவர்கள் அனுமதிக்கப்பட்டனர். கிருஷ்ணன் என்ற ஒரு புதிய தெய்வத்தையும் அவர்கள் வழிபட முடியும. வீட்டில் சில சடங்குகளைச் செய்வதற்கும் அவர்கள் அனுமதிக்கப்பட்டனர். இதனால் புரோகிதர்களுக்கு வருமானமும் கிடைத்தது. சூத்திரர்களின் பொருளாதார அந்தஸ்தில் மாற்றம் ஏற்பட்டதே இதற்கெல்லாம் காரணம் என்று கூறலாம். ஏழாம் நூற்றாண்டு முதல் பிரதானமாக அவர்கள் விவசாயிகளாக இருந்து வந்தனர். ஆனால் அதற்கு முன்னர் அவர்கள் எப்போதுமே உயர் மூன்று வருணத்தினருக்குத் தொண்டூழியம் செய்யும் ஏவலர்களாக, அடிமைகளாக, விவசாயத் தொழிலாளர்களாகவே இருந்து வந்தனர்.

எனினும் இக்காலப் பகுதியில் தீண்டப்படாதோரின் முக்கியமாக சண்டாளர்களின் எண்ணிக்கை அதிகரித்தது. கி.மு. ஐந்தாம் நூற்றாண்டிலேயே சமுதாயத்தில் சண்டாளர்கள் தோன்றிவிட்டனர். கி.பி. ஐந்தாம் நூற்றாண்டுக்குள் சீன யாத்ரீகர் பாஹியானின் கவனத்தைக் கவரும் அளவுக்கு அவர்களது எண்ணிக்கை மிகப் பெருமளவுக்கு அதிகரித்து விட்டது: அதேபோன்று அவர்கள் எதிர்கொள்ள வேண்டியிருந்த இடர்ப்பாடுகளும் ஆற்றல்கேடுகளும், துன்ப துயரங்களும், வேதனைகளும் வாதனைகளும் எண்ணிப்பார்க்க முடியாத அளவுக்குப் பெருகிவிட்டன. சண்டாளர்கள் கிராமத்துக்கு வெளியே வசித்து வந்தனர் என்றும், இறைச்சி விற்பனையில் ஈடுபட்டிருந்தனர் என்றும் பாஹியான் கூறுகிறார். அவர்கள் ஊருக்குள் நுழைந்த உடனேயே மேல்சாதியினர் தொலை தூரத்துக்கு விலகிப்போய் விடுவார்கள்; ஏனென்றால் அவர்களால் சாலை தீட்டும் மாசும் பட்டுவிடுமாம்.

படம் - 64 தியோகட்டிலிருந்து கிடைத்த
நர - நாராயணர் உருவச்சிலை

குப்தர்கள் காலத்தில் சூத்திரர்களைப் போலவே பெண்களும் இதிகாசங்களையும் புராணங்களையும் கேட்க அனுமதிக்கப்பட்டனர்; கிருஷ்ணனை வழிபடும்படி உபதேசிக்கப்பட்டனர். ஆனால் குப்தர்களுக்கு முந்திய காலத்திலும் சரி, குப்தர்கள் காலத்திலும் சரி உயர்வகுப்புகளைச் சேர்ந்த பெண்கள் சுதந்திரமாக ஏதேனும் வாழ்க்கைத் தொழிலை மேற்கொள்வதற்கு அனுமதிக்கப்படவில்லை. ஆனால் அதே சமயம் கீழ் இரண்டு வருணங்களையும் சேர்ந்த பெண்கள் தங்கள் விருப்பம்போல் ஏதேனும் வாழ்க்கைத் தொழிலை தேர்ந்தெடுத்துக் கொள்ள அனுமதிக்கப்பட்டனர்; இது அவர்களுக்கு கணிசமான அளவுக்கு சுதந்திரத்தை அளித்தது; ஆனால் மேல் வருணங்களைச் சேர்ந்த பெண்களுக்கு இது மறுக்கப்பட்டது. வைசியப் பெண்களும்

பண்டைக்கால இந்தியா

படம் - 65 குப்தர் காலத்தில் சாஞ்சியில் கட்டப்பட்ட கோயில்

சூத்திரப் பெண்களும் வேளாண் நடவடிக்கைகளிலும், வீட்டுப் பணியாள் வேலைகளிலும் ஈடுபடுகின்றனர். இதனால் அவர்கள் தங்கள் கணவன்மார்களது ஆதிக்கத்துக்குப் புறத்தே இருக்கின்றனர் என்று வாதிக்கப்பட்டது. இதே சமயம் குப்தர்கள் காலத்தில் மேல் வகுப்புகளைச் சேர்ந்தவர்கள் மேன்மேலும் அதிக நிலங்களை வாங்கினர்; இது அவர்களை சொத்துகள் சேர்த்துக் குவிப்பதில் நாட்டம் கொண்டவர்களாகவும், பலதார மனப்போக்குடையவர்களாகவும் மாற்றிற்று. ஆண் குடும்ப ஆட்சி முதல்வனாக இருக்கும் அமைப்பில், ஆண்கள் பெண்களை ஏதோ ஒரு வகையான சொத்து போல் நடத்த ஆரம்பித்தனர்; இதன் காரணமாக பெண் தன்னுடைய கணவனை அடுத்த உலகிற்குப் பின்பற்ற வேண்டியவளாகக் கருதப்பட்டாள்.

கணவன் இறந்த பிறகு அவனுடைய விதவை மனைவி உடன்கட்டை ஏறும் முதல் கோரக் காட்சியை கி.பி. 510ல் குப்தர் காலத்தில் காண்கிறோம். எனினும் கணவன் இறந்து விட்டாலோ, அழிக்கப்பட்டுவிட்டாலோ, ஆண்மையற்றவனாக இருந்தாலோ. மனைவியைக் கைவிட்டுவிட்டுச் சென்றாலோ அல்லது சாதிப்பிரஷ்டம் செய்யப்பட்டு விட்டாலோ ஒரு பெண் மறுமணம் செய்து கொள்ளலாம் என்று குப்தர் காலத்துக்குப் பிந்திய சில சட்ட நூல்கள் கூறுகின்றன.

படம் - 66 சாரநாத்திலுள்ள புத்தர் உருவச்சிலை

மேல் வருணங்களைச் சேர்ந்த பெண்கள் கீழ்ப்பட்ட நிலையில் இருப்பதற்குப் பிரதான காரணம் அவர்கள் தங்கள் ஜீவனத்துக்கு ஆண்களை முற்றிலும் சார்ந்திருக்க வேண்டிய அவலநிலையேயாகும். இதுவல்லாமல். அவர்களுக்குச் சொத்துரிமையும் இல்லை. எனினும் திருமணத்தின்போது மணப்பெண்ணுக்குப் பரிசாக வழங்கப்படும்

பண்டைக்கால இந்தியா 327

அணிமணிகள், நகைகள், உடைகள் மற்றும் இவை போன்ற இதர பொருள்கள் அவளுக்குச் சொந்தமானவை. குப்தர்கள் காலத்துச் சட்டங்களும், குப்தர்களுக்குப் பிந்திய காலத்துச் சட்டங்களும் இந்தப் பரிசுகளின் பட்டியலை கணிசமான அளவுக்கு விரிவு படுத்தின. இந்தச் சட்டங்களின்படி, திருமணத்தின் போதும் இதர சந்தர்ப்பங்களிலும் மணப்பெண் தன்னுடைய பெற்றோர்கள் தரப்பிலிருந்து மட்டுமின்றி, மாமனார், மாமியார் தரப்பிலிருந்தும் பெறும் பரிசுகள் யாவும்

67 அஹிச்சத்ராவில் (பாரெய்லி மாவட்டம்) கிடைத்த யமுனையின் உருவச்சிலை

அவளுடைய சீதனமாக அமைந்து விடுகின்றன. ஆறாம் நூற்றாண்டைச் சேர்ந்த காத்யாயனர் இயற்றிய தர்ம நூல் அவள் தன் சீதன சொத்துக்களுடன் சேர்த்து தனது தாவர சொத்துக்களையும் விற்கவோ, அடமானம் வைக்கவோ உரிமை பெற்றிருக்கிறாள் என்று கூறுகிறது. இந்தத் தர்ம நூலாரின் கருத்துப்படி நிலச் சொத்துக்களைப் பெண்கள்

பெற்று வந்தனர் என்பது தெளிவாகத் தெரிகிறது. எனினும் இந்தியாவின் தந்தைவழி சமுதாயங்களில் நிலச் சொத்துக்களை வாரிசுரிமையாகப் பெறுவதற்கு மகள் பொதுவாக அனுமதிக்கப்படுவதில்லை.

படம் - 68 மதுராவிலுள்ள புத்தர் உருவச்சிலை

புத்தமதத்தின் சீணிப்பு

குப்தர்கள் காலத்தில் புத்த மதத்துக்கு அரசவையின் ஆதரவு இல்லாது போயிற்று. புத்தமதம் அச்சமயம் மிகவும் தழைத்தோங்கிவரும் நிலையில் இருந்தது என்ற எண்ணத்தை பாஹியான் தோற்றுவிக்கிறார். ஆனால் உண்மையில், அசோகர், கனிஷ்கர் காலத்தில் பெற்றிருந்த அவ்வளவு முக்கியத்துவத்தை குப்தர்கள் காலத்தில் அது பெற்றிருக்கவில்லை என்றே கூற வேண்டும்.

படம் - 69 ஓர் அப்சரசை சித்திரிக்கும் அஜந்தா ஓவியம்

பாகவத தருமத்தின் தோற்றமும் வளர்ச்சியும்

பாகவத தருமம் என்பது விஷ்ணு வழிபாட்டை அடிப்படையாகக் கொண்டது. மௌரியர்களுக்குப் பிந்திய காலத்தில் இது தோன்றிற்று.

வேத காலத்தில் விஷ்ணு அவ்வளவாக முக்கியத்துவம் பெற்றிருக்கவில்லை. அவர் ஞாயிறையும் வளமையையும் பிரதிநிதித்துவப் படுத்தினார். கி.மு. இரண்டாம் நூற்றாண்டில் அவர் நாராயணன் என்னும் தெய்வத்துடன் ஐக்கியமாகி, நாராயண - விஷ்ணு என்று பெயர் பெற்றார். ஆதியில் நாராயணன் வேதங்களுடன் சம்பந்தப்படாத இனமரபுக் குழுக்களின் தெய்வமாக இருந்தார். அவர் **பகவத்** என அழைக்கப் பட்டார்; அவருடைய பக்தர்கள் பாகவதர்கள் எனப்பெயர் பெற்றனர். இவர் இனமரபுக் குழுத் தலைவனின் ஒரு தெய்வீக அம்சமாகக் கருதப்பட்டார். ஒரு இன மரபுக் குழுத் தலைவன் குருதி தொடர்புடைய தன்னுடைய உறவினர்களிடமிருந்து பரிசுகளைப் பெற்றுக்கொண்டு அவர்களுக்குப் பரிசுகளை விநியோகிப்பது போன்றே நாராயணனும் தன்னுடைய பக்தர்களுக்கு செல்வவளத்தை வழங்குவதாகக் கருதப்படுகிறது. இதற்குப் பிரதியாக அவருடைய அடியார்கள் அவரிடம் எல்லையற்ற, ஆழ்ந்த பக்தியைச் செலுத்துகின்றனர். விஷ்ணுவையும் நாராயணனையும் ஒன்றாக இணைத்து, விஷ்ணு பக்தர்களும் நாராயண பக்தர்களும் ஒரே குடை நிழலின் கீழ் கொண்டுவரப்பட்டனர். முந்தியவர் வேதகால தெய்வம், பிந்தியவர் வேத சார்பின்றிப் பிந்தியக் காலத்தில் தோன்றியவர். ஆனால் இந்த இரண்டு கலாசாரங்களும், இவ்விரு வகையான மக்களும், இவ்விரு தெய்வங்களும் பரஸ்பரம் ஒன்று கலந்தனர். தவிரவும், விஷ்ணுதான் மேற்கு இந்தியாவில் வாழ்ந்து வந்த விரிஷ்ணி குலத்தின் காவியப் புகழ்பெற்ற வீரரான கிருஷ்ண - வாசுதேவனாக அவதரித்தார் என்றும் கருதப்பட்டது. விஷ்ணுவின் அவதாரம்தான் கிருஷ்ணன் என்பதை மாபெரும் இதிகாசமான மகாபாரதமும் நிலைநாட்டுகிறது. ஆக, கி.மு. 200 வாக்கில் மூன்று வகையான பக்தர்களும் அவர்களுடைய கடவுளர்களும் ஒன்று கலந்தனர் என்பது தெள்ளத் தெளிவாகிறது. இதிலிருந்துதான் வைணவத்தின் ஒரு பகுதியான பாகவத தருமம் தோன்றிற்று.

பாகவததருமம் பக்தியையும் அகிம்சையையும் ஆதார அடிப்படையாகக் கொண்டது. பக்தி என்பது ஒருமுக நோக்குடைய கடவுட் பற்றை, முழு ஈடுபாட்டைக் குறிக்கிறது. இது ஒரு இனமரபுக் குழுவினர் தங்கள் தலைவனிடம் கொண்டுள்ள பற்றுறுதியை அல்லது குடிமக்கள் தங்கள் மன்னனிடம் கொண்டுள்ள ஆழ்ந்த விசுவாசத்தைப் போன்றது. அகிம்சை அல்லது விலங்குகளைக் கொல்லாமை என்பது விவசாய சமூகத்திற்குப் பெரிதும் ஏற்புடையதாக இருந்தது. விஷ்ணுவுடன் சம்பந்தப்பட்ட ஜீவ சக்தி அளிக்கும் பழைய செல்வ வளக் கோட்பாட்டுக்கும் இது இசைந்ததாக இருந்தது. மக்கள்

விஷ்ணுவின் உருவச் சிலையை வழிப்பட்டனர்; அரிசி, எள்ளு முதலியவற்றைப் படையல் செய்தனர். விலங்குகள் ஈவு இரக்கமின்றி வதைக்கப்படுவதைக் கண்டு வெறுப்புற்ற பலர் புலால் உணவைத் தவிர்த்து, காய்கறி உணவை மட்டுமே உண்ணத் தொடங்கினர்.

இந்தப் புதிய சமயப் பிரிவு அயல்நாட்டினரை கவர்ந்து ஈர்க்கும் முறையில் வைதிகக் கட்டுப்பாடற்றதாக, பரந்த நோக்கும் போக்குமுடையதாக இருந்தது. சாதவாகனர்கள் ஆட்சியிலும் குஷானர்கள் ஆட்சியிலும் முக்கியத்துவம் பெற்றிருந்த கைவினைஞர்களையும் வணிகர்களையும் இது கவர்ந்து ஈர்த்தது. தீவினையில் பிறந்த பெண்களும், வைசியர்களும், சூத்திரர்களும்கூட தன்னிடம் வந்து அடைக்கலம் புகலாம். தன்னை வந்து அடையலாம் என்று **பகவத் கீதையில்** கிருஷ்ணர் போதித்தார். இந்த சமய சார்புடைய நூல் வைஷ்ணவ போதனைகளிலும் ஈடுபடுகிறது; **விஷ்ணு புராணமும்** அதேபோன்று ஓரளவுக்கு **விஷ்ணு ஸ்மிருதியும்** இதே பணியைச் செய்துள்ளன.

குப்தர்கள் காலத்தில் **பாகவத தருமம்** அல்லது **வைஷ்ணவம்** புத்த மதத்தின் மகாயானப் பிரிவைப் பின்னுக்குத் தள்ளி விட்டது. அது **திரு அவதார** சித்தாந்தத்தைப் போதித்தது. விஷ்ணுவின் பத்து அவதாரங்களைக் கொண்ட ஒரு காலவட்டமாக வரலாறு சித்திரிக்கப்பட்டது. சமூக ஒழுங்கமைப்பு கடுமையான நெருக்கடிக்கு உள்ளாகும் போதெல்லாம் அதனைப் பாதுகாக்க விஷ்ணு உரிய அவதாரம் எடுக்கிறார் என்று நம்பப்பட்டது. வருண அடிப்படையில் அமைந்திருந்த சமுதாய அமைப்பையும், தந்தைவழி சமுதாய முறையையும் பாதுகாக்கும் தருமத்தின் பொருட்டு விஷ்ணு அவ்வப்போது அவதாரம் எடுக்க வேண்டிய அவசியம் ஏற்பட்டது என்றும் கருதப்பட்டது.

ஆறாம் நூற்றாண்டில் சிவன், பிரமா ஆகிய தெய்வங்களுடன் சேர்ந்து விஷ்ணு மும்மூர்த்திகளில் ஒருவரானார். எனினும், தனது சொந்த முறையிலேயே ஒரு மேம்பட்ட தெய்வமாகவும் அவர் திகழ்ந்தார். ஆறாம் நூற்றாண்டுக்குப் பிறகு, அவரை வழிபடுவதால் கிட்டக்கூடிய புண்ணியங்களையும், ஏற்படக்கூடிய நன்மைகளையும் விரித்துறைக்கும் அநேக நூல்கள் இயற்றப்பட்டன; இவற்றில் மிக முக்கியமானது **பாகவத புராணமாகும்.** அந்த நூலில் கூறப்பட்டிருக்கும் கதையை புரோகிதர்கள் பன்னாட்கள் பாராயணம் செய்தனர். மத்திய காலத்தில், **பாகவதகிரகங்கள்** அல்லது விஷ்ணுவை வழிபடுவதற்கும்,

அவரது மகாத்மியங்களை எடுத்துரைப்பதற்குமான பல புண்ணிய ஸ்தலங்கள் கிழக்கு இந்தியாவில் தோன்றத் தொடங்கின. விஷ்ணு பக்தர்களின் நலன் கருதி **விஷ்ணு சகஸ்ரநாமம்** உட்பட பல தோத்திரங்கள் இயற்றப்பட்டன.

குப்த மன்னர்களில் ஒரு சிலர் அழித்தல் தெய்வமான சிவனை வழிபடுபவர்களாக இருந்து வந்தனர். சிவன் பிற்காலத்தில் முன்னணிக்கு வந்தார். ஆனால் குப்தர்களது ஆட்சிக் காலத்தின் ஆரம்ப கட்டத்தில் விஷ்ணு பெற்றிருந்த அத்தனை முக்கியத்துவத்தை சிவன் பெறவில்லை என்றே தோன்றுகிறது.

கோயில்களில் விக்கிரக வழிபாடு செய்வது குப்தர்கள் காலம் முதல் இந்து மதத்தின் ஒரு சர்வ சாதாரண அம்சமாக, நடைமுறையாக ஆகிவிட்டது. பல திருவிழாக்களும் கொண்டாடப்படலாயின. மக்களில் பல்வேறு பிரிவினரும் விரும்பும் வேளாண் விழாக்கள் சமய சடங்குகளுடனும், அவற்றிற்குரிய ஆடை அணிகளுடனும், வண்ணப் பொலிவுடனும் கொண்டாடப்பட்டன. இதனால் புரோகிதர்களுக்கு நல்ல வருவாய் கிடைத்தது.

பல்வேறு சமயங்கள் மற்றும் சமயப் பிரிவுகளின்பால் சகிப்புத் தன்மையைக் காட்டும் கொள்கையை குப்த மன்னர்கள் கடைப்பிடித்தனர். புத்த மதத்தையும் ஜைனத்தையும் பின்பற்றுவோர் எத்தகைய அடக்குமுறைக்கும் ஒடுக்கு முறைக்கும் ஆளானதற்கான சான்று ஏதும் இல்லை. புத்த மதத்தின் இயல்பில் மாற்றம் ஏற்பட்டு, இந்து சமயத்தின் பல அம்சங்களை அது வரித்துக் கொண்டதும் இதற்கு ஓரளவு காரணமாக இருக்கக்கூடும்.

கலை

குப்தர்களின் காலம் பண்டைய இந்தியாவின் பொற்காலம் எனக் கூறப்படுகிறது. பொருளாதாரத் துறையைப் பொறுத்தவரையில் இது உண்மையாக இல்லாதிருக்கலாம்; ஏனென்றால் இந்தக் காலப் பகுதியில்தான் வடஇந்தியாவில் பல நகரங்கள் நலிவுற்றன. ஆனால் குப்தர்களிடம் ஏராளமான தங்கம் குவிந்திருந்தது; அது அவர்களுக்கு எங்கிருந்து எப்படிக் கிடைத்தது என்று தெரியாவிட்டாலும் அவர்கள் மிகப்பெரும் எண்ணிக்கையில் தங்க நாணயங்களை வெளியிட்டனர். அரச வமிசத்தினரும் செல்வந்தர்களும் தங்கள் வருவாயில் ஒரு பகுதியை கலை, இலக்கியத் துறையில் ஈடுபட்டிருப்பவர்களுக்கு ஆதரவளிப்பதற்குப் பயன்படுத்தினர். சமுத்திர குப்தனும் இரண்டாம்

பண்டைக்கால இந்தியா 333

சந்திரகுப்தனும் கலை, இலக்கியத்தின் புரவலர்களாகத் திகழ்ந்து வந்தனர். சமுத்திர குப்தன் யாழ் இசைப்பது போன்று அவனது நாணயங்களில் சித்திரிக்கப்பட்டிருக்கிறான். இரண்டாம் சந்திரகுப்தனோ இன்னும் ஒரு படி மேலே சென்று, தனது பேரவையை ஒன்பது புகழ்சான்ற ஆன்றோர்களை, பேரறிஞர்களைக் கொண்டு அலங்கரிக்கச் செய்து சிறப்பித்தான்.

பண்டைய இந்தியாவில் சமயம்தான் கலைக்குப் பிரதான உந்து விசையாக, தூண்டுகோலாக இருந்தது. பண்டைய இந்தியாவின் சமய சார்பற்ற கலைகளில் எஞ்சியிருப்பவை மிகச் சிலவேயாகும். மௌரியர் காலத்திலும் மௌரியருக்குப் பிந்திய காலத்திலும் பல்வேறு கலைகளின் வளர்ச்சிக்கு புத்தமதம் மிகுந்த ஆக்கமும் ஊக்கமும் அளித்தது. மலைக்க வைக்கும் தூண்களை நிறுவுவதற்கும், பாறைகளைக் குடைந்து வனப்புமிக்க குகைகளை உருவாக்குவதற்கும், வானளாவும் ஸ்தூபிகளை அல்லது நினைவுக் கோபுரங்களை எழுப்புவதற்கும் இது துணை புரிந்தது. முக்கியமாக வட்டவடிவமான கல் அடித்தளத்தின் மீது எழுந்து நிற்கும் ஸ்தூபிகள் கவிகை மாடங்கள் போல் காட்சியளித்தன. புத்தரின் எண்ணற்ற உருவச் சிலைகள் செதுக்கப்பட்டு ஆங்காங்கே அணி செய்தன.

வெண்கலத்தாலான புத்தர் சிலை ஒன்று பகல்பூருக்கு அருகில் சுல்தான்கஞ்சில் கண்டெடுக்கப்பட்டிருக்கிறது; இரண்டு மீட்டருக்கும் அதிகமான உயரமுள்ள இந்த சிலை குப்தர்கள் காலத்தைச் சேர்ந்ததாகும். தாமிரத்தில் வடிவமைக்கப்பட்ட 25 மீட்டர் உயரமுள்ள சிலையை தாம் கண்டதாக பாஹியான் தமது பயணக் குறிப்பில் கூறியிருக்கிறார். ஆனால் அது எங்கிருக்கிறது என்று அது இன்னமும் கண்டுபிடிக்கப் படவில்லை. குப்தர்கள் காலத்தில் சாரனாத்திலும், மதுராவிலும் புத்தரின் எழில்மிகு உருவச்சிலைகள் வடிவமைக்கப்பட்டிருக்கின்றன. எனினும் குப்தர் காலத்தில் பௌத்தக் கலையின் தலைசிறந்த, ஒப்புயர்வற்ற மாதிரிச் சான்றாக தன்னிகரற்று மிளிர்வது அஜந்தா ஓவியங்களாகும். இந்த ஓவியங்கள் கி.பி. முதலாம் நூற்றாண்டு முதல் ஏழாம் நூற்றாண்டுக்காலத்தைச் சேர்ந்தவை; எனினும் இவற்றில் பெரும்பாலானவை குப்தர்கள் காலத்துக்குரியவை. கௌதம புத்தரதும் அவருக்கு முந்திய புத்தர்களதும் வாழ்க்கையை இவை சித்திரிக்கின்றன. இந்த ஓவியங்கள் உயிர்த்துடிப்பு கொண்டவையாக, தத்ரூபமாக, ஜீவகளை ததும்பவையாகக் காட்சியளிக்கின்றன. பதினான்கு நூற்றாண்டுகளுக்குப் பிறகும் அவற்றின் வண்ணங்களது சுடரொளி,

மினுமினுப்பு மங்கவில்லை. எனினும் குப்தர்கள் அஜந்தா ஓவியங்களின் புரவலர்கள் என்று காட்டக்கூடிய சான்றுகள் ஏதுமில்லை.

குப்தர்கள் பிராமணீயத்தின் ஆதரவாளர்கள் என்பதால் விஷ்ணு, சிவன் மற்றும் இதர சில இந்து தெய்வங்களின் விக்கிரகங்களை முதல் தடவையாக குப்தர் காலத்தில் காண்கிறோம். பல இடங்களில் ஒரே இடத்தில் அநேக தெய்வங்களின் விக்கிரகங்கள் ஒரு சேரக் காணப்படுகின்றன. தலைமை தெய்வம் மத்தியில் இருப்பதையும், அவருடைய பரிவாரத்தினர் அதாவது துணை தெய்வங்கள் அவரைச் சூழ்ந்திருப்பதையும் பார்க்கிறோம். தலைமை தெய்வம் உருவத்தில் பெரிதாகக் காணப்படுகிறார். அவருடைய பரிவாரத்தினர் சிறிய உருவங்களில் காணப்படுகின்றனர். அக்காலத்தில் சமூகத்தில் நிலவிய ஏற்றத்தாழ்வுகளையும், தெய்வங்களிடமும் அது பிரதிபலித்ததையும் இது காட்டுகிறது.

படம் - 70 டில்லியிலுள்ள இரும்புத் தூண்

கட்டிடக் கலையில் குப்தர் காலம் பின்தங்கியிருந்தது என்றே கூற வேண்டும். செங்கற்களால் கட்டப்பட்ட ஒரு சில கோயில்களையும் கற்களைக் கொண்டு கட்டப்பட்ட ஒரு கோயிலையும் உத்தரப் பிரதேசத்தில் காண்கிறோம், அவ்வளவுதான். கான்பூரில் பிதார்கௌனிலும், காஜிப்பூரில் பிதாரியிலும், ஜான்சியில் தியோகட்டிலும் உள்ள கோயில்களை இவ்வகையில் முக்கியமாகக் குறிப்பிடலாம். நாளந்தா பௌத்த பல்கலைக் கழகம் ஐந்தாம் நூற்றாண்டில் நிறுவப்பட்டது. செங்கற்களைக் கொண்டு கட்டப்பட்ட அதன் ஆரம்பக் கால கட்டிடங்கள் இந்தக் காலப் பகுதியைச் சேர்ந்தவையேயாகும்.

இலக்கியம்

சமய சார்பற்ற அரிய இலக்கியப் படைப்புகளை வழங்கிய பெருமை, தனிச் சிறப்பு இந்தக் காலகட்டத்தையே சேரும். இக்காலப் பகுதியில் **பாசா** பதின்மூன்று நாடகங்களை இயற்றினார். **மிரிச்சகடிகம்** அல்லது **சிறு களிமண் வண்டி** சூத்ரகரால் எழுதப்பட்டது. செல்வந்தரான ஒரு வணிகருக்கும் அரசவை அணங்கின் மகளுக்கும் இடையே நடைபெற்ற காதல் விவகாரத்தை இது அற்புதமாக சித்திரிக்கிறது. பண்டைய நாடகப் படைப்புகளில் மிகச் சிறந்த ஒன்றாக இது கருதப்படுகிறது. ஆனால் உண்மையில் குப்தர் காலத்திற்குப் பெரும் புகழ் தேடித் தந்த பெருமை காளிதாசரின் அற்புத படைப்புகளையே சாரும். காளிதாசர் **அபிஞானசாகுந்தலத்தை** எழுதினார். உலகின் மிகச் சிறந்த இலக்கியப் படைப்புகளில் ஒன்றாக இது மதிக்கப்படுகிறது. துஷ்யந்த மன்னனும் சகுந்தலையும் பரஸ்பரம் காதலித்த கதையை இது நமக்குக் கூறுகிறது. இவர்களுடைய புதல்வன் பரதன் புகழ்பெற்ற மன்னனாகக் காட்சியளிக்கிறான். ஐரோப்பிய மொழிகளில் மொழிபெயர்க்கப்பட்ட தொன்மை வாய்ந்த இந்திய இலக்கியப் படைப்புகளில் **சாகுந்தலமும்** ஒன்று; மற்றது **பகவத் கீதை.** குப்தர்கள் காலத்தில் எழுதப்பட்ட நாடகங்கள் சம்பந்தமாக இங்கு இரண்டு விஷயங்களைக் குறிப்பிட வேண்டும். முதலாவதாக இவை யாவும் இன்பியல் நாடகங்கள். துன்பியல் நாடகங்கள் எவற்றையும் நாம் காணவில்லை. இரண்டாவதாக, மேல்தட்டு வகுப்பினரைச் சேர்ந்த பாத்திரங்களும் கீழ்த்தட்டு வகுப்பினரைச் சேர்ந்த பாத்திரமும் ஒரே மொழியைப் பேசவில்லை; இந்த நாடகத்தில் வரும் பெண் பாத்திரங்களும், சூத்திரர் பாத்திரங்களும் பிராகிருத மொழியைப் பயன்படுத்துகின்றன.

இந்தக் காலப் பகுதியில் சமய சார்புடைய நூல்கள் அதிகரித்திருப்பதையும் காண்கிறோம். இக்காலத்தைச் சேர்ந்த பெரும்பாலான நூல்கள் சமயக் கருத்துகளை ஒரு சார்பாக, வலுவாக, திட்டவட்டமான முறையில் வெளியிடுபவையாக உள்ளன. **இராமாயணம், மகாபாரதம்** ஆகிய இரண்டு மாபெரும் இதிகாசங்களும் நான்காம் நூற்றாண்டு வாக்கில் ஏறத்தாழ எழுதி முடிக்கப்பெற்று விட்டன. **இராமாயணம்** இராமரைப் பற்றிய கதையை விவரிக்கிறது. இராமரின் மாற்றாந் தாயான கைகேயின் சூழ்ச்சியால் அயோத்தியின் மன்னனான தசரதன் தன்னுடைய புதல்வன் இராமரை 14 ஆண்டுகள் வனவாசம் செய்யும்படி கட்டளையிடுகிறார். இராமரும் தம்முடைய தந்தையின் ஆணையைச் சிரமேற் ஏற்று கானகம் செல்லுகிறார். அங்கு அவருடைய மனைவி சீதையை இலங்கையின் அரசனான இராவணன் கடத்திச் செல்கிறான். முடிவில் இராமர் தம்முடை இளைய சகோதரன் இலட்சுமணன் உதவியுடன் சீதையை மீட்டு வருகிறான். இந்த இதிகாசம் இரண்டு முக்கியமான உள்ளுறை நீதிகளை, ஒழுக்கத் தத்துவங்களை, அறநெறிகளைப் போதிக்கிறது. முதலாவதாக ஓர் லட்சியக் குடும்பம் எப்படியிருக்க வேண்டும் என்ற இலக்கணத்தை எடுத்துரைக்கிறது; ஒரு மகன் தந்தையின் சொற்படி நடக்க வேண்டும் என்பதையும், தம்பி அண்ணனின் சொல்லைத் தட்டக் கூடாது என்பதையும், எல்லாச் சந்தர்ப்பங்களிலும் மனைவி கணவனின் விருப்பப்படி நடந்து கொள்ள வேண்டும் என்பதையும் போதிக்கிறது. இரண்டாவதாக இராவணன் அதர்மத்தின், அநீதியின், தீமையின் உருவகமாகக் காட்சியளிக்கிறான்; ஆனால் அதே சமயம் இராமனோ தர்மத்தின், நீதியின் நேர்மையின், அறநெறியின் மொத்த உருவமாகத் தோற்றமளிக்கிறான். முடிவில் தர்மம் அதர்மத்தை வெல்கிறது; நீதி அநீதியை முறியடிக்கிறது; நேர்மை கொடுங்கோன்மையை புறங்காணச் செய்கிறது; நல்லொழுக்கம் தீய ஒழுக்கத்தை மண் கவ்வச் செய்கிறது. **இராமாயணம் மகாபாரதத்தை** விட அதிக சமய, சமூக உள்ளடக்கத்தை, கருத்துச் செறிவைக் கொண்டிருக்கிறது. பல்வேறு முக்கிய இந்திய மொழிகளிலும், தென்கிழக்கு ஆசிய மொழிகளிலும் **இராமாயணம்** மொழிபெயர்க்கப் பட்டிருக்கிறது.

மகாபாரதம் ஒன்றுவிட்ட இரு சகோதரக் கோஷ்டியினரிடையே நிலவும் கடும் பகையை, கௌரவர்களுக்கும் பாண்டவர்களுக்கும் இடையேயான மோதலைச் சித்திரிக்கும் கதை. அரசு பதவி குருதி உறவைப் பார்க்காது. திரிதராஷ்டிரன் ஆண்டு வந்த இராச்சியத்தில் பாண்டவர்களுக்குப் பங்குரிமை இருந்த போதிலும் கௌரவர்கள் ஓர்

அங்குல நிலத்தைக்கூட அவர்களுக்குத் தருவதற்கு உடும்புப் பிடிவாதமாக மறுத்து விட்டனர். உற்றார்களையும் உறவினர்களையும் அன்பர்களையும் நண்பர்களையும், ஆசான்களையும் அருமந்தன்ன பெரியோர்களையும் ஈவுஇரக்கமின்றிக் கொன்று குவிக்கும் ஒரு குரூரமான போருக்கு இது இட்டுச் சென்றது; இப்போரில் கிருஷ்ணர் பாண்டவர்களுக்கு உற்ற நண்பராக, உறுதுணையாக இருந்தார். இறுதியில் பாண்டவர்கள் வெற்றி வாகை சூடினர்; கௌரவர்கள் இழிவினும் இழிவான முறையில் வீழ்ந்து பட்டனர். இந்தக் கதையும் அதர்மத்தை தர்மம் வென்ற மகோன்னத தத்துவத்தை எடுத்துரைக்கிறது. **பகவத்கீதை** மகாபாரதத்தின் ஒரு முக்கிய பகுதியாக அமைந்திருக்கிறது. ஒவ்வொருவரும் வருண தருமம் தனக்கு வகுத்துத் தந்துள்ள கடமையைப் பலனில் பற்றுதல் வைக்காது அனைத்துச் சந்தர்ப்பங் களிலும் முழு மனதோடு, உணர்வோடு ஆற்ற வேண்டும் என்று **பகவத்கீதை** போதிக்கிறது.

புராணங்கள் இதிகாசங்களின் வழியில் செல்லுகின்றன; அவற்றின் பாதையைப் பின்பற்றுகின்றன. சாமானிய மக்களின் ஒழுக்க மேம்பாட்டுக்கும் அவர்களது மனப்பண்பை வளர்ப்பதற்கும் உதவும் ஏராளமான நீதிக் கதைகளும், அறநெறிகளும், போதனைகளும், இன்ன பிறவும் இவற்றில் அடங்கியுள்ளன. பல்வேறு ஸ்மிருதிகள் அல்லது செய்யுள் வடிவத்தில் இயற்றப்பட்ட சட்ட விதிகள் முதலியவை இக்கால கட்டத்தில் தொகுக்கப்பட்டன. ஸ்மிருதிகளுக்கு ஆய்வுரைகள் எழுதும்பணி குப்தர்கள் காலத்திற்குப்பிறகுதான் ஆரம்பமாகிறது.

பாணினி, பதஞ்சலி ஆகியோரது நூல்களை அடிப்படையாகக் கொண்டு சமஸ்கிருத இலக்கணம் வளர்ச்சியுற்றதையும் குப்தர்கள் காலம் கண்டது. அமரசிம்மன் இயற்றிய **அமரகோஷத்துக்கும்** இக்காலப்பகுதி நினைவிற் கொள்ளத்தக்கதாகும். இரண்டாம் சந்திர குப்தரின் அரசவையை அலங்கரித்த மேதைகளில் அமரசிம்மனும் ஒருவராவார். பாரம்பரிய முறையில் சமஸ்கிருதம் கற்று வந்த மாணவர்கள் இந்த அகராதியை மனப்பாடம் செய்து வந்தனர். மொத்தத்தில் முதல்தரமான இலக்கிய வரலாற்றில் குப்தர்கள் காலத்தை ஓர் ஒளிமயமான, புகழ்சான்ற காலகட்டம் என்று கூறலாம். பழைய எளிய பாணியிலிருந்து கவின்மிகு ஒரு பாணியை, அணி அலங்காரமிக்க ஒரு பாணியை அது உருவாக்கிற்று. இந்தக் காலம் முதல் உரை நடையைவிடச் செய்யுள் நடைக்கு மிகுந்த முக்கியத்துவம் அளிக்கப்படுவதைக் காண்கிறோம். சில ஆய்வுரை நூல்களையும் நாம் எதிர்ப்படுகிறோம். சமஸ்கிருதம் குப்தர்களின் அரசவை மொழியாக இருந்தது என்பதில் ஐயமில்லை.

இந்தக் காலகட்டம் ஏராளமான பிராமணீய சமய நூல்களையும் அதே சமயம் சில சமயசார்பற்ற நூல்களையும் கண்டது.

விஞ்ஞானமும் தொழில் நுட்பமும்

குப்தர்கள் காலத்தில் கணக்கியல் துறையில் **ஆரியபட்டியா** என்னும் நூல் வெளிவந்ததாக அறிகிறோம். பாடலிபுத்திரத்தைச் சேர்ந்த **ஆரியபட்டர்** எழுதிய நூல் இது. இந்தக் கணித வல்லுநர் பல்வேறு வகையான கணக்கீடுகளில் நன்கு துறைபோனவர் என்று தோன்றுகிறது. கி.பி. ஐந்தாம் நூற்றாண்டு வாக்கிலேயே பதின்மான முறை இந்தியாவில் வழக்கில் இருந்தது என்பதை கி.பி. 448ஆம் ஆண்டைச் சேர்ந்த ஒரு குப்த செதுக்குப் பொறிப்பு காட்டுகிறது. வானூல் துறையில் **ரோமகா சித்தாந்தா** என்னும் நூல் தொகுத்து இயற்றப்பட்டிருக்கிறது. கிரேக்கக் கருத்துகள் இந்நூலுக்கு ஆதார அடிப்படையாக இருந்திருக்கின்றன என்பதை அதன் பெயரிலிருந்தே தெரிந்து கொள்ளலாம்.

இரும்பிலும் வெண்கலத்திலும் பல்வேறு வகையான பொருள்களை தேர்ந்த, தெளிந்த முறையில் தயாரிப்பதில் குப்தர்கள் காலத்து கைவினைஞர்கள் பெரிதும் சிறப்புற்று விளங்கினர். முன்னேற்றமடைந்த உலோகத் தொழில் நுட்பம் தெரிந்தமையால் புத்தரின் பல்வேறு வகையான வெண்கல உருவச் சிலைகள் பெரும் எண்ணிக்கையில் தயாரிக்கப்படத் தொடங்கியதைப் பார்க்கிறோம். இரும்புப் பொருள் களைப் பொறுத்த வரையில், டில்லி மேகரௌலியில் காணப்படும் இரும்புத்தூணை மிகச் சிறந்த உதாரணமாகக் கூறலாம். கி.பி. நான்காம் நூற்றாண்டில் உருவாக்கப்பட்ட இந்தத் தூண் கடந்த 15 நூற்றாண்டுகளில் எவ்வகையிலும் துருப்பிடிக்கவில்லை என்பது அந்நாளைய கைவினைஞர்களின் அற்புதத் தொழில் நுட்பத் திறனை பாரறிய பறைசாட்டுவதாக உள்ளது. சுமார் ஒரு நூற்றாண்டுக்கு முன்னர் வரை மேலைய நாடுகளில் எந்த ஒரு வார்படச் சாலையிலும் இத்தகையதொரு தூணை வடிவமைக்க முடியவில்லை என்பது இங்கு குறிப்பிடத் தக்கதாகும். எனினும் பிற்காலக் கைவினைஞர்கள் இந்தத் தொழில் நுட்பத்தை மேலும் வளர்த்துச் செழுமைப்படுத்தாதது உண்மையிலேயே வருந்தத் தக்கது என்பதில் ஐயமில்லை.

இயல் 22
கிழக்கு இந்தியாவில் நாகரிகம் பரவுகிறது

ஒரு பிராந்தியம் நாகரிகமடைந்த பிராந்தியம் எனக் கருதப்பட வேண்டுமானால், அதன் மக்கள் எழுதும் கலையைத் தெரிந்திருக்க வேண்டும்; வரிகள் வசூலிப்பதற்கும் சட்டம் ஒழுங்கைப் பராமரிப்பதற்குமான அமைப்பினைப் பெற்றிருக்க வேண்டும்; சமூகப்பிரிவுகளைப் பெற்றிருக்க வேண்டும்; புரோகித, நிர்வாக மற்றும் உற்பத்திப் பணிகளைச் செய்யக்கூடிய நிபுணர்களைப் பெற்றிருக்க வேண்டும். இவை எல்லாவற்றையும் விட முக்கியமாக கைவினைஞர்கள், விவசாயிகள் போன்ற உண்மையான உற்பத்தியாளர்களை மட்டுமின்றி, உற்பத்தியில் நேரிடையாக ஈடுபடாத பயனீட்டாளர்களையும் பராமரிக்கும் அளவுக்கு உற்பத்தி செய்யக் கூடியதாக ஒரு நாகரிக சமுதாயம் இருக்க வேண்டும். இந்த அம்சங்கள் அனைத்தையும் ஒரு சேரக் கொண்டிருப்பதுதான் நாகரிகம் என்பது. இவை கிழக்கு இந்தியாவின் பெரும் பகுதியில் அங்கீகரிக்கப்படத்தக்க அளவுக்கு மிகவும் தாமதமாகத்தான் தோன்றின. கிழக்கு மத்தியப் பிரதேசத்தின் பெரும்பகுதிகளிலும், அண்டையிலுள்ள ஒரிசா, மேற்கு வங்கம், பங்களாதேஷ், அசாம் முதலிய பகுதிகளிலும் எழுத்துப் பூர்வமான பதிவுக் குறிப்புகள் ஏதும் கி.பி. நான்காம் நூற்றாண்டின் மத்திவரை காணப்படவில்லை.

கி.பி. நான்காம் நூற்றாண்டுக்கும் ஏழாம் நூற்றாண்டுக்கும் இடைப்பட்ட காலத்தில் கிழக்கு மத்தியப் பிரதேசம் ஒரிசா, கிழக்கு வங்காளம், தென்கிழக்கு வங்காளம், அசாம் முதலிய பகுதிகளில் முன்னேற்றமடைந்த கிராமப் பொருளாதாரம் பரவியது; அரசமைப்புகள் உருவாயின; சமூகப் பிரிவுகளின் வகை மாதிரிகள் தோன்றின. இது சம்பந்தமாக குப்தர்கள் காலத்தைச் சேர்ந்த ஏராளமான செதுக்குப் பொறிப்புகள் ஆங்காங்கு பரவலாகக் காணப்படுவது இதை உறுதி செய்கிறது. பல பொறிப்புகளில் குப்தர் சகாப்தம் எனக் குறிப்பிடப்

பட்டிருக்கிறது; சமய நோக்கங்களுக்காக பௌத்தர்களுக்கும் பிராமணர்களுக்கும் அத்தோடு வைணவ கோயில்களுக்கும் பௌத்த மடாலயங்களுக்கும் சிற்றரசர்களும் ஏனையோரும் வழங்கிய நில மானியங்கள் வடிவில் இவை அமைந்துள்ளன. முன்னேற்றமடைந்த கலாசார அம்சங்களைப் பரப்புவதிலும் பலப்படுத்துவதிலும் இந்த மானியக்காரர்கள் ஒரு முக்கிய பங்காற்றினர். பிராந்திய வாரியாக ஆய்வு செய்தால் இந்த நிகழ்வுப் போக்கை நன்கு புரிந்து கொள்ள முடியும்.

ஒரிசாவும் கிழக்கு மற்றும் தெற்கு மத்தியப்பிரதேசமும்

கலிங்கம் அல்லது கடலோர ஒரிசா மகாநதிக்குத் தெற்கே இருக்கிறது; அசோகர் காலத்தில் அது மிகுந்த பிரபலம் பெற்றது; எனினும் கி.மு. முதலாம் நூற்றாண்டில்தான் அங்கு ஒரு வலுவான அரசு நிறுவப்பட்டது. அதன் மன்னன் காரவேலன் மகதம்வரை முன்னேறிச் சென்றான். கி.பி. முதலாம், இரண்டாம் நூற்றாண்டுகளில் ஒரிசா துறைமுகங்கள் முத்துகள், தந்தம், மஸ்லின் முதலியவற்றில் மும்முரமாக வாணிகம் செய்தன. புவனேஷ்வரிலிருந்து 60 கிலோமீட்டர் தொலைவிலுள்ள காரவேலனின் தலைநகரான காளிங்கநகரியை அடுத்துள்ள சிசுபாலகட்டத்தில் மேற்கொள்ளப்பட்ட அகழ்வாய்வுகளில் பல ரோம் நாட்டுப் பொருள்கள் கிடைத்திருக்கின்றன. ரோமாபுரிக்கும் இந்தியாவுக்கும் இடையே வாணிக உறவுகள் இருந்து வந்திருப்பதை இது உறுதி செய்கின்றது. எனினும் ஒரிசாவின் பெரும்பகுதி அதிலும் குறிப்பாக வட ஒரிசா அரசமைப்பு எதையும் கொண்டிருக்கவில்லை. வாணிக நடவடிக்கைகளிலும் அது ஈடுபட்டதில்லை. நான்காம் நூற்றாண்டில் சமுத்திர குப்தன் வெற்றி பெற்ற பிராந்தியங்களின் பட்டியலில் கோசலமும் மகாகாந்தாரமும் இடம் பெற்றுள்ளன. இவை வட ஒரிசாவையும் மேற்கத்திய ஒரிசாவையும் சேர்ந்த பகுதிகளாகும். நான்காம் நூற்றாண்டின் பிற்பாதியிலிருந்து ஆறாம் நூற்றாண்டுவரை ஒரிசாவில் பல அரசுகள் அமைக்கப்பட்டன. இவற்றில் குறைந்த பட்சம் ஐந்து அரசுகளை தெளிவாக இனம் காணமுடியும். இவற்றில் மாதரர்கள் அரசை முக்கியமாகக் குறிப்பிட வேண்டும். இவர்கள் பித்ரிபக்தர்கள் என்றும் குறிப்பிடப்படுவது உண்டு. அவர்களது அதிகாரம் உச்சகட்டத்தில் இருந்தபோது, மகாநதிக்கும் கிருஷ்ணா நதிக்கும் இடையிலுள்ள பிரதேசத்தில் அவர்கள் ஆதிக்கம் செலுத்தி வந்தனர். அவர்களுடைய அண்டை நாட்டினர்களாக இருந்தவர்கள் வசிஷ்தர்கள், நளர்கள், மானர்கள் ஆகியோராவர். ஆந்திராவின் எல்லையிலுள்ள தென் கலிங்கத்தை வசிஷ்தர்களும், மகாகாந்தாரத்தின் கானகப்

பிரதேசத்தை மானர்களும், மகாநதிக்கு அப்பால் வடக்கே உள்ள கடற்கரையோரப் பிரதேசத்தை நளர்களும் ஆண்டு வந்தனர். இவற்றில் ஒவ்வொரு அரசும் தனது சொந்த வரிவிதிப்பு முறையையும், நிர்வாக, ராணுவ அமைப்பையும் ஏற்படுத்திக் கொண்டிருந்தன. நளர்களும் மானர்களும் தங்களது சொந்த வரிவிதிப்பு முறையை உருவாக்கியிருந்தனர். இவற்றில் ஒவ்வொரு அரசும் பிராமணர்களுக்கு நிலமானியங்கள் வழங்கின; வெளிப் பிரதேசங்களிலுள்ள பிராமணர்களை அழைத்து அவர்களுக்கும்கூட நிலமானியங்களை அளித்தனர். பெரும்பாலான மன்னர்கள் வேதவேள்விகளை நடத்தினர்; ஆன்மீக நலம் பெறுவதற்கு மட்டுமின்றி, அதிகாரம், செல்வாக்கு, சட்ட முறைமை பெறுவதற்காகவும் இந்த வேள்விகளை அவர்கள் நடத்தினர்.

இந்தக் காலப்பகுதியில் முன்னேற்றமடைந்த கலாசார அம்சங்கள் கலிங்கம் எனப்படும் கடலோரப் பிரதேசத்துடன் நின்றுவிடாமல், ஒரிசாவின் இதர பகுதிகளுக்கும் பரவிற்று. மத்தியப் பிரதேசத்தில் கண்டுபிடிக்கப்பட்ட நளா தங்க நாணயப் புதையல் குறிப்பிடத்தக்க ஒன்று. பெரிய வாணிக பேரங்களில் தங்க நாணயம் பயன் படுத்தப்பட்டதையும். உயர் அதிகாரிகளுக்கு ஊதியம் வழங்குவதற்கு அது ஒரு சாதனமாகக் கைக்கொள்ளப்பட்டதையும் இது காட்டுகிறது. இதே போன்று மானர்களும் செப்பு நாணயங்களை வெளியிட்டதாகத் தெரிகிறது. கைவினைஞர்களும் விவசாயிகளும் கூட உலோக நாணயங்களைப் பயன்படுத்தியதை இது குறிக்கிறது. கிராமப் புறங்களில் புதிய வருவாய்த் துறை அமைப்புகளை நிறுவியதன் மூலம் பல்வேறு அரசுகளும் அவற்றின் வருமானங்களைப் பெருக்குவதற்கு வழி செய்து கொண்டன. மாதரர்கள் மகேந்திரமலைப் பிராந்தியங்களில் மகேந்திரபோகா என்னும் ஒரு புதிய மாவட்டத்தைத் தோற்றுவித்தனர். தந்தையவாகுபேகா எனும் மாவட்டத்தையும் அவர்கள் ஆண்டனர்; அந்த மாவட்டம் அதன் நிர்வாகிகளுக்கு தந்தத்தையும், அரிசிச் கஞ்சியையும் வழங்கி வந்தது; அது ஒரு பின்தங்கிய பிரதேசத்தில் அமைந்திருந்ததை இது காட்டுகிறது. மாதரர்கள் **அக்கிரகாரங்கள்** எனப்படும் மானியங்களை அல்லது அறக்கொடைகளை நிறுவினர்; இவற்றில் கிராம நிலங்களும் அவற்றிலிருந்து கிட்டும் வருமானமும் அடங்கியிருந்தன; பிராமணர்களின் கல்வி மற்றும் சமய நடவடிக்கைகளுக்கு உதவி புரியும் நோக்கம் கொண்டவை இந்த மானியங்கள். சில **அக்கிரகாரங்கள்** வரி செலுத்த வேண்டியிருந்தது; நாட்டின் இதர இடங்களில் இவ்விதம் அவை வரி செலுத்த வேண்டியிருக்கவில்லை. நில மானியங்கள் மூலம் பழங்குடிப்

பிரதேசங்களிலும், வனப் பகுதிகளிலும், செம்மண் பிரதேசங்களிலும் பிராமணர்களைப் புகுத்தியதால் ஏராளமான புதிய நிலங்கள் சாகுபடிக்குக் கொண்டுவரப்பட்டன; வானிலை குறித்த முக்கிய தகவல்களின் அடிப்படையில் சிறந்த வேளாண் முறைகள் கையாளப்பட்டன. இதற்கு முன்னர் ஆண்டு ஒவ்வொன்றும் நான்கு மாதங்கள் கொண்ட மூன்று பகுதிகளாகப் பிரிக்கப்பட்டிருந்தது; மூன்று பருவங்களின் அடிப்படையில் காலம் கணிக்கப்பட்டு வந்தது. ஐந்தாம் நூற்றாண்டு மத்தியில் மாதரர்கள் ஆட்சியில் ஒரு வருடத்தை பன்னிரண்டு மாதங்களாகப் பிரிக்கும் வழக்கம் நடைமுறைக்கு வந்தது. வானிலை பற்றிய விரிவான, ஆழமான கருத்தை அடிப்படையாகக் கொண்டு இது அமைந்திருந்தது; வேளாண் நடவடிக்கைகளுக்கு இது மிகவும் பயனுள்ளதாக இருந்தது.

கடலோர ஒரிசாவில் எழுதும் கலை கி.மு. மூன்றாம் நூற்றாண்டு முதலே தெரிந்திருந்தது. கல்வெட்டுப் பொறிப்புகளும் ஏனைய எழுத்துப் பொறிப்புகளும் கி.பி. நான்காம் நூற்றாண்டின் மத்திவரை பிராகிருத மொழியிலேயே வெளிவந்தன. ஆனால் கி.பி. 350க்குப் பிறகு சமஸ்கிருதம் பயன்படுத்தப்படலாயிற்று. வடக்கே மகாநதிக்கு அப்பால் கடலோரப் பகுதிக்கு வெளியே சாசனங்களும் பட்டயங்களும் இந்த மொழியில் வெளிவந்தது மிகவும் குறிப்பிடத் தக்கதாகும். ஆக, இவ்வாறு எழுதும் கலையும் சமஸ்கிருதத்தைப் பயன்படுத்துவதும் ஒரிசாவின் கணிசமான பகுதிக்குப் பரவிற்று என்பது தெளிவு. சில மிகச் சிறந்த சமஸ்கிருத சுலோகங்களை இக்காலப் பகுதியைச் சேர்ந்த கல்வெட்டுகளில் காண்கிறோம். பிராமணீய சமயம் மற்றும் கலாசாரத்துக்கு மட்டுமன்றி, புதிய சமுதாயத்தின் சொத்துரிமைச் சட்டங்களையும், சமூக ஒழுங்கு முறைகளையும் வெளியிடுவதற்கும் சமஸ்கிருதம் ஒரு சாதனமாகப் பயன்படுத்தப்பட்டது. புராணங் களிலிருந்தும், தர்மசாஸ்திரங்களிலிருந்தும் சுலோகங்கள் சமஸ்கிருதப் பட்டயங்களில் மேற்கோள் காட்டப்பட்டுள்ளன; மன்னர்கள் வருண அமைப்பு முறையின் பாதுகாவலர்களாகச் சித்திரிக்கப்பட்டுள்ளனர். கங்கை சமவெளிக் கலாசாரத்தை மக்கள் பின்பற்ற வேண்டுமென்று வலியுறுத்தப்பட்டுள்ளது. கங்கையும் யமுனையும் சங்கமிக்கும் பிரயாகையில் கங்கை நதியில் நீராடுவது புனிதமானதாகக் கருதப்படுகிறது. வெற்றிவாகை சூடும் மன்னர்கள் பிரயாகைக்கு வருவதை ஒரு சம்பிரதாயமாகக் கொண்டுள்ளனர்.

வங்காளம்

இங்கு எழுதும் கலை அசோகர் காலத்தில் நடைமுறையில் இருந்தது என்பதற்கு தற்போது போக்ரா மாவட்டத்திலுள்ள வடக்கு வங்காளத்தின் சில பகுதிகளில் போதிய சான்றுகள் கிடைத்துள்ளன. பௌத்த பிட்சுகளைப் பேணிகாக்கும் பொருட்டு ஏராளமான நாணயங்களும் உணவு தானியங்களும் நிறைந்த ஒரு களஞ்சியத்தை பல குடியேற்றங்கள் சேர்ந்து பராமரித்து வந்தன என்று ஒரு செதுக்குப் பொறிப்பு கூறுகிறது. தங்கள் உற்பத்தியில் ஒரு பகுதியை வரிகள் செலுத்துவதற்காகவும், நன்கொடைகள் அளிப்பதற்காகவும் ஒதுக்கிவைக்கும் நிலையில் விவசாயிகள் இருந்து வந்தனர் என்று தெரிய வருகிறது. தவிரவும், இந்தப் பிராந்தியத்தின் மக்கள் பிராகிருத மொழியை அறிந்திருந்ததோடு, புத்தமதத்தையும் ஆதரித்து வந்தனர்; அதில் பற்றுறுதி கொண்டிருந்தனர். கி.மு. இரண்டாம் நூற்றாண்டில் மக்கள் பிராகிருத மொழியிலும் பிரஹ்மி எழுத்துவடிவத்திலும் பரிசயம் கொண்டிருந்தனர் என்பதை தென்கிழக்கு வங்காளத்தில் நௌகாலி மாவட்டத்தில் கிடைத்திருக்கும் மற்றொரு செதுக்குப் பொறிப்பு காட்டுகிறது. எனினும் வங்காளத்தின் பெரும்பகுதியைப் பொறுத்த வரையில், கி.பி. நான்காம் நூற்றாண்டு வரும்வரை நாம் எதையும் கேள்விப்படவில்லை. சுமார் நான்காம் நூற்றாண்டின் மத்தியில் பங்கூராவைச் சேர்ந்த தாமோதரத்திலுள்ள போகர்ணத்தில் **மகாராஜா** என்ற சிறப்புப் பட்டம் கொண்ட ஒரு மன்னன் ஆட்சி புரிந்து வந்தான். அவனுக்கு சமஸ்கிருதம் நன்கு தெரிந்திருந்தது; விஷ்ணு பக்தனாகவும் இருந்தான்; விஷ்ணுவை வழிபடும் பொருட்டு அவன் அநேகமாக ஒரு கிராமத்தை தானமாக வழங்கியிருக்கக் கூடும்.

கங்கைக்கும் யமுனைக்கும் இடைப்பட்ட பிரதேசம் (இப்போது இது பங்களாதேஷ் எனப்படுகிறது) ஐந்தாம், ஆறாம் நூற்றாண்டுகளில் நன்கு குடியமர்ந்த, ஓரளவு சமஸ்கிருதக் கல்வி கற்ற பிரதேசமாக அமைந்திருந்தது. சுமார் கி.பி. 550ல் குப்த ஆளுநர்கள் சுதந்திரப் பிரகடனம் செய்து வடக்கு வங்காளத்தைக் கைப்பற்றிக் கொண்டனர்; இவற்றின் ஒரு பகுதி காமரூப ஆட்சியாளர்கள் வசமாயிற்று. ஸ்தல சிற்றரசர்கள் தங்களை **சாமந்த மகாராஜாக்கள்** எனப் பிரகடனம் செய்து கொண்டனர்; தங்களது சொந்த நிர்வாக எந்திரத்தை அமைத்துக் கொண்டனர்; தங்களுடைய பகைவர்களை எதிர்த்துப் போராடுவதற்காகவும் ஸ்தல விவசாயிகளிடமிருந்து வரி வசூலிப்பதற்காகவும் குதிரைகள், யானைகள், காலாட்படையினர்,

படகுகள் முதலியவை கொண்ட தமது சொந்த ராணுவ அமைப்புகளை உருவாக்கிக் கொண்டனர். கி.பி. 600 வாக்கில் இது கௌடா பிரதேசம் எனப் பெயர் பெற்றது; அது சுதந்திர அரசாக ஹர்ஷரின் பகைவனான ஷஷாங்கனால் ஆளப்பட்டு வந்தது.

கி.பி. 432-33 முதல் ஒரு நூற்றாண்டுக்காலம் வரை புண்டரவர்த்தன புக்தியில் தாமிரத் தகடுகளில் பதிவு செய்யப்பட்ட ஏராளமான நில விற்பனை ஆவணங்களைக் காண்கிறோம். இந்தப் பிரதேசம் தற்போது பெரும்பாலும் பங்களாதேஷில் உள்ள ஏறத்தாழ வட வங்காளம் முழுவதையும் தன்னுள் கொண்டதாகும். **டினார்** எனப்படும் தங்க நாணயங்களைக் கொண்டு நிலம் வாங்கப்பட்டதாக பெரும்பாலான நிலமானியங்கள் குறிப்பிடுகின்றன. ஆனால் சமய நோக்கங்களுக்காக நிலம் பெற்றவர்கள் அதற்கு எத்தகைய வரியும் செலுத்த வேண்டியதில்லை. குப்தப் பேரரசர்களால் நியமிக்கப்பட்ட ஆளுநர்களின் நிர்வாகத்திலுள்ள ஸ்தல நிர்வாகத்தில் முக்கிய சட்ட வல்லுநர்கள், வணிகர்கள், கைவினைஞர்கள், நிலக்கிழார்கள் முதலியோர் ஈடுபாடு கொண்டிருந்ததை நிலபேர நடவடிக்கைகள் காட்டுகின்றன. அக்காலத்தில் பல்வேறு சமூகக் குழுக்களும் ஸ்தல பணித்துறை அதிகாரிகளும் இருந்து வந்ததை நில விற்பனை ஆவணங்கள் வெளிப்படுத்துவதோடு, விவசாய முன்னேற்றம் குறித்த பல அரிய தகவல்களையும் அவை வழங்குகின்றன. பெரும்பாலும் சமய அறக்கட்டளைகளுக்காக வாங்கப்படும் நிலங்கள் தரிசு நிலங்கள், பண்படுத்தப்படாத நிலங்கள் என்று வருணிக்கப்படுகின்றன; எனவே, அவற்றுக்கு வரிவிதிக்கப்படுவதில்லை. மானியங்கள் வழங்குவதன் நோக்கம் நிலங்களை சாகுபடிக்குக் கொண்டுவருவதும், அதனைத் தொடர்ந்து ஆங்காங்கு குடியேற்றங்கள் தோன்ற வழிவகை செய்வதுமே ஆகும்.

பிரமபுத்திரா நதியால் உருவான வங்காளத்தின் கழிமுகப் பிரதேசம் சமதாதா என அழைக்கப்பட்டது; நான்காம் நூற்றாண்டில் சமுத்திர குப்தனின் மேலாதிக்கத்தை ஏற்றுக் கொண்ட இப்பகுதியில் தென்கிழக்கு வங்காளம் அடங்கும். குப்த மன்னர்களின் கவனத்தை ஈர்க்கும் அளவுக்கு இந்தப் பிரதேசத்தின் ஒரு பகுதி மக்கட்தொகை கொண்டதாகவும் முக்கியத்துவம் வாய்ந்ததாகவும் இருந்திருக்கக் கூடும். ஆனால், பிராமணர்களாக மாறிய அரசர்களால் இது ஆளப்பட வில்லை. இதனால் வடக்கு வங்காளத்தைப் போன்று இப்பிரதேசம் சமஸ்கிருதத்தைப் பயன்படுத்தவில்லை; சதுர் வருண அமைப்பு

முறையையும் பின்பற்றவில்லை. சுமார் கி.பி. 525லிருந்து சமதாதாவையும் அதன் மேற்கு எல்லையில் அமைந்துள்ள வங்காவின் ஒரு பகுதியையும் கொண்ட பிரதேசத்தில் ஓரளவு நன்கு ஒழுங்கமைக்கப்பட்ட அரசு உதயமாயிற்று. இது சமதாதா அல்லது வங்கா எனப்பெயர் பெற்றது. சாம ஹரதேவன் உட்பட அதன் மன்னர்கள் ஆறாம் நூற்றாண்டின் பிற்பாதியில் ஏராளமான தங்க நாணயங்களை வெளியிட்டனர்.

இந்த அரசு தவிர, டாக்கா பிரதேசத்தில் காத்கர்கள் அரசு தோன்றியதையும் காண்கிறோம்; காத்கர்கள் என்றால் வாள்வீரர்கள் என்று பொருள். கோமில்லா பகுதியில் லோகநாதர்கள் மற்றும் ராதர்களின் பிராமணீய அரசுகள் இருந்து வந்ததாகத் தெரிகிறது. தென்கிழக்கு வங்காளத்தையும் மத்திய வங்காளத்தையும் சேர்ந்த இந்த சிற்றரசர்கள் அனைவரும் ஆறாம் ஏழாம் நூற்றாண்டுகளில் நில மானியங்கள் வழங்கினர். ஒரிசா மன்னர்களைப் போன்றே இவர்களும் **அக்கிரகாரங் களைத்** தோற்றுவித்தனர். சமஸ்கிருதம் மேம்படுத்தப்பட்டதையும், ஏழாம் நூற்றாண்டின் பிற்பகுதியில் சீர்தலையாப்பமைதிகள் பயன்படுத்தப்பட்டதையும் நிலப்பட்டயங்கள் காட்டுகின்றன. அதே சமயம் நில சாகுபடி அதிகரித்ததையும், குடியேற்றங்கள் பெருகியதையும் அவை புலப்படுத்துகின்றன. வங்காளத்துக்கும் ஒரிசாவுக்கும் இடையே உள்ள எல்லைப் பிரதேசங்களில் தண்டபுக்தி என்னும் சட்ட, நிர்வாக அமைப்பு தோற்றுவிக்கப்பட்டது. **தண்ட** என்றால் தண்டனை என்றும், **புக்தி** என்றால் அனுபவிப்பது என்றும் பொருள். இந்தப் பிராந்தியத்தைச் சேர்ந்த பழங்குடியினரைப் பணிய வைப்பதற்காகவும் தண்டிப்பதற்காகவும் இது நிறுவப்பட்டது என்பது தெளிவு. சமஸ்கிருதமும் கலாசாரத்தின் இதர அம்சங்களும் பழங்குடிப் பிரதேசங்களில் வளர்ச்சியடைந்தன. ஏழாம் நூற்றாண்டில் நமக்குத் தெரியவரும் வர்த்தமானபுகிக்கும் (பர்த்வான்) இது பொருந்தும். தென்கிழக்கு வங்கத்தில் பரித்பூர் பிரதேசத்தில் பௌத்த மடாலயத்துக்கு மானியமாக வழங்கப்பட்ட ஐந்து துண்டு நிலங்கள் தரிசு நிலங்களாகவும் சதுப்பு நிலங்களாகவும் இருந்தன. இதனால் அரசுக்கு வரி செலுத்த வேண்டிய அவசியம் ஏற்படவில்லை. இவ்வாறே கோமில்லா மாவட்டத்தில் மான்கள், கரடிகள், எருதுகள், புலிகள், பாம்புகள் முதலியவை மலிந்த கானக எல்லைக்குள் 200 பிராமணர்களுக்கு ஒரு பெரிய பிரதேசம் தானமாக வழங்கப்பட்டது. இத்தகைய நிகழ்ச்சிகள் யாவும் புதிய பிரதேசங்களின் காலனிமயமாக்கத்துக்கும், நாகரிகமய மாக்கத்துக்கும் சான்று கூறுவதாக உள்ளன.

ஐந்தாம் நூற்றாண்டு முதல் இரு நூற்றாண்டுகள் வங்காளத்தின் வரலாற்றில் பெருஞ்சிறப்பு வாய்ந்ததாக அமைந்துள்ளன. இக்காலப் பகுதியில் சுமார் அரை டஜன் அரசுகள் தோன்றின; இவற்றில் சில அரசுகள் பெரியவை, சில அரசுகள் சிறியவை; சில அரசுகள் சுதந்திரமானவை, மற்றவை பேரரசின் ஆதிக்கத்துக்கு உட்பட்டவை. எனினும் இந்த அரசுகள் ஒவ்வொன்றும் அவற்றின் சொந்த ராணுவ முகாம்களைக் கொண்டிருந்தன; அங்கு அவை காலாட்படைகள், குதிரைப்படைகள், யானைப்படைகள், படகுப்படைகள் முதலியவற்றைப் பராமரித்து வந்தன. அவை ஒவ்வொன்றும் தமது சொந்த அரசினை மற்றும் நிர்வாக மாவட்டங்களையும், வரி வசூலிப்பதற்கும் சட்டம் ஒழுங்கைப் பராமரிப்பதற்கான அமைப்புகளையும் பெற்றிருந்தன. ஒவ்வொன்றும் போரின் மூலமும் பௌத்தர்களுக்கும் பிராமணர் களுக்கும் நில மானியங்களை வழங்குவதன் மூலமும் விஸ்தரிப்பு நடவடிக்கையை மேற்கொண்டு வந்தன. மானியங்களின் எண்ணிக்கை மேன்மேலும் அதிகரித்து வந்ததால், அவற்றைக் கண்காணிப்பதற்கு **அக்ரகாரிகர்** என்னும் ஓர் அதிகாரியை நியமிக்க வேண்டிய அவசியம் ஏற்பட்டது. நிலமானியங்கள் கிராமப்புற விஸ்தரிப்புக்கு வழிகோலின; நிலம் சம்பந்தப்பட்ட புதிய உரிமைகளைத் தோற்றுவித்தன. பொதுவாக நிலம் தனிப்பட்ட குடும்பங்களின் உடைமையாக இருந்து வந்தது. ஆனால் நிலத்தை வாங்குவதும் விற்பதும் முக்கிய கைவினைஞர்கள், வணிகர்கள், நிலச் சொந்தக்காரர்கள், சட்ட நிபுணர்கள் போன்றோர்களின் ஆதிக்கத்திலிருந்து ஸ்தல பொது உரிமை நலக் குழுமங்களின் ஒட்டு மொத்தக் கட்டுப்பாட்டின் கீழ் இருந்தன. இந்தக் குழுமங்கள் மன்னரின் ஸ்தலப் பிரதிநிதிகளுக்கு உதவியாக இருந்தன. எனினும், கிராமத்தில் நிலம் விற்பனை விஷயத்தில் சாதாரண பயிர்ச்சாகுபடியாளர்களும் கலந்தாலேசிக்கப்பட்டனர். ஆரம்பத்தில் இனமரபுக் குழுவோ அல்லது சமூகமோ மட்டும்தான் நிலமானியம் வழங்க முடியும் என்றிருந்தது. ஏனென்றால் அவற்றிற்கே நிலம் சொந்தமாக இருந்து வந்தது. எனவே, சொந்த நிலங்களை வைத்திருக்கும் தனி நபர்கள்கூட சமய நோக்கங்களுக்காக நிலமானியங்கள் அளித்தபோது, இந்த விஷயத்தில் சமூகத்தையும் கலந்தாலோசிக்கக் கடமைப்பட்டிருந்தனர். ஆரம்பக் கட்டத்தில் சமய நோக்கங்களுக்காக சமூகமே புரோகிதர்களுக்கு நிலங்களை மானியமாக அளித்துவிட்டு, ராணுவ மற்றும் அரசியல் பணிகளுக்காக மன்னர்களுக்கு வரிகள் செலுத்தி வந்திருக்கக் கூடும். பிற்காலத்தில் சமூகத்திடமிருந்து மன்னன் ஏராளமான நிலங்களைப் பெற்றான்; அவை தனக்கே சொந்தம் என்று உரிமை கொண்டாடவும்

முற்பட்டான்; இவற்றில் சில நிலங்களை மானியமாக வழங்கினான். நிலவரிகளை வசூலிக்க மன்னன் உரிமை பெற்றிருந்தான். தரிசு நிலங்களின் மீதும் அவனுக்கு உரிமை இருந்தது. ஒவ்வொரு அரசின் நிர்வாக அதிகாரிகளும் சமஸ்கிருதம் தெரிந்திருந்தனர்; அதுவே ஆட்சி மொழியாகவும் இருந்து வந்தது. புராணங்கள் மற்றும் தர்ம சாஸ்திரங்களின் கோட்பாடுகளையும் அவர்கள் அறிந்திருந்தனர். இந்தப் பகுதியில் நாகரிகம் மேன்மேலும் வளர்ந்து முன்னேறி வந்ததால் இந்தக் காலகட்டத்தை மிகுந்த முக்கியத்துவம் வாய்ந்தது என்று கூற வேண்டும்.

அசாம்

கிழக்கிலிருந்து மேற்காக விஸ்தரித்துச் செல்லும் பிரம்மபுத்திரா வடிநிலமே அக்காலத்தில் காமரூபம் எனப் பெயர் பெற்றிருந்தது; அது ஏழாம் நூற்றாண்டில் மிகுந்த முக்கியத்துவம் பெற்றிருந்தது. எனினும் கிறித்தவ சகாப்தத்தின் நான்காம் நூற்றாண்டிலேயே கௌஹாத்திக்கு அருகில் அம்பாரியில் குடியேற்றங்கள் இருந்ததை அகழ்வாய்வுகள் காட்டுகின்றன. இதே நூற்றாண்டில் தாவகத்திலிருந்தும் காம ரூபத்திலிருந்தும் சமுத்திரகுப்தன் கப்பங்கள் பெற்று வந்தான். சாவகத்தை இன்றைய நௌகாங் மாவட்டத்தின் ஒரு பகுதியாகவும், காமரூபத்தை பிரம்மபுத்திரா வடிநிலமாகவும் இனம் காணலாம். சமுத்திரகுப்தனின் ஆதிக்கத்துக்கு உட்பட்டிருந்த ஆட்சியாளர்கள் பழங்குடி விவசாயிகளிடமிருந்து தண்டிவந்த திறைகளைக் கொண்டு வாழ்ந்து வந்தவர்களாக இருக்கக் கூடும்.

இங்கிருந்த குடியேற்றங்கள் ஆறாம், ஏழாம் நூற்றாண்டுகளில் கணிசமான அளவு முன்னேற்றம் அடைந்திருந்தன என்பதை அம்பாரி அகழ்வாய்வுகள் காட்டுகின்றன. கல்வெட்டுப் பொறிப்புகளும் இதை உறுதிப்படுத்துகின்றன. ஆறாம் நூற்றாண்டுத் தொடக்கத்தில் இப் பகுதியில் சமஸ்கிருதமும் எழுதும் முறையும் பயன்படுத்தப்பட்டன என்பதற்குத் தெள்ளத்தெளிவான சான்றுகள் உள்ளன. காமரூப மன்னர்கள் **வர்மன்** என்னும் பட்டத்தைச் சூட்டிக் கொண்டனர்; வடக்கு, மத்திய, மேற்கு இந்தியாவில் மட்டுமன்றி, வங்காளம், ஒரிசா, ஆந்திரம், கர்னாடகம், தமிழ்நாடு முதலிய பகுதிகளிலும் இந்தப் பட்டம் பயன்படுத்தப்பட்டு வந்தது. காமரூப மன்னர்கள் பிராமணர்களுக்கு நிலமானியங்கள் வழங்கி தங்கள் நிலையை வலுப்படுத்திக் கொண்டனர். ஏழாம் நூற்றாண்டில் பிரம்மபுத்திரா வடிநிலத்தின் ஒரு பெரும் பகுதியையும் அதற்கு அப்பாலுள்ள சில பகுதிகளையும் உள்ளடக்கிய ஓர் இராச்சியத்துக்கு பாஸ்கரவர்மன் என்ற ஒரு வீரன் தலைவனானான்.

இக்காலத்தில் புத்த மதமும் இங்கு காலூன்றிக் கொண்டது. சீன யாத்ரீகனான ஹுவான் சாங் அப்போது இந்த நாட்டுக்கு வருகை தந்தான்.

வளர்ச்சிக் கட்டம்

கிழக்கு இந்தியாவின் பல்வேறு பகுதிகளும் பல்வேறு காலகட்டங்களில் முக்கியத்துவம் பெற்றாலும், இப்பகுதிகளின் வளர்ச்சிக் கட்டம் நான்காம் நூற்றாண்டு முதல் ஏழாம் நூற்றாண்டுவரை வியாபித்திருந்தது. இக்கால கட்டத்தில் எழுதும் கலை, சமஸ்கிருதக் கல்வி, வேத வினைமுறைகள், பிராமணீய சமூகப் பிரிவுகள், அரசு அமைப்பு முறைகள் முதலியவை கிழக்கு மத்தியப்பிரதேசம், வடக்கு ஒரிசா, மேற்கு வங்காளம், பங்களாதேஷின் பெரும்பகுதி, அசாம் ஆகியவற்றில் பரவி வளர்ச்சியடைந்தன. குப்தப் பேரரசுடனான தொடர்புகள் கிழக்குப் பிராந்தியத்தில் நாகரிகம் பரவுவதைத் தூண்டி ஊக்குவித்தன. வடக்கு வங்காளமும் வட மேற்கு ஒரிசாவும் குப்தர் ஆட்சியின் கீழ் வந்தன; இந்தப் பிராந்தியங்களைச் சேர்ந்த இதர பிரதேசங்களுக்கும் குப்தர்களுக்கும் இருந்த தொடர்பை இப்பிரதேசங்கள் குப்தர் சகாப்த நாணயங்களைப் பயன்படுத்தியதிலிருந்து தெரிந்து கொள்ள முடிகிறது. வங்காளத்தில் பிராந்தியத் தலைவர்களால் புதிய அரசுகள் அமைக்கப்பட்டன; அவர்கள் தங்களது ராணுவ முகாம்களில் ஏராளமான யானைகள், குதிரைகள், படகுகள் முதலியவற்றைப் பராமரித்து வந்தனர். அவர்கள் தங்களுடைய நிரந்தர சைனியங்களைப் பராமரிப்பதற்கு கிராம சமூகங்களிடமிருந்து திட்டமிட்ட முறையில் வரிவசூல் செய்து வந்தனர். ஐந்தாம், ஆறாம் நூற்றாண்டுகளில் பெருமளவிலான எழுத்துப் பணியையும், சமஸ்கிருதத்தைப் பயன்படுத்துவதையும், வருண அமைப்பு முறை சமுதாயம் உருவாவதையும், புத்த மதமும் சைவ வைஷ்ணவ வடிவத்தில் பிராமணீயமும் இந்தப் பிரதேசத்தில் தழைத்தோங்குவதையும் முதன் முறையாகக் காண்கிறோம். நிலத்தின் மீது சமுதாயத்துக்கு இருந்த அதிகாரத்தின் எச்சமிச்சங்களை மட்டுமே காண்கிறோம். ஆனால் அதே சமயம் நிலத்தில் தனிச்சொத்துரிமை நிலவுவதையும், அதை வாங்குவதற்குத் தங்க நாணயங்கள் பயன்படுத்தப்படுவதையும் பார்க்கிறோம். இவை யாவும் ஒரு முன்னேற்றமடைந்த உணவுப் பொருள் உற்பத்திப் பொருளாதாரத்தை நம் கண்முன் கொண்டு வந்து நிறுத்துகின்றன. உழுமுனை வேளாண்மையையும், நீர்ப்பாசன நெல் சாகுபடியையும், பல்வேறு கைவினைத் தொழில்களைப் பற்றிய

ஞானத்தையும் இது அடிப்படையாகக் கொண்டது. வங்காவில் நெல் நாற்று நடப்படுவதைப் பற்றிக் காளிதாசர் குறிப்பிடுகிறார். ஆனால் இது ஸ்தல நடைமுறையா அல்லது மகதத்திலிருந்து வந்த நடைமுறையா என்பதை அறியமுடியவில்லை. வடக்கு வங்காளம் முதல் தரமான கரும்பை சாகுபடி செய்து வந்தது. இவை யாவற்றின் பயனாய் போதிய வேளாண் விளைச்சல் கண்டது; மக்களையும் அரசையும் பராமரிக்க இது போதுமானதாக இருந்தது; மக்கள் வாசம் மிகக் குறைவாக இருக்குமிடங்களிலும் அல்லது மக்கள் வாசமே இல்லாத இடங்களிலும் கிராமப்புறக் குடியேற்றங்கள் அமைப்பதை இது சாத்தியமாக்கிற்று. ஒரு மத்திய அதிகார அமைப்பைச் சுற்றிச் சுழலும் சிற்றரசர்கள், அரச வமிசா வளியினர், அரசுப் பிரதிநிதிகள் போன்றோர் பற்றிய ஒருங்கிணைந்த விவரங்களை வழங்குவது சாத்தியமல்ல. எனினும் கிழக்குப் பிராந்தியத்தின் எல்லைப்புற மாகாணங்களில் கலாசாரம் மலர்ந்து பரிணமித்தது என்பதிலும், அங்கு நாகரிகம் வெற்றிவாகை சூடியது என்பதிலும் ஐயமில்லை.

ஆக, குப்தப் பேரரசு நலிவுற்று, சிதைவுற்று, வீழ்ச்சியடைந்து கொண்டிருந்தபோது, எல்லைப் பிராந்தியங்கள் கணிசமாக முன்னேற்றம் கண்டு வந்தன. இனமரபுக் குழுத் தலைவர்களால் ஆளப்பட்டு வந்தவையும், அதிக மக்கட்தொகை இல்லாதவையுமான ஒதுக்கப்பட்ட, பெரிதும் பின்தங்கியிருந்த அநேக பிரதேசங்கள் இப்போது வரலாற்று முக்கியத்துவம் பெறத் தொடங்கின. மேற்கு வங்கத்தின் செம்மண் பிரதேசங்களுக்கும், வட ஒரிசாவுக்கும், சோட்டா நாக்பூர் பீடபூமியின் ஒரு பகுதியாக அமைந்து, பயிரிடுவதற்கும் குடியேறுவதற்கும் கடினமான மத்தியப் பிரதேசத்தை அடுத்துள்ள பிரதேசங்களுக்கும் இது பொருந்தும். அதிலும் பங்களாதேஷில் வண்டல் மண் நிறைந்த, கனத்த மழைபெய்யக்கூடிய வனப் பிரதேசங்களுக்கும் பிரம்மபுத்திரா வடிநிலப் பிரதேசங்களுக்கும் இது முக்கியமாகப் பொருந்தும்.

இயல் 23
ஹர்ஷரும் அவருடைய காலமும்

ஹர்ஷரின் அரசு

உத்தரப்பிரதேசத்திலும் பீகாரிலும் நிலை கொண்டிருந்த குப்தர்கள் வட இந்தியாவையும் வடமேற்கு இந்தியாவையும் கி.பி. ஆறாம் நூற்றாண்டின் மத்திவரை சுமார் 160 ஆண்டுகள் ஆண்டுவந்தனர். பின்னர் வடஇந்தியா அநேக அரசுகளாகப் பிளவு பட்டது. கி.பி. 500 முதல் காஷ்மீர், பஞ்சாப், மேற்கு இந்தியா மீது வெள்ளை ஹூணர்கள் தம் ஆதிக்கத்தை நிலைநாட்டி வந்தனர். பின்னர் வட இந்தியாவும் மேற்கு இந்தியாவும் சுமார் அரை டஜன் சிற்றரசர்களின் ஆதிக்கத்தின் கீழ் வந்தன. இவர்கள் குப்த சாம்ராஜ்யத்தைத் தங்களுக்குள் பங்கு போட்டுக் கொண்டனர். ஹரியானா தானேசரில் ஆண்டுவந்த இந்த வமிசங்களில் ஒன்று இதர எல்லா சிற்றரசுகள் மீதும் தனது அதிகாரத்தைப் படிப்படியாக விஸ்தரித்து வந்தது. இதனைச் சாதித்தவர் ஹர்ஷவர்த்தனராவார் (கி.பி. 606 - 647).

ஹர்ஷர் கனோஜைத் தலைநகராகக் கொண்டு ஆண்டு வந்தார்; தமது அதிகாரத்தை எல்லாத் திசைகளிலும் விஸ்தரித்தார். ஏழாம் நூற்றாண்டு வாக்கில் பாடலிபுத்திரத்துக்குப் பல்வேறு சோதனைகளும் நெருக்கடிகளும் ஏற்பட்டன; கனோஜ் முன்னணிக்கு வந்தது. இது எவ்வாறு நிகழ்ந்தது? தொழில் மற்றும் வாணிக வளர்ச்சியும், ஏராளமான பணப்புழக்கமும்தான் பாடலிபுத்திரம் சீரும் செல்வாக்கும் பெறுவதற்கும், மிகுந்த முக்கியத்துவத்தை எய்துவதற்கும் அடிப்படையான காரணங்களாக இருந்தன. நான்கு நதிகளின் வழியாக கிழக்கு, மேற்கு, வடக்கு, தெற்கு ஆகிய திசைகளிலிருந்து நகரத்துக்கு வந்த வண்ணமிகுந்த வணிகர்களிடம் ஏராளமாக சுங்கவரிகள் வசூலிக்கப்பட்டன. பாடலிபுத்திரத்தின் வளத்துக்கும் செழுமைக்கும் இதுவும் ஒரு காரணமாக இருந்தது.

ஆனால், வாணிகம் நலிந்து சீணித்ததும் பணப்பற்றாக்குறை ஏற்பட்டது; அதிகாரிகளுக்கும் படைவீரர்களுக்கும் நிலமானியங்கள்

மூலம் ஊதியம் வழங்கப்பட்டது; இதனைத் தொடர்ந்து நகரம் அதன் முக்கியத்துவத்தை இழந்தது. அதிகாரம் ராணுவ முகாம்களுக்கு **(ஸ்கந்தவரங்கள்)** மாறிற்று; நீண்ட நிலப்பகுதிகள் மீது செல்வாக்குச் செலுத்தி வந்த கேந்திர முக்கியத்துவம் வாய்ந்த இடங்கள் முதன்மை நிலை பெற்றன. இவ்வகையைச் சேர்ந்ததுதான் கனோஜ், உத்தரப் பிரதேசம், பர்ருக்காபாத் மாவட்டத்தில் அமைந்துள்ள இந்த நகரம் ஆறாம் நூற்றாண்டின் பிற்பாதியிலிருந்து அரசியல் முக்கியத்துவம் பெற ஆரம்பித்தது. ஹர்ஷர் காலத்திலிருந்து ஓர் அரசியல் கேந்திரமாக கனோஜ் பரிணமித்தது; எவ்வாறு பாடலிபுத்திரம் நிலப்பிரபுத்துவத்துக்கு முந்தைய அமைப்பைப் பெரும்பாலும் பிரதிபலித்ததோ அவ்வாறே கனோஜும் பிரபுத்வ அமைப்பின் வருகையை எதிரொலிப்பதாக இருந்தது. சமவெளிகளில் எந்த இடத்தைச் சுற்றிலும் அரண்களை எழுப்புவது கடினம். ஆனால் கனோஜ் மேடான இடத்தில் அமைந்திருந்தது. எனவே, அதைச் சுற்றிலும் அரண்கள் எழுப்புவது எளிதாக இருந்தது. நதிகளுக்கு இடைப்பட்ட நிலத்தின் மத்தியப் பகுதியில் அமைந்திருந்ததால் ஏழாம் நூற்றாண்டிலேயே அது அரண்காப்புகளால் நன்கு வலுப்படுத்தப்பட்டிருந்தது. எனவே இடைத்துறை நிலத்தின் கிழக்கு, மேற்குப் பகுதிகளைக் கண்காணிப்பதற்கு படைவீரர்கள் நிலமார்க்கமாகவும், நீர் மார்க்கமாகவும் வர முடியும்.

ஹர்ஷர் ஆட்சியின் ஆரம்பக்கால வரலாற்றை அவருடைய ஆஸ்தானக் கவிஞரான பாணப்பட்டரின் எழுத்தோவியங்களிலிருந்து தெரிந்து கொள்ளலாம். அவர் இயற்றிய நூல்களில் **ஹர்ஷசரிதத்தை** இவ்வகையில் முக்கியமாகக் குறிப்பிடலாம். சீன யாத்ரிகர் ஹுவான் சுவாங்கின் பயணக் குறிப்புகள் இது சம்பந்தமாக மேலும் பல விவரங்களைத் தருகின்றன. இவர் கி.பி. ஏழாம் நூற்றாண்டில் இந்தியாவுக்கு வந்த இங்கு சுமார் 15 ஆண்டுகள் தங்கியிருந்தார். ஹர்ஷரின் கல்வெட்டுப் பொறிப்புகள் பல்வேறு வகையான வரிகளையும், அதிகாரிகளையும் பற்றிக் குறிப்பிடுகின்றன.

ஹர்ஷர் இந்தியாவின் கடைசி மாபெரும் இந்துப் பேரரசர் என்று குறிப்பிடப்படுகிறார்; ஆனால் அவர் பற்றுறுதி மிக்க ஓர் இந்துவாகவோ அல்லது நாடு முழுவதன் சக்கரவர்த்தியாகவோ இருக்கவில்லை. அவரது அதிகாரம் காஷ்மீர் நீங்கலாக வட இந்தியாவுடன் நின்று விட்டது. ராஜஸ்தான், பஞ்சாப், உத்தரப்பிரதேசம், பீகார், ஒரிசா ஆகியவை அவரது நேரடிக் கட்டுப்பாட்டில் இருந்தன. ஆனால் அவரது செல்வாக்கு

இதைவிடப் பரந்த பிரதேசத்தில் பரவியிருந்தது. மேலும், புற எல்லைகளிலிருந்த நாடுகள் அவரது இறையாண்மையை ஏற்றுக் கொண்டதாகத் தோன்றுகிறது. கிழக்கு இந்தியாவில் கௌட நாட்டின் சைவ மன்னனான சாசாங்கனின் எதிர்ப்பை அவர் சமாளிக்க வேண்டியிருந்தது. புத்த கயாவிலிருந்த போதி மரத்தை அவன் வெட்டிச் சாய்த்துவிட்டான். எனினும் 619ல் சசாங்கனின் மரணம் இந்தப் பகைமைக்கு முற்றுப்புள்ளி வைத்தது. ஹர்ஷரின் தென்திசை நோக்கிய முன்னேற்றம் நர்மதை நதிக்கரையில் சாளுக்கிய மன்னன் புலிகேசியால் தடுத்து நிறுத்தப்பட்டது. அவன் இன்றைய கர்நாடகம் மற்றும் மகாராஷ்டிரத்தின் பெரும் பகுதியை ஆண்டு வந்தான். பாதாமி என்பது அவனுடைய தலைநகரம். கர்நாடகத்தின் இன்றைய பீஜப்பூர் மாவட்டத்தில் அது அமைந்திருந்தது. இதைத்தவிர ஹர்ஷர் வேறு கடுமையான எதிர்ப்பு எதையும் சந்திக்கவில்லை: நாட்டின் ஒரு பெரும் பகுதியில் அரசியல் ஒற்றுமையை நிலைநாட்டுவதில் அவர் வெற்றி பெறவே செய்தார்.

நிர்வாக அமைப்பு

குப்தர்கள் ஆண்ட முறையிலேயே ஹர்ஷர் தமது நாட்டை ஆண்டு வந்தார். இதில் ஒரே ஒரு மாற்றம் அவரது ஆட்சியில் நிர்வாகம் பெரிதும் பரவலாக்கப்பட்டிருந்ததாகும். ஹர்ஷரிடம் 1,00,000 குதிரைகளும் 60,000 யானைகளும் இருந்ததாகக் கூறப்படுகிறது. இது மிகவும் வியப்பூட்டுவதாக உள்ளது; ஏனென்றால் தென் கோடியைத் தவிர அநேகமாக நாடு முழுவதையுமே அரசாண்டு வந்த மௌரியர்கள் 30,000 குதிரைகளையும் 9,000 யானைகளையும் மட்டுமே பராமரித்து வந்தனர். தமக்குக் கீழே உள்ள எல்லாக் குறுநிலத் தலைவர்களின் ஆதரவையும் போர்க்காலத்தில் அணிதிரட்ட முடிந்ததால்தான் ஹர்ஷரால் இத்தகைய ஒரு பிரம்மாண்டமான சைனியத்தைப் பராமரிக்க முடிந்தது. ஒவ்வொரு குறுநிலத் தலைவனும் தனது பங்குக்குரிய காலாட் படையினரையும் குதிரைகளையும் வழங்கியதாலேயே பேரரசு சைனியம் இத்தனை மாபெரும் எண்ணிக்கை கொண்டதாக இருந்தது என்பது தெள்ளத் தெளிவு.

அரசுக்கு விசேட சேவைகள் புரிந்தமைக்காக புரோகிதர்களுக்குத் தொடர்ந்து நிலமானியங்கள் அளிக்கப்பட்டு வந்தன. இதுவன்றி, அதிகாரிகளுக்கு நிலமானிய பட்டயங்கள் வழங்கிய பெருமையும் ஹர்ஷருக்கு உண்டு. புரோகிதர்களுக்கு முன்னர் வழங்கப்பட்ட மானியங்களுக்கு இருந்த அதே சலுகைகள் இப்போது அளிக்கப்பட்டன.

பண்டைக்கால இந்தியா 353

ஹர்ஷரின் வருவாய் நான்கு வகையில் செலவிடப்பட்டதாக ஹுவான் சாங் கூறுகிறார். ஒரு பகுதி மன்னரின் செலவினத்துக்கும், இரண்டாவது பகுதி அறிஞர் பெருமக்களுக்கும், மூன்றாவது பகுதி அதிகாரிகளின் மானியங்களுக்கும் அரசு அலுவலர்களுக்கும், நான்காவது பகுதி சமய நோக்கங்களுக்கும் ஒதுக்கப்பட்டன. அமைச்சர்களுக்கும் உயர் அதிகாரிகளுக்கும் நிலங்கள் வழங்கப்பட்டன என்றும் அவர் தெரிவிக்கிறார். அதிகாரிகளுக்கு பரிசுகளும் ஊதியங்களும் வழங்குவதற்கு நிலமானியங்கள் அளிக்கும் நடைமுறை ஹர்ஷர் ஆட்சியிலிருந்துதான் ஆரம்பமானதாகத் தெரிகிறது. ஹர்ஷர் ஏராளமான நாணயங்கள் வெளியிடாததற்கு இதுவே காரணமாகும்.

ஹர்ஷர் பேரரசில் சட்டம் ஒழுங்கு நன்கு பராமரிக்கப்படவில்லை. சீன யாத்ரீகர் ஹுவான் சாங்குக்கு அரசாங்கம் விசேடப் பாதுகாப்பு அளித்திருந்தும் கூட அவருடைய உடைமைகள் களவாடப்பட்டு விட்டன. இத்தனைக்கும் நாட்டின் சட்டங்களின்படி குற்றங்களுக்குக் கடும் தண்டனைகள் விதிக்கப்பட்டிருப்பதாக ஹுவான் சாங்கே கூறுகிறார். களவு இரண்டாவது இராசத் துரோகக் குற்றமாகக் கருதப்பட்டது. இதற்கு திருடனின் வலது கை துண்டிக்கப்பட்டு வந்தது. ஆனால் புத்த மதத்தின் செல்வாக்குக் காரணமாக, தண்டனையின் கடுமை குறைந்து, குற்றவாளிகளுக்கு ஆயுட்காலத் தண்டனை விதிக்கப்பட்டதாகத் தெரிய வருகிறது.

ஹுவான் சாங்கின் குறிப்புகள்

சீன யாத்ரீகர் ஹுவான் சாங் ஹர்ஷரின் இராச்சியத்துக்கு வருகை தந்தது ஒரு முக்கியத்துவம் வாய்ந்த நிகழ்ச்சியாகும். அவர் கி.பி. 629ல் சீனாவைவிட்டுப் புறப்பட்டார்; நீண்டநெடும் பயணம் செய்து இந்தியாவை அடைந்தார். பல ஆண்டுகள் இந்தியாவில் தங்கியிருந்து விட்டு, கி.பி. 645ல் சீனாவுக்குத் திரும்பினார். பீகாரிலுள்ள நாளந்தா பல்கலைக் கழகத்தில் ஆராய்ச்சிப் பணியை மேற்கொள்வதற்காகவும், இந்தியாவில் கிடைக்கும் பௌத்த நூல்களைச் சேகரிப்பதற்காகவும் அவர் வந்தார். ஹர்ஷரின் அரசவையில் அநேக ஆண்டுக்காலம் செலவிட்டார்; இந்தியாவில் விரிவாகச் சுற்றுப் பயணம் செய்தார். அவரது செல்வாக்கு காரணமாக ஹர்ஷர் புத்த மதத்தின் தீவிர ஆதரவாளராக மாறினார்; அதற்கு ஏராளமான அறக்கொடைகளை வழங்கினார். ஹர்ஷரின் அரசவையையும், அக்காலத்திய வாழ்க்கையையும் தத்ரூபமாகவும், உயிர்த்துடிப்புடனும் சித்திரிக்கிறார். இவ்வகையில் பாஹியானைவிட இவர் ஏராளமான, விரிவான தகவல்களை

வழங்குகிறார். இவரது குறிப்புகள் அக்காலப் பகுதியின் பொருளாதார, சமூக வாழ்க்கையையும், சமயப்பிரிவுகளையும் பற்றிய ஒரு தெளிவான சித்திரத்தை வழங்குகின்றன.

சீனக் குறிப்புகள் பின்கண்ட முக்கிய தகவல்களைத் தருகின்றன. பாடலிபுத்திரம் அப்போது சீணிக்கும் நிலையில் இருந்தது; வைசாலியும் இதே நிலையில்தான் இருந்தது. ஆனால் அதே சமயம் இடைத்துறை நிலப் பகுதியில் அமைந்து இருந்த பிரயாகையும் கனோஜும் முக்கியத்துவம் பெற்றன. பிராமணர்களும் சத்திரியர்களும் எளிய, சாமானிய வாழ்க்கை வாழ்ந்து வந்தனர். ஆனால் மேல்தட்டு மக்களும் புரோகிதர்களும் ஆடம்பர மிக்க சுகபோக வாழ்க்கையை அனுபவித்து வந்தனர். இரண்டு மேல் வருணங்கள் ஒவ்வொன்றின் அணிகளிலும் வேறுபாடு நிலவி வந்ததை இது காட்டுகிறது. இவர்களில் பெரும்பாலோர் வேளாண் தொழிலை மேற்கொண்டனர். சூத்திரர்களை விவசாயிகள் என்று ஹுவான் சாங் கூறியிருப்பது முக்கியத்துவம் வாய்ந்ததாகும். ஏனென்றால் இதற்கு முந்திய நூல்கள் எல்லாம் மூன்று மேல் வருணத்தினருக்குத் தொண்டூழியம் செய்பவர்களாகவே சூத்திரர்களை வருணித்திருந்தன. தோட்டிகள், தூக்கிலிடுபவர்கள் போன்ற தீண்டப்படாதோரையும் சீன யாத்ரீகர் கவனத்தில் எடுத்துக் கொண்டிருக்கிறார். அவர்கள் கிராமத்துக்கு வெளியே வசித்து வந்தனர்; வெள்ளைப் பூண்டையும் வெங்காயத்தையும் உபயோகித்து வந்தனர். தீண்டப்படாதோர் நகரத்துக்குள் நுழைய நேரிடும்போது உரக்கக் கூவுவார்கள். இந்தக் கூக்குரலைக் கேட்டு மற்றவர்கள் அவர்களிடமிருந்து விலகிச் செல்வார்கள்.

பௌத்தமும் நாளந்தாவும்

சீன யாத்ரிகர் இந்தியாவுக்கு வந்திருந்தபோது பௌத்தர்கள் 18 பிரிவுகளாகப் பிரிந்திருந்தனர். புத்த மதத்தின் பழைய கேந்திரங்கள் மிக மோசமான நிலையில் இருந்தன. இந்தக் கேந்திரங்கள் யாவற்றிலும் மிகவும் புகழ் பெற்றது, பிரபலமானது நாளந்தாதான். பௌத்தப் பிட்சுக்களுக்கென ஒரு மாபெரும் பௌத்தப் பல்கலைக் கழகம் இங்கு நடத்தப்பட்டு வந்தது. இதில் 10,000 மாணவர்கள் இருந்தாகக் கூறப்படுகிறது; இவர்கள் எல்லோருமே மடத்துறவிகளாவர். அவர்களுக்கு மகாயானப் பிரிவின் பௌத்த சித்தாந்தம் போதிக்கப்பட்டது. நாளந்தாவின் மணல்மேடுகள் எல்லாமுமே இன்னமும் அகழ்வாய்வு செய்யப்படவில்லையாயினும், இதுவரை மேற்கொள்ளப்பட்ட அகழ்வாய்வுகள் மிகவும் கவர்ச்சிகரமான கட்டிடத் தொகுதிகளை

வெளிப்படுத்தி இருக்கின்றன. கி.பி. ஐந்தாம் நூற்றாண்டு முதலே 700 ஆண்டுகளுக்கும் மேலாக இந்தக் கட்டிடங்கள் எழுப்பப்பட்டும், புனரமைக்கப்பட்டும் இருக்கின்றன. அகழ்வாய்வு செய்யப்பட்ட கட்டிடங்கள் 10,000 மடத் துறவிகள் தங்குவதற்குப் போதுமானவை அல்ல. கி.பி. 670ல் ஐ - சிங் என்ற மற்றொரு சீனயாத்ரிகர் நாளந்தாவுக்கு வருகை தந்தார்; அங்கு 3,000 துறவிகள்தான் வசித்ததாக அவர் கூறுகிறார். இது நியாயமான கூற்றாகும்; ஏனென்றால் எஞ்சிய மண்மேடுகள் அகழ்வாய்வு செய்யப்பட்டாலும் 10,000 மடத்துறவிகள் தங்கும் அளவுக்கு இந்தக் கட்டிடங்கள் அத்தனை விசாலமானவை அல்ல. நாளந்தாவில் இருந்த துறவி மடம் 100 கிராமங்களிலிருந்து கிடைத்த வருவாயைக் கொண்டு பராமரிக்கப்பட்டு வந்ததாக ஹுவான் சாங் கூறுகிறார். ஐ - சிங் இந்த எண்ணிக்கையை 200 ஆக உயர்த்துகிறார். இவ்வாறு ஹர்ஷவர்த்தனர் காலத்தில் ஒரு மாபெரும் மடாலயம் நிர்வகிக்கப்பட்டு வந்ததைப் பார்க்கிறோம்.

ஹர்ஷர் சகிப்புத்தன்மை வாய்ந்த ஒரு சமயக் கொள்கையைப் பின்பற்றி வந்தார். ஆரம்பத்தில் அவர் சிவனை வழிபடும் சைவராக இருந்தார். பின்னர் படிப்படியாக புத்தமதத்தின் மாபெரும் புரவலரானார். புத்த மதத்தில் ஆழ்ந்த பற்றுடையவர் என்ற முறையில் கனோஜில் ஒரு பிரம்மாண்டமான பௌத்த பேரவையைக் கூட்டினார்; மகாயானப் பிரிவின் கோட்பாடுகளை விரிவாகப் பரப்புவதே இதன் நோக்கம். சீன யாத்ரிகர் ஹுவான் சாங், காமரூப மன்னன் பாஸ்கரவர்மன் மட்டுமன்றி, இருபது நாடுகளின் மன்னர்களும், பல்வேறு சமயப்பிரிவுகளைச் சேர்ந்த ஆயிரக்கணக்கான சமய குருக்களும் இந்தப் பேரவையில் பங்கு கொண்டனர். ஒவ்வொன்றிலும் 1000 பேர் தங்கக் கூடிய கூரைவேய்ந்த இரண்டு மண்டபங்கள் கட்டப்பட்டன. ஆனால் மிக முக்கியமான கட்டுமானம் ஒரு மாபெரும் தூபியாகும்; இதன் மத்தியில் புத்தரின் தங்க உருவச்சிலை வைக்கப்பட்டது; இந்த சிலை மன்னரின் உயரமிருந்தது. ஹர்ஷர் இந்தச் சிலையை வழிபட்டபின் ஒரு பொது விருந்தளித்தார். பேரவையில் ஹுவான் சாங் விவாதத்தைத் தொடங்கி வைத்தார். புத்த மதத்தின் மகாயானப் பிரிவின் தனிச் சிறப்புகளை, பெருமைகளை, நற்கூறுகளை விரித்துரைத்தார்; தாம் தெரிவித்த கருத்துகளுக்கு ஏதேனும் மறுப்பு இருந்தால் அதனைக் கூறும்படி அறைகூவல் விடுத்தார். ஆனால் ஐந்து நாட்கள் வரை எவரும் எந்த மறுப்பும் கூறத் துணியவில்லை. பின்னர் ஹுவான் சாங்கின் சித்தாந்தப் பகைவர்கள் அவரைப் பச்சைப் படுகொலை செய்வதற்கு சதி செய்தனர். இதைக் கேள்வியுற்றதும் ஹர்ஷர் எரிமலையென வெகுண்டெழுந்தார்;

ஹுவான் சாங்குக்கு தீங்கு விளைவிப்பவர் எவரும் சிரச்சேதம் செய்யப்படுவார்கள் என்று கடுமையாக எச்சரித்தார். திடீரென்று ஸ்தூபி தீ பிடித்து எரிந்தது; ஹர்ஷரை படுகொலை செய்யவும் முயற்சி செய்யப்பட்டது. இதன் பேரில் ஹர்ஷர் 500 பிராமணர்களைக் கைது செய்தார்; அவர்களை நாட்டைவிட்டு வெளியேற்றினார்; சிலர் சிரச்சேதம் செய்யப்பட்டனர். மற்றவர்கள் சித்திரிப்பதுபோன்று ஹர்ஷர் அத்தனை சகிப்புத் தன்மைக் கொண்டவரல்ல என்பதை இது காட்டுகிறது. கனோஜுக்குப் பிறகு அவர் பிரயாகையில் ஒரு பேரவையைக் கூட்டினார். திறைசெலுத்தும் ்ல்லா சிற்றரசர்களும், அமைச்சர்களும் பெருங்குடி மக்களும் ஏனையோரும் இதில் பங்கு கொண்டனர். இந்த சந்தர்ப்பத்தில் புத்தரின் படிமம் வழிபடப்பட்டது. ஹுவான் சாங் சமய சொற்பொழிவுகளை நிகழ்த்தினார். முடிவில் ஹர்ஷர் ஏராளமான நன்கொடைகளை வாரி வழங்கினார்; தமது சொந்த உடைகளைத் தவிர எல்லாவற்றையும் தானம் செய்தார். ஹுவான் சாங் ஹர்ஷரை வானளாவப் புகழ்ந்தார்; பெரும் புகழாரம் சூட்டினார். மன்னரும் அவரிடம் அன்பும் பரிவும் ஆதரவும் காட்டினார்; இதனால் அந்த யாத்ரிகர் சாம்ராஜ்யத்தின் பல்வேறு பகுதிகளைச் சுற்றிப் பார்ப்பது சாத்தியமாயிற்று.

படம் - 71 நாளந்தாவில் ஒரு தூபியின் இடிபாடுகள்

பாணபட்டர் தம்முடைய புரவலரின் ஆரம்பகால வாழ்க்கை பற்றிய பெரும் சிறப்பு மிக்க ஒரு சித்திரத்தை **ஹரிஷசரிதம்** என்னும் தமது நூலில் உள்ளத்தைப் பிழியும், உணர்ச்சிகளைத் தொடும் எழில் மிகு நடையில் நமக்கு வழங்குகிறார்; அவரது எழுத்துப்பாணி பிற்கால ஆசிரியர்கள் பின்பற்றத் தக்கதாக அமைந்துள்ளது. ஹர்ஷர் அவரது ஈகைக்கும் கொடைத்தன்மைக்கும் கல்வி அறிவுக்கும் புலமைக்கும் மட்டுமன்றி, **பிரியதர்ஷிகை, ரத்னாவளி, நாகானந்தன்** ஆகிய மூன்று நாடகங்களைப் படைத்தளித்தமைக்காகவும் பெரிதும் நினைவு கூரப்படுகிறார். ஹர்ஷர் மிகுந்த கவிதைத் திறன் படைத்தவர் என்று பாணர் அவரைப் போற்றிப் புகழ்கிறார். சில பிற்கால ஆசிரியர்கள் அவரை இலக்கியச் சக்கரவர்த்தியாகவும் காண்கின்றனர். ஆனால் மூன்று நாடகங்களும் உண்மையில் ஹர்ஷர் இயற்றியவைதானா எனப் பல மத்தியகால ஆசிரியர்கள் ஐயுறுகின்றனர். தாவகன் என்பவன் ஏதோ பிரதி உபகாரத்தை எதிர்பார்த்து ஹர்ஷரின் பெயரில் இந்த நாடகங்களை இயற்றித் தந்தான் என்று கூறப்படுகிறது. ஹர்ஷர் சில இலக்கியப் படைப்புகளை ஆக்கித் தந்திருக்கக்கூடும். ஆனால் அரசர் அந்தஸ்திலுள்ள நூலாசிரியர்கள் அரை நூலாசிரியர்களே என்று முதுமொழி கூறுகிறது. உண்மையில் பண்டைய இந்தியாவிலும் சரி, மத்தியகால இந்தியாவிலும் சரி இலக்கிய சாதனைகள் உட்பட எல்லாவிதமான சாதனைகளையும் மன்னனுக்கு ஏற்றிச் சொல்வது ஒரு நடைமுறையாகப் பின்பற்றப்பட்டு வந்திருக்கிறது; மன்னனது மதிப்பை, பெருமையை எடுத்துக்காட்டுவதற்கே இவ்வாறு செய்யப்படுகிறது. சமுத்திரகுப்தன் காலத்தில் வழக்கில் இருந்த இந்த நடைமுறை ஹர்ஷர் காலத்தில் சர்வசாதாரணமானதாகவும் நன்கு நிலைநாட்டப்பட்டதாகவும் ஆகிவிட்டது. மன்னனது நிலையை அவனுடைய எதிராளிகள் மற்றும் குடிமக்கள் முன் நிலைநாட்டுவதே இத்தகைய நடவடிக்கைகளின் நோக்கம் என்பது தெளிவு.

இயல் 24

தீபகற்பத்தில் புதிய அரசுகளின் உதயமும் கிராமப்புற விஸ்தரிப்பும்

புதிய வளர்ச்சிக் கட்டம்

சுமார் கி.பி. 300-750 காலப்பகுதி விந்திய மலைக்குத் தெற்கேயுள்ள பிராந்தியங்களில் இரண்டாவது வரலாற்று வளர்ச்சிக் கட்டத்தின் தொடக்கத்தைக் குறிக்கிறது. முதலாவது வரலாற்று வளர்ச்சிக் கட்டத்தில் (ஏறத்தாழ கி.மு.200- கி.பி. 300) ஆரம்பமான சில இயக்க நிகழ்வுகள் இந்தக் கட்டத்திலும் தொடர்ந்து நீடித்தன. ஆனால் முன்னர் முக்கியத்துவமற்றவையாகத் தோன்றிய சில புதிய நிகழ்வுப் போக்குகளை இந்த இரண்டாவது வளர்ச்சிக் கட்டம் புலப்படுத்துகிறது. தக்காணத்தில் சாதவாகனர்களதும் தமிழ்நாட்டின் தென்மாவட்டத்தில் தமிழ் அரசுகளதும் கை ஓங்கியதை முதல் வளர்ச்சிக் கட்டத்தில் பார்த்தோம். இக்காலப் பகுதியில், வடக்கு தமிழ்நாடு, தெற்குக் கர்னாடகம், தெற்கு மகாராஷ்டிரத்தின் ஒரு பகுதி, கோதாவரிக்கும் மகாநதிக்கும் இடைப்பட்ட பகுதி ஆகியவை அவற்றின் பிரதேசங்களுக்கு வெளியே நிறுவப்பட்டிருந்த அரசியல் அதிகாரத்துக்குக் கீழ்ப்பட்டவையாக, அதனிடம் விசுவாசம் பூண்டவையாக இருந்து வந்தன. அவை தமது சொந்த அரசுகளைப் பெற்றிருக்கவில்லை. ஆனால் இப்போது இப்பிரதேசங்களிலும் விதர்ப்பாவிலும் கி.பி.300க்கும் கி.பி. 600க்கும் இடையே சுமார் இரண்டு டஜன் அரசுகள் உதயமாகிவிட்டன. அவற்றின் நிலப்பட்டயங்களிலிருந்து இது தெரிய வருகிறது. முடிவில், ஏழாம் நூற்றாண்டின் ஆரம்பத்தில் காஞ்சியின் பல்லவர்களும், பாதாமியின் சாளுக்கியர்களும், மதுரையின் பாண்டியர்களும் மூன்று பிரதான அரசுகளாகப் பரிணமித்தனர். முதலாவது வரலாற்று வளர்ச்சிக் கட்டத்தில் எண்ணற்ற கைவினைத் தொழில்கள் தோன்றின. உள்நாட்டு, வெளிநாட்டு
எண்ணற்ற கைவினைத் தொழில்கள் தோன்றின. உள்நாட்டு, வெளிநாட்டு
வாணிகம் வளர்ச்சியடைந்தது. நாணயங்கள் பரந்த அளவில் பயன்படுத்தப்பட்டன. ஏராளமான நகரங்கள் உருவாயின. ஆனால்,

இரண்டாவது கட்டத்தில் வாணிகமும், நகரங்களும் நாணய உபயோகமும் சீணித்தன; அதே சமயம் இக்காலப் பகுதியில் ஏராளமான நிலமானியங்கள் பிராமணர்களுக்கு வழங்கப்பட்டன. இந்நிலங்களுக்கு வரி செலுத்துவதிலிருந்து அவர்களுக்கு விதிவிலக்கு அளிக்கப்பட்டது. இந்த மானியங்கள் காரணமாக பல புதிய பிரதேசங்கள் சாகுபடிக்குக் கொண்டு வரப்பட்டன. ஆங்காங்கு அநேக புதிய குடியேற்றங்களும் தோன்றின. எனவே, இந்தக் காலகட்டத்தில் வேளாண் பொருளாதாரம் பெரிதும் வளர்ச்சியடைந்தது எனக் கூறலாம்.

பிராமணீயம் வெற்றிவாகை சூடி மேன்மேலும் முன்னேறி வந்ததையும் இக்காலப் பகுதியில் பார்க்கிறோம். முதல் கட்டத்தில் ஆந்திராவிலும் மகாராஷ்டிரத்திலும் ஏராளமான பௌத்த நினைவுச் சின்னங்கள் தோன்றின. தமிழ்நாட்டின் தெற்கு மாவட்டங்களில் ஜைனமும் பௌத்தமும் தலை தூக்கியதைக் குகை கல்வெட்டுப் பொறிப்புகள் புலப்படுத்துகின்றன. ஆனால் இப்போது ஜைன மதம் கர்னாடகத்துடன் முடங்கிவிட்டது. அதே சமயம் ஒட்டுமொத்தத்தில் தீபகற்பம் முழுவதிலும் மன்னர்கள் ஆங்காங்கு வேதவேள்விகள் நடத்திய எண்ணற்ற நிகழ்ச்சிகள் நம் கவனத்திற்கு வருகின்றன. பல்லவர்கள் ஆட்சியில் தமிழ்நாட்டிலும், அதேபோன்று பாதாமியின் சாளுக்கியர்கள் ஆட்சியில் கர்னாடகத்திலும் சிவனுக்கும் விஷ்ணு வுக்கும் கற்கோவில்கள் கட்டும் பணி இந்தக் காலகட்டத்தில்தான் ஆரம்பமாயிற்று. இரண்டாம் கட்டத்தின் தொடக்க காலத்தில் தென்னிந்தியா பெருங்கற்களைப் பயன்படுத்துவோரின் நாடாக இருக்கவில்லை. மாறாக இக்கட்டத்தின் இறுதிவாக்கில் அது கோயில்களின் நாடாக மாறிவிட்டதைக் காண்கிறோம்.

ஆட்சியாளர்களும் எழுதப்படிக்கத் தெரிந்தவர்களும் பயன்படுத்தி வந்த மொழியும் மாற்றமடைந்தது. ஆந்திராவிலும் கர்னாடகத்திலும் காணப்படும் அசோகரது செதுக்குப் பொறிப்புகளை ஒதுக்கி வைத்துவிட்டுப் பார்த்தாலும்கூட கி.மு.இரண்டாம் நூற்றாண்டுக்கும் கி.பி.மூன்றாம் நூற்றாண்டுக்கும் இடைப்பட்ட காலத்தில் கல்வெட்டுகள் பெரும்பாலும் பிராகிருத மொழியிலேயே செதுக்கப்பட்டிருப்பதைக் காணலாம். தமிழ்நாட்டில் காணப்படும் பிரஹ்மி செதுக்குப் பொறிப்புகளில் கூட பிராகிருதச் சொற்கள் அடங்கியிருக்கின்றன. ஆனால் கி.பி. 400 லிருந்து தீபகற்பத்தில் சமஸ்கிருதம் ஆட்சி மொழியாயிற்று. பெரும்பாலான பட்டயங்களும் உரிமையாவணங்களும் அந்த மொழியிலேயே எழுதப்பட்டன.

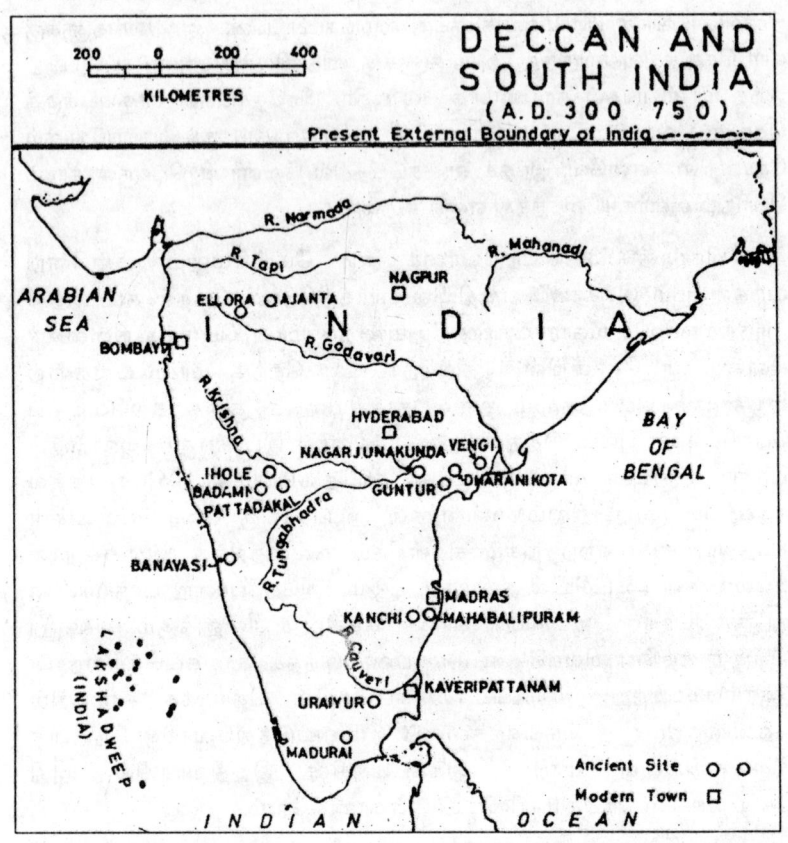

இந்தியாவின் இந்த இடக்கிடப்பியல் விவரங்கள் இந்தியத் தலைமை நில அளவாயர் அனுமதியுடன் வெளியிடப்பட்ட தேசப்படங்களை ஆதாரமாகக் கொண்டவை.

© இந்திய அரசின் பதிப்புரிமை. 1986.

இந்தியாவின் கரையோரக் கடல் பரப்பு எல்லைகள் அங்கீகரிக்கப்பட்ட இடத்திலிருந்து பன்னிரண்டு கடல் மைல் தொலைவுக்குக் கடலுக்குள் விரிந்து செல்லுகின்றன.

படம்- 72 தக்காணமும் தென்னிந்தியாவும் கி.பி. 300- 750

தக்காணம் மற்றும் தென்னிந்திய அரசுகள்

வடக்கு மகாராஷ்டிரத்திலும் விதர்ப்பத்திலும் (பேரார்) சாதவாகனர்களுக்குப் பிறகு வாகடர்கள் அரசு பீடமேறினர். இந்த வாகடர்களும் பிராமணர்களே என்பது பிராமணர்களுக்கு வழங்கப்பட்ட நிலமான்யங்களைக் குறிக்கும் ஏராளமான தாமிரப்பட்டயங்களிலிருந்து தெரிய வருகிறது. இந்த வாகட மன்னர்கள் பிராமணீய சமயத்தின் தீவிர ஆதரவாளர்கள்; அவர்கள் எண்ணற்ற வேத வேள்விகளை நடத்தியிருக்கிறார்கள். அவர்களது அரசியல் வரலாறு தென்னிந்தியாவை விட வட இந்தியாவுக்கு மிகுந்த முக்கியத்துவம் வாய்ந்தது. இரண்டாம் சந்திரகுப்தன் எவ்வாறு தன் மகளை வாகடர் அரச குடும்பத்தில் மணம் செய்து கொடுத்தான் என்பதையும், இந்தத் திருமண உறவை பக்கபலமாகக் கொண்டு, கி.பி. நான்காம் நூற்றாண்டின் இறுதிக் கால்பகுதியில் அவன் எவ்விதம் சாகா சத்ரபாக்களிடமிருந்து குஜராத்தையும் மேற்கு இந்தியாவின் அண்டைய பகுதிகளையும் கைப்பற்றுவதில் வெற்றி பெற்றான் என்பதையும் நாம் ஏற்கெனவே பார்த்தோம். எனினும் பிராமணீய கருத்துகளையும் சமூக அமைப்புகளையும் தெற்கே பரப்புவதற்கு வாகடர்கள் அரசு கலாசார ரீதியில் ஒரு வடிகாலாக அமைந்திருந்தது எனலாம்.

படம்- 73 பாதாமியிலுள்ள ஒரு குகைக்கோயில்

வாகடர்களின் ஆட்சியைத் தொடர்ந்து பாதாமியின் சாளுக்கியர் ஆட்சி தோன்றிற்று. கி.பி.757 வரை சுமார் இரண்டு நூற்றாண்டுக்காலம் தக்காணம் மற்றும் தென்னிந்தியாவின் வரலாற்றில் அவர்கள் முக்கிய பங்காற்றினர்; பின்னர் அவர்கள் ராஷ்டிரகூடர்களால் வீழ்த்தப்பட்டனர். சாளுக்கியர்கள் தாங்கள் பிரம்மா அல்லது மனு அல்லது சந்திரனின் வழித் தோன்றல்கள் என்று உரிமை கொண்டாடினர். அதுமட்டுமல்ல. தங்களுடைய முன்னோர்கள் அயோத்தியை ஆண்டார்கள் என்றும் தற்புகழ்ச்சி செய்து கொண்டனர். சட்டப்படியான அந்தஸ்தையும் சமுதாய மதிப்பையும் பெறுவதற்கே இவ்வாறெல்லாம் செய்யப்பட்டது என்பது தெளிவு. உண்மையில் அவர்கள் ஸ்தல கன்னட மக்களேயாவர். பிராமணர்களின் அருள்பாலிப்பால் அவர்கள் ஆளும் வருணத்தில் சேர்த்துக் கொள்ளப்பட்டனர்.

கி.பி. ஆறாம் நூற்றாண்டு ஆரம்பத்தில் சாளுக்கியர்கள் மேற்கு தக்காணத்தில் தங்கள் ஆட்சியை நிறுவினர். அவர்கள் தங்கள் தலைநகரை வாதாபியில் அமைத்துக் கொண்டனர். கர்நாடகத்தின் ஒரு பகுதியாக உள்ள பீஜப்பூர் மாவட்டத்திலுள்ள பாதாமிதான் முன்னர் வாதாபி என்று பெயர் பெற்றிருந்தது. பிற்காலத்தில் சாளுக்கியர்கள் பிரிந்து பல சுதந்திர அரசுகளை அமைத்துக் கொண்டனர். ஆனால் இவர்களில் பிரதான பிரிவினர் வாதாபியில் இருந்தவாறு இரண்டு நூற்றாண்டுக்காலம் தொடர்ந்து ஆட்சி செலுத்தி வந்தனர். இந்தக் காலப் பகுதியில் தக்காணத்தில் பாதாமியின் சாளுக்கியர்கள் போல் வேறு எந்த ஆட்சியினரும் முக்கியத்துவம் பெற்றிருக்கவில்லை. பிந்திய மத்திய காலத்தில் விஜயநகரம் தோன்றும் வரை இந்த நிலைமையே நீடித்தது.

தீபகற்பத்தின் கிழக்குப் பகுதியில் சாதவாகனர்களது ஆட்சியின் இடிபாடுகளிலிருந்து கிருஷ்ணா- குண்டூர் பிராந்தியத்தில் இக்ஷ்வாகுகளின் ஆட்சி உதயமாயிற்று. அவர்கள் ஸ்தல பழங்குடி மக்கள் என்றே தோன்றுகிறது. ஆனால் தங்களது கால்வழி மிகத் தொன்மையானது என்று பறைசாற்றிக் கொள்வதற்காக அவர்கள் இக்ஷ்வாகுகள் என்னும் மதிப்பு மிக்க பெயரைச் சூட்டிக் கொண்டனர் என்று அறிகிறோம். நாகார்ஜுனகொண்டாவிலும் தாரணிக் கோட்டாவிலும் அவர்கள் பல நினைவுச் சின்னங்களை விட்டுச் சென்றுள்ளனர். நிலமானியங்கள் வழங்கும் நடைமுறையை அவர்கள் கிருஷ்ணா- குண்டூர் பிராந்தியத்தில் பின்பற்றத் தொடங்கினர். இங்கு அவர்களது பல கல்வெட்டுப் பொறிப்புகள் கண்டுபிடிக்கப்பட்டிருக்கின்றன.

இக்ஷ்வாகுகள் பல்லவர்களால் தூக்கியெறியப்பட்டனர். பல்லவர் என்னும் பதத்துக்கு பதுங்கிச் செல்பவர் என்று பொருள். தொண்டை என்னும் தமிழ்ச்சொல்லின் சமஸ்கிருத வடிவமே இந்தப் பதம்; பொருளும் ஒன்றுதான். பல்லவர்கள் அநேகமாக ஸ்தல பழங்குடி மக்களாகத்தான் இருக்க வேண்டும். தொண்டை நாடு அல்லது பதுங்கிச் செல்வோர் நாட்டில் அவர்கள் ஆட்சியை நிறுவினர். ஆனால் பல்லவன் என்னும் சொல்லுக்கு தமிழில் திருடன் என்ற பொருள் இருப்பதால் அவர்கள் ஏற்கப்படுபவர்களாவதற்கும் முற்றிலும் நாகரிகமடைவதற்கும் அவர்களுக்குச் சிறிது காலம் பிடித்தது. பல்லவர்களின் ஆட்சி தெற்கு ஆந்திராவிலிருந்து வடக்கு தமிழ்நாடு வரை வியாபித்திருந்தது. காஞ்சியை அவர்கள் தங்கள் தலைநகரமாக அமைத்துக் கொண்டனர். அந்தக் காஞ்சிதான் இன்றைய காஞ்சிபுரமாகும். இது அவர்களது ஆட்சியில் கோயில்கள் நகரமாகவும், வேதங்கள் பயிலும் கல்விக் கேந்திரமாகவும் திகழ்ந்து வந்தது.

ஆரம்பகாலப் பல்லவர்கள் கடம்பர்களுடன் மோதினர். கி.பி. நான்காம் நூற்றாண்டில் வட கர்நாடகத்தில் இவர்கள் தங்கள் ஆட்சியை நிறுவிக் கொண்டனர்; தங்களைப் பிராமணர்கள் என்று கூறிக் கொண்டனர்; எனவே தங்கள் சக சாதியினருக்குத் தாராளமாக நன்கொடைகளை வாரி வழங்கினர்.

கடம்பர் அரசு மயூரசர்மனால் நிறுவப்பட்டது. அவன் கல்வி கற்பதற்கு காஞ்சிக்கு வந்ததாகவும், ஆனால் அங்கு அவன் மட்டுமரியாதையின்றி நடத்தப்பட்டு, விரட்டியடிக்கப்பட்டதாகவும் கூறப்படுகிறது. இந்த அவமதிப்பால், நிந்தையால் உள்ளூரக் குமுறிக் கொண்டிருந்த கடம்பர் தலைவன் கானகத்தில் தனது முகாமை அமைத்தான். வனவாழ் பழங்குடியினரின் உதவியுடன் பல்லவர்களைத் தோற்கடித்தான். எனினும் விரைவிலேயே பல்லவர்கள் அவனைத் தோற்கடித்துப் பழிக்குப் பழி வாங்கினர். ஆனால் அவர்கள் கடம்பர் ஆட்சியை அங்கீகரித்து, மயூரசர்மனுக்கு அரசச் சின்னத்தை வழங்கி கௌரவித்தனர். மயூரசர்மன் பதினெட்டு அசுவமேத யாகங்கள் செய்ததாகக் கூறப்படுகிறது; பிராமணர்களுக்கு எண்ணற்ற கிராமங்களைத் தானமளித்ததாகவும் சொல்லப்படுகிறது. கர்னாடகத்தில் வட கர்நாடக மாவட்டத்திலுள்ள வைஜயந்தியில் அல்லது வனவாசியில் கடம்பர்கள் தங்கள் தலைநகரை நிறுவிக் கொண்டனர்.

பல்லவர்களின் சமகாலத்தவரில் மற்றொரு முக்கிய வமிசத்தினர் கங்கர்கள், இவர்கள் ஏறத்தாழ நான்காம் நூற்றாண்டில் தென்

கர்நாடகத்தில் தங்கள் ஆட்சியை நிறுவினர். அவர்களது அரசு கிழக்கே பல்லவர்களின் அரசுக்கும் மேற்கே கடம்பர்களின் அரசுக்கும் இடையில் அமைந்திருந்தது. ஐந்தாம் நூற்றாண்டு முதல் கலிங்கத்தை ஆண்டு வந்த கிழக்கத்திய கங்கர்களிலிருந்து வேறுபடுத்திக் காட்டும் பொருட்டு இவர்கள் மேற்கத்திய கங்கர்கள் அல்லது மைசூர் கங்கர்கள் என அழைக்கப்பட்டனர். பெரும்பாலான சந்தர்ப்பங்களில் மேற்கத்திய கங்கர்கள் பல்லவர்களின் அதிகாரத்துக்கு உட்பட்ட சிற்றரசர்களாகவே இருந்து வந்தனர். அவர்களது ஆரம்பகாலத் தலைநகரம் கோலாரில் அமைந்திருந்தது. இங்குள்ள தங்கச் சுரங்கங்கள் இந்த வம்சாவளியினர் அதிகாரத்தைக் கைப்பற்றுவதற்கு உதவியிருக்கக் கூடும்.

மேற்கத்திய கங்கர்கள் பெரும்பாலும் ஜைனர்களுக்கே நிலமானியங்கள் வழங்கினர். கடம்பர்களும் ஜைனர்களுக்கு மானியங்கள் வழங்கிய போதிலும், பிராமணர்களுக்குத்தான் அவர்கள் அதிக சலுகை காட்டினர். பல்லவர்களோ இன்னும் ஒரு படிமேலே சென்று, வரி விதிவிலக்கோடு எண்ணற்ற கிராமங்களைப் பெரும்பாலும் பிராமணர்களுக்குத் தானமாக அளித்தனர். ஆரம்பகாலப் பல்லவர்களின் 16 நிலப்பட்டயங்கள் நமக்குக் கிடைத்திருக்கின்றன. இதற்கும் முற்பட்ட ஒரு சில பட்டயங்கள் பிராகிருத மொழியில் கல்லில் செதுக்கப் பட்டிருக்கின்றன. ஆனால் பெரும்பாலான பட்டயங்கள் தாமிரத் தகடுகளில் சமஸ்கிருதத்தில் பதிவு செய்யப்பட்டிருக்கின்றன. பிராமணர்களுக்கு மானியமாக வழங்கப்பட்ட கிராமங்களுக்கு அனைத்து வரிகளிலிருந்தும், அதேபோல் கட்டாய உழைப்பிலிருந்தும் விலக்களிக்கப்பட்டது. இந்த வரிகளை விவசாயிகளிடமிருந்து வசூலித்துப் பிராமணர்கள் தங்களது சொந்த சுகபோக வாழ்வுக்குப் பயன்படுத்திக்கொண்டனர். நான்காம் நூற்றாண்டைச் சேர்ந்த ஒரு பல்லவ மானிய பட்டயத்தில் பிராமணர்களுக்கு 18 வகையான பாதுகாப்புகள் அளிக்கப்பட்டிருக்கின்றன. மானியமாக அளிக்கப்பட்ட நிலத்துக்கு அவர்கள் எத்தகைய வரியும் செலுத்த வேண்டியதில்லை; கட்டாய உழைப்புக்கு ஏற்பாடு செய்ய வேண்டியதில்லை; நகரத்திலுள்ள அரசு அதிகாரிகளைத் தனிப்பட்ட முறையில் கவனித்து அவர்களுக்கு வசதிகள் ஏதும் செய்துதர வேண்டியதில்லை. அரசுக் காவலர்கள் மற்றும் பிரதிநிதிகளின் தலையீட்டுக்கு ஆளாக வேண்டியதில்லை.

பல்லவர்கள், கடம்பர்கள், பாதாமி சாளுக்கியர்கள் மற்றும் அவர்களது ஏனைய சமகாலத்தவர்கள் வேத வேள்விகளில் எல்லையற்ற ஆர்வம் கொண்டவர்களாக இருந்தனர். அவர்கள் அசுவமேத யாகங்கள்,

வாஜபேய யாகங்கள் முதலியவற்றை செய்தனர். இத்தகைய யாகங்கள் அவர்களுடைய நிலையை சட்டபூர்வமானவையாக்கி, அவர்களது மதிப்பை உயர்த்தியதோடு, புரோகித வகுப்பினரின் வருவாயையும் பெரிய அளவுக்கு உயர்த்தின. எனவே, பிராமணர்கள் விவசாயிகளுக்குப் பாதகமான முறையில் ஒரு முக்கிய வகுப்பினராக வளர்ந்தனர்; அவர்களிடமிருந்து நேரடியாக வரிகள் வசூலித்தனர்; மன்னன் தன்னுடைய குடிமக்களிடமிருந்து தண்டும் வரிகளில் ஒரு கணிசமான பகுதியை பரிசுகளாகவும் பெற்றனர்.

கி.பி.300க்கும் கி.பி.750க்கும் இடைப்பட்ட காலம் அரசுகளின் உருவாக்கத்திலும், வேளாண் விஸ்தரிப்பிலும் மிக முக்கியமானதாகத் திகழ்ந்தது; ஆனால் தீபகற்பத்தின் கடைக்கோடியில் சோழ, சேர, பாண்டியர் ஆட்சிகளின் புகழ் மங்கிய பிறகு அங்கு என்ன நிகழ்ந்தது என்பது குறித்து மிகக் குறைந்த தகவல்களே கிடைத்துள்ளன. அக்காலத்திய ஒரே முக்கிய நிகழ்ச்சி ஆறாம் நூற்றாண்டில் களப்பிரர்கள் தலைமையில் நடைபெற்ற கலகமாகும். இது பல்லவர்களையும் அவர்களுடைய அண்டை நாட்டினரையும் பாதித்தது. களப்பிரர்கள் கொடுமையும் குரூரமுமிக்க ஆட்சியாளர்களாகக் கருதப்பட்டனர். அவர்கள் எண்ணற்ற மன்னர்களை வீழ்த்தி தமிழ் மண்ணில் தங்கள் ஆதிக்கத்தை நிலைநாட்டினர். ஏராளமான கிராமங்களில் பிராமணர்களுக்கு வழங்கப்பட்டிருந்த **பிரமதேய** உரிமைகளை ரத்து செய்தனர். களப்பிரர்கள் புத்த மதத்தில் பற்றார்வம் கொண்டவர்கள் போல் தோன்றுகிறது. பௌத்த மடாலயங்களுக்கு அவர்கள் மிகுந்த ஆதரவும் உதவியும் அளித்திருப்பதிலிருந்து இது உறுதியாகிறது. களப்பிரர்களின் எழுச்சி மிகப் பரந்த அளவில் இருந்தது: பாண்டியர்கள், பல்லவர்கள், பாதாமி சாளுக்கியர்கள் ஆகியோரின் கூட்டு முயற்சிகளின் மூலமாக மட்டுமே அவர்களை ஒடுக்க முடியும், அடிபணிய வைக்க முடியும் என்பது நிரூபணமாயிற்று. களப்பிரர்கள் சேர, சோழ, பாண்டிய மன்னர்களைச் சிறைப்பிடித்ததாக ஒரு தகவல் கூறுகிறது. இந்த எழுச்சி மிகப் பெரும் பரிமாணங்களை எய்திருந்தது என்பதையும், தமிழ்நாட்டுக்கு வெளியேயும் அவை பிரதிபலிப்புகளை ஏற்படுத்தின என்பதையும் இவை யாவும் காட்டுகின்றன. பிராமணர்கள் அனுபவித்து வந்த நிலமானியங்களை ஒழித்துக் கட்டிய களப்பிரர்களுக்கு எதிராக மன்னர்கள் கூட்டுச் சேர்ந்தது எதைக் காட்டுகிறது? தென்னிந்தியாவில் அப்போது நிலவிவந்த சமூக, அரசியல் அமைப்புக்கு எதிராக எழுந்ததே இந்த எழுச்சி என்பதை இது காட்டுகிறது.

எனவே, தென்பகுதியைச் சேர்ந்த மன்னர்கள் கி.பி. 300க்கும் கி.பி.500க்கும் இடையே பிராமணர்களுக்கு சில நிலமானியங்களை வழங்கியிருக்கக் கூடும் என்று தோன்றுகிறது. படைவீரர்களுக்கு அவர்கள் காட்டிய நேர் நிகரற்ற வீர தீரத்துக்காக தலைவனால் கிராமங்கள் வழங்கப்பட்டதாக சங்க நூல்கள் கூறுகின்றன. மூன்றாம் நூற்றாண்டின் இறுதி வாக்கிலிருந்து தென் கோடியைச் சேர்ந்த சில மன்னர்களும் இவ்வாறு நிலமானியங்கள் வழங்கி இருக்கின்றனர். இவர்களுடைய பெயர்கள் தெரியவில்லை. இது எப்படியிருந்த போதிலும். இவர்களுடைய ஆட்சியிலும் சரி, தெற்கு ஆந்திரம், வடதமிழ்நாட்டை ஆண்டு வந்த பல்லவர்கள் ஆட்சியிலும் சரி நிலமானியங்கள் வேளாண் விஸ்தரிப்பைத் தூண்டி ஊக்குவித்துள்ளன என்பதில் ஐயமில்லை.

பல்லவர்களுக்கும் சாளுக்கியர்களுக்கும் இடையே மோதல்

ஆறாம் நூற்றாண்டிலிருந்து எட்டாம் நூற்றாண்டுவரை தீபகற்ப இந்தியாவில் அரசியல் வரலாறு காஞ்சி பல்லவர்களுக்கும் பாதாமியின் சாளுக்கியர்களுக்கும் இடையே நடைபெற்ற நீண்ட நெடும் போராட்டத்தை மையமாகக் கொண்டே பிரதானமாக அமைந்துள்ளது. தமிழ்நாட்டில் மதுரை, திருநெல்வேலி மாவட்டங்களை ஆண்டுவந்த பாண்டியர்கள் மூன்றாவது தரப்பினராக இந்த மோதலில் பங்கு கொண்டனர். பல்லவர்கள், சாளுக்கியர்கள் ஆகிய இருவருமே பிராமணீயத்தை ஆதரித்தனர். வேத வேள்விகளை செய்து வந்தனர். பிராமணர்களுக்கு மானியங்கள் வழங்கி வந்தனர். எனினும் பிறநாடுகளின் பொருள்களைச் சூறையாடுவதிலும், இயற்கை வளங்களை அபகரிப்பதிலும், தங்கள் செல்வாக்கை நிலைநாட்டுவதிலும் இவ்விரு நாட்டினரும் பரஸ்பரம் ஒருவருடன் ஒருவர் சண்டையும் சச்சரவுமிட்டுக் கொண்டனர். கிருஷ்ணா நதிக்கும் துங்கபத்திரை நதிக்கும் இடையே உள்ள பிரதேசத்தில் தங்களது மேலாதிக்கத்தை நிலைநாட்டுவதற்கு இரு தரப்பினருமே முயன்று வந்தனர். பிந்திய மத்திய காலத்திலும் இந்த இடைத்துறை பிரதேசம்தான் விஜயநகர அரசுக்கும் பாமனி அரசுக்கும் இடைபே சர்ச்சைக்குரியதாக இருந்து வந்தது. தக்காணத்திலும் தென்கோடியிலும் உள்ள பல அரசுகளுக்கிடையே இயற்கையாகவும் வரலாற்று ரீதியிலும் எல்லையாக அமைந்துள்ள துங்கபத்திரை நதியைக் கடப்பதற்கு பல்லவ மன்னர்கள் பன்முறை முயன்றனர். மாறிமாறி வெற்றி தோல்விகளுடன் இந்தப் போராட்டம் நீண்ட காலம் நடைபெற்று வந்தது.

இந்த நீண்ட போராட்டத்தில் முதல் முக்கியமான நிகழ்ச்சி மிகவும் புகழ்பெற்ற சாளுக்கிய மன்னனான இரண்டாம் புலிகேசியின் (609-642) ஆட்சிக் காலத்தில் நடைபெற்றது. அரசவைக் கவிஞனான ரவிகீர்த்தி அய்ஹோல் செதுக்குப் பொறிப்பில் இரண்டாம் புலிகேசியைப் பற்றி எழுதியுள்ள புகழுரையிலிருந்து அவனைப் பற்றித் தெரிந்து கொள்கிறோம். சமஸ்கிருதத்தில் இயற்றப்பட்ட மிக நேர்த்தியான கவிதைக்கு ஒரு சிறந்த உதாரணமாகத் திகழும் இந்தக் கல்வெட்டுப் பொறிப்பு ஓரளவு மிகைப்படுத்தலாக இருந்தாலும் புலிகேசியின் வாழ்க்கை வரலாற்றைத் தெரிந்து கொள்வதற்கு பெருமதிப்பு வாய்ந்த ஆதாரமாக அமைந்திருக்கிறது. புலிகேசி கதம்பர்களின் தலைநகரமான வனவாசியை அடிபணிய வைத்தான்; மைசூரின் கங்கர்களை தனது மேலாதிக்கத்தை ஏற்றுக் கொள்ளும்படிச் செய்தான். நர்மதை நதிக்கரையில் ஹர்ஷரின் படைகளைத் தோற்கடித்தான்; தக்காணத்தை நோக்கி ஹர்ஷர் முன்னேறுவதைத் தடுத்து நிறுத்தினான். பல்லவர்களுடனான மோதலில் அநேகமாக அவன் பல்லவர்களின் தலைநகரை எட்டிவிட்டான். ஆனால் பல்லவர்கள் தங்களுடைய வடக்கு மாகாணங்களை இரண்டாம் புலிகேசிக்கு விட்டுக் கொடுத்து அவனுடன் சமரசம் செய்து கொண்டனர். கிருஷ்ணா நதிக்கும் கோதாவரிக்கும் இடையே உள்ள வெங்கி என்னும் மாகாணம் முழுவதையும் சுமார் கி.பி.610 இல் இரண்டாம் புலிகேசி கைப்பற்றிக் கொண்டான். இங்கு பிரதான சாளுக்கிய வம்சத்தின் ஒரு பிரிவினர் ஆட்சி புரிந்து வந்தனர். இவர்கள் வெங்கியின் கிழக்கு சாளுக்கியர்கள் என அழைக்கப்பட்டனர். எனினும் பல்லவர் பிரதேசத்தின் மீது புலிகேசி மேற்கொண்ட இரண்டாவது படையெடுப்பு தோல்வியில் முடிந்தது. பல்லவ மன்னன் நரசிம்ம வர்மன் (கி.பி.630-668) சாளுக்கியர்களின் தலைநகரமான வாதாபியை சுமார் கி.பி.642-ல் கைப்பற்றிக் கொண்டான்; அப்போது பல்லவர்களுக்கு எதிரான போரில் இரண்டாம் புலிகேசி கொல்லப்பட்டான். நரசிம்மவர்மன் **வாதாபிகொண்டான்** அல்லது வாதாபியை வென்றவன் என்ற பட்டத்தைச் சூட்டிக் கொண்டான். சோழர்கள், சேரர்கள், பாண்டியர்கள், களப்பிரர்கள் ஆகியோரையும் அவன் தோற்கடித்ததாகக் கூறப்படுகிறது.

ஏழாம் நூற்றாண்டின் இறுதியில் இந்தச் சச்சரவில் சிறிது அமைதி நிலவிற்று; எனினும் எட்டாம் நூற்றாண்டின் முதற்பாதியில் புயல்மீண்டும் வீசத் தொடங்கிற்று. சாளுக்கிய மன்னனான இரண்டாம் விக்கிரமாதித்யன் (கி.பி.733-745) காஞ்சியை மும்முறை கைப்பற்றியதாகக் கூறப்படுகிறது. 740-ல் பல்லவர்களை அவன் முற்றிலுமாகத் தோற்கடித்தான். அவனது வெற்றி தொலை தெற்கில் பல்லவர்களின் மேலாதிக்கத்துக்கு முடிவு

கட்டிற்று. எனினும் இதற்குப் பின்னரும் பல்லவர்கள் ஆட்சி நூற்றாண்டுக் காலத்துக்கு நீடித்தது. சாளுக்கியர்கள் பல்லவர்கள் மீது பெற்ற வெற்றியின் கனியை நீண்ட காலத்துக்கு சுவைக்க முடியவில்லை. ஏனென்றால் அவர்களது ஆதிக்கத்துக்கே கி.பி.757-ல் ராஷ்டிரகூடர்கள் முற்றுப்புள்ளி வைத்துவிட்டனர்.

கோயில்கள்

வேத வேள்விகளை நடத்துவதோடு பிரம்மா, விஷ்ணு, சிவன் ஆகிய தெய்வங்களை வழிபடுவது அதிலும் முக்கியமாக பின்னர் குறிப்பிடப்பட்ட இரண்டு தெய்வங்களை வழிபடுவது மேன்மேலும் பிரபலமடைந்து வந்தது. விஷ்ணுவின் மாபெரும் பக்தர்களான ஆழ்வார்கள் அந்தத் தெய்வத்தை மனமுருக வழிபட வேண்டிய அவசியத்தை எடுத்துரைத்து வந்தனர். சிவ வழிபாடு சம்பந்தமாக நாயனார்கள் இதே போன்ற பணியை மேற்கொண்டு வந்தனர். ஏழாம் நூற்றாண்டிலிருந்து **பக்தி மார்க்கம்** தென்னிந்தியர்களின் சமய வாழ்க்கையில் ஆதிக்கம் பெறத் தொடங்கிற்று. இம்மார்க்கத்தை எங்கெங்கும் பரப்புவதில் ஆழ்வார்களும் நாயனார்களும் முக்கிய பங்காற்றினர்.

படம் - 74 மகாபலிபுரத்திலுள்ள ரதக்கோயில்கள்

இந்தத் தெய்வங்களை அனைவரும் தரிசித்து வழிபடுவதற்கு வசதியாக ஏழாம், எட்டாம் நூற்றாண்டுகளில் பல்லவ மன்னர்கள் பல கற்கோவில்களை நிர்மாணித்தனர். இவற்றில் மிகவும் பிரபலமானவை சென்னையிலிருந்து 65 கிலோ மீட்டர் தொலைவில் மகாபலிபுரத்தில் இருக்கும் **ஏழு ரதக்** கோயில்களாகும். இவை ஏழாம் நூற்றாண்டில் நரசிம்மவர்மனால் கட்டப்பட்டவை. மகாபலிபுரம் அல்லது மாமல்லபுரம் என்னும் துறைமுக நகரத்தை இந்த மன்னன்தான் உருவாக்கினான். கடற்கரைக் கோயிலுக்கும் இந்த நகரம் புகழ்பெற்றது. எந்தப் பாறையிலிருந்தும் குடைந்து கட்டாமல் தனியாக நிர்மாணிக்கப்பட்ட கோவில் இது. மேலும், பல்லவர்கள் தங்கள் தலைநகரான காஞ்சியில் இருப்பதுபோன்று வேறுபல இடங்களிலும் அநேக கோவில்களைக் கட்டினர். எட்டாம் நூற்றாண்டில் கட்டப்பட்ட கைலாசநாதர் கோவிலை இதற்கு ஒரு நனி சிறந்த உதாரணமாகக் கூறலாம். பாதாமி சாளுக்கியர்கள் கி.பி.610 முதல் ஐஹோலேயில் எண்ணற்ற கோயில்களை நிர்மானித்துள்ளனர். அங்கு 70 கோயில்கள் வரை உள்ளன. அண்டையிலுள்ள பாதாமி, பட்டதாகல் நகரங்களிலும் இப்பணி தொடர்ந்து நடைபெற்றது. பட்டதாகலில் ஏழாம், எட்டாம் நூற்றாண்டுகளில் கட்டப்பட்ட 10 கோயில்கள் இருக்கின்றன. இவற்றில் பாபநாதர் கோயிலும் (கி.பி.680) விருபஷ (கி.பி.740)

படம்- 75 காஞ்சியிலிருக்கும் கைலாசநாதர் கோயில்

கோயிலும் பிரபலமானவை. முதல் கோயில் வடக்கத்திய பாணியில் அமைந்தது. 30 மீட்டர் நீளமுடையதாயினும் தாழ்ந்த, குறுகிய கோபுரம் கொண்டது. இரண்டாவது கோயிலோ முற்றிலும் தெற்கத்திய பாணியில் நிர்மாணிக்கப்பட்டிருக்கிறது; இது சுமார் 40 மீட்டர் நீளமுடையது; மிகவும் சதுர வடிவில் அமைந்த பல அடுக்கு தளங்களுடன் கூடிய கோபுரத்தை **(சிகாரா)** கொண்டது. கோயில் சுவர்களில் இராமாயணக் காட்சிகள் நேர்த்தி மிகு சிற்ப வேலைப்பாடுகளுடன் சித்திரிக்கப் பட்டிருக்கின்றன.

இந்த ஆரம்பகாலக் கோயில்கள் எவ்வாறு பராமரிக்கப்பட்டன என்பது தெளிவாகத் தெரியவில்லை. எட்டாம் நூற்றாண்டுக்குப் பிறகு, தென்னிந்தியாவில் கோயில்களுக்கு நிலமானியங்கள் வழங்குவது ஒரு சர்வ சாதாரண நிகழ்ச்சியாகிவிட்டது. அந்த மானிய விவரங்கள் கோயில் சுவர்களில் பதிவு செய்யப்பட்டன. ஆனால் சாமானிய மக்களிடமிருந்து மன்னன் வசூலிக்கும் வரிப்பணத்திலிருந்தே கோயில்கள் கட்டப்பட்டுப் பராமரிக்கப்பட்டதாகத் தெரிகிறது. சாளுக்கியர்கள் ஆட்சியில் கர்னாடகத்தில் சில கோயில்கள் ஜைன வணிகர்களால் கட்டப்பட்டன. சாமானிய மக்கள் தங்களுடைய கிராம தேவதைகளுக்கு நெல்லும் கள்ளும் படைத்து வழிப்பட்டபோதிலும் மதிப்பும் அந்தஸ்தும் பெறுவதற்காகவும், தங்களுடைய சமய ஆர்வ விருப்பங்களைப் பூர்த்தி செய்து கொள்வதற்காகவும் இந்தக் கோயில்களுக்கும் அவர்கள் நேர்த்திக் கடன்கள் செலுத்தி வழிபட்டு வந்தனர்.

விவசாயிகள் மீது சுமை

போர்கள் நடத்துவதற்கும் கலை, இலக்கியத்தை வளர்ப்பதற்கும் மதத்தைப் பரப்புவதற்கும், நிர்வாகப் பணியாளர்களைப் பராமரிப்பதற்கும் ஏராளமான வள ஆதாரங்கள் தேவைப்பட்டன. இவற்றை உழவர் குலம்தான் அளித்தது. வாகடகர் அரசு விதர்ப்பாவையும் மகாராஷ்டிரத்தையும் சேர்ந்ததாகவும் பல்லவர் அரசு தெற்கு ஆந்திரத்தையும் வட தமிழ்நாட்டையும் சேர்ந்ததாகவும் இருந்தாலும் இவை இரண்டிலுமே வேளாண் சமூகத்தினர் மீது திணிக்கப்பட்ட சுமைகள் ஏறத்தாழ ஒரே மாதிரியானவையாகவே இருந்தன. விளைச்சலில் ஒருபங்காக நிலவரி வசூலிக்கப்பட்டதோடு, மன்னன் வேறு பல சலுகைகளையும் பெற்றிருந்தான்; தானியங்கள், தங்கம் முதலியவற்றை அன்பளிப்பாகப் பெற உரிமை பெற்றிருந்தான். மேலும் சர்க்கரையும் மதுபானமும் தயாரிப்பதற்கு உதவும் பனை மரங்கள் மீதும்

அவன் உரிமை கொண்டாட முடியும். கிராமங்களில் உள்ள கனி வளங்களும் புதையல்களும் அரசனுக்கே சொந்தம். தவிரவும், தனக்கு மலர்களும். பாலும், வெட்டு மரமும், புல்லும் வழங்கும்படி மன்னன் கோரலாம். இவற்றை எல்லாம் வண்டிகளில் இலவசமாக ஏற்றிக் கொண்டுவரும்படியும் கிராமவாசிகளை அவன் நிர்ப்பந்திக்கலாம். கட்டாய உழைப்பு அல்லது **விஷ்டி** பெறுவதற்கும் மன்னனுக்கு உரிமை உண்டு.

வரிகள் வசூலிப்பதற்காகவோ அல்லது குற்றவாளிகளைத் தண்டிப்பதற்காகவோ அரசு அதிகாரிகள் அடிக்கடி கிராமங்களுக்கு வருவது உண்டு. படைவீரர்கள் கிராமங்களை கடந்து செல்வதும் உண்டு. அப்போது கிராம சமூகத்தினர் ஏராளமான கடமைகளைச் செய்ய வேண்டியிருக்கும். பல பொறுப்புகளை நிறைவேற்ற வேண்டியிருக்கும். அவர்கள் வண்டிகளுக்குக் காளை மாடுகளைத் தரவேண்டும்; படுக்கைகள், கட்டைக்கரி, அடுப்புகள், சமையல் மட்கலங்கள் முதலியவற்றையும் வேலையாட்களையும் ஏற்பாடு செய்து தர வேண்டும்.

இந்த நீண்ட கடமைப்பட்டியலிலிருந்து விவசாயிகளின் உற்பத்தியையும், உழைப்பையும் அரசு எவ்வாறு கடுமையாக, கொடுமையாக சுரண்டுகிறது என்பதைத் தெரிந்து கொள்ளலாம். இந்தக் கோரிக்கைகளில் பெரும்பாலானவை கி.பி.நான்காம் நூற்றாண்டிலிருந்து பிராமணர்களுக்கு வழங்கப்பட்டு வரும் 18 காப்புரிமைகளுடன் தொடர்புடையவையாகும். பிற்காலத்தில் விவசாயிகளிடம் மேன்மேலும் அதிக கோரிக்கைகள் முன்வைக்கப்பட்டன.

கிராமப்புற விரிவாக்கம்

வேளாண் மக்கள் மீது அரசன் திணித்த இந்த எண்ணற்ற கோரிக்கைகள் அவற்றை நிறைவேற்றுவதற்கு அவர்கள் ஆற்றல் படைத்தவர்களாக இருக்க வேண்டிய அவசியத்தை ஏற்படுத்தின. வேளாண் உற்பத்தி பெருகினாலொழிய வரிகளை வசூலிக்க முடியாது. ஏனைய கோரிக்கைகளை நிறைவேற்ற முடியாது என்ற நிலை உருவாயிற்று. இந்தக் காலகட்டத்தில் விந்திய மலைகளுக்கு அப்பாலுள்ள பிராந்தியங்களில் புதிய அரசுகள் தோன்றியதைப் பார்க்கிறோம். ஒவ்வொரு அரசிலும் பெரிய அரசுக்குள் சிறிய அரசுகளாக ஏராளமான சிற்றரசுகள் இருந்ததைக் காண்கிறோம். ஒவ்வொரு அரசுக்கும் அது பெரியதாக இருந்தாலும் சிறியதாக இருந்தாலும். அது மேலதிகாரம் பெற்றதாயினும் கீழ்ப்பட்டதாயினும் தனது சொந்தப் படைகளையும் தனது சொந்த வரிவிதிப்பு முறையையும்,

தனது சொந்த நிர்வாக யந்திரத்தையும், ஏராளமான புரோகிதர்கள் மற்றும் ஏனையோரது ஆதரவையும் பெற்றிருப்பது இன்றியமையாததாயிற்று. எனவே, ஒவ்வொரு அரசுக்கும் கிராமப்புறங்களிலிருந்து ஏராளமான வள ஆதாரங்கள் கிட்டுவது தவிர்க்க முடியாததாயிற்று. ஆதலால் கிராம சமூகங்கள் பெருகாமல், அல்லது இப்போதுள்ள கிராமங்களில் வேளாண் உற்பத்தி அதிகரிக்காமல் அரசுகள் வலுவும் வளமும் செழுமையுமுற முடியாது. பழங்குடி மக்கள் வாழும் பகுதிகளில் பிராமணர்களுக்கு நிலமானியங்கள் வழங்கப்பட்டதாகத் தெரிகிறது. பழங்குடி இனங்களைச் சேர்ந்த விவசாயிகள் கால்நடைகளைப் பராமரிப்பதன் முக்கியத்து வத்தையும், சிறந்த வேளாண் முறைகளையும் அவர்களிடமிருந்து கற்றுக் கொண்டனர். சில பகுதிகளில் வேளாண் பணிக்கு ஆள் கிடைப்பது கடினமாக இருந்தது. இத்தகைய நிலைமையில் இப்பகுதிகளில் பொருளாதாரத்தை நிலைநிறுத்தும் பொருட்டு குடிவார பயிர் செய்பவர்களையும் நெசவாளர்களையும் பிராமணர்களுக்கு உதவும்படி செய்வது அவசியமாயிற்று; பழைய பல்லவ நிலமானியங்களிலிருந்து இது தெரிய வருகிறது. எனவே பிராமணர்களுக்கு வழங்கப்பட்ட ஏராளமான நிலமானியங்கள் வேளாண்மையில் புதிய முறைகளைப் பரப்புவதிலும், கிராமப்புற சமூகங்களின் எண்ணிக்கையை அதிகரிப்பதிலும் முக்கிய பங்காற்றின.

இக்கால கட்டத்தில் தென்னிந்தியாவில் பின்வரும் மூன்று வகையான கிராமங்களைக் காண்கிறோம். **ஊர், சபை, நகரம், ஊர்** என்பது வேளாண் வகுப்பினர் வாழும் வழக்கமான வகையைச் சேர்ந்த கிராமமாகும். இவர்கள் தங்கள் நிலத்தை எல்லோருக்கும் பொதுவானதாக வைத்திருந்தனர். இவர்கள் சார்பில் வரிகளை வசூலித்துச் செலுத்துவது கிராமத் தலைவனது பொறுப்பு. இத்தகைய கிராமங்கள்தான் தென் தமிழ்நாட்டில் முக்கியமாகக் காணப்பட்டன. சபை வகையைச் சேர்ந்த கிராமங்களில் பிரமதேய கிராமங்கள் அல்லது பிராமணர்களுக்கு தானமாக வழங்கப்பட்ட கிராமங்கள் மற்றும் **அக்கிரகார** கிராமங்கள் ஆகியவை அடங்கும். பிராமண நிலச்சுவான்தார்கள் நிலத்தில் தனிஉரிமையை அனுபவித்து வந்தனர். எனினும் தங்கள் செயற்பாடு களைக் கூட்டு முறையில் மேற்கொண்டு வந்தனர். **நகரம்** வகையைச் சேர்ந்த கிராமம் என்பது சாதாரண வணிகர்களும் பெருவணிகர்களும் குடியேறி செல்வாக்கு செலுத்தும் கிராமத்தைக் குறிக்கிறது. வாணிகம் வீழ்ச்சியும் நலிவுமடைந்து வணிகர்கள் கிராமங்களில் குடியேற நேர்ந்ததே இதற்குக் காரணம். சாளுக்கியர்கள் ஆண்ட பகுதிகளில் கிராம விவகாரங்களை **மகாஜனம்** எனப்படும் கிராமப் பெரியவர்கள்

நிர்வகித்து வந்தனர். மொத்தத்தில், கி.பி.300க்கும் கி.பி.750க்கும் இடைப்பட்ட காலத்தில் கிராமப்புறம் விரிவடைந்தது. கிராமங்கள் ஒழுங்கமைக்கப்பட்டன. நிலம் சிறந்த முறையில் பயன்படுத்திக் கொள்ளப்பட்டது என்று கூறலாம். இதனை மெய்ப்பிக்கும் ஏராளமான சான்றுகள் நமக்குக் கிடைத்துள்ளன.

சமூகக் கட்டமைப்பு

இக்கால கட்டத்தில் சமூகக் கட்டமைப்பு எந்த அளவுக்கு வளர்ச்சியடைந்துள்ளது என்பது குறித்த ஒரு தோராயமான படப்பிடிப்பினை நம்மால் வழங்க முடியும். சமுதாயத்தில் அரச வம்சத்தினரும் புரோகிதர்களும் ஆதிக்கம் செலுத்தி வந்தனர். அரச குலத்தினர் பிராமணர்களுக்கு அளிக்கப்படும், அந்தஸ்து தங்களுக்கும் வழங்கப்பட வேண்டும் என்று கோரி வந்தனர். இவர்களில் பலர் இனமரபுக் குழுக்களின் தலைவர்கள் என்றாலும் புரோகிதர்களுக்கு ஏராளமாக கொடைகளை அள்ளி வாரித்தந்து இரண்டாம் வருணத்தினர் நிலைக்கு அதாவது சத்திரியர் நிலைக்குத் தங்களை உயர்த்திக் கொண்டனர். புரோகிதர்களும் தாங்கள் பெற்ற ஏராளமான சன்மானங்களுக்குக் கைமாறாக. ஒரு காரியத்தைச் செய்தனர்; அதாவது இந்த இனமரபுக் குழுத் தலைவர்கள் பெருமையும் மதிப்பும், சீரும் சிறப்புமிக்கக் குடும்ப கால்வழி மரபில் வந்தவர்கள் என்று கற்பனையாக இட்டுக்கட்டிக் கூறினர்; அவர்கள் தொன்மையான சூரிய, சந்திர குலங்களைச் சேர்ந்தவர்கள் என்று அவர்களுக்கு மூல மரபு வழியும் கற்பித்துக் கூறினர். இந்த நடைமுறை, செயற்பாங்கு புதிய ஆட்சியாளர்களுக்கு மக்கள் மத்தியில் ஓர் அங்கீகாரத்தை, சமுதாய மதிப்பை, பெருமையைப் பெற்றுத் தந்தது. புரோகிதர்கள் வகைப் பிரிவில் ஜைன, பௌத்தத் துறவிகளும் இடம் பெற்றிருந்த போதிலும், பிராமணர்களே பெரும்பான்மையினராக இருந்தனர். இந்தக் காலகட்டத்தில், நிலமானியங்கள் காரணமாக புரோகிதர்கள் மிகுந்த செல்வாக்கும் அதிகாரமும் பெற்றனர். அரச வமிசத்தினருக்கும் புரோகிதர்களுக்கும் அடுத்த இடத்தை உழவர் குலம் வகித்தது; ஆனால் இது எண்ணற்ற வேளாண் சாதிகளாகப் பிரிந்திருந்தது. பிராமணீய சமுதாய அமைப்பில் அநேகமாக இவர்களில் பெரும்பாலோர் சூத்திரர்கள் என அழைக்கப்பட்டனர். வேளாண் சாதியினரும் கைவினைஞர் சாதியினரும் உற்பத்தி செய்யவோ, சேவை செய்யவோ அல்லது வரிகள் போன்றவற்றைச் செலுத்தவோ தவறினால் அது நிலைநாட்டப்பட்ட தர்மத்திலிருந்து பிறழ்ந்ததாக, அறநெறியிலிருந்து

விலகிச் சென்றதாகக் கருதப்பட்டது. இத்தகைய ஒரு நிலைமை கலி யுகம் என வருணிக்கப்பட்டது. இத்தகைய ஒரு நிலைமைக்கு முற்றுப்புள்ளி வைப்பதும், இனத்தலைவர்களுக்கும் புரோகிதர்களுக்கும் அனுகூலமான, சாதகமான முறையில் அமைதியையும் ஒழுங்கையும் நிலைநாட்டுவதும் மன்னனின் கடமையாகிவிட்டது. எனவேதான் வாகடர்கள், பல்லவர்கள், கடம்பர்கள், மேற்கு கங்கை மன்னர்கள் போன்றோர் தர்ம- மகாராஜா என்னும் பட்டத்தைத் தங்களுக்குச் சூட்டிக் கொண்டனர். கலியுகத்துக்கே உரிய தீய அம்சங்கள், இயல்புகள் தர்மத்தைச் சூழ்ந்து கொண்டபோது, அவற்றிலிருந்து தர்மத்தைக் காத்த பெருமை பல்லவர் ஆட்சியின் உண்மையான நிறுவகனான சிம்மவர்மனைத்தான் சேரும். நடப்பிலுள்ள சமூக அமைப்பை சீர்குலைத்த களப்பிரர்களை அவை ஒடுக்கியதையே இது குறிக்கிறது.

இயல் 25
வேறுபட்ட சித்தாந்தப் போக்குகள்

வாழ்க்கையின் இலட்சியங்கள்

அரசும், வருண அமைப்பு முறையின் அடிப்படையில் பிரிக்கப்பட்ட சமூக அமைப்பும் நிலைநாட்டப்பட்டுவிட்ட பிறகு நான்கு இலட்சியங்களை எய்துவதற்கு, ஈட்டுவதற்கு மனிதன் பாடுபட வேண்டும் என்று பண்டைய சிந்தனையாளர்கள் வலியுறுத்தினர். அவை பொருளாதார வள ஆதாரங்கள் அல்லது **அருத்தம்,** சமூக அமைப்பை ஒழுங்குபடுத்துதல் அல்லது **தருமம்,** உடல் இன்பம் அல்லது **காமம்,** வீடுபேறு அல்லது **மோட்சம்.** இந்த இலட்சியங்களில் ஒவ்வொன்றும் நூல்களாக விரித்துரைக்கப்பட்டது. பொருளாதாரம் சம்பந்தப்பட்ட விஷயங்கள் அர்த்தசாஸ்திரத்தில் ஆழமாக ஆராயப்பட்டன; இது சம்பந்தமாக கௌடில்யர் இயற்றிய நூல் மிகவும் புகழ் பெற்றது. அரசு மற்றும் சமுதாயம் சம்பந்தப்பட்ட சட்ட நடைமுறைகள், கட்டளை விதிமுறைகள் குறித்து தர்ம சாஸ்திரத்தில் விவரிக்கப்பட்டிருக்கின்றன. உடல் இன்பம் சம்பந்தப்பட்ட விஷயங்கள் காமசூத்திரத்தில் விவாதிக்கப்பட்டிருக்கின்றன. அறிவுத் தொகுதியின் இந்த மூன்று பிரிவுகளும் பிரதானமாக பௌதிக உலகுடனும் அதன் பிரச்சினைகளுடனும் சம்பந்தப்பட்டவையாகும். அவை வீடுபேறு பிரச்சினையை ஆங்காங்கு மேலெழுந்த வாரியாகக் குறிப்பிட்டிருப்பதோடு சரி; இதற்கு மேல் அவை இப்பிரச்சினையில் ஆழமான கவனம் ஏதும் செலுத்தவில்லை. எனினும் தரிசனம் அல்லது மெய்விளக்கவியல் குறித்த நூல்களில் வீடுபேறு அல்லது **மோட்சம்** குறித்த பிரச்சினை பிரதான இடத்தைப் பெற்றுள்ளது. பிறப்பு, இறப்பு என்னும் சுழல் வட்டத்திலிருந்து விடுபடுவதற்கான மார்க்கத்தை இது காட்டுகிறது. கௌதம புத்தர்தான் இதனை முதலில் பரிந்துரைத்தார்; பின்னர் சில பிராமணீய தத்துவ ஞானிகளும் இதனை வலிந்துரைத்தனர்.

கிறித்தவ சகாப்தத்தின் ஆரம்பத்தில் ஆறு தத்துவார்த்தப் பிரிவுகள் தோன்றின. அவை சாங்கியம், யோகம், நியாயம், வைசேஷிகம், மீமாம்சை, வேதாந்தம் எனப்படுபவையாகும்.

சாங்கியம்

சாங்கியம் முதலில் தோன்றிய தத்துவார்த்தப் பிரிவு எனத் தோன்றுகிறது. ஆரம்பகால சாங்கிய சித்தாந்தத்தின்படி உலக சிருஷ்டிக்கு தெய்விக செயற்பாடு அல்லது ஆற்றல் எதும் தேவையில்லை. உலகம் தனது சிருஷ்டிக்கும் பரிணாம வளர்ச்சிக்கும் கடவுளை விட இயற்கைக்கு அல்லது **பிரகிருதிக்கே** அதிகம் கடமைப்பட்டுள்ளது. இது அறிவுக்குப் பொருத்தமான, ஒரு விஞ்ஞான ரீதியான கண்ணோட்டமாகும். கி.பி. நான்காம் நூற்றாண்டு வாக்கில் சாங்கிய சித்தாந்தத்தில் **பிரகிருதியுடன்** கூட **புருஷன்** அல்லது சீவான்மாவும் சேர்த்துக் கொள்ளப்பட்டது. உலக சிருஷ்டிக்கு இவை இரண்டும்தான் காரணம் என்று கூறப்பட்டது. புதிய கண்ணோட்டத்தின் படி இயற்கையும் ஆன்மாவும் சேர்ந்து உலகைப் படைக்கின்றன. இவ்வாறு ஆரம்பம் முதலே சாங்கிய சித்தாந்தம் உலோகாயதத்தை அடிப்படையாகக் கொண்டு வந்திருக்கிறது. பிறகு அது ஆன்மீகத்தின் பக்கம் சாயத் தொடங்கிற்று. எனினும் இந்தத் தத்துவார்த்தத்தின்படி ஒருவன் உண்மையான ஞானத்தைப் பெறுவதன் மூலம் வீடுபேற்றை அடையமுடியும்; அத்துடன் அவனுடைய இடும்பை, அவலநிலை என்றென்றைக்குமாக ஒழிந்துவிடும்; புலனுணர்வு, அனுமானம், செவிப்புல அறிவு கேள்வி முதலியவற்றின் மூலம் இந்த ஞானத்தை ஈட்ட முடியும். இத்தகையதொருமுறை விஞ்ஞான விசாரணையை அடிப்படையாகக் கொண்டதாகும்.

யோகம்

யோக சித்தாந்தத்தின்படி தியானம், பயிற்சி இவற்றின் மூலம் முத்தி பெற முடியும். ஆனால் இதற்கு சுகபோகங்களையும், உணர்வுகளையும், இந்திரியங்களையும் கட்டுப்படுத்துவது மிக முக்கியம். பேரின்பப் பேறு பெறுவதற்கு பல்வேறு நிலைகளில் உடற்பயிற்சிகள் செய்ய வேண்டும்; இவை **ஆசனங்கள்** எனப்படுகின்றன. இதேபோன்று பல்வேறு சுவாசப் பயிற்சிகளையும் மேற்கொள்ள வேண்டும். இவை **பிராணாயாமங்கள்** எனக் கூறப்படுகின்றன. இத்தகைய தியானத்தின் மூலமும் பயிற்சிகளின் மூலமும் உலக விவகாரங்களிலிருந்து மனம் விடுபட்டு, ஒருமுகச் சிந்தனை நிலையை அடைகிறது. இந்தப் பயிற்சிகள் முக்கியமானவை; ஏனென்றால் பண்டைக்காலத்தில் உடல் நூல், உடல் உறுப்பு, அமைப்பியல் குறித்து ஓரளவு தெரிந்திருந்தனர் என்பதை இது காட்டுகிறது; மேலும் உலகியல் இன்னல் இடுக்கண்களிலிருந்து விடுபட வேண்டும் என்ற மனப்போக்கு நிலவியதையும் இது புலப்படுத்துகிறது.

நியாய சாஸ்திரம்

நியாய சாஸ்திரம் அல்லது பகுத்தாய்வு சாஸ்திரம் என்பது தருக்கவியல் அடிப்படையில் அமைந்ததாகும். ஞானத்தைப் பெறுவதன் மூலம் முத்தி அடைய முடியும் என்பது இதன் சித்தாந்தம். இதைவிட முக்கியமாக, எந்த ஒரு கருத்தின் அல்லது கூற்றின் மெய்ம்மையை அனுமானம், கேள்வி ஞானம், ஒப்புமை ஆகியவற்றின் மூலம் சோதித்துப் பார்க்க வேண்டும் என்று நியாய சாஸ்திரம் வலியுறுத்துகிறது. இந்த சாஸ்திரத்தின் ஆதரவாளர்கள் தருக்கவியலை எவ்வாறு பயன்படுத்திக் கொள்கிறார்கள் என்பதை கீழ்க்கண்ட உதாரணத்திலிருந்து தெரிந்து கொள்ளலாம்.

1. மலையில் தீப்பற்றி எரிகிறது.
2. ஏனென்றால் அங்கிருந்து புகை வருகிறது.
3. எதெல்லாம் புகையைக் கக்குகிறதோ அதில் அடுப்படியைப்போல் நெருப்பு இருக்கும்.

தருக்கவியலைப் பயன்படுத்த வேண்டும் என்ற கோட்பாடு இந்திய அறிஞர்களைப் பெரிதும் கவர்ந்தது: அவர்கள் திட்டமிட்ட முறையில் சிந்திக்கும் போக்கை, எதையும் வாத ஆதாரத்துடன் எடைபோடும் போக்கை மேற்கொள்ள ஆரம்பித்தனர்.

வைசேஷிகம்

வைசேஷிக சாஸ்திரம் மூலத் தத்துவங்கள் அல்லது **திரவியம்** பற்றிய விவாதத்துக்கு முக்கியத்துவம் அளிக்கிறது. தனிமங்களையும் அவற்றின் ஒட்டுமொத்தத்தையும் வேறுபடுத்திக் காட்டுகிறது. மண், நீர், நெருப்பு, காற்று, விசும்பு ஆகியவை ஒன்று சேரும்போது புதிய பொருள்கள் தோன்றுகின்றன. வைசேஷிக சாஸ்திரம் அணுசக்திக் கோட்பாட்டை விரித்துரைத்தது. இக்கோட்பாட்டின்படி பருப்பொருள்கள் யாவும் அணுக்களாலானவை. வைசேஷிகம் இவ்வாறு இந்தியாவில் இயற்பியலுக்கு அடித்தளமிட்டது. ஆனால் அதன் கடவுள் நம்பிக்கையும் ஆன்மீக வாதமும் அதன் விஞ்ஞானக் கண்ணோட்டத்தை மங்கச் செய்துள்ளன. இந்த சாஸ்திரப் பிரிவு சுவர்க்கம், மோட்சம் ஆகிய இவ்விரண்டிலும் நம்பிக்கை கொண்டுள்ளது.

மீமாம்சை

மீமாம்சை என்பது அச்சொல்லின் நேர்ப்பொருளில் பகுத்தறியும் மற்றும் வியாக்கியானம் செய்யும் கலையைக் குறிக்கிறது. ஆனால்

பல்வேறு வேத வினைமுறைகளை நியாயப்படுத்துவதற்கே பகுத்தறிவு பயன்படுத்தப்பட்டது; இந்த வினைமுறைகளைச் செய்து முடிப்பதே முத்தி பெறுவதற்கான வழி என்று கூறப்பட்டது. மீமாம்சை சாஸ்திரத்தின்படி வேதங்களில் சாசுவதமான மெய்ம்மை அடங்கியுள்ளது. சுவர்க்கத்தையும் மோட்சத்தையும் அடைவதே இந்த சித்தாந்தத்தின் பிரதான குறிக்கோள். ஒருவன் தான் சேர்த்து வைத்திருக்கும் புண்ணியங்கள் நீடிக்கும்வரை சுவர்க்க போகத்தை அனுபவிப்பான். அவன் சேர்த்து வைத்திருக்கும் புண்ணியங்கள் தீர்ந்துவிடும்போது மீண்டும் இப்பூவுலகில் பிறப்பான். ஆனால் அவன் வீடுபேறு பெற்றால் பிறப்பு இறப்பு என்னும் சுழல் வட்டத்திலிருந்து முற்றிலும் விடுபடுவான்.

முத்தி பெறுவதற்கு புரோகிதர்களைக் கொண்டு வேத வேள்விகளைச் செய்வது அவசியம் என்று மீமாம்சை பெரிதும் வலியுறுத்திற்று; பல்வேறு வருணங்களிடையே நிலவும் சமூக வேற்றுமையை அது நியாயப்படுத்திற்று. சமய வினைமுறைகளை நடத்தித் தருவதற்குத் தங்களுக்குள்ள அதிகாரத்தை நிலைநாட்டிக் கொள்வதற்கும், பிராமணீயத்தின் அடிப்படையில் அமைந்த சமூக படிநிலை அமைப்பைப் பாதுகாத்துக் கொள்வதற்கும் மீமாம்சை சாஸ்திரத்தைப் பிராமணர்கள் பயன்படுத்திக் கொண்டனர்.

வேதாந்தம்

வேதாந்தம் என்றால் வேதங்களின் முடிவு என்று பொருள். கி.மு. இரண்டாம் நூற்றாண்டில் வேதராயணர் தொகுத்த **பிரமசூத்திரமே** இதற்கு அடிப்படை நூலாக அமைந்தது. இதற்கு புகழ்பெற்ற இரண்டு விளக்க உரைகள் எழுதப்பட்டுள்ளன; ஒன்றை ஒன்பதாம் நூற்றாண்டில் சங்கராச்சாரியரும், மற்றொன்றை பன்னிரண்டாம் நூற்றாண்டில் ராமானுஜாசாரியரும் இயற்றியுள்ளனர். **பிரமத்து**க்குக் குணங்கள் இல்லை என்று சங்கராச்சாரியர் கூறுகிறார். ஆனால் ராமானுஜாசாரியரோ பிரமத்துக்குக் குணங்கள் உண்டு என்று கூறுகிறார். **ஞானமே** முத்தி அடைவதற்குப் பிரதான மார்க்கம் என்று சங்கராச்சாரியர் கூறுகிறார். ஆனால் வீடுபேறு அடைவதற்கு ராமானுஜர் காட்டும் மார்க்கமோ ஒருமுக நோக்குடைய ஆழ்ந்த பக்தியில் அடங்கியிருக்கிறது.

வேதாந்த சித்தாந்தம் ஆரம்பகால உபநிடதங்களை அடிப்படையாகக் கொண்டது. இதன்படி **பிரமம்தான்** மெய்யானது; மற்றதெல்லாம் பொய்யானது; அதாவது வெறும் மாயை. ஆத்மாவும்

பிரமமும் ஒன்று. எனவே, ஒருவன் ஆத்மஞானத்தைப் பெற்றால் பிரமத்தை அறிந்து கொள்கிறான். அதன் மூலம் முக்தி பெறுகிறான். பிரமமும் ஆத்மாவும் அமரத்துவமானவை, அழியாதவை, நித்தியமானவை, சத்தியமானவை. இத்தகைய கருத்து ஸ்திரத்தன்மைக் கண்ணோட்டத்தை, மாறாத் தன்மைக் கண்ணோட்டத்தை வளர்க்கிறது. ஒருவனது ஆன்மீக நிலைக்குப் பொருந்தக் கூடியது அவனுடைய சமூக, பொருளாயத நிலைக்கும் பொருந்தும்.

கர்மக் கோட்பாடு வேதாந்த சித்தாந்தத்துடன் பின்னிப் பிணைந்ததாகும். ஒருவன் முந்திய பிறவியில் புரிந்த செயல்களின் விளைவுகளை இப்பிறவியில் அனுபவிக்க வேண்டும் என்பதே இக்கோட்பாட்டின் பொருள். மறுபிறவி அல்லது புனர்ஜென்மத்தில் நம்பிக்கை வைப்பது வேதாந்த அமைப்பு முறையில் மட்டுமன்றி, இந்து சித்தாந்தத்தின் இதர பல அமைப்பு முறைகளிலும் முக்கிய அம்சமாக இடம் பெற்றுள்ளது. மக்கள் அவதிப்படுவது, துன்பப்படுவது சமூக காரணங்களாலோ அல்லது உலகியல் காரணங்களாலோ அல்ல, மாறாக அவர்களுக்கே தெரியாது, அவர்களது கட்டுப்பாட்டில் இல்லாத காரணங்களால்தான் அவர்கள் அல்லலுறுகின்றனர் என்று இந்தக் கோட்பாடு வியாக்கியானம் செய்கிறது.

வாழ்க்கை குறித்த பொருளாயதக் கண்ணோட்டம்

மொத்தத்தில் இந்த ஆறு சித்தாந்தங்களும் வாழ்க்கையின் இறுதி இலட்சியம் குறித்த ஒரு தத்துவார்த்தக் கண்ணோட்டத்தைப் போதித்தன எனலாம். இவை அனைத்தும் வீடு பேறு அடைவதற்கான மார்க்கங்களாக அமைந்தன. எனினும் சாங்கியமும் வைசேஷிகமும் வாழ்க்கை குறித்த பொருளாயதக் கண்ணோட்டத்தை முன்வைக்கின்றன. சாங்கியத்தின் ஆரம்பகால மூலவரான கபிலர் ஒரு மனிதனுடைய வாழ்க்கை இயற்கை சக்திகளால் நிர்ணயிக்கப்படுகிறதேயன்றி எத்தகைய தெய்வீக சக்தியாலும் அல்ல என்று போதித்தார். புத்தர் காலத்தில் இருந்த புறக்கோட்பாட்டாளர்களான அஜிவிகாக்களின் சித்தாந்தத்திலும் பொருளாயதக் கருத்துக்கள் காணப்படுகின்றன. எனினும் சார்வாகர்தான் பொருளாயத சித்தாந்தத்தின் பிரதான கர்த்தா ஆவார். இந்த சித்தாந்தம் உலகாயதம் எனப் பெயர் பெற்றது; சாமானிய மக்களிடமிருந்து பெறப்பட்ட கருத்துகள் என்று இதற்குப் பொருள். உலகத்துடன் **லோகம்)** நெருங்கிய தொடர்பு கொள்ள வேண்டிய முக்கியத்துவத்தை அது வலியுறுத்திற்று; அடுத்த உலகில் அது நம்பிக்கை வைக்கவில்லை. சார்வாகர் பல்வேறு போதனைகளைச் செய்தார்; ஆன்மீக ரீதியில்

வீடுபேறு பெறும் முயற்சியை எதிர்த்தார்; இயல்நிலை கடந்த தெய்வீக சக்தி ஏதும் இருப்பதை அவர் மறுத்தார். புலனுணர்வுகளாலும் இந்திரியங்களாலும் உணரத்தக்கவை மட்டுமே நிஜமானவை என்று அவர் கூறினார். பிரமமோ, கடவுளோ இருப்பதை அவர் நம்பவில்லை. சமயவினை முறைகள் என்பவை தட்சிணை வாங்குவதற்காக பிராமணர்கள் சுயநல நோக்கோடு செயற்கையாகத் தோற்றுவித்தவையே என்று சார்வாகர் கருதினார். அவரது நற்பெயருக்குக் களங்கம் கற்பிப்பதற்காக அவருடைய எதிராளிகள் அவரது போதனைகளில் ஒன்றை மட்டும் வேண்டுமென்றே பூதக்கண்ணாடி வைத்துப் பெரிதுப்படுத்திக் காட்டுகின்றனர். இதன்படி, ஒருவர் தாம் உயிரோடிருக்கும் வரை எல்லா சுகபோகங்களையும் அனுபவிக்க வேண்டும், கடன் வாங்கியாவது சுகித்திருக்க வேண்டும். ஆனால் சார்வாகரின் உண்மையான பங்களிப்பு அதாவது பொருளாயதக் கண்ணோட்டத்தில்தான் பொதிந்துள்ளது. அவர் தெய்வீக சக்தி இருப்பதை மறுப்பதோடு, மனிதனை சகல செயற்பாடுகளுக்கும் நடுநாயகமாக ஆக்குகிறார்.

கி.மு. 500க்கும் கி.பி. 300க்கும் இடையே பொருளாதாரமும் சமுதாயமும் வளர்ந்தோங்கி வந்த காலத்தில்தான் பல்வேறு உலகாயத சித்தாந்தங்கள் தோன்றின என்பது இங்கு குறிப்பிடத்தக்கதாகும். கங்கை சமவெளியிலும் இதர இடங்களிலும் புதிய குடியேற்றங்களைத் தோற்றுவிப்பதிலும், அன்றாட வாழ்க்கை நடத்துவதிலும் இயற்கை உண்டுபண்ணிய இடர்ப்பாடுகளுக்கு, இன்னல் இடுக்கண்களுக்கு எதிரான போராட்டம் இரும்பை அடிப்படையாகக் கொண்ட விவசாயத் தொழில் நுட்பம் தோன்றி வளர்வதற்கும், உலோக நாணயத்தைப் பயன்படுத்துவதற்கும், வாணிகமும் கைவினைத் தொழில்களும் வளர்ந்து பெருகுவதற்கும் வகை செய்தது. இந்தப் புதிய சூழல் விஞ்ஞான, பொருளாயதக் கண்ணோட்டம் கருவாகி உருவாவதற்கு இட்டுச் சென்றது. சார்வாகரின் சித்தாந்தத்தில் இது பிரதானமாக எதிரொலித்தது; வேறு பல சித்தாந்தங்களிலும் இது காணப்பட்டது.

கி.பி. ஐந்தாம் நூற்றாண்டு வாக்கில் ஆன்மீக சித்தாந்தவாதிகள் உலகாயத சித்தாந்தத்தை ஒளிமங்கச் செய்து விட்டனர்; அதனை இடையறாது சாடி வந்தனர்; சமயவினை முறைகளை ஆற்றுவதும், ஆன்மீகத்தை வளர்ப்பதுமே முத்தி பெறுவதற்கான மார்க்கம் என்று பரிந்துரைத்தனர்; உலக இயக்க நிகழ்வுகளுக்கு தெய்வீக சக்திகளே காரணம் என்று போதித்தனர். விஞ்ஞான விசாரணையும், பகுத்தறிவுப்

பூர்வமான சிந்தனையும் வளர்வதற்கு இந்தப் போதனை முட்டுக்கட்டையாக, தடையாக இருந்தது. மூடநம்பிக்கைகளிலிருந்து விடுபட்ட விவரம் தெரிந்த அறிவுத்துறையினர்கூட புரோகிதர்களும் படைவீரர்களும் அனுபவித்துவரும் அதீத சலுகைகளைத் தட்டிக்கேட்க இயலாத நிலையில் இருந்தனர். ஆன்மீக சித்தாந்தங்களில் மூழ்கிப்போன மக்களோ வருண அமைப்பு முறையின் அடிப்படையில் அமைந்த சமூக அமைப்பும், வலுவான அரசதிகாரமும் இழைக்கும் கோரக் கொடுமைகளை, அநீதியை, அக்கிரமங்களைச் சகித்துக்கொள்வது தங்களது தலைவிதி என்று அமைந்தடங்கி வாய்ப்பொத்தி வாளாயிருந்தனர்.

இயல் 26

ஆசிய நாடுகளுடன் இந்தியாவின் கலாசாரத் தொடர்புகள்

எவரும் கடல் கடந்து செல்லக்கூடாது என்று மத்தியகால சட்டகர்த்தாக்களும், வேத நூல்களுக்கு விரிவுரை எழுதியவர்களும் விதித்தமைத்து ஆணையிட்டிருந்தனர். இதன்படி பார்த்தால் வெளி உலகிலிருந்து இந்தியா துண்டிக்கப்பட்டிருக்க வேண்டும்; வெளி உறவுகளுடனான அனைத்துக் கதவுகளும் மூடப்பட்டிருக்க வேண்டும். ஆனால் உண்மையில் அவ்வாறு நிகழவில்லை. மாறாக, ஹரப்பா காலம் முதலே இந்தியா தனது அண்டை ஆசிய நாடுகளுடன் தொடர்புகளை வளர்த்துக் கொண்டு வந்திருக்கிறது. இந்திய வணிகர்கள் மெசப்பட்டோமிய நகரங்களுக்குச் சென்று வாணிகம் செய்துள்ளனர்; கி.மு. 2400க்கும் கி.மு. 1700க்கும் இடைப்பட்ட ஆண்டுகளைச் சேர்ந்த அவர்களுடைய முத்திரைகள் அங்கு கண்டெடுக்கப்பட்டிருக்கின்றன. கிறித்துவ சகாப்தத்தின் தொடக்க காலம் முதல் சீனா, தென்கிழக்கு ஆசியா, மேற்கு ஆசியா, ரோமப் பேரரசு ஆகியவற்றுடன் இந்தியா வாணிகத் தொடர்புகளைப் பராமரித்து வந்திருக்கிறது. இந்தியத் தரை மார்க்கங்கள் சீனப்பட்டு மார்க்கத்துடன் எவ்வாறு இணைக்கப் பட்டிருந்தன என்பதை ஏற்கெனவே பார்த்தோம். இதேபோன்று, கிழக்கு ரோமாபுரிப் பேரரசுடன் இந்தியாவுக்கு இருந்துவந்த வாணிகத் தொடர்பு பற்றியும் முன்னமேயே விவரமாகக் கூறியிருக்கிறோம். இதல்லாமல், இந்தியா தனது அண்டை நாடுகளுக்கு சமயப் பரப்பாளர்களையும், படையெடுப்பாளர்களையும், வணிகர்களையும் அனுப்பியுள்ளது; அங்கு அவர்கள் பல குடியேற்றங்களை நிறுவியுள்ளனர்.

புத்த மதத்தின் பரவல் ஸ்ரீலங்கா, பர்மா, சீனா, மத்திய ஆசியா முதலியவற்றுடன் இந்தியாவின் தொடர்புகளை வலுப்படுத்திற்று. கி.மு. மூன்றாம் நூற்றாண்டில் அசோகர் ஆட்சிக் காலத்தில் ஸ்ரீலங்காவுக்கு பௌத்த சமயப் பரப்பாளர்கள் அநேகமாக அனுப்பிவைக்கப் பட்டிருக்கக் கூடும். கி.மு. இரண்டாம், முதலாம் நூற்றாண்டுகளைச்

சேர்ந்த பிரஹ்மி செதுக்குப் பொறிப்புகள் ஸ்ரீலங்காவில் கிடைத்திருக்கின்றன. நாளடைவில் ஸ்ரீலங்காவில் புத்த மதம் வலுவாகக் காலூன்றிக் கொண்டது. கிறித்தவ சகாப்தத்தின் ஆரம்ப ஆண்டுகளில் புத்த மதம் இந்தியாவிலிருந்து பர்மாவுக்குப் பரவிற்று. பர்மியர்கள் புத்தமதத்தின் தெரவாடப் பிரிவைத் தொடங்கினர்; புத்தரின் நினைவாக பல கோயில்களையும் சிலைகளையும் நிறுவினர். இதைவிடக் குறிப்பிடத்தக்கது என்னவென்றால், பர்மிய, ஸ்ரீ லங்கா பௌத்தர்கள் ஏராளமான பௌத்த நூல் தொகுப்புகளை வெளியிட்டுள்ளனர்; இத்தகைய நூல்கள் இந்தியாவில் காணப்படவில்லை. ஸ்ரீலங்காவில் அனைத்து பாலி நூல்களும் தொகுக்கப்பட்டு, அவற்றுக்கு விளக்க உரைகள் எழுதப்பட்டுள்ளன. புத்த மதம் இந்தியாவிலிருந்து மறைந்து விட்டபோதிலும், பர்மாவிலும் ஸ்ரீ லங்காவிலும் அதனை எண்ணற்றோர் பின்பற்றினர்: இன்றுங்கூட இதே நிலையை அங்கு காண்கிறோம்.

கனிஷ்கர் ஆட்சிக் காலம் முதல் ஏராளமான இந்தியப் பௌத்த பிட்சுகள் சீனா, மத்திய ஆசியா, ஆப்கனிஸ்தான் முதலிய பகுதிகளுக்குச் சென்றனர்; அங்கெல்லாம் புத்தமதத்தைப் பரப்புவதே அவர்களது பணியாக இருந்தது. சீனாவிலிருந்து புத்த மதம் கொரியாவுக்கும் ஜப்பானுக்கும் பரவிற்று. இப்பகுதிகளுக்கு பெரும் எண்ணிக்கையில் பௌத்த நூல்களும், சித்தாந்தங்களும் தேவைப்பட்டன. இதன் பொருட்டே, பாஹியான், ஹுவான் சாங் போன்ற சீன யாத்ரீகர்கள் இந்தியாவுக்கு வந்தனர். இறுதியில் இந்தத் தொடர்பு இரு நாடுகளுக்கு மட்டுமே பலனளிப்பதாக இருந்தது. துன் ஹுவாங்கில் ஒரு பௌத்த காலனி உதயமாயிற்று; பாலைவனத்தைக் கடந்து செல்லும் வணிகக் கூட்டத்தினருக்கு இது தொடக்கக் கேந்திரமாக அமைந்திருந்தது. பட்டுப் பூச்சிகள் வளர்க்கும் தொழிலை சீனர்களிடமிருந்து இந்தியர்கள் கற்றுக் கொண்டனர்; இதேபோன்று பௌத்த ஓவியக் கலையை இந்தியர்களிடமிருந்து சீனர்கள் கற்றுக் கொண்டனர்.

பண்டைக் காலத்தில் ஆப்கனிஸ்தானும் மத்திய ஆசியாவும் இருமாபெரும் பௌத்த கேந்திரங்களாகத் திகழ்ந்தன. புத்தருடைய பல சிலைகளும் பௌத்த மடாலயங்களும் ஆப்கனிஸ்தானில் கண்டுபிடிக்கப்பட்டிருக்கின்றன. இந்த நாட்டின் வடபகுதியில் அமைந்திருக்கும் பெக்ராமும் பமியானும் இத்தகைய நினைவுச் சின்னங்களுக்குப் புகழ்பெற்றவை. பெக்ராம் யானைத் தந்தத்திலிருந்து பல்வேறு அரிய கலைப் பொருட்களைத் தயாரிப்பதில் பிரசித்தி பெற்றது;

குஷானர் காலத்து இந்திய வேலைப்பாட்டுத் திறனை ஒத்ததாக இது அமைந்துள்ளது. மிக உயரமான புத்தர் சிலையைப் பெற்றிருக்கும் பெருமை, சிறப்பு பமியானைச் சேரும்; கிறத்துவ சகாப்தத்தின் ஆரம்ப ஆண்டுகளில் ஒரு மாபெரும் பாறையிலிருந்து செதுக்கப்பட்டதாகும் இந்தச் சிலை. பௌத்த மடத்துறவிகள் வசித்து வந்த ஆயிரக்கணக்கான இயற்கைக் குகைகளும், செயற்கைக் குகைகளும் இங்கு உள்ளன. ஏழாம் நூற்றாண்டுவரை ஆப்கனிஸ்தானில் புத்தமதம் நிலைத்து நின்று வந்தது; பின்னர் இஸ்லாம் அதன் இடத்தில் அமர்ந்து கொண்டது.

படம் - 76 ஆப்கானிஸ்தானில் பமியானில் காணப்படும் புத்தர் சிலை

பண்டைக்கால இந்தியா 385

சோவியத் யூனியனின் மத்திய ஆசியக் குடியரசுகளிலும் இத்தகைய ஒரு நிகழ்வுப் போக்கைக் காண்கிறோம். சோவியத் யூனியனைச் சேர்ந்த மத்திய ஆசியக் குடியரசுகளில் பல இடங்களில் பௌத்த மடாலயங்களும், தூபிகளும், கல்வெட்டுகளும், இந்திய மொழிகளில் எழுதப்பட்ட கையெழுத்துப் படிகளும் இருந்ததை இங்கு மேற்கொள்ளப்பட்ட அகழ்வாய்வுகள் வெளிப்படுத்துகின்றன. குஷானர் ஆட்சி விஸ்தரித்ததன் விளைவாக கரோஷ்தி எழுத்து வடிவத்தில் பிராகிருத மொழியில் எழுதுவது மத்திய ஆசியாவுக்குப் பரவியது; கி.பி. நான்காம் நூற்றாண்டைச் சேர்ந்த பல பிராகிருத செதுக்குப் பொறிப்புகளையும், கையெழுத்துப்படிகளையும் இங்கு காணுகிறோம். அதிகாரப் பூர்வமான மற்றும் அன்றாடக் கடிதப் போக்குவரத்துக்கும், புத்த மதத்தைப் பரப்புவதற்கும் எழுத்து மொழி பயன்படுத்தப்பட்டது. கி.பி. ஏழாம் நூற்றாண்டு வாக்கில் இஸ்லாம் தலைதூக்கும் வரை மத்திய ஆசியாவில் புத்த மதமே ஒரு மேம்பட்ட சமய சக்தியாகத் திகழ்ந்து வந்தது.

இந்தியக் கலாசாரம் தென்கிழக்கு ஆசியாவுக்கும் பரவியது; ஆனால் புத்த மதத்தின் மூலம் அது பரவவில்லை. பர்மா நீங்கலாக அது பெரும்பாலும் பிராமணீய சமயக் கோட்பாட்டு முறைகள் மூலமே பரவியது. பர்மாவிலுள்ள பெகுவுக்கும் மௌல்மீனுக்கும் சுவர்ணபூமி எனப்பெயர் சூட்டப்பட்டது; புரோச், காசி, பகல்பூர் ஆகிய நகரங்களைச் சேர்ந்த வணிகர்கள் பர்மாவுடன் வாணிகம் செய்தனர். குப்தர் காலத்தைச் சேர்ந்த ஏராளமான தடயங்கள் பர்மாவில் காணப்படுகின்றன. கி.பி. முதலாம் நூற்றாண்டு முதல் இந்தோனேஷியாவிலுள்ள ஜாவாவுடன் இந்தியா நெருங்கிய உறவுகளை வளர்த்துக் கொண்டு வந்துள்ளது; பண்டைக் கால இந்தியர்கள் இதற்கு சுவர்ணதுவீபம் எனப் பெயரிட்டிருந்தனர்; தங்கத் தீவு என்று இதற்குப் பொருள். மிக ஆரம்பகால இந்தியக் குடியேற்றங்கள் கி.பி. 56ல் ஜாவாவில் நிறுவப்பட்டன. கிறித்தவ சகாப்தத்தின் இரண்டாம் நூற்றாண்டில் அநேக சிறிய இந்திய அரசுகள் இங்கு அமைக்கப்பட்டன. கி.பி. ஐந்தாம் நூற்றாண்டில் சீன யாத்ரீகர் பாஹியான் ஜாவா சென்றிருந்த போது அங்கு பிராமணீய சமயம் நிலவிவந்ததைக் கண்டார். கிறிஸ்துவ சகாப்தத்தின் ஆரம்ப நூற்றாண்டுகளில் சுமத்திராவில் பல்லவர்கள் தங்களுடைய காலனிகளை அமைத்தனர். நாளடைவில் இவை ஸ்ரீ விஜயா அரசாக மலர்ந்தன; கி.பி. ஐந்தாம் நூற்றாண்டு முதல் பத்தாம் நூற்றாண்டு வரை இது ஒரு முக்கிய இராச்சியமாகவும் இந்தியக் கலாசாரக் கேந்திரமாகவும் திகழ்ந்து வந்தது. ஜாவாவிலும் சுமத்திராவிலும் இருந்த இந்துக்

குடியேற்றங்கள் இந்தியக் கலாசார ஒளியைப் பரப்பும் தீபங்களாக விளங்கின. குடியேற்றங்களை அமைக்கும் இயக்க நிகழ்வு இதற்குப் பின்னரும் தொடர்ந்தது.

வியத்நாம், கம்போடியா, லாவோஸ் என இப்போது பிரிந்துள்ள இந்தோ - சீனாவில் காம்போஜத்திலும் சாம்பாவிலும் இரண்டு வலிமைமிக்க அரசுகளை இந்தியர்கள் நிறுவினர். இன்றைய கம்போடியாவை குறிக்கும் ஆற்றல் வாய்ந்த கம்போஜ அரசு கி.பி. ஆறாம் நூற்றாண்டில் அமைக்கப்பட்டது. அதன் அரசர்கள் தீவிர சிவ பக்தர்கள். அவர்கள் காம்போஜத்தை ஒரு சமஸ்கிருதக் கல்விக் கேந்திரமாகக் கட்டி உருவாக்கினர்; எண்ணற்ற சாசனங்கள் சமஸ்கிருத மொழியிலேயே எழுதப்பட்டன.

காம்போஜத்தை அடுத்து தெற்கு வியத்நாமையும் வடவியத்நாமின் எல்லைப் பகுதிகளையும் கொண்ட சாம்பாவில் இந்திய வணிகர்கள் தங்கள் குடியேற்றங்களை நிறுவியிருந்ததாகத் தெரிகிறது. சாம்பாவின் மன்னனும் ஒரு சைவன்; சமஸ்கிருதமே சாம்பா இராச்சியத்தின் ஆட்சி மொழியாக இருந்தது. இந்த நாடு வேதங்கள் மற்றும் தர்ம சாஸ்திரங்களைக் கற்பதற்கான ஒரு மாபெரும் கேந்திரமாக விளங்கிற்று.

இந்துமாக்கடலில் பதின்மூன்றாம் நூற்றாண்டு வரை இந்தியக் குடியேற்றங்கள் தொடர்ந்து தழைத்தோங்கி வந்தன; இந்தக் காலப்பகுதியில் இந்தியக் குடியேற்றக்காரர்கள் ஸ்தல மக்களுடன் இணைந்து பிணைந்தனர்; இந்தத் தொடர்ச்சியான இணைப்பும் பிணைப்பும் ஒரு புது வகையானக் கலையும், மொழியும், இலக்கியமும் தோன்ற வழிவகைச் செய்தன. இந்திய அம்சங்களும் உள்நாட்டு அம்சங்களும் கவினுறக் கலந்திருப்பதைப் புலப்படுத்தும் பல கலைப் பொருள்களை இந்த நாடுகளில் காண்கிறோம். மிகப் பெரியப் பௌத்தக் கோயில் இந்தியாவிலன்றி இந்தோனேஷ்யாவில் போரபுதூரில் காணப்படுவது மிகுந்த மலைப்பும் திகைப்பூட்டுவதாகவும் இருக்கிறது. உலகிலேயே மிகப் பிரம்மாண்டமான பௌத்த கோவிலாகக் கருதப்படும் இக்கோயில் கி.பி. எட்டாம் நூற்றாண்டில் நிர்மாணிக்கப்பட்டதாகும்; இதில் புத்தரின் 436 உருவச் சிலைகள் செதுக்கப்பட்டிருக்கின்றன.

கம்போடியாவிலுள்ள அங்கோவத் கோவில் போரபுதூர் கோயிலைவிடவும் பெரியது. இக்கோயில் மத்தியகாலத்தைச் சேர்ந்ததாயினும் எகிப்தியர்கள் மற்றும் கிரேக்கர்களின் மிகச் சிறந்த கலைப்படைப்புகளுடன், கலை சாதனைகளுடன் இதனை ஒப்பிடலாம். இராமாயணம், மகாபாரதம். ஆகியவற்றின் கதைகள் கோவிலின்

சுவர்களில் புடைப்பியல் செதுக்கோவியங்களாகச் சித்திரிக்கப்பட்டிருக் கின்றன. இராமாயணக் கதை இந்தோனேஷியாவில் மிகவும் பிரபல மானது; இதனை அடிப்படையாகக் கொண்டு பல கிராமிய நாடகங்கள் நடத்தப்பட்டு வருவதை இன்றும்கூட அங்கு காண்கிறோம். **பஹாச இந்தோனேசியா** எனும் இந்தோனேஷ்ய மொழியில் எண்ணற்ற சமஸ்கிருதச் சொற்கள் காணப்படுவதும் இங்கு குறிப்பிடத்தக்கதாகும்.

இனி அடுத்து சிற்பக் கலையை எடுத்துக் கொண்டால் தாய்லாந்தின் புத்தர் தலை சிற்பமும், காம்போஜத்தின் புத்தர் தலை சிற்பமும், அதேபோன்று ஜாவாவில் காணப்படும் புத்தரின் நேர்த்தியான வெண்கல உருவச்சிலைகளும் இந்தியக் கலை தென்கிழக்காசியாவின் ஸ்தல கலைப் பாரம்பரியங்களுடன் இரண்டறக் கலந்துப் பரிமளித்திருப்பதற்கு மிகச் சிறந்த உதாரணங்களாக மிளிர்கின்றன. இதேபோன்று எழில்மிகு அஜந்தா ஓவியங்களுடன் ஒப்பிடக்கூடிய அற்புத ஓவியங்கள் ஸ்ரீ லங்காவில் மட்டுமன்றி சீன எல்லையிலுள்ள துன் ஹுவாங்கிலும் காணப்படுகின்றன.

இந்தியக் கலாசாரம் பரவுவதற்கு சமயம் மட்டுமே துணை புரிந்தது என்று நினைப்பது தவறு; இப்பணியில் சமயப் பரப்பாளர்களுடன் சேர்ந்து வணிகர்களும், வெற்றிவாகை சூடிய மன்னர்களும் பெரும் பங்காற்றியுள்ளனர். மத்திய ஆசியாவுடனும் தென் கிழக்கு ஆசியாவுடனும் இந்தியா உறவுகளை நிறுவி வளர்த்துக் கொள்வதற்கு

படம் - 77 போரபுதூரில் இருக்கும் கோயிலின் ஒரு பொதுத்தோற்றம்

வாணிகம் ஒரு ஜீவாதாரமான பங்காற்றியிருக்கிறது என்பதில் ஐயமில்லை. சுவர்ண பூமி, சுவர்ண துவீபம் என்றெல்லாம் தென்கிழக்கு ஆசியாவிலுள்ள பிரதேசங்களுக்குப் பெயர்கள் சூட்டப்பட்டிருப்பது எதைக் காட்டுகிறது? தங்கத்தைத் தேடுவதில், நாடுவதில் இந்தியர்களுக்கு இருந்த அளவற்ற ஆர்வத்தையே அது காட்டுகிறது. பண்டங்களைப் பரிமாறிக் கொள்வதற்கு மட்டுமன்றி, கலாசார அம்சங்களைப் பரிமாறிக் கொள்வதற்கும் வாணிகம் உதவியுள்ளது. தமது அண்டை நாட்டினரின் கலாசாரத்திற்கு இந்தியர்கள் மட்டுமே உதவினர் என்று கருதுவது தவறாகும். மாறாக, இதனை இருவழிப் போக்குவரத்து எனக் கூறலாம். தங்க நாணயங்களைத் தயாரிக்கும் தொழில் நுட்பத்தை கிரேக்கர்களிடமிருந்தும் ரோமாபுரியினரிடமிருந்தும் இந்தியர்கள் கற்றுக் கொண்டனர். இதேபோல், பட்டுப்பூச்சி வளர்ப்புத் தொழிலை சீனாவிடமிருந்தும் வெற்றிலைப் பயிரிடுவதை இந்தோனேசியாவிட மிருந்தும், இதர பல பொருள்களைத் தயாரிக்கும் தொழில்நுட்பத்தை பல அண்டை நாடுகளிடமிருந்தும் இந்தியர்கள் கற்றுக் கொண்டனர். இவ்வாறே, பருத்திச் சாகுபடி முறை இந்தியாவிலிருந்து சீனாவுக்கும் மத்திய ஆசியாவுக்கும் பரவிற்று. எனினும், கலை, சமயம், கையெழுத்துப்படி, மொழி ஆகிய துறைகளில் இந்தியப் பங்களிப்பு மிகுந்த முக்கியத்துவம் வாய்ந்ததாகத் தோன்றுகிறது. ஆனால் அண்டை நாடுகளில் வளர்ச்சியடைந்த கலாசாரம் எந்தச் சந்தர்ப்பத்திலும் இந்தியக் கலாசாரத்தின் ஒரு நேர்ப்பகர்ப்பாக இருந்ததில்லை. அந்நிய செல்வாக்குகளுக்கிடையிலும் எவ்வாறு இந்தியா தனது சொந்தக் கலாசாரத்தை உருவாக்கி வளர்த்து வலுப்படுத்திக் கொண்டதோ அவ்வாறே தென்கிழக்கு ஆசியாவிலுள்ள ஒவ்வொரு நாடும் இந்திய அம்சங்களைத் தனது உள்நாட்டு அம்சங்களுடன் சேர்த்திணைத்து, தனக்கே உரிய சொந்தக் கலாசாரத்தை வளர்த்துக் கொண்டன.

இயல் 27
பண்டைய வளர்ச்சிக் கட்டத்தில் மாற்றம்

சமூக நெருக்கடியும் வேளாண் துறையில் மாற்றங்களும்

பண்டைய இந்திய சமுதாயத்தை மத்தியகால சமுதாயமாக மாற்றியதில் தீர்மானமான, கேந்திரமான பங்கு வகித்த அம்சம் நிலமானியங்கள் வழங்கும் நடைமுறையேயாகும். இந்த நடைமுறை ஏன் தோன்றிற்று? மானியம் வழங்குபவர்கள் அதிலும் முக்கியமாக மன்னர்கள் சமயத்தின் நன்மதிப்பைப் பெற விரும்பினார்கள் என்றும், மானியம் பெறுபவர்கள் அதிலும் குறிப்பாக மடத்துத் துறவிகளும் புரோகிதர்களும் சமய சடங்குகளைச் செய்வதற்குத் தங்களுக்கு வருவாய் தேவையெனக் கருதினார்கள் என்றும் பட்டயங்கள் கூறுகின்றன. ஆனால் பண்டையச் சமூக அமைப்பு ஒரு கடுமையான நெருக்கடியால் பாதிக்கப்பட்டதே உண்மையில் இந்த நடைமுறை உருவானதற்குக் காரணமாகும். வைசியர்கள் எனப்படும் விவசாயிகளதும், சூத்திரர்கள் எனப்படும் பாட்டாளிகளதும் உற்பத்திச் செயற்பாடுகளை ஆதார அடித்தளமாகக் கொண்டே வருண சமுதாய அமைப்பு முறை அமைந்திருந்தது. அரசு அதிகாரிகள் வைசியர்களிடமிருந்து வசூலிக்கும் வரிகள்தான் மன்னர்கள் தம்முடைய அதிகாரிகளுக்கும் படைவீரர்களுக்கும் ஊதியம் அளிப்பதையும், புரோகிதர்களுக்கு சன்மானங்கள் வழங்குவதையும், வணிகர் களிடமிருந்தும் பெரிய கைவினைஞர்களிடமிருந்தும் ஆடம்பரப் பொருள்களையும் ஏனைய பொருள்களையும் வாங்குவதையும் சாத்தியமாக்கின. ஆனால் கி.பி. மூன்றாம் நான்காம் நூற்றாண்டுகளில் ஓர் ஆழமான சமூக நெருக்கடி இந்த அமைப்பைப் பீடித்தது. வருணங்கள் அல்லது சமூக வகுப்புகள் தங்களுக்கு வகுத்துத்தளிக்கப்பட்ட பணிகளை நிறைவேற்றாது அலட்சியம் செய்தன என்று அக்காலத்துப் புராண நூல்கள் முறையிடுகின்றன. கீழ் மட்டத்திலுள்ளவர்கள் மேல்மட்டத்திலுள்ளவர்க்ளுக்குரிய அந்தஸ்திலும் பணிகளிலும் உரிமை கொண்டாட முயன்றனர். வேறுவிதமாகச்

சொன்னால் வரிகள் செலுத்துவதற்கும் உழைப்பு சேவை செய்வதற்கும் மறுத்தனர். இது **வருண - சங்கரத்துக்கு** அல்லது சமூகப்பிரிவுகளின் கலப்புக்கு இட்டுச் சென்றது. வருணங்களுக்கு இடையே எழுப்பப்பட்டுள்ள தடைவேலிகள், தடையரண்கள் கடுமையானத் தாக்குதல்களுக்கு உள்ளாயின; ஏனென்றால் உற்பத்திப் பணியில் ஈடுபட்டுள்ள மக்கள் திரள் கடுமையான வரிகளால் பெரிதும் ஒடுக்கப்பட்டனர், அவர்கள் மீது கடுமையான வரிச்சுமை ஏற்றப்பட்டது; மன்னர்களின் பாதுகாப்பும் அவர்களுக்குக் கிடைக்கவில்லை. இத்தகைய ஒரு நிலை கி.பி. மூன்றாம் - நான்காம் நூற்றாண்டுகளைச் சேர்ந்த புராண நூல்களில் கலியுகம் என்று வர்ணிக்கப்பட்டிருக்கிறது.

இந்த நெருக்கடியைச் சமாளிப்பதற்குப் பல நடவடிக்கைகள் மேற்கொள்ளப்பட்டன. கிட்டத்தட்ட அக்காலத்தைச் சேர்ந்த மனுதருமம் வைசியர்களும் சூத்திரர்களும் தங்களது கடமைகளை ஆற்றுவதி லிருந்து விலகிச் செல்வதை அனுமதிக்கக்கூடாது என்று போதிக்கிறது. வல்லந்தப்படுத்தும் நடவடிக்கை எடுத்துக் கொள்வதற்கு இது இட்டுச் சென்றிருக்கக் கூடும். ஆனால் நிலைமையைச் சமாளிப்பதற்கு மிக முக்கியமான ஒரு நடவடிக்கை எடுத்துக் கொள்ளப்பட்டது. அதாவது அதிகாரிகளுக்கு ஊதியங்களும் புரோகிதர்களுக்கு அறக்கொடைகளும் அளிப்பதற்குப் பதிலாக அவர்களுக்கு நிலமானியங்கள் வழங்கப்பட்டன. இத்தகைய நடைமுறையைக் கைக்கொள்வதில் பல அனுகூலங்கள் உண்டு. மானியம் அளிக்கப்பட்ட பகுதிகளில் வரிவசூலிக்கும் பொறுப்பையும், சட்டம் ஒழுங்கை நிலைநாட்டும் கடமையையும் மானியம் பெறுவோரிடம் ஒப்படைத்து விடலாம். கீழ்ப்படியாமல் முரண்டு பிடிக்கும் விவசாயிகளை ஸ்தலத்திலேயே சமாளிக்கலாம். இந்த நடைமுறை புதிய நிலங்களைச் சாகுபடிக்குக் கொண்டு வருவதையும் சாத்தியமாக்கும். தவிரவும், வெற்றி கொள்ளப்பட்ட பழங்குடிப் பிரதேசங்களில் பிராமணர்களைப் புகுத்துவதன் மூலம் பழங்குடி மக்களுக்கு பிராமணீய வாழ்க்கை முறையைக் கற்றுத்தர முடியும்; மன்னனுக்குக் கீழ்ப்படிந்து, அவனுக்குச் சேர வேண்டிய வரிகளைச் செலுத்துவதன் அவசியத்தையும் அவர்களுக்குக் கற்றுத்தர முடியும்.

நிலப்பிரபுக்கள் உதயம்

கி.பி. ஐந்தாம் நூற்றாண்டிலிருந்து நில மானியங்கள் வழங்குவது அடிக்கடி நிகழும் நிகழ்ச்சிகளாகி விட்டது. இதன்படி வரி விலக்களிக்கப்பட்ட கிராமங்கள் பிரமாணர்களுக்கு வழங்கப்பட்டன. இந்தக் கிராமங்களில் மன்னன் வசூலிக்கும் வரிகள் அனைத்தும்

பிராமணர்களுக்கு மாற்றப்பட்டன. இதுவல்லாமல், தானமளிக்கப்பட்ட கிராமங்களில் வாழும் மக்களை ஆளும் உரிமை தானத்தைப் பெற்றுக் கொண்டோருக்கு வழங்கப்பட்டது. அரசு அதிகாரிகளும் ராஜப் பிரதிநிதிகளும் தானமளிக்கப்பட்ட கிராமங்களுக்குள் செல்வதற்கு அனுமதிக்கப்படவில்லை. திருடர்களைத் தண்டிக்கும் அதிகாரம் கி.பி. ஐந்தாம் நூற்றாண்டுவரை பொதுவாக மன்னனிடமே இருந்து வந்தது. ஆனால் பிற்காலத்தில் எல்லாக் குற்றவாளிகளையும் தண்டிக்கும் அதிகாரம் தானம் பெற்றவர்களுக்கு வழங்கப்பட்டது. ஆக, இவ்வாறு பிராமணர்கள் தாங்கள் தானமாகப் பெற்ற கிராமங்களில் வரிவசூல் செய்ததோடு, அங்கு சட்டம் ஒழுங்கையும் நிலைநாட்டி வந்தனர். கிராமங்கள் பிராமணர்களுக்கு நிரந்தரமாக வழங்கப்பட்டன; இதனால் குப்தர் காலத்தின் இறுதியிலிருந்து மன்னர்களின் அதிகாரம் பெரிதும் சீர்குலைந்தது. மௌரியர் காலத்தில் மன்னனின் பிரதிநிதிகளால் வரிகள் மதிப்பிடப்பட்டு வசூலிக்கப்பட்டன; சட்டம் ஒழுங்கையும் அவர்கள் பராமரித்து வந்தனர். ஆனால் நிலமானியங்கள் வழங்கப்பட்டதன் விளைவாக அரசனின் கட்டுப்பாட்டிலிருந்து விடுபட்ட பல கிராமங்கள் ஆங்காங்கு தோன்றின.

அரசு அதிகாரிகளுக்கு நில மானியங்கள் மூலம் ஊதியங்கள் அளிக்கும் முறை அரசனின் அதிகாரத்தையும் கட்டுப்பாட்டையும் மேலும் சீர்குலைத்தது. மௌரியர் காலத்தில் மேலிருந்து கீழ்வரை எல்லா அதிகாரிகளுக்கும் பொதுவாக ரொக்கமாகவே ஊதியம் அளிக்கப்பட்டு வந்தது. குஷானர் காலத்திலும் இந்த நடைமுறை நீடித்தது; அவர்கள் ஏராளமான செப்பு நாணயங்களையும் தங்க நாணயங்களையும் வெளியிட்டு வந்தனர். குப்தர்கள் காலத்திலும் இந்த நடைமுறை ஓரளவுக்கு நீடித்து வந்தது; படைவீரர்களுக்கும் உயர் அதிகாரிகளுக்கும் ஊதியங்கள் வழங்குவதற்கென்றே தங்க நாணயங்கள் பிரதானமாக அச்சிடப்பட்டு வந்தன. ஆனால் ஆறாம் நூற்றாண்டுக்குப் பிறகு நிலைமை மாறியதாகத் தோன்றுகிறது. அரசு ஊழியம் புரிவோருக்கு நிலமானியத்தின் மூலம் ஊதியம் அளிக்கலாம் என்று அந்த நூற்றாண்டின் சட்ட நூல்கள் பரிந்துரைத்தன. இதன்படி ஹர்ஷவர்த்தனர் காலத்திலிருந்து அரசு அதிகாரிகள் நில வருவாய்கள் மூலம் ஊதியம் பெற்று வந்தனர். மன்னனின் வருவாயில் நான்கில் ஒரு பங்கு மிகச் சிறந்த அரசுப் பணியாளர்களுக்கு மானியம் வழங்குவதற்காக ஒதுக்கப்பட்டது. ஆளுநர்கள், அமைச்சர்கள், அதிகாரிகள், நீதிபதிகள் போன்றோருக்கு அவர்களது சொந்த உபயோகத்துக்காக, தங்களைப் பேணிக்காத்துக் கொள்வதற்காக நிலங்கள் வழங்கப்பட்டன. இவை

யாவும் அரசு அதிகாரத்துக்கு ஊறு விளைவிக்கக்கூடிய சுயநலக் கும்பல்களைத் தோற்றுவித்தன.

புதிய வேளாண் பொருளாதாரம்

வேளாண் பொருளாதாரத்தில் ஒரு முக்கிய மாற்றம் ஏற்பட்டதைக் காண்கிறோம். நிலமானியம் பெற்றவர்களால் தாங்களே நிலத்தை உழுது பண்படுத்தி வேளாண்மை செய்ய இயலவில்லை. தாங்களாகவே நில வருவாயையும் பெற முடியவில்லை. எனவே, சட்டபூர்வமான முறையில் சொந்தமாக நிலம் பெற்றிராத, ஆனால் நிலத்துடன் பின்னிப் பிணைந்துள்ள விவசாயிகளிடம் சாகுபடிப் பணி ஒப்படைக்கப்பட்டது. பெரும்பாலான துறவி மடங்கள் பணியாளர்களையும் ஏனையோரையும் கொண்டு தமது நிலத்தில் பயிர் செய்தன என்று சீன யாத்ரீகர் ஐ-த்ஸிங் கூறுகிறார். சூத்திரர்களை விவசாயிகள் என்று யுவான் சுவாங் வருணிக்கிறார். அவர்கள் அடிமைகளாகவோ அல்லது விவசாயத் தொழிலாளர்களாகவோ பணியாற்றவில்லை என்பதையும், அநேகமாக அவர்கள் நிலத்தைத் தாற்காலிகமாக வசப்படுத்திக் கொண்டிருக்கலாம் என்பதையும் இது காட்டுகிறது. வட இந்தியாவில் பழைய குடியேற்றப் பிரதேசங்களில் உண்மையில் இதுதான் நடைபெற்றது.

பழங்குடி மக்கள் வாழும் பகுதிகளில் கிராமங்கள் தானமாக வழங்கப்பட்டபோது, அக்கிராமங்களைத் தானமாகப் பெற்ற சமயசார்புடையவர்களின் குறிப்பாக பிராமணர்களின் கட்டுப்பாட்டில் விவசாயிகள் விடப்பட்டனர்; ஐந்தாம் - ஆறாம் நூற்றாண்டிலிருந்து பிராமணர்கள் பெருமளவில் கிராமங்களைத் தானமாகப் பெற ஆரம்பித்தனர். ஒரிசா, தக்காணம் போன்ற பின்தங்கிய மற்றும் மலைப் பிராந்தியங்களில் மானியதாரர்களுக்கு வழங்கப்பட்டுள்ள நிலங்களிலேயேத் தொடர்ந்து பணியாற்றும்படி ஆறாம் நூற்றாண்டிலிருந்து விவசாயிகளும், குடிவாரப் பயிர் செய்பவர்களும் பெரிதும் வலியுறுத்தப்பட்டனர். இந்த நடைமுறை இங்கிருந்து கங்கை சமவெளிக்குப் பரவிற்று. வட இந்தியாவிலும் மானியதாரர்களுக்குத் தானமாக வழங்கப்பட்டுள்ள கிராமங்களிலிருந்து வெளியேற வேண்டாம் என்று கைவினைஞர்களும் விவசாயிகளும் வற்புறுத்திக் கேட்டுக் கொள்ளப்பட்டனர். எனவே, அவர்கள் ஒரு கிராமத்திலிருந்து வெளியேறி இன்னொரு கிராமத்தில் குடியேற முடியவில்லை; மாறாக அவர்கள் அதே கிராமத்தில் நீடித்து நிலைத்திருந்து தங்கள் தேவைகள் அனைத்தையும் நிறைவேற்றிக் கொள்ள வேண்டியவர்களாக இருந்தனர்.

வணிகம் மற்றும் நகரங்களின் சீணிப்பு

கி.பி. ஆறாம் நூற்றாண்டிலிருந்து ஒரு பெரும் சரிவு ஆரம்பமாயிற்று. மூன்றாம் நூற்றாண்டில் ரோமாபுரி சாம்ராஜ்யத்தின் மேற்குப் பகுதியுடன் வணிகம் முடிவுக்கு வந்தது. ஈரான் மற்றும் பைஜான்டியத்துடனான பட்டு வணிகம் ஆறாம் நூற்றாண்டின் மத்தியில் நின்று விட்டது. சீனாவுடனும், தென்கிழக்கு ஆசியாவுடனும் இந்தியா ஓரளவு வாணிகம் செய்து வந்தது; ஆனால் தரகர்களாகச் செயல்பட்ட அராபியர்கள்தான் அதன் ஆதாயங்களை அறுவடை செய்து கொண்டனர். முஸ்லீம் ஆட்சிக்கு முந்திய காலத்தில் இந்தியாவுடனான ஏற்றுமதி வர்த்தகத்தில் அராபியர்கள் நடைமுறையில் ஏகபோகம் வகித்து வந்தனர். ஆறாம் நூற்றாண்டுக்குப் பிறகு 300 ஆண்டுக்கும் அதிகமாக வணிகம் மிகவும் இறங்குமுகத்தில் இருந்தது; நாட்டில் அச்சமயம் அநேகமாக தங்க நாணயம் பயன்படுத்தப்படாததிலிருந்தே இதனைத் தெற்றெனத் தெரிந்து கொள்ளலாம். ஆறாம் நூற்றாண்டுக்குப்பிறகு நாணயங்கள் புழக்கம் வட இந்தியாவில் மட்டுமின்றி, தென்னிந்தியாவிலும் பெரிதும் குறைந்துவிட்டது.

வணிகம் சீணித்ததைத் தொடர்ந்து நகரங்களும் சீணிக்கத் தொடங்கின. சாதவாகனர்கள், குஷானர்கள் ஆட்சிக் காலத்தில் மேற்கு இந்தியாவிலும் வட இந்தியாவிலும் நகரங்கள் செழித்தோங்கின. குப்தர்கள் காலத்திலும் ஒரு சில நகரங்கள் ஆக்க வளமுற்றன. ஆனால் குப்தர்கள் காலத்திற்குப் பிறகு வட இந்தியாவில் பல பழைய வணிக நகரங்கள் பாழடைந்தன. ஹரியானாவிலும் கிழக்குப் பஞ்சாபிலும் பல நகரங்களும், புராண கிலா (டில்லி), மதுரா, அஸ்தினாபுரம் (மீரத் மாவட்டம்), சிராவஸ்தி (உத்தரப் பிரதேசம்) கௌசாம்பி (அலகாபாத்துக்கு அருகில்), ராஜ்காட் (வாரணாசி), சிரண்ட் (சரன் மாவட்டம்), வைசாலி, பாடலிபுத்திரம் முதலான நகரங்கள் குப்தர்கள் காலத்தில் நலிவுறத் தொடங்கின; குப்தர்களுக்குப் பிந்தைய காலத்தில் அவை பெரும்பாலும் மறைந்து விட்டன என்றே கூற வேண்டும். புத்தருடன் சம்பந்தப்பட்டிருந்த காரணத்தினால் புனிதமானவையாகக் கருதப்பட்ட பல நகரங்களை சீன யாத்ரீகர் யுவான் சாங் சென்று பார்த்தார்; அப்போது அவை ஏறத்தாழ ஆள் அரவமற்று வெறிச்சோடிப் போயிருந்தன. அல்லது பாழடைந்து கிடந்தன. இந்திய ஏற்றுமதிகளுக்கு வாய்ப்பு பெரிதும் குறைந்து போனதால், நகரங்களில் வாழ்ந்து வந்த கைவினைஞர்களும் வணிகர்களும் கூட்டம் கூட்டமாக கிராமங்களில் சென்று குடியேறினர்; அங்கு அவர்கள் வேளாண் தொழிலை மேற்கொண்டனர். ஐந்தாம் நூற்றாண்டின் இறுதியில் மேற்குக்

கடற்கரையைச சேர்ந்த ஏராளமான பட்டு நெசவாளர்கள் மால்வாவிலுள்ள மண்டசோருக்குக் குடிபெயர்ந்தனர்; பட்டு நெசவைக் கைவிட்டு இதர தொழில்களில் ஈடுபட்டனர். வணிகமும், நகரங்களும் அழிந்து சிதைவுற்றதால் கிராம மக்கள் எண்ணெய், உப்பு, நறுமணப் பொருள்கள், துணி முதலியவை சம்பந்தமாக தங்களுக்குள்ள தேவைகளைத் தாங்களே பூர்த்தி செய்து கொள்ள வேண்டிய நிலைக்குத் தள்ளப்பட்டனர். சிறு உற்பத்தித் தொகுதிகள் தோன்றுவதற்கு இது வழி செய்தது. ஒவ்வொரு தொகுதியும் தனது தேவைகளை தானே நிறைவேற்றிக் கொள்ள வேண்டியதாயிற்று.

கி.பி. ஆறாம் நூற்றாண்டிலிருந்து சமூக அமைப்பில் சில மாற்றங்கள் தோன்ற ஆரம்பித்தன. வட இந்தியாவில் கங்கைச் சமவெளியில் வைசியர்கள் கட்டுப்பாடற்ற, சுதந்திரமான விவசாயிகளாகக் கருதப்பட்டனர். ஆனால் நில மானியங்கள் ஒருபுறம் விவசாயிகளுக்கும் இன்னொருபுறம் மன்னனுக்கும் இடையே நிலப்பிரபுக்களை உருவாக்கின; இதனால் வைசியர்கள் கிட்டத்தட்ட சூத்திரர்கள் போலாகி விட்டனர். இவ்வாறு பழைய பிராமணீய அமைப்பு மாற்றமடைந்தது. பிராமணர்களுக்கு நிலமானியங்கள் வழங்கியதன் விளைவாக மாற்றமடைந்த இந்த சமூக அமைப்பு முறை ஐந்தாம் - ஆறாம் நூற்றாண்டுகளிலிருந்து வடக்கிலிருந்து வங்காளத்துக்கும், தென்னிந்தியாவுக்கும் பரவிற்று. எல்லைப்புற பகுதிகளில் பிரதானமாக பிராமணர்கள், சூத்திரர்கள் ஆகிய இரு அமைப்புகளை மட்டுமே பார்க்கிறோம்.

வருண அமைப்பு முறையில் மாற்றம்

அடிக்கடி நிகழ்ந்த அதிகாரக் கைப்பற்றல்களும் நிலமானியங் களும் பல்வேறு வகையான நிலச்சுவான்தார்களைத் தோற்றுவித்தன. ஒருவன் நிலத்தையும் அதிகாரத்தையும் பெற்றதும் இயல்பாகவே சமுதாயத்தில் உயர்ந்த இடத்தை, அந்தஸ்தைப் பெறுவதில் குறியாக இருக்கிறான். அவன் தாழ்ந்த வருணத்தைச் சேர்ந்தவனாக இருந்தாலும் அவனுடைய எசமான் .அவனுக்குத் தாராளமாக நிலமானியங்களை வழங்கி ஆதரவு அளித்தான். இது சில இடர்ப்பாடுகளைத் தோற்றுவித்தது; அவன் பொருளாதார ரீதியில் நிறைவுறக் குறைவின்றி நலமாக இருந்தாலும் சமூக ரீதியிலும், சமய ரீதியிலும் கீழ்ப்பட்டவனாகவே இருந்து வந்தான். தர்மசாஸ்திரங்களின்படி சமூக நிலைகள் வருண அமைப்பு முறையின்படியே இதுவரை பிரதானமாக ஒழுங்குபடுத்தப்பட்டு வந்தன. மக்கள் நான்கு வருணங்களாகப்

பிரிக்கப்பட்டனர். பிராமணர்கள் மிகவும் உயர்ந்த படியில் இருந்தனர்; சூத்திரர்கள் மிகவும் தாழ்ந்த படியில் இருந்தனர். ஒருவனுடைய பொருளாதார உரிமைகளும் அவன் எந்த வருணத்தைச் சேர்ந்தவன் என்பதை அடிப்படையாகக் கொண்டே தீர்மானிக்கப்பட்டு வந்தன. எனவே புதிய நிலச்சுவான்தார்களின் நிலையை அங்கீகரிக்க பழைய நூல்களில் சில மாற்றங்கள் செய்வது அவசியமாயிற்று. ஆறாம் நூற்றாண்டில் வராகமிகிர் என்ற ஒரு சோதிடர் இருந்தார். ஒருவனது வருணத்துக்கு ஏற்ப அவன் வசிப்பதற்குரிய வீட்டின் விஸ்தீரணத்தை அவர் நிர்ணயித்துத் தந்தார்; இதுதான் அக்காலத்தில் கடைப்பிடிக்கப்பட்டு வந்த வழக்கமாக இருந்தது. ஆனால் அதே சமயம் ஆளும் வம்சத்தைச் சேர்ந்தவர்களின் படிநிலைகளுக்கு ஏற்பவும் வீடுகளின் விஸ்தீரணத்தை அவர் வகுத்துத் தந்தார். ஆக, சமுதாயத்தில் யாவும் முன்னர் வருணங்களுக்கு ஏற்ப எவ்வாறு படிநிலைப்படுத்தப் பட்டு வந்ததோ அவ்வாறே இப்போது ஒருவரிடமுள்ள நிலத்துக்கு ஏற்ப அவை நிர்ணயிக்கப்பட்டன. ஏழாம் நூற்றாண்டு முதல் எண்ணற்ற சாதிகள் தோற்றுவிக்கப்பட்டன. வைசியப் பெண்கள் கீழ்ச்சாதி ஆண்களோடு தொடர்பு கொண்டதால் கணக்கற்ற கலப்பு சாதிகள் உருவானதாக எட்டாம் நூற்றாண்டைச் சேர்ந்த ஒரு புராணம் கூறுகிறது. சூத்திரர்களும் தீண்டப்படாதவர்களும் எண்ணற்ற உபசாதிகளாகப் பிரிந்திருந்தனர் என்பதை இது காட்டுகிறது. ஏறத்தாழ ஏழம் நூற்றாண்டு வாக்கில் இந்திய ஆட்சி அமைப்பு முறையிலும், சமுதாயத்திலும் முக்கிய சக்தியாகப் பரிணமித்த பிராமணர்கள், இராசபுத்திரர்கள் விஷயத்திலும் இவ்வாறே நடைபெற்றது. மக்கள் ஓரிடத்திலிருந்து மற்றோர் இடத்துக்குக் குடிபெயர்வதை சாத்தியமற்றதாக்கிய பொருளாதாரத்தின் இயல்பு காரணமாக சாதிகளின் எண்ணிக்கை மேலும் அதிகரித்தது. பல்வேறு பிரதேசங்களில் வாழும் மக்கள் ஒரே தொழிலை மேற்கொண்டு வந்த போதிலும் அவர்கள் சார்ந்த பிரதேசத்துக்கு ஏற்ப அவர்கள் பல துணைச் சாதியினராகப் பிளவு பட்டிருந்தனர். ஆதி பழங்குடி மக்கள் வாழும் பகுதிகளில் பிராமணர்களுக்கு நில மானியங்கள் வழங்கப்பட்டதால், அநேக பழங்குடி மக்கள் இந்து சமுதாயத்தில் ஏற்றுக் கொள்ளப்பட்டனர். இவர்களில் பெரும்பாலோர் சூத்திரர்கள் மற்றும் கலப்பு சாதியினர் பட்டியலில் இடம் பெற்றனர். ஒவ்வொரு குழுவுக்கும் அல்லது இனத்துக்கும் இந்து சமுதாயத்தில் ஒரு சாதி அந்தஸ்து அளிக்கப்பட்டது.

கலாசார வளர்ச்சி

சுமார் ஆறாம் - ஏழாம் நூற்றாண்டுகளில் கலாசாரத் தொகுதிகள் உருவாவது ஆரம்பமாயிற்று; இவை பின்னர் கர்நாடகம், மகாராஷ்டிரம்,

ஒரிசா, ராஜஸ்தான், தமிழ்நாடு எனப் பெயர் பெற்றன. பல்வேறு கலாசார இனத்தினர் இருந்ததை அயல்நாட்டு ஆதாரங்களும் இந்திய ஆதாரங்களும் உறுதிப்படுத்துகின்றன. பல தேசிய இனங்களை சீன யாத்ரீகர் யுவான் சுவாங் குறிப்பிடுகிறார். இந்தியாவில் 18 பிரதான தேசிய இனங்கள் இருந்ததாக எட்டாம் நூற்றாண்டின் இறுதிப் பகுதியைச் சேர்ந்த ஜைன நூல்கள் கூறுகின்றன. இவற்றில் 16 தேசிய இனங்களைச் சேர்ந்த மக்களின் உடலமைப்புக் கூறுகளை அவை வருணிக்கின்றன; அவர்கள் பேசிய மொழிகளின் மாதிரிகளையும் எடுத்துரைக்கின்றன; அவர்களது குண இயல்புகள் பற்றிய சில தகவல்களையும் தருகின்றன. மக்கள் வாழ்ந்து வந்த பல்வேறு பிராந்தியங்களையும், அவர்களது பழக்க வழக்கங்கள், ஆடை அணிகள், மொழி முதலியவற்றை சுமார் ஒன்பதாம் நூற்றாண்டைச் சேர்ந்த விசாகதத்தர் என்னும் பெயர் கொண்ட நூலாசிரியர் விவரித்திருக்கிறார்.

சமஸ்கிருத இலக்கிய வரலாற்றில் ஆறாம் - ஏழாம் நூற்றாண்டுகளும் மிகுந்த முக்கியத்துவம் வாய்ந்தவை. கி.பி. இரண்டாம் நூற்றாண்டிலிருந்தே ஆளும் வர்க்கத்தினரால் சமஸ்கிருதம் பயன்படுத்தப்பட்டு வந்திருக்கிறது. மன்னர்கள் ஆடம்பர ஆர்ப்பாட்ட மிக்க வாழ்க்கை வாழ்ந்து வந்ததால் அவர்களது மொழி பாணியும் நீண்ட நெடும் வாக்கியங்களைக் கொண்டதாகவும் சொல்லலங்காரம் மிக்கதாகவும் அமைந்திருந்தது. ஏழாம் நூற்றாண்டிலிருந்தே சமஸ்கிருத உரைநடையிலும் கவிதையிலும் சொல்லலங்கார பாணி ஆதிக்கம் செலுத்துவது சர்வசாதாரணமாகி விட்டது; பாரம்பரியமான சமஸ்கிருதப் பண்டிதர்கள் இத்தகைய நடையில் எழுதுவதையே இன்றளவும் விரும்புகின்றனர். உரைநடையில் வெறும் சொல்மயமான பாணிக்கு பாணரின் நூல்களை ஒரு சிறந்த உதாரணமாகக் கூறலாம். பாணரின் உரைநடை பாணியைப் பின்பற்றுவது அவ்வளவு எளிதல்ல; என்ற போதிலும் மத்திய காலத்தில் சமஸ்கிருத எழுத்தாளர்களுக்கு அது ஒரு முன்மாதிரியாக விளங்கி வந்தது.

கி.பி. ஏழாம் நூற்றாண்டிலிருந்து இந்தியாவின் மொழியியல் வரலாற்றில் ஒரு குறிப்பிடத்தக்க வளர்ச்சிப் போக்குக் காணப்படுகிறது. கிழக்கத்திய இந்தியாவின் பௌத்த நூல்களில் வங்காளி, அசாமி, மைதிலி, ஒரியா, இந்தி ஆகியவற்றின் ஒரு மேலெழுந்தவாரியான தொடக்கத்தைக் காண்கிறோம். இவ்வாறே, இதே காலத்தைச் சேர்ந்த ஜைன பிராகிருத நூல்களில் குஜராத்தி, ராஜஸ்தானி ஆகியவற்றின் ஆரம்பத்தைப் பார்க்கிறோம். தெற்கே, தமிழ் மிகத் தொன்மையான மொழி. ஏறக்குறைய இதே சமயம் கன்னடமும் வளரத் தொடங்கி

பண்டைக்கால இந்தியா

யிருந்தது. தெலுங்கும், மலையாளமும் இதற்குப் பிந்திய காலத்தில் வளர ஆரம்பித்தன. ஒவ்வொரு பிராந்தியமும் மற்ற பிராந்தியங்களிலிருந்து தனிமைப்பட்டு இருந்ததால் தனது சொந்த மொழியை வளர்த்து வளப்படுத்துவதில் தீவிரமாக ஈடுபட்டிருந்தன. குப்த சாம்ராஜ்யம் உடைந்து சிதறிய பிறகு பல சுதந்திர சிற்றரசுகள் ஆங்காங்கு தோன்றின. நாடு தழுவிய தொடர்புகளுக்கும் இதனால் இடையூறு ஏற்பட்டது. வாணிகம் சீணித்ததால் பல்வேறு பிராந்தியங்களிடையே தொடர்புகளும் போக்குவரத்தும் குறைந்தன: பிராந்திய மொழிகள் வளர்வதை இவை சாத்தியமாக்கின.

கி.பி. ஏழாம் நூற்றாண்டிலும் அதற்குப் பின்னரும் பிராந்திய எழுத்துப் படிவங்கள் மிகுந்த முக்கியத்துவம் பெறலாயின. மௌரியர் காலத்திலிருந்து குப்தர்கள் காலம் வரையிலும் எழுத்துப் படிவம் மாறுதல்களுக்கு உட்பட்ட போதிலும் நாடு முழுவதிலும் ஒரே எழுத்துப்படிவம்தான் புழக்கத்தில் இருந்து வந்தது. இதனால், குப்தர்கள் காலத்து எழுத்துப்படிவத்தில் பரிச்சயம் உள்ள ஒருவன் அந்நாட்களில் நாட்டின் பல்வேறு பகுதிகளில் காணப்பட்ட செதுக்குப் பொறிப்புகளை எளிதாகப் படிக்க முடியும். ஆனால் ஏழாம் நூற்றாண்டிலிருந்து ஒவ்வொரு பிராந்தியமும் தனது சொந்த எழுத்துப் படிவத்தை உருவாக்கிக் கொண்டு விட்டது. எனவே, பிராந்திய எழுத்துப் படிவங்களைத் தெரிந்திருந்தாலொழிய குப்தர்கள் காலத்துக்குப் பின்னால் நாட்டின் பல்வேறு பகுதிகளில் ஆங்காங்குக் காணப்பட்ட செதுக்குப் பொறிப்புகளைப் படிக்க இயலாது.

பக்தியும் தாந்திரிகமும்

சிற்பக் கலையிலும் கோவில்கள் நிர்மாணத்திலும் ஏழாம் - எட்டாம் நூற்றாண்டுகளிலிருந்து ஒவ்வொரு பிராந்தியமும் தனது சொந்த பாணியை உருவாக்கிக் கொண்டது. குறிப்பாக தென்னிந்தியா கற்கோவில்களின் தாயகமாகத் திகழ்ந்தது. கல்லும், வெண்கலமும்தான் தெய்வச் சிலைகளை வடிப்பதற்கான இரண்டு பிரதான சாதனங்களாக இருந்து வந்தன. வெண்கல உருவச் சிலைகள் பெரும் எண்ணிக்கையில் தயாரிக்கப்படலாயின. இமாலயப் பிரதேசங்களிலும்கூட இவை கணிசமான எண்ணிக்கையில் காணப்பட்ட போதிலும், பிராமணீயக் கோவில்களில் பயன்படுத்தப்பட்டதால் தென்னிந்தியாவிலும், பௌத்த விகாரங்களிலும் மடாலயங்களிலும் பயன்படுத்தப்பட்டதால் கிழக்கு இந்தியாவிலும் அவை மிகப்பெரும் எண்ணிக்கையில் இருந்ததைப் பார்க்கிறோம். நாடு முழுவதிலும் ஒரே மாதிரியான ஆண்

தெய்வங்களும் பெண் தெய்வங்களும் வழிபடப்பட்ட போதிலும் ஒவ்வொரு பிராந்தியத்தைச் சேர்ந்த மக்களும் அந்தத் தெய்வங்களின் உருவச் சிலைகளைத் தங்களுக்கே உரித்தான பிரத்தியேக வடிவங்களில் வடிவமைத்துக் கொண்டனர்.

குப்தர்கள் காலத்துக்குப் பிறகு சமயத்துறையில் சில மாற்றங்கள் ஏற்பட்டதைக் காண்கிறோம். இந்து தெய்வங்கள் அவற்றின் படிநிலைக்கேற்ப வரிசைப்படுத்தப்பட்டன. சமயச் சடங்குகள், நில உடைமை, படை வலிமை முதலியவற்றின் அடிப்படையில் சமுதாயம் ஏற்றத்தாழ்வான வகுப்புகளாகப் பிரிக்கப்பட்டிருந்ததைப் போன்றே தெய்வங்களும் ஏற்றத்தாழ்வான அந்தஸ்துடன் பிரிக்கப்பட்டன. விஷ்ணு, சிவன், துர்க்கை ஆகிய தெய்வங்கள் தலைமை தெய்வங்கள் என்னும் உச்ச உயர்நிலைக்கு உயர்த்தப்பட்டனர். மற்ற தெய்வங்கள் கீழ்ப்பட்ட, துணை தெய்வங்களாக ஆக்கப்பட்டனர். பிரமா, கணபதி, விஷ்ணு, சக்தி, சிவன் ஆகிய தெய்வங்களை வழிபடும் நடைமுறையைக் காண்கிறோம். இவர்கள் **பஞ்சதேவர்கள்** அல்லது ஐந்து தெய்வங்கள் எனப்படுகின்றனர். தலைமை தெய்வமான சிவனோ அல்லது வேறு எந்தத் தலைமை தெய்வமோ பிரதான கோவிலில் எழுந்தருளப்படுகிறார். மற்ற நான்கு துணைக் கோவில்களில் ஏனைய நான்கு தெய்வங்கள் அமர்த்தப்படுகின்றனர். இத்தகைய கோவில்கள் **பஞ்சயாதனம்** என அழைக்கப்படுகின்றன. வேதகால கடவுள்களான இந்திரன், வருணன், யமன் ஆகியோர் **லோகபாலர்கள்** அல்லது காவல் தெய்வங்கள் நிலைக்குத் தாழ்த்தப்பட்டனர். மனிதர்களிடையே எவ்விதம் ஏற்றத்தாழ்வுகள் நிலவுகின்றனவோ அவ்விதமே தெய்வங்களிடை யேயும் ஏற்றத் தாழ்வுகள் நிலவுவதை மத்தியகாலக் கோவில்களில் பல்வேறு தெய்வங்களுக்கு அளிக்கப்பட்டுள்ள அந்தஸ்திலிருந்து தெரிந்து கொள்ளலாம். இக்கோவில்கள் பலவற்றில் பல தெய்வங்களுடன் ஒப்பிடும்போது தலைமை தாய் தெய்வத்துக்கு ஆதிக்க அந்தஸ்து அளிக்கப்பட்டுள்ளது.

ஜைனர்கள், சைவர்கள், வைஷ்ணவர்கள் போன்றோரின் துறவிமட அமைப்பிலும் ஐந்து படி நிலைகள் உள்ளன. மிக உயர்ந்த படிநிலையில் இருப்பவர் ஆசாரியர், அரசருக்கு முடிசூட்டுவிழா நடைபெறுவது போன்று அவருக்கும் முடிசூட்டி விழா நடைபெற்று வந்தது.

கி.பி. ஏழாம் நூற்றாண்டிலிருந்து பக்தி மார்க்கம் நாடெங்கும் அதிலும் குறிப்பாக தெற்கில் பரவிவந்தது. கடவுளுக்கு மக்கள் எல்லா விதமான **நிவேதனங்களை, நைவேத்தியங்களைப்** படைக்கிறார்கள்

என்பதும், இதற்குப் பிரதியாக அவர் தமது **பிரசாதத்தை** அதாவது அருளை, கருணையை வழங்குகிறார் என்பதுமே இந்த பக்தி மார்க்கத்தின் அடிப்படை தத்துவமாகும். பக்தர்கள் தங்கள் ஆண்டவனிடம் முற்றிலும் சரணடைந்து விடுகிறார்கள் என்பதையே இது காட்டுகிறது. இந்த நடைமுறையை குத்தகைக்குப் பயிர் செய்பவர் நிலச் சுவான்தார்களை முற்றிலும் சார்ந்திருக்கும் நடைமுறையுடன் ஒப்பிடலாம். குத்தகைக்காரர் நிலச் சுவான்தாருக்கு எல்லா விதமான சேவைகளையும் செய்து அவற்றுக்குப் பிரதியாக நிலத்தையும் பாதுகாப்பையும் பெறுவது போன்ற ஓர் உறவே தனிநபருக்கும் அவன் வழிபடும் தெய்வத்துக்கும் இடையே நிலவி வந்தது எனலாம். நிலப்பிரபுத்துவ அம்சங்கள் நீண்ட நெடுங்காலமாகவே நாட்டில் வேரூன்றிப் போயிருந்ததால், பக்தி இந்தியப் பண்புகளில் ஆழமாகப் பதிந்து விட்டது.

சுமார் கி.பி. ஆறாம் நூற்றாண்டுவாக்கில் இந்தியாவின் சமயத் துறையில் ஏற்பட்ட மிகவும் குறிப்பிடத்தக்க ஓர் அம்சம் தாந்திரிகம் பரவியதாகும். ஐந்தாம் - ஏழாம் நூற்றாண்டுகளில் நேபாளம், அசாம், வங்காளம், ஒரிசா, மத்திய இந்தியா, தக்காணம் ஆகிய பகுதிகளில் அநேக பிராமணர்கள் நிலங்களை பெற்றனர்; ஏறத்தாழ இந்த சமயத்தில்தான் தாந்திரிக நூல்களும் கோவில்களும், பழக்க வழக்கங்களும் தோன்றின. தாந்திரிகம் பெண்களையும் சூத்திரர்களையும் தனது அணிகளில் சேர்த்துக் கொண்டது; மாந்திரிக சடங்குகள் செய்வதற்கு முக்கியத்துவம் அளித்தது. இவற்றில் சில சடங்குகள் பழைய காலத்திலேயே புழக்கத்தில் இருந்திருக்கக்கூடும்; ஆனால் சுமார் ஆறாம் நூற்றாண்டிலிருந்து அவை தாந்திரிக நூல்களில் முறைப்படுத்தப்பட்டு வந்துள்ளன. உணர்ச்சிப் பெருக்குள்ள பாலுணர்வை தெய்விக உணர்வுடன் பிணைப்பதையும், அன்றாட நோய் நொடிகளையும் காயங்களையும் குணப்படுத்துவதையும் நோக்கமாகக் கொண்டவை இந்தத் தாந்திரிக நூல்கள். தொன் முதுமக்களை பிராமணீய சமுதாயத்தில் பெருமளவில் அனுமதித்ததன் விளைவாகத் தோன்றியதே தாந்திரிகம். பழங்குடிகளது சடங்குகளில் பலவற்றையும், மந்திரங்களையும், சின்னங்களையும் பிராமணர்கள் வரித்துக் கொண்டனர். அவை இப்போது முறைப்படித் தொகுக்கப்பட்டு, அவர்களால் பேணி வளர்க்கப்பட்டன. பிராமணர்களும் புரோகிதர்களும் செல்வந்தர்களான தங்களுடைய புரவலர்களின் நலன்களைப் பாதுகாப்பதற்காக நாளடைவில் அவற்றை உருச்சிதைத்தனர். திரித்துப் புரட்டினர். ஜைனம், பௌத்தம், சைவம், வைஷ்ணவம் முதலான

சமயங்களின் இறைமை இயல்களிலும் அவை ஊடுருவிச் சென்றன. ஏழாம் நூற்றாண்டு முதல் மத்திய காலம் முழுவதும் அது தொடர்ந்து தனது செல்வாக்கை நிலைநாட்டி வந்தது. நாட்டின் பல்வேறு பகுதிகளிலிருந்து கிடைத்துள்ள பல மத்தியகாலக் கையெழுத்துப் படிகளில் தாந்திரிகமும் சோதிடமும் விவரிக்கப்பட்டிருக்கின்றன; இவை இரண்டும் பரஸ்பரம் ஒன்றுடன் ஒன்று முற்றிலும் கலந்து விட்டதைப் பார்க்கிறோம்.

ஒட்டு மொத்தத்தில், ஆட்சி அமைப்பு முறை, சமுதாயம், பொருளாதாரம், மொழி, எழுத்து வடிவம், சமயம் முதலிய துறைகளில் சில முக்கியமான தீவிரமான மாற்றங்கள் ஏற்பட்டிருப்பதை ஆறாம், ஏழாம் நூற்றாண்டுகள் காட்டுகின்றன. இந்த கால கட்டத்தில் பண்டைய இந்திய வாழ்க்கையின் முனைப்பான அம்சங்கள் மத்தியகால வாழ்க்கை அம்சங்களுக்கு வழிவிட்டன. சுருங்கக் கூறின், அரசுக்கும் விவசாயிகளுக்கும் இடையே இப்போது நிலை கொண்டிருக்கும் நிலப்பிரபுக்களின் ஆதிக்கம் மிகுந்த ஒரு புதுவகையான சமுதாயத்துக்கும் பொருளாதாரத்துக்கும் மாறிச் செல்வதை இந்த மாற்றங்கள் கட்டியங்கூறி அறிவிக்கின்றன. அரசால் நியமிக்கப்பட்ட அதிகாரிகளால் பிரதானமாக இதுவரை நடத்தப்பட்டு வந்த நிர்வாகம் இப்போது நிலப்பிரபுக்களின் கைகளுக்கு மாறிற்று. ரோமாபுரிப் பேரரசு வீழ்ச்சியடைந்த பிறகு கி.பி. ஆறாம் நூற்றாண்டிலிருந்து ஐரோப்பாவில் அதிகாரத்தை நிலப்பிரபுக்கள் கைப்பற்றியது போன்றே இந்த நிகழ்வுப் போக்கு அமைந்துள்ளது. ரோமாபுரிச் சாம்ராஜ்யமும் குப்தர்களின் சாம்ராஜ்யமும் ஹூணர்களால் தாக்கப்பட்டன; ஆனால் அதன் விளைவுகள் வேறுபட்டவையாக இருந்தன. ரோமாபுரிப் பேரரசின் மீது ஹூணர்களும் ஏனைய குழுக்களும் தொடுத்த தாக்குதல் மிக உக்கிரமாக இருந்ததால், அங்கிருந்த சுதந்திர விவசாயிகள் தங்களைப் பாதுகாத்துக் கொள்ளும் பொருட்டு நிலப்பிரபுக்களிடம் சரணடைந்து தங்கள் சுதந்திரத்தை அவர்களிடம் பணிய வைக்க வேண்டிய நிர்ப்பந்தம் ஏற்பட்டது. ஆனால் இந்தியாவின் மீது ஹூணர்கள் மேற்கொண்ட படையெடுப்புகள் இத்தகைய விளைவுகளை ஏற்படுத்தவில்லை.

ரோமாபுரி சமுதாயம் செய்ததுபோல், பண்டைய இந்திய சமுதாயம் எந்த மட்டத்திலும் உற்பத்தியில் அடிமைகளைப் பயன்படுத்தவில்லை. இந்தியாவில் உற்பத்தி மற்றும் வரிவிதிப்பு சம்பந்தப்பட்ட பிரதான சுமை விவசாயிகள், கைவினைஞர்கள், வணிகர்கள், விவசாயத் தொழிலாளர்கள் ஆகியோர் மீதே விழுந்தது; இவர்கள் வைசியர்கள், சூத்திரர்கள் பட்டியலில் சேர்க்கப்பட்டிருந்தனர். இத்தகைய முயற்சிக்கு எதிராக

கிளர்ச்சி நடைபெற்றதற்கான அறிகுறிகளை நாம் காண்கிறோம்; உற்பத்தியாளர்களிடமிருந்து வரிகளை நேரடியாக வசூலிப்பதை இது கடினமாக்கிற்று. எனவே பல்வேறு பணியாளர்களுக்கு ஊதியம் அளிப்பதற்காக நிலம் பெருமளவில் தானமாக வழங்கப்படலாயிற்று. ஐரோப்பாவில் கிறித்தவத் திருச்சபைகளுக்கு வழங்கப்பட்டது போன்றே இந்தியாவில் ஆரம்பத்தில் பிராமணர்களுக்கும் கோவில்களுக்கும் நிலம் தானமாக அளிக்கப்பட்டது.

கி.பி. ஆறாம் நூற்றாண்டுக்குப் பிறகு கைவினைத் தொழில் நடவடிக்கைகளும், வாணிக நடவடிக்கைகளும் சீணிக்க ஆரம்பித்தப் போக்கு இந்தியாவிலும் ஐரோப்பாவிலும் தெளிவாகத் தென்பட்டது. ஐந்தாம் ஆறாம் நூற்றாண்டுகளில் மொத்தத்தில் இந்தியாவிலும் சரி ரோமப் பேரரசிலும் சரி நகரங்கள் சிதைந்து சீர்குலைந்து சீணித்தன. இந்தியாவிலும் ஐரோப்பாவிலும் வேளாண்மை விரிவடைந்தது; பல கிராமப்புறக் குடியேற்றங்கள் தோன்றுவதற்கு இது வழிவகுத்தது. இந்தியாவில் நிலமானியங்கள் வழங்கும் நடைமுறையின் மூலம் இந்த நிகழ்வுப் போக்கு ஊக்குவிக்கப்பட்டது. ஐரோப்பாவிலும் இந்தியாவிலும் பண்டைய காலகட்டம் முடிவடைந்த பிறகு நிலப்பிரவுக்கள் ஒரு சக்தி வாய்ந்த வர்க்கமாக உருவானது இவ்விரு நாடுகளது சமூக, பொருளாதார, அரசியல் வரைபடத்தில் ஒரு முக்கியமான அம்சமாக இடம் பெற்றது. நிலப்பிரபுக்கள் இந்த நிலங்களை சமய நோக்கங்களுக்காகப் பெற்றிருந்தாலும் சரி வேறு நோக்கங்களுக்காகப் பெற்றிருந்தாலும் சரி இதன் மூலம் அவர்கள் கி.பி. ஏழாம் நூற்றாண்டு முதல் இந்தியாவிலும் ஐரோப்பாவிலும் சமுதாயம், சமயம், கலை, சிற்பக்கலை, இலக்கியம் முதலியவற்றின் திசை வழியை நிர்ணயிப்பதில் மிக முக்கிய பங்காற்றி வந்துள்ளனர்.

இயல் 28
சமூக மாற்றங்களின் நிகழ்வுப் போக்குகள்

வேதகாலத்துக்கு முந்திய சமுதாயத்தைப் பற்றி ஆராய்வதற்கு எழுத்து வடிவில் அமைந்த நூல்கள் ஏதும் இல்லை. பழங்கற்காலத்தில் மக்கள் குன்றுப் பகுதிகளில் சிறுசிறு குழுக்களாக வாழ்ந்து வந்தனர் என்று தொல்பொருள் ஆய்வு கூறுகிறது. அவர்கள் வேட்டையாடிய மிருகங்களும், கானகத்தில் சென்று அவர்கள் சேகரித்த பச்சைக் காய்களும் கனிகளும் வேர்களும்தான் அவர்கள் உயிர்வாழ்வதற்கானப் பிரதான ஆதாரமாக இருந்து வந்தன. கற்காலத்தின் இறுதியிலும் உலோக காலத்தின் தொடக்கத்திலும்தான் மனிதன் உணவை உற்பத்தி செய்யவும், வீடுகளில் வசிக்கவும் கற்றுக் கொண்டான். புதிய கற்கால மற்றும் தாமிர-கற்கால சமூகங்கள் குன்றுகளை அடுத்துள்ள மேட்டுநிலப் பகுதிகளிலும் நதி தீரங்களிலும் வசித்து வந்தன. சிந்து வடிநிலப் பகுதியில் படிப்படியாக விவசாய கிராமங்கள் தோன்றின; முடிவில் அவை பெரிய வீடுகளையும் சிறிய வீடுகளையும் கொண்ட ஹரப்பா நகர்ப்புற சமுதாயமாக அலர்ந்து மலர்ச்சியுற்றன. ஆனால் ஹரப்பா நாகரிகம் மறைந்த பிறகு ஏறத்தாழ ஆயிரம் ஆண்டுக்காலம் வரை இந்தியத் துணைக் கண்டத்தில் நகரமயமாக்கம், நகர மறுமலர்ச்சி மீண்டும் தோன்றவில்லை.

பழங்குடி கட்டமும் மேய்ச்சல் நிலக்கட்டமும்

ரிக்வேதகாலத்திலிருந்து சமுதாய வரலாற்றைத் தெரிந்து கொள்வதற்கு எழுத்து வடிவில் அமைந்த நூல்களையும் நாம் பயன்படுத்திக் கொள்ள முடியும். ரிக் வேதகால சமுதாயம் பிரதானமாக மேய்ச்சல் நில வாழ்க்கை முறையை அடிப்படையாகக் கொண்டிருந்தது என்பதை இந்நூல்கள் நமக்குத் தெரிவிக்கின்றன. அந்நாட்களில் மக்கள் அரை நாடோடிகளாக இருந்தனர்; கால்நடைகளும் குதிரைகளும்தான் அவர்களது பிரதான உடைமைகளாக இருந்தன. பசுவைக் குறிக்கும்

கோ என்னும் பதம் ரிக் வேதத்தின் ஆரம்பப் பகுதிகளில் 176 முறை வருகிறது. கால்நடைதான் அன்று செல்வத்தின் மறுபெயராக இருந்து வந்தது. செல்வந்தனான எவனும் **கோமத்** என்று அழைக்கப்பட்டான். கால்நடைகளின் பொருட்டே பெரும்பாலும் போர்கள் நடைபெற்றன. எனவே, பசுக்களைப் பாதுகாப்பதைப் பிரதான கடமையாகக் கொண்ட அரசன் **கோப அல்லது கோபதி** எனக் குறிப்பிடப்பட்டான். குடும்பத்தின் ஜீவனோபாயத்துக்கு பசு மிக முக்கியத்துவம் வாய்ந்ததாக இருந்தது; எனவே, அக்குடும்பத்தின் மகள் **துஹித்ர்** என அழைக்கப்பட்டாள்; பால் கறப்பவள் என்று இதற்குப் பொருள். வேதகால மக்களுக்கு பசு உயிருக்கு உயிராக, இரத்தத்தின் இரத்தமாக இருந்து வந்தது. ஆதலால் இந்தியாவில் அவர்கள் எருமையைக் கண்டபோது அதனை **கோவலா** அல்லது பசுவின் ரோமம் கொண்டது என்று குறிப்பிட்டனர். பசுவுடன் ஒப்பிடும்போது ரிக் வேதத்தில் வேளாண்மை பற்றி மிகக் குறைந்த குறிப்புகளே காணப்படுகின்றன; அதிலும் பிற்கால ரிக்வேதப் பாசுரங்களில்தான் அவை இடம் பெற்றிருக்கின்றன. எனவே, கால்நடை வளர்ப்புதான் அவர்களது பிரதான ஜீவனோபாயமாக இருந்தது என்பது இதிலிருந்து தெளிவாகிறது.

இத்தகைய ஒரு சமுதாயத்தில் மக்கள் தங்களுடை ஜீவனோபாயத்துக்கு அதிகமாக எதையும் உற்பத்தி செய்ய வேண்டிய அவசியம் ஏற்படவில்லை. பழங்குடி மக்களும் தங்களுடைய தலைவர்களுக்கு எப்போதேனும்தான் பரிசில்களை வழங்கி வந்தனர். மற்றபடி போரில் கிட்டும் கொள்ளைப் பொருள்கள்தான் ஒரு இனத் தலைவனின் அல்லது சிற்றரசனின் பிரதான வருவாயாக இருந்து வந்தது. அவன் தன்னுடைய பகைவர்களான பழங்குடி மக்களிடமிருந்து பொருள்களைக் கொள்ளையடித்தான்; தன்னுடன் போரில் ஈடுபடும் எதிரிகளிடமிருந்தும், தன்னுடைய சொந்த மக்களிடமிருந்தும் அவன் திறைத் தண்டினான். அவன் பெறும் திறை **பலி** எனப் பெயர் பெற்றது. அவனது இனத்தைச் சேர்ந்த குருதி தொடர்புடைய உறவினர்கள் அவன் மீது மிகுந்த நம்பிக்கை வைத்தனர். தாமே விரும்பி முன் வந்து தங்கள் இனத் தலைவனுக்கு நன்கொடைகளை வழங்கினர். இதற்குக் கைம்மாறாக தலைவன் அவர்களை வெற்றிமேல் வெற்றிக்கு இட்டுச் சென்றான்; இன்பத்திலும் துன்பத்திலும் மிகவும் நெருக்கடியான காலங்களிலும் அவர்களுக்கு ஆதரவாக, அரணாக, பாதுகாவலனாக இருந்தான். இவ்வாறு சிற்றரசன் தன்னுடைய இனத்தினிரிடமிருந்து பெறும் நன்மதிப்பும், அவ்வப்போது கிட்டும் பரிசில்களும் வேத காலத்தில் ஒரு மரபு வழக்கமாகவே மாறியிருக்கக்கூடும் எனத்

தோன்றுகிறது. ஆனால் தோற்கடிக்கப்பட்ட பகை இனத்தினர் திறைகள் செலுத்தும்படி நிர்ப்பந்திக்கப்பட்டனர். அவ்வப்போது நடத்தப்படும் வேள்விகள் இவ்வாறு பரிசுகளையும் திறைகளையும் வழங்குவதற்கான முக்கிய சந்தர்ப்பமாக அமைந்திருந்தன. இவற்றில் பெரும் பங்கை புரோகிதர்கள் சுருட்டிக் கொண்டனர்: தங்களுடைய புரவலர்கள் சார்பில் தெய்வங்களிடம் பிரார்த்தனை செய்ததற்குக் கூலியாக இந்தப் பெரும் பங்கை அவர்கள் சுவீகரித்துக் கொண்டனர். புரோகிதர்களுக்கும், மன்னர்களுக்கும், வேள்விகளை ஏற்பாடு செய்தவர்களுக்கும் மட்டுமே செல்வ வளங்களை வாரி வழங்கும்படி வரம் தரும் தெய்வத்திடம் **ரிக்வேதத்தில்** ஓரிடத்தில் கேட்டுக்கொள்ளப்பட்டிருக்கிறது. செல்வங்களை ஏற்றத்தாழ்வான முறையில் விநியோகிக்கும் முயற்சியை இது எடுத்துக் காட்டுகிறது. இத்தனைக்கும் தங்கள் தலைவர்களிடமும் மன்னர்களிடமும் நன்மதிப்பும், பணிவிணக்கமும் கொண்டும், அவர்களது வீரதீரத்தையும் சேவையையும் பாராட்டியும் தாங்களே முன்வந்து பெரும் பங்கை அளிக்க முன்வரும் சாமானிய மக்களுக்கே பாதகமான முறையில், துரோகம் இழைக்கும் விதத்தில் அவர்கள் அளவுக்கு அதிகமாக அபகரித்துக் கொள்ள விரும்பினர். அதே இனத்தைச் சேர்ந்த சாதாரண உறுப்பினர்கள் **அம்சம் அல்லது பாகம்** என்னும் பங்கைப் பெற்று வந்தனர். இந்தப் பங்களிப்பு நிகழ்ச்சி மக்களின் பேரவைகளில் நடைபெற்றது. இதில் ராஜாக்களும் அவர்களுடைய பரிவாரத்தினரும் கலந்து கொண்டனர்.

கைவினைஞர்கள், விவசாயிகள், புரோகிதர்கள், படைவீரர்கள் முதலியோர் ரிக்வேதத்தின் மிக ஆரம்பகாலப் பகுதிகளிலேயே குறிப்பிடப்பட்ட போதிலும் மொத்தத்தில் சமுதாயம் இனமரபு சமுதாயமாக, மேய்ச்சல் நில வாழ்வு முறையைக் கொண்ட சமுதாயமாக, அரை நாடோடி சமுதாயமாக, அனைவருக்கும் சமத்துவ உரிமைகளை வழங்கும் சமுதாயமாக இருந்தது. போரில் கிட்டும் கொள்ளைப் பொருள்களும் கால்நடைகளுமே பிரதான சொத்து வடிவங்களாக இருந்தன. கால்நடைகளும் பெண் அடிமைகளும் பொதுவாக பரிசுப் பொருள்களாக அளிக்கப்பட்டன. தானியங்கள் பரிசாக வழங்கப்படுவது எங்கும் குறிப்பிடப்படவில்லை. ஏனென்றால் அவை கணிசமான அளவு உற்பத்தி செய்யப்படவில்லை. எனவே, போர்களில் கைப்பற்றப்படும் கொள்ளைப் பொருள்களைத் தவிர மன்னர்களையும் புரோகிதர்களையும் பராமரிப்பதற்கு வேறு போதுமான ஆதாரம் ஏதுமில்லை. உயர் அந்தஸ்துகள் இருந்திருக்கலாம்; ஆனால் உயர் வகுப்புகள் ஏதும் இல்லை. மன்னர்களும் புரோகிதர்களும் பெண்அடிமைகளை வீட்டுப்

பணிகளைச் செய்வதற்குப் பயன்படுத்திக் கொண்டனர், ஆனால் அவர்களது எண்ணிக்கை அதிகம் இருக்க வாய்ப்பில்லை. ரிக்வேத கால சமுதாயம் சூத்திரர்கள் வடிவத்தில் தொண்டூழியம் புரியும் ஓர் அமைப்பைப் பெற்றிருக்கவில்லை.

வேளாண்மையும் மேல்தட்டு வர்க்கத்தினரின் தோற்றமும்

வேதகால மக்கள் ஆப்கனிஸ்தானிலிருந்தும் பஞ்சாபிலிருந்தும் மேற்கு உத்தரப்பிரதேசத்துக்குக் குடிபெயர்ந்து வந்தபோது அவர்கள் முக்கியமாக விவசாயிகளாக மாறிவிட்டனர். வேத பிற்காலத்தில் இரண்டு அல்லது மூன்று நூற்றாண்டுகளில் தொடர்ந்து பல குடியேற்றங்கள் உருவாகி வந்ததைப் பார்க்கிறோம். பிரதேசவாரியான தலைமை உருவாவதற்கு இது வழிவகுத்தது. விவசாயிகளிடமிருந்தும் ஏனையோர்களிடமிருந்தும் பெற்ற திறைகளிலிருந்து மன்னர்கள் வேள்விகளையும் யாகங்களையும் செய்தனர்; தங்களுடைய புரோகிதர்களுக்குச் சன்மானங்களை அளித்தனர். பிந்திய வேதகால விவசாயி பிரபுக்களுக்கும் வீரர்களுக்கும் தனது ஆதாயத்தில் ஒரு பங்கை வழங்கினான்; அவர்கள் அதில் ஒரு பகுதியைப் புரோகிதர்களுக்கு அளித்தனர்; இதல்லாமல் விவசாயி பல்வேறுச் சடங்குகள் செய்வதற்கான காணிக்கையையும் புரோகிதர்களுக்கு செலுத்தினான். கொல்லர்கள், தச்சர்கள், ரதங்களைத் தயாரிப்பவர்கள் போன்றோருக்கு விவசாயி உணவளித்தான்; இவர்கள் எல்லோரும் வளர்ந்து வந்த படைவீரர்கள் வகுப்பினரின் தேவைகளைப் பிரதானமாக பூர்த்தி செய்து வந்தவர்கள். ஆனால் பிந்திய வேதகால விவசாயியால் வாணிக வளர்ச்சிக்கும் நகரங்களின் முன்னேற்றத்திற்கும் உதவ முடியவில்லை; புத்தர் காலத்தில் இந்த அம்சம் பிரதானம் பெற்றது. அவனுடைய சமுதாயம் உலோக நாணயம் பயன்படுத்தப்படுவதை அறிந்திருக்கவில்லை.

வேதகால சமூகங்கள் வரிவிதிப்பு முறையையோ, ஒரு நிரந்தர படையையோ உருவாக்கவில்லை. மன்னனின் பரிவாரத்தினரைத் தவிர வரி வசூலிப்பவர்கள் என்று எவரும் இல்லை. மன்னனுக்கு செலுத்த வேண்டியவை வேள்விகளின் போது தெய்வங்களுக்குப் படைக்கப்படும் நி!வேதனங்களிலிருந்து பெரிதாக ஒன்றும் மாறுபட்டிருக்கவில்லை. மேய்ச்சல் நில சமுதாயத்தின் இனமரபுப் படையின் இடத்தை வேளாண் சமுதாயத்தின் விவசாயப்படை வரித்துக் கொண்டது. **விஸ்கள்** அல்லது பழங்குடி விவசாயிகள் தங்கள் **சேனையை** உருவாக்கினர். பிந்திய

வேத காலத்தில் விவசாயிகள் **பலம்** (சக்தி) எனக் குறிப்பிடப்பட்டனர். அசுவமேத யாகத்தில் பங்கு கொள்ளும் குதிரையைப் பாதுகாக்கும் படை சத்திரியர்களையும் **விஸ்களையும்** கொண்டதாக இருந்தது. வில், அம்பறாத்தூணி, கேடயங்கள் முதலியவற்றுடன் சத்திரியர்கள் படைத் தலைவர்களாகச் செயல்பட்டனர்; கம்புகள் முதலியவற்றுடன் விவசாயிகள் படைவீரர்களாகச் செயல்பட்டனர். வெற்றியின் பொருட்டு **விஸ்களுடன்** சேர்ந்து ஒரே பாத்திரத்தில் உணவு அருந்தும்படி தலைவன் கேட்டுக் கொள்ளப்பட்டான். புரோகிதர்கள் பல்வேறு சடங்குகள் மூலம் விவசாயிகளை அல்லது வைசியர்களை சத்திரியத் தலைவர்களுக்கு ஆட்பட்டவர்களாக ஆக்க முயன்றனர். எனினும் பழங்குடியினரை வரிசெலுத்தும் விவசாயிகளாக மாற்றும் இயக்க நிகழ்வு இந்தக் கட்டத்தில் மிகவும் பலவீனமானதாகவே இருந்தது. மர உழுமுனைகளைப் பயன்படுத்தியதன் காரணமாகவும், வேள்விகளில் கால்நடைகளை வகை தொகையற்றுப் பலியிட்டு வந்ததன் காரணமாகவும் விவசாயிகள் தங்கள் தேவைக்கு அதிகமாக உற்பத்தி ஏதும் செய்ய முடியவில்லை. இதனால் அவர்களால் முறையாக வரி செலுத்த இயலவில்லை. அதே சமயம் குறுநில மன்னர்கள் விவசாயிகளை முற்றிலும் பகைத்துக் கொண்டுவிடவில்லை. பழங்குடியினரின் நடைமுறை ஒழுங்கின்படி வேளாண்மையை அபிவிருத்தி செய்ய ராஜாக்கள் கடமைப்பட்டிருந்தனர்; இன்னும் சொல்லப்போனால் ஏர்பிடித்து உழுவதற்குக்கூட அவர்கள் கட்டுப் பட்டிருந்தனர்; அப்போதுதான் வைசியர்களுக்கும் **ராஜன்யர்களுக்கும்** இடையேயான இடைவெளி மேலும் அதிகமாகாமல் இருக்கும். பிரபுக்களும் சத்திரிய வகுப்பினரும் விவசாயிகள் மீது ஆதிக்கம் செலுத்தி வந்த போதிலும் பகைவர்களுக்கு எதிரான போரில் அவர்கள் விவசாயிகளின் படையை நம்பியிருக்க வேண்டியவர்களாக இருந்தனர். விவசாயிகளின் சம்மதமின்றி நிலமானியங்களை வழங்க முடியாதவர்களாகவும் இருந்தனர். இவை யாவும் அவர்களுக்கு இக்கட்டான நிலைமையை உண்டு பண்ணிற்று; ஆள்வோருக்கும் ஆளப்படுவோருக்கும் இடையேயான வேறுபாடுகள் கூர்மை அடைய முடியவில்லை.

உற்பத்தியில் வருண அமைப்பு முறையும் அரசாங்கமும்

கைவினைத் தொழில்களுக்கும் பயிர் சாகுபடிக்கும் இரும்புக் கருவிகளைப் பயன்படுத்த ஆரம்பித்ததானது ஓரளவு சமத்துவம்

நிலவிய வேதகால சமுதாயத்தை கி.மு. ஆறாம் நூற்றாண்டில் முற்றிலும் வேளாண்மையை அடிப்படையாகக் கொண்ட, வர்க்கப் பிரிவினை நிறைந்த சமூக அமைப்பாக மாற்றுவதற்கான நிலைமைகளைத் தோற்றுவித்தது. மத்திய கங்கைச் சமவெளியின் அடர்ந்த காடுகள் நெருப்பின் துணை கொண்டும், இரும்புக் கோடரியின் உதவியுடனும் அழிக்கப்பட்டு, உலகின் மிகவும் வளமும் செழிப்பும் நிறைந்த பிரதேசங்களில் ஒன்று குடியேற்றத்துக்குத் திறந்துவிடப்பட்டது. இப்போது அங்கே எண்ணற்ற கிராமப்புற, நகர்ப்புறக் குடியேற்றங்களைக் காண்கிறோம். ஆங்காங்கு பெரிய பிரதேச அரசுகள் தோன்றி மகத சாம்ராஜ்யமாக உருவெடுத்தது. இரும்பாலான உழுமுனைகள், அரிவாள்கள், மற்றும் இதர பல கருவிகளின் உதவியாலும், விவசாயிகள் தங்கள் வாழ்க்கைக்குத் தேவையானவற்றையும்விட அதிகமாக உற்பத்தி செய்ததாலும்தான் இவையாவும் சாத்தியமாயின. விவசாயிகளுக்கு கைவினைஞர்களின் ஆதரவு தேவைப்பட்டது; அவர்கள் விவசாயிகளுக்கு அத்தியாவசியமான கருவிகளையும், அவர்கள் உடுத்துவதற்கு ஆடைகளையும் தயாரித்துக் கொடுத்தனர்; அதுமட்டுமல்ல. மன்னர்களுக்கும் புரோகிதர்களுக்கும் தேவையான ஆயுதங்களையும் ஆடம்பரப் பொருள்களையும் அவர்கள் வழங்கினர். உற்பத்தித் தொழில் நுட்பம் வேதகாலத்தில் இருந்ததைவிட வேத பிற்காலத்தில் உன்னத நிலையை அடைந்தது.

புதிய தொழில் நுட்பமும், வன்முறைப் பிரயோகமும் சிலர் ஏராளமான நிலங்களைத் தம்வசமாக்கிக் கொள்வதைச் சாத்தியமாக்கின; இந்நிலங்களில் பணியாற்ற ஏராளமான அடிமைகளும் கூலித் தொழிலாளர்களும் தேவைப்பட்டனர். வேத காலத்தில் மக்கள் தங்கள் குடும்ப உறுப்பினர்களின் துணை கொண்டு நிலத்தை உழுது பண்படுத்திப் பயிரிட்டனர்; கூலித் தொழிலாளர்களைக் குறிக்கும் பதம் ஏதும் அந்த வேதகால நூல்களிலும் காணப்படவில்லை. ஆனால் பயிர்ச்சாகுபடியில் அடிமைகளையும் கூலித் தொழிலாளர்களையும் ஈடுபடுத்துவதை புத்தர் காலத்தில் சர்வ சாதாரணமாகக் காண்கிறோம். மௌரியர் காலத்தில் இவர்கள் பெரிய அரசுப் பண்ணைகளில் பணியாற்றி வந்தனர். கலிங்கப் போரின்போது அசோகரால் சிறைப்பிடிக்கப்பட்ட 1,50,000பேர் அநேகமாக பண்ணைகளிலும் சுரங்கங்களிலும் பணியாற்றுவதற்கு ஈடுபடுத்தப்பட்டிருக்கக் கூடும். ஆனால் மொத்தத்தில் பண்டைக்கால இந்தியாவில் அடிமைகள் பெரும்பாலும் வீட்டு வேலைக்கே பயன்படுத்தப்பட்டனர். பொதுவாக சிறு விவசாயி சிற்சில சந்தர்ப்பங்களில் அடிமைகள் மற்றும் கூலித்

தொழிலாளர்கள் உதவியோடு உற்பத்தியில் ஒரு மேம்பட்டப் பங்கை ஆற்றி வந்தான் என்றே கூறவேண்டும்.

புதிய தொழில் நுட்பத்தின் உதவியோடு விவசாயிகளும், கைவினைஞர்களும், கூலித் தொழிலாளர்களும், அடிமைகளும் தங்கள் வாழ்க்கைக்குத் தேவையானதை விடவும் அதிகம் உற்பத்தி செய்தனர். இந்த உற்பத்தியில் ஒரு கணிசமானப் பகுதியை சிற்றரசர்களும் புரோகிதர்களும் வரித்துக் கொண்டனர். இவ்வாறு செய்வதற்கு நிர்வாக முறைகளும், சமய முறைகளும் வகுத்துக் கொள்ளப்பட்டன. வரிகளை மதிப்பிடுவதற்கும் வசூலிப்பதற்கும் வரி வசூலிக்கும் அதிகாரிகளை மன்னன் நியமித்தான். ஆனால் அதே சமயம் ராஜாவுக்குக் கீழ்ப்படிவதும், அவனுக்கு ஒழுங்காக வரிகள் செலுத்துவதும், புரோகிதர்களுக்குக் கொடைப் பொருள்கள் வழங்குவதும் அவசியம் என்பதை மக்களுக்கு எடுத்துக்கூறி அவர்களை ஏற்கும்படிச் செய்வதும் மிகவும் முக்கியமாயிற்று. இதன் பொருட்டே வருண அமைப்பு முறை உருவாக்கப்பட்டது. இதன்படி மூன்று உயர் வருணங்களை அல்லது சமூகப் பிரிவுகளைச் சேர்ந்தவர்கள் சமயவினைமுறைகளின் அடிப்படையில் நான்காவது வருணத்தைச் சேர்ந்தவர்களிடமிருந்து வேறுபட்டவர்களாவர். இரு பிறப்பாளர்கள் வேதங்கள் கற்பதற்கும் பூணூல் அணிவதற்கும் உரிமை பெற்றவர்கள்; நான்காவது வருணத்தினர் அல்லது சூத்திரர்கள் இந்த உரிமைகள் பெறுவதிலிருந்து விலக்கப்பட்டவர்கள். மேல் வருணத்தினருக்கு தொண்டூழியம் புரிவதே அவர்களது கடமை. சூத்திரர்கள் அடிமைகளாக இருப்பதற்கே பிறந்தவர்கள் என்றுகூட சில சாஸ்திர விற்பன்னர்கள் வறட்டுப் பிடிவாதமாகச் சாதித்தனர். இவ்வாறு இருபிறவியாளர்கள் குடிமக்களாகவும் சூத்திரர்கள் குடிமக்களல்லாதவர்களாகவும் ஆயினர். எனினும் இரு பிறவியாளர் அணிகளிலேயே குடிமக்களுக்கும் குடிமக்களுக்கும் இடையே வேறுபாடுகள் தோன்றி வளர்ந்தன. பிராமணர்கள் ஏர்பிடிப்பதற்கு அனுமதிக்கப்படவில்லை. அவர்கள் உடல் உழைப்பை விஷமென வெறுத்தனர்; கைவினைத் தொழில்கள் புரிவோரை கீழானவர்களாகக் கருதினர்; சில உடல் உழைப்புத் தொழிலாளர்களைத் தீண்டப்படாதவர்களாக ஒதுக்கி வைக்கும் அளவுக்கு அவர்களது இந்த வெறுப்பு உச்சக் கட்டத்தை அடைந்தது. ஒருவன் உடல் உழைப்பிலிருந்து எந்த அளவுக்கு விலகி நிற்கிறானோ அந்த அளவுக்கு அவன் பரிசுத்தமானவனாகப் பாவிக்கப்பட்டான். வைசியர்கள் இருபிறப்புப் பிரிவைச் சேர்ந்தவர்களாயினும் விவசாயிகளாகவும், கால்நடை வளர்ப்பாளர்களாகவும், கைவினைஞர்

களாகவும், பிற்காலத்தில் வணிகர்களாகவும் பணி புரிந்தனர். இதைவிட முக்கியம் என்னவென்றால் அவர்கள்தான் பிரதான வரி செலுத்துவோர்களாக இருந்தனர்; அந்த வரிகளைக் கொண்டுதான் சத்திரியர்களும் பிராமணர்களும் பராமரிக்கப்பட்டு வந்தனர். விவசாயிகளிடமிருந்து வரிகள் வசூலிப்பதற்கும், வணிகர்கள், கைவினைஞர்களிடமிருந்து சுங்கவரிகள் தண்டுவதற்கும் வருண அமைப்பு முறை சத்திரியர்களுக்கு அதிகாரம் அளித்தது. அவன் தன்னுடைய புரோகிதர்களுக்கும் ஊழியர்களுக்கும் ரொக்கமாகவும் பொருள்களாகவும் அறக்கொடைகள் வழங்குவதையும் ஊதியமளிப்பதையும் இது சாத்தியமாக்கிற்று.

ஊதிய விகிதங்களும், பொருளாதார சலுகைகளும் ஒருவன் எந்த வருணத்தைச் சேர்ந்தவன் என்பதைப் பொறுத்து வேறுபட்டன. இதன்படி ஒரு பிராமணன் தான் வாங்கிய கடனுக்கு 2 சதவீதமும், ஒரு சத்திரியன் 3 சதவீதமும், வைசியன் 4 சதவீதமும், சூத்திரன் 5 சதவீதமும் வட்டி தர வேண்டும். சூத்திர விருந்தாளிகள் விருந்தளிப்பவர் வீட்டில் ஏதேனும் பணியாற்றி இருந்தால்தான் அங்கு உணவு உண்ண முடியும். தர்மசாஸ்திரங்கள் வகுத்துத் தந்துள்ள இந்த விதிமுறைகள் கண்டிப்பான முறையில் கடைப்பிடிக்கப்படாதிருக்கக் கூடுமாயினும் சமுதாயம் நிர்ணயித்துத் தந்திருக்கும் கட்டளைச் சட்டங்களை இவை எடுத்துக் காட்டுகின்றன.

விவசாயிகளும் கைவினைஞர்களும் அளிக்கும் வரிகளாலும், திறைகளாலும், மானியங்களாலும், உழைப்பாலும் புரோகிதர்களும் சத்திரியர்களும் வாழ்ந்து வந்ததால் இந்த சமூக சலுகைகளைத் தங்களுக்குள் பகிர்ந்து கொள்வதில் அவர்களிடையே அவ்வப்போது மோதல்களும் சண்டை சச்சரவுகளும் நிகழ்வது உண்டு. மேலும், சமுதாயத்திலேயே மிக உயரிய அந்தஸ்தை பெற்றிருப்பவர்கள் தாங்கள்தான் என்ற பிராமணர்களின் தருக்கும் செருக்கும் அகந்தையும் சத்திரியர்களின் மனத்தை வெகுவாகப் புண்படுத்தின. ஆனால் வைசியர்களிடமிருந்தும் சூத்திரர்களிடமிருந்தும் எதிர்ப்பு எழும்போது அவர்கள் தங்களுடைய வேற்றுமைகளை எல்லாம் மறந்து கைகோத்துக் கொண்டனர். பிராமணர்களின் ஆதரவு இல்லாமல் சத்திரியர்கள் வளம் பெற முடியாது, அதேபோன்று சத்திரியர்களின் ஆதரவில்லாமல் பிராமணர்களும் நலம்பெற முடியாது என்பதை பண்டைக்கால நூல்கள் திரும்பத் திரும்ப வலியுறுத்தி வந்துள்ளன. பரஸ்பரம் ஒருவர் மற்றவருடன் ஒத்துழைத்தால்தான் அவர்கள் செழித்துக் கொழிக்க முடியும், புவி முழுவதையும் ஆள முடியும் என்றும் அந்த நூல்கள் அவர்களுக்குப் போதித்தன.

சமூக நெருக்கடியும் நிலஉடைமை வர்க்கத்தினரின் எழுச்சியும்

ஒன்றன்பின் ஒன்றாக பல மாபெரும் அரசுகள் தோன்றிய கங்கைச் சமவெளியிலும் அதனை அடுத்துள்ள பிரதேசங்களிலும் இந்த அமைப்பு முறை பல நூற்றாண்டுக் காலம் தங்கு தடையின்றிச் செயல்பட்டு வந்தது. கி.பி. முதலாம் நூற்றாண்டிலும் இரண்டாம் நூற்றாண்டிலும் வாணிகம் தாண்டுகால் போட்டு முன்னேறிற்று; நகரமயமாக்கம் பெரிதும் அதிகரித்தது. இந்தக் காலகட்டத்தில் முன்னென்றும் இல்லாதவாறு கலைகள் செழித்துக் கொழித்தன. பழைய அமைப்பு அதன் உச்ச கட்டத்தை சுமார் மூன்றாம் நூற்றாண்டில் எட்டிற்று. பின்னர் அதன் முன்னேற்ற வேகம் வெகுவாகக் குறைந்தது. சுமார் மூன்றாம் நூற்றாண்டு வாக்கில் பழைய சமூக அமைப்பை கொடிய நோய் பீடித்தது; ஆழமான, பயங்கரமான நெருக்கடிக்கு அது உள்ளாயிற்று, கி.பி. மூன்றாம், நான்காம் நூற்றாண்டுகளைச் சேர்ந்த புராணங்களில் இது கலியுகம் என்று வருணிக்கப்பட்டிருப்பதிலிருந்து இந்த நெருக்கடியின் ஆழத்தையும் வீச்சையும் தெரிந்து கொள்ளலாம். இந்தக் கலியுகத்தின் தன்மை என்ன? இந்தக் கலியுகத்தில் **வருண சங்கரங்கள்** நிகழ்ந்தன; அதாவது வருணக் கலப்புகள் ஏற்பட்டன; வைசியர்களும் சூத்திரர்களும் (விவசாயிகள், கைவினைஞர்கள், தொழிலாளர்கள் முதலானோர்) தங்களுக்கு வகுத்தளிக்கப்பட்ட உற்பத்திப் பணிகளைச் செய்யமுடியாதெனத் தெரிவித்தனர்; வைசியர்கள் வரிகள் செலுத்த மறுத்தனர்; சூத்திரர்கள் தங்கள் உழைப்பை நல்க முன்வரவில்லை. திருமணம் மற்றும் இதர சமூகக் கூட்டுறவுகள் சம்பந்தமாக விதிக்கப்பட்டிருந்த வருண எல்லைகளை, விதிகளை அவர்கள் பின்பற்றவில்லை. இத்தகைய நிலைமை உருவானதன் காரணமாக **தண்ட** அல்லது வல்லந்த நடவடிக்கைகள் எடுத்துக் கொள்ளப்பட வேண்டும் என்று இதிகாசங்கள் வலியுறுத்தின. வைசியர்களும் சூத்திரர்களும் தங்களுடைய கடமைகளைச் செய்வதிலிருந்து பிறழ்வதை அனுமதிக்கக்கூடாது என்று மனுவும் கச்சைக் கட்டிக் கொண்டு களத்தில் இறங்கினார். வருண அமைப்பு முறையைத் தாங்கிப்பிடிப்பவர்களாக அதனை அதன் பழைய உன்னத இடத்தில் அமர்த்துபவர்களாக, சுருங்கச் சொன்னால் அதன் ரட்சகர்கள் பாத்திரத்தை ஏற்க மன்னர்கள் முன்வந்தனர்.

ஆனால் விவசாயிகளை வரி செலுத்தும்படிச் செய்வதற்கும், தொழிலாளர்களை உழைக்கும்படிச் செய்வதற்கும் பலவந்த

நடவடிக்கைகள் மட்டுமே போதுமானவை அல்ல என்பது தெள்ளத் தெளிவு. அரசு தனது பிரதிநிதிகள் மூலம் நேரடியாக வரிகளை வசூலித்து பின்னர் அவற்றை புரோகிதர்கள், ராணுவத்தினர், மற்றும் இதர ஊழியர்கள், ஆதரவாளர்களிடையே விநியோகிப்பதை விடவும் நிலவருவாய்களை புரோகிதர்கள், ராணுவத் தலைவர்கள், நிர்வாகிகளிடையே நேரடியாகவே ஒதுக்கிவிடுவது வசதியானது, எளிதானது என்று முடிவு செய்யப்பட்டது. இந்த நடைமுறை வேதகால நடைமுறைக்கு முற்றிலும் மாறானது. புரோகிதர்களுக்கும், இனத் தலைவர்களுக்கும், ஏனையோருக்கும் நிலமானியம் வழங்கும் உரிமை இதற்கு முன்னர் சமூகத்துக்கு மட்டுமே இருந்து வந்தது. ஆனால் இப்போது ராஜா இந்த உரிமையை அபகரித்துக் கொண்டான்; சமூகத்தின் முக்கிய பிரமுகர்களுக்கு நிலமானியங்கள் அளித்து அவர்களுக்கு மகிழ்வூட்டினான். சட்டம், ஒழுங்கை நிலைநாட்டும் பொறுப்பும் மானியக்காரர்களுக்கு வழங்கப்பட்டது. இவ்வாறுதான் வரி வசூலிப்புப் பிரச்சினைக்கும் நிர்வாகப் பிரச்சினைக்கும் தீர்வுகாணப்பட்டது. மேன்மேலும் விரிவடைந்து வந்த புதிய அரசுகள் அதிக வரிகள் விதிக்க விரும்பின. பின்தங்கிய பழங்குடிப் பிரதேசங்களிலிருந்து இவற்றைப் பெற முடியும்; ஆனால் அந்த மக்கள் புதிய வேளாண் முறைகளைக் கைக்கொள்ள வேண்டும். அரசனிடம் விசுவாசமாக இருக்கக் கற்றுத்தர வேண்டும். பழங்குடி மக்கள் வாழும் பிரதேசங்களில் சுறுசுறுப்பும் முயற்சியும் மிக்க பிராமணர்களுக்கு நில மானியங்கள் அளிப்பதன் மூலம் இந்தப் பிரச்சினைக்கும் தீர்வு காணப்பட்டது. ஏனென்றால் தரிசு வெளிக்காடுகளில் வாழும் அந்த மக்களை வசப்படுத்தி வழிக்குக் கொண்டுவர இந்தப் பிரமாணர்களால் முடியும்.

பின்தங்கிய பிரதேசங்களில் பிராமணர்களுக்கும் ஏனை யோருக்கும் நிலமானியங்களை வழங்கியது வேளாண்மை சம்பந்தப்பட்ட விவரங்கள் பரவ உதவிற்று; ஆயுர்வேத மருத்துவம் பற்றிய ஞானத்தை அப்பகுதி எங்கும் பரப்பிற்று; இதன் மூலம் ஒட்டுமொத்த வேளாண் உற்பத்தி அதிகரிக்க இது துணை புரிந்தது. எழுதும் கலையும் பிராகிருதத்தையும் சமஸ்கிருதத்தையும் பயன்படுத்துவதும் ஊக்குவிக்கப்பட்டன. நிலமானியங்கள் மூலம் நாகரிகம் தென்கோடிக்கும் தொலைக் கிழக்கிற்கும் பரவிற்று. இவ்வகையில் வணிகர்களும், ஜைனர்களும், பௌத்தர்களும் சில பூர்வாங்கப் பணிகளைச் செய்திருந்தனர் என்பதை மறுப்பதற்கில்லை. நிலமானியங்கள் ஏராளமான ஆதிவாசி விவசாயிகளை இந்து அரவணைப்பில் கொண்டு வந்தன; இவர்கள் சூத்திரர்கள் பட்டியலில்

சேர்க்கப்பட்டனர். எனவேதான் ஆரம்ப மத்தியகால நூல்களில் சூத்திரர்கள் விவசாயிகள் எனக் குறிப்பிடப்படலாயினர். இதே சமயம் குறிப்பாக வளர்ச்சியடைந்த பிரதேசங்களில் வழங்கப்பட்ட நில மானியங்கள் சுதந்திரமான வைசிய விவசாயிகளின் நிலையைப் பாதிக்கத் தொடங்கின. இதனால் குப்தர்கள் காலத்திலிருந்து வைசியர்களும் சூத்திரர்களும் சமூக ரீதியிலும் பொருளாதார ரீதியிலும் ஒன்றுபட ஆரம்பித்தனர். ஆனால் நிலமானியங்களினால் ஏற்பட்ட மிக முக்கியமான விளைவு விவசாயிகளைச் சுரண்டிக் கொழுக்கும் ஒரு நில உடைமை வர்க்கம் தோன்றியதே ஆகும். சுமார் கி.பி. ஐந்தாம் - ஆறாம் நூற்றாண்டுகளில் நிலப்பிரபுத்துவம் என்று ஒரு புதுவகையான சமூக அமைப்பு உருவாவதற்கு இது பாதைச் செப்பனிட்டுக் கொடுத்தது.

நிலப்பிரபுத்துவ அமைப்பில் நிலச்சுவான்தார்கள் குடும்பங் களையும் சத்திரிய குடும்பங்களையும் சேர்ந்த பெண்களின் நிலைமை பெரிதும் மோசமடைந்தது. தொடக்க மத்திய காலத்தில், கணவன் இறந்ததும் அவனுடன் சேர்ந்து உடன்கட்டை ஏறும் சதி என்னும் கொடிய பழக்கம் ராஜஸ்தானில் சர்வசாதாரண நிகழ்ச்சியாகி விட்டது. எனினும் கீழ்த்தட்டு அமைப்புகளைச் சேர்ந்த பெண்கள் பொருளாதார நடவடிக்கைகளில் ஈடுபடுவதற்கும், மறுமணம் செய்து கொள்வதற்கும் அனுமதிக்கப்பட்டனர்.

தொகுப்புரை

எனவே, பண்டைக்கால இந்திய சமுதாயத்துக்கு ஒரு குறிப்பிட்ட பெயரைச் சூட்டுவது சாத்தியமல்ல. அதன் பல்வேறு பரிணாமக் கட்டங்களில்தான் வெவ்றே வளர்ச்சிக் கட்டங்களில்தான் பண்டைக்கால இந்திய சமுதாயத்தை நாம் நோக்க வேண்டும். பழங்கற்காலத்தின் உணவு சேகரிக்கும் சமுதாயத்தைத் தொடர்ந்து புதிய கற்காலம் மற்றும் தாமிர-கற்காலத்தைச் சேர்ந்த சமூகங்களின் உணவு உற்பத்தி செய்யும் சமுதாயம் தோன்றிற்று. இதனையடுத்து விவசாய சமூகங்கள் ஹரப்பா நகர்ப்புற சமுதாயங்களாக வளர்ந்து பரிணமித்தன. இதன் பின்னர் சற்று இடைவெளி விட்டு குதிரைகளையும் கால்நடைகளையும் பயன்படுத்துவோர் சமுதாயம் பிறந்தது. ரிக்வேதம் பெரும்பாலும் மேய்ச்சல் நில சமுதாயத்தையும் பழங்குடிகள் சமுதாயத்தையும் பிரதிநிதித்துவப்படுத்துகிறது. மேய்ச்சல் நில சமுதாயம் பிந்திய வேதகாலத்தில் விவசாய சமுதாயமாக மாறிற்று. ஆனால் அதன் பழம்பாணியான வேளாண்மை அதிக விளைச்சலைத் தரவில்லை. இதனால் ஆட்சியாளர்கள் விவசாயிகளின் துணைகொண்டு அதிகம்

பெறமுடியவில்லை. வகுப்பு ரீதியில் பிளவுண்ட சமுதாயம் பிந்திய வேத காலத்தில் அதன் முழுத் தோற்றத்துடன், அங்க அமைப்புகளுடன் வெளிப்பட்டது. இதுவே, வருண அமைப்பு முறை என்பது. இந்த சமூக அமைப்பு வைசியர்களதும் அவர்களுக்குத் துணை நிற்கும் சூத்திரர்களதும் உற்பத்தி நடவடிக்கைகளைச் சார்ந்து நின்றது. ஒட்டுமொத்தத்தில் புத்தர் காலம் முதல் குப்தர்கள் காலம் வரை இந்த சமூக அமைப்பு நன்றாகவே செயல்பட்டு வந்தது. பிறகு உள்ளே ஏற்பட்ட கொந்தளிப்புகள் குமுறல்கள், வெடிப்புகளால் அது மாற்றத்துக்கு உள்ளாயிற்று. புரோகிதர்களும் அதிகாரிகளும் தங்கள் பராமரிப்பின் பொருட்டு நிலமானியங்கள் பெறத் தொடங்கினர். இதனைத் தொடர்ந்து விவசாயிகளுக்கும் அரசுக்கும் இடையே நிலப்பிரபுக்களின் வர்க்கம் தோன்றிற்று. இது வைசியர்களின் நிலைக்கு குழி தோண்டி வருண அமைப்பு முறையில் மாற்றத்தை ஏற்படுத்திற்று.

இயல் 29
விஞ்ஞானத்திலும்
நாகரிகத்திலும் மரபுவழி அம்சம்

சமயம்

இயற்கையுடன் மனிதனுக்கு ஏற்பட்ட மோதல் குறிப்பிடத்தக்க வளர்ச்சிப் போக்குகளைத் தோற்றுவித்தது. மக்கள் தங்கள் பிழைப்புக்கு வழி தேடிக் கொண்டிருக்கும்போது, காடுகளும் மலைகளும், வறட்சியும் வெள்ளமும், கட்டாந்தரையும் விலங்குகளும் தோற்றுவித்த எத்தனை எத்தனையோ இன்னல்களை இடுக்கண்களை எதிர்கொள்ள வேண்டியிருந்தது. இந்த நிகழ்வுப் போக்கில் அவர்கள் தொழில் நுட்பத்தையும் விஞ்ஞானக் கண்ணோட்டத்தையும் வளர்த்துக் கொண்டனர். எனினும் சில இக்கட்டுகள் சமாளிக்க முடியாதவையாக இருந்தன: சில இயக்க நிகழ்வுகள் விளங்கிக் கொள்ள முடியாதவையாக இருந்தன. எனவே மக்கள் அவற்றுடன் இணங்கிப் போக வேண்டியிருந்தது. அவர்களது முயற்சிகள் ஒருபுறமிருக்க, மண்ணின் வளத்தையும், பருவ மழையையும், இயற்கையின் இவையொத்த ஏனைய கொடைகளையும் வரங்களையும் அவர்கள் சார்ந்திருந்தனர். ஒரு புறமும் இயற்கையின் கனிவும் தாராளமும் இன்னொருபுறம் அதன் கொடுமையும் உக்கிரமும் சமயத்தையும் தெய்வீக ஆற்றலையும் நினைத்துப் பார்க்கும்படி அவர்களைத் தூண்டிற்று.

பிராமணீயம் அல்லது இந்துத்வம் ஆரம்பகால இந்தியாவின் மிகவும் தலையாயச் சமயமாக வளர்ச்சியடைந்தது. கலை, இலக்கியம், சமுதாயம் இவற்றின் வளர்ச்சியை அது தூண்டி ஊக்குவித்தது: அவற்றில் பெரும் தாக்கத்தை ஏற்படுத்திற்று. இந்து மதம் தவிர ஜைனமும் பௌத்தமும் இந்திய மண்ணில் பிறந்தன. சுமார் கி.பி. முதல் நூற்றாண்டில் கிறித்துவ சமயம் இந்த நாட்டில் அடியெடுத்து வைத்தாலும், பண்டைக்காலத்தில் அது குறிப்பிடத்தக்க அளவு முன்னேறவில்லை. கிழக்கே ஜப்பான் வரையிலும், வடமேற்கே மத்திய ஆசியா வரையிலும்

புத்த மதம் பரவினாலும் காலப்போக்கில் அது இந்தியாவிலிருந்து மறைந்து விட்டது. இந்தியாவுக்கு வெளியே புத்தமதம் பரவியபோது, அண்டைப் பிரதேசங்களில் அது இந்தியக் கலையையும், மொழியையும், இலக்கியத்தையும் வேரூன்றச் செய்தது. ஜைன மதம் இந்தியாவில் நீடித்து நிலைத்து நின்றது; இந்நாட்டின் கலையையும் இலக்கியத்தையும் வளர்ப்பதற்குத் துணை புரிந்தது. ராஜஸ்தான், குஜராத், கர்நாடகம் போன்ற பிரதேசங்களில் குறிப்பாக வணிக சமூகங்களிடையே அதனைப் பின்பற்றுபவர்கள் இன்றளவும் ஏராளமானோர் இருந்து வருகின்றனர்.

வருண அமைப்பு முறை

இந்தியாவில் சமூகப் பிரிவுகளைத் தோற்றுவிப்பதில் சமயம் விந்தையான முறையில் செல்வாக்கு செலுத்திற்று. ஏனைய பண்டைக்கால சமுதாயங்களில் சமூகப் பிரிவினரின் கடமைகளும் பணிகளும் சட்டத்தால் நிர்ணயிக்கப்பட்டு பெரும்பாலும் அரசால் நடைமுறைப்படுத்தப்பட்டன. ஆனால் இந்தியாவிலோ வருண விதிமுறைகளும் கட்டுப்பாடுகளும் அரசு, சமயம் ஆகிய இவ்விரண்டின் இசைவாணையை, பிரமாணத்தைப் பெற்றிருந்தன. புரோகிதர்கள், பொருநர்கள், விவசாயிகள், தொழிலாளர்கள் ஆகியோரின் பணிகள் சட்டப்பூர்வமாக வகுத்தளிக்கப்பட்டன. இவை தெய்வீக சக்திகளால் நிர்ணயிக்கப்பட்டவை, நிச்சயிக்கப்பட்டவை என்றும் கூறப்பட்டது. இந்தக் கடமைகளைச் செய்யத் தவறியவர்கள், அவற்றிலிருந்து பிறழ்ந்தவர்கள் குற்றவாளிகளாகத் தீர்மானிக்கப்பட்டு, சட்டப்படித் தண்டிக்கப்பட்டனர். இவர்கள் தத்தமது வருணங்களுக்குரிய சடங்குகளையும் கழுவாய்களையும் மேற்கொள்ள வேண்டியவர்களாகவும் இருந்தனர்: இந்த வினைமுறைகளும் நோன்புகளும் வருணத்துக்கு வருணம் வேறுபட்டவையாக இருந்தன. ஒவ்வொரு வருணத்துக்கும் சமூக அங்கீகாரம் மட்டுமின்றி சமய வினைமுறை அங்கீகாரமும் அளிக்கப்பட்டது. நாளடைவில் வருணங்கள் அல்லது சமூகப் பிரிவுகளும் சாதிகளும் சட்ட ரீதியிலும் சமய ரீதியிலும் மரபு வழிப்பட்டவையாக ஆக்கப்பட்டன. வைசியர்கள் உற்பத்தியில் ஈடுபடுவதையும், வரிகள் செலுத்துவதையும், சூத்திரர்கள் தொழிலாளர்களாகத் தொண்டூழியம் புரிவதையும், பிராமணர்கள் புரோகிதர்களாகச் செயல்படுவதையும், சத்திரியர்கள் நாட்டை ஆளுபவர்களாக ஆவதையும் உத்தரவாதம் செய்யும் பொருட்டே, உறுதிப்படுத்தும் பொருட்டே இந்த ஏற்பாடுகள் எல்லாம் செய்யப்பட்டன. உழைப்புப் பிரிவினை அடிப்படையிலும், குறிப்பிட்ட தொழில்களில்

தனித்தேர்ச்சிப் பெற்றிருக்கும் அடிப்படையிலும் அமைந்த தனித்தன்மை வாய்ந்த சாதி அமைப்பு முறை ஆரம்பக் கட்டத்தில் சமுதாயமும் பொருளாதாரமும் வளர்ச்சியுறுவதற்குத் துணை புரிந்தது என்பதில் ஐயமில்லை. மேலும் அரசு வளர்வதற்கும் வருண அமைப்பு முறை குறிப்பிடத்தக்க பங்காற்றிற்று. ஆனால் காலப்போக்கில் உற்பத்தி செய்யும் வர்க்கத்தினரும் உழைக்கும் வர்க்கத்தினரும் பாதுகாப்பற்றவர்களாக ஆயினர். படிப்படியாக ஒவ்வொரு சாதியும் இன்னொரு சாதிக்கு எதிராகக் கச்சை கட்டிக் கொண்டு கிளம்பிற்று. ஒடுக்கப்பட்ட வர்க்கத்தினர் சலுகைப் பெற்ற வர்க்கத்தினர்களுக்கு எதிராக ஒன்று திரண்டு விடாத முறையில் இந்த சண்டை சச்சரவுகள் நடைபெற்றன.

தத்தமது பணிகளைச் செய்வது அவசியம் என்ற உணர்வு தமது தர்மத்திலிருந்து விலகிச் செல்வது குறித்து பொதுவாக ஒருபோதும் நினைத்துப் பார்க்காத பல்வேறு வகுப்பினர்களின் உள்ளங்களில் ஆழ வேரோடிப் பதிந்து போயுள்ளது. மற்றவர்களது தர்மத்தைப் பின்பற்றுவது ஆபத்தானது, அதைவிடத் தங்கள் சொந்தத் தர்மத்திற்காக உயிரையும் தியாகம் செய்வது மேலானது என்று பகவத்கீதை போதித்தது. இந்த உலகில் இல்லாவிட்டாலும் அடுத்த உலகிலாவது அல்லது பிறப்பிலாவது தங்களுக்கு நல்ல காலம் பிறக்கும், விடிவுகாலம் ஏற்படும் என்ற உறுதியான நம்பிக்கையில் கீழ்நிலையிலிருந்த வகுப்பினர் அயராது சோராது கடுமையாக உழைத்தனர். உண்மையில் உற்பத்தி செய்வோருக்கும் அந்த உற்பத்தியில் உண்டு களித்திருக்கும் மன்னர்கள், புரோகிதர்கள், அதிகாரிகள், படைவீரர்கள், பெருவணிகர்கள் ஆகியோருக்கும் இடையே அடிக்கடி பதட்ட நிலைமைகள் ஏற்படுவதையும் அவற்றின் தீவிரத்தையும் இந்த நம்பிக்கை மட்டுப்படுத்திற்று. எனவேதான் கீழ்வகுப்பினர்களுக்கு எதிராக வன்முறையைப் பிரயோகிக்கும், பலவந்தத்தைப் பயன்படுத்தும் அவசியம் பண்டைக்கால இந்தியாவில் அவ்வளவாக ஏற்படவில்லை. கிரீசிலும் ரோமாபுரியிலும் ஈவு இரக்கமற்ற கொடிய அடக்குமுறைக்கும் ஒடுக்குமுறைக்கும் சவுக்கடிக்கும் பயந்து அடிமைகளும் ஏனைய உற்பத்தியாளர் பிரிவினரும் என்ன செய்தார்களோ அதையே வைசியர்களும் சூத்திரர்களும் பிராமணீய போதனைகளாலும் வருண அமைப்பு முறையாலும் உந்தப்பட்டுச் செய்தனர்.

சித்தாந்த அமைப்புகள்

இந்திய சிந்தனையாளர்கள் உலகை ஒரு மாயையாகக் கருதினர்; ஆத்மாவுக்கும் ஆண்டவனுக்கும் இடையே உள்ள உறவு குறித்து

ஆழமாக ஆராய்ந்தனர். உண்மையைக் கூறினால் இந்தியர்களைப் போன்று இப்பிரச்சினையில் இவ்வளவு ஆழமாக மூழ்கிப்போன தத்துவ ஞானிகள் வேறு எந்த நாட்டிலுமே இல்லை என்று சொல்லலாம். தத்துவ ஞானத்துக்கும் ஆன்மீகத்துக்கும் பண்டைக்கால இந்தியா ஆற்றியுள்ள பங்கு மிக முக்கியமானதாகக் கருதப்படுகிறது. ஆனால் அதேசமயம் இந்தியர்கள் உலகைக் குறித்த ஒரு பொருளாயதக் கண்ணோட்டத்தை உருவாக்கவும் தவறவில்லை. இந்தியர்கள் உருவாக்கிய ஆறு சித்தாந்தங்களில் கபிலரின் சாங்கியத்தில் பொருளாயத சித்தாந்தத்தின் அம்சங்களைக் காண்கிறோம். கபிலர் கி.மு. 580ல் பிறந்தவர். உண்மையான ஞானத்தின் மூலமே ஆன்மா விடுதலை பெற முடியும் என்று அவர் நம்பினார். கூர்நோக்கு, அனுமானம், வாய்மை தவறாத சொற்கள் ஆகியவற்றின் வாயிலாக இந்த ஞானத்தை எய்த முடியும் என்றும் அவர் போதித்தார். சாங்கிய சித்தாந்தம் கடவுள் இருக்கிறார் என்பதை ஏற்றுக் கொள்ளவில்லை. உலகம் கடவுளால் படைக்கப்படவில்லை, இயற்கையால் அது படைக்கப்பட்டது, உலகமும் மனித வாழ்க்கையும் இயற்கை சக்திகளால்தான் வழிநடத்தப்படுகின்றன என்று சாங்கிய சித்தாந்தம் போதிக்கிறது.

பொருளாதாய சித்தாந்தம் சார்வாகரிடமிருந்துதான் மிகப்பெரிய உந்துதலை, உத்வேகத்தை, தூண்டு விசையைப் பெற்றது எனலாம். இவர் சுமார் கி.மு. ஆறாம் நூற்றாண்டில் வாழ்ந்தவர். அவர் போதித்த சித்தாந்தம் **லோகாயதம்** எனப்படுகிறது. மனிதன் தனது புலனுணர்வு இந்திரியங்களால் அறியப்படாத எதுவும் உண்மையில் இல்லை என்று அவர் வாதித்தார். வேறுவிதமாகச் சொன்னல் கடவுள் இல்லை என்பதையே இது குறிக்கிறது. எனினும் வாணிகம், கைவினைத் தொழில்கள், நகரமயமாக்கம் முதலியவை நசிந்து நலிவுர ஆரம்பித்தபோது கருத்தியற் சித்தாந்தம் முன்னணிக்கு வந்தது. உலகம் ஒரு மாயை என்றும், மடமை என்றும் இந்த சித்தாந்தம் போதித்தது. உலகைத் துறக்கும் படியும் உண்மையான ஞானத்தைப் பெறுவதற்கு முயலும்படியும் உபநிடதங்கள் மக்களை வலியுறுத்தின. மேலையச் சிந்தனையாளர்கள் உபநிடதங்களின் போதனைகளால் கவர்ந்து ஈர்க்கப்பட்டனர். நவீன தொழில் நுட்பம் தோற்றுவித்தப் பிரச்சினைகளுக்குத் தீர்வு காண அவர்களால் இயலாமல் போனதே இதற்குக் காரணம். தத்துவ அறிஞரான ஷோபனேகர் தமது அறிவியல் கோட்பாட்டில் வேதங்களுக்கும் உபநிடதங்களுக்கும் முக்கிய இடம் அளித்துள்ளார். உபநிடதங்கள் இந்த வாழ்க்கையில் தமக்கு ஆறுதளிப்பதாகவும், மரணத்திற்குப் பிறகும் அவையே தமக்கு ஆறுதல் அளிக்குமென்றும் அவர் அடிக்கடி கூறுவது உண்டு.

கைவினைத் தொழில்களும் தொழில் நுட்பமும்

பொருளாதாயக் கலாசாரத்தில் இந்தியர்கள் எத்தகையச் முன்னேற்றமும் அடையவில்லை என்று நினைப்பது தவறு. உற்பத்தியின் பல்வேறுத் துறைகளிலும் அவர்கள் தேர்ச்சித் திறம் பெற்றனர். சாயந்தோய்ப்பதிலும் பல்வேறு வகையான வண்ணங்களைத் தயாரிப்பதிலும் இந்தியக் கைவினைஞர்கள் மிகவும் கைதேர்ந்த நிபுணர்கள். இந்தியாவில் தயாரிக்கப்பட்ட அடிப்படை வண்ணங்கள் சுடர் வீசுபவையாகவும் நீண்ட நெடுங்காலம் நீடிக்கக் கூடியவையாகவும் இருந்தன. வனப்பும் நேர்த்தியுமிக்க அஜந்தா ஓவியங்கள் இன்றளவும் முழுமை கெடாது, பழுதுபடாதிருப்பது இதற்கு அசைக்க மறுக்க முடியாத சான்றாகத் திகழ்கிறது.

இவ்வாறே, உருக்குத் தயாரிக்கும் தொழில் நுட்பத்திலும் இந்தியர்கள் மாபெரும் வல்லுநர்களாக விளங்கி வந்தனர். இந்தத் தொழில் இந்தியாவில்தான் முதன்முதலில் தோன்றிற்று. மிக ஆரம்பகாலத்திலிருந்தே உலகில் மிகப் பல நாடுகளுக்கு இந்திய உருக்கு ஏற்றுமதி செய்யப்பட்டு வந்தது; பிற்காலத்தில் அது **வூட்ஸ்** எனப்பெயர் பெற்றது. இந்தியக் கைவினைஞர்கள் தயாரித்தவைப் போன்ற மிகவும் தரமான எஃகு வாட்களை அந்நாட்களில் உலகில் வேறு எந்த நாடுமே தயாரிக்கவில்லை என்று கூறினால் அது மிகையாகாது. ஆசியா முதல் ஐரோப்பா வரையிலான பிராந்தியம் முழுவதிலுமே இத்தகைய வாட்களுக்கு மிகுந்த கிராக்கி நிலவியது.

ஆட்சி அமைப்பு முறை

ஒரு மாபெரும் சாம்ராஜ்யத்தை இந்தியர்களால் மிகவும் வெற்றிகரமாக நிர்வகிக்க முடியும், ஒரு சிக்கலான சமுதாயத்தை எதிர்நோக்கும் எத்தகைய கடுமையான பிரச்சினைகளையும் அவர்களால் திறமையோடு சமாளிக்க முடியும் என்பதை கௌடில்யரின் **அர்த்த சாஸ்திரம்** ஐயந்திரிபற மெய்ப்பிக்கிறது. இந்த நாடு ஒரு மாபெரும் சக்கரவர்த்தியான அசோகரைத் தோற்றுவித்தது; கலிங்கத்தின்மீது மகத்தான வெற்றிபெற்ற போதிலும் அவர் சமாதான, அனாக்கிரமிப்புக் கொள்கையைக் கடைப்பிடித்தார். அசோகரும் இதர பல இந்திய மன்னர்களும் சமய சகிப்புக் கொள்கையைப் பின்பற்றினர்; ஏனைய மதங்களைப் பின்பற்றுவோரின் ஆர்வ விருப்பங்கள் மதிக்கப்பட வேண்டும் என்று அவர்கள் வலியுறுத்தினர். தவிரவும் அக்காலத்தில் சில ஜனநாயக பரிசோதனைகளில் கிரேக்கம் தவிர ஈடுபட்ட ஒரே நாடு இந்தியாதான் என்பதும் இங்கு குறிப்பிடத்தக்கது.

விஞ்ஞானமும் கணிதமும்

விஞ்ஞானத்துக்கு இந்தியா முக்கியப் பங்காற்றியுள்ளது. பண்டைக் காலத்தில் சமயமும் விஞ்ஞானமும் பிரிக்கவொண்ணாதவாறு பின்னிப் பிணைந்திருந்தன. நாட்டில் வானூல் மகத்தான முன்னேற்றம் கண்டிருந்தது. ஏனென்றால் வான்கோள்கள் தெய்வங்களாக மதித்துப் போற்றப்பட்டு வந்தன; அவற்றின் இயக்கங்கள் கூர்ந்து கவனிக்கப்பட்டு வந்தன. வான்கோள்களுக்கும் வேளாண் நடவடிக்கைககளுக்கும் முக்கியமான பருவகாலங்களிலும் வானிலைகளிலும் ஏற்படும் மாற்றங்களுக்கும் இடையே உள்ள நெருங்கிய தொடர்பு காரணமாக அவற்றைப் பற்றி ஆராய்வது இன்றியமையாததாயிற்று. ஒவ்வொரு வேத பாசுரமும், ஒவ்வொரு மந்திரமும் இம்மியும் பிசகாது ஓதப்படுவது அவசியம் என்று பிராமணர்கள் வலியுறுத்தி வந்ததன் காரணமாக இலக்கண, மொழியியல் விஞ்ஞானம் தோன்றிற்று. உண்மையைக் கூறுவதானால், இந்தியர்களது விஞ்ஞானக் கண்ணோட்டத்திலிருந்து கனிந்த முதல் கனி என சமஸ்கிருத இலக்கணத்தைச் சொல்லலாம். கி.மு. நான்காம் நூற்றாண்டில் பானினி சமஸ்கிருதம் சம்பந்தப்பட்ட விதிமுறைகளை வகுத்து **அஷ்டதியாயி** என்னும் சமஸ்கிருத இலக்கணத்தைப் படைத்தளித்தார்.

கி.மு. மூன்றாம் நூற்றாண்டு வாக்கில் கணிதம், வானூல், மருத்துவம் முதலியவை தனித்தனியாக வளர்ச்சியடையத் தொடங்கின. கணிதத்துறையில் பண்டைக்கால இந்தியர்கள் மூன்று முக்கிய சாதனைகளைப் புரிந்தனர்: குறிமான முறை, பதின்மானமுறை, பூஜ்யத்தைப் பயன்படுத்துதல் ஆகியவையே அவை. பதின்மான முறை பயன்படுத்தப்பட்டதற்கான ஆரம்பகால கல்வெட்டுச் சான்று கி.பி. ஐந்தாம் நூற்றாண்டு ஆரம்பகாலத்தைச் சேர்ந்ததாகும். இந்தியக் குறிமான முறையை அராபியர்கள் வரித்துக் கொண்டு அதனை அவர்கள் மேலைய உலகில் பரப்பினர். இந்திய இலக்கங்கள் ஆங்கிலத்தில் அரபு இலக்கங்கள் எனக் குறிப்பிடப்படுகின்றன. ஆனால் அராபியர்களோ தங்கள் இலக்கங்களை **ஹிந்த்சா** எனக் கூறுகின்றனர். இந்த இலக்கங்கள் மேலைய நாடுகளில் தோன்றுவதற்கு முன்னர் இந்தியாவில் பல நூற்றாண்டுக்காலம் பயன்படுத்தப்பட்டு வந்திருக்கின்றன. கி.மு. மூன்றாம் நூற்றாண்டில் எழுதப்பட்ட அசோகரின் செதுக்குப்பொறிப்புகளில் இவற்றைக் காணலாம்.

இந்தியர்கள்தான் பதின்மான முறையை முதலில் பயன்படுத்தியவர்களாவர். புகழ்பெற்ற கணிதநூல் வல்லுநரான ஆரியபட்டர் (கி.பி. 476 –

500) இந்த முறையை நன்கு அறிந்திருந்தார். சீனர்கள் இந்த முறையைப் பௌத்த சமயப் பரப்பாளர்களிடமிருந்து கற்றுக் கொண்டனர். இந்தியாவுடன் தொடர்பு கொண்ட அராபியர்களிடமிருந்து மேலைய உலகம் இதனை வரித்துக் கொண்டது. ஏறத்தாழ கி.மு. இரண்டாம் நூற்றாண்டு வாக்கில் இந்தியர்கள் பூஜ்யத்தைக் கண்டுபிடித்தனர். அது கண்டுபிடிக்கப்பட்ட காலம் முதல் இந்தியக் கணித வல்லுநர்கள் பூஜ்யத்தை ஒரு தனி இலக்கமாகவே கருதி வந்தனர்; எண் கணக்கியலில் அதனை இந்தப் பொருளிலேயே பயன்படுத்தியும் வந்தனர். அராபியர்கள் கி.பி. 873ல் பூஜ்யம் பயன்படுத்தப்பட்டதாகத் தெரிகிறது. அராபியர்கள் இதனைப் பயன்படுத்துவதை இந்தியாவிடமிருந்து கற்றுக்கொண்டு ஐரோப்பாவிலும் பரப்பினர். குறிக்கணக்கியலை அல்லது இயற்கணிதத்தை உருவாக்கியதில் இந்தியர்கள், கிரேக்கர்கள் ஆகிய இரு நாட்டினருக்குமே பங்கு இருந்தபோதிலும் மேற்கு ஐரோப்பா அதனை கிரேக்கர்களிடமிருந்து பெறவில்லை, அராபியர்களிடமிருந்தே பெற்றது; அராபியர்களோ இந்தியாவிடமிருந்துதான் அதனை வரித்துக் கொண்டனர்.

ஹரப்பாவில் காணப்படும் செங்கற் கட்டுமானங்கள் வடமேற்கு இந்தியாவிலிருந்த மக்கள் அளவியலையும் வடிவியலையும் நன்கு அறிந்திருந்தனர் என்பதைக் காட்டுகின்றன. சுமார் கி.மு. ஐந்தாம் நூற்றாண்டைச் சேர்ந்த சுல்வ சூத்திரங்களில் காணப்படும் இந்த விஞ்ஞான அறிவைக் கொண்டு வேதகால மக்கள் பயனடைந் திருக்கக்கூடும் என்று தெரிகிறது. மன்னர்கள் வேள்விகள் நடத்துவதற்குப் பயன்படும் பலிபீடங்களை அமைப்பது சம்பந்தமான செயல்முறை வடிவியலை கி.மு. இரண்டாம் நூற்றாண்டில் ஆபஸ்தம்பர் உருவாக்கித் தந்தார். அது கூர்ங்கோணம், விரிகோணம், செங்கோணம் முதலியவற்றைப் பற்றிய விவரங்களைத் தருகிறது. ஒரு முக்கோணத்தின் பரப்பை கண்டுபிடிக்கும் விதியை ஆரியபட்டர் வகுத்துக் கொடுத்தார்; திரிகோண கணிதம் தோன்றுவதற்கு இது வழிவகை செய்தது. இக்காலப்பகுதியின் மிகவும் புகழ்பெற்ற படைப்பு **சூரிய சித்தாந்தமாகும்**; பண்டைய கிழக்கில் அந்நாட்களில் இத்தகைய ஒரு சிறந்த படைப்பினைக் காண்பது அரிது.

மிகவும் பிரசித்திப்பெற்ற வானநூல் அறிஞர்கள் ஆரியபட்டரும் வராஹமிகிரரும் ஆவர். ஆரியபட்டர் ஐந்தாம் நூற்றாண்டையும் வராஹமிகிரர் ஆறாம் நூற்றாண்டையும் சேர்ந்தவர்கள். கோள்களின் நிலையை பாபிலோனிய முறைப்படி ஆரியபட்டர் கணித்தார். சூரிய, சந்திர கிரகணங்கள் ஏற்படுவதற்கான காரணங்களை அவர்

கண்டுபிடித்துக் கூறினார். ஊகத்தின் அடிப்படையில் அவர் கணித்துக் கூறிய பூமியின் சுற்றளவு சரியானது என்பது இன்றளவும் ஏற்றுக் கொள்ளப்படுகிறது. சூரியன் நிலையானது என்றும், பூமிதான் அதைச் சுற்றிவருகிறது என்றும் சுட்டிக்காட்டினர். ஆரியபட்டர் இயற்றிய நூல் **ஆரியபாட்டியம்** எனப்படுகிறது.

வராகமிகிரரின் புகழ் பெற்ற நூல் **பிரிகத்சங்கிதை** என அழைக்கப்படுகிறது; இது கி.பி. ஆறாம் நூற்றாண்டைச் சேர்ந்த நூலாகும். சந்திரன் பூமியைச் சுற்றுகிறது. என்றும், பூமி சூரியனைச் சுற்றுகிறது என்றும் அவர் கூறினார். கோள்களது இயக்கத்தையும் இதர சில வான்கோளப் பிரச்சினைகளையும் விளக்குவதற்குப் பல கிரேக்க நூல்களை அவர் பயன்படுத்திக் கொண்டார். கிரேக்க வானூல் அறிவு இந்திய வானூல் துறையில் குறிப்பிடத்தக்க தாக்கத்தை ஏற்படுத்திய போதிலும், இந்தியர்கள் இத்துறையில் மேலும் முன்னேறி கோள்களை நுணுகி ஆராய்வதற்கு கிரேக்க அனுபவத்தை நன்கு பயன்படுத்திக் கொண்டனர் என்பதில் ஐயமில்லை.

செயல்முறைத் துறையில், இந்தியக் கைவினைஞர்கள் வேதியியல் முன்னேற்றத்துக்குப் பெரும் பங்காற்றினர். இந்திய சாயந்தோய்ப்பவர்கள் நீடித்திருக்கும் சாயங்களை கண்டுபிடித்தனர். நீல சாயத்தையும் அவர்கள் கண்டுபிடித்தனர். உலகில் முதன்முதலில் எஃகை தயாரித்தவர்கள் இந்திய உலோகத் தொழிலாளர்கள்தான் என்பதை ஏற்கெனவே குறிப்பிட்டிருக்கிறோம்.

மருத்துவத்துறை

பண்டைக்கால மருத்துவர்கள் உடல் உறுப்புகளின் அமைப்பியலை ஆழமாக ஆராய்ந்திருந்தனர்; நோய்கள் இன்னலை என்று கண்டுபிடிக்கும் வழிகளை வகுத்து, அந்நோய்களைக் குணப் படுத்துவதற்கான மருந்துகளை அவர்கள் குறித்துக் கொடுத்தனர். மருந்துகளை பற்றிய மிக ஆரம்பகாலக் குறிப்புகள் **அதர்வவேதத்தில்** காணப்படுகின்றன. ஆனால் இதர பல பண்டைக்கால சமுதாயங்களில் போன்றே இந்திய பண்டைய சமுதாயத்திலும் நோய்களுக்குத் தெரிவிக்கப்பட்ட பரிகாரங்களில் மந்திரங்கள், உச்சாடனங்கள், தாயத்துக்கள் முதலியவை மிகுந்து காணப்படுவதால் மருத்துவத்துறை விஞ்ஞான ரீதியில் முன்னேறுவது சாத்தியமில்லாது போயிற்று.

கி.பி. இரண்டாம் நூற்றாண்டில் இந்தியா இரண்டு புகழ்பெற்ற ஆயுர்வேத மேதைகளைத் தோற்றுவித்தது. இவர்களில் ஒருவர்

சுஷ்ருதர், மற்றவர் சாரகர். சுஷ்ருதர் தம்முடைய **சுஷ்ருதசங்கிதையில்** கண் புரைக்கும் சிறுநீரகக் கல்லை அகற்றுவதற்கும் இதர சில நோய்களுக்கும் எவ்வாறு அறுவைச் சிகிச்சை செய்வது என்பதை விவரிக்கிறார். அறுவைச் சிகிச்சைக்குப் பயன்படுத்தப்படும் 121 கருவிகளைப் பற்றியும் அவர் குறிப்பிடுகிறார். நோய்களுக்கு சிகிச்சை அளிப்பதில் திட்ட உணவுக்கும், உடல் தூய்மைக்கும் அவர் விசேட முக்கியத்துவம் அளிக்கிறார். சாரகரின் **சாரகசங்கிதையை** ஓர் இந்திய மருத்துவக் களஞ்சியம் எனக் கூறலாம். காய்ச்சல், தொழுநோய், இசிவு நோய், **(மிர்கி)**, எலும்புருக்கி நோய் போன்ற பல்வேறு நோய்களைப்பற்றி இந்த நூல் விவரிக்கிறது. இவற்றில் சில நோய்கள் தொற்றும் தன்மையுடையவை என்பதை சாரகர் அறியாதிருந்திருக்கக் கூடும். மருந்தாகப் பயன்படக்கூடிய் ஏராளமான தாவரங்கள், மூலிகைகளின் பெயர்கள் அவருடைய நூல்களில் அடங்கியுள்ளன. இவ்வாறு இந்த நூல் இந்திய மருத்துவத்தை மட்டுமன்றி, பண்டைக்கால இந்தியத் தாவர இனங்களையும் வேதியியலையும் ஆராய்வதற்கும் பயனுடையதாக அமைந்திருக்கிறது. சாரகர் வகுத்துத் தந்த வழிகளிலேயே பிந்தைய நூற்றாண்டுகளில் இந்திய மருத்துவம் முன்னேறிச் சென்றுள்ளது.

நில இயல்

நில இயல் ஆராய்ச்சிக்கும் பண்டைக்கால இந்தியர்கள் ஓரளவுப் பங்காற்றியுள்ளனர். இந்தியாவுக்கு வெளியே உள்ள நாடுகளின் நில இயலைப்பற்றி அவர்கள் மிகக் குறைந்த அளவே அறிந்திருந்தனர். எனினும் நாட்டின் நதிகள், மலைத் தொடர்கள், யாத்திரைத் தலங்கள், பல்வேறு பிராந்தியங்கள் முதலியவை இதிகாசங்களிலும் புராணங்களிலும் குறிப்பிடப்பட்டிருக்கின்றன. சீனாவையும் மேலைய நாடுகளையும் பற்றி இந்தியர்கள் தெரிந்திருந்தாலும், அவை எங்குள்ளன, இந்தியாவிலிருந்து எவ்வளவு தொலைவில் இருக்கின்றன என்பது குறித்து அவர்களுக்கு தெளிவான கருத்து ஏதும் இருக்கவில்லை.

ஆரம்ப காலத்தில் பண்டைய இந்தியர்கள் கடற்பயணம் பற்றி ஓரளவு தெரிந்திருந்தனர்; கப்பல்கட்டும் தொழிலிலும் பங்கு கொண்டனர். எனினும் பிரதான வல்லரசுகள் அவற்றின் அதிகாரத் தலைமை இடத்தை கடற்கரையிலிருந்து நெடுந்தொலைவில் அமைத்துக் கொண்டிருந்த தாலும், கடல் திசையிலிருந்து படையெடுப்பு அபாயம் ஏதும் இல்லாததாலும் பண்டைக்கால இந்திய மன்னர்கள் கடற்பயண விஷயத்தில் அதிக கவனம் செலுத்தவில்லை.

கலையும் இலக்கியமும்

பண்டைக்கால இந்திய கல்தச்சர்களும், சிற்பிகளும், கொற்றர்களும், கைவினைஞர்களும் பல அழகிய கலைப் படைப்புகளை உருவாக்கித் தந்தனர். அசோகர் எழுப்பிய ஒற்றைக் கற்களாலான தூண்கள் அவற்றின் மினுமினுக்கும் மெருகுக்குப் புகழ் பெற்றவை; இந்தப் பளபளப்பு வடக்கின் மெருகூட்டிய கரிய நிற மட்பாண்டங்களின் பளபளப்புக்கு நிகரானது. கல் தூண்களிலும், மட்பாண்டங்களிலும் கைவினைஞர்களால் இவ்வாறு மினுமினுக்கும்படியாக மெருகூட்டுவது எவ்விதம் சாத்தியமாயிற்று என்பது இன்னமும் ஒரு புதிராகவே இருந்து வருகிறது. மௌரியர் காலத்து மெருகேற்றப்பட்ட தூண்களின் உச்சியில் விலங்குகளின் அதிலும் குறிப்பாக சிங்கங்களின் உருவச் சிலைகள் பொருத்தப்பட்டிருக்கின்றன. இத்தகைய ஒரு சிங்க சிலைதான் இந்திய அரசின் தேசிய சின்னமாக ஏற்கப்பட்டிருக்கிறது. அஜந்தா குகைக் கோவில்களையும், அதேபோன்று உலகப்புகழ்பெற்ற அஜந்தா ஓவியங்களையும் இங்கு குறிப்பிட வேண்டும்; இவை கிறித்துவ சகாப்தத்தின் ஆரம்ப காலத்தைச் சேர்ந்தவை. ஒருவகையில் அஜந்தாவை ஆசியக் கலையின் பிறப்பிடம் என்று கூறலாம். இங்கு 30 குகைக்கோயில்கள் வரை இருக்கின்றன. கி.மு. இரண்டாம் நூற்றாண்டுக்கும் கி.பி. ஏழாம் நூற்றாண்டுக்கும் இடைப்பட்ட காலத்தில் கட்டப்பட்டவை இந்தக் கோவில்கள். ஓவியங்கள் கி.பி. இரண்டாம் நூற்றாண்டில் இங்கு இடம் பெற்றன; இவற்றில் பெரும்பாலானவை குப்தர் காலத்தைச் சேர்ந்தவை. புத்தரின் முந்தைய அவதாரங்களைப் பற்றிய கதைகளும் வேறுபல விஷயங்களும் இந்த சித்திரங்களுக்கு கருப்பொருளாக அமைந்துள்ளன. அஜந்தாவில் இந்திய ஓவியங்கள் புரிந்துள்ள சாதனைகளை, நிகழ்த்தியுள்ள அற்புதங்களை, அவர்கள் காட்டியுள்ள அரிய கைத்திறனை கலை ரசிகர்கள், கலை வல்லுநர்கள் அனைவருமே ஏற்றிப் போற்றிப் பாராட்டியுள்ளனர். அஜந்தாவில் பயன்படுத்தப்பட்டுள்ள உருவரை கோடுகளும் வண்ணங்களும் ஐரோப்பாவில் மறுமலர்ச்சி சகாப்தம் தோன்றும்வரை உலகில் வேறு எங்கும் காணப்படாத அரிய தேர்ச்சித் திறனை வெளிப்படுத்துவதாக அமைந்துள்ளன. தவிரவும், இந்தியக் கலை இந்தியாவுக்குள் மட்டும் முடங்கிக் கிடக்கவில்லை. அது ஒருபுறம் மத்திய ஆசியாவுக்கும் சீனாவுக்கும் மற்றொருபுறம் தென்கிழக்கு ஆசியாவுக்கும் பரவிற்று. ஆப்கனிஸ்தானிலும் மத்திய ஆசியாவின் அண்டைப் பிரதேசங்களிலும் இந்தியக் கலை பரவியதற்கு அடிப்படையான காரணம் அது காந்தார பாணியில் அமைந்திருந்ததே ஆகும். இந்தியக் கலை அம்சங்கள்

மத்திய ஆசியா மற்றும் கிரேக்கக்கலை அம்சங்களுடன் பின்னிப் பிணைந்து கலந்தொன்றாகி, அதிலிருந்து தோன்றிய ஒரு புதிய கலை பாணியே காந்தார பாணி எனப்படுகிறது. புத்தரின் முதல் உருவச் சிலை இந்தப்பாணியில் உருவாக்கப்பட்டதேயாகும். இந்த சிலை இந்திய அம்சங்களைக் கொண்டிருந்தாலும். அதன் பருமனும், உருவளவும், தலை சித்திரிக்கப்பட்டிருக்கும் விதமும், அது அணிந்திருக்கும் ஆடையும் கிரேக்கத் தாக்கத்தையே காட்டுகின்றன. இதேபோன்று, தென்னிந்தியாவில் கட்டப்பட்டிருக்கும் கோவில்கள் தென்கிழக்கு ஆசியாவில் கோவில்கள் கட்டுவதற்கான முன்மாதிரியாக ஓரளவு அமைந்தன. இவ்வகையில் கம்போடியாவில் அங்கோர்வட்டிலுள்ள கோவிலையும், ஜாவாவில் போரபுதூரிலுள்ள கோவிலையும் பற்றி ஏற்கெனவே கூறியிருக்கிறோம்.

கல்வித் துறையைப் பொறுத்தவரையில் நாளந்தாவிலுள்ள பிரம்மாண்டமான மடாலயக் கல்விக் கூடத்தை இங்கு விசேடமாகக் குறிப்பிட வேண்டும். இந்தியாவிலுள்ள பல்வேறு பகுதிகளைச் சேர்ந்த மாணவர்களை மட்டுமின்றி, திபேத்தையும் சீனாவையும் சேர்ந்த மாணவர்களையும் இந்தப் பிரசித்திப் பெற்ற கல்விக் கூடம் கவர்ந்து ஈர்த்தது. தேர்வுகள் தரம் மிகக் கடினமானதாக இருந்தது. **துவாரபண்டிதரால்** அல்லது வாசலில் உள்ள அறிஞரால் நிர்ணயிக்கப்பட்ட தேர்வில் வெற்றி பெற்றவர்கள் மட்டும்தான் இந்தப் பல்கலைக் கழகத்தில் அனுமதிக்கப்பட்டு வந்தார்கள். தங்கிப் படிக்கும் கல்வி நிலையத்தின் ஆரம்பகால முன்மாதிரிகளில் ஒன்றாக நாளந்தா திகழ்ந்து வந்தது. இங்கு ஆயிரக்கணக்கான மடத்துறவிகள் தங்கி கல்வியிலும், தத்துவ விசாரணையிலும், தியானத்திலும் ஈடுபட்டிருந்தனர்.

இலக்கியத் துறையில் இந்தியர்கள் ரிக் வேதத்தைப் படைத்தனர்; இது இந்தோ - ஆரிய இலக்கியத்தின் மிகத் தொன்மையான எடுத்துக் காட்டு மாதிரியாக அமைந்திருந்தது. இதனடிப்படையில்தான் ஆரிய கலாசாரத்தின் இயல்பை நிர்ணயிக்கும் ஒரு முயற்சி மேற் கொள்ளப்பட்டது. குப்தர்கள் காலத்தில் காளிதாசரின் அரிய படைப்பு களைக் காண்கிறோம். அவருடைய நாடகப் படைப்பான **அபிஞான சாகுந்தலம்** உலகின் எல்லா முக்கிய மொழிகளிலும் பெயர்க்கப் பட்டிருக்கிறது.

✻ ✻ ✻

CAPTIONS

படம் 1 இந்தியா - இயற்கை அமைப்புகள்

படம் 2 இந்தியா - வருடாந்திர மழைபெய்யும் அளவு

படம் 3 இந்தியா - தாமிர, இரும்பு மற்றும் தங்கப் படிவங்கள்.

படம் 4 பழங்கற்காலக் கருவிகள் - கைக்கோடரிகள், வெட்டுக் கத்திகள் முதலியவை

படம் 5 பிர்பான்பூரிலும் (மேற்கு வங்காளம்), திருநெல்வேலியிலும் கிடைத்த இடைக்கற்காலம் சார்ந்த கருவிகள்.

படம் 6 புதிய கற்காலத்தைச் சார்ந்த கருவிகள்

படம் 7 புர்ஸாஹோம் நிலவரை குடியிருப்பு

படம் 8 புர்ஸாஹோமில் கிடைத்த புதிய கற்காலம் சார்ந்த இரும்புக் கருவிகள்.

படம் 9 புதிய கற்காலக் கலாசாரங்கள்

படம் 10 அஹாரில் கிடைத்த வெள்ளை வர்ணம் பூசப்பட்ட கறுப்பு - சிவப்பு மட்கலங்கள்

படம் 11 **தாமிர - கற்கால இடங்கள் பிராந்திய வாரியாக இங்கு தரப்பட்டுள்ளன.**

I. சிந்து அமைப்பு

1. மொகஞ்சோ-தாரோ 2. ஹரப்பா 3. ரோபார்
4. சூரத்கட் 5. ஹனுமான்கட் 6. சானு - தாரோ
7. ஜுகார் 8. அம்ரி 9. ஜங்கார்

II. கங்கை அமைப்பு

1. கௌசாம்பி 2. ஆலங்கீர்

III. பிரம்மபுத்திரா அமைப்பு

IV. மகாநதி அமைப்பு

V. சாம்பல் அமைப்பு

1. பெசவா 2. நக்தா 3. பாரமர் - கேரி 4. துங்கனி
5. மேத்வா 6. தாரவ்டா 7. பில்சூரி 8. மாவ்ரி
9. காட்டா- பிலோட் 10. பெத்வா 11. பிலவாலி 12. அஷ்தா

VII. ராஜபுதனம் - சௌராஸ்டிரா

1. ரங்கபூர் 2. அஹார் 3. பிரஷாஸ் பதான்
4. லக்காபவால் 5. லோத்தல் 6. பித்தாடியா
7. ரோஜ்டி 8. அத்கோட்

VII. நர்மதை அமைப்பு

1. நவ்தாதோலி 2. மகேஷ்வர் 3. பகத்ராவ்
4. தெலோத் 5. மெகாம் 6. ஹாசன்பூர்

VIII. தூபி அமைப்பு

1. பிரகாஷ் 2. பாஹல்

IX. கோதாவரி - பிரவாரா அமைப்பு

1. ஜோர்வே 2. நாசிக் 3. கோபர்காவன்
4. நெவசா 5. தைமாபாத்

X. பீமா அமைப்பு

1. கோரேகாவன் 2. சந்தோலி 3. உம்ப்ராஜ்
4. சானேகௌன் 5. அனாச்சி 6. ஹிங்னி
7. நாகர்ஹல்லி

XI. கர்னாடக அமைப்பு

1 பிரமகிரி 2. பிக்ளிஹல் 3. மாஸ்கி

படம் 12 நவ்தாதோலியில் கிடைத்த மட்பாண்டங்கள் சுமார் கி.மு. 1500

படம் 13 வண்ணம் பூசப்பட்ட கறுப்பு - சிவப்பு மட்கலங்கள், ஜோர்வே, கி.மு. 1200

படம் 14 இனாம்காவன்: ஒரே சீரான குடிசைகள்

படம் 15 கங்கை யமுனை இடைப்பட்ட பிரதேசத்திலிருந்து கிடைத்த கருவிகள்

படம் 16 கலிபங்கான் : அகழ்வாய்வு செய்யப்பட்ட இடத்தின் ஒரு பொதுத் தோற்றம்

படம் 17 ஹரப்பா நகரமைப்புப் படம்

படம் 18 ஹரப்பா கலாசாரம்

படம் 19 மாபெரும் பொய்கை, மொகஞ்சோதாரோ

படம் 20 ஹரப்பா களஞ்சியங்களின் ஒரே சீரான தோற்றம்

படம் 21 மூடப்பட்டுள்ள சாக்கடை, மொகஞ்சோதாரோ

படம் 22 தாய்த்தெய்வம், மொகஞ்சோதாரோ

படம் 23 பசுபதி முத்திரை, மொகஞ்சோதாரோ

படம் 24 மட்கலம், லோத்தல்

படம் 25 காளை முத்திரை, மொகஞ்சோதாரோ

படம் 26 கலிபங்கானில் கிடைத்த முத்திரைகள்

படம் 27 வண்ணம் பூசப்பட்ட சாம்பல் நிற மட்பாண்டங்கள்

படம் 28 பிஜிடபிள்யூ கலாசாரங்கள்

படம் 29 அத்ரஞ்சிகேராவில் பிஜிடபிள்யூ படுகையில் கிடைத்த இரும்புப் பொருட்கள்

படம் 30 முத்திரையிட்ட நாணயங்கள்

படம் 31 மகாஜனபாதங்கள்

படம் 32 இந்தியா - என்பிபி ஆய்விடங்கள்

படம் 33 அசோகர் பேரரசு

படம் 34 அசோகரின் ருமிந்தேய் தூண் கல்வெட்டுப் பொறிப்புகள்

இந்தக் கல்வெட்டுப் பொறிப்பு பிரஹ்மி எழுத்து வடிவத்தில் அமைந்துள்ளது. இது பிராகிருத மொழியில் எழுதப்பட்டிருக்கிறது.

இதன் நாகரி மொழியாக்கமும் தமிழ் மொழியாக்கமும் கீழே தரப்பட்டிருக்கின்றன.

(தெய்வங்களுக்குப் பிரியமானவனான மன்னன் பிரியதர்சின் திருமுடிசூட்டப்பெற்ற இருபது ஆண்டுகளுக்குப் பிறகு தானே இந்த இடத்துக்கு வந்து வழிபட்டான்; ஏனென்றால் புத்தர் சாக்கியமுனி இங்குதான் அவதரித்தார்.

புனிதர் இங்குதான் அவதரித்தார் என்பதைக் காட்டுவதற்காக ஒரு தூணையும் அதைச் சுற்றிலும் கற்சுவரையும் எழுப்பினான்.

லும்பினி கிராமத்துக்கு **பாலி**(திறை) செலுத்துவதிலிருந்து விதிவிலக்கு அளிக்கப்பட்டது; **பாகமும்** (உற்பத்தியில் மக்களின் பங்கு) எட்டில் ஒரு பங்காகக் குறைக்கப்பட்டது.)

படம் 35 அசோகர் தூண் லௌரியா - நந்தன் கட்.

படம் 36 தூண் உச்சியிலுள்ள காளை உருவச் சிலை.

படம் 37 மௌரியர் காலத்து சுட்ட களிமண் உருவச்சிலை

படம் 38 லோமரிஷி குகைகள், பராபர் குன்றுகள்

படம் 39 ரோபாரில் கண்டுபிடிக்கப்பட்டுள்ளவட்டவடிவக் கிணறுகள்

படம் 40 இந்தோ-கிரேக்க நாணயங்கள்

படம் 41 மத்திய ஆசியத் தொடர்புகள்

படம் 42 தட்சசீலத்துக்கு அருகே குலவானில் கிடைத்த கி.பி. முதல் நூற்றாண்டைச் சேர்ந்த தாமிரத் தகட்டுப் பொறிப்புகள்

படம் 43 கனிஷ்கரின் நாணயம்

படம் 44 விதிஷாவுக்கு அருகிலுள்ள ஹீலியோதோரஸ் தூண்

படம் 45 பண்டைய நகரமான தட்சசீலத்தின் (கி.பி. முதலாம் நூற்றாண்டு) இடிபாடுகளின் ஒரு தோற்றம்)

படம் 46 புத்தரின் உருவச்சிலை, காந்தாரம்

படம் 47 மதுராவைச் சேர்ந்த ஒரு சிற்பம்

படம் 48 சாஞ்சி ஸ்தூபி - முன்வாயில் தோற்றம்

படம் 49 பர்ஹுத்தில் கிடைத்த கலை வேலைப்பாடுகள் கொண்ட ஒரு பலகை.

படம் 50 வெள்ளி நாணயங்கள்

படம் 51 சுமார் கி.பி. 150ல் இந்தியா

படம் 52 கார்லேயிலுள்ள சைத்யம்

படம் 53 புத்தரின் திருவடிகளை வழிபடுவதைச் சித்திரிக்கும் சிற்பம் அ◌ ◌ராவதி

பண்டைக்கால இந்தியா 429

படம் 54 புத்தர் போதனை செய்யும் ஒரு காட்சி - நாகார்ஜுன கொண்டா

படம் 55 வளையம் போல் பெரிய கற்களை அடுக்கி அமைக்கப்படும் கல்லறை

படம் 56 தந்தத்தில் செதுக்கப்பட்ட பொருட்கள், ஆரம்ப கிறித்துவ சகாப்தத்தைச் சேர்ந்தவை

படம் 57 இந்தியா - சுமார் கி.மு. 200 - கி.பி. 300

படம் 58 பண்டைய வாணிக மார்க்கங்கள்

படம் 59 தெர்ரில் (ஓஸ்மானாபாத் மாவட்டம்)கிடைத்துள்ள சுட்ட களிமண் சிலைகள்

படம் 60 நாகார்ஜுன கொண்டாவிலுள்ள விளையாட்டரங்கின் இடிபாடுகள்

படம் 61 அலகாபாத்தில் சமுத்திர குப்தனின் தூண் கல்வெட்டுப் பொறிப்புகள் (வரிகள் 30-31 மற்றும் 33)

வரிகள் (30, 31, 33ன் நாகரி மொழிபெயர்ப்பும் வரிகள் 30,31ன் தமிழ் மொழிபெயர்ப்பும் கீழே தரப்படுகிறது.

30-31 (பரந்த மனப்பான்மையாலும், படை வலிமையாலும், அமைவடக்கத்தாலும், திருநூல்களின் நல்லொழுக்கப் போதனைகளை ஆழ்ந்து பயின்றதாலும் பெறப்பட்ட அவனுடைய புகழ் பசுபதிக் கடவுளின் அடர்ந்த முடியிலிருந்து பாய்ந்தோடிய கங்கையின் வெளிறிய மஞ்சள் நிற நீர் மூவுலகங்களையும் புனிதப் படுத்துவதுபோல் எங்கெங்கும் மேன்மேலும் பரவும்.)

படம் 62 குப்தப் பேரரசு, கி.மு. 400

படம் 63 முதலாம் சந்திர குப்தன், சமுத்திர குப்தன், இரண்டாம் சந்திர குப்தன் ஆகியோரின் நாணயங்கள்.

படம் 64 தியோகட்டிலிருந்து கிடைத்த நாராயணர் உருவச்சிலை.,

படம் 65 குப்தர் காலத்தில் சாஞ்சியில் கட்டப்பட்ட கோயில்.

படம் 66 சாரநாத்திலுள்ள புத்தர் உருவச்சிலை.

படம் 67 அஹிச்சத்ராவில் (பாரெய்லி மாவட்டம்) கிடைத்த யமுனையின் உருவச்சிலை.

படம் 68 புத்தர் உருவச்சிலை, மதுரா.

படம் 69 ஓர் அப்சரசை சித்திரிக்கும் அஜந்தா ஓவியம்.

படம் 70 டில்லியிலுள்ள இரும்பு தூண்.

படம் 71 நாளந்தாவில் ஒரு தூபியின் இடிபாடுகள்

படம் -72 தக்காணமும் தென்னிந்தியாவும் கி.பி. 300 - 750

படம் 73 பாதாமியிலுள்ள ஒரு குகைக்கோயில்

படம் 74 மகாபலிபுரத்திலுள்ள ரதக் கோயில்கள்

படம் 75 காஞ்சியில் இருக்கும் கைலாசநாதர் கோயில்.

படம் 76 ஆப்கானிஸ்தானில் பாமியானில் காணப்படும் புத்தர் சிலை.

படம் 77 போரபுதூரில் இருக்கும் கோவிலின் ஒரு பொதுத் தோற்றம்.

✻ ✻ ✻